पॉल ब्रन्टन

संपूर्ण जगात पवित्र भारताची कीर्ती पसरवणाऱ्या 'अ सर्च इन सिक्रेट इंडिया' या पुस्तकाचा अनुवाद

आध्यात्मिक भारताचा रहस्यमय शोध

गुरुप्राप्तीसाठी केलेले अनोखे कार्य

आध्यात्मिक भारताचा रहस्यमय शोध

'A Search in Secret India' या मूळ इंग्रजी पुस्तकाचा मराठी अनुवाद

© Paul Brunton, 1934

All Rights Reserved 1934.

सर्वाधिकार सुरक्षित

वॉव पब्लिशिंग्ज् प्रा.लि.द्वारे प्रकाशित हे पुस्तक अशा अटीवर विकण्यात येत आहे की प्रकाशकाच्या लेखी पूर्वअनुमतीविना ते व्यापाराच्या दृष्टीने अथवा अन्य प्रकारे उसने, भाड्याने अथवा विकत अन्य कोणत्याही प्रकारच्या बांधणीत अथवा अन्य मुखपृष्ठासह देता येणार नाही. तसेच अशाच प्रकारच्या अटी नंतरच्या ग्राहकावर बंधनकारक न करता आणि वर उल्लेखिलेल्या कॉपीराइटपुरत्या मर्यादित न ठेवता या पुस्तकाच्या कोणत्याही स्वरूपाच्या विनिमयास, तसेच कॉपीराइटधारक व वर उल्लेखिलेले प्रकाशक दोघांच्याही लेखी पूर्वअनुमतीविना इलेक्ट्रॉनिक, मेकॅनिकल, फोटोकॉपी, रेकॉर्डिंग इत्यादी प्रकारे या पुस्तकाचा कोणताही अंश पुनःप्रस्तुत करण्यास, जवळ बाळगण्यास अथवा सुधारित स्वरूपात प्रस्तुत करण्यास मनाई आहे.

प्रकाशक : वॉव पब्लिशिंग्ज् प्रा.लि., पुणे

ISBN : 9788184156560

प्रथम आवृत्ती : मे २०१५

पुनर्मुद्रण : नोव्हेंबर २०१५, फेब्रुवारी २०१६, जून २०१७,
जून २०१८, सप्टेंबर २०१९

अनुवादक : ग. नी. पुरंदरे

Adhyatmik Bharatacha Rahasyamay Shodh
by Paul Brunton

लेखकाविषयी ...

१८९८ मध्ये जन्मलेल्या पॉल ब्रन्टन यांनी मोठ्या प्रमाणात पूर्वेचा प्रवास करून १९३५ ते १९५२ च्या दरम्यान तेरा पुस्तके प्रकाशित केली.

पश्चिमेच्या लोकांना योग, ध्यानधारणा आणि तात्त्विक पार्श्वभूमीची सोप्या, सरळ भाषेत ओळख करून देणारे म्हणून त्यांना ओळखले जाते.

ब्रन्टन यांनी शेवटची वीस वर्षे स्वित्झर्लंडमध्ये घालवली.

१९८१ साली ते स्वर्गवासी झाले.

पॉल ब्रन्टन यांच्याविषयी प्रशंसोद्गार

''आपल्या निधर्मी भूमीवर उमललेल्या गूढवादी सुमनांपैकी पॉल ब्रन्टन हे निश्चितच एक उत्कृष्ट पुष्प आहेत, असे खात्रीने म्हणता येईल. त्यांना जे सांगायचे आहे ते आपल्या सगळ्यांसाठी महत्त्वाचे आहे.''

– जॉर्ज फ्युर्स्टन

''अध्यात्माचा शोध घेणाऱ्या आम्हा पाश्चात्त्यांसाठीची अमूल्य देणगी...''

– चार्लस टी. टार्ट

''क्वचितच आढळणारा बुद्धिवादी.... पूर्णत: चैतन्यमय आणि अत्यंत समग्ररीत्या सांगायचं झाल्यास, 'पवित्र' हा शब्द त्यांना लागू पडतो!''

– योग जर्नल

''पॉल ब्रन्टन हे एक महान अभिजात व्यक्तिमत्त्व होते. भावी मानवजातीला प्रकाशाचा मार्ग दाखविणाऱ्या, आत्मोन्नती साधणाऱ्यांमध्ये त्यांना स्थान द्यायला हवे.''

– जीन हस्टन

''आपल्या जीवनात सौंदर्य, आनंद आणि अर्थ निर्माण करण्यासाठी पौर्वात्य व पाश्चिमात्य तत्त्वप्रणालीला अंतर्दृष्टी कशी मदत करू शकेल, याविषयी केलेले साधे आणि सरळ मार्गदर्शन... त्यांचे मूळ तत्त्व संतुलन हे आहे आणि त्यांचा उन्नत संदेश मानवी अनुभवांच्या सर्व अवस्थांना समाविष्ट करणारा आहे.''

– इस्ट-वेस्ट जर्नल

''समंजस आणि लक्षवेधक. मेर्टन, हक्सले, सुझुकी, वॅट आणि राधाकृष्णन या पूर्व आणि पश्चिमेवर सेतुबंधन करणाऱ्यांच्या तोडीचे त्यांचे काम आहे. व्यक्तिगत आणि शैक्षणिक पातळीवर आध्यात्मिक बाबींचा ध्यास असणाऱ्या प्रत्येकाचे लक्ष वेधून घेणारे...''

– चॉइस

''आध्यात्मिक कल्पनांच्या शोधात असणाऱ्या कोणत्याही चिंतनशील स्त्री-पुरुषाला पॉल ब्रन्टन यांच्या लिखाणात आश्चर्यजनक आव्हान, प्रेरणेचा अधिकृत स्रोत आणि बौद्धिक पोषण मिळेल!''

– जेकब निडलमन

''ब्रन्टन, विवेकानंद आणि ए.इ.बर्ट यांसारख्या लोकांकडून मला मिळालेल्या ज्ञानाच्या प्रथम दीक्षेला मी आदरपूर्वक वंदन करतो.''

– स्टीफन लेवीन

अनुक्रमणिका

	प्रस्तावना	०९
१.	वाचकांस निवेदन	११
२.	शोधाची पार्श्वभूमी	२०
३.	इजिप्तमधील एक जादूगार	३७
४.	मला एक प्रेषित भेटला	५१
५.	अड्यार नदीतीरावरील तपस्वी	७५
६.	अमरपद मिळवून देणारा योग	९९
७.	मौनधारी संत	१२१
८.	कुंभकोणमूच्या शंकराचार्यांच्या सान्निध्यात	१३६
९.	अरुणाचलावर	१५८
१०.	जादूगार व साधू यांच्या मेळाव्यात	१९५
११.	चमत्कार करून दाखविणारा वाराणसीचा जादूगार	२२५
१२.	ज्योतिषी	२४४
१३.	दयाळबाग	२७०
१४.	पारशी प्रेषिताच्या आश्रमात	३०३
१५.	एक चमत्कारिक अनुभव	३१५
१६.	अरण्यामधील एका आश्रमात	३३३
१७.	स्मृतिशेष झालेल्या सत्याची चिंतनिका	३५३

प्रस्तावना

कित्येक वर्षांपूर्वी पॉल ब्रन्टन नावाचे एक युरोपियन प्रवासी भारतात एका विशिष्ट हेतूने येऊन गेले. भारताच्या प्राचीन संस्कृतीचा त्यांनी अभ्यास केलेला होता. भारतीय तत्त्वज्ञान, वेदान्त, योग वगैरे शास्त्रांची त्यांनी ओळख करून घेतली होती. तेव्हा ती पुण्यभूमी पाहावी व तेथे त्या वैभवशाली संस्कृतीचे आज कोणी प्रतिनिधिस्वरूप संत-महात्मे, योगी विद्यमान आहेत की काय, याचा शोध घ्यावा, तसेच तसे कोणी आढळल्यास त्यांना भेटून त्यांच्याशी अध्यात्मविषयक चर्चा करावी या हेतूने ब्रन्टन यांनी साऱ्या देशभर साध्यासुध्या यात्रेकरूप्रमाणे प्रवास केला. त्यांची मूळची दृष्टी बुद्धिवादी. आधुनिक विज्ञानाने मान्य केलेल्या सिद्धान्ताखेरीज अन्य कोणताही सिद्धान्त मान्य करावयास त्यांच्या मनाची तयारी नव्हती. भारतात आध्यात्मिकतेत अंधश्रद्धा, भोंदूपणा, बुवाबाजी बरीच मिसळलेली आहे याची त्यांना जाणीव होती. तसे असूनही त्यांनी आपली संशोधनदृष्टी खुली ठेवून प्रत्येक अनुभव चिकाटीने, सहानुभूतीने व सहृदयतेने तपासून घेतला. विज्ञानप्रणीत काटेतोल चिकित्सापद्धतीचा त्यांनी फारसा आग्रह धरला नाही. त्यांना ह्या देशात अनेक साधू भेटले. त्यातील काही लौकिक दृष्ट्या सुशिक्षित असे नव्हते, पण त्यांच्याशी सुद्धा ते समरस झाले; आणि त्यांनी आपल्या काही विशिष्ट साधनेने जे साध्य करून घेतलेले होते, त्याचाही त्यांनी शोध घेतला.

ब्रन्टन यांनी हा जो आध्यात्मिक शोध या देशात प्रदीर्घ प्रवास करून घेतला, त्याचा वृत्तान्त त्यांनी SERCH IN SECRET INDIA या आपल्या ग्रंथात साद्यंत दिला आहे. हा ग्रंथ फार लोकप्रिय झाला व निरनिराळ्या भाषांत त्याचे अनुवाद

झाले. ह्या देशातील सुशिक्षित लोकांनाही ह्या ग्रंथाचे मोठे आकर्षण वाटले. त्यायोगे आपल्याच देशातील, अन्यथा उपेक्षित अशा, अध्यात्मसंपदेचा त्यांनाही नवीनपणे शोध लागला. अशा ग्रंथाचा अनुवाद मी मराठी वाचकांसमोर ठेवीत आहे. मूळ लेखकाची लिहिण्याची शैली विद्वत्ताप्रचुर खरी पण इंग्रजी भाषेच्या लेखनपद्धतीप्रमाणे अनेक विचारमालिकांची गुंफण घालण्याकरिता योजावी लागलेली संमिश्र व पल्लेदार वाक्यरचना भाषांतर करण्यास जरा बिकट जाते. तरी पण अनुवाद सुबोध व मराठी भाषेच्या धाटणीनुसार करण्याचा यथाशक्ती प्रयत्न केला आहे.

पॉल ब्रन्टन यांनी सर्वच संतमहात्म्यांविषयी आदराने लिहिले आहे. कारण त्या संतमहात्म्यांचा त्यांच्यावर तसाच प्रभाव पडला होता. याला अपवाद फक्त मेहेरबाबा. त्यांच्याविषयी मात्र त्यांनी बरेच अनुदारपणाचे लिहिले आहे. परंतु मूळ ग्रंथाचा अनुवाद करण्याचाच फक्त हेतू असल्याने मूळ लेखकाचे त्यांच्याविषयीचे निवेदन जसेच्या तसेच अनुवादित केले आहे.

निरनिराळ्या संतमहाम्यांना, योगीजनांना भेटल्यावर पॉल ब्रन्टन यांना योगीजनांच्या ठिकाणी असलेल्या सिद्धींचा, इंद्रियातीत शक्तीचा पत्ता लागला व तसे यौगिक सामर्थ्य आपल्यालाही लाभावे म्हणून ते गुरूच्या शोधार्थ निघाले. यदृच्छेचा योग असा की, अशा मनःस्थितीत त्यांच्यापुढे रमण महर्षींची मूर्ती उभी राहिली व त्यांचा उपदेश, अनुग्रह घेण्यासाठी ते पुनः अरुणाचलमला गेले व त्यांच्यापाशी त्यांनी अनुग्रहाची याचना केली. प्रथम त्यांना त्यांच्या अपेक्षेप्रमाणे उत्तेजन मिळाले नाही. पण सहवासानंतर त्यांचे ईप्सित साध्य झाले व त्यांना गुरुकृपेचा लाभ मिळाला. फक्त त्या गुरूच्या उपदेशाची पद्धती वेगळी. 'गुरोस्तु मौनं व्याख्यानं शिष्यास्तु छिन्नसंशयाः' या अवधूतगीतेतील सुप्रसिद्ध वचनानुसार महर्षींच्या सान्निध्यात त्यांना आपल्या सर्व प्रश्नांची उत्तरे शब्दविरहित भाषेत मिळाली व त्यांच्या संशयाचे निराकरण झाले; आणि अखेर 'आत्मानं विद्धि' ह्या महामंत्राचा साक्षात्कार झाला.

गणेश नीलकंठ पुरंदरे

१

वाचकांस अभिवादन

भारतीय जीवनाच्या सोनेरी पुस्तकातील एक उतारा, विशेष कोणाच्या वाचनात सहसा येत नाही असा, पाश्चात्त्य वाचकांकरिता विशद व स्पष्ट करण्याचा मी प्रयत्न केला आहे. भारतात पूर्वी ज्या प्रवाशांनी प्रवास केला, ते परत युरोपला आल्यावर हिंदी फकिरांबाबत चमत्कारिक अशा गोष्टी सांगत. आजच्या युगातील प्रवासी सुद्धा अशाच गोष्टी अजूनही सांगतात.

हा जो योग्यांचा व फकिरांचा गूढवादी वर्ग आहे व ज्यांच्याबद्दल अगदी पुरातन कालापासून अशा हकीगती वारंवार आपल्या कानावर येतात, त्यांत सत्य असे काय आहे?

भारतामध्ये एक प्राचीन विद्या आहे व त्या विद्येचा अभ्यास केल्याने मानसिक शक्तीचा विलक्षण विकास होतो, अशा ज्या काही मधून-मधून आकस्मिकपणे हकीगती आपल्या कानावर येतात, त्यांत मूळचे सत्य असे किती आहे, ते शोधून काढण्याकरिता मी दीर्घ प्रवासाला निघालो आणि त्यात मला जे काही आढळून आले त्याची संक्षिप्त हकीगत मी देत आहे.

'संक्षिप्त' असे मी का म्हणतो, तर स्थल व काल यांच्या अपरिहार्य अशा अडचणींमुळे पुष्कळ योगीजनांच्या भेटीगाठी होऊनही एखाद्याच योग्याविषयी लिहून मला समाधान मानावे लागले. आणि म्हणून मी काही थोडे योगीजन, ज्यांच्याबद्दल पश्चिमात्य वाचकांना कुतूहल वाटेल, असे निवडले. गाढ विद्वत्ता व सिद्धी याबद्दल ज्यांचा लौकिक मोठा, अशा काही संतमहात्म्यांचा उन्हातान्हातून हिंडत, दिवस-रात्र

एक करून शोध घेतला. पण शेवटी काय आढळले? तर नुसते पुस्तकी पांडित्य! आध्यात्मिक बैठकच मुळी नाही. पैशाचा हव्यास; त्याकरिता वाटेल ते ढोंगधत्तुरे करण्याची तयारी! तेव्हा अशांच्या हकीगती देऊन या ग्रंथाची पाने भरावी हे मला योग्य वाटले नाही. अशांच्या भेटीगाठी घेऊन मी जो वेळ दवडला, तो गंगार्पण समजून त्यांच्या हकीगती मी सोडून दिल्या.

भारतीय जीवनाचा हा वारसा सामान्य प्रवाशांना सहसा आढळून येत नाही व आढळला तरी त्या जीवनाचे वैशिष्ट्य त्यांना तसे समजतही नाही. ते जीवन पाहावयाचे सद्भाग्य मला लाभले, याबद्दल मला नम्रतापूर्ण धन्यता वाटते. भारतासारख्या खंडप्राय देशात कितीतरी इंग्लिश लोक राहत असतील, पण त्यांपैकी ज्यांनी या जीवनाचा अभ्यास करण्याची कदर केली असेल, त्यांची संख्या अत्यल्प आहे. आणि त्यांत सुद्धा ज्यांनी ते जीवन स्वतंत्र बुद्धीने न्याहाळले व त्याचा वृत्तांत लिहिला अशांची संख्या त्याहूनही थोडी आहे. कारण इंग्लिश लोक या देशात प्रामुख्याने अधिकारी म्हणून वावरत असत व अधिकाराची बूज त्यांना राखावी लागे. त्यामुळे ज्या काही इंग्लिश लेखकांनी या विषयावर लिखाण केले, त्यांची वृत्तीही संशयग्रस्त असे व त्या कारणाने ह्याविषयीचे ज्ञान त्यांना सहजासहजी मिळू शकले नाही. आणि भारतीय मनुष्य सुद्धा जो ह्याविषयीच्या बाह्यांगाकडे विशेष लक्ष न देता अंतरंगाचा शोध घेतो, तो इंग्लिश माणसाशी या विषयाबाबत चर्चा करण्यास सहसा प्रवृत्त होत नाही. गौरकाय माणसाला बहुशः ह्या योगी पुरुषांचा थोडासाच परिचय होतो. त्याला जे योगी पुरुष भेटतात, तेही उच्च श्रेणीचे असे नसतात. आणि जे भेटतात त्यांचेही पुरते स्वरूप त्याच्या ध्यानात येत नाही.

असे उच्च श्रेणीचे योगी पुरुष- जेथे ते निपजले तेथे सुद्धा थोडेच उरले आहेत. तेही फार विरळा; आणि आपले सिद्धिसामर्थ्य लोकांपासून लपवून ठेवण्याकडे त्यांची प्रवृत्ती असते. आपण अडाणी आहोत अशीच ते बतावणी करतात. भारत देशात, तिबेटमध्ये, चीनमध्ये असे आढळून येते की, कोणी पाश्चात्त्य प्रवासी आपल्या एकांताचा भंग करू लागला की हे योगी पुरुष आपण क्षुद्र आहोत, अडाणी आहोत असा बहाणा करून त्यांना टाळतात. 'मोठे होणे म्हणजे गैरसमजालाच जागा जास्त' या इमर्सनच्या उद्गारात त्यांना कदाचित अर्थ वाटत असावा. मला काही कल्पना नाही, परंतु ही गोष्ट खरी, की असे हे योगी पुरुष बहुधा एकांतवासात राहातात व संसारी लोकात वावरण्याची त्यांना जरूर वाटत नाही. त्यांची भेट जरी झाली तरी ते सहसा मौनव्रत सोडत नाहीत. सोडतात ते सुद्धा थोडाफार परिचय झाल्यानंतरच. अशा कारणामुळे युरोप-अमेरिकेमध्ये ह्या योग्यांच्या विलक्षण जीवनाबद्दल फार थोडे लिहिले जाते व जे लिहिले जाते ते सुद्धा विशेषसे प्रसिद्ध होत नाही.

आता, भारतीय लेखकांचे वृत्तांत उपलब्ध असतात; पण ते तपासून वाचावयास हवेत. ही एक दुर्दैवाची गोष्ट आहे की, पौर्वात्य लेखक खरी हकीकत व दंतकथा यांचा गोंधळ घालतात. त्यामुळे लेखी पुरावा या दृष्टीने अशा वृत्तांतांची किंमत कमी होते. हे जेव्हा मी आपल्या अनुभवाच्या काटेतोल कसोटीतून पारखून घेतले, तेव्हा परमेश्वराचे मी आभार मानले. पश्चिमेत माझा जन्म झाला. तेव्हा सहज उपलब्ध होणारे असे विज्ञानाचे शिक्षण मला मिळालेले होते. त्यात व्यवसाय वृत्तपत्रकाराचा. त्यामुळे माझी दृष्टी व्यवहारी बनून गेलेली होती. तसे पाहिले तर प्रत्येक पौर्वात्य भोळ्या समजुतीच्या तळाशी काहीतरी खरीखुरी हकिकत ही असतेच. पण ती शोधून काढण्याकरिता प्रगल्भ अशा जागरूकतेची आवश्यकता असते. ज्या ज्या ठिकाणी मी गेलो, त्या त्या ठिकाणी मला आपली दृष्टी अगदी प्रतिकूल जरी नव्हे तरी टीकाकाराची ठेवावी लागली. तत्त्वज्ञान समजून घेण्यापेक्षा चमत्कार व रहस्ये मला समजून घ्यावयाची आहेत हे जेव्हा या लोकांना कळून चुकले, तेव्हा त्यांपैकी बहुतेकांनी आपल्या हकीकतींवर मुक्तहस्ताने रंग चढविला व भरपूर वार्निशही लावले. तसे पाहिले तर वेळ खर्च करून मी त्यांस सांगून टाकले असते की, 'बाबांनो, सत्य इतके सामर्थ्यवान असते, की ते आपल्या स्वतःच्या सामर्थ्यावर जमिनीवर न पडता उभे राहू शकते.' पण मला इतरही उद्योग होते, तेव्हा मी तो नाद सोडून दिला. परंतु एका गोष्टीबद्दल मला आनंद वाटतो की, पौर्वात्य चमत्कारांविषयीचे ज्ञान मी प्रत्यक्ष मिळविणेच पसंत केले. त्याच पद्धतीने ख्रिस्ताच्या शिकवणीविषयीचे ज्ञान मी प्रत्यक्ष मिळविलेले होते; टीकाकारांच्या अज्ञानपूर्ण टीका वाचून नव्हे. अगदी बद्धमूल झालेल्या अशा भोळ्या समजुतींची आणि ज्या गोष्टी मूळच्या खऱ्या आहेत, पण अगदी सुरुवातीपासून ढोंगबाजीची ज्यांच्यावर पुटेच पुटे साचून गेली आहेत अशांची मी संशोधनरूपी कठीण कसोटीने पूर्ण चिकित्सा केली. वैज्ञानिक संशयवृत्ती व आध्यात्मिक संवेदनशीलता ही बहुधा परस्परविरुद्ध असतात. पण हे दोन्ही गुण माझ्या संमिश्र स्वभावात बसत असल्याकारणाने मी हे सर्व करू शकलो, याबद्दल माझी मलाच मी शाबासकी देतो.

या पुस्तकाला मी 'रहस्यमय भारत' हे नाव दिले आहे. कारण त्यात हजारो वर्षे भेदक डोळ्यांच्या नजरेतून सुटलेल्या अशा हकिकती आहेत. हे जे भारताचे दर्शन आहे, हे अजून गुप्तच राहिलेले आहे; व त्याचे अवशेषही फार त्वरेने नाहीसे होत आहेत. ज्या पद्धतीने हे योगी आपली विद्या गुप्त ठेवतात, त्याबद्दल आपण त्यांस या लोकशाहीच्या युगात स्वार्थी म्हणू; पण त्यामुळे ज्ञात इतिहासातून ही विद्या हळूहळू लुप्त होत आहे हे मात्र खरे. हजारो इंग्लिश लोक भारतात स्थायिक झालेले आहेत व शेकडो लोक दरवर्षी या देशात येतात. पण यांपैकी थोड्यांनाच माहीत असेल की,

मौल्यवान रत्ने व किमती हिरे याहूनही अधिक किमतीची विद्या येथे आहे व असा एक दिवस येईल की, तिचे यथायोग्य मूल्यमापन होईल. त्याहूनही कमी माणसे अशी आहेत की, ज्यांनी योगाभ्यासी लोकांची भेट घेण्याकरिता प्रयास घेतलेले आहेत. एखाद्या निर्जन गुहेमध्ये किंवा शिष्यांसमवेत मठीमध्ये बसलेल्या काळ्यासावळ्या, अर्धनग्न व्यक्तीपुढे साष्टांग दंडवत घालणारा इंग्लिश मनुष्य हजारांत एक सुद्धा निघणार नाही. ह्या वर्गाने अशी ही अपरिहार्य स्वरूपाची भिंत स्वतःभोवती उभारून ठेवलेली आहे की, उदार प्रकृतीच्या व प्रगल्भ बुद्धीच्या माणसांना ब्रिटिश वस्तीतल्या त्यांच्या घरातून एकदम बाहेर काढून अशा एखाद्या गुहेत नेऊन बसविले तर अशा योग्याचा सहवास त्यांना तापदायक होईल व त्यांची विचारसरणी त्यांना समजणार नाही.

पण भारतातील इंग्लिश मनुष्याला, मग तो शिपाई असो, सनदी नोकर असो, व्यापारी असो की प्रवासी असो, दोष देता येणार नाही; कारण योग्याबरोबर साध्या चटईवर बसण्यास तो कमीपणा समजेल. कारण राज्यकर्त्यांची प्रतिष्ठा सांभाळण्याचे जरी त्याचे काम असले आणि खरोखरी ते महत्त्वाचे व जरुरीचे आहे, तरी पण ज्या प्रकारचा साधू त्याला भेटेल तो त्याला आकर्षून घेण्याऐवजी दूर लोटील. अशा तऱ्हेचा साधू जरी भेटला नाही तरी नुकसान असे काही नाही. तरीपण ही खेदाची गोष्ट आहे की, पुष्कळ वर्षे येथे राहूनही इंग्लिश मनुष्य जेव्हा हा देश सोडून जातो, तेव्हा त्याला ह्या साधूच्या डोक्यामध्ये काय चाललेले असते; याचा पत्ता कधीच लागलेला नसतो, पण त्याला याबद्दल दोष देता येणार नाही.

मला एक प्रसंग आठवतो. त्रिचनापल्लीच्या प्रचंड रॉक फोर्टच्या छायेखाली एका लंडनवासी इंग्लिशमनशी माझी गाठ पडली. बोलणे वगैरे झाले. जवळजवळ वीस-एक वर्षे तो इंडियन रेल्वेमध्ये मोठ्या हुद्याच्या नोकरीवर होता. तेव्हा ह्या उष्ण देशात त्याने कसे दिवस घालविले, याबद्दल त्याला पुष्कळसे प्रश्न विचारावेसे मला वाटले. अगदी स्वाभाविक होते ते. पुष्कळसे प्रश्न विचारल्यावर मी माझ्या आवडत्या प्रश्नाकडे वळलो. 'तुम्हाला एखादा योगी कधी भेटला का?'

माझ्याकडे पाहून तो अगदी आश्चर्यचकित झालेला दिसला. त्याने उत्तर दिले :

'योगी? कोण ते? काही जनावर वगैरे की काय?'

आता हे इतके अज्ञान, तो जर आपल्या मूळ गावी लंडन शहरात राहत असता तर पूर्णतया क्षम्य ठरले असते; पण आता या देशात सव्वीस वर्षे राहूनही या विषयाचा याला काही गंध नाही म्हणजे परमानंदच म्हणायचा! मग मी त्याला पुढे काही विचारले नाही.

पण माझी भूमिका वेगळी होती. हिंदुस्थानातील निरनिराळ्या लोकांमधून हिंडताना मी माझा अहंकार बाजूला ठेवला होता; लोकांशी वागताना मी त्यांना ताबडतोब समजून घेतले; त्यांच्याशी बुद्धिवादी सहानुभूती दाखविली; माझे पूर्वग्रह मी विसरलो; वर्णभेद बाजूस सारून चारित्र्याला मी मान दिला. सारी हयात सत्याच्या शोधार्थ मी घालविली आणि सत्याबरोबर दुसरे काही आले ते मी मान्य करण्याची तयारी दाखविली आणि म्हणून मी हा सारा वृत्तांत लिहू शकलो. खऱ्या महात्म्यांच्या पायाशी बसून आणि त्यांच्याकडून योगशास्त्राच्या साधनमार्गाबद्दल प्रत्यक्ष मार्गदर्शन करून घेण्याकरिता मी भोळसट मूर्खांच्या, फकीर-साधू म्हणवून घेणाऱ्यांच्या गर्दीतून वाट काढत चाललो. अगदी निर्जन अशा झोपडीमध्ये मांडी घालून जमिनीवर बसून दिवस काढले; सभोवती अनेक चेहरे; निरनिराळ्या बोलींतून बोलणारे अनेक लोक यांच्या समुदायातून वावरलो. पण या साऱ्या गर्दीतून मी खरे एकांतप्रिय, अल्पभाषी असे उच्च श्रेणीचे योगी शोधून काढले व त्यांची चमत्कारपूर्ण शिकवण नम्रतेने श्रवण केली. मनुष्य विचार करावयास लागल्यापासून त्याच्या मनास त्रास देणाऱ्या व अंतःकरण व्यथित करणाऱ्या पुरातन कालापासून चालत आलेल्या आध्यात्मिक प्रश्नांची व समजुतींची संगती लावण्याकरिता काशीच्या पंडितांशी तासन् तास चर्चा केली. मधून-मधून विरंगुळा म्हणून जादूगर, किमयागार व विलक्षण प्रयोग करून दाखविणाऱ्यांशी बातचीत केली.

सांप्रतच्या योगी पुरुषाबद्दलची खरी माहिती प्रत्यक्ष शोध घेऊन मला मिळवायची होती. वृत्तपत्रव्यवसायाचा अनुभव असल्याने विशेष विलंब न लावता जरूर ती माहिती मी गोळा करू शकलो याचा मला अभिमान वाटतो. संपादकाच्या भूमिकेत छापावयाच्या मजकुरावर कमीजास्त करण्याची निळी पेन्सिल फिरवून मजकुरात छाटाछाट करण्याची मला सवय होती; त्यामुळे फापटपसाऱ्यातून मुद्द्याच्या गोष्टी मी सहज वेगळ्या काढू शकलो. या व्यवसायात साधारणपणे जीवनाच्या सर्व थरांतील स्त्री-पुरुषांचा संबंध येतो. फाटक्या, ओबडधोबड वैदूंपासून धष्टपुष्ट धनीजनांपर्यंत सर्वांशी माझा संबंध आला. त्यातून आणखीन हळुवारपणे मार्ग काढून योगीजनांसारख्या विलक्षण माणसांशी मी संपर्क साधला.

दुसरे असे की, व्यक्तिगत जीवन बाह्य परिस्थितीपासून मी अलगत ठेवले. फुरसतीच्या वेळात गहन, दुर्बोध पुस्तके मी अभ्यासपूर्वक वाचली. मानसशास्त्राच्या प्रयोगातील विशेष परिचित नसलेल्या अशा लहानसहान वाटाही पायांनी तुडविल्या. अंधकारमय गूढ रहस्याच्या पटात गुंडाळलेल्या अशा विषयांमध्ये मी प्रवेश केला. या सर्व गोष्टींत पौर्वात्य वस्तूंबद्दल जन्मजात आकर्षण या नव्या गोष्टीची भर पडली. पूर्वेकडील जगाने माझ्या पहिल्या प्रवासाच्या वेळी माझ्यापुढे पुष्कळ विघ्ने उभी

केली व माझ्या आत्म्याला बद्ध करून टाकले. पण शेवटी ती विघ्ने नाहीशी होऊन पौर्वात्यांच्या शास्त्रग्रंथांच्या अभ्यासास त्यांनी मला प्रवृत्त केले. पंडितांचे विद्वत्ताप्रचुर भाष्यग्रंथ आणि ऋषिमुनींचे ग्रथित विचार याची जी जी म्हणून इंग्रजी भाषांतरे झालेली आहेत, ती मी समग्र वाचून काढली.

हा दुहेरी अनुभव मला मोठा मोलाचा ठरला. आध्यात्मिक रहस्यांचा शोध घेण्याच्या पौर्वात्य पद्धतीबद्दल मला आदर वाटे, पण त्या आदरामुळे कोणत्याही घटनांचा चिकित्सापूर्वक व निःपक्षपातीपणे अभ्यास करण्याच्या माझ्या वैज्ञानिक पद्धतीपासून मी कधीही विचलित झालो नाही. तो आदर जर मला वाटत नसता, तर सामान्य लोकांत मी वावरलो नसतो व इंग्लिश मनुष्य जेथे जाण्याचा तिरस्कार करील अशा अनेक जागी मी गेलो नसतो. तरीपण ही कडक वैयक्तिक चिकित्साबुद्धी माझ्यामध्ये नसती तर भोळ्या समजुतींच्या जंजाळात मी गोंधळून गेलो असतो व मूळ ध्येयापासून च्युत झालो असतो. पुष्कळसे भारतीय जिज्ञासू असेच कोठल्या कोठे वाहत गेलेले आहेत. परस्परविरुद्ध गुणांचा समन्वय साधणे हे बहुधा सोपे नसे, पण मी तो समन्वय साधण्याचा निष्ठापूर्वक प्रयत्न केला.

∗∗∗

सांप्रतच्या भारत देशापासून पाश्चिमात्य जगास शिकण्यासारखे असे विशेष काही नाही, हे कोणीही नाकबूल करणार नाही; पण पूर्वी होऊन गेलेल्या ऋषिमुनींकडून आणि आजही जे काही त्या योग्यतेचे अवशिष्ट असे बाकी राहिले आहेत, त्यांच्याकडूनही आपणास पुष्कळ शिकण्यासारखे आहे हे मी ताबडतोब कबूल करतो. युरोपियन प्रवासी या देशातील मोठ मोठी शहरे पाहतो; ऐतिहासिक स्थळांना भेट देतो व नंतर आपल्या देशाला परत जातो. याखेरीज बाकीचा देश तो पाहतच नाही. त्याच्या मते बाकीचा देश फार मागासलेला असतो. तिथली संस्कृत त्याला अगदी खालच्या दर्जाची वाटते. पण एखाद्या दिवशी अधिक समंजस व शोधक वृत्तीचा प्रवासी निपजेल, की जो निरुपयोगी अशा भव्य देवळांचे भग्नावशेष व ऐषआरामी सुलतान–बादशहांचे संगमरवरी महाल पाहाण्यात समाधान मानणार नाही. तो या जनसंमर्दातूनच असे विद्यमान संतमहात्मे शोधून काढील, की जे विश्वविद्यालये सुद्धा देऊ शकणार नाहीत असे ज्ञान प्रगट करून दाखवितील.

या देशातील लोक हे नुसतेच या भूमीवर रणरणत्या उन्हात सुस्त होऊन आपले जीवन कंठीत आहेत काय? बाकीच्या जगाच्या दृष्टीने त्यांनी काही करून ठेविले नाही काय? काही विचारसंपदा मागे ठेवून दिली नाही काय? त्यांचा ऐहिक अधःपात व त्यांचे मानसिक दौर्बल्य एवढेच जो पाश्चिमात्य प्रवासी पाहतो, त्याला

खरे काही आढळून येत नाही. तिरस्काराऐवजी सहानुभूती त्याने आपल्या आचरणात आणावी म्हणजे मूकस्तंभ असे लोक त्याच्याशी बोलू लागतील व खोपटाखोपटातून त्याचे स्वागत होईल.

भारत देशाला शेकडो वर्षांपासून निद्रा आलेली आहे; तो घोरत पडलेला आहे; आजही या देशातले कोट्यवधी किसान चौदाव्या शतकातील इंग्लंडमधील शेतकऱ्यांप्रमाणे त्याच अज्ञानावस्थेत खितपत पडलेले असतील; त्यांचा दृष्टिकोन तसेच भोळसर समजुतींनी व धार्मिक दृष्ट्या अगदी शैशवावस्थेतील विचारांनीच फक्त बनलेला असेल; आणि येथले निरनिराळ्या ठिकाणचे ब्राह्मण पंडित आमच्या मध्ययुगीन पंडितांप्रमाणे नुसता आध्यात्मिक काथ्याकूट करीत व्यर्थ कालापव्यय करीत असतील. हे सर्व कबूल. पण या सर्वांतून संस्कृतीचा असा काही अल्पसा पण बहुमोल अवशेष अजूनही विद्यमान आहे. त्यास आपण संकीर्णार्थाने 'योग' म्हणू या. पाश्चिमात्य विज्ञान मनुष्यमात्राचे जेवढे कल्याण करू शकेल, तेवढे कल्याण हे योगविज्ञान करू शकेल. योगाभ्यासाने मनुष्य निसर्गदत्त आरोग्याचा पुनरपि लाभ मिळवू शकतो. योगाभ्यास मनाला निर्दोष अशी शांती, असे गांभीर्य प्रदान करतो. आधुनिक जीवनात ही फार दुर्मीळ व अत्यंत जरुरीची अशी वस्तू झालेली आहे. जे प्रयत्नशील राहतील, त्यांस आत्मोन्नतीचा, शाश्वत सुखाचा मार्ग योगाभ्यास मोकळा करून देतो. आता हे मी कबूल करतो की, हे योगविज्ञान सांप्रतच्या भारताचे नव्हे; पूर्वीचे आहे. भूतकालात या विषयाचे अधिकारी, प्राध्यापक व निष्ठावंत विद्यार्थी होऊन गेले. पण आजच्या काळात या योगविद्येचा फारसा प्रचार आढळून येत नाही. हे शास्त्र गूढ, रहस्यमय म्हणून गुप्त ठेवले गेले व त्यामुळे त्याचा प्रसार झाला नाही आणि ते नष्टप्राय होऊ लागले असे असेल कदाचित. मला काही कल्पना नाही.

कदाचित, हे शास्त्र नष्टप्राय झालेले नसेलही. तर मग पाश्चिमात्याने जुन्या जगाकडे आपली दृष्टी, एक नवीन धर्म शोधून काढण्याच्या दृष्टीने नव्हे, तर आमच्या आजच्या ज्ञानराशीत विज्ञानाच्या आणखी काही दाण्यांची भर घालावयाची म्हणून का होईना, वळविली पाहिजे. जेव्हा बर्नोफ कोलब्रुक, मॅक्समुल्लर यांच्यासारख्या प्राच्य पंडितांनी पुढे येऊन भारताच्या वाङ्मयसंपदेचा आम्हाला परिचय करून दिला, तेव्हा कोठे युरोपमधल्या विद्वानांच्या ध्यानात आले की, या देशात हे जे अडाणी, धर्मविहीन लोक आहेत ते आपण समजतो तितके मूर्ख नाहीत. वास्तविक अडाणी तेच होते; हे जे पाश्चिमात्य पंडित की ज्यांना असे वाटे की, आशिया खंडातील विद्येमध्ये त्यांनी शिकावे असे काही नाही; काही मौलिक विचारसंपदा नाही. पण खरे पाहिले तर या पाश्चिमात्य पंडितांना काही ज्ञान झाले नाही व पूर्वीचे असेही काही ज्ञान नव्हते. या व्यवहारी पंडितांनी पौर्वात्य विद्वानांना 'मूर्ख' म्हणून त्यांची

अवहेलना केली तरी, ती त्यांच्या आकुंचित व दुराग्रही मनाचेच द्योतक होती. भूगोलाच्या अमुक एका खंडात भूविशेषांत आम्ही राहतो म्हणून जीवनाबद्दलचे ज्ञान आम्ही निश्चित करू लागलो तर आम्ही स्वतःला सुसंस्कृत म्हणवू शकणार नाही. मुंबईच्या ऐवजी ब्रिस्टलमध्ये आम्ही जन्माला आलो म्हणून आमच्यामध्ये जास्त शहाणपण आहे असे समजणे हा निव्वळ दुराग्रह आहे. जे लोक पौर्वात्य विचारसरणीला आपल्या मनात थारा देत नाहीत, ते लोक सुंदर विचारांना, सखोल सत्याला व मौलिक मनोविज्ञानाला आपल्या मनाची कवाडे बंद करून टाकतात. जो कोणी या शिळ्या, बुरसटलेल्या समजल्या जाणाऱ्या पौर्वात्य ज्ञानामध्ये अवगाहन करील, त्यास विचित्र घटनांची व तत्त्वज्ञानाची मौल्यवान रत्ने गवसतील. त्याचा उद्योग व्यर्थ ठरणार नाही.

***

योगीजन व त्यांची रहस्यमय विद्या यांच्या शोधार्थ मी पूर्वभागात हिंडलो. मनात विचार हा की, एक आध्यात्मिक प्रकाश व पवित्रतर जीवन हे माझ्या दृष्टीस पडावे. तसा तो माझा प्राथमिक हेतू नव्हता. या शोधार्थ मी गंगा नदीच्या प्रशांत व सदैव हरितधूसर अशा तीरावरून हिंडलो; यमुनेच्या रुंद पात्राच्या तीरावरून व गोदावरीच्या चित्रविचित्र अशा तीरावरून हिंडलो. सर्व देशाची जणू प्रदक्षिणा केली. मला हा देश आवडू लागला आणि येथील नाहीसे होत जाणाऱ्या साधुजनांनी ह्या अपरिचित अशा पाश्चिमात्याला योगविद्येची पुष्कळशी दालने उघडी करून दाखविली.

हा प्रवास सुरू करण्यापूर्वी मी वेगळ्या जगात वावरत होतो. या जगात ईश्वर म्हणजे मानवी कल्पनांचा एक भ्रम अशी समजूत होती. आध्यात्मिक सत्य म्हणजे एक धूम्रधूसर तारकापुंज व ईश्वरी न्याय म्हणजे बालबुद्धीच्या ध्येयवाद्यांचा जणू खाऊ, अशा त्या जगातील कल्पना होत्या. मी त्याच विचाराचा होतो. धार्मिक कल्पनांचा स्वर्ग तयार करणाऱ्या व ईश्वराचे जणू गुमास्ते म्हणून मोठ्या विश्वासाने तुम्हाला त्या स्वर्गाची कल्पना आणून देणाऱ्या भगतवर्गास मी तितकीशी किंमत देत नव्हतो. आपल्या धर्मविषयक सिद्धांतांची काहीएक चिकित्सा न करता व्यर्थ व हेकट प्रयत्नांनी ते दुसऱ्यांवर लादणाऱ्या अशा सिद्धांतवाद्यांचा मला तिरस्कार वाटत असे.

तेव्हा माझ्या विचारात जे थोडेसे परिवर्तन झाले, त्यालाही थोडी-बहुत समर्थनपर कारणे घडून आली. तसा मी कोणताही पौर्वात्य पंथ वा मतप्रणाली मान्य केलेली नाही. त्या पंथाचा किंवा मतप्रणालीचा मी पूर्वीच बुद्धिवाद्याच्या भूमिकेने अभ्यास केलेला होता. ईश्वराच्या स्वरूपाबद्दल एका नवीनशा कल्पनेच्या मान्यतेप्रत मी येऊन पोचलो. ही बाब वाचकांस साधी व वैयक्तिक स्वरूपाची वाटेल. पण

आधुनिक पिढी कठोर वस्तुस्थिती व थंड तर्कबुद्धी यावर आपले मत तयार करणारी आहे. धार्मिक बाबतीबद्दल तिला इतका उत्साह व आदर नाही. मी या पिढीचेच एक अपत्य. आणि म्हणून माझे मतांतर म्हणजे एक मोठीच उडी होती. हे जे माझ्यामध्ये मतांतर घडून आले, परिवर्तन घडून आले, ते एखाद्या संशयवाद्याच्या परिवर्तनासारखे घडून आले - वादविवादांनी नव्हे तर प्रत्यक्ष घडून आलेल्या फार मोठ्या अनुभवांनी. आश्चर्य वाटेल, पण हा फरक कसा घडून आला? तर एका अरण्यवासी साधूच्या, सहा वर्षे एका गुहेत राहून बाहेर आलेल्या एका उदासीन वृत्तीच्या योग्याच्या दर्शनाने. त्याने काही मॅट्रीकची परीक्षा दिली नसेल कदाचित. पण या महात्म्याचा मी किती ऋणी आहे, हे या पुस्तकाच्या शेवटच्या प्रकरणात मी नमूद केले आहे. हे कबूल करावयास मला काही लाज वाटत नाही. अशा तऱ्हेचे संतमहात्मे अजून आहेत व त्यांच्यामुळे बुद्धिवादी पाश्चिमात्यांचे या विषयाकडे लक्ष वेधले जाते व या विषयाबद्दल त्यांना आस्था वाटू लागते. भारतात राजकीय दृष्ट्या बरीच वादळे कोसळून गेली. त्या झंझावातात ही विद्या गुप्त झाली; पण नाहीशी झाली नाही. अजून सुद्धा ही विद्या टिकून आहे. या विद्येचे निष्ठावान साधक आहेत. सामान्य जनांना हेवा वाटावा असे सामर्थ्य व गांभीर्य या साधकांनी आपल्या साधनेने प्राप्त करून घेतलेले आहे. अशा अनेक साधकांना मी प्रत्यक्ष भेटलो, त्यांच्याशी चर्चा केली व त्याचा विश्वसनीय वृत्तांत या पुस्तकात देण्याचा मी प्रयत्न केला आहे.

त्याचप्रमाणे इतरही अनेक गोष्टी- विस्मयकारी, भेसूर, विलक्षण मी प्रत्यक्ष पाहिलेल्या या पुस्तकात नमूद केल्या आहेत. आता माझे वास्तव्य इंग्लंडमध्ये आहे. सभोवार वास्तववादी ग्रामीण इंग्लिश वातावरण आहे. आणि मी हे प्रवासवर्णन टंकलिखित (टाईप) करीत बसलो आहे. टाईपरायटरची शाईची फीत सर्रकन पुढे पुढे सरकत आहे. माझी ही हकिकत येथे कोणाला खरी वाटायची नाही. अश्रद्ध जगाने ही हकिकत वाचावी म्हणून मी लिहून काढीत आहे. माझ्या धाडसाचे मला नवल वाटते. पण सध्याच्या ह्या भोगवादी कल्पना जगभर थैमान घालणाऱ्या तशाच टिकून राहतील असे मला वाटत नाही. सध्याच्या ह्या जडवादी विचारसरणीत हळहळू फरक घडून येईल असे भविष्यवाद्यांचे भविष्य खरे ठरण्याची चिन्हे दिसू लागलीच आहेत. स्पष्ट बोलायचे म्हणजे माझा चमत्कारांवर विश्वास नाही व माझ्या पिढीच्या बहुतेकांचाही नाही. पण मला वाटते, निसर्गाच्या नियमांचे आपले ज्ञान अपुरे आहे. आणि अद्याप शोध लागला नाही अशा निसर्गाच्या क्षेत्रात आमच्या शास्त्रज्ञांचे आघाडीचे पथक जेव्हा जोराने घुसू लागेल, तेव्हा ज्यांना आपण चमत्कार म्हणतो त्या गोष्टी आपण सहजासहजी करू शकू.

२
शोधाची पार्श्वभूमी

शाळेचा वर्ग भरला आहे. निम्मीअधिक मुले कंटाळून गेली आहेत. भिंतीवर एक मोठा गुळगुळीत नकाशा टांगून ठेवलेला आहे. भूगोलाचे मास्तर छडीने जगाच्या नकाशावरील विषुववृत्तावरील भागातल्या एका त्रिकोण, तांबड्या रंगाच्या भूभागाकडे मुलांचे लक्ष वेधीत आहेत. मुलांना भूगोल विषयाची गोडी लागावी म्हणून मास्तर आणखी एक प्रयत्न करून पाहत आहेत. मास्तरांचा आवाज बारीक आहे. आतून ओढल्यासारखा आहे. एखाद्या धर्मगुरूच्या थाटात ते मुलांना समजावून सांगत आहेत.

'हिंदुस्थान हे ब्रिटिश राजमुकुटातील अत्यंत तेजस्वी असे रत्न आहे..'

हे उद्गार ऐकल्यावर एका अर्धवट पेंगत असलेल्या मुलाला एकदम झटका बसला व जाग आली. शाळेच्या भक्कम विटांच्या इमारतीत वर्गात बसलेल्या त्या मुलाच्या कल्पनाशक्तीला एकदम चालना मिळाली. 'हिंदुस्थान' हे शब्द त्याच्या कानावर आदळले; आणि पुस्तकातील पानावर त्याच्या डोळ्यांनी ते शब्द वाचल्यासारखे केले. त्याच्या मनात एका अज्ञात विषयाबद्दल रोमांचकारी व गूढ कल्पना जमू लागल्या; अतर्क्य विचारांचा एक प्रवाह मधून-मधून वाहू लागला.

पुढचा तास गणिताचा. दुसरे मास्तर आले. त्यांनी बीजगणिताचे उदाहरण मुलांना सोडवायला दिले. मास्तरांना वाटत आहे की, हा मुलगा अगदी ध्यान लावून उदाहरण सोडवीत आहे. त्यांना कल्पना नव्हती की, उदाहरण सोडवण्याऐवजी हा खट्याळ मुलगा बाकाचा उपयोग दुसऱ्याच कारणांकरिता करीत आहे. बाकावर पुस्तके, वह्या कुशलतेने ठेवून दिल्या आहेत, पण त्याच्यापुढील बाकाच्या मोकळ्या

जागेत मुलगा चित्रे काढीत बसला आहे. मोठमोठी पागोटी घातलेले काळेसावळे चेहरे, मसाल्याच्या पदार्थांनी भरलेली जहाजे बंदरावर तो माल जहाजावरून उतरताहेत, ते मालाचे ढीग, त्या फळ्या.

लहानपणचे दिवस सर्रकन निघून गेले. त्या मुलाचे हिंदुस्थानाबद्दलचे कुतूहल व जिज्ञासा कमी झाली नाही, उलट वाढली, पसरली; सर्व आशिया खंडभर पसरली.

त्यानंतर लगेच तो मुलगा तेथे जाण्याचे मनोराज्य रचतो. समुद्र-किनाऱ्यावर जाऊन तासन्‌तास बसून राहतो. आता हिंदुस्थानात जायचे म्हणजे एक धाडसच केले पाहिजे. मनोराज्य फलद्रूप न का होईना; पण मुलगा आपले ते मनोराज्य आपल्या सोबत्यांना सांगतोय! एक मुलगा त्याच्यासारखाच उत्साही; त्याच्याबरोबर यायला तो तयारही झाला आहे. पोरपणाचा उत्साह तो !

त्यानंतर दोघे एक योजना गुप्तपणे आखतात. गुप्त हालचाली करतात. युरोप खंडावरून प्रवास करण्याची एक धाडसी योजना ते आखतात. तेथून पुढे आशिया मायनर, नंतर अरबस्थान, पुढे थेट एडन बंदरापर्यंत. ह्या लांबलचक प्रवासाच्या आखणीची, त्या आखणीमधील बालिशतेची पण धाष्ट्र्याची वाचकांना गंमत वाटेल. त्या मुलांना वाटतेय की, एडनला एखाद्या जहाजाचा कप्तान त्यांना मदत करील. तो दयाळू व कनवाळू असेल. तो त्यांना आपल्या जहाजावर पुढल्या प्रवासाला घेईल. मग ते हिंदुस्थानात पोचतील व मग तेथे ते आपल्या संशोधनाला सुरुवात करतील.

मग ती मुले या त्रासदायक व लांबच्या प्रवासाच्या तयारीला लागतात. पैशाची जमवाजमव काटकसरीतून चालली आहे. संशोधकाला काय काय सामान लागते, त्याची त्यांना काही विशेष माहिती नसते. पण ती आपल्या कल्पनेप्रमाणे अशा सामानाची गुप्तपणे जमवाजमव करतात. नकाशांचा व माहितीपुस्तकांचा अभ्यास सुरू होत आहे. त्या पुस्तकातील चित्रे व आकर्षक छायाचित्रे (फोटोग्राफ) त्यांची उत्सुकता अगदी शिगेला पोचवतात. शेवटी आपल्या नशिबाला कौल लावून प्रवासाला निघण्याचा दिवस ती मुले ठरवितात. आता पुढे माशी कुठे शिकणार कुणास माहीत!

त्या मुलांनी आपल्या तारुण्यसुलभ उत्साहास आवर घालायला हवा होता व आशावाद जपून ठेवायला हवा होता. कारण काय झाले; एके दिवशी दुर्दिनच तो! त्या दुसऱ्या मुलाच्या बापाच्या नजरेस ही सारी तयारी आली. यांचे बिंग फुटले. बापाने सगळा तपशील हुडकून काढला आणि रौद्रावतार धारण केला. पुढे काय झाले हे समजून घेण्याचे मी वाचकांवर सोपवतो. ही धाडसाची मोहीम नाइलाजाने रद्द करावी लागली.

पण ह्या मोहिमेच्या अपेशी योजनेच्या सूत्रधाराची हिंदुस्थान पाहण्याची मनीषा काही कमी होत नाही. तो सूत्रधार पुढे मोठा होतो. त्याच्या व्यवधानास इतर दुसरी क्षेत्रे मिळतात व तदनुषंगिक कर्तव्यांनी त्याचे पाय ओढले जातात. त्याला या मनीषेला दूर सारावे लागते. काय दुर्दैव!

अशा तऱ्हेने काही वर्षे निघून जातात. मग एकदम अचानक त्या तरुणास एक मनुष्य भेटतो. तो त्या तरुणाच्या जुन्या मनीषेला थोडा वेळ पुनरुज्जीवन देतो. ह्या मनुष्याचा चेहरा काळसर आहे. डोक्याला पागोटे आहे. तो मनुष्य उष्ण कटिबंधातील हिंदुस्थानातून आलेला आहे.

***

हा मनुष्य मला भेटण्याच्या अगोदरच्या मी माझ्या जुन्या आठवणींना चांगला उजाळा दिला आहे. ती स्मृतिचित्रे शक्य तितकी रंगवून चितारलेली आहेत. पावसाळा संपून हिवाळ्याला सुरुवात झाली आहे. हवेत धुके यायला लागले आहे. थंडी वाढू लागली आहे. कपडे अपुरे पडू लागले आहेत. हाताची बोटे गोठून काम करीनाशी झाली आहेत. माझा उत्साहही तसाच गारठून जाऊ लागला आहे.

अंगात थोडी ऊब यावी म्हणून मी एका उपाहारगृहात उसन्या उबेकरिता प्रवेश करतोय. चहाचा कप मागवतोय. एरवी या गरमागरम चहाने मला किती ऊब दिली असती! पण आज ह्या गरमागरम चहाचा काही प्रभाव पडेना! माझ्या सभोवारच्या जड वातावरणाचा बोजा मला कमी करता येईना. माझी वृत्ती उदासीन झाली. माझ्या हृदयावर काळचा पडद्याचे जणू अवगुंठन घातले गेले.

ही मानसिक अस्वस्थता घालवून टाकणे फार कठीण होते. शेवटी मी उपाहारगृहातून बाहेर पडून रस्त्यावर आलो. विमनस्क असा मी पुढे ओळखीच्या रस्त्याने चालू लागलो. असा चालता चालता माझ्या परिचयाच्या एका लहानशा पुस्तकाच्या दुकानाजवळ आलो. दुकानाची इमारतही जुनी पुराणी व दुकानातील पुस्तकेही तितकीच जुन्या विषयांवरची. त्या दुकानाचा मालक, चमत्कारिकसा वाटणारा, जुन्या शतकातील एक मानवी अवशेषासारखा दिसत होता. माझ्यात जो काही फरक झाला होता, त्याच्यापासून त्याला काही फायदा होण्यासारखा नव्हता. त्याच्या दुकानातील पुस्तके म्हणजे जाड भारी ग्रंथ व पुस्तकाच्या अगदी सुरुवातीच्या आवृत्त्या; वैशिष्ट्ये म्हणजे चमत्कारिक व गहन विषयांवरची पुस्तके. त्या पुस्तकांतून उपलब्ध होणारे, ज्ञानाच्या उपशाखा व आडमार्गाचे विषय यांचे त्याला फार चांगले ज्ञान होते. पुष्कळदा मी त्याच्या दुकानात तासन्‌तास बसे व त्याच्याशी चर्चा करीत वेळ घालवी.

आता मी त्याच्या दुकानात शिरलो व त्याला नमस्कार केला. काही वेळ कापडी बांधणीच्या जुनाट पिवळसर झालेल्या पुस्तकांच्या पानांतून मी बोटे फिरविली; फिकट झालेल्या जाड कागदातून बारकाईने पाहू लागलो. एका जुन्या पुस्तकाकडे माझे लक्ष वेधले. त्यातला मजकूर मला थोडासा मनोरंजक वाटू लागला. मी जरा बारकाईने ते पुस्तक वाचू लागलो. मालकाने आपल्या जाड भिंगांच्या चष्म्यातून माझ्याकडे मोठ्या कौतुकाने पाहिले. आणि आपल्या सवयीप्रमाणे त्या पुस्तकातील विषयाबाबत माझ्याशी बोलावयास सुरुवात केली. पुस्तकाचा विषय होता पुनर्जन्म वाद.

त्या वृद्ध माणसाने आपल्या सवयीप्रमाणे माझ्याशी एकतर्फी वाद घालावयास सुरुवात केली. बराच वेळ तो बोलत होता. त्या गूढ विषयाचे अगदी कानेकोपरे त्याला माहीत असल्यासारखे दिसले; लेखकाहूनही अधिक प्रमाणात त्या गहन विषयावरच्या अधिकारी लेखकांचे उतारे त्याचे अगदी तोंडपाठ. त्याच्या ह्या साऱ्या वक्तव्यावरून पुष्कळशी गमतीची माहिती मी गोळा करू शकलो.

दुकानाच्या पलीकडच्या टोकाला आणखी एक दालन होते. तेथे विशेष किंमतवान पुस्तके ठेवून दिली होती. एकावर एक अशी ती पुस्तके रचलेली असल्याकारणाने त्यांची जणू एक भिंत बनून गेली होती. त्या भिंतीच्या छायेमागून एक मोठा आवाज एकदम मला ऐकू आला. बोलणारा एक उंचेलासा मनुष्य होता.

हा परका मनुष्य हिंदुस्थानी होता. त्याची चालण्याची ढब खानदानी होती. तो आमच्या दिशेने पुढे चालू लागला व मालकासमोर येऊन राहिला.

'महाशय!' तो संथपणे बोलू लागला, 'तुमच्या संवादात मी मध्येच बोलतोय म्हणून मला क्षमा करा. तुमचा वादविवाद मी दुरून ऐकत होतो. तुमच्या वादविवादाच्या विषयात मला फार गम्य आहे म्हणून मी बोलतो. आता तुम्ही काही प्राच्य ग्रंथकारांच्या नावांचा उल्लेख केला. त्यांनी या मानवांच्या पुनर्जन्माबद्दल अगदी प्रथमच असे सिद्धांत पुढे मांडले. ते सारे ग्रंथकार मोठे खोल विचाराचे तत्त्वज्ञानी. त्यांत ग्रीक होते, आफ्रिकन होते; अगदी सुरुवाती-सुरुवातीचे खिस्ती मिशनरी होते. त्यांना हा सिद्धांत पटला होता. कबूल आहे. पण हे सगळे ज्ञान त्यांनी कुठून मिळविले?'

क्षणभर तो थांबला; पण उत्तराची वाट न पाहता पुढे तोच किंचित हसून बोलू लागला. 'पुनर्जन्माचा सिद्धांत प्रथम हिंदुस्थानाने जगापुढे मांडला. आमच्या देशात अगदी पुरातन कालापासून पुनर्जन्माची कल्पना रूढ आहे.'

बोलणाऱ्याच्या चेहऱ्याने माझे लक्ष वेधून घेतले. तो थोडा वेगळाच होता.

शेकडो भारतीयांमध्ये तो चेहरा उठून दिसला असता. त्या चेहऱ्यावरून मी काढलेले अनुमान असे : सुप्त शक्ती, भेदक डोळे, थोराड जबडा आणि उंच कपाळ. सर्वसाधारण हिंदू माणसांपेक्षा त्याच वर्ण अधिक काळसर होता. त्याच्या डोक्यावर एक छानदार फेटा बांधलेला होता. त्यात एक शिरपेच खोवला होता. बाकी त्याचे कपडे युरोपियन माणसाप्रमाणे, चांगले अद्ययावत शिलाईच्या चालीचे-फॅशनचे.

त्याच्या ह्या किंचितशा उपदेशपर विधानाचा कौंटरपलीकडील वृद्ध माणसावर काही परिणाम झाला नाही. त्याने त्या विधानाचा जोराने इन्कार कला.

'कसे असेल तसे?' त्याने विरोध केला, 'ख्रिस्तपूर्व युगात भूमध्य समुद्राच्या पूर्वेस सुधारणेची व संस्कृतीची आगरे होती; भरभराटीत आलेली मोठमोठी शहरे होती. ज्या भूभागात अथेन्स, अलेक्जेंड्रिया शहरे येतात त्या भागात पुरातन काली अति बुद्धिमान विद्वान पंडित निर्माण झाले नाहीत. काय? त्यांच्याच कल्पना, त्यांचेच सिद्धांत पुढे दक्षिणेकडे व पूर्वेकडे पसरत गेले व शेवटी हिंदुस्थानापर्यंत पोचले.'

त्या भारतीयाने किंचितसे स्मित केले.

'मुळीच नाही,' त्याने ताबडतोब उत्तर दिले, 'तुम्ही जे काही म्हणत आहात त्याच्या अगदी उलट परिस्थिती घडून आलेली आहे.'

दुकानाच्या मालकाने निर्भर्त्सनापूर्वक म्हटले, 'खरे की काय? तुम्हाला खरोखरीच असे म्हणायचे आहे की काय की प्रगतिशील पाश्चिमात्य जगाने मागासलेल्या पौर्वात्य देशांकडून तत्त्वज्ञानाचे धडे घेतले? बिलकूल नाही.'

'का नाही? महाशय, तुम्ही तुमचा ऑट्यूलिअस पुनः वाचा म्हणजे तुम्हाला कळेल की पायथोगोरस हिंदुस्थानात आला होता. तेथे तो ब्राह्मणांकडे विद्या शिकला. मग तो परत युरोपला आल्यावर पुनर्जन्माविषयीचा सिद्धांत लोकांस सांगू लागला. हे फक्त एकच उदाहरण दिले; आणखीनही कित्येक उदाहरणे देता येतील. तुम्ही पौर्वात्य देशांना मागासलेले म्हणता; मला हसू येते. हजारो वर्षांपूर्वी आमच्या ऋषिमुनींनी ह्या अत्यंत गहन अशा विषयांवर आपले विचार मांडलेले आहेत, की ज्या काळात तुमच्या देशबांधवांना अशा तऱ्हेचे काही प्रश्न आहेत, काही विषय आहेत याची दादही नव्हती.'

तो गृहस्थ एकदम थांबला; आमच्याकडे निरखून पाहू लागला व पुढे काय आमच्या गळी उतरवावे याचा विचार करू लागला. दुकानाचे मालक जरा गोंधळून गेले. अशा तऱ्हेने त्यांना एकदम कोणी गप्प बसविल्याचे किंवा अधिक बुद्धिमान माणसाकडून हार खावी लागल्याचे मी कधीही पूर्वी पाहिले नव्हते.

दुकानातली इतर गिऱ्हाइकेही आपापल्या परीने या वादविवादात भाग घेत होती. पण मी काही माझे भाष्य केले नाही. नंतर एकदम काही वेळ वातावरण शांत झाले. कोणीच बोलेना व ती स्तब्धता भंग करावी असे कोणासही वाटेना. नंतर तो भारतीय मनुष्य एकदम वळला व आतल्या दालनात निघून गेला. दोन एक मिनिटांनी परत बाहेर आला. त्या वेळी त्याच्या हातात एक भारी किमतीचे पुस्तक होते. ते त्याने कपाटातून धुंडाळून काढून विकत घेण्याचे ठरविले होते. त्याने पैसे दिले व दुकानातून बाहेर पडण्यासाठी तो निघाला. दरवाजापाशी जेव्हा तो आला तेव्हा मी त्याच्याकडे आश्चर्याने न्याहाळून पाहत होतो.

बाहेर पडल्यानंतर तो एकदम परत फिरला व माझ्याकडे आला. त्याने आपल्या खिशातून पाकीट काढले व त्यातील एक ओळखपत्र पसंत केले.

'हा संवाद पुढे चालू करायचा आहे काय?' किंचितसे स्मित करून त्याने मला विचारले. मी आश्चर्यचकित झालो, पण आनंदाने पुढे बोलणे चालू करावयास कबूल झालो. त्याने माझ्या हातात आपले ओळखपत्र ठेवले व त्याचबरोबर भोजनाचेही आमंत्रण दिले.

त्या पाहुण्याचे घर शोधायला मी संध्याकाळी बाहेर पडले. थोडेसे त्रासदायकच काम होते हे. कारण त्या वेळी रस्त्यावर धुके जमले होते व स्पष्ट दिसत नव्हते. त्या धुक्याची, त्यातून लुकलुकणाच्या दिव्यांची कलावंत चित्रकाराला मोठी गंमत वाटली असती कदाचित, पण माझ्या मनाला मात्र तशी काही गंमत वाटत नव्हती. मला निसर्गाच्या त्या दर्शनात काही सौंदर्य दिसत नव्हते व सभोवारच्या वातावरणातही काही बरे वाटत नव्हते. माझे सारे लक्ष त्या पाहुण्याच्या भेटीकडे लागले होते.

जाता जाता पुढे रस्ता संपला. एका भव्य दरवाजापुढे मी येऊन ठाकलो. दरवाजाशी लोखंडी पट्ट्यांवर दोन प्रशस्त दिवे लावलेले होते. जणू स्वागताकरिताच त्यांची योजना केलेली होती. मी त्या भव्य दरवाजातून आत शिरलो. ते सारे वातावरण पाहून मी अगदी प्रसन्न व आश्चर्यचकित झालो होतो. कारण त्या भारतीय पाहुण्याने आपल्या निवासस्थानाची मला अगोदर काहीच कल्पना दिली नव्हती. त्या निवासाच्या सजावटीवरून मालकाची अभिजात अभिरुची व संपन्नता चटकन दिसून येत होती.

मी एका मोठ्या दिवाणखान्यात आलो. ते निवासस्थान म्हणजे एक राजवाडाच होता. सर्व तऱ्हेच्या आरामांची व सोयींची तेथे व्यवस्था केलेली होती. दालने सुशोभित केलेली होती व एकंदर सजावटही मोठी भपकेदार होती. राजवाड्याचा बाहेरचा दरवाजा बंद केल्यावर पाठीमागे राहिलेल्या उदास, राखट पश्चिमी जगाची आठवणही मनात राहत नव्हती. आम्ही जेथे बसलो होतो त्या दिवाणखान्यात

भारतीय व चिनी पद्धतीची मोठी चमत्कृतिपूर्ण सजावट केलेली होती. त्या सजावटीत तांबडा, काळा व सोनेरी हे रंग प्रामुख्याने दिसत होते. भिंतीवर चकचकीत, मुलायम गझनीच्या कापडाचे पडदे होते व त्यावर जबडा वासून पाहत असलेल्या चिनी राक्षसांची चित्रे चितारलेली होती. चारी कोपऱ्यांत राक्षसांची कोरीव हिरव्या रंगाची मुंडकी ठेवलेली असून ती भेसूर नजरेने सभोवार पाहत होती. त्यांच्यावर ब्रॅकेटस् ठेवलेले असून त्यावर भारी किमतीच्या हस्तकौशल्याच्या चिजा ठेवून दिलेल्या होत्या. दरवाजाच्या दोन्ही बाजूंस चिनी राजपुरुषाचे दोन रेशमी अंगरखे टांगून ठेवलेले होते. जमिनीवर रंगीत गालिचे अंथरलेले होते. ते इतके जाड व मऊ होते की पायांतले बूट त्यांत रोवून गच्च बसायचे. शेगडीसमोर एक भले मोठे वाघाचे कातडे लांबच लांब पसरून दिलेले होते.

माझी नजर एका कोपऱ्यात ठेवलेल्या लाखेचा मुलामा दिलेल्या एका लहान मेजाकडे गेली. त्याच्यावर एक शिसवीच्या लाकडाचा काळ्या रंगाचा देव्हारा ठेवला होता. देव्हाऱ्याची दारे उघडझाप करणारी होती. आत एक देवाची मूर्ती ठेवलेली दिसत होती, बहुधा बुद्धाची असावी. कारण त्या मूर्तीचा चेहरा अगदी शांत व गंभीर असून तिचे अर्धमीलित नेत्र नासिकाग्राकडे खाली पाहत होते.

यजमानाने माझे हार्दिक स्वागत केले. त्याच्या अंगात अगदी निर्दोष असा इंग्लिश पद्धतीचा काळा डिनर सूट होता. हा माणूस म्हणजे दुनियेतील कोठल्याही बैठकीत उठून दिसावा असा दिसत होता. मी विचारात पडलो. थोड्याच वेळाने आम्ही भोजनास बसलो. मेजावर स्वादिष्ट पदार्थांच्या बशा ठेवण्यात आल्या. याच मेजवानीच्या वेळी भारतीय करीची लज्जत मला पहिल्याप्रथम चाखावयास मिळाली. ती चव पुनः कधीही मी विसरलो नाही. हे सारे पदार्थ आणून ठेवणारा खानसामाही तसाच ऐटबाज होता. त्याच्या अंगात एक पांढरे जाकीट असून खाली तुमान होती. सोनेरी कमरपट्टा असून चापूनचोपून बांधलेला असा पांढरा रुमाल होता.

भोजन चालू असताना आमचे बोलणे औपचारिक व वरवरचे होते. पण त्यात सुद्धा मला हे आढळून आले की, ज्या ज्या विषयावर तो बोले, त्यावर त्याचे मत अगदी निर्णायक. त्याची विधाने म्हणजे जणू ब्रह्मवाक्य, त्याच्यावर वादाला काही वावच असावयाचा नाही. याच उच्चार इतके हुकमी, की त्याचे बोलणे म्हणजे त्या विषयावरचे अगदी खात्रीचे, अंतिमस्वरूपाचे; त्यात फिरून फरक होणे नाही. त्याच्या त्या बोलण्याच्या ऐटीने मी अगदी गार पडलो.

भोजनोत्तर कॉफी झाली. त्या वेळी त्याने स्वतःसंबंधी थोडी माहिती सांगितली. त्यावरून त्याने पुष्कळच प्रवास केला आहे व तो सधन आहे हे मला कळून आले. चीनमधील प्रवासाची त्याने फार मनोरंजक हकिकत सांगितली. तेथे त्याने एक वर्ष

काढले होते. जपानमध्येही त्याने प्रवास केलेला होता. त्या देशाचे भविष्य फार उज्ज्वल आहे असे भाकित त्याने केले होते, तेही त्याने मला सांगितले. अमेरिका, युरोप सगळीकडे स्वारी भ्रमण करून आली होती. गंमत अशी की, सीरियामध्ये एका ख्रिस्ती मठात राजेश्रींनी एक वर्ष वानप्रस्थाश्रमात काढलेले होते.

जेव्हा आम्ही धूम्रपानास सुरुवात केली, तेव्हा पुस्तकाच्या दुकानात ज्या विषयावर आम्ही बोलत होतो तो विषय त्याने चर्चेला काढला. पण इतर अनेक विषयांवरही त्याला बोलावयाचे होते हे हळूहळू दिसून आले. कारण लवकरच तो मोठमोठ्या विषयांकडे वळला व भारतीय पुरातन तत्त्वज्ञानाच्या विषयावर बोलायला त्याने सुरुवात केली.

'आमच्या ऋषिमुनींचे थोडेबहुत तत्त्वज्ञान युरोपपर्यंत पोचलेले होते,' तो ठासून म्हणाला, 'पण बहुतेक बाबतींत युरोपियनांनी ते चुकीचे समजून घेतलेले आहे. काही थोड्या बाबी त्यांनी खोट्या ठरविल्या. पण त्याबद्दल मला काही तक्रार करावयाची नाही; कारण भारताची आजची काय स्थिती आहे? आपल्या प्राचीन उच्च संस्कृतीचे आजचा भारत प्रतिनिधित्व करीत आहे असे मला म्हणवत नाही. ते मोठेपण आज गेलेले आहे. फार दुर्दैवाची गोष्ट आहे. बहुजन समाज आज थोड्याशा तत्त्वांना चिकटून राहिला आहे. नाहीपेक्षा धार्मिक बंधने व आजच्या परिस्थितीला विसंगत अशा चालीरीती यांमध्ये तो गुरफटून गेला असता.'

'पण या अवनतीचे कारण काय?' मी विचारले. तो काही बोलला नाही. असेच एक मिनिट निघून गेले. मी त्याच्या चेहऱ्याकडे निरखून पाहत होतो. डोळे आकुंचित होऊ लागले; अर्धवट मिटले गेले. नंतर शांतपणे त्याने बोलावयास सुरुवात केली.

'माझ्या मित्रा, फार वाईट वाटतं मला! माझ्या देशात पूर्वी फार मोठे महात्मे होऊन गेले की ज्यांनी 'जीव म्हणजे काय' या गूढ रहस्याच्या शोधामध्ये फार मोठी प्रगती केली. त्यांचा सल्ला राजापासून रंक सारे लोक घेत असत. त्यांच्या प्रेरणेने भारतीय संस्कृती फार उच्च कोटीला जाऊन पोचली होती. पण आज ते कुठे आढळणार? थोडे काही असतील, दोन किंवा तीन; पण त्यांच्याबद्दल कोणास माहिती नाही. त्यांचा ठावठिकाणा कोणाला माहीत नाही; जनसंमर्दापासून दूर कोठेतरी ते राहत असावेत. हे ऋषिमुनी जेव्हा समाजापासून अलिप्त राहू लागले, तेव्हा आमच्या ऱ्हासास सुरुवात झाली.'

इतके बोलल्यावर त्याचे डोके खाली येत येत हनुवटी छातीपर्यंत येऊन पोचली. या शेवटच्या वाक्याने त्याच्या आवाजात दुःखाची छटा आली. काही वेळ तो जणू माझ्यापासून दूर कोठेतरी जात बोलला. औदासीन्यपूर्ण ध्यानात तो मग्न झाला.

ह्या माझ्या मित्राचे व्यक्तिमत्त्व माझ्या मनावर चांगलेच ठसले. मनुष्य डिवचणारा खरा पण आकर्षक व चित्त वेधून धरणारा. त्याचे डोळे काळेभोर, तेजस्वी; ते तीक्ष्ण बुद्धिमत्ता दर्शवीत होते. त्याचा आवाज मृदु व सहानुभूतीपर; त्यावरून त्याच्या कोमल हृदयाची कल्पना येत होती. मला तो नव्याने आवडू लागला.

इतक्यात एका नोकराने तेथे प्रवेश करून कोपऱ्यातल्या मेजावर मेणबत्त्या लावल्या. त्यांच्या ज्योतीचा निळसर प्रकाश थेट तक्तपोशीपर्यंत पोचला. धुपाचा एक अपरिचितसा सुगंध साऱ्या दिवाणखान्याभर दरवळला. त्या सुगंधाने मन प्रसन्न झाले.

इतक्यात एकदम यजमानाने डोके वर केले व माझ्याकडे पाहिले.

'दोन किंवा तीन अजून शिल्लक आहेत असे मी तुम्हाला म्हणालो काय?' त्याचा प्रश्न मला चमत्कारिक वाटला. 'होय,' मीच म्हणालो. 'काही वर्षांपूर्वी माझी एका महात्म्याशी भेट झाली. त्याच्याबद्दल मी क्वचितच इतरांशी बोलतो. योग्य अशा माणसाशिवाय दुसऱ्याला मी त्याच्याबद्दल सांगत नाही. तो महात्मा मला माझ्या वडिलांसारखा, मदतनीस, गुरू व मित्रही. साक्षात परमेश्वराची प्रज्ञा त्याच्या ठिकाणी होती. मी जणू त्याचा मुलगा या नात्याने त्याच्यावर प्रेम करीत होतो. त्याच्या सहवासात मी कधी-कधी राहत असे; फार सुखाचे दिवस ते. माझे भाग्य म्हणून मला त्याचा सहवास घडे. त्या वेळी मला असे वाटे की जीवन हे काही इतके वाईट नाही. त्याच्या सहवासाचा सभोवारच्या वातावरणावर इतका आश्चर्यकारक परिणाम घडून येई की, त्याच्यापासून एक नवीन कला व विद्या मी शिकलो. मनुष्य कोणीही, कसाही असो; महारोगी, दरिद्री, लुळापांगळा, आंधळा, त्याच्यामध्ये ईश्वरी सौंदर्य शोधायचे, पाहायचे. अशा माणसांची मला पूर्वी फार घृणा वाटे.

'गावाबाहेर अरण्यात, एका झोपडीत तो महात्मा राहत असे. मी प्रथम त्या झोपडीत गेलो तो अचानकच. त्यानंतर मी त्याला अनेकदा भेटलो; तासन्तास चर्चा करीत बसलो; त्याने मला पुष्कळ शिकविले. असा मनुष्य कोणत्याही देशाचे गौरवस्थान होय.'

'मग तो लोकांत का मिसळला नाही? आणि देशाची सेवा त्याने का केली नाही?' मी सरळ प्रश्न केला. पाहुण्याने मस्तक हलविले.

'अशा विलक्षण माणसाच्या मनात काय असते, हे समजणे जरा कठीणच आहे. तुम्हाला तर पुष्कळच कठीण; कारण तुम्ही पाश्चिमात्य आहात. कदाचित त्याचे उत्तर असे असेल की मनोविश्लेषणाच्या साहाय्याने लोकांशी संपर्क साधून, गुप्तपणे राहूनही जनसेवा करता येईलच; लोकांवर प्रभाव दूर राहूनही, अदृश्य राहूनही पण तितक्याच भारी प्रमाणात पाडता येईल. नीतिभ्रष्ट झालेल्या समाजाने आपले

दुर्दैव, त्याच्या निवारणाची नियत घटका येईपर्यंत, स्वतःच सहन केले पाहिजे असेही तो कदाचित म्हणेल.'

या उत्तराने मी अगदी दिङ्मूढ झालो हे कबूल करतो.

अखेर तो म्हणाला, 'अगदी बरोबर, माझ्या मित्रा; मला तसेच वाटते.'

***

या संस्मरणीय प्रसंगानंतर मी त्या भारतीय गृहस्थास अनेकदा भेटलो. त्याची दोन कारणे होती. एक म्हणजे त्याच्याकडून विलक्षण अशी माहिती मिळावी व दुसरे म्हणजे त्याच्या विदेशीय व्यक्तिमत्त्वाचे आकर्षण. तो काय करी? एक स्प्रिंग सोडून माझ्या आकांक्षांना चालना देई व जीविताचा अर्थ काय, ह्या रहस्याचा शोध घेण्याची निकड तो माझ्या मनात निर्माण करी. तो मला प्रोत्साहन देई. त्याचा मुख्य उद्देश मला शांती मिळावी, सुख मिळावे असा असे; माझी बौद्धिक भूक भागावी हा गौण उद्देश होता.

एके दिवशी संध्याकाळी असाच आमचा संवाद चालला होता. संवादाने एक वळण घेतले. त्या प्रसंगाने पुढे मला महत्त्वाचे निष्कर्ष काढता आले. मधून-मधून तो आपल्या देशबांधवांच्या चमत्कारिक चालीरीतींचे व वैशिष्ट्यपूर्ण परंपरांचे वर्णन करी. कधीकधी तो आपल्या देशबांधवांपैकी काही निवडक नमुन्यांचे शब्दचित्र माझ्यापुढे रंगवी. एके दिवशी संध्याकाळी महात्म्यांच्या एका विचित्रशा प्रकाराबद्दल- योग्यांबद्दल त्याने काही उद्गार काढले. आता मला योग्यांबद्दल काही विशेष माहिती नव्हती. होती ती अगदी मोघम व असंबद्ध. माझ्या वाचनात काही वेळा योग्यांबद्दल संदर्भासह मजकूर आला होता. पण प्रत्येक वेळी हे संदर्भ परस्परांशी इतके विसंगत असत, की परिणामी योगी या विषयाबद्दल माझे मन गोंधळलेलेच राही. तर जेव्हा माझ्या मित्राने या शब्दाचा उपयोग केला, तेव्हा मी बोलणे थांबविले व योग्यांबद्दल मला काही माहिती सांगा म्हणून त्यास विनविले.

'आनंद होईल मला,' त्याने उत्तर दिले, 'परंतु योगी म्हणजे काय, हे मला एका शब्दात, व्याख्येच्या स्वरूपात सांगता येणार नाही. आमचे लोक या शब्दाच्या निरनिराळ्या व्याख्या करतील. उदाहरणार्थ, आमच्याकडे हजारो भिकारी नेहमी सगळीकडे भटकत राहतात. त्यांनाही लोक योगी या नावाने संबोधतात. गावागावातून ते भटकत जातात व गुरांच्या तांड्यासारखे यात्रेच्या वेळी झुंडीझुंडीने एकत्र गोळा होतात. त्यांपैकी पुष्कळसे आळशी, उनाडटप्पू असतात; काही व्यसनी असतात. आणि बहुतेक पूर्णतया अशिक्षित असतात. त्यांना इतिहास व ज्या नावाखाली ते जमा होतात त्या योगशास्त्राबद्दल काही गंध नसतो.'

सिगारेटची राख झाडण्यासाठी तो थांबला.

'तुम्ही हृषीकेशसारख्या ठिकाणी जा. उत्तुंग हिमालयाचा या तीर्थावर निरंतर पाहारा असतो. तेथे तुम्हाला अगदी वेगळ्या प्रकारची माणसे भेटतील. ती झोपडीत किंवा गुहेत राहतात. अगदी थोडे खातात आणि सतत भगवच्चिंतनात मग्न राहतात. धर्म म्हणजे त्यांचा प्राण आहे. तेच विचार त्यांच्या डोक्यात रात्रंदिवस असतात. ही सज्जन माणसे असतात; शास्त्रग्रंथ वाचतात, भजन-कीर्तन करतात. यांनाही लोक योगीच म्हणतात. पण यांच्यात व अडाणी जनतेवर चरणाऱ्या भिकाऱ्यांत काय साम्य आहे बरे? 'योगी' हा शब्द किती लवचीक अर्थाचा आहे! आणि या दोन टोकांत सामावणारे असे योग्यांचे अनेक प्रकार आहेत.'

'आणि असे असूनही योग्यांच्या चमत्कारांबद्दल, सिद्धींबद्दल फार गवगवा होतो, ' मी मध्येच बोललो.

'होय; आता तुम्ही पुढली व्याख्या ऐका.' त्याने हसून पुढे बोलावयास सुरुवात केली. 'मोठमोठ्या शहरांपासून दूर अशा एकांतस्थानी, निर्जन अशा अरण्यामध्ये, एकांत ठिकाणी किंवा गिरिकंदरामध्ये असे काही विचित्र वाटणारे योगी असतात, की जे आपले सारे जीवित काही विशिष्ट योगसाधनेमध्ये व्यतीत करतात. या साधनेच्या अभ्यासाने आपल्याला सिद्धी प्राप्त होतील, अशी त्यांची श्रद्धा असते. यांच्यापैकी काहींना धर्माचे वावडे असते. कोणी धर्माचे नाव काढले, की हे नाक मुरडतात. काही दुसरे अत्यंत धार्मिक वृत्तीचे असतात. पण ह्या सगळ्यांचे एकमत कोणत्या बाबतीत असेल तर ते निसर्गापासून अदृश्य व अगम्य अशा शक्तींवर स्वामित्व मिळवून सामर्थ्य प्राप्त करून घेणे. भारत देशात अशा गूढ विद्यांच्या साधकांची परंपरा अव्याहत चालू आहे. अशा सिद्धांच्या, त्यांच्या चमत्कारांच्या पुष्कळ हकिकती प्रसिद्ध होतात. आता हेही साधक योगीच म्हटले जातात.'

'तुम्हाला असे काही लोक कधी भेटले आहेत का? यांच्या ह्या विद्येवर तुमचा विश्वास आहे का?' मी अगदी भोळेपणाने विचारले.

माझा सोबती गप्प बसलेला होता. आता या प्रश्नांना काय उत्तर द्यावे, याचा जणू तो विचार करीत असावा.

माझी नजर त्या लाखबंद मेजावरील देव्हाऱ्याकडे वळली. माझ्या मनात कल्पना चमकून गेली की, दिवाणखान्यातल्या त्या मंद प्रकाशामध्ये बुद्धाची मूर्ती आपल्या सोनेरी मुलामा दिलेल्या लाकडी पद्मासनावरून माझ्याकडे पाहत दयार्द्र बुद्धीने स्मित करीत असावी. एक क्षणभर मला असे वाटले की, वातावरणात काही भेसूर असे घडून येत आहे. आणि नंतर माझ्या सोबत्याच्या आवाजाने माझ्या विचारांचा ठाव

घेतला आणि माझ्या स्वैर कल्पनांना आळा घातला.

'हे पाहा,' तो शांतपणे सांगू लागला. मला दाखविण्याकरिता म्हणून हातात त्याने काही घेतले. कॉलरच्या खालून त्याने ते वर आणले होते.

'मी ब्राह्मण आहे. हे पाहा माझे जानवे. हजारो वर्षे अलग राहिल्याने माझ्या ब्राह्मण जातीत स्वभावाचे काही गुण जन्मजात आलेले असतात. ते गुण पाश्चिमात्य शिक्षण व पश्चिमी जगातील प्रवास घालवू शकत नाहीत. एका उच्च शक्तीवर श्रद्धा; इंद्रियातीत शक्तींच्या अस्तित्वावर विश्वास; मानवामध्ये हळूहळू आध्यात्मिक उत्क्रांती होत असते याची जाणीव; हे सर्व गुण किंवा स्वभावविशेष ब्राह्मण म्हणून माझ्यात उपजत आले. मी जरी मनात आणले तरी हे गुण मला नाहीसे करता येणार नाहीत. अगदी निर्वाणीचा प्रसंग जरी आला तरी सारासारविचारबुद्धी, तर्कबुद्धी सुद्धा या जन्मजात गुणांपुढे नांगी टाकते. आणि म्हणून म्हणतो की, जरी मी तुमच्या आधुनिक विज्ञानाच्या पद्धतीशी व सिद्धांतांशी सहमत असलो, तरी तुमच्या प्रश्नाचे दुसरे काय उत्तर मी देणार? बस. माझा तसा विश्वास आहे हेच उत्तर!'

नंतर तो माझ्याकडे काही वेळ टक लावून पाहू लागला आणि मग पुढे बोलू लागला,

'होय. असे महात्मे मला भेटले आहेत. एकदा, दोनदा, नाही तीनदा. असे महात्मे मिळावयाचे नाहीत. एक काळ असा होता की, अशा महात्म्यांची सहजासहजी भेट व्हायची; पण सांप्रत मला असे वाटते की ते नाहीसे झाले आहेत.

'पण मला वाटते की ते अजूनही भेटू शकतात.'

'माझ्या मित्रा, तसे असेलही. तसे ते भेटणे ही वेगळी गोष्ट आहे. ते शोधून काढायला फार यातायात करावी लागते.'

'तुमचे गुरू; ते अशांपैकीच होते का?'

'नाही. ते त्याहूनही उच्च कोटीचे. मी तुम्हाला सांगितले नाही का की ते एक ऋषीच होते.' आता ऋषी म्हणजे काय, हे पुरतेसे मला समजलेले नव्हते. तसे मी त्याला स्पष्ट सांगितले.

'ऋषी म्हणजे योग्यांहूनही श्रेष्ठ,' त्याने उत्तर दिले, 'डार्विनचा सिद्धांत तुम्ही मानवी स्वभावाला लागू करा. शारीरिक उत्क्रांतीबरोबर आध्यात्मिक उत्क्रांतीही बरोबर होत जाते हा ब्राह्मणांचा युक्तिवाद मान्य करा. आध्यात्मिक उत्क्रांतीचा जणू कळस असे हे ऋषी होत हे गृहीत धरा. म्हणजे मग त्यांच्या मोठेपणाची थोडीशी अंधुकशी कल्पना तुम्हाला येईल.'

'म्हणजे ऋषी सुद्धा आपण जे चमत्कार म्हणून म्हणतो ते करून दाखवितात काय?'

'होय; निःसंशय. पण चमत्कारांना तसे ते किंमत देत नाहीत. पुष्कळसे योगी अशा चमत्कारांना अवास्तव किंमत देतात. ह्या सिद्धी ऋषिजनांना त्यांच्या विकसित इच्छाशक्तीमुळे व मनोधारणेमुळे आपोआप प्राप्त होतात, त्या त्यांचा मुख्य व्यवसाय असत नाहीत; त्यांस ते तुच्छही मानतात व त्यांचा क्वचितच उपयोग करतात. असे पाहा, त्यांचे पहिले उद्दिष्ट म्हणजे अंतःस्थरीत्या दिव्यत्व प्राप्त करून घेणे. असे दिव्यत्व ज्यांनी प्राप्त करून घेतले, त्यांची अगदी ठळक उदाहरणे म्हणजे पूर्वेकडे बुद्ध व पश्चिमेकडे ख्रिस्त.'

'पण ख्रिस्ताने चमत्कार करून दाखविले!'

'होय. पण ते त्याने स्वतःचा बडेजाव करण्याकरिता असे तुम्हाला वाटते काय? मुळीच नाही. सामान्य जीवांना, त्यांचा विश्वास संपादन करून मदत करण्याची त्याला इच्छा होती, म्हणून.'

'अगदी बरोबर. पण मग, ऋषींसारखी माणसे जर हिंदुस्थानात खरोखरी होऊन गेली असती तर लोकांचे थवेच्या थवे त्यांच्या पाठीमागे गेले असते!' मी तर्क केला.

'निःसंशय-पण त्यांना प्रथम लोकांपुढे उभे राहून आपण कोण ते जाहीर करावे लागले असते. अशा ऋषींची अगदी फार अपवादात्मक अशी उदाहरणे आहेत. त्यांना जगाबाहेर राहणे आवडत असे. ज्यांना काही एखादे लोकोपयोगी कार्य करावयाचे असेल ते करण्याकरिता ते काही काळ लोकांत येऊन वावरत, पण पुनः नाहीसे होत.'

अशी माणसे जर गुप्त राहिली व ज्यांचा ठावठिकाणा शोधून काढणे लोकांना दुरापास्त असेल तर त्याचा लोकांना काही विशेष उपयोग होईल असे मला वाटत नाही.' मी हरकत काढली.

तो किंचित हसला.

'ह्याबाबत तुमच्याकडे एक म्हण आहे. 'जसे दिसते तसे बहुधा नसते.' ह्या ऋषींच्याबद्दल अगदी पुरती माहिती मिळाल्याखेरीज लोकांना त्यांची बरोबर बिनचूक अशी परीक्षा करता यायची नाही. माफ करा, मी हे स्पष्ट बोलतो आहे याबद्दल. मी तुम्हाला सांगितलेच आहे की, हे ऋषी शहरांमध्ये येऊन लोकांत, समाजात किंचित्काळ वावरत. पूर्वीच्या काळात ते जास्त काळ असे समाजात येऊन वावरत. तेव्हा त्यांची विद्वत्ता, त्यांचे सामर्थ्य व त्यांचा अनुभव यांचा लोकांना प्रत्यय येई. मग त्यांचे मोठेपण लोक उघडपणे मान्य करीत. राजेमहाराजे सुद्धा त्यांना भेटून, त्यांचा

सत्कार करून आपल्या राजकारणामध्ये त्यांची सल्लामसलत घेण्यास अनमान करीत नसत. पण वास्तविक प्रकार असा होता की, हे ऋषी आपला प्रभाव, लोकांत प्रगट होऊन त्यांच्यात मिसळण्याऐवजी, शांत आणि अज्ञात राहून पाडीत असत.'

'ठीक आहे. अशा महात्म्यांना मला भेटायला पाहिजे,' मी अर्धवट स्वतःशी पुटपुटलो, 'काही खऱ्या योग्यांची भेट घ्यायला मला नक्की आवडेल.'

'एक दिवस तुम्ही तशी भेट घ्याल; मला संशय नाही,' त्याने मला आश्वासन दिले.

'हे तुम्हाला कसे समजले?' एकदम चकित होऊन मी विचारले.

'ज्या दिवशी तुमची-माझी भेट झाली त्या दिवशीच!' त्याचे उत्तर आले. मला आश्चर्य वाटले.

'हे ज्ञान मला अंतःस्फूर्तीने झाले मग त्या अंतःस्फूर्तीला तुम्ही जे काय नाव द्यायचे ते द्या. हे जे मला ज्ञान झाले तो एक संदेशच; आतून आलेला पण बाह्य पुराव्याने सिद्ध न करता येण्यासारखा. माझ्या गुरूने हे ज्ञान कसे मिळवावे, कसे वाढवावे, हे मला शिकवले आहे. आता त्या ज्ञानावर मी अगदी पूर्णपणे विसंबून राहायला शिकलो आहे.'

'आपल्या स्वतःच्या प्रेरणेने प्रेरित झालेला जणू आधुनिक सॉक्रेटीस!' मी गमतीने म्हणालो, 'पण मला हे सांगा; तुमचे हे भविष्य केव्हा खरे ठरणार?'

त्याने मान हलविली.

'मी काही प्रेषित, पैगंबर नाही. तुम्हाला तसा दिवस वगैरे काही मला काढून देता येणार नाही.'

मी मग त्याला गळ घातली नाही. पण त्याला ती तारीख वगैरे सांगता आली असती असा माझा कयास आहे. मी त्यावर ध्यान लावले आणि सुचविले, 'मला वाटते तुम्ही आपल्या मायदेशी केव्हातरी जाणारच. मी त्या वेळी तयार असलो तर मग आपण दोघे बरोबरच प्रवास करू ना? आपण ज्यांच्याविषयी चर्चा केली त्या माणसांपैकी काहींना तरी शोधून काढण्यात तुम्ही मला मदत करणार नाही का?'

'नाही, माझ्या मित्रा; तू एकटा जा. तुम्ही स्वतःच त्या शोधाच्या पाठीमागे लागावे हे बरे.'

'परदेशी माणसाला ते थोडे कठीण आहे.' मी तक्रार केली.

'होय, फार कठीण आहे. पण एकटे जा. माझे म्हणणेच बरोबर आहे हे तुम्हाला एके दिवशी पटेल.'

***

त्या वेळेपासून मला असे वाटू लागले की, सूर्यप्रकाशाने धुवून निघालेल्या पूर्वेकडील त्या देशाच्या किनाऱ्यावर मी एक दिवस येऊन दाखल होईन. माझ्या मनात विचारशृंखला जुळू लागली. भारतात पूर्वी महान ऋषी होऊन गेले. आणि ती परंपरा अजून अत्यल्प प्रमाणात टिकून राहिली आहे. माझा मित्र म्हणतो त्याप्रमाणे त्या परंपरेतले थोडे काही ऋषी अजून अस्तित्वात असतील. त्यांना शोधून काढावयाचे म्हणजे मोठी यातायात. पण ह्या सर्व श्रमाच्या मोबदल्यात मला त्यांच्याकडून ज्ञान मिळेल. न जाणो त्यांच्यापासून मला एक नवीन दृष्टी व विषय यांचा लाभ होईल. अशा तऱ्हेच्या जीवनाचा मला अद्यापपावेतो लाभ घडून आला नव्हता. जरी मला या शोधात अपयश आले तरी प्रवास फुकट जाणार नाही. कारण या योग्यांनी, त्यांच्या सिद्धींनी, रहस्यमय साधनामार्गांनी, त्यांच्या विचित्र वाटणाऱ्या राहणीने माझी जिज्ञासा जागृत केली होती व एक कुतूहल निर्माण केले होते. ह्या विलक्षण गोष्टी समजावून घेण्याकरिता जी असाधारण तीक्ष्ण बुद्धी लागते, ती बुद्धी वृत्तव्यवसायी म्हणून माझ्या ठिकाणी अगोदरच होती. विशेष ज्ञात नसलेले असे हे मार्ग धुंडाळून काढण्याच्या आशेने माझे मन उल्हसित झाले होते. माझे हे वेड, अगदी पुरत्या प्रमाणात पुरविण्याचे मी ठरविले आणि जेव्हा संधी मिळेल तेव्हा अगदी पहिल्या बोटीने हिंदुस्थानाला जावयाचे निश्चित केले.

ज्याने माझ्या या निश्चयाला, उगवत्या सूर्याच्या दिशेने पर्यटन करायला प्रोत्साहन दिले, त्या माझ्या पौर्वात्य मित्राच्या घरी पुढे कित्येक महिने मी वारंवार जात असे. ह्या जीवनरूपी महासागराच्या माझ्या भोवऱ्यात माझ्या होडक्यास तो दिशा दाखवी. परंतु माझ्यापुढे पसरलेल्या त्या अथांग व अज्ञात अशा सागरातून पुढे मार्ग काढण्यास कर्णधार म्हणून होण्यास नकार देई. आपण कोणत्या ठिकाणी आहोत; आपल्यामधील सुप्त शक्तींची जाणीव होणे व आपल्या संदिग्ध कल्पनांचे निराकारण होणे या सर्व गोष्टींची तरुण संशोधकाला फार मदत होते; म्हणजे मग तो रस्ता चुकत नाही. म्हणून सुरुवातीच्या त्या माझ्या उपकारकर्त्याच्या बाबतीत कृतज्ञता दर्शविणे हे अगदी सयुक्तिक आहे. पण एखादे वेळी काय होई? एकदम त्याची-माझी भेट होणे बंद होई. त्यानंतर काही थोड्याच वर्षांनी मला कळले की, तो दिवंगत झाला. बहुधा अपघाती मरण असावे ते.

काळ आणि परिस्थिती अद्याप माझ्या प्रवासाला अनुकूल नव्हती. महत्त्वाकांक्षा व हव्यास ही माणसाला नव्या नव्या जबाबदाऱ्या घ्यावयास लावते व त्या पुऱ्या करण्यास मोठी यातायात पडते. आता प्रवासाचा योग केव्हा येईल तो येवो, अशी नुसती मी वाट पाहत राहिलो.

त्या भारतीयाच्या भाकितावरचा माझा विश्वास कधीही कमी झाला नाही. एके दिवशी तर आकस्मिक घडून आलेल्या एका आडाख्याने तो वाढला.

व्यवसायाच्या निमित्ताने माझा एका सद्‌गृहस्थाशी संबंध आला. कित्येक महिने वारंवार मला त्याला भेटायला जावे लागले. त्या गृहस्थाबद्दल माझ्या मनात आदर व मित्रभाव उत्पन्न झाला. तो फार धूर्त होता व मनुष्यस्वभावाचे त्याला फार अप्रतिम ज्ञान होते. पुष्कळ वर्षे आमच्या एका विश्वविद्यालयामध्ये मानसशास्त्राचा प्राध्यापक म्हणून तो काम करीत असे. पण अध्यापनात त्याला तितकी गोडी नव्हती. त्याने तो व्यवसाय सोडून दिला व आपल्या आश्चर्यकारक ज्ञानाच्या व्यावहारिक उपयोगाला त्याने एक नवीन क्षेत्र शोधून काढले. काही दिवस एका उद्योगपतीला सल्ला देण्याचे त्याने काम केले. मोठमोठ्या कंपन्यांच्या मुख्याधिकाऱ्यांकडून आपण किती वेळा सल्ला देण्यासाठी मोठी फी मिळविली होती त्याचे तो कितीदा तरी गर्वाने वर्णन करी!

इतरांना उत्स्फूर्त करून त्यांना कार्यप्रवृत्त करण्यात, त्यांच्या गुणांचा जास्तीत जास्त उपयोग करून घेण्यात त्याचा हातखंडा होता. ती विद्या त्याचे ठिकाणी उपजत होती. त्याला जो जो भेटे, मग तो कचेरीतला पोऱ्या असो, की कोटयधीश उद्योगपती असो त्याला या गृहस्थापासून व्यावहारिक मदत व नवीन उत्साह मिळायचाच. कधी-कधी त्यांना बहुमोल मार्गदर्शनही मिळायचे. त्याच्या उपदेशाचा काळजीपूर्वक उपयोग करून घ्यावयाचे मी ठरविले. कारण त्याची दूरदृष्टी व सूक्ष्मदृष्टी याचा बिनचूक पडताळा व्यावसायिक काय किंवा वैयक्तिक बाबतीत काय, हमखास प्रत्ययास यावयाचा. त्याने आपल्या स्वभावात अंतर्वेक्षण व बहिर्वेक्षण या दोन्ही गुणांचा समन्वय साधला होता. त्यामुळे त्याची संगत मला फार आवडायची. या गुणांमुळे एका क्षणी तो प्रगल्भ तत्त्वज्ञानाविषयी बोलायचा तर दुसऱ्या क्षणी व्यापारी अहवाल डोळ्याखाली घालून तो कार्यान्वित करायचा. इतके असून त्याच्या बोलण्याचा कधी कंटाळा यायचा नाही. त्याच्या बोलण्यात कोट्या-विनोद नेहमी यायचे.

त्याने मला आपल्या अगदी दाट मैत्रीच्या मंडळींमध्ये दाखल करून घेतले. कधी कधी काम व गप्पाटप्पा यात आमचे कित्येक तास निघून जायचे. मला त्यांच्या बोलण्याचा कधी कंटाळा येत नसे; कारण त्याचे बोलण्याचे विषय अपरंपार. मला आश्चर्य वाटायचे की, याच्या ह्या लहानशा डोक्यात हे सारे विषय कसे काय बसतात!

एके दिवशी रात्री आम्ही दोघे एका लहानशा बोहेमियन हॉटेलमध्ये जेवायला गेलो. भोजनगृहामध्ये दिव्यांच्या शेडस् मोठ्या मनोहारी होत्या व पदार्थही चांगले रुचकर, स्वादिष्ट असे होते. भोजनोत्तर आम्ही बाहेर पडलो. पौणिमेचे चांदणे होते. कविवर्गाला वेड लावण्याच्या त्या निसर्गसौंदर्याने मोहित होऊन आम्ही घरी परत चालत चालत जाण्याचे ठरविले.

प्रथम प्रथम आमचे संभाषण मामुली व किरकोळ विषयांवर चालले होते. पण जसजसे आम्ही शहराच्या निवांत अशा रस्त्यावरून चालू लागलो, तेव्हा संभाषणाचा ओघ तत्त्वज्ञानाच्या गहन विषयांकडे वळला. आमचे हे चालणे संपायच्या वेळी संभाषणाचे विषय इतके गूढ व क्लिष्ट झाले होते की मला वाटते माझ्या मित्रांच्या अशिलांचा त्यातील नुसत्या नावांच्या उच्चारानी भीतीने थरकाप झाला असता. त्याचे घर आले तेव्हा त्याने निरोप देण्यासाठी हात पुढे केला. माझा हात त्याने आपल्या हातात घेतल्यावर एकदम त्याला बोलायची लहर आली; 'तू ह्या तुझ्या व्यवसायात विनाकारण पडलास. तू प्रोफेसर व्हायला पाहिजे होतेस. वर्तमानपत्रांचे रकाने भरण्यात विनाकारण शाई नासण्याचा हा तुझा उद्योग आहे. प्रोफेसरचा झगा घालून निवांतपणे आपले संशोधन करीत का बसला नाहीस? मनाच्या सूक्ष्मतम प्रदेशात वावरणे तुला आवडते. मनाचा मूळ उगम कोठे आहे हे शोधून काढण्याचा हा तुझा उद्योग आहे. एक दिवस, तू भारतातील योगी, तिबेटचे लामा व जपानमधील झेन साधू यांना शोधून काढण्याकरिता बाहेर पडशील. त्यानंतर काही रहस्यमय वृत्तांत लिहिशील.'

'या योग्यांबद्दल तुम्हाला काय वाटते?'

त्याने आपले डोके माझ्याकडे वाकविले आणि माझ्या कानात शांतपणे सांगायला सुरुवात केली. 'माझ्या मित्रा! काय सांगू तुला? त्यांना ज्ञान असते. त्यांनाच ज्ञान असते!'

मी मोठे आश्चर्य पाहून पुढे चालायला लागलो. पूर्वेकडचा माझा प्रवास घडून यायची अजून बरेच दिवस शक्यता नव्हती. व्यवसायाच्या जंजाळात मी अधिकाधिक खोल अडकत गेलो; तेथून बाहेर पडायला कठीण झाले. काही काळ औदासीन्याने मला घेरले. खाजगी बंधने व वैयक्तिक महत्त्वाकांक्षा यांच्या सापळ्यात पडून बंदिस्त राहण्याची प्रारब्धाने मला शिक्षा केली काय न कळे!

पण प्रारब्धाला मी उगाच नावे ठेवली. नियती दररोज नवीन नवीन फर्मान काढत असते. आणि ती फर्माने आपणास जरी नीटशी समजत नसली तरी त्यांची आपण निमूटपणे, अजाणता अंमलबजावणी करीत असतो.

वरील प्रसंगाला वर्ष सुद्धा झाले नसेल; एक दिवस मी मुंबईच्या अलेक्झांड्रा डॉकमध्ये उतरलो. आणि ह्या पौर्वात्य नगरीच्या बहुरंगी जीवनामध्ये मिसळून जाण्याची व त्या नगरीच्या बहुरंगी जीवनास संपन्न करणाऱ्या आशिया खंडातील भिन्न भिन्न भाषा ऐकण्याची संधी मला मिळाली.

३
ईजिप्तमधील एक जादूगार

ही एक अपवादात्मक आणि वैशिष्ट्यपूर्ण गोष्ट आहे की, या चमत्कारिक शोधाच्या पाठीमागे लागून काय लाभ होईल हे पाहण्यापूर्वी नियतीच स्वतः माझ्या शोधार्थ सन्निध येऊन ठेपली. युरोपियन प्रवासी साधारणतः मुंबईसारखी मोठी शहरे फक्त पाहतो. तसे मी काही केले नाही. या शहरात मी जे काही पाहिले ते एका पोस्टकार्डवर लिहून टाकता येईल. माझ्या ट्रंका तशाच पडून आहेत. एकच ट्रंक मी उघडली. सुरुवातीचा माझा एकच उद्योग होता की जेथे मी उतरलो होतो त्या हॉटेल मॅजेस्टिकमधील वातावरणाशी परिचित होण्याचा प्रयत्न करणे. बोटीवरल्या एका सहप्रवाशाने सांगितले होते की हे अगदी चांगल्यापैकी हॉटेल आहे. आणि ह्या उद्योगात मला एक थरारून टाकणारा शोध लागला. हॉटेलमध्येच एक इसम उतरलेला होता. तो जादूगार होता. मंत्रविद्येचा उपासक होता. जिवंत माणसावर तो आश्चर्यकारक प्रयोग करून दाखवी.

पण तो जादूगार काही गारुडी-बिरुडी यांच्यापैकी नव्हता, की दिङ्‌मूढ झालेल्या सामान्य स्त्रीपुरुषांच्या समाजापुढे हातचलाखीचे प्रयोग करून स्वतःकरिता व नाट्यगृहाच्या मालकाकरिता खूप कमाई करून देणाऱ्या हलक्या-सलक्या जादूगारांपैकी नव्हता. रीजंट स्ट्रीटवरच्यापेक्षा कमी रसिक वातावरणात मेस्केलीन व डेवांट यांच्यासारख्या जादूगारांच्या प्रयोगाचे अनुकरण करण्याचा प्रयत्न करणाऱ्या जादूगारांपैकी तो नव्हता. तर तो मध्ययुगीन किमयागारांपैकी एक होता. दररोज तो अद्भुत अशा मानवेतर योनीच्या व्यक्तींशी संपर्क साधी. ह्या व्यक्ती सामान्य जनांच्या दृष्टिपथापलीकडील होत्या, पण त्यास त्या अगदी स्पष्ट दिसत, अशी ख्याती

त्याने मिळविलेली होती. हॉटेलमधील माणसे त्याला भिऊन असत व त्याच्याबद्दल बोलायचे झाले तर घाबरून बोलत. तो हॉटेलमध्येच इकडून तिकडे जेव्हा जाई, तेव्हा बाजूची इतर माणसे बोलत असली तर ती आपले बोलणे थांबवीत व भांबावून जात. त्यांच्या डोळ्यांत प्रश्नार्थक छटा येऊन जाई. त्याच्याशी बोलण्याबिलण्याच्या भानगडीत कोणी पडत नसे व तो जेवतही एकटाच असे.

आमच्या दृष्टीने विलक्षण असे होते की, ही व्यक्ती युरोपीयनही नव्हती की हिंदीही नव्हती. ती व्यक्ती म्हणजे इजिप्तमधील नाईल नदीच्या देशामधील एक जादूगार प्रवासी व्यक्ती होती.

त्या व्यक्तीचे नाव महमूद बे. त्याच्या ठिकाणी ज्या अघोरी विद्या होत्या म्हणून बोभाटा होता त्याच्याशी विसंगत अशी त्याची मुद्रा होती. ती उग्र नव्हती. शरीर कृशही नव्हते. जादूगारासारखे- तर त्याची मुद्रा प्रसन्न, हसरी अशी होती. शरीर धष्टपुष्ट, वृषस्कंध आणि एखाद्या कर्मवीराप्रमाणे त्याची चाल जलद होती. त्याच्या अंगावर पायघोळ पांढरा अंगरखाही नव्हता की ऐसपैस झगाही नव्हता. त्याच्या अंगात आधुनिक पद्धतीचे मोजके शरीरास चिकटणारे असे कपडे होते. पॅरिसमधील एखाद्या उपाहारगृहामध्ये संध्याकाळच्या वेळी जसा सुस्वरूप फ्रेंच मनुष्य दिसावा तसा तो दिसत होता.

त्या दिवशी सारा वेळ मी याच विषयावर विचार करीत होतो. दुसऱ्या दिवशी सकाळी जो उठलो तो एक ठाम निश्चय करून, की महमूद बेची ताबडतोब मुलाखत घ्यावयाची. आमच्या धंद्यातले वार्ताहर ज्याप्रमाणे म्हणतात त्याप्रमाणे त्याची 'हकीकत काढून घ्यायची.'

मग मी काय केले– मी आपले ओळखपत्र घेतले. त्याच्या पाठीमागे थोडक्या शब्दात 'मला तुम्हाला भेटायची इच्छा आहे' असे लिहिले. त्या कार्डाच्या उजव्या बाजूच्या कोपऱ्यामध्ये अगदी लहान अशा आकृतीमध्ये एक बोधचिन्ह काढले, की त्यामुळे त्यास समजावे की त्याच्या गूढ विद्येशी मी अगदी अपरिचित असा नाही. त्या विद्येची परंपरागत भाषा मला कळते. अशा युक्तीचा अवलंब केल्यावर तो मला मुलाखत देईल असा माझा अंदाज होता. मग मी ते ओळखपत्र वेटरच्या हातात दिले. त्याला एक रुपया दिला व त्याला या जादूगाराच्या खोलीमध्ये पाठवून दिले.

पाच मिनिटांनी ताबडतोब उत्तर आले. 'महमूद बे आपल्याला ताबडतोब भेटतील. ते आताच न्याहरी करण्याच्या तयारीत आहेत. तुम्ही त्यात सामील व्हावे अशी विनंती आहे.'

ह्या पहिल्याच अशा यशाने मला उत्साह आला. नोकराने मला वरच्या जिन्यावर

नेले. दालनात एक मेजाजवळ महमूद बे बसला होता. मेजावर चहा, टोस्ट व जॅम ठेवून दिलेला होता. माझे स्वागत करावयास तो इजिप्शियन उभा राहिला नाही. उलट आपल्यासमोर असलेल्या एका खुर्चीकडे त्याने बोट दाखविले आणि स्पष्ट घुमणाऱ्या आवाजात म्हणाला, 'बसा. मला माफ करा. मी कोणाशी हस्तांदोलन करीत नाही.'

त्याच्या अंगात सैलसा करड्या रंगाचा एक ड्रेसिंग गाऊन होता. त्याच्या डोक्यावर पिंगट रंगाच्या केसांचे सिंहाचे आयाळ होते. एक कुरळी बट कपाळावर आली होती. प्रसन्न स्मित करीत असताना त्याचे पांढरे शुभ्र दात चकाकत होते. तो बोलू लागला,

'माझ्याबरोबर न्याहरी कराल ना?'

मी त्याचे आभार मानले. चहा घेत असताना हॉटेलमध्ये त्याची जी भीतिग्रस्त तशीच आदरयुक्त ख्याती झाली होती त्याविषयी मी त्याला सांगितले. तसेच त्याला भेटण्यापूर्वी मी प्रदीर्घ ध्यान लावून बसलो होतो हेही सांगितले. तो मनःपूर्वक हसला व आपला एक हात हवेत त्याने अर्धवट उंच केला. त्याला जणू आपली असहायता दाखवावयाची होती. पण तो काही बोलला नाही.

थोडा वेळ थांबून तो बोलू लागला, 'एखाद्या वर्तमानपत्राचे तुम्ही प्रतिनिधी आहात की काय?'

'नाही. मी हिंदुस्थानात काही खाजगी कामाकरिता आलो आहे. काही आडवळणाच्या गोष्टींचा अभ्यास करायचा आहे; आणि जमेल तर लेखनाच्या दृष्टीने काही गोष्टींच्या नोंदी करायच्या आहेत.'

'बरेच दिवस राहणार आहात काय?'

'ते परिस्थितीवर अवलंबून आहे. तसे काही ठरलेले नाही.' मी उत्तर केले. थोडेसे मला असे वाटू लागले की ज्याची मी मुलाखत घेणार तो माझीच मुलाखत घेऊ लागला आहे. पण त्याच्या पुढल्या शब्दांनी मला दिलासा मिळाला.

'मी सुद्धा येथे दौऱ्यावर आलो आहे. माझा मुक्काम वाढला आहे. कदाचित एक वर्ष. कदाचित दोन वर्षे. त्यानंतर मी अतिपूर्वेकडे जाणार आहे. सगळे जग मला पाहायचे आहे. त्यानंतर, इन्शाल्ला; मी परत इजिप्तला जाईन.'

इतक्यात नोकर आला. त्याने आमची न्याहरी संपल्यावर मेज साफ केले. आता मुख्य विषयाकडे वळावे असे मला वाटले.

'आपल्याजवळ जादूची किमया आहे असे ऐकतो; खरे आहे का ते?' मी

मुद्दयाला धरून प्रश्न केला.

तो शांतपणे व आत्मविश्वासपूर्वक म्हणाला, 'होय, परवरदिगार अल्लाने मला ही किमया बहाल केली आहे.'

मी घुटमळलो. तो आपल्या काळ्या, करड्या डोळ्यांनी माझ्याकडे टक लावून पाहू लागला.

'त्या किमयेचा जाहीर प्रयोग मी करावा असेच तुम्ही म्हणताय ना?' त्याने एकदम विचारले.

त्याने माझ्या मनातले बिनचूक ओळखले. मी होकार दिला.

'ठीक आहे. तुमच्याजवळ कागद-पेन्सिल आहे का?' घाईघाईने खिशातून मी आपली टिपणवही काढली, तीतील एक पान फाडले व पेन्सिल काढून दिली.

'ठीक,' तो पुढे बोलू लागला, 'आता ह्या कागदावर तुमचे प्रश्न लिहा.' असे बोलून तो बाजूला सरला व खिडकीशेजारील मोकळ्या जागेत ठेवलेल्या एका लहान मेजापाशी जाऊन बसला. नंतर काही वेळाने त्याने माझ्याकडे अर्धवट पाठ फिरवली व तो खाली रस्त्याकडे पाहू लागला. आता त्याच्यामध्ये व माझ्यामध्ये बऱ्याच फुटांचे अंतर होते.

'कोणत्या प्रकारचा प्रश्न?' मी विचारले.

'तुम्हाला पाहिजे तो,' त्याने ताबडतोब उत्तर दिले.

माझे डोके विचारांशी खेळू लागले. शेवटी एक लहानसा प्रश्न मी लिहून काढला. तो असा- 'चार वर्षांपूर्वी मी कोठे होतो?'

'आता त्या कागदाच्या घड्यांवर घड्या करा. शेवटी एक बारीकसा चौरस होऊ द्या.' तो मला सूचना देऊ लागला. 'अगदी लहानात लहान त्याची घडी होऊ द्या.'

मी तशी घडी घातली. त्यानंतर त्याने आपली खुर्ची परत माझ्या टेबलाकडे ओढली व तो माझ्यासमोर येऊन बसला.

'आता ही कागदाची घडी व पेन्सिल आपल्या हाताच्या मुठीत दाबून धरा.'

मी त्याप्रमाणे घडी व पेन्सिल मुठीमध्ये दाबून धरली. त्याने डोळे मिटून घेतले. कसल्यातरी गाढ समाधीत तो गेल्यासारखे वाटू लागले. नंतर जाडशा त्याच्या भुवया पुन्हा उघडल्या गेल्या. करडे डोळे पुनः माझ्याकडे स्थिर नजरेने पाहू लागले आणि

मग शांतपणे तो बोलू लागला.

'तुमचा प्रश्न 'मी चार वर्षांपूर्वी कोठे होतो' हाच नव्हता काय?'

'बरोबर आहे.' मी उत्तर दिले. मला आश्चर्य वाटले. मनातले ओळखण्याचा हा विलक्षण प्रयोगच नव्हे काय!

'आता तुमच्या मुठीतली ती कागदाची घडी उलगडा,' तो मध्येच बोलू लागला.

मी ती घडी उलगडून कागद मेजावर ठेवला. अगदी जसाच्या तसा पूर्वीसारखा.

'तपासून पाहा तो कागद,' तो बोलू लागला. मी तो कागद तपासून पाहिला आणि आश्चर्यचकित झालो. त्या कागदावर कोण्या अज्ञात व्यक्तीने पेन्सिलीने चार वर्षांपूर्वी मी जेथे राहत होतो त्या गावाचे नाव लिहून ठेवले होते. उत्तर अगदी प्रश्नाच्या बरोबर खाली लिहिलेले होते.

महमूद बे विजयोत्साहाने हसू लागला.

'ते उत्तर बरोबर आहे ना?' त्याने विचारले.

आश्चर्य करीत मी 'हो' म्हटले. मी अगदी भांबावून गेलो होतो. ह्या करामतीवर माझा विश्वास बसेना. पुनः परीक्षा घ्यावी म्हणून ही करामत पुनः करण्यास त्यास मी सांगितले. त्याने ताबडतोब कबूल केले आणि मी पुढला प्रश्न लिहून काढीत आहे तोवर तो खिडकीकडे दूर जाऊन उभा राहिला. म्हणजे कोणी म्हणू नये की जवळ असल्याने त्याला चिट्ठीतले वाचता आले. तरी पण मी बारकाईने पाहत होतोच. त्याचे डोळे खाली रस्त्यावर चित्र-विचित्र दृश्यांकडे लागून राहिले होते.

पुनः मी कागदाची घडी घातली व पेन्सिलीबरोबर मुठीत दाबून धरली. तो मेजाकडे पुनः आला व ध्यानस्थ झाला. त्याने डोळे घट्ट मिटले होते. नंतर तो बोलू लागला, 'तुमचा दुसरा प्रश्न- 'दोन वर्षांपूर्वी मी कोणते मासिक चालवीत होतो?' हा आहे.'

आणि ह्याही प्रश्नाचे उत्तर त्याने बिनचूक दिले होते. मला वाटते, मनोविश्लेषणाचाच हा प्रयोग असावा.

पुनः एकदा त्याने मला ती घडी उघडायला सांगितली. मी ती उघडून मेजावर पसरली. आणि काय आश्चर्य? त्यावर त्या मासिकाचे नाव बरोबर पेन्सिलीच्या अक्षरांत कसेतरी लिहिलेले होते.

'जादू नाही तर काय?' मला हा सगळा प्रकार अजब वाटला. कागद व पेन्सिल

माझ्या खिशातून काढून दिली होती. प्रश्न अगदी आयत्या वेळीच लिहून काढले होते. प्रत्येक वेळी मेहमूद बे कित्येक फुटांच्या अंतरावर बसलेला होता. आणि हे सगळे प्रयोग अगदी दिवसाढवळ्या केले होते.

'ही संमोहनविद्या की काय?' मी हा विषयाचा अभ्यास केला होता आणि त्यामुळे माणसाच्या मनाला भुरळ घालण्याचा प्रयत्न केव्हा केला जातो हे मला माहीत होते. त्याचप्रमाणे तसा प्रयत्न हाणून कसा पाडायचा हेही मला माहीत होते. आणि अज्ञात हाताने लिहिलेले ते शब्द कागदावर जसेच्या तसे होते.

पुनः मी गोंधळून गेलो. हा प्रयोग फिरून करून दाखविण्याकरता मी त्या इजिप्शियनला तिसऱ्यांदा विनंती केली. आणि त्या शेवटच्या कसोटीतून पार पडून दाखविण्याचे त्याने कबूल केले. त्याही कसोटीतून तो यशस्वीरीत्या पार पडला.

ह्या प्रयोगांचा खरेपणा नाकारता येणार नाही. त्याने माझे मन अगदी वाचून काढले (माझा तसा विश्वास आहे). त्याने कोणत्या का पद्धतीने होईना, काही एका अतर्क्य किमयेने काही शब्द एका अदृश्य अशा हाताकरवी माझ्या मुठीत घट्ट धरून ठेवलेल्या कागदाच्या तुकड्यावर लिहविले व शेवटी ते शब्द माझ्या प्रश्नाचे उत्तर म्हणून अगदी बिनचूक ठरले.

कोणत्या चमत्कारिक पद्धतीचा तो अवलंब करतो?

जसजसा मी ह्या गोष्टीवर विचार करू लागलो, तसतसा ह्या गूढ शक्तींच्या अस्तित्वाची मला जाणीव होऊ लागली. साधारण मनुष्याच्या मनाला ह्या गोष्टी खऱ्या वाटणार नाहीत. समंजस बुद्धीला हा गोष्टी अपरिचित व अगम्य आहेत. ह्या भेसूर गोष्टीमुळे माझ्या हृदयाचा जणू थरकाप होतो.

'तुमच्या इंग्लंडमध्ये अशी माणसे आहेत काय?' अर्धवट फुशारकीने त्याने विचारले.

आमच्या देशात अशा तऱ्हेची किमया कसोटीच्या-परीक्षेच्या अशा शर्तीनुरूप करून दाखविणारे किमयागार मला माहीत नाहीत हे कबूल करणे मला भाग पडले. अर्थात आमच्याकडील कित्येक धंदेवाईक जादूगार अशा तऱ्हेचे प्रयोग हीच सामग्री जर त्यांना उपलब्ध करून दिली तर निःसंशय करून दाखवतील.

'तुम्ही आपली ही पद्धती समजावून द्याल काय?' मी त्याला भीत भीत विचारले. भीती अशी की अशा तऱ्हेचे गुपित त्याला विचारणे म्हणजे जणू आकाशातील चंद्राची मागणी करणे होय.

त्याने आपले वृषस्कंध हालविले.

'ही माझी गुप्त विद्या दुसऱ्यास समजावून देण्याकरिता लोकांनी मला फार मोठा पैशाचा मोबदला देऊ केलेला आहे पण तशी ही विद्या दुसऱ्यास देण्याची अजून माझी इच्छा नाही.'

'तुम्हाला माहीत आहे का की ह्या मानसशास्त्राचा मला काहीएक गंध नाही असे नाही.' मी बोलण्याचे धाडस केले.

'नक्की. मी जर युरोपमध्ये गेलो- आणि ते अगदी शक्य आहे-तर तुम्ही मला पुष्कळ मदत करू शकाल. त्या वेळी माझी विद्या तुम्हाला शिकवीन असे मी वचन देतो; म्हणजे तुम्ही सुद्धा तुमची इच्छा असेल तर असे प्रयोग करून दाखवाल.'

'किती दिवस ही विद्या शिकायला लागतात?'

'ते शिकणाऱ्या व्यक्तीवर अवलंबून आहे. जर तुम्ही फार मेहनत घेतली व सारा वेळ अभ्यासात घातला तर ह्या पद्धती समजून घेण्याकरिता तीन महिने पुरेसे होतील. पण त्यानंतर सर्व विद्या अवगत व्हायला कित्येक वर्षे लागतील.'

'तुमच्या प्रयोगांची भूमिका किंवा ह्या प्रयोगांच्या पाठीमागचे सिद्धांत तुम्ही नाही समजावून देऊ शकणार? तुमचे गुप्त रहस्य प्रकट करायची जरुरी नाही.' मी अगदी नेट धरला.

माझ्या या पृच्छेवर महमूद बे काही वेळ विचार करीत राहिला.

'होय. तुम्हाला मी ती विद्या खुशीने समजावून देईन.' त्याने मृदु स्वरात उत्तर केले.

मी आपली लघुलेखन वही खिशात चाचपू लागलो. ती बाहेर काढली व हातात पेन्सिल घेऊन तो काय सांगेल ते टिपून घेण्यास बसलो.

'नाही; आत्ता नाही,' त्याने किंचित हसून विरोध दर्शविला. 'मला आत्ता जरा काम आहे. तुम्ही मला क्षमा करा. उद्या दुपारी एक तास अगोदर या. म्हणजे मग पुढे आपण बोलू.'

***

अगदी ठरल्या वेळी मी महमूद बेच्या खोलीत येऊन बसलो. इजिप्शियन सिगरेटची एक पेटी टेबलावरून त्याने माझ्यापुढे सारली. मी त्यातली एक घेतली. ती तो पेटवून देऊ लागला व मला म्हणाला,

'ह्या माझ्या मायदेशातील सिगरेटस् आहेत. फार छान आहेत ह्या.'

नंतर थोडे सुरुवातीचे झुरके घेत घेत आम्ही आमच्या खुर्च्यांमध्ये पाठीमागे रेललो. सिगरेटस्‌चा स्वाद अगदी सुवासिक, मधुर असा होता. अगदी उंची सिगरेटस्‌ होत्या त्या.

'म्हणजे तुम्ही इंग्लिश लोक म्हणता त्याप्रमाणे माझे सिद्धांत तुम्हाला मी समजावून सांगायला पाहिजेत. मला ते सिद्धांत म्हणजे पूर्ण सत्यच आहे.' महमूद बे खुशीत येऊन हसू लागला. 'तुम्हाला कदाचित आश्चर्य वाटेल. मी कृषिशास्त्राचा विशारद आहे व त्या विषयात मला पदविकाही मिळालेली आहे.' त्याची ही हकिकत थोडीशी असंबद्ध वाटली.

मी टिपून घेऊ लागलो.

'ते माझे ज्ञान ह्या जादूगाराच्या व्यवसायाशी काही जमत नाही. मी जाणून आहे.' त्याने बोलणे चालू केले. मी त्याच्याकडे पाहिले. त्याच्या ओठांवर हास्य उमटू लागले. तो माझ्याकडे परत पाहू लागला. मी विचार केला की ह्या माणसाची 'हकिकत' मोठी मजेदार आहे.

'पण तुमचा धंदा बातमीदाराचा. मी जादूगार कसा झालो हे तुम्हाला माहीत करून घ्यायला हवे आहे ना?' त्याने प्रश्न केला.

मी ताबडतोब होकार दिला.

'ठीक. इजिप्तमध्ये अगदी आतल्या भागात माझा जन्म झाला. पण मी कैरोमध्ये वाढलो. त्या वयात मी अगदी साधारण मुलासारखा होतो. माझ्या आवडीनिवडी थेट अगदी शाळकरी मुलासारख्या होत्या. शेतीच्या व्यवसायात पडण्याची माझी तीव्र इच्छा होती म्हणून मी त्याकरिता सरकारी शेतकी महाविद्यालयात नाव घातले. अभ्यास मी मनापासून करू लागलो व तेथील माझा अभ्यासक्रम फार उत्साहाने चालू झाला.

'ज्या घरात मी राहत होतो त्याच घरात एका म्हाताऱ्या माणसाने जागा घेतली. तो यहुदी होता. त्याच्या भुवया अगदी गुलदस्त होत्या व दाढी लांबलचक करड्या रंगाची होती. त्याचा चेहरा नेहमी गंभीर व विचारी दिसायचा. तो जणू गेल्या शतकातच वावरत होता; कारण त्याचे कपडे जुन्या पद्धतीचे होते. त्याची वागण्याची पद्धत अगदी तुटक होती. तो घरातल्या इतर माणसांशी फटकून राही. गंमत अशी की, माझ्यावर त्या माणसाच्या वागण्याचा उलटा परिणाम झाला. माझ्या मनात त्याच्याबद्दल कुतूहल निर्माण झाले. माझे वय तरुण होते. स्वमताग्रही असा माझा स्वभाव होता. लाजाळूपणाचा अंशही माझ्या स्वभावात नव्हता. तेव्हा

मी चिकाटीने त्या इसमाशी ओळख करून घेण्याच्या उद्योगाला लागलो. प्रथम त्याने मला झिडकारले पण त्यामुळे माझे कुतूहल अधिकच चाळवले गेले. शेवटी त्याच्याशी बोलण्याच्या माझ्या सतत प्रयत्नाला त्याने प्रतिसाद दिला. त्याने दरवाजे उघडले व आपल्या जीवनात मला प्रवेश करून दिला. त्यामुळे मला असे आढळून आले की, तो आपला बराचसा वेळ चमत्कारिक विषयांच्या अभ्यासात व विलक्षण प्रकारच्या साधनेत घालवी. थोडक्यात त्याने माझ्याजवळ असे कबूल केले की, आपण इंद्रियातीत ज्ञानाच्या संशोधनाच्या पाठीमागे लागलो आहोत.

'कल्पना करा; आतापर्यंतचे माझे आयुष्य अगदी तरुणपणीच्या विद्याभ्यासात व व्यायाम-कसरती वगैरेत संथ गतीने चालले होते. आणि आता अगदी वेगळ्या प्रकारच्या अस्तित्वाला तोंड देण्याचा प्रसंग अचानकपणे उद्‌भवला. मला ह्या नवीन विद्येत गम्य वाटू लागले. अलौकिक गोष्टींच्या विचाराने मी घाबरून गेलो नाही. इतर मुलांची नक्की घाबरगुंडी उडाली असती. ह्या विद्येच्या अभ्यासाने साहसाची व विलक्षण अनुभवाची नवीन नवीन दालने आपल्यासमोर उघडली जातील या विचाराने माझे शरीर थरारून टाकले. या विषयाचे मला काही ज्ञान द्या, म्हणून मी त्या म्हाताऱ्या यहुद्यास फार विनविले. शेवटी त्याने माझी विनंती मान्य केली. अशा तऱ्हेने एका नवीन प्रकारच्या अभ्यासू मित्रमंडळात माझा प्रवेश झाला. एकदा तो यहुदी मला कैरोमधील एका समाजामध्ये आपल्याबरोबर घेऊन गेला. ह्या समाजाचे कार्य म्हणजे जादूटोणा, परलोकविद्या, थिऑसाफी व गूढ मांत्रिक विद्या यामध्ये प्रात्यक्षिक संशोधन करणे. तो त्या समाजापुढे पुष्कळदा व्याख्याने देत असे, ह्या समाजाच्या मंडळीत खानदानी माणसांचा, विद्वान पंडितांचा, सरकारी अधिकाऱ्यांचा व इतर संभावित गृहस्थांचा समावेश होत होता.

'मी तारुण्यात नुकताच प्रवेश केला होता तरी पण तो वृद्ध इसम मला समाजाच्या प्रत्येक बैठकीस आपल्याबरोबर नेई. प्रत्येक वेळी, मोठ्या उत्सुकतेने मी तिथली भाषणे ऐके. माझ्यासभोवार उच्चारला जाणारा शब्द न् शब्द मी कान टवकारून ऐकत असे. माझ्यासमोर जे जे विलक्षण प्रयोग केले जात, ते मी मोठ्या उत्कंठेने, आवडीने व बारकाईने पाहत असे. आता हे ओघानेच आले, की शेतकी शास्त्रातील अभ्यासाकडे माझे दुर्लक्ष झाले. कारण तो वेळ मी ह्या इंद्रियातीत विद्यांच्या अभ्यासाकडे, संशोधनाकडे घालवू लागलो. तथापि माझ्या पूर्वीच्या ह्या विद्याभ्यासाकडे माझा नैसर्गिक ओढा होता व त्यामुळे विशेष अडचण वगैरे न येता मी माझी पदविकेची परीक्षा उत्तीर्ण होऊ शकलो.

'तो यहुदी गृहस्थ मला जी जुनाट, जीर्ण पत्रांची पुस्तके वाचावयास देई ती मी वाचून टाकी व जादूच्या विद्येतील जे प्रयोग-विधी व ज्या कसरती वगैरे तो मला

शिकवी, तशा त्या मी करीत असे. मी इतकी त्वरित प्रगती केली की, त्याला ज्या गोष्टी कळल्या नव्हत्या त्या सुद्धा मला कळू लागल्या. शेवटी त्या विद्येत मी एक विशेष जाणकार बनलो व लोक मला तशी मान्यता देऊ लागले. कैरो सोसायटीपुढे मी व्याख्याने दिली. प्रत्यक्ष प्रयोग करून दाखविले. शेवटी त्या सोसायटीने मला आपला अध्यक्ष म्हणून निवडले. बारा वर्षे मी त्या जागेवर होतो. नंतर मी त्यागपत्र दिले, कारण मला इतर देशात प्रवास करावयाचा होता व नशीब काढावयाचे होते.'

नंतर महमूद बे बोलायचा थांबला. सिगरेटमधील राख त्याने आपल्या बोटांनी झाडली. त्याच्या बोटाची नखे काळजीपूर्वक कातरलेली होती हे मी बारकाईने पाहिले.

'मोठे बिकट काम!'

तो हसला, 'मला ते बिकट नव्हते. ज्यांना माझ्या किमयाशक्तीचा उपयोग करून घ्यावयाचा आहे अशी काही थोडीशी अति श्रीमंत गिऱ्हाइके शोधून काढली म्हणजे माझे काम होण्यासारखे होते. काही धनाढ्य पारशी गृहस्थांशी व श्रीमंत हिंदू गृहस्थांशी माझी ओळख झालेलीच होती. आपल्या प्रश्नांबद्दल किंवा अडचणींबद्दल विचारायला ते येथे येतात. किंवा गवसत नाहीत अशा गोष्टी ज्यांना शोधून काढावयाच्या असतात किंवा फक्त दैवी उपचारांनी ज्यांना काही माहिती मिळवायची असते- असे लोक माझ्याकडे येतात. मी त्यांच्याकडून मोठी फी काढतो. माझी कमीत कमी फी शंभर रुपये. हे पाहा, मी असे ठरविले आहे की एकदा पुष्कळ पैसा मिळवायचा आणि मग हा धंदा सोडून द्यायचा व मग ईजिप्तमध्ये कुठेतरी अंतर्भागात शांत ठिकाणी दिवस काढायचे. एक मोठी नारिंगाची बाग खरेदी करायची आणि मग पुनः शेतीचा व्यवसाय सुरू करायचा.'

'तुम्ही येथे सरळ इजिप्तमधून आलात काय?'

'नाही. कैरो सोडल्यानंतर मी काही दिवस सीरिया व पॅलेस्टाईनमध्ये घालविले. सीरियन पोलीस अधिकाऱ्यांच्या कानावर हा माझा लौकिक आला होता त्यामुळे ते कधी कधी माझी मदत घेत. एखाद्या गुन्ह्याचा छडा लावण्याच्या कामी त्यांना जेव्हा अडचण येई, तेव्हा ते शेवटचा उपाय म्हणून माझ्या किमयेचा उपयोग करीत. आणि अगदी नेहमी मी त्यांना गुन्हेगार शोधून काढून देत असे.'

'तो तुम्ही कसा शोधून काढून देत?'

'गुन्ह्याची अगदी आतली गुपिते मला मदत करणारे आत्मे मला येऊन सांगत. हे आत्मे प्रत्यक्ष गुन्ह्याचे दृश्य माझ्यापुढे उभे करीत.'

महमूद बे नंतर एक मिनिटभर शांत बसला. गतस्मृतींचा कदाचित तो आढावा घेत असावा. तो पुढे काय बोलतो आहे, याची मी वाट पाहत बसलो.

'होय. तुम्ही मला मृतात्म्यांशी संपर्क साधणारा एक धंदेवाईक मांत्रिक म्हणाल हे मी जाणून आहे. कारण मी मृतात्म्यांना माझ्या मदतीला बोलावतो.' तो पुढे बोलू लागला, 'पण जादूगार या व्याख्येत मी पुरा बसतो; मी काही गारुडी नाही-मला दुसऱ्याचे मन ओळखता येते. यापलीकडे मला काही जास्त येते असा माझा दावा नाही.'

त्याचा दावा इतका चित्तथरारक आहे की त्याच्या सिद्धींमध्ये आणखी काही भर घालण्याची जरूर नाही.

'तुम्ही ज्या अदृश्य शक्तींची मदत घेता त्याबद्दल मला काही सांगा,' मी त्याला विचारले.

'प्रेतात्मे! जवळ जवळ मला तीन वर्षे मोठी मेहनत करावी लागली त्यांना काबूत आणायला. हे पाहा, आपल्या पार्थिव इंद्रियांच्या व्यापारापलीकडे जो परलोक आहे, त्या लोकात प्रेतात्मे चांगलेही असतात व वाईटही असतात. चांगल्या प्रेतात्म्यांचाच मी उपयोग करून घेतो. ह्या प्रेतात्म्यामध्ये पुष्कळसे मानवप्राणी असतात-मरणोत्तर स्थितीमधले. पण ज्यांचा मी उपयोग करून घेतो त्यांना मी 'जिन्न' म्हणतो. 'जिन्न' म्हणजे त्या लोकातील मूळचे रहिवासी; जे ह्या मनुष्यलोकात-भूलोकात कधीच येऊन गेलेले नाहीत, ज्यांनी कधीही मानवदेह धारण केला नाही. त्यांपैकी काही पशूंसारखे असतात तर काही माणसासारखे धूर्त, शहाणे असतात. काही जिन्न दुष्ट प्रकृतीचे असतात. त्यांना आम्ही इजिप्तमध्ये जिन्न म्हणतो. त्याला योग्यसा इंग्रजी शब्द मला देता येत नाही, पण ह्या दुष्टप्रकृती जिन्नांचा उपयोग हलक्या प्रतीचे जादूगार- विशेषकरून आफ्रिकेतले चेटुक-मांत्रिक करून घेतात. त्यांच्याशी मी कधीही संपर्क साधीत नाही. ते मोठे धोकेबाज असतात. त्यांच्याकडून कोणत्याही प्रकारची सेवा घेऊ नये. ते मोठे दगलबाज असून जो माणूस त्यांचा उपयोग करून घेतो, त्याच्यावरच ते उलटतात व त्यास मारून टाकतात.'

'कोणत्या प्रेतात्म्यांकडून तुम्ही काम करून घेता?'

'तुम्हाला सांगायचे म्हणजे त्यांपैकी एक माझा स्वतःचाच भाऊ आहे. तो काही वर्षांपूर्वी वारला. मी परलोकविद्येतील कोणी माध्यम नाही; कारण कोणतेही पिशाच्च माझ्या शरीरात प्रवेश करीत नाही की हुकूमत गाजवायला मी कधी अशाला परवानगी देत नाही. माझा भाऊ मला संदेश देतो; कसा? तर त्याच्या मनात जो विचार येतो तो माझ्या मनावर ठसवून किंवा माझ्या मनःचक्षूपुढे ते चित्र उभे करून.

तुम्ही जे प्रश्न काल लिहिले ते मी याच प्रकारे समजावून घेतले.'

'आणि ते जिन्न?'

'सुमारे तीस जिन्न मला वश आहेत. त्यांना आपले गुलाम करूनही आपल्याला जे काम त्यांच्याकडून करून घ्यायचे आहे ते करायला त्यांना शिकवावे लागते. जसे आपण मुलांना नाचायला शिकवतो तसे. या जिन्नांची नावे माहीत असावी लागतात; कारण नावे माहीत असल्याशिवाय त्यांच्याकडून आपली कामे करून घेता येत नाहीत. ह्यांपैकी काही नावे त्या यहुद्याने जी जीर्ण धूळ खात बसलेली पुस्तके मला वाचावयास दिली होती, त्या पुस्तकांतून मी शिकून घेतली.'

महमूद बेने पुनः एक सिगरेट माझ्यापुढे केली व आपले बोलणे चालू केले.

'प्रत्येक प्रेतात्म्याला मी एक विशिष्ट काम बांधून दिले आहे. एक वेगवेगळे असे काम करायला प्रत्येकाला शिकवले आहे. उदाहरणार्थ, ज्या जिन्नने तुमच्या कागदावर काल पेन्सिलीने शब्द लिहिले, त्याला तुमच्या प्रश्नाचे स्वरूप हुडकून काढण्यात मला मदत करता येत नाही.'

'ह्या प्रेतात्म्यांशी तुम्ही संपर्क कसा साधता?' मी पुढचा प्रश्न केला.

'त्या प्रेतात्म्यांवर मी ध्यान लावतो; ताबडतोब ध्यानात माझ्यापुढे येऊन उभे राहतात. पण प्रत्यक्षात मी काय करतो? त्यांचे नाव मी कागदावर अरबीमध्ये लिहून काढतो. त्यांना ताबडतोब पुढे आणण्यास इतके पुरेसे आहे.'

त्याने सग आपल्या घड्याळाकडे पाहिले. तो एकदम उठला आणि म्हणाला, 'आणि आता दोस्त, यापेक्षा जास्त खुलासा माझ्या पद्धतीबद्दलचा तुम्हाला देता येत नाही. दिलगिरी वाटते. ह्या पद्धतीविषयीचे ज्ञान गुप्त का राखायला पाहिजे हे तुमच्या आता ध्यानात आले असेल, इन्शाल्ला; आपण पुनः एकदा भेटू. सलाम!'

वाकून त्याने सलाम केला. त्याचे पांढरे शुभ्र दात चकाकले. मुलाखत संपली.

मुंबई शहरातली ती रात्र. फार उशीर झाला झोपी जायला; पण झोप कुठची येणार? त्या उष्ण जड हवेने मी गुदमरून गेलो. जणू त्या हवेत ऑक्सिजनच नव्हता. उष्णता अगदी असह्य होती. वरती तख्तपोशीला एक विजेचा पंखा टांगलेला होता; त्याची फिरणारी व आवाज करणारी पाती गारवा थोडाच आणीत होती? मला झोप येत नव्हती. नुसता श्वासोच्छ्वास करणे हे सुद्धा कष्टाचे काम आहे असे मला वाटू लागले. हवा इतकी उष्ण होती की माझ्या फुप्फुसांना प्रत्येक श्वासागणिक तो वेदना द्यायची. इतक्या उष्ण श्वासाची त्यांना सवय नव्हती. माझे दुबळे शरीर अगदी शिथिल झाले होते व त्यातून घामाच्या धारा सारख्या वाहत होत्या. तो घाम माझा पायजमा

शोषून घेत होता. शरीरापेक्षा माझ्या मेंदूला अधिक शीण आला होता. त्याला विश्रांती अशी मिळालीच नाही. त्या रात्री मला झोपच आली नाही व निद्रानाशाचे भूत माझ्या बोडक्यावर जे एकदा बसले, ते अगदी अखेर हिंदुस्थानचा किनारा सोडीतोपर्यंत. विषुववृत्तावरील ह्या उष्ण देशातील हवेशी मिळते जुळते घेण्याकरिता मला ही जणू अपरिहार्य किंमतच द्यावी लागली.

माझ्या बिछान्याभोवती मच्छरदाणी घातलेली आहे. जणू पांढरा बुरखाच तो! व्हरांड्यातील गच्चीकडे उघडत असलेल्या उंचशा खिडकीतून चंद्रप्रकाश आत येत होता आणि पांढुरक्या तख्तपोशीवर भेसूर छाया टाकीत होता.

गेल्या दिवसाच्या थरारून टाकणाऱ्या प्रसंगावर व आज सकाळी महमूद बेशी माझे जे बोलणे झाले त्यावर मी सारखा विचार करू लागलो. त्याने दिलेल्या खुलाशापेक्षा वेगळे असे स्पष्टीकरण मी शोधू लागलो. पण मला ते काही मिळेना. त्याचे ते तीस किंवा त्याहून जास्त जिन्न-गुलाम जर खरोखरीच अस्तित्वात असतील तर मग मध्ययुगीन काळातील आख्यायिका खऱ्या मानाव्या लागतील. सगळ्याच काही अशा थापा नसतील, त्या युगात. युरोपमध्ये प्रत्येक मोठ्या शहरात असे जादूगार असत व राजा व धर्मसत्ता यांनी त्यांच्या विद्येला दाबून टाकण्याचा कितीही प्रयत्न केला तरी त्यांचे महत्त्व कमी होत नसे.

जसजसा हा सारा प्रकार समजून घेण्याचा मी प्रयत्न करी, तसतसा मी अधिक गोंधळात पडे व मी माघार घेई.

महमूद बेने पेन्सिल व कागद अगदी एकाच वेळी मला हातात धरावयास का सांगितले? त्याचे ते भूतात्मे त्या पेन्सिलीच्या शिशातले अणू काढून घेऊन त्यांकरवी उत्तरे लिहीत असतील काय?

अशाच चमत्कारांची उदाहरणे मी आठवण्यास सुरुवात केली. प्रसिद्ध व्हेनेशियन प्रवासी मार्को पोलो याने आपल्या प्रवासाच्या हकिकतीत चीनमध्ये त्याला असे काही जादूगार भेटले त्यांचा वृत्तांत दिला आहे. चीन, तार्तार व तिबेटमध्ये त्याला असे लोक भेटले की जे प्रत्यक्ष स्पर्श न करता पेन्सिलीने लिहीत. आणि त्या जादूगारांनी मार्को पोलोला असे सांगितले होते की, ही विलक्षण व भेसूर विद्या त्यांच्यामध्ये फार पूर्वीपासून आहे. हे सर्व मला आठवले.

मला हेही आठवले की, थिऑसॉफिकल सोसायटीच्या संस्थापिका हेलेन पेट्रोना ब्लॅव्हटस्की हिनेही अशाच हकिकती सुमारे पन्नास वर्षांपूर्वीच्या नमूद करून ठेविल्या आहेत. तिच्या सोसायटीच्या काही खास सभासदांना तिच्यामार्फत लांबलचक असे काही संदेश मिळत. त्यांनी काही तत्त्वज्ञानविषयक प्रश्न तिच्यापुढे मांडावेत आणि

त्यांची उत्तरे तिच्याकडून त्यांना त्याच प्रश्नाच्या कागदावर तुटक अक्षरात लिहिलेली अशी मिळावीत. मादाम ब्लॅव्हॅटस्की हिला तार्तार व तिबेट या देशांची चांगली माहिती होती.

ह्या देशांत मार्को पोलो ह्यालाही असे लोकविलक्षण प्रसंग अनुभवास आले हेही लक्षात ठेवण्यासारखे आहे. पण ह्या गूढ प्रेतात्म्यांना आपण वश केले आहे असा महमूद बे दावा करी तसा दावा बाईने कधी केला नाही. तिचे म्हणणे असे की, ही जी अक्षरे चमत्कारिकपणे कागदावर लिहिली जात, ती तिचे तिबेटमधील गुरू लिहीत व ते गुरू जिवंत असत. पण अदृश्य स्वरूपात तिच्या सोसायटीच्या सभासदांना स्फूर्ती देण्याकरता अंतरिक्षात वावरत. इजिप्शियनच्या किमयेपेक्षा हा तिबेटी गुरूंचे चमत्कार अधिक विलक्षण असत. कारण तिबेटपासून शेकडो मैलांच्या अंतरावर अशी अक्षरे ते लिहून देत. त्या काळात या रशियन महिलेने नमूद केलेले चमत्कारिक अनुभव खरे होते की नव्हते, याबद्दल व तिचे तिबेटी गुरू खरेच जिवंत होते की काय, याबद्दल फार वादळ माजले होते. पण तो माझा विषय नाही. ती विख्यात व प्रतिभाशाली महिला दिवंगत होऊन बरीच वर्षे झाली व त्या परलोकात ती सांप्रत सुखाने नांदत असावी. पण माझा अनुभव मला माहीत आहे. ते अनुभव मी प्रत्यक्ष डोळ्यांनी पाहिलेले आहेत. त्या अनुभवांच्या खरेपणाबद्दल माझी खात्री आहे. पण त्याचे स्पष्टीकरण आज मला देता येत नाही. पुढे केव्हातरी देईन.

होय, महमूद बे हा जादूगार होत. आजच्या विसाव्या शतकात त्याने असाम ान्य प्रयोग करून दाखविले आहेत. हिंदुस्थानच्या भूमीवर पाय ठेवल्यावर अगदी सुरुवातीलाच त्याची भेट झाली. हा प्रसंग मोठा शुभसूचक व योग्य असाच होता. याहूनही जास्त चमत्कार माझ्या दृष्टोत्पत्तीस येतील याची ती एक पूर्वसूचना होती. लाक्षणिक अर्थाने बोलावयाचे म्हणजे माझ्या ह्या संशोधनाचे पर्वतशिखर गाठण्याच्या यात्रेतील हा पहिला डोंगर चढून झाला. माझी प्रवासवर्णनाची वही आतापर्यंत कोरीच होती. त्या वहीतील पहिले पान आज लिहिले गेले.

तो कागदाचा तुकडा माझ्याजवळ कित्येक महिने होता. आणि तोपर्यंत त्यावरील ते हस्ताक्षर नाहीसे झाले नाही. मी तो दोघातिघांना दाखविला व त्यावर लिहिलेल्या उत्तरांचा पडताळा त्यांनी ताबडतोब करून घेतला. म्हणजे हा जो अनुभव मला आला तो काही भ्रम वगैरे नव्हता हे उघड झाले.

४
मला एक प्रेषित भेटला

'तुम्हाला भेटायला मला फार आनंद वाटतो,' अशा काही औपचारिक शब्दांनी मेहेरबाबांनी माझे स्वागत केले. नियतीची अशी योजना होती की, त्यांनी पाश्चिमात्य आकाशात एखाद्या उल्केप्रमाणे चमकून जावे व युरोप व अमेरिकेमधील लाखो लोकांमध्ये आपल्यासंबंधी कुतूहल निर्माण करावे; आणि तशाच उल्केप्रमाणे तेजोहीन होऊन पाषाणस्वरूपात पृथ्वीवर पडून जावे. त्यांची मुलाखत घेणारा मीच पहिला पाश्चिमात्य वार्ताहर. मीच त्यांना त्यांच्या हिंदुस्थानातील राहण्याच्या ठिकाणी शोधून काढले. आसपासच्या लोकांखेरीज इतरांना त्यांचे नाव विशेष माहीत नव्हते.

त्यांच्या एका प्रमुख शिष्याशी माझी ओळख झाली. त्यांच्याशी माझा थोडाफार पत्रव्यवहार झाला. मनुष्यप्राण्याला मुक्ती मिळवून देण्याच्या कामी आपली स्वतःचीच नियुक्ती करणाऱ्यांच्या वर्गात हे मेहेरबाबा कसे मोडतात, याचे मला जरा आश्चर्यच वाटते. मुंबईचे दोन पारशी भक्त मला तेथपर्यंत पोचवायला आले. मुंबई सोडण्यापूर्वी त्यांनी मला सांगितले की, काही फुले व फळे त्यांच्यापुढे ठेवायला घेऊन जावीत. मग आम्ही बाजारात गेलो व त्यांनी माझ्याकरता हार, गुच्छ व फळे वगैरे घेतली.

दुसऱ्या दिवशी सकाळी आमची गाडी अहमदनगरला आली. सर्व रात्र प्रवासात गेली. अहमदनगरचा किल्ला ऐतिहासिक महत्त्वाचा आहे हे मला आठवले. कारण ह्याच ठिकाणी मोगल सिंहासनाचा देदीप्यमान हिरा व सद्धर्माचा प्रतिपालक, दुष्ट औरंगजेब बादशहा आपली भरगच्च अशी दाढी कुरवाळीत वारला. येथेच एका तंबूत त्याची शेवटची घटका भरली।

स्टेशनवर मेहेरबाबांच्या निवासस्थानी नेण्यासाठी एक डगमगणारी जुनी, महायुद्धाच्या वेळची फोर्ड गाडी उभी होती. सात मैलांचा प्रवास सपाट जमिनीवरून झाला. रस्त्याच्या दोन्ही बाजूस लिंबाची झाडे लावलेली होती. आम्ही एका खेडेगावात जाऊन पोचलो. गावातल्या देवळाच्या लहानशा कळसावर सभोवारच्या घरांची मातट छपरे उठून आलेली दिसत होती. शेजारून एक ओढा वाहत होता. त्याच्या दोन्ही बाजूंस पिवळी व गुलाबी रंगाची फुले फुललेली दिसत होती. आणि ओढ्याच्या गढूळ पाण्यात म्हशी डुंबत होत्या.

आम्ही मेहेरबाबांच्या निवासापर्यंत येऊन पोहोचलो. ती एक वसाहतच होती. बंगले मध्ये मध्ये जागा सोडून बांधलेले दिसले. एका शेतात तीन दगडी इमारती उभ्या होत्या. त्यात पूर्वी छावणीमधील सैनिक राहत होते. आता तो कँप तेथे नव्हता. शेजारच्याच शेतात तीन साधी लाकडाची घरे होती. तेथून पाव मैलावर एक लहानसे खेडे होते. त्याचे नाव आरणगाव. सभोवतालचा मुलूख उजाड व साधारण निर्जनसा. आपल्या गुरूची ही खेड्यातली राहण्याची जागा असून मुख्य केंद्र हे नाशिकजवळ आहे, असे मला त्या पारशी भक्तांनी सांगितले. ते पुढे म्हणाले की, बाबांचे दाट परिचयाचे भक्त तिकडे राहतात व तेथेच दर्शनार्थी लोकांची गर्दी जमते.

आम्ही जात असताना एका बंगल्यातून काही माणसे बाहेर आली. ती व्हरांड्यात ऐसपैस बसली. हसू खिदळू लागली. आपल्यामध्ये एक साहेब आला आहे हे पाहून ती खूश झालेली दिसली. आम्ही एक शेत ओलांडले व एका जागी येऊन पोचलो. ती जागा म्हणजे एक तयार केलेली गुहाच होती. दगड, वाळू व सिमेंट घालून तिचे बांधकाम पक्के केलेले होते. सुमारे आठ फूट तिची खोली होती. तिचे दार दक्षिण दिशेला होते. सकाळचे सूर्याचे ऊन त्या गुहेच्या अगदी आतपर्यंत येऊन पसरे. मी सभोवार पाहिले. शेतेच शेते एकमेकास लागून सगळीकडे दिसत होती. पूर्व दिशेला क्षितिजाला लागून डोंगराची एक रांग दिसत होती व खाली झाडाच्या छायेत गाव वसलेले दिसत होते. हे पारशी संत निसर्गसौंदर्याचे मोठे भोक्ते असावेत; कारण त्यांनी आपले निवासस्थान एकांत, शांत अशा ठिकाणी तयार केलेले होते. मुंबईच्या जीवनाच्या घरघरीपासून आत दूर कोठेतरी शांत स्थळी आल्याबद्दल मला फार बरे वाटले.

त्या गुहेच्या दारापाशी दोन माणसे संत्र्यासारखी पहारा करीत उभी होती. आम्ही आल्याबरोबर ती आत गेली व आपल्या गुरुजींना विचारले. 'तुम्ही आपली सिगारेट विझवून टाका. बाबांना धूम्रपान आवडत नाही.' माझ्याबरोबर आलेल्या एकाने मला सांगितले. मी सिगारेट बाजूला फेकून दिली. एक मिनिटानंतर त्यांनी मला गुहेत, तथाकथित एका 'नव प्रेषिता' पुढे नेले.

गुहेच्या अगदी टोकाला बाबा जमिनीवर मांडी घालून बसले होते. भुईवर एक पर्शियन रगची बिछायत घातली होती व त्यावर सुंदर आकृती व चित्रे काढलेली होती. त्यांच्याविषयीची जी माझी कल्पना होती, त्यापेक्षा वेगळी अशी त्यांची आकृती मला दिसून आली. त्यांचे डोळे भेदक नव्हते. त्यांच्या चेहऱ्यावर तेज नव्हते आणि जरी त्यांच्या आसमंतात मला एका विरक्त, संसाराबाहेरच्या सौम्य अशा वातावरणाचा अनुभव आला तरी मला कळेना की माझ्यावर अशी थरथरणारी प्रतिक्रिया का घडून येऊ नये! लाखो लोकांची निष्ठा प्राप्त करून घेणाऱ्या संतांच्या सान्निध्यात एक प्रकारचा आपल्या शरीरात कंप उठावा अशी प्रत्येकाची साधारणपणे अपेक्षा असते.

त्यांच्या अंगावर एक शुभ्र पांढरी, लांबशी कफनी होती. ती एखाद्या जुन्या इंग्लिश पद्धतीच्या नाईटशर्टसारखी दिसत होती! त्यांचा चेहरा प्रेमळ व उदारमनस्क दिसत होता. त्यांचे केस काळसर-तांबूस वर्णाचे असून ते त्यांच्या मानेवर रुळत होते. ते फार मऊ रेशमासारखे एखाद्या स्त्रीच्या केसासारखे दिसत होते. त्यांचे नाक सरळ पण पुढे कमानदार होऊन मग एकदम खाली गेलेले होते. डोळे काळे, मध्यम आकाराचे व स्वच्छ होते, पण मला ते काही भेदक वाटले नाहीत. वरच्या ओठावरची मिशी दाट पिंगट रंगाची भरपूर; त्यांचे पूर्वज मूळचे इराणचे म्हणून त्यांचा रंग गौर-गुलाबी. वय तरुण, तिशीच्या आसपास. त्यांच्या शरीरावयवांचा विशेष म्हणजे त्यांचे कपाळ. ते फारच अरुंद व डोक्याच्या बाजूस झुकते असे होते. मेंदू जेथे असतो त्या जागेच्या लहान-मोठेपणावरून माणसाच्या बुद्धीचा काही अंदाज करता येतो का? माणसाच्या कपाळावरून त्याच्या विचारशक्तीचा काही अंदाज करता येतो का? पण कदाचित जो प्रेषित आहे, तो ह्या शारीरिक मोजमापाच्या पलीकडचा असावा! शक्य आहे.

'तुम्हाला भेटायला मला आनंद वाटतो,' त्यांनी म्हटले. पण माणसाच्या नेहमीच्या बोलण्याच्या पद्धतीने नव्हे. त्यांच्या पुढ्यात एक मुळाक्षरांचा तक्ता होता. त्यातील अक्षरांवरून त्यांनी आपले बोट फिरविले. अशा तऱ्हेने शब्द तयार झाल्यावर त्याचा अर्थ मला त्यांच्या कारभाऱ्याने समजावून सांगितला. बाबा मौनी आहेत.

१९२५ च्या १० जुलैपासून बाबांनी आपल्या मुखातून एकही शब्द उच्चारला नाही. त्यांच्या कनिष्ठ बंधूंनी मला सांगितले की, हे नवीन पैगंबर जेव्हा बोलायला लागतील तेव्हा त्यांचा संदेश साऱ्या जगास थक्क करून सोडील! तोपर्यंत ते मौनव्रत धारण करून राहणार आहेत.

तक्त्यावरील अक्षरांवरून बोटे फिरवून बाबांनी माझी वैयक्तिक चौकशी केली; माझ्या एकंदर कार्याबद्दल, उद्देशाबद्दल प्रश्न विचारले आणि हिंदुस्थान देशाबद्दल मी

जी आस्था दाखविली त्याबद्दल संतोष प्रदर्शित केला. त्यांना इंग्लिश अगदी उत्तम येत होते तेव्हा माझ्या बोलण्याचे भाषांतर करण्याची जरूरच नव्हती. मी मुलाखत बराच वेळ मागितली होती. तेव्हा त्यांनी संध्याकाळ मुलाखतीसाठी मुकर केली. त्यांनी सुचविले की, 'जेवणखाण व विश्रांती अगोदर घ्या, मग बोलू.'

ठरल्या वेळी मी गुहेत गेलो. गुहेच्या आत उदासीन वाटले. कोपऱ्यात एक खाट होती; पण गादी वगैरे काही नव्हती. एक मोडकेतोडके टेबल व एक खुर्ची. खुर्ची इतकी जुनी होती की तिने शिपायांच्या बंडावेळी प्रथम काम दिले असावे. या ठिकाणी मला जवळजवळ एक आठवडा राहायचे होते. मी झरोक्यातून पाहत होतो. खाली दूरपर्यंत पसरलेली शेतेच शेते दिसत होती. त्यांची नांगरट व्हायची होती. दूर अगदी टोकाला काही झाडी दिसत होती. मधून मधून निवडुंगाची बेटे विखुरलेली दिसत होती.

असे चार तास निघून गेले. नंतर मी मेहेरबाबांच्या समोर पर्शियन गालिचावर बसलो. त्यांची प्रतिज्ञा अशी की सर्व मानवजातीला ते अध्यात्मप्रकाश दाखविणार आहेत व प्रत्यक्ष मार्गही दाखविणार आहेत. मला अजून ते शोधून काढावयाचे होते.

ही आपली प्रतिज्ञा, ही ग्वाही त्यांनी अगदी पहिल्याच वाक्यात, तक्त्यावरील अक्षरांवरून बोटे फिरवून सांगितली–

'मी साऱ्या जगाचा इतिहास बदलून टाकणार आहे!'

मी लगेच माझ्या नोंदवहीत टिपून घ्यायला लागलो. त्यांना ते पसंत पडले नसावे.

'हे जे तुम्ही काय लिहून घेत आहात ते मग इथून गेल्यावर लिहू शकणार नाही का तुम्ही?'

मी कबूल केले आणि जे काय मला टिपून घ्यायचे ते फक्त स्मृतिपटलावर नोंद करू लागलो.

'जडवादी व भौतिक सुखाच्या पाठीमागे लागलेल्या जगाला आध्यात्मिक जागृती देण्याकरिता जसे येशू ख्रिस्ताचे आगमन झाले, त्याप्रमाणे सांप्रतच्या मानवप्राण्याला आध्यात्मिक दृष्ट्या पुढे जोराने नेण्याकरिता मी अवतीर्ण झालो आहे. अशा तऱ्हेच्या ह्या दैवी घटना घडून येण्याकरिता एक निश्चित काळ–वेळ ठरलेली असते. आणि त्याप्रमाणे ती वेळ आली म्हणजे मी जगापुढे माझ्या खऱ्या स्वरूपात प्रकट होणार आहे. मोठमोठ्या धर्मोपदेशकांच्या, येशू ख्रिस्त, बुद्ध, महंमद, झरतुष्ट्र यांच्या शिकवणीत, तात्त्विक दृष्ट्या काही फरक नाही. हे सर्व परमेश्वराचे संदेशवाहक प्रेषित होत. त्यांच्या प्रमुख आज्ञा एका सुवर्णाच्या तारेसारख्या त्यांच्या शिकवणीतून

ओवलेल्या आहेत. ज्या वेळी जगास त्यांच्या मदतीची अत्यंत जरुरी असते; ज्या वेळी मानवाचे जीवन अगदी खालच्या थराला गेलेले असते; ज्या वेळी भौतिकवादाची सर्वत्र फत्ते झालेली दिसून येते, त्या वेळी हे ईश्वरी अवतार जगात अवतीर्ण होतात. अशा तऱ्हेची वेळ ही सध्या येऊ घातलेली आहे. सांप्रत सारे जग हे वैषयिक सुखांच्या उपभोगात गुरफटून गेले आहे; वांशिक स्वार्थात व पैशाच्या पाठीमागे लागले आहे. ईश्वराची कोणाला आठवण राहिलेली नाही. खऱ्या धर्माची कुचेष्टा होत आहे; माणसाला जीवन पाहिजे असते आणि पुरोहितवर्ग त्यास बहुधा धोंडा देत असतो, त्याकरिता ईश्वरास ह्या जगात खऱ्या उपासनेचा मार्ग प्रस्थापित करण्याकरिता व भौतिक सुखाच्या पाठीमागे लागून मोहनिद्रेत गढून राहिलेल्या लोकांना जागे करण्याकरिता आपला खरा प्रेषित पाठवावयास पाहिजे. पूर्वी जे प्रेषित होऊन गेले, त्यांच्याच मार्गाने मी जात आहे; हे माझे धर्मकार्य आहे. परमेश्वराने मला तशी आज्ञा केली आहे.'

त्यांचा कारभारी ही सर्व आश्चर्यकारक विधाने आग्रहपूर्वक करीत असताना मी शांतपणे ती ऐकत होतो. मी माझे मन खुले ठेवले होते; मला टीका करावयाची नव्हती की मानसिक विरोध दर्शवायचा नव्हता. याचा अर्थ असा नव्हता की, त्यांची ही सर्व विधाने मला मान्य होती. पौर्वात्य माणसात वावरायचे म्हणजे त्यांचे म्हणणे प्रथम शांतपणे ऐकून घ्यावे लागते हे मला माहीत होते. नाहीतर पाश्चिमात्य माणसाला कष्ट करूनही त्यांच्याकडून फारसे मिळत नाही. पौर्वात्यांच्या ह्या अशा विधानांत ग्राह्यांशही कमी असतो. सत्य असे असते की, त्याची कितीही कडकपणे कसोटी घ्या; ते टिकूनच राहते. पण पाश्चिमात्य माणसाला पौर्वात्य वातावरणाला अनुकूल असा आपल्या संशोधन पद्धतीत बदल करून घ्यावा लागतो.

मेहेरबाबांनी माझ्याकडे पाहून दिलखुलासपणे हास्य केले व ते पुढे म्हणाले, 'लोकांनी अधिक चांगले जीवन जगावे व परमेश्वराच्या भक्तीला लागावे म्हणून त्यांना मार्गदर्शक असे नियम व कायदे हे प्रेषित तयार करीत असतात. हेच नियम पुढे 'धर्म' बनतात; पण कोणत्याही अशा एका धर्मसंस्थापकाच्या हयातीतले आदर्श आणि प्रेरणात्मक व क्रियाशील आदेश त्याच्या मृत्यूनंतर हळूहळू विसरले जातात. आणि म्हणूनच ह्या धर्मसंस्था आध्यात्मिक सत्य लोकांच्या दृष्टिपथात आणू शकत नाहीत. खरा धर्म ही नेहमी एक वैयक्तिक बाब असते. धार्मिक संस्था ह्या एखाद्या पुरातन वस्तुसंशोधन खात्यासारख्या जुन्या गोष्टींना पुनः जिवंतपणा आणून देणाऱ्या संस्था बनतात. म्हणून मी काही एखादा नवीन धर्म किंवा पंथ किंवा संस्था स्थापन करणार नाही. पण लोकांच्या धार्मिक विचारांचे मी पुनरुज्जीवन करणार आहे. त्यांच्यामध्ये जीवनाची एक उच्च विचारसरणी प्रस्तुत करणार आहे. धर्मसंस्थापकांच्या मरणानंतर

कित्येक शतकांनी निर्माण झालेले दुराग्रह पुष्कळदा एकमेकांपासून फार भिन्न बनतात, पण सर्व धर्माची मूलतत्त्वे खरोखरी एकच आहेत. याचे कारण अगदी साधे आहे. सर्व धर्मांचा उगम एकच आहे. तो म्हणजे परमेश्वर. म्हणून मी लोकांपुढे प्रचार करण्याकरिता जेव्हा उभा राहीन, तेव्हा कोणत्याही प्रचलित अशा धर्माला मी कमी लेखणार नाही; तसेच मी कोणत्याही अशा विशिष्ट धर्माला उचलून धरणार नाही. पंथविषयक भेदभावांपासून लोकांची मने मला दूर काढून न्यायची आहेत म्हणजे मूलगामी सत्य तत्त्वांवर त्यांची निष्ठा बसेल. हे लक्षात ठेवा की, प्रत्येक प्रेषित लोकांपुढे प्रकट होण्यापूर्वी कालमानाचा, परिस्थितीचा, तत्कालीन लोकमताचा विचार करीत असतो. आणि त्यामुळे अशा परिस्थितीला अनुरूप असाच तात्त्विक उपदेश तो लोकांना करतो व तो उपदेश लोकांना चांगला पटतो.'

मेहेरबाबा नंतर काही वेळ थांबले. माझ्या डोक्यात हे सारे विचार उतरले की नाही हे त्यांनी पाहिले व मग ते एका निराळ्या विषयावर बोलू लागले.

'ह्या आधुनिक युगात सर्व राष्ट्रांचा एकमेकांशी कसा चुटकीसरशी संबंध येतो हे तुम्ही पाहिले असेलच. रेल्वे, आगबोटी, टेलिफोन, केबल, बिनतारी तारायंत्र व वर्तमानपत्रे यांकरवी जग एकत्र आणलेले आहे. निरनिराळ्या राष्ट्रांचे परस्परसंबंध निगडित करून टाकलेले आहेत, हे तुम्ही पाहतच आहात ना? एका देशात घडून आलेल्या महत्त्वाच्या प्रसंगाची बातमी दहा हजार मैल दूर असलेल्या अशा देशातील लोकांना एका दिवसाच्या अवधीत कळून येते. म्हणून ज्याला काही महत्त्वाचा संदेश द्यावयाचा असेल तर त्याला श्रोते म्हणून अखिल मनुष्यमात्र ताबडतोब मिळू शकेल. या सर्व घटनांचे एक जबरदस्त कारण आहे. जगातील साऱ्या मानववंशांना व देशांना एक जागतिक अध्यात्मनीती प्रदान करावयाची वेळ जवळ येऊ लागली आहे. दुसऱ्या शब्दांत सांगावयाचे म्हणजे माझ्याकरिता जगभर एक संदेश पाठविण्याच्या योजनेची तयारी केली जात आहे!'

हे गुदमरून टाकणारे निवेदन ऐकल्यावर कोणालाही असे समजून येईल की, मेहेरबाबांचा आपल्या स्वतःच्या भविष्याबद्दल अमर्याद विश्वास आहे आणि त्यांची वागण्याची जी पद्धत आहे त्यावरून त्या विश्वासाबद्दल कोणाचीही खात्री होईल. त्यांच्या स्वतःच्या अंदाजाप्रमाणे त्यांच्या शेअराचा भाव एक दिवस अतोनात वाढणार आहे!

'पण ह्या तुमच्या प्रेषित-कार्याविषयी तुम्ही जगाला केव्हा कल्पना देणार?' मी विचारले.

'मी माझे मौन सोडणार व मग सगळीकडे जेव्हा गोंधळ व अंदाधुंदी माजेल

तेव्हा मी माझा संदेश सगळ्यांना सांगणार; कारण त्याच वेळी त्या संदेशाची अत्यंत जरुरी असेल. त्या वेळी या पृथ्वीवर जणू प्रलयकाळ ओढवेल. भूकंप, ज्वालामुखीचे उद्रेक यांनी सारी पृथ्वी हादरून निघेल. महापूर येतील, पूर्व व पश्चिम यामधील राष्ट्रात तुंबळ युद्ध माजेल. हे सर्व साऱ्या जगाला सहन करावे लागेल. कारण मानवप्राण्याची पातकेच तशी आहेत.'

'हे तुंबळ युद्ध कधी सुरू होईल काही सांगता येईल का आपल्याला?'

'होय. फार दूर नाही ते युद्ध. पण ते नक्की केव्हा सुरू होईल याची तारीख मला सांगायची नाही.'

'फार भयंकर भविष्य आहे!' मी उद्‌गार काढले.

जणू दिलगिरी प्रदर्शित करण्याकरिता मेहेरबाबांनी आपली बारीक, टोकदार बोटे लांब पसरली.

'होय. हे युद्ध गेल्या युद्धापेक्षा भयंकर होईल. कारण शास्त्रीय शोधांमुळे त्याची संहारशक्ती अधिक तीव्र होईल. तथापि ते अल्पकाळच टिकेल. थोडे महिनेच ते चालेल. आणि त्याची तीव्रता जेव्हा अगदी शिगेला पोचेल, तेव्हा मी प्रगट होईन आणि साऱ्या जगाला माझ्या धर्मप्रचाराचा हेतू समजावून देईन. माझ्या भौतिक प्रयत्नांनी व आध्यात्मिक शक्तीने ते युद्ध मी एकदम थांबवीन व साऱ्या जगात शांतता पुनरपि प्रस्थापित करीन. परंतु या पृथ्वीवर त्याच वेळी निसर्गामध्ये प्रचंड घडामोडी होतील. जगाच्या निरनिराळ्या भागात प्राणहानी मनस्वी होईल. मालमत्तेचा नाश होईल. जागतिक परिस्थितीच अशी होईल की मला प्रेषित म्हणून कार्य करावे लागेल.'

त्यांचा कारभारी बुटका, काळासावळा, मराठी माणूस होता. त्याच्या डोक्याला काळी गोल टोपी होती. मेहेरबाबांनी आपले बोलणे संपविल्यावर तो माझ्याकडे अगदी गंभीर मुद्रेने पाहत राहिला. चेहऱ्यावर त्याने असा आविर्भाव आणला होता की जणू त्यांस असे म्हणावयाचे होते, 'पाहा! पटतेय का तुम्हाला हे? आम्हाला इथे बसून किती महत्त्वाच्या गोष्टी समजून येतात पाहा!'

त्याच्या गुरुजींची बोटे फिरून तक्त्यावरील अक्षरांवरून फिरू लागली व ते एक नवीन गोष्ट मला समजावून सांगू लागले.

'युद्धानंतर शांतता येईल. दीर्घकाल ती टिकेल. जगात सगळीकडे स्थिरस्थावर होईल. निःशस्त्रीकरण हा केवळ बोलण्याचा विषय राहाणार नाही. ते प्रत्यक्षात घडून येईल. वांशिक व जातीय संघर्ष संपुष्टात येईल; धर्माधर्मातील वैरभाव नाहीसा होईल. मी साऱ्या जगभर प्रवास करीन. लोक मला मोठ्या उत्सुकतेने भेटायला येतील.

माझा ईश्वरी संदेश सगळीकडे जाऊन पोचेल. प्रत्येक देशात, प्रत्येक गावात, प्रत्येक खेड्यात सुद्धा तो जाऊन पोचेल. विश्वबंधुत्व, शांतता, दीनदुबळ्या लोकांकरिता सहानुभूती, ईश्वरावर प्रेम या सर्व गोष्टी मी प्रस्थापित करीन.'

'तुमच्या स्वतःच्या देशाचे, भारताचे काय?'

'भारतात ह्या विघातक जातिसंस्थेचे पूर्ण निर्मूलन व तिचा नाश होईपर्यंत मी विश्रांती अशी घेणार नाही. या जातिसंस्थेमुळे भारताला जगातील राष्ट्रांपुढे मान खाली घालावी लागत आहे. ज्या वेळी जातिबहिष्कृत व खालच्या जाती यांची उन्नती होईल, तेव्हा भारताची जगातल्या बलाढ्य व वजनदार राष्ट्रात गणना होईल.'

'आणि त्या राष्ट्राचे भविष्य काय?'

'इतके दोष असूनही अध्यात्मदृष्ट्या भारत हे सर्वांत उच्च राष्ट्र आहे. भविष्यकाळात भारत हे सर्व राष्ट्रांच्या अग्रस्थानी नैतिकदृष्ट्या असेल. सगळ्या धर्मांचे महान संस्थापक पूर्वेकडेच जन्मास आले आणि आध्यात्मिक प्रकाश दाखविण्याच्या दृष्टीने लोकांनी पूर्वेकडेच पाहिले पाहिजे.'

पाश्चिमात्य राष्ट्रे लहानशा शेळपट काळ्यासावळ्या लोकांच्या पायथ्याशी बसून आहेत असे चित्र मनःश्चक्षूपुढे उभे करण्याचा मी फार प्रयत्न केला; पण मला जमले नाही. कदाचित माझी अडचण कफनी धारण करणाऱ्या व माझ्या पुढ्यात बसलेल्या बाबांनी जाणली असावी; कारण ते लगेच म्हणाले.

'भारताचे पारतंत्र्य हे खरे पारतंत्र्य नव्हे. ते फक्त ऐहिक जीवनाचे आहे म्हणून अल्पकालीन आहे. या राष्ट्राचा आत्मा अमर आहे. जरी बाह्यतः हे राष्ट्र शक्तिहीन झालेले असले तरी या राष्ट्राचा आत्मा महान आहे.'

हा जो त्यांनी बारीक सूक्ष्म खुलासा केला, तो मला काही समजला नाही. मी पूर्वीच्याच विषयाकडे वळलो.

'पश्चिमेकडील जगात या तुमच्या संदेशातील बहुतेक गोष्टी आमच्या कानी इतरांकडून येतात. त्यामुळे तुम्ही जे काही सांगता त्यात नवीन असे काही नाही.'

'माझे शब्द पुरातन आध्यात्मिक सत्याचा पुनरुच्चार करीत असतील कदाचित, पण जागतिक जीवनात नावीन्य आणून देण्याची गूढ शक्ती माझीच आहे.'

या बोलण्यावर माझी मती गुंग झाली; माझे डोके चालेना. थोडा वेळ शांतता टिकली. मी आणखी काही प्रश्न विचारले नाहीत. मी गुहेच्या बाहेर पाहू लागलो. आकाशात मार्तंड आपल्या प्रखर उष्णतेने मनुष्यमात्र, जनावर व धरती यांना जणू भाजून काढीत होता. अशीच काही मिनिटे निघून गेली. या अशा निर्जन गुहेत बसून

प्रखर उन्हात भोळ्याभाबड्या लोकांच्या मेळाव्यामध्ये जगदोद्धार करण्याची योजना आखणे हे सोपे आहे; पण बाहेरच्या वस्तुनिष्ठ जगात, भौतिक सुखाच्या पाठीमागे लागलेल्या गजबजलेल्या शहरात, कठीण जीवनात या साऱ्या योजना उगवत्या सूर्यापुढे जसे धुके वितळून जावे तशा वितळून जातात.

'युरोप हे वस्तुनिष्ठ आहे; अश्रद्ध आहे.' मी त्या नवप्रेषिताकडे वळून व पाहून म्हटले, 'या अज्ञ माणसांची मने तुम्ही आपल्या स्वतःच्या आध्यात्मिक शिकवणुकीकडे कशी वळविणार? सर्वसाधारण पाश्चिमात्य माणूस तुम्हाला स्पष्ट सांगेल, की हे अगदी अशक्य आहे. तुमच्या बोलण्याला तो हसेल. तुम्हाला वाईट वाटेल.'

'अरेरे! काळ कसा बदलून जाईल हे तुम्हाला कळत नाही.'

मेहेरबाबांनी आपल्या फिकट नाजूक हातांनी टाळी वाजविली आणि आणखीन काही थरारून टाकणाऱ्या घोषणा केल्या. ह्या घोषणा पाश्चिमात्य माणसाला भरमसाटशा वाटतील; पण त्यांना त्याचे काही वाटले नाही. त्यांची वागण्याची पद्धत अगदी व्यवहारी होती.

'एकदा मी प्रेषित असल्याची जाहीर घोषणा केली म्हणजे माझी अतींद्रिय शक्ती माझ्यापासून कोणीही हिरावून घेऊ शकणार नाही. त्याच वेळी माझे अवतारकार्य लोकांना पटावे म्हणून मी उघड चमत्कारही करून दाखवीन. आंधळ्यांना दृष्टी आणून देईन; दुखणाइतांना बरे करीन; लुळ्या-पांगळ्यांना बरे करीन. एवढेच नव्हे तर मेलेल्यांना जिवंतही करून दाखवीन. ह्या साऱ्या गोष्टी म्हणजे माझ्या हाताचा मळ आहे. हे मी चमत्कार करून दाखवीन म्हणजे त्यामुळे सगळीकडच्या लोकात माझ्याविषयी श्रद्धा निर्माण होईल; त्यांना माझा संदेश पटेल. हे चमत्कार मी नुसते कुतूहल पुरविण्याकरिता करणार नसून नास्तिक लोकांच्या मनात आस्तिक्यबुद्धी निर्माण व्हावी या हेतूने करणार आहे.'

माझी श्वासगती थांबली. व्यावहारिक बोलण्याच्या पद्धतीची ह्या मुलाखतीने सीमा ओलांडली. माझे मन चाचरायला लागले. पूर्वेकडील लोकांच्या कल्पनासृष्टीत मी आता प्रवेश केला.

'तथापि, तुम्ही गैरसमज करून घेऊ नका,' त्या पारशी प्रेषिताने आपले बोलणे पुढे चालू केले, 'मी माझ्या भक्तांना नेहमी सांगतो की, हे चमत्कार मी सर्वसाधारण जनतेकरिता करून दाखविणार आहे; त्यांच्याकरिता नाही. तसे पाहिले तर चमत्कार करून दाखविण्याची मला बिलकूल इच्छा नाही. पण त्यामुळेच साध्याभोळ्या लोकांचा माझ्या शब्दांवर विश्वास बसेल. चमत्कारांनी त्यांना थक्क करून टाकण्याचा

माझा हेतू इतकाच की, त्यांच्यामध्ये आध्यात्मिक जागृती घडवून आणावी.'

'बाबांनी काही चमत्कार करून दाखविलेही आहेत,' त्यांच्या कारभाऱ्याने मध्येच पुस्ती जोडली.

मला ताबडतोब सुचले.

'उदाहरणार्थ?' मी लगेच पृच्छा केली.

बाबांनी किंचित स्मित करून नापसंती दर्शविली.

'विष्णू, यांना पुनः केव्हातरी सांग, आताच नको,' त्यांनी कळविले, 'कोणताही चमत्कार जरूर तेव्हा मी करून दाखवू शकतो. माझी दिव्य अवस्था ज्यांनी प्राप्त करून घेतली आहे त्यांपैकी कोणालाही ते करून दाखविता येतील.'

मी मनात ठरविले की, उद्या कारभाऱ्यांना विचारून या चमत्काराबद्दल खुलासेवार माहिती काढून घ्यावी. माझ्या या संशोधनात तो एक मनोरंजक ठरेल. माझ्या या संशोधनाचे स्वरूप चौकस, दूरदर्शी होते व जी काय खरीखुरी हकीगत मला कळून येईल, त्याचा मला यथायोग्य उपयोग करून घेता येण्यासारखा होता; चवीला दळण मिळण्यासारखा.

नंतर काही वेळ स्तब्धता. संतमहाशयांना आपल्या जीवनक्रमाविषयी मला काही माहिती द्या म्हणून मी विनंती केली.

'विष्णू, त्यांना तेही सांगून टाक,' त्यांनी मला आपल्या कारभाऱ्याकडे सोपविले. 'तुमचा इथे काही दिवस मुक्काम आहे ना? मग आमच्या भक्तांशी तुम्हाला भरपूर बोलता येईल. माझ्या मागच्या इतिहासाबद्दल ते तुम्हाला सांगतील.'

नंतर बोलणे इतर विषयांवर चालले. लवकरच मग आमची मुलाखत संपली. मी जेव्हा माझ्या मुक्कामाच्या जागी परतलो, तेव्हा प्रथम मी सिगरेट पेटविली. कित्येक तास मला ती ओढता आली नव्हती. तिच्यातून निघणाऱ्या व स्वैरपणे सभोवार पसरणाऱ्या सुवासिक धूम्रवलयांकडे मी नुसता बराच वेळ पाहत राहिलो.

***

त्या दिवशी दुपारी ऊन उतरल्यावर संध्याकाळी एक थोडा चमत्कारिक प्रसंग माझ्या नजरेस दिसून आला. आकाशात तारे नुकतेच लुकलुकायला लागले होते. सूर्य अजून पुरता मावळला नव्हता. आणि त्या अंधुकशा प्रकाशात काही कंदिलांचा मंद प्रकाश दिसू लागला. मेहेरबाबा आपल्या गुहेत बसलेले होते. त्यांच्यासभोवार निरनिराळ्या रंगांचे कपडे व शिरोभूषणे घातलेली भक्तमंडळी, पाहुणे मंडळी व जवळच्या आरणगावची मंडळी जमू लागली. ती सर्व गुहेच्या बाहेर अर्धवर्तुळाकार

अशी बसली.

नंतर आरतीला सुरुवात झाली. जेथे जेथे म्हणून मेहेरबाबा संध्याकाळच्या वेळी असतील तेथे हा आरतीचा सोहळा होतो. एक भक्त हातात पितळेची आरती घेऊन बाबांना ओवाळतो. त्या आरतीची वात तेलात बुडविलेली असून त्या तेलात चंदनी तेल टाकून त्यास सुवास आणलेला असतो. भक्त बाबांपुढे आरती सात वेळा ओवाळतो, नंतर मग जमलेली मंडळी भजनाला सुरुवात करतात. त्यांच्या मराठी बोलीतल्या त्या आरतीत बाबांचे नाव अनेकदा येई. आरतीमध्ये त्यांची अवास्तव स्तुती भरपूर येणे अगदी समजण्यासारखे आहे. प्रत्येकजण आरती म्हणताना त्यांच्याकडे आदराने बघे. मेहेरबाबांचा धाकटा भाऊ एका लहानशा पेटीवर वाजवायला बसतो व आरती म्हणणाऱ्यांच्या आवाजात आपला आक्रोशाचा आवाज मिसळून देतो.

आरती झाल्यानंतर प्रत्येक भक्त रांगेत उभा राहून क्रमाक्रमाने गुहेत जाऊन बाबांच्या पुढ्यात लोटांगण घालतो व त्यांच्या उघड्या पायावर मस्तक ठेवतो; त्यांच्या पायांचे चुंबन घेतो. काही काही भक्त तर इतके श्रद्धाळू व भाविक असतात की ते अगदी मिनिटभर चुंबन घेत असतात. मला असे सांगण्यात आले की, हा जो चुंबनविधी होत असतो, त्यामुळे भक्ताचे आध्यात्मिकदृष्ट्या कल्याण होते; त्याला मेहेरबाबांचे आशीर्वाद मिळतात व अभावितपणे त्याच्या काही पापांचे क्षालन होते.

नंतर मी आपल्या मुक्कामाच्या ठिकाणी गेलो व आता उद्या काय आणखी बघावयास मिळणार, या विचारात गर्क झालो. रात्र चांगलीच झाली होती. दूर शेतांच्या पलीकडे, जंगलात कोल्हेकुई ऐकावयास येई व तो रात्रीच्या नीरव शांतीचा भंग करून टाकी.

दुसऱ्या दिवशी मी कारभाऱ्यांना भेटलो व इतर काही इंग्रजी बोलणाऱ्या भक्तांना एकत्र आणून एक लाकडी बंगल्यासमोरच्या अंगणात अर्धवर्तुळाकार हारीने बसलो. ज्यांना इंग्रजी समजत नव्हते ते थोडेसे अंतरावर बसले. सस्मित चेहऱ्यांनी, कुतूहलपूर्ण नयनांनी ते आमच्याकडे पाहू लागले. या सर्व लोकांच्या मनातल्या व इथल्या साऱ्या आठवणींतून मी त्यांच्या गुरूविषयीच्या हकिकतींचा सारांश काढू लागलो. काही हकिकती मला अगोदरच माहीत झालेल्या होत्या.

त्यांचे वैयक्तिक नाव मेहेर; पण ते स्वतःला 'सद्गुरू मेहेरबाबा' म्हणवून घेतात. सद्गुरू म्हणजे 'पूर्ण गुरू' आणि बाबा म्हणजे भारतातील काही लोकांचे साधारणपणे वापरले जाणारे लाडके नाव. फक्त याच नावाने त्यांचे शिष्य व भक्त त्यांना हाक मारतात.

मेहेरबाबांचे वडील झरतुष्ट्र धर्माचे इराणी. अगदी तरुणपणी गरीब स्थितीत ते

हिंदुस्थानात आले. मेहेर हा त्यांचा पहिला मुलगा. त्याचा पुणे शहरी १८९४ मध्ये जन्म झाला मुलाला पाचव्या वर्षी शाळेत घातले. अभ्यासात तो हुशार होता. सतराव्या वर्षी तो मॅट्रिक्युलेशन परीक्षा झाला. नंतर त्याने पुण्याच्या डेक्कन कॉलेजमध्ये नाव घातले व दोन वर्षेत्याने चांगले आधुनिक शिक्षण प्राप्त करून घेतले.

आणि मग त्यांच्या आयुष्याला वक्रगती मिळाली; काही अतर्क्य घटना घडून आल्या. एके दिवशी संध्याकाळी ते शाळेतून सायकलवर घरी परत येत होते. वाटेत एका सुप्रसिद्ध मुसलमान फकीर बाईचे ठिकाण होते. त्या बाईचे नाव हझरत बाबाजान. तिची उमर शंभराहून जास्त होती असे लोक म्हणत. तिचे ठिकाण किंवा घर म्हणजे काय ? एक लाकडाची झोपडीवजा खोली. खोलीच्या बाहेर ओटी होती व ओटीवर एक बाकडे होते. त्या बाकड्यावर बाई रेलून बसली होती. मेहेरबाबांची सायकल बाईसमोर आली. बाई उठली व तिने छोट्या मेहेरबाबांना खुणेने आपल्याजवळ बोलावले. ते सायकलवरून खाली उतरले व तिच्याजवळ गेले. तिने त्यांचे हात आपल्या हातात घेतले; त्यांना कवटाळले व त्यांच्या कपाळाचे चुंबन घेतले.

त्यानंतर पुढे काय झाले हे कोणाला नीटसे माहीत नाही. पण मला वाटते की ते घरी पोचले ते भ्रमिष्ट स्थितीत. नंतर पुढे आठ महिने त्यांची बुद्धी कमी कमी होत गेली. त्यांच्याकडून कॉलेजचा अभ्यास नीटसा होईना. शेवटी त्यांनी कॉलेज सोडून दिले. कारण वर्गात काय चालले आहे ते त्यांना मुळी समजेचना.

त्यानंतर छोट्या मेहेरची स्थिती अर्धवट वेड्या माणसासारखी झाली. स्वतःच्या शरीराचा सांभाळही त्यांना करता येईना. त्यांचे डोळे मंद व निस्तेज झाले. साधारण माणसाच्या ठिकाणी जी अगदी सामान्यशी बुद्धी असते, जेवण्याखाण्याची, आंघोळ करण्याची, मलमूत्रविसर्जनाची वगैरे तेवढी सुद्धा शुद्ध त्यांच्या ठिकाणी राहिली नाही! त्यांचे वडील जेव्हा 'जेव' म्हणत, तेव्हा ते एखाद्या यंत्रासारखे घास घेत. अन्यथा त्यांना समजत नसे की ताट त्यांच्यापुढे का ठेवले आहे? थोडक्यात सांगावयाचे म्हणजे ते सर्व शारीरिक व्यवहार एखाद्या कळसूत्री बाहुलीसारखे करीत.

वय विसाचे पण त्यांच्या आईबापांना त्यांची काळजी एखाद्या तीन वर्षांच्या मुलासारखी घ्यावी लागे. वाढत्या वयाबरोबर त्यांची बुद्धी मात्र अधिकाधिक लहान मुलासारखी होऊ लागली. त्यांचे वडील घाबरून गेले, त्यांना वाटले की परीक्षेच्या अभ्यासाचा मुलाच्या मनाला ताण बसला. त्यांनी त्यांना निरनिराळ्या डॉक्टरांना दाखविले. त्यांच्या मते त्यांना मानसिक धक्का बसला आहे व त्यावर त्यांनी त्यास इंजेक्शने दिली. साधारण नऊ महिन्यांनी त्यांच्या ह्या शोचनीय अवस्थेत उतार पडला व त्यांची तब्येत सुधारू लागली. त्यांना सभोवतालच्या परिस्थितीचा सबुद्धिक उमज पडू लागला व ते साधारण माणसासारखे हुशारीने वागू लागले.

त्यांची तब्येत बरी झाल्यावर त्यांचा स्वभाव अजिबात बदलल्याचे आढळून आले. अभ्यासात त्यांचे लक्ष लागेना. काहीतरी जबाबदारीचे कार्य घेऊन जगात पुढे यावे अशीच त्यांना मुळी इच्छाच होईना. खेळात पूर्वी ते रमत असत. त्याचाही त्यांना आता विसर पडला. ह्या सर्व गोष्टींच्या ऐवजी धार्मिक जीवनाची तीव्र तळमळ त्यांच्या ठिकाणी उत्पन्न झाली व आध्यात्मिक प्रगती सतत चालू राहावी ही ईर्षा त्यांच्या ठिकाणी निर्माण झाली.

मेहेरबाबांची अशी भावना होती की, त्या मुसलमान फकीर बाईने त्यांच्या कपाळाचे जे चुंबन घेतले त्यामुळे हे सारे मानसिक स्थित्यंतर घडून आले, म्हणून ते त्या म्हाताऱ्या बाईकडे फिरून गेले व आता आपण पुढे काय करावे, म्हणून त्यांनी तिला सल्ला विचारला. तिने त्यांना 'गुरू शोधून काढ' म्हणून सांगितले. 'गुरूचा अनुग्रह करून घ्यावयास पाहिजे का,' म्हणून तिला विचारले असता तिने उत्तर म्हणून हवेत आपला हात सहज कसातरी फिरविला.

त्या भागात वास करीत असलेल्या प्रसिद्ध अशा कित्येक महात्म्यांना ते भेटून आले. नंतर ते पुढे पुण्याच्या बाजूस सुमारे शंभर मैलाच्या अंतरावर गावोगाव हिंडायला निघाले. असे हिंडत असताना ते साकोरीला पोचले. तेथे एका देवळात शिरले. देऊळ लहानसेच पण दगडाचे होते. त्या देवळात एक महात्मा राहत असे. त्याचे नाव उपासनी महाराज. मेहेरबाबा उपासनी महाराजांना भेटले. त्यांना पाहिल्यावर आपल्याला आपला गुरू भेटला असे त्यांना वाटले.

पवित्र जीवन व्यतीत करण्याची कांक्षा मनात धरणाऱ्या या तरुण साधकाने मग साकोरीच्या वाऱ्या करण्यास सुरुवात केली. ते आपल्या गुरूकडे साधारणपणे थोडे दिवसच राहत. पण एकदा ते तेथे जवळ जवळ चार महिने राहिले. मेहेरबाबा म्हणतात की, या अवधीत गुरूंनी त्यांना अगदी पूर्ण केले. त्यांचे जे पुढे कार्य होते त्याकरिता त्यांना तयार केले. एके दिवशी संध्याकाळी मेहेरबाबांनी आपले जुने शाळकरी बंधू व बालमित्र जमविले; त्यांना सांगितले की, एक महत्त्वाची सभा आहे, चला; म्हणून त्या सगळ्यांना ते साकोरीला देवळात उपासनी महाराजांकडे घेऊन गेले. सभेला सगळे बसले. देवळाची दारे लाविली. मग उग्र चेहऱ्याच्या त्या महात्म्याने, उपासनी महाराजांनी, मुलांना उद्देशून बोलावयास सुरुवात केली. भाषणात त्यांनी धर्माविषयी, सदाचाराविषयी चर्चा केली. मुलांना सांगितले की, आपण मेहेरला आपला वारस केला आहे. आपला उत्तराधिकारी केला आहे; त्याला आपल्या सिद्धी व ज्ञान देऊन टाकले आहे व मेहेरला साक्षात्कार झालेला आहे; त्याला दैवी पूर्णता प्राप्त झालेली आहे तेव्हा त्यांनी मेहेरला आपले गुरू मानावे म्हणजे त्यांना या लोकी व परलोकी स्वात्मसुखाचा लाभ होईल.

त्या श्रोत्यांपैकी काहींनी त्यांचा उपदेश घ्यायचे ठरविले तर काही संशयग्रस्तच राहिले. त्यानंतर एक वर्षाने जेव्हा मेहेरबाबांचे वय सत्तावीस झाले, तेव्हा त्यांनी ह्या आपल्या लहान चमूला सांगून टाकले की, आता आपल्याला एक दिव्य धर्मकार्य करावयाचे आहे; त्याची जाणीव व्हायला लागली आहे; आणि मनुष्यमात्रास अत्यंत महत्त्वाचे असे प्रचंड कार्य करावयाचे ईश्वराने आपल्यावर सोपविलेले आहे. ते धर्मकार्य कोणत्या स्वरूपाचे आहे याचा खुलासा त्यांनी सरळ केला नाही, पण काही थोड्या वर्षांनी ते गुपितही त्यांनी सांगून टाकले. ते म्हणजे आपण स्वतः प्रेषित पैगंबर व्हावे अशी परमेश्वरी योजना आहे.

१९२४ मध्ये अगदी प्रथमच असे ते हिंदुस्थान सोडून परदेशास गेले. आपल्या सहा शिष्यांसह त्यांनी इराणकडे प्रयाण केले. आपल्या पूर्वजांची भूमी दृष्टीखाली घालावयाची आहे असे त्यांनी लोकांत जाहीर केले. त्यांची बोट जेव्हा बुशायर बंदरात आली, तेव्हा त्यांनी आपला विचार बदलला व बोटीने ते हिंदुस्थानात आले. तीन महिन्यांनी नंतर इराणमध्ये बंडखोरांनी तेहरान काबीज केले व जुनी राजवट नष्ट केली. नवीन शहा सिंहासनावर बसला.

मेहेरबाबा नंतर आपल्या अनुयायांना उद्देशून म्हणाले :

'आता पाहा. इराणमध्ये जाण्याच्या वेळी मी जे काही चमत्कारिकपणे वागलो त्याचा अर्थ आता तुमच्या ध्यानात येईल.'

त्यांच्या भक्तांनी मला सांगितले की, 'आता नव्या राजवटीत इराणमध्ये शांतता व सुव्यवस्था आहे. तेथे मुसलमान, झोरोस्ट्रीयन, यहुदी व ख्रिस्ती आता गुण्यागोविंदाने एकत्र राहात आहेत. पूर्वीच्या राजवटीत सतत अंदाधुंदी असावयाची व अनन्वित अत्याचार घडून यावयाचे.'

ह्या रहस्यमय पर्यटनानंतर काही वर्षांनी मेहेरबाबांनी एक नवीन शैक्षणिक संस्था काढली. गमतीदार संस्था होती ती. त्यांनी सांगितल्यावरून त्यांच्या एका भक्ताने आरणगाव गावाजवळ काही जमीन खरेदी केली. तेथेच हल्लीची वसाहत आहे. त्या जागेवर बंगलेवजा काही घरे बांधली; काही झोपड्या उभारल्या; एक मोफत वसतिगृह उघडले. त्यांच्या भक्तांपैकीच किंवा त्यांच्या मित्रांपैकीच काही शिक्षक बनले. मुलांना फी नाही; वसतिगृहात राहणे व जेवण फुकट. शाळेत इतर व्यावहारिक विषयांबरोबर एका खास आध्यात्मिक विषयावर तेथे शिकविले जाई. हा नवीन विषय खुद्द मेहेरबाबांनीच तयार केला होता. कोणत्याही एका विशिष्ट अशा धर्मप्रणालीचा आधार त्यासाठी घेतला नव्हता.

अशा प्रकारच्या सवलतींमुळे जवळजवळ शंभर एक मुले त्या शाळेत दाखल

झाली. दूरवरच्या इराण देशातून बारा विद्यार्थी आले. बहुतेक धर्मातली सर्वसाम ान्य नीतितत्त्वे मुलांना तेथे शिकविली जात; तसेच मोठेमोठे प्रेषित, पैगंबर यांच्या हकिकती मुलांना सांगितल्या जात. अभ्यासक्रमाचा मुख्य गाभा म्हणजे धर्म या विषयावरचा तास. त्या तासाला मोठी मुले येत व खुद्द मेहेरबाबा त्यांना भक्तिभावपूर्ण गूढ वातावरणात नेत. ते वातावरण साधारण उथळ असायचे. मेहेरबाबांना एक महात्मा समजून त्यांची पूजा करण्याचे त्या मुलांना शिकविले जाई. त्याचा परिणाम असा होई की, काही मुले एक तऱ्हेच्या भाविकतेने झपाटल्यासारखी होत व मुलांम ध्ये वारंवार असे अंगात आल्याचे प्रसंग उद्‌भवत.

ह्या विलक्षण प्रकारच्या शाळेचे एक वैशिष्ट्य मात्र असे होते की, त्या शाळेत सर्व धर्मांचे, जातींचे, पंथांचे विद्यार्थी येत. हिंदू, मुसलमान, हिंदी, ख्रिस्ती, पारशी वगैरे व ते एकमेकांत अगदी मोकळेपणे मिसळत. पण मेहेरबाबांना शाळेत मुले अधिक व्यापक स्वरूपाची यावयास हवी होती म्हणून त्यांनी आपल्या मुख्य शिष्याला इंग्लंडला जाऊन, तेथून काही थोडी गोरी मुले आणण्याच्या कामगिरीवर पाठविले. पण ह्या बुवांना ते काही जमले नाही. त्यांच्या मार्गात अडचणी आल्या. कारण इंग्लंडमधील आईबाप आपली मुले दूर कोठेतरी आशिया खंडात एका शाळेत शिकावयास पाठविण्याकरिता अशा परक्या तिऱ्हाईत इसमाच्या स्वाधीन करण्यास तयार झाले नाहीत. दुसरे असे की, शाळेत सर्व धर्मांचे सामुदायिक शिक्षण देणे म्हणजे काय, हे त्यांना तितकेसे कळतही नसे. शिवाय खुद्द इंग्लंडमध्ये अशा पुष्कळ शाळा होत्या की, ज्यांच्यामध्ये सर्व पंथांची मुले अगदी स्वाभाविकपणे व उत्स्फूर्त अशा वातावरणात शिक्षण घेत असत. काही गवगवा नसे. मग निरनिराळ्या जाती व धर्म यांचे वर्चस्व असलेल्या हिंदुस्थानसारख्या देशामध्ये अशा शाळेकरिता धाव घेण्याचे कारण काय?

एक दिवस काय झाले, [१]मेहेरबाबांच्या या प्रमुख शिष्याला एक इंग्लिश गृहस्थ भेटला. एक-दोन भेटींनंतर तो ह्या पारशी प्रेषितचा अनुयायी होण्यास काही आढेवेढे न घेता कबूल झाला. हा गृहस्थ मोठा उत्साही होता. लंडनमधले सारे धार्मिक पंथ त्याने जाऊन येऊन पालथे घातले होते. मेहेरबाबांचा संदेश या सर्वांच्याहून काही उच्च कोटीचा असावा या समजुतीने त्याने इंग्लिश गौरकाय मुले जमविण्यात मदत केली व अशी तीन मुले गाठून दिली. त्या तीन मुलांचे आईबाप गरीब होते व त्यांना पोसावयाचा आपल्या पाठीमागचा बोजा जर कमी झाला तर बरेच, असे म्हणून त्यांनी आपली मुले नेण्यास कबुली दिली. पण आयत्या वेळी इंडिया ऑफिस मध्ये पडले. त्यांनी सारी चौकशी केली; वरिष्ठाला जागे केले व मुले हिंदुस्थानात नेण्याचा

---

[१] नोट - प्रकरण १४ ही पाहावे.

बेत हाणून पडला. मुले गेली नाहीत. पारशी प्रेषिताचा दूत हिंदुस्थानात परत आला. त्याच्याबरोबर फक्त तो इंग्लिश गृहस्थ, त्याची बायको व मेव्हणी ही आली. ती आल्यानंतर पाचसहा महिन्यांनी मेहेरबाबांनी त्यांना परत इंग्लंडमध्ये पाठवून दिले. हा खर्च त्यांच्या प्रमुख भक्ताने सोसला.

ही शाळा स्थापन करण्यात आपले दोन हेतू आहेत असे मेहेरबाबांनी मला सांगितले. एक म्हणजे मुलांमधले जातपातीचे निर्बंध काढून टाकणे व दुसरा म्हणजे त्यांपैकी काही निवडक मुलांना आपल्या आध्यात्मिक कार्याचे भावी प्रचारक म्हणून तयार करणे. आणखी काही वर्षे अशीच निघून जातील व आपल्या कार्याची जाहीर घोषणा करण्याची वेळ येईल, त्या वेळी या शिष्यांना ते जगभर पाची खंडात आपले खास दूत म्हणून पाठविणार होते व मानव जातीची आध्यात्मिक उन्नती घडवून आणण्याच्या आपल्या नियुक्त कामात त्यांची मदत घेणार होते.

शाळेबरोबर आणखी एका कार्याचा विकास होत गेला. ते कार्य म्हणजे एक जुन्या पद्धतीचे रुग्णालय. त्या रुग्णालयाला रुग्ण हवेत म्हणून उत्साही शिष्यांना आसपासच्या गावातून आंधळे, दुखणाईत, लुळे, पांगळे रुग्ण आणण्याकरिता पाठविण्यात आले. त्या रुग्णांना मोफत वैद्यकीय शुश्रूषा, जेवण खाण, जागा देण्यात आली. आध्यात्मिक शुश्रूषेचे काम पारशी महात्म्याने घेतले. एका उत्साही भक्ताच्या सांगण्याप्रमाणे (बाबांच्या) नुसत्या स्पर्शाने पाच महारोगी रोगमुक्त झाले. मी संशयी खरा पण ते रोगमुक्त झालेले पाच इसम कोण होते, आता कुठे आहेत किंवा त्यांना कुठे शोधणार, याचा कुणाला पत्ता नव्हता. पौर्वात्य लोक नाहीतरी बहुभाषीच! तसे पाहिले तर त्यांपैकी निदान एखाद्या तरी महारोग्याने केवळ कृतज्ञताबुद्धी म्हणून मेहेरबाबांच्या सेवेला इतर शिष्यांबरोबर राहायचे? माझी खात्री आहे की, अशी बातमी वणव्यासारखी साध्या हिंदुस्थानभर पसरली असती. या देशात महारोग्यांची संख्या किती मोठी आहे. अशा रोग्यांनी आरणगावजवळच्या या रुग्णालयात धावत येऊन गर्दी करून सोडली असती.

हळूहळू तेथे भक्तांचा, पाहुण्यांचा व इतर फालतू लोकांचा जवळपासच्या गावांतून जमाव जमू लागला. ह्या थोड्या वेगळ्या स्वरूपाच्या वसाहतीची वस्ती शेकड्यांनी वाढू लागली. साऱ्या वस्तीचे वातावरण धार्मिक भावनांनी भरून गेले. आणि ह्या साऱ्या चळवळीचे मुख्य सूत्रधार अपीतू मेहेरबाबा होते.

ही वसाहत स्थापन झाल्यापासून बरोबर अठरा महिन्यांनी एकदम बंद करण्यात आली; आणि या सर्व चळवळी स्थगित करण्यात आल्या. मुलांना आपल्या आईबापांकडे व रुग्णांना आपापल्या घरी परत पाठविण्यात आले. अशा तऱ्हेच्या ह्या आकस्मिक निर्णयाचे कारण मेहेरबाबांनी काही दिले नाही. पण अशा तऱ्हेचा एकदम

काहीएक खुलासा न करिता निर्णय घेणे हा पुढे बाबांचा स्वभावच बनून गेला.

१९२९ च्या वसंत ऋतूत त्यांनी आपला पहिला प्रचारक-शिष्य अखिल भारताच्या दोऱ्यावर धाडला. त्याचे नाव साधू लीक. दौऱ्यावर निघण्यापूर्वी बाबांनी त्याला बजावून ठेवले :

'हे पाहा. पैगंबराचे काम करावयाची ही तुला संधी मिळत आहे. कोणत्याही धर्माची अवहेलना करू नको. विश्वबंधुत्वाच्या भावनेने वाग. तुझ्याबद्दलची सारी इत्यंभूत बातमी मला मिळत जाईल याची खात्री बाळग. दुसऱ्याच्या निंदास्तुतीने हिरमोड होऊ देऊ नकोस. मी तुला मार्गदर्शन करीत जाईन. माझ्याशिवाय दुसऱ्या कोणाच्या भजनी लागू नकोस.'

मला जी माहिती मिळाली त्यावरून मला असे आढळून आले की, त्या गरीब बिचाऱ्याच्या अंगात अशा दौऱ्यावर हिंडण्याची ताकद नव्हती. तरी तो दौऱ्यावर गेला. मद्रासमध्ये त्याला थोडेबहुत अनुयायी मिळाले. पण तो वाटेत आजारी पडला व परत आल्यानंतर थोड्याच दिवसांनी वारला.

ह्या पारशी महात्म्याच्या कार्याचे अशा तऱ्हेचे हे ओझरते दर्शन आहे.

त्यानंतर आमच्या बऱ्याच भेटी झाल्या. पण त्या किरकोळ स्वरूपाच्या मेहेरबाबांनी ज्या जागतिक कार्यासाठी आपली स्वतःची आपणच नियुक्ती केली होती, त्या कार्यासंबंधी आणखी काही निश्चित स्वरूपाची माहिती मला काढावयाची होती. म्हणून मी तेथून निघण्यापूर्वी त्यांची शेवटची मुलाखत घेतली.

त्या वेळी त्यांनी गळ्याभोवती एक अस्मानी रंगाचा रुमाल गुंडाळला होता. बोलण्यासाठी त्यांनी समोर आपल्या गुडघ्यांवर मुळाक्षरांचा तक्ता ठेवला होता. त्यांच्यासभोवती त्यांचे शिष्य गोळा झाले होते-कौतुकाने संवाद ऐकायला. आमच्या मुलाखतीला पार्श्वभूमी छान तयार झाली होती. प्रत्येक जण इतरांकडे पाहून स्मित करी. शेवटी त्या गंभीर शांततेचा भंग करून मी एकदम प्रश्न विचारला,

'तुम्हाला हे प्रेषिताचे काम दिले आहे हे तुम्ही कशावरून म्हणता?'

माझ्या ह्या धाष्ट्यनि त्यांचे शिष्य एकदम गार पडले व घाबरल्यासारखे पाहू लागले. बाबांनी आपल्या केसाळ भुवया हालविल्या. पण बिलकूल गोंधळून न जाता त्यांनी माझ्याकडे क्षणभर अवलोकन केले व ते बोलू लागले : 'मला माहीत आहे, अगदी चांगले माहीत आहे आपण एक मानवी प्राणी आहोत हे जसे तुम्हाला माहीत आहे त्याचप्रमाणे मी प्रेषित-पैगंबर आहे हे मला माहीत आहे. तेच माझे सर्वस्वी जीवन आहे. मी जो परमानंद अनुभवितो तो कधीही संपत नाही. तुमचा स्वतःबद्दल जसा गैरसमज होत नाही, तसा माझ्याबद्दल माझा स्वतःचा गैरसमज होत नाही. ही

दिव्य स्वरूपाची कामगिरी माझ्यावर सोपविलेली आहे व ती मी पार पाडणार आहे.'

'त्या मुसलमान फकीरबाईने तुमच्या कपाळाचे जेव्हा चुंबन घेतले तेव्हा खरोखरी काय घडून आले? तुम्हाला आठवते का ते?'

'होय आठवते. तोपर्यंत मी अगदी तरुण माणसासारखा व्यावहारिक होतो; तसा वागत होतो. हजरत बाबाजाननी मला दालन उघडून दिले. त्यांच्या चुंबनाने सगळे गाडे फिरले. तेथून परिवर्तन घडून आले. त्या वेळी मला असे वाटले की, हे सारे विश्व ह्या अवकाशात विलीन होऊन जात आहे व मी अगदी एकाकी असा पडलो आहे. होय. परमेश्वराच्या सन्निध, एकटाच. कित्येक महिने मला झोप नव्हती. पण त्यामुळे माझी शक्ती कमी झाली नाही. मी पूर्वीसारखा अगदी धडधाकटच टिकून राहिलो. माझ्या वडिलांना काही समजेना. त्यांना वाटले की, मी वेडा झालो. त्यांनी मला डॉक्टरांना दाखवले. एका पाठीमागून एक असे कित्येक डॉक्टर झाले. त्यांनी मला औषधे दिली; इंजेक्शने दिली. पण कोणालाही माझ्या ह्या स्थित्यंतराचे निदान किंवा ज्ञान झाले नाही. मला परमेश्वराचे दर्शन घडून आले. आणि त्यात बरे करण्यासारखे काही नव्हते. फक्त इतकेच की माझ्या पूर्वीच्या अस्तित्वाची जाणीव मी विसरून गेलो. ती पूर्ववत आठवायला मला बरेच दिवस लागले. आता समजले तुम्हाला?'

'ठीक समजले. आता तुम्ही पूर्ववत् झाला; आता लोकांना हे जाहीर करून केव्हा सांगणार?'

'मी आता अल्पावधीतच प्रकट होणार आहे. पण नक्की तारीख मला काही सांगता येणार नाही.'

'आणि मग-?'

'ह्या जगावरील माझ्या कार्याला तेहतीस वर्षे लागतील. त्यानंतर माझा दुःखद मृत्यू ओढवणार आहे. हा माझ्या अपघाती मरणास माझे स्वतःचे लोकच - पारशी लोकच कारणीभूत होतील. पण इतर लोक माझे कार्य चालू ठेवतील.'

'म्हणजे तुमचे शिष्य?'

'होय. माझा बारा निवडक शिष्यांचा समुदाय आहे. त्यांपैकी एक एका नियोजित वेळी माझा उत्तराधिकारी होईल. माझ्या शिष्यांच्याकरिता मी वारंवार उपास करतो व मौन पाळतो; कारण त्यामुळे त्यांच्या पापांचे क्षालन होते; त्यामुळे आध्यात्मिक दृष्ट्या पूर्णता येण्यासाठी त्यांना मदत मिळते. कित्येक जन्म ते माझ्याबरोबर वावरत आहेत. मला त्यांना मदत केली पाहिजे. ह्या बारा शिष्यांच्या खाली चव्वेचाळीस

शिष्यांचा आणखी एक समुदाय आहे. या समुदायामधील शिष्यांची - स्त्रीपुरुषांची आध्यात्मिक पात्रता जरा कमी दर्जाची आहे. यांचे काम म्हणजे वर सांगितलेले जे बारा प्रमुख शिष्य त्यांना त्यांनी पूर्णता मिळविल्यावर मदत करण्याचे.'

'पैगंबरपदाला आणखी काही उमेदवार आहेत की काय?'

असे कोणी उपस्थित होऊ नयेत म्हणून प्रार्थनावजा त्यांनी उद्गार काढले,

'होय, आहेत. मिसेस बेझंटचे कृष्णमूर्ती. थिऑसॉफिस्ट स्वतःची फसवणूक करतात. त्यांची सर्व सूत्रे हलविणारे हिमालयात - तिबेटमध्ये कुठेतरी असावेत. त्यांच्या गुहांमध्ये तुम्हाला धोंडे व माती याखेरीज काही आढळणार नाही. शिवाय दुसरे असे की, कोणाही खऱ्या गुरूला दुसऱ्या एखाद्याचे शरीर त्याकरिता तयार करून आपल्या कार्याकरिता त्याचा उपयोग करण्याची जरुरी असत नाही. हास्यास्पद आहे ते.'

या माझ्या शेवटच्या मुलाखतीत त्यांनी आणखी काही चमत्कारिक विधाने केली. सगळा घोटाळा; त्याचा काही बोधच होण्यासारखा नव्हता. त्यांची बारीक बोटे अक्षरांवरून सारखी फिरत होती. 'अमेरिकेचे भविष्य फार उज्ज्वल आहे. आध्यात्मिक प्रवृत्तीचे ते एक राष्ट्र होणार आहे. माझ्यावर ज्याची श्रद्धा आहे असा प्रत्येक जण मला माहीत आहे. त्याला नेहमी मदत मिळत असते. माझ्या कृतींचा अर्थ काढण्याचा प्रयत्न करू नका, तुम्हाला त्याचा पत्ता लागायचा नाही. एखाद्या जागी मी जर गेलो आणि तेथे राहिलो; मग अगदी थोडा वेळ का होईना, तेथील आध्यात्मिक वातावरण फारच उच्च बनून जाते. जगाला जो मी हा आध्यत्मिक हादरा देणार आहे, त्या योगे जगाचे सर्व पार्थिव प्रश्न- आर्थिक, राजकीय, लैंगिक, सामाजिक सुटतील; कारण स्वार्थ आप्पलपोटेपणा अशी काही चीज राहणार नाही आणि त्याची जागा विश्वबंधुत्व घेईल. सतराव्या शतकात ज्याने मराठा साम्राज्याची उभारणी केली तो शिवाजी सुद्धा येथेच आहे (ते स्वतःकडे बोट दाखवितात- मेहेरबाबा म्हणजे शिवाजीचाच पुनर्जन्म आहे- अशा अर्थाने) इतरही काही ग्रहांवर वस्ती आहे. संस्कृती व भौतिक प्रगती ही तेथेही आपल्या पृथ्वीसारखी आहे; पण आध्यात्मिक दृष्ट्या आपली पृथ्वी सगळ्यांच्या पुढे आहे.'

आपल्या अधिकारासंबंधी बोलताना मेहेरबाबा काही संकोच मनात धरीत नाहीत हे सहज समजून येते. पण मुलाखतीच्या शेवटी त्यांनी मला जेव्हा एक आज्ञा केली, तेव्हा मात्र मी चपापलो.

'जा, युरोप-अमेरिकेत माझे प्रतिनिधी म्हणून जा! एक नवीन पैगंबर दिव्य संदेश घेऊन येत आहे असा माझ्या नावाचा प्रचार करा. माझ्याकरिता माझ्या मोठेपणाचा

प्रचार करा. ते कार्य करा, म्हणजे अखिल मानवजातीच्या कल्याणाचे कार्य केल्यासारखे होईल.'

'जग मला बहुधा वेड्यात काढील.' मी बोलण्याचे धाडस केले; कारण अशा तऱ्हेचे कार्य करणे माझ्या कल्पनेबाहेरचे होते.

पण मेहेरबाबांना माझे बोलणे पटले नाही. मी त्यांना सांगितले की, पाश्चिमात्य जगाला सारखे चमत्कार करून दाखवायला पाहिजेत तरच ते साध्या माणसाला देवमाणूस मानायला तयार होतील. पैगंबर मानायची गोष्टच सोडा. आणि ज्याअर्थी मला काही चमत्कार करून दाखविता येत नाही, त्याअर्थी बाबांचे अग्रदूत म्हणून काम मला करता यावयाचे नाही.

'मग तुम्ही चमत्कार करून दाखवालच!' त्यांनी मला आश्वासन दिले. मला जरा बरे वाटले.

मी नंतर गप्प बसलो. माझ्या गप्प बसण्याचा मेहेरबाबांनी चुकीचा अर्थ काढला.

'माझ्याजवळ राहा. मी तुम्हाला पुष्कळ सिद्धी देईन.' त्यांनी अगदी गळ घातली. 'तुम्ही नशीबवान आहात. मोठ्या सिद्धी प्राप्त करून घेण्याकरिता मी तुम्हाला मदत करीन. म्हणजे तुम्ही पाश्चिमात्य जगात पुष्कळ कार्य करू शकाल.'

***

खऱ्या न वाटणाच्या या मुलाखतीचा बाकीचा भाग वर्णन करण्याची आवश्यकता नाही. या जगात काही माणसे मूळचीच जन्मापासून मोठी असतात; काही पुढे मोठेपण मिळवितात; आणि काही आपला मोठेपणा सांगण्याकरिता जाहिरातबाजीचा अवलंब करतात. मेहेरबाबांनी हा शेवटला मार्ग अनुसरलेला दिसतो.

दुसऱ्या दिवशी मी तिथून निघण्याच्या तयारीला लागलो. काही वेळ उपयोगी पडेल इतके भाविक शहाणपण शिकलो. भाकित करण्याचे ज्ञान मिळविले. नुसत्या धार्मिक स्वरूपाच्या घोषणा किंवा आपल्या मोठेपणाची जाहिरात ऐकण्याकरिता काही मी जगभर जागोजाग हिंडत राहिलो नाही. मला प्रत्यक्ष अनुभवाच्या गोष्टी पाहिजे होत्या; मग तो अनुभव विलक्षण, असामान्य प्रकारचा का होईना. आणि मला विश्वसनीय पुरावा हवा होता; किंबहुना वैयक्तिक स्वरूपाचा- म्हणजे मला तो स्वतः तपासून त्याची खात्री करून घ्यावयाची होती.

माझे सामानसुमान मी बांधले. मी तेथून निघण्याच्या मार्गाला लागलो. मेहेरबाबांना भेटलो. त्यांचा नम्रपणे निरोप घेतला. ते मला म्हणाले की, आता

थोड्याच महिन्यात आपण नाशिकजवळ आपल्या मुख्य आश्रमात जाऊन राहणार आहोत. मीही तिथे एकदा यावे आणि चांगले महिनाभर राहावे असा त्यांनी आग्रह केला.

'आणि हे पाहा, तुम्हाला जेव्हा येता येईल तेव्हा या. आश्चर्यकारक आध्यात्मिक अनुभव मी तुम्हाला घडवून आणीन म्हणजे माझे खरे स्वरूप काय आहे हे तुमच्या ध्यानात येईल. तुम्हाला मी माझ्या आंतरिक सिद्धी दाखवीन. मग तुम्हाला माझ्याबद्दल काही संदेह राहणार नाही. मी जे काही सांगतो ते तुम्हीही आपल्या स्वतःच्या अनुभवाने दुसऱ्यास सांगू शकाल. मग तुम्ही युरोप-अमेरिकेत जा आणि माझ्यासाठी भक्तमंडळी जमवा.'

माझ्या सवडीप्रमाणे तिथे परत येऊन चांगले महिनाभर राहायचे मी ठरविले. या पारशी महात्म्याची एकंदर भूमिका जरी नाटकी असली व त्यांच्या कार्याचे अवास्तव स्वरूप जरी त्यांनी वर्णन करून सांगितले तरी अगदी निःपक्षपाती बुद्धीने मी ह्या साऱ्या प्रकाराचा छडा लावण्याचे माझ्या मनाशी ठरविले.

***

नंतर मी मुंबईला परतलो. एकदम गडबड वाढायला लागली. थोडेच दिवस मुक्काम केला. पुनः पुण्याला आलो. आताशी कुठे या प्राचीन भूमीत माझ्या पर्यटनास सुरुवात झाली.

ज्या बाईच्या स्पर्शाने मेहेरबाबांचे डोके चमत्कारिक दिशेने चालू लागले, त्या मुसलमान संत महिलेबद्दल माझे कुतूहल पुन्हा जागृत झाले. तिला पुन्हा जाऊन भेटावे असे मला वाटले. मुंबईत असताना तिच्याबद्दल मी किरकोळ चौकशी करून ठेवली होती. मुंबईतील एक सेवानिवृत्त न्यायाधीश खंडालावाला यांची माझी ओळख झाली. त्यांची त्या बाईशी पन्नास वर्षे ओळख होती. त्यांच्या म्हणण्याप्रमाणे बाईचे वय पंचाण्णव असावे. मेहेरबाबांचे अनुयायी एकशेपस्तीस सांगत; पण त्यांचे हे निदान अतिशयोक्तीचे असावे.

न्यायाधीशसाहेबांनी मला थोडक्यात तिची हकिकत सांगितली. ती मूळची बलुचिस्तानमधली. बलुचिस्तान हिंदुस्थान व अफगाणिस्तान यांच्यामध्ये येते. अगदी लहानपणीच ती घरातून पळून गेली. पुष्कळ दिवस पायी प्रवास करीत सुमारे १९०० च्या आसपास ती पुण्यास येऊन पोचली. आणि मग तेथून पुढे ती कुठे बाहेर गेलीच नाही. अगदी सुरुवातीला ती एका लिंबाच्या झाडाखाली पडून राहायची. उन्हाळा असो, पावसाळा असो, हिवाळा असो, तेथेच तिचा मुक्काम. तिच्या ठिकाणी पावित्र्य व सिद्धी आहेत असा तेथल्या जवळपासच्या मुसलमान जमातीत तिचा लौकिक

झाला. पुढे हिंदू लोक सुद्धा तिला मान देऊ लागले. घर करून निवांत अशा जागी ती राहायला कबूल होईना. तेव्हा काही मुसलमान भक्तांनी तिच्याकरिता त्या लिंबाच्या झाडाखाली एक लाकडी खोपटे बांधले. त्या खोपट्यात तिला उन्हातान्हापासून, पावसापासून, थंडीपासून निवारा मिळायचा.

न्यायाधीशसाहेबांना मी त्यांचे स्वतःचे मत विचारले. ते म्हणाले, 'हजरत बाबाजान खरोखरीची फकीर आहे यात मला तरी काही संशय वाटत नाही.' ते पारशी होते तेव्हा मेहेरबाबांबद्दलही मी त्यांना विचारले. मेहेरबाबा त्यांच्या चांगल्या माहितीतले होते. त्यांनी मला मेहेरबाबांबद्दल जे काही सांगितले त्यावरून बाबांबद्दल जे मी मत बनविले होते त्यात अनुकूलतेची अशी काही भर पडली नाही. उपासनी महाराज हे सांप्रतचे मेहेर 'बाबां'चे गुरू. त्यांच्याबद्दल शेवटी मी त्यांना विचारले. न्यायाधीशसाहेब हे फार चाणाक्ष, अनुभवी. सांसारिक प्रश्नांची त्यांची जाणकारी चांगली. त्यांनी उपासनी महाराजांबद्दल पुष्कळ गोष्टी सांगितल्या. त्यांचा अनुभव काही विशेष चांगला नव्हता. नमुन्यादाखल मी दोन उदाहरणे देतो :

'उपासनींनी भयंकर चुका केल्या आहेत. एकदा त्यांनी मला वाराणशीला जायला सांगितले. त्या वेळी ते तेथे होते. तेथे काही दिवस राहिल्यानंतर मला असे वाटू लागले की, आपल्या मृत्यूची वेळ जवळ येऊन ठेपली आहे. माझी माणसे त्या वेळी पुण्यात होती. तेव्हा मला पुण्यास जावेसे वाटले. पण उपासनी बाबांनी मला जाऊ दिले नाही. ते वारंवार म्हणाले की, सगळे काही ठीक आहे; काळजी करण्याचे कारण नाही. तरी पण एक अनिष्ट घटना घडून आली. दोन दिवसांनी तार आली, की सूनबाई बाळंत झाल्या पण मूल जन्मताच थोड्याच वेळात मरण पावले. दुसरी घटना अशी – माझ्या जावयाला शेअरचा धंदा करावासा वाटला. उपासनीबाबांनी त्याला उत्तेजन दिले. तो त्या धंद्यात पडला व त्याने स्वतःचे वाटोळे करून घेतले.'

न्यायाधीश खंडालावाला यांचा दृष्टिकोन अगदी स्वतंत्र असल्याने त्यांचे मत मला ग्राह्य वाटले. त्यांनी उपासनीबाबांना फार दूषणे दिली. मेहेरबाबा तर म्हणत की उपासनीबाबा या युगातले सर्वांत मोठे सिद्धपुरुष आहेत. तरी पण न्यायाधीशसाहेब म्हणत की, मेहेर स्वतः मोठा प्रामाणिक माणूस आहे व त्यांच्या सिद्धीसामर्थ्यावर त्यांचा खरोखरी विश्वास आहे. आता हे सिद्धीसामर्थ्य प्रचीतीला आले नाही, ही गोष्ट वेगळी.

मी पुण्याला पोचलो. तेथे कँपमध्ये एका हॉटेलात उतरलो. आणि तेथून सरळ हजरत बाबाजानच्या मठीकडे गेलो. बरोबर एक गाईड घेतला. तो बाबाजानना व्यक्तिशः ओळखत होता. माझे हिंदुस्थानी मोडकेतोडके; त्याने दुभाषाचे काम केले.

आम्हाला ती बाई एका अरुंद रस्त्यात भेटली. प्रकाश अर्धवट– धड तेलाच्या दिव्याचा नाही की विजेच्या दिव्याचा नाही. बाई एक बसक्या चारपाईवर पहुडलेली होती. रस्त्यावरून जाणाऱ्यायेणाऱ्यांना ती अगदी स्पष्ट नजरेस पडे. तिची चारपाई व रस्ता यांमध्ये एक मोकळी जागा असून मध्ये एक कुंपण होते. त्या लाकडी बसायच्या जागेपाठीमागे लिंबाचे एक प्रशस्त झाड होते. झाडाची पांढरीशी फुले इतस्ततः पडलेली होती. वातावरणात त्या फुलांचा मंद सुगंध येत होता.

'तुम्ही आपले बूट काढून ठेवा,' माझ्या गाईडने मला सूचना दिली, 'भेटायच्या वेळी पादत्राणे घालून येणे अनादर दर्शवल्यासारखे होते.' मी त्याप्रमाणे बूट काढून ठेवले आणि मिनिटभरात बाईच्या अगदी जवळ येऊन उभा राहिलो.

बाई अगदी म्हातारीशी, जणू पुरातनकाळाची, पाठीवर पहुडलेली होती. तिच्या डोक्याशी उशा होत्या. तिचे रेशमासारखे पांढरेशुभ्र चमकदार केस तिच्या सुरकुतलेल्या चेहऱ्याशी व रेखीव भुवयांशी जरा विसंगत दिसत होते.

नवीनच शिकलेल्या हिंदुस्थानी भाषेतील मोडक्यातोडक्या शब्दांत मी त्या वृद्ध महिलेला माझी ओळख करून दिली. तिने आपली मान वळविली. आपला हाडकुळा हात पुढे केला व माझा एक हात आपल्या हातात धरला, अगदी घट्ट धरला व ती माझ्याकडे अगदी अलौकिक नजरेने पाहू लागली.

तिचे डोळे पाहून मी भांबावून गेलो. तिची नजर अगदी विलक्षण होती. ती नजर अगदी शून्यशी व अगम्य अशी होती. तिने माझा हात तीन चार मिनिटे आपल्या हातात धरून ठेवला आणि तोवर ती माझ्या डोळ्यांकडे अगदी शून्यमनस्कपणे पाहत होती. तिची नजर जणू मला अगदी भेदून जात आहे, असा मला भास झाला. फार चमत्कारिक असा भास होता तो. काय करावे हे मला समजेना.

शेवटी तिने आपला हात बाजूला काढून घेतला व त्या हाताने आपले कपाळ अनेकदा चोळले. नंतर ती माझ्या गाईडला उद्देशून आपल्या भाषेत काही म्हणली. मला त्याचा बोध होईना. गाईडने मला हलक्या आवाजात अर्थ करून सांगितलाः

'ह्याला हिंदुस्थानात बोलावून आणले आहे आणि लवकरच त्याला समजायला लागेल.'

नंतर ती थोडा वेळ गप्प बसली. मग कावळ्याच्या कर्कश आवाजात काहीतरी पुटपुटली. त्याचा अर्थ येथे देण्यासारखा नाही. मनातच ठेवलेला बरा.

तिचा आवाज अगदी बारीक होता. शब्द तिच्या तोंडातून संथपणे पण मोठ्या कष्टाने बाहेर पडत. ह्या अशा जराजर्जर, सुरकुतलेल्या व बोचक्यासारख्या दिसणाऱ्या

देहामध्ये चमत्कार करून दाखविणाऱ्या खऱ्याखुऱ्या फकिराचा आत्मा असेल काय? कुणी सांगावे? पुस्तकरूपी आत्म्याची पाने शरीररूपी अक्षराने वाचता येणे नेहमीच सोपे नसते.

पण ही बाई शंभरीच्या उमरीला आली होती. ती फार अशक्त झालेली होती. तेव्हा तिच्याशी बराच वेळ बोलू नका अशी ताकीद देण्यात आली होती. नंतर मी गुपचूप निघायच्या तयारीला लागलो. एक विचार माझ्या मनात सारखा थैमान घालीत राहिला होता. तिचे डोळे जे अगदी शून्यमनस्क दिसत होते, त्याचा अर्थ इतकाच होता की, तिची शेवटची घटका जवळ येऊन ठेपलेली होती. दमूनभागून गेलेल्या शरीरातून मन हळूहळू बाहेर पडत होते; पण मधून-मधून परत शरीरात येत होते व आपल्या भेसूर[२] नेत्रांतून या जगाकडे ओझरत्या नजरेने पाहत होते.

हॉटेलमध्ये परत आल्यावर मला जे तेथे काही वाटले, त्याचा मी आढावा घेऊ लागलो. तिच्यामध्ये खोल अंतर्यामी काही सखोल मानसिक साधनापूर्ती खरोखरीच वसत असावी त्याची मला खात्री झाली. तिच्याबद्दल माझ्या मनात आदर वाटू लागला. हा जो माझा संपर्क तिच्याशी घडून आला, त्यामुळे माझ्या नेहमीच्या विचारप्रवाहांना वेगळे वळण दिले गेले. भौतिक, शास्त्रज्ञ काहीही नवीन नवीन शोध लावोत, अंदाज बांधोत. पण या भौतिक जीविताभोवती काहीतरी एक गूढ तत्त्व व्यापून आहे याची एक अनिर्वचनीय अशी जाण माझ्या मनात निर्माण झाली. आणि हे शास्त्रीय लेखक जे या जगताच्या महद् रहस्याचे मूलगामी गुपित उघड करून दाखवित आल्याचा आव आणतात, त्यांना खरोखरी या गूढ रहस्याचा अगदी वरवरचा पापुद्रा फक्त थोडासा खरवडता आला आहे; यापलीकडे काही नाही, हे सत्य मला अगदी अनपेक्षित स्पष्टतेने कळून आले. पण या फकीर बाईंशी अगदी थोडासा संपर्क आल्याने दृढ विश्वासाच्या अशा माझ्या निश्चित मानसिक कल्पनांना एवढा हादरा का बसावा, हे मात्र मला उमगले नाही.

माझ्या बाबतीत गूढ शब्दांत जे भविष्य वर्तविले गेले, त्याच्यावर मी विचार करू लागलो. त्याचा अर्थ मला काही समजला नाही. मला कोणी दुसऱ्या इसमाने हिंदुस्थानात बोलावून आणले नाही. मी माझ्या स्वतःच्याच आवडीने नाही का या देशात आलो? .... आता मी हे लिहीत आहे. या प्रसंगानंतर कितीतरी वर्षांनी! आताशी कुठे तिच्या बोलण्याचा पुसट पुसट अर्थ माझ्या ध्यानात येत आहे! योगीजनहो, हे जग काही विलक्षणच आहे!

---

[२]त्यानंतर काही महिन्यांनी मी तिला भेटलो. तिचा अंतकाळ ओढवला आहे ही खात्री झाली. त्यानंतर लवकरच ती वारली.

५

अड्यार नदीतीरावरील तपस्वी

माझ्या घड्याळातील काटे जोरजोराने धावू लागले. माझ्या दिनदर्शिकेमधील आठवडे एकापाठीमागून एक असे निघून जाऊ लागले. आणि मी दक्षिणच्या पठारावरून दक्षिण भारताकडे पर्यटन करावयास सुरुवात केली. पुष्कळ प्रसिद्धशा ठिकाणी मी जाऊन आलो; पण नाव घेण्यासारखी मला फार थोडी माणसे भेटली. एक अचिंत्य, प्रबळ शक्ती तिचे स्वरूप मला काही उमजले नाही, मला ओढून घेऊन जाऊ लागली. माझ्या प्रवासाचा वेग वाढला. एखाद्या प्रवाशासारखा मी अनेक ठिकाणे घाईघाईने उरकू लागलो.

शेवटी मी मद्रासच्या गाडीत बसलो. तेथे काही दिवस मुक्काम करून तेथे तळ द्यायचे ठरविले. रात्रीचा लांबवरचा प्रवास, झोप येणे दुरापास्त, तेव्हा पश्चिम हिंदुस्थानातील आतापर्यंत झालेल्या माझ्या प्रवासाचा मी आढावा घेत राहिलो व अदृश्य स्वरूपाचा जो काही मला फायदा झाला त्याचा हिशेब करीत बसलो.

आता मला हे कबूल करणे भाग आहे की, आतापर्यंत मला असा कोणी योगी भेटला नाही की, ज्याला भेटल्यानंतर मला मोठा आनंद व गर्व वाटावा. ऋषीविषयी म्हणावे तर त्याचे दर्शन माझ्या नुसत्या कल्पनासृष्टीतच राहिले. उलट मला गावंढळ भोळेपणा व अंधश्रद्धाच जास्त आढळली. झोपाळू देशात गुदमरून टाकणाऱ्या रूढीच जास्त. सुरुवातीला मुंबईत मला जे लोक, नास्तिक म्हणा त्यांना हवे तर, भेटले व त्यांनी मला धोक्याच्या सूचना देऊन ठेविल्या त्या अगदी बरोबर होत्या. स्वतःच्या पसंतीने जे काय मी पुरे करावयाचे ठरविले ते खरोखरीच अवघड आहे हे मला आता हळूहळू कळू लागले.

पवित्र, धार्मिक वृत्तीची माणसे येथे खूप आहेत, छप्पन्न प्रकारची. पण त्यांच्याकडे मन आकर्षित होत नाही. मोठमोठ्या देवळांत गेल्यावर, गाभाऱ्यांत उभे राहिले तर वाटते की काही गूढ स्वरूपाचे ज्ञान व्हावे. या हेतूने पवित्र अशा मंदिरांत गेलो. अगदी गाभाऱ्यात मूर्तीजवळच्या पायरीपर्यंत गेलो. आत डोकावले; देवाची पूजाअर्चा चाललेली होती. पूजा-प्रार्थना चालू असताना पुजारी घंटा वाजवीत होता. जणू त्याला असे वाटत असावे की त्याची प्रार्थना देवाच्या कानावरून निसटून जाऊ नये.

मी मद्रासला पोचलो; आनंद वाटला मला. त्या शहरातले ते नागमोडी रस्ते; लोकांचे चित्रविचित्र रंगाचे कपडे मला आवडले. मुख्य शहरापासून सुमारे दोन मैलाच्या अंतरावर असलेल्या एका उपनगरात मी उतरलो. हेतू हा की, युरोपियन वातावरणापेक्षा येथल्या भारतीय वातावरणाचा खराखुरा परिचय व्हावा. माझी राहण्याची जागा ब्राह्मणवस्तीत होती. रस्त्यावर वाळूचा जाडसा थर; चालताना माझे बूट त्यात रुतून बसत. कडेचा पाय रस्ता मातीचा, सभोवारच्या वातावरणात विसाव्या शतकातील सुधारणेचे एकही चिन्ह दृग्गोचर होत नव्हते. घराच्या भिंतींना चुना फासलेला होता. ओटीवर उंच खांब उभारून व्हरांड्याची जागा खुली ठेवलेली होती. आत अंगण असून त्यावर फरशी घातलेली होती. अंगणाभोवती गॅलरी असून त्यावर छप्पर होते. पाण्याकरिता एक जुनी विहीर असून त्यातून बादलीने पाणी आणावे लागे.

या उपनगरातून दोन तीन रस्ते ओलांडल्यावर शहरी वस्ती संपून नैसर्गिक परिसर लागे. त्या परिसरात शोभिवंत व फळाफुलांनी बहरलेली झाडे गर्दी करून होती. माझ्या मनाला त्यामुळे नेहमी आल्हाददायक वाटे. या वस्तीपासून सुमारे अर्ध्या तासाच्या रस्त्यावर अड्यार नदीचे पात्र असल्याचे मला लवकरच कळून आले. त्या नदीच्या रुंद अशा पात्राच्या तीरावर दोन्ही बाजूंना ताडामाडाची भरगच्च झाडी होती. माझे मन त्या निसर्गसौंदर्याने अगदी वेधून गेले. मला जेव्हा मोकळा वेळ मिळे, तेव्हा मी त्या झाडांच्या गर्दीतून चालत फेरफटका मारून येत असे किंवा नदीच्या तीरावरून चार पाच मैल अंतर पायाने तुडवीत असे. नदीचा संथ प्रवाह चित्त वेधून टाकी.

अड्यार नदी पुढे खाली मद्रासकडे जाते. त्या शहराची ती दक्षिण सरहद्द. पुढे ती कारोमांडेल किनाऱ्यावर उंचसखल अशी वाहत वाहत समुद्रास जाऊन मिळते. या सुंदरशा नदीच्या तीरावरून मी एक दिवस सकाळचा विमनस्कपणे हिंडत होतो. बरोबर एक नवीन ओळख झालेला ब्राह्मण इसम होता. मला कशात रस वाटत असे, हे त्याला माहीत झाले होते. काही वेळ चालल्यावर त्याने एकदम माझा हात धरला व म्हणाला,

'हे पाहा, आपल्या दिशेने तो एक तरुण मनुष्य येत आहे ना? तो मोठा योगी आहे. त्याची तुम्हाला ओळख करून घ्यावीशी वाटेल. पण आमच्याशी तो कधी बोलत नाही.'

'का बरे?'

'तो कोठे राहतो हे मला माहीत आहे. पण या सगळ्या जिल्ह्यात तो अगदी मितभाषी म्हणून प्रसिद्ध आहे.'

एवढ्यात तो इसम अगदी आमच्याजवळ आला. अगदी तालीमबाज दिसत होता तो. वय पस्तिशीचे असावे. उंची मध्यम; थोडीशी जास्तच म्हणा ना. पण चेहरा मात्र अगदी एखाद्या नीग्रोसारखा, रंग काळा कुळकुळीत. नाक रुंद व चपटे, ओठ जाड; शरीर बांधेसूद. सगळी ठेवण थेट अनार्य माणसाची. त्याने आपल्या लांबलचक केसांचा पाठीमागे बुचडा बांधून ठेवलेला होता. कानात एक मोठ्या आकाराची चमत्कारिकशी बाळी होती, अंगावर पांढरी शाल ओढून घेतलेली होती. पायात पादत्राण नव्हते.

आमच्याकडे त्याने बिलकूल लक्ष दिले नाही. तो तसाच सावकाश पावले टाकीत टाकीत पुढे चालू लागला. नजर खाली जमिनीवर लागलेली; जणू जमिनीत एखादी दडून राहिलेली वस्तू धुंडीत असलेली. त्या डोळ्यांमागचे त्याचे मन कशावर तरी विचार करीत असावे असे वाटे. तो म्हणजे ध्यान करीत असलेला चालता पुतळा होता.

मला त्या इसमाचे जास्त कुतूहल वाटू लागले. आम्हा दोघांमधील शिष्टाचाराची कृत्रिम बंधने तोडून त्याच्याशी परिचय करून घेण्याची माझी इच्छा अनिवार आली.

'मला त्याच्याशी बोलायचे आहे. मागे वळू या,' मी माझ्या सोबत्याला सुचविले.

पण त्या ब्राह्मणाने माझ्या सूचनेला जोराचा विरोध केला.

'त्याचा काही उपयोग व्हायचा नाही.'

मी म्हणालो, 'निदान प्रयत्न तरी करून पाहावा.' पुन्हा मला त्याने त्या विचारापासून परावृत्त केले.

'तो मनुष्य इतका अबोल आहे की, त्याच्याबद्दल आम्हाला काही एक माहीत नाही. शेजाऱ्यांपासून तो अगदी तुटक वागतो. त्याच्या भानगडीत आपण पडू नये.'

पण मी त्या योगी म्हणविणाऱ्या माणसाच्या पाठीमागे चालू लागलो व माझा

सोबतीही निमूटपणे माझ्यापाठोपाठ येऊ लागला.

थोड्याच वेळात आम्ही त्या माणसाच्या अगदी पाठीमागे येऊन पोचलो. पण त्याची जाण झाल्याचे त्याच्या चेहऱ्यावर काही चिन्ह दिसेना. तो आपला तसाच पुढे सावकाश चालतच होता. आता आम्ही अगदी त्याच्याबरोबर चालू लागलो.

'त्याला विचारून पाहा. मला त्याच्याशी बोलायचे आहे.' मी माझ्या सोबत्याला पुनः विचारून पाहिले. तो का कू करायला लागला. त्याने नकारार्थी मान फिरविली.

'नाही, आपले धाडस होत नाही.' त्याने हताश होऊन स्पष्ट केले.

एक अतिशय मूल्यवान परिचय करून घ्यायची संधी दवडावी लागणार या दुःसह विचाराने प्रेरित होऊन मी पुनः प्रयत्न करून पाहायचे ठरविले. आता त्या योग्याशी प्रत्यक्ष स्वतःच बोलण्याखेरीज दुसरा पर्याय उरला नाही. शेवटी मो सारे औपचारिक रिवाज-हिंदू व युरोपियन बाजूला ठेवले व त्याच्या मार्गातच येऊन त्याच्यासमोरच उभा राहिलो. हिंदुस्थानी शब्दांच्या माझ्या अल्पशा संग्रहातून एक लहानसे वाक्य तयार करून मी त्याच्याशी बोलण्याचा प्रयत्न केला. त्याने वरती पाहिले. तोंडावर अर्धस्मित उमटले. पण डोके हलवून त्याने नकार दर्शविला.

मद्रासकडील तामीळ भाषेचा मला एकच शब्द येत होता. त्या योग्याला इंग्रजी विशेष येत नव्हते. दक्षिण हिंदुस्थानात हिंदुस्थानी फार थोड्या लोकांना समजते, हे मला तितकेसे माहीत नव्हते. शेवटी माझ्या ब्राह्मण सोबत्याला माझी कीव आली व तो माझ्या मदतीला आला.

भीत भीत, दिलगिरी दाखवीत तो तामीळमध्ये काहीसे पुटपुटला.

पण योग्याने उत्तर दिले नाही. त्याचा चेहरा क्रुद्धसा झाला. डोळे वटारल्यासारखे दिसू लागले.

तो ब्राह्मण गोंधळून जाऊन माझ्याकडे पाहू लागला. नंतर बराच वेळ कोणीही बोलेना. आम्हा दोघांनाही आता पुढे काय करावे, हे उमजेना. या योगी-संन्यासी लोकांना तोंड उघडायला लावणे किती महाकर्म कठीण आहे हे मला आता कळून आले. त्यांना कोणाला मुलाखत देणे आवडत नाही व परकीय लोकांना आपले स्वानुभव सांगावेसे वाटत नाहीत. हॅट-टोपी घातलेल्या गोऱ्या माणसाशी बोलण्याकरिता आपण आपले नित्याचे मौन सोडावयास ते सहसा तयार होत नाहीत. योगशास्त्राच्या बारकाव्यासंबंधी या परकीयांना काही माहीत नसते, त्या शास्त्राबद्दल त्यांना आदरही नसतो, असे ते गृहीत धरतात.

या विचारानंतर दुसरा विचार माझ्या मनात आला. तो योगी माझ्याकडे निरखून

पाहत असल्याचे माझ्या ध्यानात आले. मला जरा चमत्कारिक वाटले. मला वाटले की, तो माझ्या अगदी अंतर्यामीच्या विचारांचा ठाव घेत होता. पण बाह्यतः तो अगदी आपण या गावचे नाहीत असे दाखवीत होता. माझी कदाचित चुकीची समजूत झाली असेल.

पण सूक्ष्मदर्शक यंत्राने पाहण्याजोगा एक मानवी नमुना मी झालो अशा तऱ्हेची काही भेसूर कल्पना माझ्या मनातून काही जाईना.

तो ब्राह्मण सोबती फार घाबरला. त्याने मला कोपरखळी मारून सुचविले की, इथून आता पोबारा करावा. एकच मिनिटाचा अवकाश, नाहीतर मी पराभूत होऊन तिथून निघून गेलो असतो.

पण इतक्यात त्या योग्याने एकदम हाताची खूण केली व आम्हाला त्याने एका उंचशा माडाच्या झाडाखाली नेले. झाडाच्या बुंध्याशी आम्ही निमूटपणे बसलो. नंतर तो स्वतः खाली पडल्यासारखे करून बसला.

नंतर तो ब्राह्मणाशी तामीळ भाषेत काही थोडेसे बोलला. त्याच्या आवाजात एक विलक्षण प्रतिध्वनी उमटत होता व त्यात संगीताचा गोडवा होता.

'योगी तुमच्याशी बोलायला तयार आहेत,' माझ्या सोबत्याने मला भाषांतर करून सांगितले व स्वतः पुढे असे सांगितले की, 'नदीतीराच्या ह्या भागाकडे सहसा कोणी फिरकत नाही पण हे योगी मात्र इकडे कित्येक वर्षे येत असतात.'

पहिली गोष्ट जी मी विचारली ती म्हणजे त्याचे नाव. त्याबरोबर जे नाव मी ऐकले ते अगदी अगडबंब. त्या लांबलचक नावाचे मी एक नवीन सोपे नाव केले. त्याच्या लांबलचक नावातील पहिले नाव मला वाटते 'ब्रह्मसुखानंद' असे असावे. त्याबरोबर आणखी चार तितकीच लांबलचक नावे त्यात होती. म्हणून मी त्याला 'ब्रह्म' या सुटसुटीत नावाने ओळखण्याचे ठरविले. ती सगळी पाच नावे लिहावयाची म्हटली तर हे सगळे पान भरून जाईल; कारण एकेका नावात शब्द अनेक होते. त्या शब्दावडंबराने मी घाबरून गेलो. तेव्हा त्या सर्व नावाचा उच्चार न करता 'ब्रह्म' या साध्या नावाने माझ्या वाचकांना मी त्या योग्याचा परिचय करून द्यायचे ठरविले आहे. संवादात सुद्धा मी तेच नाव वापरणार आहे.

'मला योगशास्त्राविषयी आस्था आहे व त्या शास्त्राविषयी मला तुमच्याशी काही बोलावयाचे आहे असे त्यांना सांगा,' मी म्हणालो.

प्रश्नाचा अनुवाद केल्यावर योग्याने संमतिदर्शक मान हालविली.

'ठीक आहे. काही हरकत नाही. साहेबांना जे काही विचारायचे आहे ते त्यांनी

विचारावे,' त्याने स्मित करून उत्तर दिले.

'तुम्ही कोणत्या योगाची साधना करता?'

'माझी साधना दृढयोगाची, शरीरनियंत्रणाची आहे. सर्व योगांत हा योग महाकठीण.शरीर व श्वास ह्या दोहोंवर नियंत्रण ठेवावे लागते. ही दोन अगदी नाठाळ घोडी आहेत. त्यांना काबूत ठेवावे लागते. त्यानंतर मज्जातंतू व मन यावर ताबा ठेवणे सोपे जाते.'

'त्यापासून काय फायदा होतो तुम्हाला?'

ब्रह्माने नदीच्या पलीकडे दृष्टिक्षेप केला.

'शरीरस्वास्थ्य, मनःसामर्थ्य, दीर्घायुष्य हे त्याचे काही फायदे,' तो म्हणाला. 'मी जी साधना करतो, या योगसाधनेत जो पारंगत होतो तो आपल्या देहास वज्रप्राय बनवितो. त्याच्या शरीरास वेदना अशा होत नाहीत. मला एका शस्त्रक्रियेची गोष्ट आठवते. सर्जनने शस्त्रक्रिया केली, ती करण्यापूर्वी भूल आणण्याचे काहीही औषध त्याला दिले नाही; आणि त्याने निमूटपणे शस्त्रक्रिया करू दिली. हू की चू केले नाही. असा योगी शरीराचे काहीही संरक्षण न करता अगदी कडाक्याची थंडी सहन करतो. त्याला काही इजा होत नाही.'

मी माझी टिपणवही काढली. माझ्या कल्पनेबाहेर आमचे हे बोलणे रंगणार हे मला दिसू लागले. माझे हे लघुलेखन चालू असता ब्रह्माने स्मित केले पण काही हरकत घेतली नाही.

'या तुमच्या योगसाधनेची आणखी काही माहिती सांगा,' मी त्याला गळ घातली.

'माझे गुरुजी हिमालय पर्वतावर अगदी उघड्यावर हिम व बर्फ यामध्ये राहिलेले आहेत. अंगात फक्त विटकरी रंगाचा एक साधा कुडता. ज्या ठिकाणी थंडी इतकी की पाणी ताबडतोब गोठते अशा ठिकाणी तासन् तास ते बसून राहत. पण त्यांना काही होत नसे. योगशक्ती ही अशी आहे.'

'म्हणजे तुम्ही एक शिष्य आहात?'

'होय. अजून पुष्कळ पल्ला गाठायचाय. हे माझे व्यायाम व ही कसरत सतत दररोज बारा वर्षे मी करीत आहे.'

'आणि त्यापासून तुम्हाला काही सिद्धी प्राप्त झाल्या आहेत?'

ब्रह्माने संमतिनिदर्शक अशी मान हालविली. पण एक शब्दसुद्धा तोंडावाटे

काढला नाही.

ह्या विलक्षण अशा तरुण योग्याकडे मी जास्तजास्त आकर्षित झालो.

'तुम्ही योगी कसे झाला, हे विचारू का तुम्हाला?' मी असाच एक मोघम प्रश्न विचारला.

प्रथम त्याने उत्तरच दिले नाही. फूलविरहित अशा त्या माडाच्या झाडाखाली आम्ही तसेच बसून राहिलो. नदीच्या पैलतीरावर माडाचीच झाडे होती, त्यावर बसलेले कावळे काव-काव करीत होते. त्या आवाजात काही माकडांची किलबिल मिसळून गेली होती. झाडांच्या शेंड्यांवर माकडांनी आसन ठोकलेले होते. नदीतीरावरून पाण्याच्या प्रवाहाची संथशी हालचाल वरून दिसून येत होती.

'अगदी खुशीने!' ब्रह्माने ताबडतोब उत्तर दिले नुसत्या तात्त्विक चिकित्सेपेक्षा काही सखोल अर्थ माझ्या प्रश्नात आहे हे त्यांनी ओळखले असावे असे मला वाटते. त्याने आपला हात शालीखाली घेतला. नदीच्या पैलतीरावरील कसल्यातरी वस्तूकडे न्याहाळून तो पाहत होता. मग तो सांगू लागला :

'लहानपणी मी अगदी शांत व एकलकोंड्या स्वभावाचा होतो. लहान मुलांच्या स्वाभाविक खेळण्याबागडण्यात माझे लक्ष नसे. मुलांशी खेळण्यापेक्षा बागेत किंवा शेतामध्ये एकटे भटकणे मला आवडे. घू घू करणाऱ्या मुलांना नक्की काय पाहिजे असते, हे थोड्यांना कळते. माझ्या मनाला जीवनामध्ये आनंद वाटत होता की नाही, हे मला सांगता येत नाही. जेव्हा माझे वय बारा वर्षांचे झाले तेव्हा अचानकपणे एक प्रसंग घडून आला. काही वयस्क माणसांचा संवाद मी चोरून ऐकला. त्यांच्या बोलण्यावरून योग म्हणजे काय आहे हे मी प्रथम शिकलो. ह्या प्रसंगाने योगाभ्यास करण्याची आवड माझ्या मनात उत्पन्न झाली. मी या विषयाबद्दल पुष्कळ लोकांना विचारले; व अशा तऱ्हेने तामीळ भाषेतली योग ह्या विषयावरची व योग्यांच्या माहितीबद्दलची पुस्तके मी जमविली. वाळवंटातून जाणाऱ्या उंटाला जशी तहान लागते, तशी मलाही योगीजनांविषयी आणखी जास्त माहिती मिळविण्याची तहान लागली. या नादात मी अशा एका टप्प्यापर्यंत येऊन पोहोचलो की जिथून पुढे काही मला जाता येईना. माझ्या संग्रहात बरीच पुस्तके होती; त्यांपैकी एक पुस्तक मी सहज पुनः वाचायला घेतले. त्या पुस्तकातील एक वाक्य अचानकपणे माझ्या डोळ्यापुढे आले. ते वाक्य असे : 'योगमार्गावर यशस्वी होण्याकरिता प्रत्यक्ष गुरू पाहिजे.' या वाक्याचा माझ्या मनावर फार मोठा परिणाम झाला. मला असे वाटू लागले की, घर सोडून बाहेर आसपास हिंडल्याखेरीज गुरूची प्राप्ती होणार नाही. या बेताला माझे आईवडील काही परवानगी देणार नाहीत. तेव्हा आता काय करावे,

हे न सुचल्याने मी गुप्तपणे प्राणायाम करू लागलो. त्याबद्दल तुटपुंजी माहिती मी पुस्तकातून मिळविली होती. या अशा प्राणायामामुळे मला काही फायदा झाला नाही. उलट इजा झाली. मला त्या वेळी कल्पना नव्हती की जाणत्या व त्या शास्त्रात पारंगत अशा गुरूखेरीज ही प्राणायामाची साधना करणे हे धोक्याचे आहे. पण योगाभ्यासाची तळमळ मला इतकी लागली होती की, गुरूची वाटही मी पाहिली नाही. त्यामुळे ह्या प्राणायामाचा परिणाम थोड्याच वर्षांत दृग्गोचर होऊ लागला. माझ्या डोक्यावर मधोमध एक जखम होऊ लागली. जणू काय कवटी अगदी तिच्या सर्वांत कमजोर अशा भागात फुटू लागली. त्या जखमेतून रक्त वाहू लागले व माझे शरीर बधिर होऊ लागले व थंडगार पडू लागले. मला वाटले की, आता आपण मरणार. त्यानंतर दोन-एक तासांनी माझ्या मनश्चक्षूपुढे एक चमत्कारिकसे दृश्य दिसू लागले. माझ्या डोळ्यांपुढे एका आदरणीय योग्याची आकृती दिसू लागली. तो योगी माझ्याशी बोलू लागला, 'पाहिलेस, ह्या प्रतिसिद्ध साधनेमुळे तू स्वतःवर काय संकट ओढवून आणले आहेस? ह्याच्यापासून चांगला धडा घे.' ते दृश्य नंतर नाहीसे झाले; आणि सांगायची गंमत अशी की, त्या क्षणापासून माझी तब्येत बरी होऊ लागली आणि लवकरच मी पूर्ण बरा झालो. पण डोक्यावरचा जखमेचा व्रण अजून कायम आहे.'

तो मुकुटासारखा व्रण दाखविण्याकरिता ब्रह्माने आपले डोके वाकविले. खरोखरीच तो गोलसा व्रण- त्याची खूण अगदी स्पष्ट त्याच्या डोक्यावर दिसून येत होती.

'ह्या दुःखदायक अनुभवानंतर मी प्राणायामाचा अभ्यास सोडून दिला व कुटुंबाचे पाश कमी होईतोपर्यंत काही वर्षे वाट पाहिली.' तो पुढे सांगू लागला, 'पण जेव्हा संधी मिळाली तेव्हा मी घर सोडले आणि गुरूच्या शोधार्थं बाहेर पडलो. योग्य गुरूची परीक्षा घ्यायची म्हणजे त्याच्याजवळ काही दिवस राहावे लागते हे मला माहीत होते. अशा कित्येक गुरूंच्याजवळ मी राहून पाहिलेले होते. पण माझी निराशा झाली होती व मी परत घरी आलो होतो. त्यांपैकी काहींचे मठ होते; काही आध्यात्मिक संस्थांचे प्रमुख होते; पण त्यांच्यापैकी कोणीही मला समाधान असे दिले नाही. त्यांनी तत्त्वज्ञान असे पुष्कळ सुनावले पण अनुभवाच्या नावाने शून्य. पोथ्यापुस्तकांत काय लिहिले आहे हेच ते मला सांगत; पण प्रत्यक्ष काय करायचे हे कोणी सांगू शकत नसत. मला पुस्तकी ज्ञान नको होते. मला योगाभ्यासाचा प्रत्यक्ष अनुभव हवा होता. असे मी जवळजवळ दहा गुरू शोधले; पण त्यांना योगाभ्यासाचा प्रत्यक्ष अनुभव नव्हता. तरीपण मी निराश झालो नाही. तारुण्यसुलभ अशी माझी उत्सुकता अधिक तीव्र झाली. जितकी माझी फजिती व्हायची, तितका माझा विजीगीषु निश्चय वाढायचा.

'आता मी वयात आलो होतो. घर कायमचे सोडायचा, संसारी जीवनाचा आमरण त्याग करायचा माझा निश्चय कायम झाला. तेव्हा आता माझ्या गुरुशोधाच्या अकराव्या यात्रेला मी निघालो. हिंडत हिंडत तंजावर जिल्हातील एका गावात आलो. गावात नदी होती. नदीवर सकाळी स्नान केले व तसाच किनाऱ्या किनाऱ्याने चालू लागलो. थोड्याच वेळाने मी एका लहानशा देवळाजवळ आलो. देवळाचा दगड तांबड्या रंगाचा होता. सहज गंमत म्हणून मी गाभाऱ्यात डोकावलो. तेथे काही माणसे वर्तुळाकार बसली होती व मधोमध एक जवळजवळ दिगंबर असा साधू बसला होता. अंगावर फक्त लंगोटी होती. ती माणसे त्या साधूकडे मोठ्या आदराने पाहत होती. त्याच्या चेहऱ्यावर पावित्र्य, उदात्तता व गांभीर्य दृग्गोचर होत होते. मी उंबऱ्यापाशीच उभा राहिलो; थोडासा घाबरलो पण मला मोठी मौज वाटली. मधोमध बसलेला साधू एक योगी असून याच्याभोवती त्यांचे शिष्य बसलेले असून त्याच्यापासून ते काही उपदेश घेत होते हे मला लवकरच समजून आले. तो योगी नुसता पुस्तकी पंडित नसून खराखुरा सिद्ध योगी असावा, असे मला अंतर्यामातून वाटू लागले. ते का, हे मात्र मला सांगता येत नाही.

'इतक्यात त्या योग्याची नजर दाराजवळ गेली. आमची दृष्टादृष्ट झाली. माझ्या अंतर्यामीच्या संदेशाचे मी पालन केले व आत गेलो. त्या योग्याने माझे सहृदय स्वागत केले. मला खाली बसायला सांगितले व माझ्याशी बोलायला सुरुवात केली. 'तुला शिष्य म्हणून घ्यावा असा मला सहा महिन्यांपूर्वी संदेश मिळाला होता. तो तू आज आलास.' मला आश्चर्याचा धक्का बसला. बरोबर सहा महिन्यांपूर्वीच गुरूच्या शोधार्थ मी माझ्या अकराव्या यात्रेवर बाहेर पडलो होतो. ते काही असो. मला आता गुरू भेटला. त्यानंतर गुरू जेथे जेथे म्हणून जात, तेथे तेथे मी त्यांच्याबरोबर जाई. कधी कधी ते मोठमोठ्या शहरांतून हिंडत तर कधी कधी निर्जन अरण्यात हिंडत. त्यांच्या मदतीने मी योगमार्गावर चांगली प्रगती केली; आणि शेवटी मला समाधान मिळाले. या माझ्या गुरूला अनुभूती चांगलीच होती. त्याचा योगमार्ग हा दृढयोगाचा असावा. योगाभ्यासाचे अनेक प्रकार आहेत. त्यांची पद्धती व साधना वेगवेगळी असते. जी पद्धती व साधना मी शिकलो, त्यावर मनाऐवजी शरीरावर ताबा कसा ठेवावा यापासून सुरुवात होती. प्राणायाम कसा करावा हेही मी शिकलो. एके प्रसंगी मी चाळीस दिवस उपवास केला. कशाकरिता? तर एक मोठी सिद्धी प्राप्त व्हावी म्हणून.

एक दिवस गुरूंनी मला मुद्दाम बोलाविले व सांगितले, 'संसारापासून, जगापासून संपूर्णतया अलिप्त राहण्याची तुझी वेळ अजून आली नाही. तर तू आपल्या घरी जा; आईबापांनी भेट व जगरहाटीप्रमाणे संसार कर, लग्न कर. एक मूल होऊ दे. वयाच्या

एकूणचाळिसाव्या वर्षी तुला काही दृष्टांत होईल; आणि मग तू हे जग सोडून द्यायला मोकळा होशील. नंतर मग तू अरण्यात जा व एकांतात ध्यानाचा अभ्यास कर. शेवटी प्रत्येक योगी जे साध्य करतो ते तूही करशील. तोपर्यंत मी तुझी वाट पाहत राहीन आणि मग तू माझ्याकडे परत ये.'

'हे ऐकल्यावर मी आश्चर्याने थक्क झालो. पण मी त्यांच्या आज्ञेचे पालन केले व घरी परत गेलो. योग्य वेळी मी लग्न केले. बायकोही मला पतिपरायण व भाविक मिळाली. गुरूंनी सांगितल्याप्रमाणे मला तिच्यापासून एक मूल झाले. पण लवकरच बायको वारली. त्या वेळी माझे आईवडील हयात नव्हते. म्हणून मी माझे गाव सोडून या गावी आलो. या गावात एक म्हातारी विधवा आहे- तीही पूर्वीची आमच्याच गावची. मला अगदी लहानपणापासून ती ओळखते. माझा प्रपंच ती सांभाळते. आता उतारवयात तिलाही विवेक आला आहे. त्यामुळे योगमार्गाप्रमाणे अलिप्त असे जीवन जगण्याकरिता तिच्याकडून काही आडकाठी येत नाही.'

नंतर ब्रह्म बोलावयाचे थांबला. पण त्याने जी मला आपली कहाणी सांगितली त्यावरून मला त्याला काही प्रश्न विचारायची बुद्धी झाली नाही. नंतर दोन तीन मिनिटे आम्ही स्तब्ध बसलो. नंतर तो उठला व घराच्या दिशेने हळूहळू चालू लागला. मी व माझा सोबती त्याच्यापाठोपाठ निघालो.

आमचा रस्ता नारळीपोफळींच्या बनातून जात होता. नदीचे पाणी सूर्यप्रकाशात चमकत होते. प्रवाहाच्या काठाकाठाने आम्ही चाललो. जवळजवळ एक तास असे आम्ही चालत होतो. चालताना मोठी मजा वाटली. मग हळूहळू वस्ती लागली. कोळी आत पाण्यात जाऊन मासे पकडीत असताना दिसू लागले. मासे पकडण्याची त्यांची पद्धत अगदी पूर्वापारची चालत आलेली. ते नावेत बसून किंवा किनाऱ्यावर बसून मासे पकडीत नसत तर भर पात्रामध्ये कमरेपर्यंतच्या पाण्यात उभे राहून, जाळे टाकून मासे पकडीत व ते टोपलीमध्ये एकएक असे टाकीत.

ह्या देखाव्याचे सौंदर्य नदीवरच्या पात्रावरून इतस्ततः संचार करणाऱ्या ऐटबाज तुरे शिरावर मिरविणाऱ्या पक्ष्यांकडून वृद्धिंगत झाले होते. समुद्राच्या दिशेने येणाऱ्या वायुलहरींचा सुगंध आसमंतात दरवळून राहिला होता. काही वेळाने नदीच्या पात्राची संगत संपली, रस्ता लागला. मनाला थोडी विषण्णता वाटली. गावात शिरल्याबरोबर किंचाळणाऱ्या ग्रामशूकरांचा एक कळप आमच्या बाजूने गेला. त्याच्यामागे एक खालच्या जातीची स्त्री जात होती. म्हातारपणामुळे तिचे केस पिकले होते. तिच्या हातात एक कळकाची काठी होती व त्या काठीने तो डुकरे वळीत होती.

नंतर ब्रह्माने आम्हाला निरोप दिला. पुनः भेट व्हावी असा मी मनोदय व्यक्त

केला. त्याने भेटण्याचे कबूल केले. त्यावरून मला धीर आला. माझ्याकडेही येण्याविषयी विचारण्याचे मी धाडस केले. आणि आश्चर्याची गोष्ट अशी की तेही त्याने कबूल केले. माझा ब्राह्मण सोबती तर आश्चर्याने थक्क झाला. त्या योग्याने संध्याकाळी माझ्याकडे येण्याचे कबूल केले.

***

संध्याकाळ जशी झाली तशी मी ब्रह्माची वाट मोठ्या उत्सुकतेने पाहू लागलो. काय काय प्रश्न विचारायचे, या विचारांनी माझ्या मनात मोठे थैमान घातले. त्याने जी आपली स्वतःची कहाणी सांगितली ती ऐकल्याने माने कुतूहल वाढले व त्याच्या चमत्कारपूर्ण वागण्याने मला गोंधळात टाकले.

नोकराने तो आल्याची मला वर्दी दिली. व्हरांड्याच्या काही पायऱ्या उतरून मी त्याचे हात जोडून स्वागत केले. हिंदू पद्धतीने स्वागत करण्याचा रिवाज मी लवकरच रुळवला; त्या पद्धतीचा लाक्षणिक अर्थही समजून घेतला. पाश्चिमात्य मनाला तो पटायचा नाही. कारण या नमस्काराचा अर्थ असा आहे की, तुझा आत्मा व माझा आत्मा हा एकच आहे. युरोपियन माणसांकडून नमस्कार घेणे हिंदू मनुष्याला आवडते; कारण असा प्रसंग क्वचित येतो. पण वास्तविक पाहता, युरोपियन लोकांच्या हस्तांदोलनात व या नमस्कारात काय फरक आहे? हिंदू लोकात मला अधिकाधिक मिसळता यावे म्हणून मी हिंदी चालीरीतींचा व समजुतींचा स्वीकार केला. अर्थात ज्या मला समजून आल्या त्यांचा. याचा अर्थ असा नाही की मला एतद्देशीय बनावयाचे आहे. तसा माझा उद्देश नाही. पण इतरांनी जसे मला वागवावेसे वाटते, त्या पद्धतीने मी इतरांशी वागलो.

ब्रह्माला मी मोठ्या दालनात नेले. तेथे नेल्याबरोबर तो एकदम मांडी घालून जमिनीवर बसला.

'तुम्ही खुर्चीवर बसणार नाही काय?' मी दुभाष्यामार्फत त्याला विचारले. 'खुर्चीवर चांगली आरामशीर गादी आहे.' पण त्याने उघडी जमीनच बसायला पसंत केली. हिंदुस्थानात जमिनीला फरशी असते; लाकडी फळ्याही नसतात.

माझ्याकडे आल्याबद्दल मी कृतज्ञता दर्शविली व काही खाद्यपदार्थ त्याच्यापुढे ठेवले. त्याचा त्याने स्वीकार केला.

अगदी शांतपणे ते पदार्थ खाल्ल्यावर मला असे वाटले की, माझ्याबद्दलही काही वैयक्तिक स्वरूपाची हकिकत त्याला सांगावी; त्याच्या संपर्कात मी स्वतःला का आणले, याचा काही खुलासा करावा. म्हणून मी माझी हकिकत हळूहळू

त्याला सांगू लागलो. हिंदुस्थानात मी कोणत्या कारणास्तव आलो याचाही थोडक्यात खुलासा केला. माझी हकिकत ऐकल्यावर ब्रह्माने भिडस्तपणाची व परकेपणाची भावना बाजूस सारून अगदी मित्रभावाने माझ्या खांद्यावर हात ठेवला.

'अशी माणसे युरोप-अमेरिकेत आहेत हे ऐकून फार बरे वाटते. तुमचा प्रवास फुकट जाणार नाही, कारण तुम्हाला येथे पुष्कळ शिकायला मिळेल. तुमची-माझी भेट ह्या ठिकाणी घडून यावी ह्यात काही दैवी घटना असावी. तुम्हाला जे काही विचारायचे असेल ते विचारा. माझ्या व्रताच्या मर्यादेत तुम्हाला मी सांगतो की, ही फार आनंदाची गोष्ट आहे.'

नशीब म्हणायचे! मग मी त्याला त्याच्या योगसाधनेचे स्वरूप, तिची परंपरा व तिचे उद्दिष्ट याविषयी विचारले.

'मी ज्या योगवियेचा अभ्यास केला आहे. ती दृढयोगाची विद्या किती पुरातन आहे हे कोणी सांगावे? आमच्या शास्त्रात असे सांगितले आहे की, हे रहस्य प्रथम भगवान शंकराने घेरंड ऋषीस सांगितले; त्यांच्या मुखातून मार्कंडेय ऋषीने ते श्रवण केले. मग मार्कंडेय ऋषीने ते इतरांना सांगितले. अशा तऱ्हेने परंपरेने हजारो वर्षे हे ज्ञान आजपर्यंत येऊन पोचलेले आहे. आता किती लोकांना याचे ज्ञान आहे, ह्याची आम्हाला कल्पना नाही; पण त्याची चौकशी करण्याची तशी तादृश जरुरीही नाही. परंतु सर्व योगशास्त्रे ही पुरातन आहेत. त्यांत दृढयोग हा जरा अलीकडचा आहे. पुरातन काळात सुद्धा मानवाचा इतका अधःपात झाला होता की, त्याची आध्यात्मिक उन्नती करण्याकरिता परमेश्वराने दृढयोगाचा अवलंब केला. दृढयोगाबद्दल सर्वसाधारण लोकांना काहीही माहीत नसते. याचे जे अभ्यासी आहेत त्यांना फक्त थोडेबहुत कळते. सामान्य लोकांच्या ह्या प्राचीन शास्त्राबद्दलच्या कल्पना अगदी चुकीच्या असतात. ह्या शास्त्राचे अभ्यासही फार दुर्मीळ. त्यामुळे अगदी मूर्ख व विकृत स्वरूपाची साधना सुद्धा दृढयोगाच्या नावाखाली चालू असते. त्याचा कोणी निषेध करीत नाही. तुम्ही काशीला जा. तेथे तुम्हाला एक दृढयोगी आढळेल. तो सर्व दिवसभर तीक्ष्ण खिळ्यांच्या बैठकीवर बसून राहतो व रात्रीही त्या खिळ्यांवरच झोपतो. दुसऱ्या एका ठिकाणी तुम्हाला एक इसम आढळून येईल की, जो आपला एक हात हवेत उंच सतत वरती करून ठेवतो. त्यापैकी निम्माअधिक हात त्याचा काही उपयोग होत नसल्याने वाळून जातो. नखेही लांबलचक वाढतात. तुम्हाला लोक सांगतील की, तेही आमच्यासारखे दृढयोगाचे अभ्यासी आहेत. पण तसे नाही. हे लोक आमच्या शास्त्राला वैगुण्य आणतात. लोकांना कुतूहल वाटावे म्हणून मूर्खासारखे शरीराचे हाल करणे हे आमच्या शास्त्राचे उद्दिष्ट नाही. ही वैराग्यासारखी माणसे अडाणी असतात. शरीरावयवांचे हाल करण्याचे कोणाकडून

तरी काहीतरी ऐकतात व जबरदस्तीने स्वत:च्या देहास यातना देतात. पण आमच्या शास्त्राच्या हेतूंबद्दल त्यांना काहीही माहीत नसल्याने साधनेला व व्यायामाला ते विकृत स्वरूप देतात व विनाकारण प्रदीर्घ कालपर्यंत साधना करीत बसतात. पण सर्वसाधारण लोक अशा मूर्खांना मानतात. त्यांना भिक्षा वाढतात; पैसे देतात.'

'पण त्यांना दोष देण्याचे काय कारण? जर खरे योगी दुर्मीळ झाले व त्यांनी आपली विद्या गुप्त ठेवली तर गैरसमज वाटायचेच,' मी जरा हरकत घेतली.

ब्रह्माने आपले खांदे वरती केले. तिरस्काराची एक छटा त्याच्या मुखावरून गेली.

'लोकांनी पाहावीत म्हणून राजा कधी आपले जडजवाहिर उघड्या रस्त्यावर ठेवतो काय?' त्याने विचारले. 'नाही. तो ते आपल्या राजवाड्याच्या तळघरात लपवून ठेवतो. आमच्या शास्त्राचे ज्ञान म्हणजे मोठा खजिना आहे. त्यांनी सरसकट वाटेल त्याला हे ज्ञान बाजारात सांगावे काय? ज्याला हा खजिना पाहिजे असेल त्याने तो शोधून काढावा. हाच एक मार्ग. पण तोच योग्य मार्ग आहे. आमच्या शास्त्रात वारंवार बजावून सांगितले आहे की, ही विद्या गुप्त ठेवा. आणि आमचे योगीजन ह्या विद्येची शिकवण फार थोड्यांनाच देतात-त्यांची कडक कसोटी घेऊन. अशा शिष्यांनी त्यांची वर्षानुवर्षे श्रद्धापूर्वक सेवा केली पाहिजे. सर्व योगांत अमचा योग हा फार रहस्यमय, गुप्त स्वरूपाचा आहे. त्याच्यात धोके फार. धोके केवळ शिष्यांनाच नव्हे तर इतरांनाही. तुम्हाला असे वाटते काय की, मी ही रहस्यमय विद्या सगळी तुम्हाला उघड करून सांगेन? बिलकूल नाही. तुम्हाला जे मी सांगणार आहे ते अगदी प्राथमिक स्वरूपाचे असेल की जे सांगताना मला फार चिकित्सा करावी लागणार नाही.'

'असे होय?'

'पण आमच्या शास्त्राची अशी एक शाखा आहे की जिच्याबद्दल मला तुम्हाला अधिक मोकळेपणाने सांगता येईल. ती शाखा म्हणजे मनोनिग्रह व शरीरसंवर्धन. ते साधले म्हणजे खऱ्या योगाची कठीण साधना करावयास तुमच्या अंगी पात्रता येईल.'

'आमच्याकडील लोकांना त्यात रस वाटेल!'

'आमची जवळ जवळ वीस आसने अशी आहेत की जी केल्याने शरीराच्या निरनिराळ्या भागांना व अवयवांना व्यायाम मिळतो व काही रोग बरे होतात किंवा होतच नाहीत. काही आसनांती मज्जातंतूवर ताण बसतो व त्यामुळे जे अवयव बरोबर कार्य करीत नाहीत ते कार्यक्षम होतात.'

‘तुम्ही औषध वापरता काय?’

‘काही वनस्पती आम्ही औषधासारख्या जरूर तर वापरतो. त्या वनस्पती आम्ही कृष्णपक्षात तोडतो. आमच्या शास्त्रात चार तऱ्हेची आसने किंवा पद्धती आहेत. त्यांचे मुख्य कार्य म्हणजे प्रथम शरीरारोग्य संपादन करणे. जेणेकरून मज्जातंतूंना विराम मिळेल अशी आसने आम्ही प्रथम करतो. त्याकरिता चार तऱ्हेचे व्यायाम आहेत. त्यानंतर शरीरावयवांना ताण कसा द्यावा, हे आम्ही शिकतो. सशक्त प्राणी नैसर्गिक पद्धतीने आपले अवयव कसे ताणतात यावरून आम्ही हे व्यायाम तयार केले आहेत. नंतर आम्ही आपले शरीर पूर्णपणे स्वच्छ करतो. स्वच्छ करण्याच्या आमच्या वेगवेगळ्या पद्धती आहेत. तुम्हाला चमत्कारिक वाटतील, पण त्यांचा उपयोग फार होतो. फार प्रभावी आहेत त्या. त्यानंतर आम्ही प्राणायामाची साधना करतो.’

त्यांपैकी काही आसनांचे प्रात्यक्षिक पाहण्याची मी इच्छा दर्शविली.

‘मी जे काही तुम्हाला आता करून दाखविणार आहे, त्यात फार मोठे गुपित आहे असे नाही.’ ब्रह्मा किंचित हसत हसत सांगू लागला. ‘आता शांतवृत्ती ठेवण्याची गोष्ट घ्या. ती एक मोठी कला आहे. या बाबतीत मांजरापासून आपल्याला थोडे शिकण्यासारखे आहे. आमचे गुरू आपल्या शिष्यांच्यामध्ये एक मांजर आणून ठेवीत. आणि सांगत की, ‘पाहा हे मांजर निपचित बसले की कसे सुंदर दिसते.’ ते नंतर आम्हाला दुपारच्या वेळी मांजर झोपी जाऊ लागे त्या वेळी मुद्दाम बारकाईने पाहायला सांगत. नंतर उंदराचे बिळ दिसले की ते एकदम कशी उडी मारते, हेही बारकाईने निरीक्षण करायला सांगत. ते आम्हाला स्पष्ट करून सांगत की, शांतमनस्क कसे बसावे हे मांजरापासून शिकावे; घोरावे कसे व शक्ती कशी जतन करावी हे त्याच्यापासून शिकावे. विश्रांती कशी घ्यावी, हे आपल्याला फार छान समजते अशी तुमची समजूत आहे पण ती चुकीची आहे. तुम्ही खुर्चीवर जरी थोडा वेळ बसलात तरी स्वस्थ बसत नाही. सारखी चुळबुळ करताः आळोखेपिळोखे देता; पाय पसरता. खुर्चीवरून तुम्ही जरी उठला नाहीत– बाह्यतः स्वस्थ बसल्यासारखे दिसलात तरी तुमच्या डोक्यात एकामागून एक विचार सारखे येत जात असतात. ह्याला तुम्ही विश्रांती म्हणाल काय? आमची हालचाल सारखी चालूच असते ना?’

मी म्हणालो, ‘ही निरीक्षणाची बाजू आतापर्यंत माझ्या कधी ध्यानातच आली नाही.’

‘विश्रांती घेत पडून कसे राहावे, हे प्राण्यांना चांगले समजते; पण पुष्कळ माणसांना ह्याचे काही ज्ञान नसते. याचे कारण असे आहे की प्राण्यांचे वागणे

अंतःस्फूर्तीने चालते; माणसांचे विचाराने चालते. अंतःस्फूर्ती म्हणजे निसर्गाचा आवाज. आणि ज्या अर्थी माणसांना आपल्या मेंदूवर तितकासा ताबा ठेवता येत नाही, त्यामुळे त्यांचे मज्जातंतू व शरीर यांच्यावर त्याचा परिणाम होतो व खरी विश्रांती अशी त्यांना मिळत नाही.'

'मग त्यांनी काय करावे?'

'पहिली गोष्ट तुम्ही शिकायला पाहिजे ती ही की पौर्वात्य पद्धतीने बसावयास शिकणे. तुमच्या उत्तरेकडील देशात, थंडगार खोल्यांमध्ये खुर्चीवर बसणे ठीक आहे. पण योगाभ्यासामधील आसने करायच्या वेळी त्या बाजूस ठेवायला पाहिजेत. आसनांच्या दृष्टीने आमची बसावयाची पद्धत फार उपयोगी आहे; कारण काम केल्यानंतर किंवा चालल्यानंतर त्या पद्धतीने साऱ्या शरीराला विश्रांती मिळते. ती पद्धत अगदी साधी आहे. तुमच्या खोलीतल्या भिंतीसमोर एक लहानशी चटई किंवा दुलई पसरा. आणि त्या चटईवर, दुलईवर जितके आरामशीर तुम्हाला बसता येईल तितके भिंतीला पाठ टेकून बसा. किंवा खोलीच्या अगदी मधोमध बैठक आंथरा व पाठ टेकण्याकरिता खुर्ची किंवा कोच घ्या. नंतर आसनावर मांडी घालून बसा. मांडी घालताना स्नायूंना ताण अगदी देऊ नका. म्हणजे मांडी घालून बसणे हा तुमचा पहिला व्यायाम होय. अशा बसण्याने तुमचे शरीर अगदी स्थिर राहील. फक्त श्वासोच्छ्वास घेण्याकरिताच तुम्हाला थोडे कष्ट पडतील. आणि असे आसन सिद्ध झाल्यावर तुम्ही आपल्या मनाशी असे ठरवा की मी माझे सारे विचार सांसारिक जबाबदाऱ्यांतून व बाबतीतून बाहेर काढीन. मग तुम्ही आपले मन कोणत्यातरी एका सुंदर वस्तूवर, चित्रावर किंवा फुलावर स्थिर करा.'

हे ऐकल्यावर मी आरामखुर्ची सोडून देऊन जमिनीवर ब्रह्माच्या समोर येऊन बसलो व त्याने वर्णन केलेल्या आसनात बसावयाचा प्रयत्न केला. 'मांडी घालून काम करण्याची पद्धत आमच्याकडील जुन्या काळच्या शिष्यांना माहीत होती.'

'जमले की तुम्हाला!' ब्रह्माने उद्‌गार काढले. 'पण इतर युरोपियन लोकांना ते जमणार नाही, कारण तसे बसायची त्यांना सवय नसते. आता तुमच्या या बसण्यात एक दोष राहिला. पाठ ताठ करून बसा. वाकू नका. आता तुम्हाला आणखीन एक आसन करून दाखवितो.'

ब्रह्माने नंतर बसल्याबसल्याच आपले गुडघे वरती करून हनुवटीला चिकटविले. या आसनात त्याचे पाय जरा लांब पसरले गेले. गुडघ्याभोवती त्याने आपले हात गुंडाळून घेतले.

'तुम्ही बराच वेळ उभे राहिल्यानंतर विश्रांतीसाठी हे आसन फार उपयोगी आहे.

साऱ्या शरीराचा भार बैठकीवरच टाकून द्या. ह्या आसनात तुम्ही जेव्हा फार थकलेले असाल तेव्हा थोडा वेळ का होईना बसून पाहा. तुमच्या महत्त्वाच्या मज्जातंतूंना आराम मिळेल.'

'फार सोपे आहे हे आसन अगदी.'

'विश्रांती घेण्याची कला शिकण्याकरिता काही विशेष कसरत करावी लागत नाही. जमिनीवर पाठ टेकून सरळ पडून राहा. पाय ताणा. पायाच्या तळव्याचे अंगठे बाहेर वळवा, हात शरीराशेजारीच बाजूस ठेवून द्या, प्रत्येक स्नायूला विश्रांती द्या; डोळे मिटा, व शरीराचा सारा भार जमिनीवर टाका. हे आसन तुम्हाला गादीवर पडून बरोबर करता येणार नाही; कारण यात पाठीचा कणा अगदी ताठ ठेवावयास पाहिजे असतो. फार झाले तर एक दुलई जमिनीवर आंथरा. ह्या आसनाने नैसर्गिक अशी रोगनिवारणशक्ती तुम्हाला विश्रांती देईल. या आसनाला आम्ही 'शवासन' म्हणतो. अभ्यासाने या आसनात तुम्ही तासभर सुद्धा बसू शकाल. या आसनाने स्नायूंचा शीण काढला जातो व मज्जातंतूंना, नाड्यांना आराम मिळतो. स्नायूंना विश्रांती मिळाली म्हणजे चित्त स्थिर होऊ लागते. मनाला शांती मिळू लागते.'

'याचा अर्थ तुमची आसने म्हणजे बसून राहण्याची कोणती ना कोणती तरी पद्धत.'

'म्हणजे काहीच नव्हे का ते? तुम्हा पाश्चिमात्यांना सारखे काम करावयास पाहिजे; पण विश्रांतीची काही जरूर नाही काय? विश्रांतीची घृणा करू नका. मज्जातंतूंचा शीण जाणे म्हणजे काहीच नव्हे काय? विश्रांती हे सर्व योगांचे प्राथमिक अंग आहे; पण ती काही आमचीच केवळ अगत्याची बाब आहे असे नाही. साऱ्या जगाला विश्रांतीची जरूर आहे.'

ब्रह्माच्या शब्दांना अर्थ होता.

'आज एवढीच आसने बस्स आहेत,' तो पुढे म्हणाला, 'आता मला निघायला पाहिजे.'

नंतर त्याने आपली पांढरी शाल आपल्या खांद्याभोवती गुंडाळली, मला नमस्कार केला व तेथून तो चालता झाला. हा जो आमचा मनोरंजक संवाद इतका वेळ चालला होता व एकदम संपला त्याच्यावर मी विचार करीत राहिलो.

नंतर पुष्कळ वेळा मी त्या योग्याला भेटलो. कधी-कधी त्याच्या इच्छेनुसार त्याच्या सकाळच्या फिरण्याच्या वेळी मी त्याचा वेळ घेई. पण गळ घातल्यावर संध्याकाळचा तो माझ्याकडे येई. त्या वेळी तो फार उपयुक्त माहिती देई. दिवसा

दुपारच्या वेळी तो आपले ज्ञान प्रकट करावयास इतका खूष नसे. चंद्रप्रकाशात ते गूढ ज्ञान दुसऱ्यास सांगावयास त्याला सोईचे वाटे.

एक प्रश्न मी त्याला विचारला. या प्रश्नाने मला काही दिवस गोंधळात टाकले होते. माझी समजूत अशी होती की, हिंदू लोक साधारण तपकिरी रंगाचे, गव्हाळ वर्णाचे. मग ह्या ब्रह्माची त्वचा इतकी काळी, अगदी निग्रोच्या वर्णाइतकी काळी का?

त्याचे उत्तर असे की, ब्रह्मा हा ह्या देशातील आदिवासी लोकांपैकी होता. जेव्हा आर्य लोक हिंदुस्थानावर आक्रमण करणारे अगदी पहिले लोक हिमालयाच्या खिंडीतून आत घुसले व या द्रवीड लोकांच्या देशात वसती करू लागले, तेव्हा त्यांनी या द्रवीड लोकांना दक्षिणेकडे रेटले. हे द्रवीड लोक अजूनही वेगळे असे राहतात; फक्त त्यांनी आपल्या राज्यकर्त्यांचा धर्म उचलला आहे. विषुववृत्तावरील प्रखर उन्हामुळे त्यांची त्वचा अगदी काळी कुळकुळीत करून टाकलेली आहे. त्यामुळे व इतर काही प्रमाणांवरून काही वंशशास्त्रज्ञ असे म्हणतात की ते मूळचे आफ्रिकेतले असावेत. ज्या काळात त्यांची ह्या देशात अप्रतिहत सत्ता होती त्या काळातील रिवाजाप्रमाणे ते अजूनही आपल्या लांबलचक शेंडीला गाठ मारतात व त्या पुरातन बोलीतच बोलण्याचा व्यवहार करतात. या बोलीतली प्रमुख बोली म्हणजे तामीळ भाषा होय.

योगविद्या ही आपल्या आदिवासी लोकांकडून या गव्हाळ वर्णाच्या आर्य जातीने घेतली असे मोठ्या आग्रहाने व खात्रीपूर्वक प्रतिपादन ब्रह्मा करीत असे. इतरही पुष्कळ रिवाज आर्यांनी द्रविडांकडून उचललेले आहेत. परंतु विद्वान हिंदू पंडितांना मी याबद्दल विचारले. त्यांनी या विधानाचा जोराने इन्कार केला. हा प्रश्नही इतका महत्त्वाचा नाही तेव्हा तो तसाच ठेवून देणे हे बरे!

यौगिक शरीरसंवर्धन या विषयावर काही मला मोठा प्रबंध लिहावयाचा नाही. परंतु शारीरिक योगासने मी जरूर करतो. ती महत्त्वाची आहेत. ब्रह्माने मला वीस एक महत्त्वाची योगासने करून दाखविली. ती मी एखाद्या नारळी वनात उघड्यावर करतो किंवा माझ्या खोलीत करतो. ती आसने म्हणजे कसरतीच आहेत. पाश्चिम ात्यांच्या डोळ्यांनी ती वेडगळपणाची किंवा करावयास अशक्य किंवा अशा दोन्ही प्रकारची वाटतील. त्यांपैकी काहीमध्ये गुडघ्यांवर भार देऊन केलेले किंवा हातांच्या बोटांवर भार देऊन केलेले शीर्षासन आहे. एका आसनामध्ये हात पाठीमागे एकत्र घेऊन ते परत उलट दिशेला पुढे तसेच एकत्र आणण्याची कसरत आहे. एका आसनामध्ये हातापायांची गाठ बांधण्याची कसरत आहे. तर काहीमध्ये तंगड्या

मानेभोवती गुंडाळण्याची किंवा खांद्यावर ओढून घेण्याची कसरत आहे. आसनांच्या एका प्रकारात पाठ निरनिराळ्या प्रकारांनी फिरविण्याच्या कसरती आहेत. ही योगासने ब्रह्मा जेव्हा प्रत्यक्ष करून दाखवी, तेव्हा हा योगाभ्यास म्हणजे किती कठीण काम आहे याची मला कल्पना आली.

'या तुमच्या पद्धतीमध्ये किती आसनांचा समावेश होतो?' मी विचारले.

'ह्या दृढयोगात चौऱ्याऐंशी आसने येतात,' ब्रह्माने उत्तर केले. 'पण मला स्वतःला सध्या चौसष्टपेक्षा जास्ती आसने करता येत नाहीत.' हे बोलताना तो एखादे आसन करीतच असे व मी जसा खुर्चीवर आरामात बसतो तसा तोही त्या आसनात आरामात बसत असे. तो म्हणे की, त्याचे हे आवडते आसन आहे. ते काही अवघड नव्हते पण मला काही ते आरामशीर वाटले नाही. ते आसन म्हणजे डाव्या पायाचा तळवा वर मांडीवर घेऊन दुसरा तळवा खाली ठेवून मांडी घालून बसणे.

'ह्या आसनाचा उपयोग काय?' मी पुनः विचारले.

'योगाभ्यास करणाऱ्याने या आसनात बसावे व एक प्रकारचा प्राणायाम करावा म्हणजे त्याला नवतारुण्य येते.'

'तो प्राणायाम कोणता?'

'तो सांगण्याची मला परवानगी नाही.'

'मग या साऱ्या आसनांचा उद्देश काय?'

'काही विशिष्ट आसनांमध्ये ठराविक वेळेपर्यंत बसणे किंवा उभे राहणे यात तुमच्या दृष्टीने फारसे महत्त्व नसेल. पण या आसनात शरीर एकदा स्थिर झाले म्हणजे मनाची एकाग्रता व इच्छाशक्ती तीव्र होते आणि त्यात यश मिळविले म्हणजे, योग्याच्या शरीरातल्या सुप्त शक्ती जागृत होतात. ह्या शक्ती निसर्गाच्या रहस्यमय व गुप्त स्वरूपाच्या अशा आहेत. प्राणायामाची साधना केल्याखेरीज ह्या सुप्त शक्ती पुरत्या जागृत होत नाहीत. प्राणायामामध्ये, वायूमध्ये प्रचंड शक्ती आहे. ह्या सुप्त शक्ती जागृत करणे हे जरी आमचे मुख्य ध्येय असले तरी यापैकी वीस-एक आसने अशी आहेत की, त्यामुळे शरीराचे आरोग्य सुधारते व काही रोगही हटतात. तर काहींमुळे शरीरातली जुनी साचलेली घाण बाहेर काढली जाते. हे काहीच नव्हे काय? आणखी काही दुसरी आसने अशी आहेत की, जी केल्याने मन व आत्मा यावर ताबा ठेवण्यास मदत होते. कारण विचारांचा पगडा शरीरावर जेवढा बसू शकतो तितकाच पगडा शरीराचा विचारांवर बसू शकतो. योगाभ्यासाच्या उच्च स्तरावर जेव्हा आम्ही ध्यान लावून तासन् तास बसून राहतो, तेव्हा योग्य आसन पसंत केल्याने मन

अगदी अविचलित राहण्यास फार मदत होते, एवढेच नव्हे तर ध्यानाचा उद्देश साध्य होण्यासही पुष्कळ मदत होते. आणि ही बिकट आसने जे चिकाटीने करतात त्यांची इच्छाशक्ती फार प्रभावी होते, हा फायदा वेगळाच म्हणजे तुम्ही पाहा की, आमच्या या योगसाधनेने किती गोष्टी साध्य होतात.'

'पण शरीराचे असे हे हाल कशाला करायचे?' मी विचारले.

'याचे कारण असे की ज्ञानतंतूंची केंद्रे साऱ्या शरीरभर पसरलेली आहेत आणि त्यांपैकी प्रत्येक केंद्रावर कोणत्या ना कोणत्या तरी आसनाचा परिणाम होतो. या ज्ञानतंतूंच्या केंद्रांमार्फत आपणास शरीराच्या निरनिराळ्या अवयवांवर तसेच डोक्यात चालणाऱ्या विचारांवर वर्चस्व ठेवता येते. आसनांमध्ये आम्ही हे जे अवयवांना पिळवटून काढतो, त्यामुळे ज्ञानतंतूंच्या केंद्रांपर्यंत आम्ही पोचतो. नाहीतर ती तशीच सुप्त पडून राहातात.'

'असे होय?' योगाभ्यासाची ही जी बैठक आहे तिच्याबद्दलच्या माझ्या मनातल्या कल्पना आता आकार घेऊ लागल्या. व्यायामाची आम्हा युरोपियन व अमेरिकन लोकांची जी मूलतत्त्वे आहेत, त्याचा या योगाभ्यासाशी तुलनात्मक अभ्यास करावयास पाहिजे. अमेरिकन पद्धतीबद्दल मी ब्रह्मास सांगू लागलो.

'तुमच्या पाश्चिमात्य पद्धतींबद्दल मला काही माहिती नाही. परंतु आमच्या मद्रासजवळ गोऱ्या सोजिरांची एक मोठी छावणी आहे. तेथे ते कवाईत करताना मी पाहिलेले आहे. त्यांची कवाईत पाहून ती कवाईत घेणाऱ्यांना त्या सोजिरांनी काय करावयास पाहिजे आहे हे मला समजून आलेले आहे. स्नायू बळकट करणे हा त्यांचा पहिला उद्देश दिसतो. कारण तुम्हा पाश्चिमात्यांना शारीरिक दृष्ट्या धडधाकट व चपळ असणे हे फार महत्त्वाचे वाटते. म्हणून तुम्ही हातापायांची हालचाल मोठ्या कौशल्याने करता व ती हालचाल पुनः पुनः करता. तुम्ही शक्ती मोठ्या जोराने खर्च करता; हेतू हा की स्नायू चांगले बळकट व्हावेत व अधिक शक्ती परत मिळावी. निःसंशय; उत्तरेकडील थंड हवामानाच्या देशात अशा पद्धतीने कवाईत करणे ही चांगली गोष्ट आहे.'

'तुमच्या दृष्टीने या पद्धतींतील प्रमुख फरक कोणता?'

'आमची योगासने हे वस्तुतः आसने आहेत. हालचाली नव्हेत. एकदा आसन सिद्ध झाले म्हणजे मग हालचाल करण्याची जरुरी नाही. अधिक कार्यशील होण्याकरिता जास्त शक्ती मिळविण्याऐवजी आम्ही अवयवांच्या क्षमतेकडे, सहनशीलतकडे जास्त लक्ष देतो. हे पाहा : स्नायूचा विकास होणे हे महत्त्वाचे आहे हे खरे; पण त्यांच्या पाठीमागे जी शक्ती आहे, जी ताकद आहे तिला आम्ही जास्त महत्त्व देतो. समजा,

मी तुम्हाला सांगितले की तुम्ही शीर्षासन करा म्हणजे तुमच्या मेंदूला रक्ताचा पुरवठा चांगल्या प्रमाणात होईल, मज्जातंतूंना आराम मिळेल व दुबळेपणा पुष्कळ प्रमाणात कमी होईल. तुम्ही युरोपियन लोक एक व्यायाम एक वेळ कराल व तसाच तो कित्येक वेळा जोरजोराने करीत राहाल. अशा तऱ्हेच्या व्यायामाने ज्या स्नायूंचा तुम्ही उपयोग करता, त्या स्नायूंना तुम्ही बळकट करता पण योगाभ्यासी ज्या पद्धतीने तोच व्यायाम करीत राहतो, त्याला जो फायदा मिळतो, तो फायदा तुम्हाला मिळणार नाही.'

'तो कसा?'

'तो तोच व्यायाम सावकाश करील; अगदी मन लावून आणि तेच आसन काही वेळ तसेच स्थिर ठेवील. आता तुम्हाला मी आमचे सर्वांगासन करून दाखवितो.'

ब्रह्माने ते आसन करून दाखविले. तो जमिनीवर पालथा पडला, हात बाजूला ठेवले; पाय जुळवून ठेवले. नंतर त्याने पाय वरती केले; गुडघे अगदी सरळ जवळ जवळ जमिनीशी ६० अंशाच कोन करून. पाठीला हातांचा आधार दिला; कोपर जमिनीवर ठेवून. नंतर सर्व शरीर त्याने वर उचलले; पाठ, पोट, कुल्ले सर्व काही लंब दिशेने. हनुवटी छातीला टेकलेली व हाताचा ब्रॅकेट करून सर्व शरीर त्यावर उचललेले. आधार खांदे, मान व डोके यांचा.

अशा तऱ्हेचे शीर्षासन पाच एक मिनिटे केल्यावर तो उठला व त्या आसनाचे महत्त्व सांगू लागला.

या आसनात रक्त स्वतःच्या वजनाने मेंदूत काही मिनिटे वाहू लागते. मनुष्य नेहमीच्या स्थितीत उभा असताना रक्त मेंदूकडे व डोक्यात हृदयाच्या पंपाच्या क्रियेने वरती ढकलले जाते. या दोन क्रियांमध्ये जो फरक आहे तो या आसनाने दृष्टोत्पत्तीस येतो. मेंदूस व मज्जातंतूस या रक्तप्रवाहाने चेतना मिळते. बुद्धिजीवी वर्गातील लोकांस, विद्यार्थ्यांस वगैरे जेव्हा त्यांच्या मेंदूस शीण येतो तेव्हा या सर्वांगासनाने ताबडतोब मज्जासंस्थेस नवचैतन्य मिळते; मनाला हुरूप वाटतो. हा एवढाच फायदा नाही. या आसनाने जननेंद्रियास बळकटी येते. पण हे फायदे या आसनाने, ते आमच्या पद्धतीने केल्यास होतात. तुमच्या घाई घाईच्या पद्धतीने केल्यास होत नाहीत.'

'म्हणजे माझ्या मते तुम्हाला असे म्हणायचे आहे की, योगासनांमुळे शरीर आसनामध्ये स्थिर राहते व आमच्या कसरतीमुळे त्यास जोराचा धक्का दिला जात राहतो. बरोबर आहे ना?'

'तसे म्हणा,' ब्रह्माने कबूल केले.

ब्रह्माने सांगितल्यापैकी दुसरे एक आसन युरोपियन लोकांना करता येण्यासारखे आहे. हे आसन चिकाटीपूर्वक अभ्यास केल्याने करता येण्यासारखे आहे. हे आसन असे : योगी पाय पसरून बसतो. आपले दोन्ही हात डोक्यावर उभारतो. मधले बोट वाकवितो. नंतर मग अंग पुढे वाकवितो व तसे करताना श्वास सोडतो व वाकविलेल्या बोटांनी पायाचे अंगठे धरून ठेवतो. उजव्या पायाचा अंगठा उजव्या बोटाने व डाव्याचा डाव्याने असा. नंतर मग तो आपले डोके पुढे वाकवितो; इतके की त्याचे कपाळ मांड्यांमध्ये येऊन बसते. अशा आसनात तो काही वेळ बसून राहतो व मग हळूहळू नेहमीप्रमाणे बसतो.

'हे सगळे एकदम करू नका,' त्याने मला बजावले. 'डोके गुडघ्यापाशी दररोज हळूहळू नेत चला. हे जमायला काही आठवडे लागले तरी हरकत नाही. एकदा तुम्हाला जमले म्हणजे कित्येक वर्षे मग तो सराव सुटणार नाही.'

या आसनाने मेरुदंड ताठ होतो; आणि साहजिकच आहे ते. त्याबरोबर मेरुदंडाच्या कमजोरीमुळे उद्भवणारे मानसिक रोग नाहीसे होतात व रक्ताभिसरण जोरजोराने व भरपूर होत राहिल्याने आणखी काही चमत्कार होतात ते वेगळेच, हे सर्व माझ्या ध्यानात आले.

तिसरे एक आसन असे. ब्रह्मा प्रथम जमिनीवर बसला. मग त्याने तंगड्या वरती मांड्याखाली घेऊन शौचास बसतात तसा तो उकिडवा बसला. नंतर त्याने आपली छाती व पोट पुढे वाकविले ते इतके की आपले खांदे त्याने जमिनीला चिकटवून दाखविले. नंतर डोक्याच्या पाठीमागे त्याने आपले हात एकावर एक असे ठेवून दिले जणू उशीसारखे; उजवा हात डाव्या खांद्याशी व डावा हात उजव्या खांद्याशी. या अशा चमत्कारिक आसनामध्ये तो काही मिनिटे तसाच बसून राहिला. नंतर उठला. उठल्यावर त्याने मला सांगितले की, या आसनाने मान, खांदे व तंगड्या यांमधील मज्जातंतूंच्या केंद्रांवर फार चांगला परिणाम होतो. छातीवर सुद्धा फार चांगला परिणाम घडून येतो.

हिंदी माणूस उष्ण कटिबंधात राहणारा व अर्धपोटी राहणारा म्हणून साधारण इंग्लिश मनुष्य त्याला अशक्त समजतो. पण आश्चर्याची गोष्ट अशी की, या देशात पूर्वापारपासून अशा तऱ्हेची सूत्रबद्ध शारीरिक व मानसिक बलसंवर्धनाची आसनपद्धती चालत आलेली आहे. आमच्या पाश्चिमात्य पद्धतीच्या उपयुक्ततेबद्दल कोणी शंका घेण्याचे कारण नाही, त्या पद्धतीच्या मौलिकतेबद्दल दुमत नाही. पण याचा अर्थ असा नाही की, ती पद्धत परिपूर्ण आहे व शारीरिक विकास व आरोग्यसंवर्धन व रोगनिवारण याबाबतीत त्यांचा शब्द अगदी निर्णायक आहे. आपल्या स्वतःच्या

वैज्ञानिक संशोधनाच्या खात्रीलायक पद्धतीबरोबर जर पाश्चिमात्य शास्त्रज्ञ आज धूळ खात पडलेल्या परंपरागत योगविद्येच्या काही क्रियांचा व तदंतर्गत आसनांचा अभ्यास करतील, तर आपल्या शरीराचे सारे ज्ञान आपणास मिळेल; एवढेच नव्हे तर आरोग्यमय जीवनाचे संपूर्ण राज्य आपणास हस्तगत होईल.

आता हे कबूल केले पाहिजे की, या आसनांपैकी जवळ जवळ फक्त वीस एक आसनेच अशी आहेत की, ती साधारण माणसाला सहज रीतीने व थोड्या वेळात करता येतील. बाकीची सत्तर-एक आसने अशी आहेत की, ती जे अति उत्साही आहेत त्यांनाच केवळ करता येतील; व त्यांतसुद्धा जे अगदी तरुण आहेत व ज्यांचे शरीरावयव लवचीक व शरीर चपळ आहे त्यांनाच.

ब्रह्माने स्वतःच कबूल केले :

'आज गेली बारा वर्षे दररोज नियमाने मी ही आसने करीत आहे. अशा पद्धतीने मला यातली फक्त चौसष्ट आसने येतात. नशीब माझे; मी अगदी लहान असताना ही आसने करायला लागलो. कारण वय एकदा वाढले म्हणजे ही आसने जमायची नाहीत; अट्टाहासाने केली तर वेदना व्हायच्या. उतार वय झाले म्हणजे हाडे, स्नायू व मांस घट्ट होऊन बसते व त्यांची हालचाल करायची म्हणजे मोठी आटापीट करावी लागते व अंग दुखू लागते. परंतु इतके असूनही सतत प्रयत्न केल्यास ही आसने जमतात.'

सतत चिकाटीने अभ्यास केल्यास ही आसने करता येतात, ह्या ब्रह्माच्या सिद्धांताबद्दल मला शंका वाटत नाही; पण हे अवयव, सांधे व स्नायू लवचीक करावयाचे म्हणजे फार वेळ लागायचा, वर्षेसुद्धा लोटायची. त्याने अगदी लहानपणासून आसने करावयास सुरुवात केली त्याचा त्याला फायदा झाला. नूतन वयात अभ्यासास सुरुवात केल्याने हा फायदा होतो हे निःसंशय. कसरतवाले अगदी लहानपणापासून कसरत करायला लागतात त्याचे इंगित हेच. तसेच दृढयोगाच्या अभ्यासूंनी वाढत्या वयाच्या आतच, पंचविशीच्या आतच ह्या आसनांच्या अभ्यासास सुरुवात करावी हे बरोबरच आहे. पण मध्यम वयाच्या युरोपियन माणसाला ह्या गुंतागुंतीच्या व कठीण आसनांशी झगडणे कितपत जमेल याची मला शंका आहे. हो; या कसरतीत त्याचे एकाद् अर्धे हाडसुद्धा मोडायचे. या मुद्द्यावर मी जेव्हा ब्रह्माशी विवाद करू लागलो तेव्हा त्याला माझा मुद्दा पुरता पटेना. त्याचे आग्रहाचे हेच म्हणणे की, सतत चिकाटीने अभ्यास केल्यास पुष्कळांना हे जमेल; अगदी सर्वांनाच जमेल असे नाही. पण युरोपियन अभ्यासूंना मात्र त्यासाठी बरेच झगडावे लागेल.

'आम्ही पौर्वात्यांना लहानपणापांसून मांडी घालून बसावयाची सवय आहे.

युरोपियन माणसाला दोन तास मांडी घालून स्वस्थ बसणे, रग न लागता बसता येणे, शक्य आहे काय? पण मांडी घालून बसता येणे ही कित्येक आसनांची पूर्वतयारी आहे. तेव्हा मांडी घालून बसण्याच्या रिवाजाला आम्ही फार किंमत देतो. तुम्हाला दाखवू का कशी घालावयाची मांडी ती?'

नंतर ब्रह्माने मांडी घालून दाखविली. ते आसन आम्हा पाश्चात्यांना बुद्धाच्या असंख्य चित्रांकरवी व पुतळ्यांकरवी चांगलेच परिचित झालेले आहे. ताठ बसून उजवी तंगडी मुडपून कमरेच्या डाव्या बाजूत रोवून ठेवणे; नंतर दुसरी तंगडी मुडपून उजव्या मांडीवर ठेवणे. दोन्ही पायाचे तळवे पोटावर बेंबीच्या खाली, वरती वळविलेले ठेवणे. हे आसन करणे म्हणजे मोठ्या कौशल्याचे काम आहे. यात सर्व शरीर समतोल राहते. माझ्या मनात असा विचार येऊन गेला की, अशा तऱ्हेचे हे आकर्षक आसन जरूर नेमाने करावे.

मी त्याच्याप्रमाणे या आसनात बसायचा प्रयत्न केला. मला ते जमले. फक्त पायाच्या घोट्यात एक जोराची कळ आली. मला एक क्षणभरही ह्या आसनात बसता येणार नाही; मी त्याला सांगितले. एखाद्या जुन्यापुराण्या वस्तूंच्या दुकानातल्या खिडकीत मांडून ठेवलेली अशी एखादी आकर्षक अशी बुद्धाची ब्राँझमधली मूर्ती पाहून मला ते आसन पूर्वी किती चित्रमय व वेगळ्या जगातले वाटे. पण येथे हिंदुस्थानात आल्यावर हे आसन सिद्ध करावयाचा जेव्हा मी माझ्या शरीराने प्रयत्न केला, तेव्हा हे तंगड्या पिळवटण्याचे आसन किती विपरीत आहे हे मला कळून चुकले. ब्रह्माने स्मित वदनाने मला उत्तेजन द्यायचा प्रयत्न केला, पण व्यर्थ. सध्या मला काही हे आसन करता यायचे नाही हे मी त्याला सांगून टाकले.[१]

'तुमचे सांधे ताठरलेले आहेत,' तो म्हणाला, 'पुनः करायच्या अगोदर तळव्याला व गुडघ्याला थोडे तेल लावा. खुर्चीवर बसायची तुम्हाला इतकी सवय जडलेली आहे की या आसनाने तुमच्या पायांना थोडा ताण बसेल; पण दररोज थोडेथोडे करीत गेल्यास तुम्हाला त्रास होणार नाही.'

'मला कधी हे जमेल असे वाटत नाही.'

'अशक्य अशी कोणतीच गोष्ट समजू नका. जरा वेळ लागेल पण नक्की जमेल. खात्री ठेवा. एक दिवस जमल्याचे तुम्हाला जेव्हा आढळून येईल तेव्हा तुम्हाला आश्चर्य वाटेल. एकदम जमून जाईल.'

---

[१] नमूद करण्यासारखी गोष्ट अशी की, बुद्धाच्या या आसनाने मी आकर्षित झालो की मधूनमधून त्रास होत असतानाही मी ह्या आसनाचा अभ्यास चालू केला. सुमारे आठ महिन्यांनी मला हे आसन जमले. त्यानंतर मला पुढे कधी त्रास झाला नाही.

'इतकी रग लागते, इतका त्रास होतो की शरीराचे हाल करण्याची ही जणू एक नवीन पद्धत काढली आहे असे वाटते.'

'पण हा त्रास कमी होत जाईल. हे आसन पूर्णपणे जमायला बराच वेळ लागेल पण त्याच्या अगोदरच काही त्रास न होता तुम्हाला ह्या आसनात बसायचा सराव होईल.'

'पण या आसनाचा तसा काही विशेष उपयोग आहे का?'

'नक्कीच, ह्याला आम्ही पद्मासन म्हणतो. हे आसन इतके महत्त्वाचे आहे की आम्ही आमच्या शिकाऊ विद्यार्थ्यांना दररोज नियमाने, न चुकता हे करावयास सांगतो; इतर दुसरी आसने चुकली तरी हरकत नाही. ह्या आसनातच उच्च कोटीचे योगीजन ध्यानाला बसतात. याचे एक कारण असे की शरीराला चांगली बैठक मिळते; आणि योग्याला समाधी जरी लागली तरी त्याचा झोक जात नाही. सिद्धयोगी आपल्या इच्छेनुसार समाधीमध्ये जातात तरी पण कधी कधी ध्यानात त्यांना अचानक समाधी लागून जाते. हे पाहा, ह्या पद्मासनात पाय एकमेकात अडकवले जातात व शरीर ताठ, स्थिर राहते. अस्थिर व त्रस्त शरीर मनाची शांती बिघडवते, पण पद्मासनात साधकाला सुस्थित व संयमी वाटते. या आसनात मनाची धारणा चांगली साध्य होते. ही धारणा आम्हा योगीजनात फार मौलिक समजली जाते. आम्ही आमची प्राणायामाची साधना या आसनात बसूनच करतो. या दोन्हीची जोड साधल्यावर शरीरामध्ये सुप्त असलेला वैश्वानर (अग्नी) जागा होतो. हा एकदा प्रज्वलित झाला म्हणजे शरीरातील साऱ्या रक्ताचे पुनः वाटप होते व मज्जातंतूंची संवेदनाशक्ती अधिक तीव्र होत जाते.'

ह्या स्पष्टीकरणाने माझे समाधान झाले व आसनांविषयींची आमची चर्चा संपुष्टात आली. ब्रह्माने मला एवढा वेळ ही सारी बिकट योगासने करून दाखविली होती– मला समजावून देण्याच्या हेतूने. [२]अर्थात आपला स्वतःचा शरीरावयवांवर किती विलक्षण ताबा आहे हे दाखविणे हाही त्यात हेतू होताच. कोणा पाश्चिमात्याच्या ठिकाणी सर्व बिकट आसने करण्याइतकी व ती पूर्णपणे आत्मसात करण्याइतकी चिकाटी आहे? त्याला हे सर्व करायला वेळ तरी कुठे आहे?

---

[२] नवशिक्या अभ्यासूंनी ही योगासने करू नयेत. त्यात धोका आहे. एका सर्जनला मी ही आसने वर्णन करून सांगितली. तो म्हणाला की ही आसने करण्यात घोटा किंवा स्नायू, शिरा यांना दुखापत व्हायची.

६
अमरपद मिळवून देणारा योग

आपल्या घरी मी यावे अशी ब्रह्माने इच्छा दर्शविली. तो म्हणाला की, आपले घर असे नाही पण वस्तीच्या पाठीमागील बाजूस बागेत त्याने आपली झोपडी तयार केली होती की जिथे निवांत एकांत मिळावा व मोकळेपणाने, स्वतंत्रपणे राहता यावे.

त्याप्रमाणे त्याच्या घरी एके दिवशी दुपारचा असा मी गेलो. जायला मी खरा उत्सुक होतो. त्याने दिलेल्या पत्त्यावर मी गेलो. धुळीने माखलेल्या रस्त्यावर एक इमारत होती. रस्त्यावर वर्दळ नव्हती. माणसांची ये-जा ही कमी होती. इमारतीपाशी मी जरा उभा राहिलो व परिसर न्याहाळीत बसलो. इमारत जुनी, चुनेगच्चीची होती. वरचा मजला लाकडी होता. मजल्यावरील दालनात एक खिडकी बाहेर उघडणारी अशी होती. ती खिडकी पाहिल्यावर मला आमच्या मध्ययुगीन युरोपियन घरांची आठवण झाली. माझ्या समोरचा जाडजूड दरवाजा मी आत लोटला; त्याबरोबर जो आवाज झाला त्याचा प्रतिध्वनी निरनिराळ्या दालनांतून व मोकळ्या रस्त्यातून उमटत राहिला.

एक वृद्धा बाहेर आली. मातृसदृश स्मित तिच्या सुंदर चेहऱ्यावर दृग्गोचर होत होते. ती एकदम पुढे आली व मला अनेकदा वाकून नमस्कार केला. तिने मला लांबलचक अंधेऱ्या बोळातून आत नेले. शेवटी आम्ही स्वयंपाक घरातून बाहेर पडून पाठीमागल्या बागेत आलो. बागेत एक विशाल असे पिंपळाचे झाड होते व त्याच्या फांद्यांखाली एक जुनाट विहीर होती. विहिरीच्या पलीकडील बाजूस असलेली एक झोपडी मला त्या वृद्धेने दाखविली. झोपडीवर पिंपळाच्या झाडाची सावली येत होती. झोपडी बांबूची बनविलेली होती. वरची तख्तपोशी लाकडाची होती व वरती गवत

पसरलेले होते.

या बाईचा वर्ण ब्रह्मासारखा काळा कुळकुळीत होता. ती थोडीशी घाबरलेली दिसत होती. जणू झोपडीला उद्देशून ती तामीळ भाषेत थरथरत हाका मारीत होती. आतून एक मंजुळ आवाज ऐकू आला; दार हळूहळू उघडले गेले. योगीराज पुढे आले व हात धरून त्याने मला या साध्यासुध्या झोपडीच्या आत नेले. दरवाजा बंद करावयाचा तो विसरला. ती वृद्धा दरवाजापाशी काही वेळ नुसती उभी राहिली. तिचे डोळे जणू माझ्यावर चिकटले; तिच्या चेहऱ्यावर एक विलक्षण अवर्णनीय आनंद झालेला दिसून येत होता.

ती खोली साधी होती. भिंतीला लागून बसायची बैठक होती. उशी, गादी वगैरे काही नव्हते. कोपऱ्यात एक ओबडधोबड बाकडे होते. त्याच्यावर कागद वगैरे अस्ताव्यस्त पडलेले होते. तुळईवरून एका दोरीने बांधलेल्या आधारावर पितळेचा पाणी पिण्याचा स्वच्छ घासलेला असा लोटा टांगून ठेवलेला होता. जमिनीवर एक मोठी चटई पसरलेली होती.

'बसा,' ब्रह्माने बोलणे सुरू केले. हे सांगताना जमिनीकडे हात करून तो म्हणाला, 'तुम्हाला बसायला द्यायला माझ्याकडे खुर्ची नाही. माफ करा अं.'

आम्ही सगळे चटईवर बसलो. ब्रह्मा व मी व माझ्याबरोबरचा एक इसम. तो एक विद्यार्थीशिक्षक होता. माझ्याबरोबरच असतो तो. दुभाष्याचे काम करतो. थोड्या वेळाने ती वृद्धा गेली व काही वेळाने चहा घेऊन आली. चटईवरच तिने चहाचे कप ठेवले. नंतर ती गेली व परत बिस्किटे, संत्री व केळी एका पितळी ताटात घेऊन आली. हा गोडसा उपाहार सुरू करण्यापूर्वी ब्रह्माने माझ्या गळ्यात पिवळ्या झेंडूच्या फुलाचा हार घातला. मी आश्चर्याने थक्क झालो व विरोधही दर्शविला. कारण, मला माहीत होते की, भारतीय रिवाजानुसार साधुसंत वगैरेंनाच हार घालतात व मी काही त्या श्रेणीत बसण्यासारखा नव्हतो.

'पण भाई,' तो हसत हसत बोलू लागला. 'माझ्या या मठीत येणारे तुम्ही पहिलेच युरोपियन आहात व माझे पहिलेच मित्र बनलेले आहात. तेव्हा मला जो आनंद झाला आहे तो व्यक्त करावयास पाहिजे. या बाईंनाही आनंद झाला आहे. आम्ही तो अशा तऱ्हेने व्यक्त करतो.'

माझ्या विरोधाचा काही उपयोग झाला नाही. मला गळ्यात हार घालून जमिनीवर बसावे लागले. हार माझ्या कोटावर रुळत होता. आमचे युरोप फार लांब राहिले, नाहीतर माझ्या मित्रांनी माझे हे विचित्रसे रूप पाहिले असते तर त्यांची हसून हसून मुरकुंडी वळली असती!

नंतर आम्ही चहा घेतला. फळांचा समाचार घेतला व काही वेळ असेच गप्पा मारीत बसलो. ही झोपडी आपण स्वतः हाताने बनविली व बाकडे वगैरेसुद्धा आपणच बनविले असे ब्रह्माने मला सांगितले. कोपऱ्यात पडलेल्या कागदांकडे माझे लक्ष गेले. त्यात काय आहे म्हणून मी विचारले. कारण कागद सगळे गुलाबी रंगाचे असून त्यावर हिरव्या शाईने तामीळ भाषेत लिहिलेले होते. माझ्या बरोबरच्या शिक्षकविद्यार्थ्याने ते कागद चाळले; पण त्याला काही ती अक्षरे वाचता आली नाहीत की त्यांचा अर्थ समजू शकला नाही. तो म्हणाला की, ती अक्षरे तामीळ भाषेतील खरी पण जुनाट लिपीतली व अति प्राचीन काळात रूढ अशा शब्दात लिहिलेली होती. आता ती भाषा फार थोड्यांना समजते. तो म्हणाला की, तामीळ तत्त्वज्ञान व वाङ्‌मय याचे प्राचीन अभिजात ग्रंथ दुर्दैवाने या प्राच्य भाषेत लिहिलेले आहेत. या प्राच्य भाषेला आम्ही उच्च तामीळ म्हणतो. ज्यांना फक्त प्रचलित तामीळ भाषा समजते, त्यांना ही प्राच्य तामीळ भाषा समजण्यास अवघड जाते. आमच्याकडे नाही का, चालू इंग्रजी भाषेचाच ज्यांना परिचय आहे त्यांना मध्ययुगीन इंग्रजी भाषा समजणे जड जाते.

'यातले बहुतेक कागद मी रात्री लिहून काढलेले आहेत,' ब्रह्मा स्पष्टीकरण करू लागला, 'त्यांपैकी काही म्हणजे माझ्या योगाभ्यासाच्या अनुभवाचे पद्यमय वर्णनाचे आहेत व काही माझ्या स्वतःच्या हृदयातून उत्स्फूर्तपणे निघालेल्या अध्यात्म-ध्येयाविषयीच्या लांबलचक कविता आहेत. काही तरुण मुले येथे येतात; ती आपल्याला माझे शिष्य म्हणवतात. ती आली म्हणजे माझ्या या कवितांचे वाचन करतात.'

नंतर ब्रह्माने कलापूर्ण रीतीने बांधलेले एक बाड काढले. थोडीच पाने होती त्यात. गुलाबी कागदावर तांबड्या व हिरव्या शाईने लिहिलेली. त्याला फीत हिरव्या रंगाची. ते बाड त्याने मला भेट म्हणून दिले.

'हे मी खास तुमच्याकरिता लिहिले आहे.' त्याने खुलासा केला.

तरुण दुभाष्याने सांगितले की, बाडात चौऱ्याऐंशी ओळींची एक मोठी कविता आहे. त्या कवितेत सुरुवातीला व शेवटी माझे नाव आहे. पण याच्यापलीकडे त्याला काही सांगता आले नाही. मधले मधले काही शब्द तो वाचू लागला व त्यात काही वैयक्तिक स्वरूपाचा संदेश आहे असे मला तो सांगू लागला. पण कवितेची तामीळ भाषा इतक्या उच्च कोटीची आहे की तिचे बरोबर भाषांतर त्याला करून देता आले नाही. ते काहीही असो. ती अनपेक्षित देणगी मिळाल्याचा मला मात्र फार आनंद झाला. एका योग्याच्या सद्‌भावनेचे ते व्यक्त स्वरूप होते.

माझ्या या भेटीचे औपचारिक स्वरूप संपल्यावर ती वृद्धा तिथून उठून गेली व आम्ही गंभीर विषयाची चर्चा करू लागलो. योगाचे महत्त्वाचे अंग जे प्राणायाम– त्याच्यावर आम्ही चर्चा सुरू केली व त्या चर्चेत अगदी रंगून गेलो. हे अंग फार रहस्यमय व गुप्त स्वरूपाचे आहे. आपल्याला आता काही आणखी आसने करून दाखविता येत नाहीत याबद्दल त्याने दिलगिरी दर्शविली. तात्त्विक चर्चा करण्याचे मात्र त्याने ठरविले.

'निसर्गाने प्रत्येक माणसाला दररोज दिवसा व रात्री मिळून चोवीस तासात २१,६०० श्वासोच्छ्वास करण्याचे काम दिलेले आहे. ज्या वेळी माणसाची ही श्वासोच्छ्वासाची क्रिया घाईघाईत, गडबडीत होते; त्याला धाप लागते, तेव्हा या संख्येपेक्षा तो जास्त श्वसन करतो व तितके त्याचे आयुष्य कमी होते. जर श्वासोच्छ्वासाची क्रिया संथपणे, खोलवर आणि शांतपणे चालली तर ह्या संख्येत बचत होते व आयुर्मान तितक्या प्रमाणात वाढते. एका श्वासाची जी बचत होते, त्याने शिलकी ठेव वाढते व या शिलकी ठेवीतून माणसाला आपले आयुष्य थोडेसे वाढविता येते. योगीजन इतर माणसांसारखा जास्त श्वासोच्छ्वास करीत नाहीत आणि तितकी त्यांना जरुरीही नसते. पण मला याच्यापेक्षा जास्त सांगता येत नाही. हे रहस्य गुप्त ठेवण्याची मी शपथ घेतली आहे ना!'

योग्याची ही शिलकी ठेवीची भाषा ऐकून मी गुदमरून गेलो. इतक्या कष्टाने गुप्त ठेवलेले हे ज्ञान; यात काही तथ्य आहे का? का नुसतेच अवडंबर आहे? जर तथ्य असेल तर हे विचित्र लोक आपले मार्ग गुप्त ठेवतात व आपले ज्ञान व अनुभव इतरांना सांगत नाहीत हे समजण्यासारखे आहे. यात त्यांचा एवढाच हेतू असतो की, ज्यांची जिज्ञासा फक्त वरवरची आहे; मानसिक दृष्ट्या ते अजून अधिकारी नाहीत व आध्यात्मिक दृष्ट्या जे अपात्र आहेत त्यांना बाजूस काढावे. वर निर्देशिलेल्या तिन्हीपैकी एका वर्गात मी येतो की काय, अशी माझ्या मनात एक शंका चमकून गेली; म्हणजे झाले, ग्रंथच आटोपला! घेतल्या त्रासाबद्दल थोडासातरी फायदा पदरी पाडून या देशातून शेवटी प्रयाण करावे लागेल की काय अशी भीती मला वाटू लागली.

ब्रह्मा पुढे बोलू लागला :

'आमच्या सिद्ध गुरूंनी प्राणायामाचे रहस्य नाही का शोधून काढले? रक्त व श्वास यांमध्ये काय संबंध आहे हे त्यांना चांगले माहीत होते; तसेच श्वासाच्या गतीबरोबर मनालाही गती मिळत जाते हेही त्यांना माहीत होते. आणि त्यामुळे श्वास व विचार यांच्या गतीबरोबर आत्मजागृतीही कशी शक्य कोटीत येते हे गुपित त्यांनी शोधून काढले. श्वास हा एका सूक्ष्म शक्तीचे या जगातील एक व्यक्त स्वरूप आहे व

देहधारणा श्वासाकरवीच होते असे नाही का आपल्याला म्हणता येणार? हीच शक्ती आपल्या महत्त्वाच्या कर्मेंद्रियांत सुप्त व अदृश्य अशी असते. ही शक्ती जेव्हा देह सोडून जाते, तेव्हा श्वसनक्रिया जसे आज्ञेचे पालन करावे अशी थांबते व परिणामी मरण येते. परंतु प्राणायामाने ह्या अदृश्य अशा शक्तिप्रवाहावर काहीतरी नियंत्रण ठेवता येणे शक्य होते. पण जरी आपण आपले शरीर अगदी पूर्ण नियंत्रणाखाली आणले-अगदी हृदयाचे ठोकेसुद्धा पूर्ण नियंत्रणाखाली आणले-तरी तुम्हाला असे वाटते का की प्राचीन कालातल्या आमच्या ऋषि-मुनींनी जेव्हा हे शास्त्र प्रथम शिकविले, तेव्हा फक्त शरीराच्या व शरीराच्या शक्तींचाच त्यांनी विचार केला होता?'

आता या प्राचीन ऋषि-मुनींबद्दल व त्यांच्या हेतूबद्दल मला काय वाटते हे बाजूलाच राहिले व त्यांच्याबद्दल तीव्र कुतूहल मात्र माझ्या मनात एकदम उत्पन्न झाले.

'हृदयाची क्रिया तुम्हाला ताब्यात ठेवता येते की काय?' मी आश्चर्याने उद्गारलो.

'माझी अनैच्छिक कर्मेंद्रिये, हृदय, पोट व प्लीहा ही मी आपल्या इच्छेच्या थोड्याफार प्रमाणात आधीन केली आहेत,' त्याने शांतपणे, अहंकाराचा काही आविष्कार न करता उत्तर दिले.

'हे कसे काय तुम्ही करता?'

'ही जी शक्ती प्राप्त होते ती काही आसने, श्वासोच्छ्वास व इच्छाशक्तीचे व्यायाम यांचे संमिश्रण केल्याने प्राप्त होते, अर्थात हे प्रयोग योगाभ्यासाच्या उच्च कोटीत मोडतात. ते इतके अवघड आहेत की करता आले तरी फारच थोड्यांना करता येतील. या प्रयोगांनी हृदयाचे स्नायू मी थोड्या फार प्रमाणात अंकित केले आहेत. आता तसाच पुढे जाऊन इतर अवयवांवरही मी ताबा मिळविणार आहे.'

'हे अगदी विलक्षण आहे!'

'असे वाटते तुम्हाला? मग आता असे करा. तुमचा हात माझ्या छातीवर ठेवा; हृदयाच्यावरती व काही वेळ तसाच ठेवून द्या.' इतके बोलून ब्रह्माने आपली बैठक बदलली. एक चमत्कारिक आसन केले व डोळे बंद केले.

मी त्याच्या सांगण्याप्रमाणे केले व आता काय होते याची शांतपणे वाट पाहत बसलो. काही मिनिटे तो अगदी दगडासारखा स्थिर व निश्चल बसून राहिला. नंतर त्याच्या हृदयाचे ठोके मंद मंद होऊ लागले आणि जेव्हा ते अगदी वाजायचे बंद झाले तेव्हा मी घाबरून गेलो. माझ्या अंगावर काटा उभा राहिला. जवळ जवळ सात सेकंद ही अवस्था टिकली. मी भारावला गेल्याचे ढोंग करण्याचा प्रयत्न केला;

पण तो निष्फळ ठरला. जवळ जवळ मृत्यू ओढवल्यानंतर हृदय पुनः काम करू लागल्यावर माझ्या जिवात जीव आला. वाजणारे ठोके पुन्हा जलद वाजू लागले; अगदी नेहमीसारखे व पूर्वीसारखे.

परंतु ह्या निश्चल आत्मनिमग्नतेच्या अवस्थेतून योगी बराच वेळ बाहेर पडलाच नाही. नंतर हळूहळू त्याने डोळे उघडले व मला विचारले,

'हृदयाची क्रिया बंद झाल्याचे तुम्ही पाहिले ना?'

'होय, अगदी स्पष्टपणे.' आता यात मनाला संभ्रम वाटण्याचे काही कारण नव्हते. आता ब्रह्मा पुनः आणखी काही शारीरिक व्यापारांच्या बाबतीत काय कसरती करून दाखविणार कोणास ठाऊक!

माझ्या मनातला विचार जणू ओळखून ब्रह्मा बोलू लागला.

'हे काहीच नाही. आमचे गुरुमहाराज याच्याही पुढे गेले आहेत. त्यांची एक रक्तवाहिनी तोडून टाका, रक्तप्रवाह पूर्ववत ते चालू करून दाखवितील. एवढेच काय, तो अजिबात थांबवूनही दाखवितील. मीही रक्तप्रवाहावर थोडाबहुत ताबा मिळविला आहे. पण मला ते करून दाखविता येत नाही.'

'तुमचा किती ताबा आहे हे दाखवू शकाल?'

त्याने आपले मनगट माझ्या हातावर दिले आणि नाडी चालली आहे की नाही हे पाहायला सांगितले. मी नाडी तपासू लागलो. दोन-तीन मिनिटांच्या अवधीत नाडीचे ठोके हळूहळू मंद होत जात असल्याचे माझ्या ध्यानात आले. नाडीवर माझा अंगठा होता. लवकरच नाडी बंद पडली. ब्रह्माने आपल्या नाडीचे ठोके बंद करून टाकले.

आता पूर्ववत् नाडी केव्हा सुरू होते ह्याची मी सचिंतपणे वाट पाहू लागलो. एक मिनिट झाले तरी नाडी सुरू होण्याचे चिन्ह दिसेना. दुसरे मिनिटही तसेच निघून गेले; त्यांतील प्रत्येक सेकंद मी बारकाईने पाहत होतो. तिसरे मिनिटही तसेच गेले. चौथ्या मिनिटाचा अर्धा एक भाग झाल्यावर नाडी अगदी मंद मंद सुरू झाल्याचे ठोके ऐकू येऊ लागले. माझ्या जिवात जीव आला. आता थोड्याच वेळात नाडी पूर्वीसारखी चालू झाली.

'किती विलक्षण!' मी अभावितपणे उद्गार काढले.

'हे काहीच नाही,' त्याने विनयपूर्वक उत्तर दिले.

'आजचा दिवस विलक्षण चमत्कारांचा आहे. आणखीन एक चमत्कार करून दाखवा.'

ब्रह्मा तयार होईना.

'आता फक्त एकच,' बऱ्याच वेळाने तो कबूल झाला, 'आणि नंतर तुम्ही संतोष मानला पाहिजे!'

जमिनीकडे तो विचारमग्न स्थितीत पाहत राहिला आणि मग सांगू लागला, 'मी आता श्वासोच्छ्वासच थांबवितो.'

'पण मग तुमचा मृत्यू ओढवेल!' मी घाबरून म्हणालो.

तो नुसता हसला. माझ्या बोलण्याकडे त्याने लक्षच दिले नाही.

'आता तुमचा हात माझ्या नाकपुडीखाली सपाट धरा.'

मी नाराजीने तसा हात धरला. श्वासोच्छ्वासाच्या गरम हवेने माझ्या हाताला पुन्हा पुन्हा स्पर्श केला. ब्रह्माने आपले डोळे मिटले. त्याचे शरीर एखाद्या पुतळ्यासारखे अचल होऊ लागले. त्याला एक प्रकारची समाधी येऊ लागली. मी थांबलो, पण हाताचा तळवा त्याच्या नाकाखाली धरून ठेवला. एखाद्या जड मूर्तीसारखा तो गंभीर व स्थिर होऊ लागला. बाह्य जगातील हालचालीचा त्याच्यावर काही परिणाम होत आहे असे दिसेना. हळूहळू अगदी संथपणे त्याच्या श्वासाची चाहूल सुद्धा कमी कमी होऊ लागली. आणि काही वेळाने तो अजिबात थांबली.

त्याच्या नाकपुड्यांचे व ओठांचे मी बारकाईने निरीक्षण केले. त्याचे खांदे व छाती तपासली. पण त्याच्या शरीरात श्वासोच्छ्वास होत असल्याचे कोणतेही बाह्य चिन्ह दिसेना. मला माहीत आहे की, एवढी परीक्षा काही निर्णायक नाही. याहूनही जास्त कसोटीची परीक्षा घ्यायला हवी; पण ती कशी घेणार? माझ्या डोक्यात भराभर विचार येऊ लागले.

खोलीत एखादा लहानसा आरसाही नव्हता. पण त्याच्याऐवजी एक लहानशी पॉलिश केलेली पितळेची बशी मला सापडली. ती बशी मी त्याच्या नाकपुड्यांखाली काही वेळ ठेवली; नंतर काही वेळ ओठांपुढे ठेवली. बशीच्या चकाकणाऱ्या पृष्ठभागावर काही अंधुकपणा किंवा वाफ आढळून आली नाही. जेथे बिलकूल गडबड नाही अशा शहराजवळ एका शांत घरात एका महत्त्वाच्या गोष्टीशी माझा निकट संबंध आला ह्याच्यावर कोणाचा विश्वासही बसावयाचा नाही. ही गोष्ट, ही विद्या पाश्चिमात्य भौतिकशास्त्रांना आपल्या इच्छेविरुद्ध एक दिवस मान्य करावी लागेल. पण त्या विद्येच्या सार्थतेची प्रमाणे असावीत, यात बिलकूल संशय नाही. योग म्हणजे काही हलकीसलकी नुसती कल्पित गोष्ट नाही.

शेवटी ब्रह्माची समाधी उतरली. ती उतरल्यावर तो काहीसा थकलेला दिसला.

'झाले समाधान तुमचे?' त्याने मला विचारले. त्याच्या स्मितावर थकव्याची छटा होती.

'समाधान तर झालेच. पण त्याहून आश्चर्य असे वाटते मला की हे तुम्ही कसे काय करता?'

'हे कसे करतो हे समजावून देण्याची आम्हाला बंदी आहे. प्राणायामाची साधना ही योगाभ्यासातील एक उच्च श्रेणी आहे. युरोपियन माणसाला त्या साधनेची किंमत वाटणार नाही. त्याला हा सारा मूर्खपणा वाटेल. पण आम्हाला हे सारे महत्त्वाचे वाटते.'

'पण श्वास घेतल्याखेरीज माणसाला जिवंत राहता येणे शक्य नाही असेच आम्हाला आजपर्यंत शिकविलेले आहे आणि खात्रीने ही काही मूर्खपणाची कल्पना नव्हे!'

'मूर्खपणाची कल्पना नाही; पण ती काही खरी नाही. आता हे पाहा. मला जर वाटले तर जवळ जवळ दोन तास मी माझा श्वास धरून ठेवू शकतो. पुष्कळदा तसे मी केलेले आहे. पण मी काही मेलो नाही हे तुम्ही पाहताच!' किंचित हसून ब्रह्माने उत्तर दिले.

'मला मोठा अचंबा वाटतो. आता हे रहस्य सांगण्याची तुम्हाला बंदी आहे; पण ह्या प्राणायामाच्या पाठीमागे जो सिद्धांत आहे त्याबद्दल तुम्हाला मला काही सांगता येईल काय?'

'ठीक आहे, सांगतो. काही प्राण्यांच्या जीवनक्रमाचे आपण निरीक्षण केले तर त्यापासून आपल्याला पुष्कळ शिकता येण्यासारखे आहे. आमच्या गुरुजींना ज्ञान मिळविण्याची ही पद्धत फार आवडत असे. माकडापेक्षा हत्ती फार संथपणे व कमी वेगाने श्वास घेतो पण जगतो त्याच्यापेक्षा कितीतरी जास्त वर्षे. अजगरासारखे काही मोठे साप कुत्र्यांपेक्षा फार सावकाशपणे श्वास घेतात पण ते बरीच वर्षे जगतात. अशा तऱ्हेने आपण असे प्राणी पाहतो की श्वासाचा ज्यांचा कमी वेग आहे, त्यांचे आयुर्मान अधिक असते. आता ही गोष्ट जर तुम्ही ध्यानात घेतली तर पुढची गोष्ट तुम्हाला सहज समजेल. आता हिमालयात अशी काही वटवाघळे आहेत की जी हिवाळ्यात झोपून राहतात. पर्वतांवरील गुहांमध्ये ती आपल्या स्वतःला कितीतरी दिवस नुसती टांगून ठेवतात; पण पुनः जागी होईपर्यंत एक श्वासही घेत नाहीत. हिमालयातली अस्वले सुद्धा सारा हिवाळाभर कधीकधी समाधीत असतात. त्यांच्या शरीरामध्ये जिवंतपणाचे एकही चिन्ह शिल्लक उरत नसते. डोंगरातील बिळात डोंगरी डुकरे महिने न् महिने निपचित पडून राहतात. ह्या दीर्घ झोपेत ती श्वास घेत नाहीत.

त्या बिळात सार्‍या हिवाळाभर अन्नाचा एक कणही मिळू शकत नाही. हे प्राणी जर काही वेळ श्वासोच्छ्वास केल्याखेरीज जगू शकतात, तर माणसांना ते का करता येऊ नये?'

अशा चमत्कारिक गोष्टींचे त्याचे वर्णन मोठे मनोरंजक वाटले. पण त्या वर्णनाने खात्री पटली नाही. खात्री पटली ती आसनांचे व योगचमत्कारांचे सामर्थ्य त्याच्या प्रत्यक्ष करून दाखवण्याने. जगण्याच्या कोणत्याही अवस्थेमध्ये श्वसन ही अनिवार्य गोष्ट आहे ही सर्वसाधारण समजूत काही थोडा वेळ सुद्धा मनातून काढून टाकता येत नाही.

'श्वसनाची क्रिया चालू राहत नसली तरी शरीरात प्राण राहू शकतो हे समजणे आम्हा पाश्चिमात्यांना फार कठीण आहे.'

'प्राण हा नेहमी असतोच!' त्याने गूढ असे उद्गार काढले, 'मरण हा केवळ एक देहधर्म आहे.'

'मृत्यूवर मात करता येणे शक्य आहे असे का तुम्हाला म्हणावयाचे आहे?' मी अगदी अश्रद्धेने प्रश्न विचारला.

ब्रह्माने माझ्याकडे चमत्कारिक नजरेने पाहिले.

'का नाही?' थोडा वेळ भीषण शांतता. त्याचे डोळे माझे निरीक्षण करीत होते पण सहृदयतेने.

'तुम्हाला सुद्धा काही सिद्धी प्राप्त होतील. हे मी तुम्हाला एक आमचे जुने गुह्य सांगतो. पण एका अटीवर.'

'कोणती ती?'

'ती अट अशी; मी जी तुम्हाला पुढे काही प्राणायामाची आसने शिकवीन त्याव्यतिरिक्त कोणत्याही आसनाचा प्रयोग करण्याचा प्रयत्न करायचा नाही.'

'कबूल.'

'आता शब्द पाळायचा; आतापर्यंत तुमची समजूत अशी होती की, श्वासोच्छ्वासाची क्रिया थांबली की मरण ओढवेल, खरे ना?'

'होय.'

'त्याचप्रमाणे अशीही तुमची समजूत असणे शक्य आहे ना; कारण ते ओघाओघानेच येते की जोपर्यंत श्वास हा आपण शरीरात कोंडून धरतो तोपर्यंत शरीरात प्राण राहतो?'

'होय.'

'यापेक्षा आम्ही जास्त काही दावा करीत नाही. आम्ही एवढेच म्हणतो की, ज्याने प्राणायामाची साधना पूर्णतेला नेली आहे तो प्राणास अंकित करून ठेवतो. ध्यानात आले का तुमच्या?'

'येते आहे थोडेथोडे.'

'आता कल्पना करा, की एक असा पूर्णावस्थेला गेलेला योगी आहे की जो असा श्वासनिरोध गमतीने काही मिनिटेच नव्हे तर काही दिवस, महिने, किंवा काही वर्षेसुद्धा करू शकतो. आता तुम्ही कबूल केले ना की जोपर्यंत शरीरात वायू आहे तोपर्यंत जीव आहे. तेव्हा मनुष्याला दीर्घायुष्य प्राप्त करून घेण्याची सोयही करून ठेवलेली आहे ना?'

माझ्या तोंडून शब्द उमटेना; आता हा युक्तिवाद मूर्खपणाचा कसा म्हणता येईल? पण मला हे मान्य करता येणे शक्य आहे काय? आता याचा विचार करू लागल्यावर मध्ययुगीन कालातील आमच्या युरोपियन किमया-रसायनवेत्त्यांची आठवण होते. अमृत शोधून तयार करण्याची स्वप्ने पाहत होते ते. पण अमृताचा शोध घेता घेता बेटे एका पाठीमागून एक हरपले की हो! पण ब्रह्म जर स्वतःची आत्मवंचना करून घेत नसेल तर तो मला काय म्हणून फसवील? तो होऊन काही माझ्याकडे आला नाही की त्याने चेले गोळा करण्याची कधी उठाठेव केली नाही.

एक चमत्कारिकशी भीती माझ्या डोक्यात चमकून गेली. हा ब्रह्मा वेडा तर नाही ना? तसे शक्य नाही. इतर बाबतीत तो कसा बरोबर सर्वसाधारण माणसासारखा समजून वागतो. तो चुकीच्या मार्गाने चालत आहे असे नाही का त्यापेक्षा म्हणता येणार? पण माझ्या मनात असा एक विचार आला की, अशा तऱ्हेचा निष्कर्ष काढणे हे बरोबर नाही. माझे डोके चालेना.

'तुमची मी खात्री पटवून देऊ काय?' तो पुन्हा बोलू लागला. 'पूर्वी रणजितसिंगाने लाहोरला एका फकिराला एका भुयारात जिवंत गाडले होते ती गोष्ट तुम्हाला माहीत नाही काय? त्या फकिराचे ते दफन इंग्रजी लष्करी अधिकाऱ्यांसमक्ष केले होते. तो शेवटला शीखांचा राजा हे प्रत्यक्ष डोळ्यांनी पाहत होता. सहा आठवडे त्या कबरीच्या जागेवर शिपायांचा जागता पहारा होता. पण शेवटी तो फकीर अगदी धट्टाकट्टा असा जिवंत त्या कबरीतून बाहेर आला. ती हकिकत नीट तपासून पाहा. मला कोणीतरी सांगितलेले होते की, तुमच्या सरकारच्या दप्तरात ही सारी हकिकत कुठेतरी नमूद करून ठेवलेली आहे. ह्या फकिराने श्वसनावर कमालीचा ताबा मिळविलेला होता व तो आपल्या इच्छेनुसार श्वासोच्छ्वास थांबवू शकत असे;

त्यामुळे त्याचे मरण ओढवत नसे. आणि तो काही योगाभ्यासी नव्हता. कारण त्याला ओळखत असणाऱ्या एका म्हाताऱ्या माणसाकडून मला कळले होते की, त्याचे वागणे चांगले नव्हते. त्याचे नाव हरिदास होते व तो उत्तरेकडील राहणारा होता. त्याच्यासारखा मनुष्य जर इतका काळ हवाविरहित जागेमध्ये राहून जिवंत राहू शकला तर ज्यांनी योगाभ्यास गुप्तपणे केलेला आहे व जे पैशाकरिता असे चमत्कार करून दाखविणारे नाहीत अशा सिद्ध योग्यांना तर किती अधिक काळ श्वासविरहित जीवन काढता येईल.'[१]

हा संवाद झाल्यावर आम्ही दोघे अगदी गप्प बसलो. पण दोघांच्या डोक्यात विचार चालूच होते.

'योगमार्गाने साध्य होणाऱ्या अशा कितीतरी आणखी विलक्षण सिद्धी आहेत. पण ह्या हल्लीच्या अवनतीच्या काळात त्यांची जास्त किंमत कोण देणार?'

नंतर पुनः काही वेळ शांतता.

'संसारात राहणारी आपण माणसे. दररोज आपल्याला काम करावे लागते व उदरनिर्वाह करावा लागतो. आपल्याला ह्या सिद्धींच्या पाठीमागे लागून काय करायचे आहे?' चालू युगाच्या समर्थनार्थ माझ्या तोंडून धाडसाचे उद्गार निघाले.

'बरोबर आहे तुम्ही म्हणता ते,' ब्रह्माने कबूल केले, 'हा हठयोगाचा मार्ग फार थोड्यांनी अनुसरण्याचा आहे. म्हणून या शास्त्राच्या आचार्यांनी आज इतकी शतके या मार्गाची शिकवण अगदी गुप्त राखली आहे. ते कधी सहसा आपण होऊन शिष्य शोधायच्या भानगडीत पडत नाहीत. शिष्यांनी गुरूच्या शोधार्थ खटपट करायला पाहिजे.'

***

यानंतरची परतभेट ब्रह्माने माझ्या मुक्कामाच्या ठिकाणी येऊन दिली. ती वेळ संध्याकाळची होती. थोडे बोलणे झाल्यानंतर आम्ही जेवायला बसलो. भोजनोत्तर थोडी विश्रांती घेतली. नंतर आम्ही व्हरांड्यात बसलो. एक आरामखुर्चीवर मी अंग टाकून दिले. बाहेर चांगले टिपूर चांदणे पडलेले होते. ब्रह्मा खाली चटईवरच बसला

---

[१] मी ही हकिकत पारखून पाहिलेली आहे. सदरचा प्रसंग लाहोरमध्ये १८३७ मध्ये प्रत्यक्ष घडून आला. फकिरास जमिनीत पुरले होते. ते प्रत्यक्ष पाहण्यास महाराजा रणजितसिंग, सर क्लॉड वेड, जॉ. होनिगबर्बर व इतर काही लोक हजर होते. पुरलेल्या जागी काही फसवेगिरीचा बनाव घडू नये म्हणून शीख शिपायांचा अहोरात्र जागता पहारा होता. चाळीस दिवसांनी या फकिराला खड्ड्यातून जिवंत वर काढले. या प्रसंगाची खुलासेवार हकिकत कलकत्त्याला जुन्या कागदपत्रांत लिहिलेली आढळते.

होता. त्याला ती बैठक आरामशीर वाटत होती.

कितीतरी वेळ त्या पौर्णिमेच्या चांदण्याच्या आल्हादकारक प्रकाशात आम्ही तसेच शांतपणे नुसते बसून राहिलो. आमच्या नुकत्याच झालेल्या बैठकीत ज्या आश्चर्यकारक गोष्टी त्याने सांगितल्या त्या माझ्या मनात अगदी ताज्या होत्या. तेव्हा लवकरच, मृत्यूला सुद्धा न जुमानणाऱ्या व कोणाला खऱ्या वाटणार नाहीत अशा गोष्टींचा विषय मी पुनः नवीनपणे चर्चेला काढला व आश्चर्य प्रगट केले.

ब्रह्मा सांगू लागला, 'का नाही? ह्या दक्षिण भारतात नीलगिरी पर्वतावर गुप्त असा एक हठयोगी आहे. तो आपल्या बसल्या जागेवरून कधी उठतच नाही. उत्तरेकडे असाच एक योगी आहे. तो नेहमी हिमालयावर एका गुहेतच बसून राहतो. असे योगी तुम्हाला सहसा भेटायचे नाहीत; कारण ते जनसंपर्कापासून दूर राहतात; पण अशी परंपरा आमच्याकडे अस्तित्वात आहे; आणि अशा सिद्धयोग्यांनी आपले जीवनमान शेकडो वर्षांनी वाढवलेले आहे.'

'तुमचा खरोखरी याच्यावर विश्वास आहे?' मी विनयपूर्वक आपली शंका प्रदर्शित केली.

'अगदी निःसंशय! माझ्या गुरुजींचेच उदाहरण माझ्यापुढे नाही का?'

आज कित्येक दिवस एक प्रश्न माझ्या मनात सारखा घोळत होता; तो विचारावा की नाही, याचा निर्णय मी आजपर्यंत करू शकत नव्हतो. पण आता आमचा परिचय चांगला घनिष्ठ झाला होता; तेव्हा शेवटी तो प्रश्न विचारून टाकावा असे मी ठरविले. मी त्या योग्याकडे निरखून पाहिले व विचारले :

'ब्रह्मा, तुमचे गुरू कोण?'

थोडा वेळ त्याने माझ्याकडे निरखून पाहिले पण उत्तर दिले नाही. काय बोलावे या संभ्रमात तो पडला. शेवटी तो बोलला; त्याच आवाज संथ पण गंभीर होता :

'आपल्या दाक्षिणात्य शिष्यांना ते थेरूंबूस्वामी या नावाने परिचित आहेत. या नावाचा अर्थ मुंग्यांचा उपदेशक.'

'काय चमत्कारिक नाव आहे!' माझ्या तोंडून सहज उद्‌गार बाहेर पडले.

'माझे गुरू आपल्याजवळ भाताच्या कण्याची पिशवी नेहमी बाळगीत; आणि ते कुठेही असले की त्या कण्या मुंग्यांच्यापुढे टाकीत. उत्तरेमध्ये हिमालयात ते जेथे कधी कधी वास करतात, तिकडे ते वेगळ्या नावाने परिचित आहेत.'

'ते हठयोगाच्या अभ्यासात पूर्णतेला गेले आहेत काय?'

'होय.'

'आणि किती वर्षांचे त्यांचे आयुष्य आहे असे तुम्हाला वाटते?'

'चारशे वर्षांपेक्षा जास्त त्यांची हयात झाली आहे!' ब्रह्माने माझे वाक्य शांतपणे पुरे केले.

मग एकदम स्तब्धता काही वेळ टिकली.

मी गोंधळून त्याच्याकडे पाहत राहिलो.

'मोगल बादशहांच्या कारकिर्दीत काय काय झाले हे ते मला पुष्कळदा सांगत असत,' योगी मला सांगू लागले, 'तसेच ज्या वेळी ही तुमची इंग्लिश ईस्ट इंडिया कंपनी मद्रासला प्रथम आली, त्या वेळच्या सुद्धा गोष्टी ते मला सांगत असत.'

मी शंकाखोर पाश्चिमात्य. कानांवर पडलेली ही विधाने मी कशी मान्य करणार?

'पण ज्याने इतिहासाचे पुस्तक वाचलेले आहे असे एखादे पोर सुद्धा तुम्हाला त्या गोष्टी सांगेल,' मी विरोध दर्शविला.

ब्रह्माने माझ्या बोलण्याकडे दुर्लक्ष केले. त्याने आपले बोलणे चालू ठेवले.

'पानिपतच्या[२] पहिल्या लढ्याची आमच्या गुरुजींना चांगलीच माहिती होती. तसेच प्लासीच्या[३] लढाईची सुद्धा त्यांची आठवण बुजली नाही. मला अगदी पुरते आठवते की, माझा एक गुरुबंधू होता. त्याचे नाव होते विशुद्धानंद. त्याला ते केवळ ऐंशी वर्षांचे पोर म्हणत!'

बाहेर चांदणे टिपूर पडले होते. त्या चांदण्यात ब्रह्माची धष्टपुष्ट, रुंदट नाकाची मुद्रा मला स्पष्ट दिसून आली. आणि हे विलक्षण उद्‌गार काढत असताना त्याचा चेहरा अगदी निश्चल असा होता. आधुनिक विज्ञानाच्या अभ्यासाने निर्माण केलेल्या माझ्या कठोर चिकित्सक बुद्धीला ही विधाने कशी पटणार? काही झाले तरी ब्रह्मा हा हिंदू होता. हिंदू लोकात कोणतीही आख्यायिका खरी मानण्याची शक्ती असते, तशी त्याच्या ठिकाणीही होती. तेव्हा त्याच्याशी वाद करण्यात काही फायदा नव्हता. तेव्हा मी गप्प राहिलो. योग्याने आपले बोलणे पुढे चालू ठेवले :

'हिंदुस्थान व तिबेट यांच्या दरम्यान नेपाळ राज्य आहे. तिथल्या एका पूर्वीच्या महाराजांचे माझे गुरू हे राजगुरू होते. ते त्या हिमालय पर्वतीय प्रदेशातील ग्रामीण जनतेत फार लोकप्रिय होते. ते जेथे जेथे जात, तेथे तेथे ग्रामीण जन त्यांना देवासारखे

---

[२] १५२६ मध्ये पानिपतला ही लढाई झाली. एका बाजूला क्रूर तैमूरलंगाचा वारस बाबर याची फौज व दुसऱ्या बाजूस आगऱ्याच्या राजाची सेना.

[३] १७५७ साली ही सुप्रसिद्ध लढाई झाली, जिच्या योगे ब्रिटिश सत्तेचा हिंदुस्थानात पाय रोवला गेला.

मानीत; आणि पिता जसा आपल्या मुलांशी वात्सल्याने वागतो तसे तेही त्या जनतेशी ममतेने वागत असत. ते जातिनिर्बंध पाळीत नसत. ते मत्स्य-मांस काही खात नसत.'

'इतकी वर्षे माणसाला जगता येणे कसे शक्य आहे?' माझे विचार पुनः त्याच विषयावर अभावितपणे वळू लागले.

ब्रह्मा दुसरीकडेच पाहत होता. मी तेथे जवळ बसलो आहे हे जणू त्याच्या ध्यानीही नव्हते.

'तीन मार्गांच्या अवलंबनाने हे शक्य होते. पहिला मार्ग म्हणजे हठयोगात सांगितलेली सर्व योगासने, प्राणायाम करणे. ही साधना अगदी परिपूर्ण झाली पाहिजे. चांगल्या माहीतगाराकडून हे सर्व शिकून घेतले पाहिजे. दुसरा मार्ग म्हणजे काही दुर्मीळ अशा वनस्पतींचे सेवन. योगाभ्यासात फार पुढे गेलेल्यांना ह्या वनस्पती माहीत असतात. हे योगाभ्यासी ह्या वनस्पती आपल्याजवळ गुप्तपणे बाळगतात; प्रवासात आपल्या कपड्यात गुंडाळून ठेवतात. जेव्हा अंतिम निर्याणाचा समय येतो, तेव्हा हा योगाभ्यासी अधिकारी शिष्यांची निवड करतो; त्याला आपली गुप्त विद्या शिकवितो; त्या वनस्पती त्याच्या स्वाधीन करतो; दुसऱ्या कोणाला तो त्या देत नाही. तिसरा मार्ग समजावून सांगायला अवघड आहे.' ब्रह्मा एकदम बोलताना थांबला.

'तुम्ही प्रयत्न करून पाहा,' मी काकुळतीने म्हणालो.

'मी जर काही सांगितले तर तुम्ही हसाल.'

मी त्याला सांगितले की, उलट तुम्ही जे मला खुलासेवार सांगाल ते मी आदरपूर्वक श्रवण करीन.

'ठीक आहे. हे पाहा. माणसाच्या[४] मेंदूत एक बारीकसे छिद्र आहे. त्या छिद्रात माणसाचा आत्मा वास करतो. ह्या छिद्राचे रक्षण करण्याकरिता एक झापड असते. मेरुदंडाच्या टोकाशी अदृश्य अशा कुंडलिनीचा उगम आहे. ह्या कुंडलिनीबद्दल तुम्हाला अनेक वार सांगितले आहे. ह्या कुंडलिनीतून वाहणारा प्रवाह जितका कमी कमी होत जातो, तसतसे शरीर जर्जर होत जाते. त्या प्रवाहावर जर नियंत्रण ठेवले तर रक्त, मांस वगैरेमध्ये नवचैतन्य येते व ते कायम टिकते. मनुष्याने एकदा आत्म संयमन साध्य केले म्हणजे त्याला ह्या कुंडलिनीच्या प्रवाहावर नियंत्रण ठेवण्याची विद्या काही योगसाधनांकरवी हळहळू साध्य होत जाते. ही योगसाधना आमच्या पंथांतील फक्त उच्च श्रेणीच्याच योग्यांना माहीत असते. ज्या वेळी योगाभ्यासी आपला जीवनप्रवाह मेरुदंडातून वरती खेचू शकतो, त्या वेळी तो प्रवाह मेंदूमधील

---

[४] ब्रह्मा हा जो या शब्दांचा उल्लेख करीत आहे ती पोकळी मेंदूमध्ये एकमेकांशी निगडित अशा चार कोषांमध्ये निर्माण होते ती असावी; पण मला नक्की सांगता येत नाही.

त्या छिद्रात (ब्रह्मरंध्रात) तो केंद्रित करीत असतो. पण त्याला या साधनेत गुरूच्या मार्गदर्शनाखेरीज यश मिळावयाचे नाही. गुरू त्याला ब्रह्मरंध्रावरील झापड उघडून देईल. त्याला जेव्हा असा गुरू भेटेल तेव्हा हा अदृश्य जीवनप्रवाह त्या ब्रह्मरंध्रात शिरेल व त्याचे अमृत होईल. हे काही सोपे काम नाही. जो योगाभ्यासी हे काम एकट्यानेच कोणाच्या मार्गदर्शनाखेरीज करील, त्याच्यावर संकट ओढवेल; त्याची हानी होईल. पण ज्याला हे जमेल तो जीवन्मुक्तावस्था प्राप्त करून घेऊ शकेल. तो इच्छामरणी होऊ शकेल; आणि जेव्हा खऱ्या मृत्यूचा क्षण येऊन ठेपेल, तेव्हा तो मृत्यूवर मात करील. खरे बोलायचे म्हणजे तो आपल्या इच्छेनुसार आपल्या निर्याणाचा क्षण निवडतो. आणि मग त्याने निर्याण केल्यावर त्याचा खरोखरी मृत्यू झाला आहे हे कठीण कसोटीअंतीच साबित होऊ शकते. ज्याने या तिन्ही मार्गात प्रावीण्य मिळविले आहे, त्याला हजारो वर्षे जगता येते, असे मला शिकविलेले आहे. आणि असा योगी जरी मरण पावला तरी त्याच्या शरीरावर कृमिकीटक हल्ला करीत नाहीत. शंभर वर्षांनी सुद्धा त्याचे शरीर कुजू लागल्याचे चिन्ह दिसत नाही.'

या खुलाशाबद्दल मी ब्रह्माचे आभार मानले. त्याची सारी हकिकत मला मोठी मनोरंजक वाटली; पण माझी खात्री झाली नाही. जीवनप्रवाह किंवा कुंडलिनी म्हणून तो जे काही सांगत आहे ते शरीरशास्त्र काही मान्य करीत नाही; आणि अमृत म्हणून काय चीज आहे हे त्या शास्त्राला मुळीच माहीत नाही. शारीरचमत्कारांच्या या हकिकती म्हणजे भोळसट गैरसमजुतीच आहेत काय? या सर्व हकिकती ऐकल्या म्हणजे जुन्या युगात, अनेक वर्षे जगणाऱ्या भुताखेतांच्या, जादुगारांच्या काळात गेल्यासारखे वाटते. ते जादूगार असेच अमृताच्या गोष्टी करीत असत. पण प्राणायाम व रक्तप्रवाहनियंत्रण याची जी प्रात्यक्षिके मला ब्रह्माने करून दाखविली, त्यावरून अशी खात्री पटू लागते की, योगसिद्धी म्हणजे काही विद्रूप राक्षसांच्या असंभाव्य कल्पना नसून खऱ्या खऱ्या असामान्य शक्ती आहेत की ज्या सर्वसाधारण लोकांना खोट्या वाटाव्यात. यापलीकडे मी त्याच्याशी[५] सहमत होऊ शकत नाही.

नंतर मी विनयपूर्वक स्तब्ध राहिलो. माझ्या बुद्धिवादी शंकेखोर वृत्तींना मी चेहऱ्यावर उमटू दिले नाही.

[५] हे जे सारे संभाषण झाले ते एखाद्या विलक्षण स्वप्नासारखे वाटते; कारण त्याने जी विधाने केली ती फार विस्मयकारी होती पण ती सुद्धा अगदी शांत अशा मनोवृत्तीने केलेली. ते सारे संभाषण कागदावर उतरविणे फार अवघड आहे. तो प्रयत्न करीत असता मला अनेकवार वाटे की तो सारा मजकूर गाळावा; कारण तसे पुष्कळसे प्रसंग मी गाळून टाकले आहेत, त्याबद्दल मला काही संदेह आहे असे नाही. पण त्या प्रसंगांचे वर्णन मी यथातथ्य लिहिले तर युरोपियन वाचक आशियाई भोळसटपणाला नाके मुरडतील. जर ते प्रसंग या पुस्तकात शेवटी द्यायचे असे ठरविले तर त्याच्या पाठीमागे माझ्यापेक्षा इतरांचाच निर्णय प्रभावी ठरेल.

ब्रह्मा पुढे सांगू लागला, 'ज्याचा मरणकाळ जवळ येऊन ठेपला आहे अशा माणसांना ह्या सिद्धी प्राप्त करून घ्याव्याशा वाटतात. पण ह्या मार्गात फार धोके आहेत हे विसरू नका. तुम्हाला आश्चर्य वाटेल; माझे गुरू असे सांगत असत की, हिऱ्यांची पेटी जशी आपण गुप्त ठेवतो तशी ही योगासने अगदी गुप्त ठेवावीत.'

'म्हणजे तुम्हाला ती मला सांगायची नाहीत!'

'ज्यांना याच्यात प्रवीण व्हायचे आहे त्यांनी धावण्याच्या अगोदर चालायला शिकले पाहिजे.' त्याने किंचित हसून उत्तर दिले.

'आता एक अखेरच प्रश्न, स्वामी महाराज.' त्याने होकारार्थी मान हालविली.

'तुमचे गुरू सध्या कोठे असतात?'

'ते सध्या नेपाळमधील पर्वत प्रदेशात, तराई जंगलाच्या पलीकडील बाजूस एका देवळात वास करतात.'

'पुनः ते खाली उतरण्याचा संभव आहे काय?'

'त्यांच्या हालचालींबद्दल कोणी काय सांगावे? कदाचित ते नेपाळमध्येच अनेक वर्षे राहतील किंवा पुनः भ्रमंतीला सुरुवात करतील. कोणी सांगावे? हिंदुस्थान देशापेक्षा त्यांना नेपाळ आवडतो. कारण योगाभ्यासाला तिथले वातावरण पोषक आहे. हे पाहा, हठयोगाच्या साधना सुद्धा वेगवेगळ्या संप्रदायांच्या वेगवेगळ्या आहेत. आणि आमची तर तंत्रविद्या आहे. तिचा अभ्यास हिंदुस्थानपेक्षा नेपाळच्या वातावरणात अधिक चांगला होतो.'

नंतर ब्रह्मा गप्प बसला. आपल्या गुरूच्या गूढ रहस्यमय मूर्तीच्या भाविक चिंतनात तो मग्न झाला असावा असा माझा तर्क आहे. काय अजब प्रकार आहे? आज रात्री मी ज्या गोष्टी ऐकल्या त्या कल्पित कथा नसून जर खऱ्याखुऱ्या हकिकती असतील तर मग काय; असा चिरंजीव अमर मानव जवळपास सुद्धा भेटेल की.

* * *

मी जर माझी लेखणी जोराने चालविली नाही, तर हे प्रकरण कधीच पुरे व्हायचे नाही. तेव्हा आता पाच नावे धारण करणाऱ्या ह्या योग्याशी माझी जी शेवटची संस्मरणीय मुलाखत झाली ती वर्णन करून टाकण्याचा प्रयत्न करतो.

हिंदुस्थानात संध्याकाळ झाली की रात्रही लगेच येते. युरोपमध्ये संध्याकाळ कितीतरी वेळ रेंगाळत राहते. आपल्या झोपडीवर अंधकाराची छाया पडू लागल्यावर ब्रह्माने कंदील लावला व आढ्यावरून खाली आलेल्या दोरीला बांधून ठेवून दिला. आणि आम्ही त्या दिव्याच्या प्रकाशात बसलो.

ती वृद्ध विधवा हळूच तिथून निघून गेली व त्या दिव्याच्या प्रकाशात आम्ही तिथे राहिलो. ब्रह्मा, मी व तो शिक्षकविद्यार्थी दुभाष्या. उदबत्तीचा सुवास खोलीभर दरवळून राहिला होता व खोलीतील वातावरण जरा गूढ बनू लागले होते.

आता मी येथून लवकरच जाणार या विचारांनी माझ्या मनाला उद्विग्नता आली होती. ती घालविण्याचा मी प्रयत्न केला पण तो निष्फळ ठरला. या दुभाष्याच्या त्रासदायक मध्यस्थीने माझे मन मला या योग्यापुढे मोकळे करता आले नाही. त्याने सांगितलेल्या नावीन्यपूर्ण हकिकती व विलक्षण सिद्धांत कितपत खरे आहेत, हे काही मी सांगू शकत नाही. पण त्याने आपल्या एकांतवासामध्ये मला प्रवेश देण्यात जी तत्परता दाखविली, त्याबद्दल मला धन्यता वाटली. पुष्कळदा मला असे वाटले की, आमची हृदये सहानुभूतीने एकमेकांकडे ओढली गेली आणि त्यामुळे आपल्या एकांतवासाचा किंचित भंग करावा असे त्याला वाटले हे माझ्या ध्यानात आले.

आता मी जाणार, तेव्हा आज रात्री मी त्याची भेट घेतली. त्याने आपली आणखी सखोल रहस्ये उकलून सांगावीत म्हणून मी शेवटचा प्रयत्न करून पाहिला.

त्याने माझ्या मनाचा ठाव घेण्याकरिता विचारले, 'तुम्ही ह्या शहरी जीवनाचा त्याग करून काही वर्षे पर्वत-प्रदेशात किंवा अरण्यात एकांतवासात राहायला तयार आहात काय?'

'याचा मला प्रथम विचार करायला पाहिजे.'

'तुम्ही आपली सर्व कामे, सर्व उद्योग, सर्व सुखे बाजूला ठेवून या आमच्या योगसाधनेच्या अभ्यासात- काही महिने नव्हे तर कित्येक वर्षे घालवायला तयार आहात काय?'

'नाही बाबा, आपली तशी तयारी नाही. कदाचित एक दिवस...'

'मग याच्यापलीकडे मला तुम्हाला नेता येणार नाही. हा हठयोग ही एक नैष्ठिक साधना आहे; माणसाच्या फुरसतीतील खेळावयाचा काही एक सामान्य खेळ नाही.'

योगी बनण्याची माझी मनीषा हळूहळू हवेत वितळू लागली. मला वाईट वाटले की ही साधना, जिच्यामध्ये कित्येक वर्षे कठीण तपश्चर्या करावी लागते, कडक शिस्त पाळावी लागते, ती माझ्याकरिता सुगम नाही. परंतु हठयोगाच्या साधनेखेरीज माझ्या मनात काही वेगळी अशी साधना घोळू लागली. त्या योग्यास त्याबाबत विचारावे असे मी ठरविले.

'ब्रह्म, ही शक्ती मोठी अजब आहे. एक दिवस असा येईल की, या तुमच्या साधनेचा अभ्यास मी खोलवर करीन; कारण या अभ्यासाने चिरंतन सुखाचा केवढा

लाभ होतो! योगशास्त्रामध्ये याहूनही काही सूक्ष्म नाही काय? कदाचित माझे म्हणणे मला आपल्यापुढे नीट मांडता आले नसेल.'

ब्रह्माने मान हलविली आणि तो म्हणाला,

' समजलो मी.'

आम्ही दोघेही हसलो.

'आमचे धर्मशास्त्र असे सांगते की सुज्ञ माणसाने हठयोगानंतर मनस्कयोगाचा- राज योगाचा अभ्यास करावा. पहिली साधना पुरी झाली म्हणजे दुसऱ्या साधनेची सुरुवात होते. पुरातन काळात भगवान शिवाकडून आमच्या ऋषिमुनींनी या साधनेची दीक्षा घेतली तेव्हा त्यांना असे सांगितले गेले की, योगसाधनेचे अंतिम उद्दिष्ट सर्वस्वी काही ऐहिक नव्हे. शरीरावर जय मिळविणे म्हणजे मनावर जय मिळविण्याच्या मार्गातील पहिले पाऊल आहे व मनावर जय मिळविल्याने आध्यात्मिक दृष्ट्या मनुष्य पूर्णत्वाप्रत जातो हे त्यांना माहीत होते. यावरून तुमच्या लक्षात येईल की, या आमच्या साधनेत आम्ही अगदी जवळच्या गोष्टीचा- शरीराचा प्रथम विचार करतो; पण त्याचा अप्रत्यक्ष हेतू आत्म्याचा शोध घेण्याचा असतो. म्हणून माझ्या गुरूने मला असे शिकविले की, प्रथम तू हठयोगाचा अभ्यास कर, नंतर राजयोगाकडे, मनस्कयोगाकडे जा. हे ध्यानात ठेव की, शरीर ताब्यात आले म्हणजे मन विचलित होत नाही. मन पूर्णपणे निर्विचार करण्यात फार थोड्यांना यश येते. पण जरी एखादा साधक या मनस्कयोगाकडेच फार वळला तरी आम्ही त्याच्या साधनेत ढवळाढवळ करीत नाही. कारण मग तीच त्याची साधना निश्चित झालेली असते.'

'म्हणजे ती साधना ही पूर्णतया मनस्कयोगाची साधना असेच ना?'

'म्हणा तसे हवे तर. मन एखाद्या दीपज्योतीसारखे स्थिर करणे व मग ती ज्योत अंतरंगातील आत्म्याकडे वळविणे अशी ती साधना आहे.'

'आता ह्या साधनेला सुरुवात कशी करायची?'

'त्याला सुद्धा गुरू पाहिजे.'

'तो कोठे आपल्याला मिळणार?' ब्रह्माने आपले खांदे उडविले.

'भाई, माणसाला भूक लागली म्हणजे तो खाद्य शोधू लागतो. पोटात एकदा आग उठली की तो एखाद्या वेड्यासारखा होतो व खाद्य धुंडाळायला लागतो. जसा एखादा भुकेलेला वेडा माणूस खाद्य शोधीत राहतो तसा जेव्हा साधक गुरूच्या शोधार्थ वणवण भटकतो तेव्हा त्याला तो भेटतो. ज्यांना गुरुप्राप्तीची अगदी तळमळ लागून राहते ते त्या गुरूकडे अमुक एका ठरावीक वेळी नक्की ओढले जातात.'

'ह्या बाबतीत नियती कार्य करीत असते असे तुम्हाला वाटते काय?'

'अगदी बरोबर बोलतात.'

'मी काही पुस्तके पाहिली आहेत.'

योग्याने आपली मान हलविली.

'गुरूखेरीज नुसत्या पुस्तकांचा काही उपयोग नाही. ती नुसती कागदांची चिटोरी होत. गुरू शब्दाचा अर्थ अंधकार नाहीसा करणारा. ज्या शोधकाचे प्रयत्न व ज्याचे नशीब बलवत्तर असते तो त्या प्रकाशात एकदम पदार्पण करतो; कारण आपल्या शिष्याच्या हितार्थ गुरू आपल्या तेजस्वी सामर्थ्याचा उपयोग करतो.'

ब्रह्मा नंतर कागद पसरून ठेवलेल्या आपल्या बाकाकडे काही कागद शोधून काढायला गेला आणि एक मोठा तक्ता घेऊन आला. तो तक्ता त्याने माझ्या हातात दिला. त्या तक्त्यावर मंत्राक्षरे काही एका विवक्षित पद्धतीने तामीळ लिपीत, लाल, हिरव्या व काळ्या शाईत लिहिलेली होती. त्या तक्त्याच्या शीर्षभागी एक चित्रमय आकृती होती. त्या चित्रमय आकृतीमध्ये सूर्य, चंद्र व माणसाचे डोळे दाखविलेले होते. त्या तक्त्याचा मध्यभाग कोरा होता व त्याच्याभोवती आकृत्या व अक्षरे काढलेली होती.

'काल रात्री हे मी काढीत होतो. काही तास लागले मला हे तयार करायला.' ब्रह्मा सांगू लागला, 'तुम्ही जेव्हा परत जाल तेव्हा माझा एक फोटो यामध्ये चिकटवा.'

नंतर त्याने मला सांगितले की, दररोज रात्री झोपण्यापूर्वी मी जर माझे चित्त या चमत्कारिक व थोड्याशा प्रमाणात कलापूर्ण अशा चित्रावर पाच मिनिटे केंद्रित केले तर मला त्याचे अगदी स्पष्ट असे दर्शन होईल.

'जरी आपली शरीरे पाच हजार मैलांच्या अंतरावर असतील तरी तुमचे विचार या कागदावर केंद्रित करा म्हणजे आपले आत्मे रात्री एकमेकांना भेटतील.' त्याने खात्रीपूर्वक सांगितले. आणि त्याने पुढे असा खुलासाही केला की, या भेटी अगदी पार्थिव भेटींसारख्या खऱ्याखुऱ्या व प्रत्यक्ष स्वरूपाच्या असतील.

या खुलाशामुळे मला आठवण झाली. मी त्याला सांगितले की मी आता येथून प्रस्थान ठेवणार. ट्रंका वगैरे भरून ठेवल्या आहेत. आता आपली भेट पुनः कधी व केव्हा होणार, हे काही मला सांगता येणार नाही.

त्यावर त्याने उत्तर दिले की, नियतीने जे काही कर्म आपल्याला करावयास ठेवून दिले आहे ते केलेच पाहिजे, यात संशय नाही. नंतर त्याने मला विश्वासात घेऊन सांगितले की, 'उन्हाळ्यात मी ही जागा सोडून तंजावर जिल्ह्यात जाईन. तेथे

दोन शिष्य माझी वाट पाहत आहेत. त्यानंतर पुढचे काय सांगावे? कारण तुम्हाला माहीत आहे की, एक दिवस माझ्या गुरूचे मला बोलावणे येईल असे मला वाटते.'

नंतर बराच वेळ शांतता टिकली. त्या शांततेचा भंग ब्रह्माने करून हळू आवाजात सांगितले. ते काय हे समजून घेण्याकरिता मी दुभाष्याकडे पाहत राहिलो. आता तो काय गुह्य प्रकट करणार ते ऐकण्याची मला उत्कंठा लागली.

'काल रात्री माझ्या गुरूंनी मला दर्शन दिले. त्यांनी तुमच्याबद्दल सांगितले. ते म्हणाले, तुझा जो साहेब मित्र आहे त्याला ज्ञान व्हायला पाहिजे आहे. गेल्या जन्मी तो आपल्यातला होता. त्याने योगसाधना केली आहे पण ती आपल्या मार्गाची नव्हती. आज तो पुनः हिंदुस्थानात आला आहे गोऱ्या माणसाच्या रूपाने. गेल्या जन्मी जे काही ज्ञान त्याने मिळविले, ते तो या जन्मी विसरला आहे. पण ते विस्मरण थोडा वेळ राहील. जेव्हा त्याचा गुरू त्याला भेटेल व तो त्याच्यावर अनुग्रह करील, तेव्हा त्याला या देही पूर्वज्ञान स्मरण होईल. त्याला सांग की, तो गुरू त्याला लवकरच भेटेल. नंतर त्याला ज्ञान आपोआप होईल, त्याच्या चित्तात प्रकाश पडेल हे निश्चित. काही काळजी करू नकोस म्हणून सांग. हे घडून आल्याखेरीज तो काही हा देश सोडून जात नाही. रिक्तहस्ते तो येथून प्रयाण करणार नाही हे अगदी ललाट लिखित आहे, असे ते म्हणाले.'

मी आश्चर्याने स्तंभित होऊन पाठीमागे सरकलो. त्या लहानशा बैठकीवर दिव्याचा सौम्य प्रकाश पडलेला होता. त्या पिवळसर धूसर प्रकाशात आमच्या तरुण दुभाष्याचा चेहरा भीतिग्रस्त झालेला दिसला.

'तुमचे गुरू कोठे नेपाळात आहेत असे नाही का तुम्ही मला सांगितले?' मी जरा विमनस्कपणे विचारले.

'होय. अजून ते तिथेच आहेत.'

'मग ते एका रात्रीत बाराशे मैलाचा कसा प्रवास करतील?'

ब्रह्माने गूढ प्रकारचे स्मित केले.

'माझे गुरू मला सदैव दिसतात; मग आम्हा दोघांच्या शरीरामध्ये हिंदुस्थानच्या लांबीचे अंतर असे ना का. मला त्यांचा संदेश पत्रावाचून किंवा निरोपावाचून कळतो. त्यांचे विचार हवेतून वेगाने येतात. ते माझ्यापर्यंत पोचतात व ते मला समजतात.'

'दूरसंदेशद्वारा?'

'त्याला तुम्ही काहीही नाव द्या!'

नंतर मी उठलो; कारण निघायची वेळ झाली होती. आम्ही चांदण्यात फिरायला

बाहेर पडलो. एकत्र फिरणे आता हे आमचे शेवटचेच. ब्रह्माच्या घरापासून जवळच एक देऊळ होते; त्या देवळाच्या पुरातन भिंतीच्या बाजूने आम्ही गेलो. रस्त्याच्या दोन्ही बाजूस माडांची झाडे अगदी एका हारीने उभी होती. एके ठिकाणी बरीच झाडे एकत्र अशी दिसली. तिथे येऊन आम्ही थांबलो. त्या झाडांच्या फांद्यांमधून चांदणे ठिपकत होते.

निरोप द्यायच्या वेळी ब्रह्मा पुटपुटला, 'तुम्हाला माहीत आहेच की, माझ्याजवळ माझ्या मालकीच्या अशा थोड्याच वस्तू आहेत. ही एक वस्तू उरलेली आहे. तिला मी फार किंमत देतो. घ्या ती.'

त्याने आपल्या डाव्या हाताच्या चवथ्या बोटातून ती वस्तू जोराने काढली व उजव्या हाताच्या तळव्यावर ठेवून तो हात पुढे केला. ती वस्तू म्हणजे एक सोन्याची अंगठी होती. हाताच्या तळव्याच्या मधोमध चंद्रप्रकाशात ती चमकत होती. त्या अंगठीचे कोंदण आठ पकडीचे असून त्यामध्ये एक वर्तुळाकार खडा होता व त्याच्या पृष्ठभागावर लाल भुरक्या रंगाच्या रेषा होत्या. आम्ही जेव्हा एकमेकांचा निरोप घेतला, तेव्हा ब्रह्माने ती अंगठी माझ्या बोटात घातली. ती अनपेक्षित भेट परत करायचा मी प्रयत्न केला. पण त्याचा उलटा परिणाम होऊन त्याने ती अंगठी माझ्या बोटात अगदी जोरजोराने घातली.

'योगाभ्यासाने ज्याने उच्च प्रतीचे ज्ञान मिळविलेले आहे अशा एका सिद्ध योग्याने मला ही अंगठी दिली होती. त्या काळात ज्ञानप्राप्तीकरिता मी सगळीकडे वणवण हिंडत होतो. आता ती अंगठी तुम्ही घालावी.'

मी त्याचे आभार मानले व किंचित हसून विचारले, 'नशीब उघडेल का माझे ही अंगठी वापरून?'

'नाही. नशीब नाही उघडणार. पण त्या खड्यामध्ये फार मोठी शक्ती आहे. त्या शक्तीमुळे तुम्ही महान योग्यांच्या सहवासाचा ठाव घ्याल आणि त्यामुळे तुमची स्वतःची उन्नती होईल. तुम्हास सिद्धी प्राप्त होतील. हे तुम्हाला अनुभवाने कळून येईल. या गोष्टींची जेव्हा तुम्हाला जरूर वाटेल तेव्हा तुम्ही ही अंगठी वापरा.'

आणि नंतर आम्ही एकमेकांची सुहृद्भावपूर्वक शेवटची भेट घेतली; आणि निरोप घेतला.

मी हळूहळू चालू लागलो. माझ्या डोक्यात विलक्षण अशा विचारांनी थैमान घातले होते. ब्रह्माच्या दूरस्थ गुरूच्या विलक्षण संदेशावर मी विचार करीत राहिलो. तो इतका विलक्षण होता की त्याबद्दल वाद घालता येण्यासारखा नव्हता. तसा मी बाह्यतः तो संदेश ग्रहण केला पण माझ्या हृदयात श्रद्धा व संशय यांचे तुंबळ युद्ध

चालू होते.

त्या सोन्याच्या अंगठीकडे मी नजर टाकली व स्वतःलाच विचारले, 'अशी ही अंगठीसारखी सामान्य वस्तू अशा बाबतीत कशी उपयोगी ठरेल?' माझ्यावर किंवा इतरांवर कोणत्याही मानसिक किंवा आध्यात्मिक रीत्या ती कसा परिणाम करू शकेल हे काही माझ्या ध्यानात येईना. अशा गोष्टीवर विश्वास ठेवणे म्हणजे भोळसटपणा होय. तरी पण तिच्या कल्पनातीत प्रभावाबद्दल ब्रह्माला केवढी खात्री! खरेच का ती अंगठी एवढी प्रभावी आहे? या प्रश्नाचे उत्तर अगदी माझ्या तोंडावर आले. 'ह्या विलक्षण देशात सर्व काही शक्य आहे!' पण बुद्धिवाद मध्येमध्ये येतो व नसते प्रश्न विचारीत राहतो.

नंतर मला गूढ अशी तंद्री लागली. घाबरून मी दूर सरकलो व कशावर तरी आपटलो. माझ्या कपाळाला लागले. समोर पाहिले तर कविमनकल्पित आकृतीचे एक माडाचे झाड होते. त्या झाडाच्या पानांच्या मधून मधून काजवे चमकत होते.

रात्र बरीच झाली होती. वरती आकाश अगदी निरभ्र नीलवर्ण पसरलेले होते. शुक्राची तेजस्वी चांदणी पृथ्वीच्या अगदी जवळ आलीशी वाटत होती. मी चालत असलेल्या रस्त्यावर नीरव शांतता होती. एक गूढशी शांतता माझ्या हृदयात भरून गेली. माझ्या डोक्यावरून मोठमोठी वटवाघळे जात येत होती. ती पण आपले पंख हळुवारपणेच हालवीत होती. हे दृश्य फार मनोहारी होते. मी क्षणभर थांबलो. चांदण्यात माझ्यासारखी संचरणारी व्यक्ती जणू भुतासारखी दिसत होती.

मी माझ्या मुक्कामावर पोचलो. बिछान्यावर पडलो पण बराच वेळ झोपच येईना. शेवटी पहाटे डोळा लागला व दिवसभरातील विचारसृष्टी विस्मृतीत विरून गेली.

७
मौनधारी संत

ह्या वृत्तांताची कालगणना थोडीशी मी बदलतो. लिहिल्या हकिकतीच्या पाठीमागे एकदोन आठवडे जातो व थोड्याबहुत मनोरंजक अशा मुलाखतीची हकिकत देतो. मद्रासच्या उपनगरांमध्ये जेव्हा मी मुक्कामाला होतो, तेव्हा खुद्द मद्रास शहरामधील भारतीय समाजामध्ये कोणी काही संत, महात्मे, योगी आहेत की नाहीत याची मी आस्थापूर्वक चौकशी करीतच होतो. अशा व्यक्तींना प्रत्यक्ष जाऊन भेटावे याच उद्देशाने मी येथे आलेलो होतो. मी पुष्कळांना भेटलो. न्यायाधीश, वकील, शिक्षक, व्यापारी आणि एकदोन धार्मिक व्यक्ती यांची भेट घेतली. वार्ताहरांची सुद्धा मी मुलाखत घेतली आणि माझ्या समव्यावसायिकांच्या सहवासात काही वेळ घालविला. फार मजा वाटली मला. मला एक उपसंपादक भेटला. तो म्हणाला की, तरुण वयात आपल्यालाही योगाभ्यासाचा नाद लागला होता. एका ध्यानयोग्याच्या पायशी बसून आपण दिवस काढले होते. तो फार पुढे गेला होता; पण तो सुमारे दहा वर्षांपूर्वीच वारला.

हा तरुण वार्ताहर फार बुद्धिमान होता. पण उच्चश्रेणीचे सिद्धयोगी कुठे भेटतील, हे त्याला सांगता येत नव्हते.

याशिवाय माझ्या कानावर काही ओझरत्या हकिकती, मूर्खपणाच्या दंतकथा व अगदी शुद्ध थोतांडे ही आली होती. त्यात मला एक साधू भेटला. त्याचा चेहरा व अंगरखा अगदी येशू ख्रिस्तासारखा होता. त्याला जर आमच्या रुक्ष अशा पिकॅडिलीमधील रस्त्यात उभे केले असते तर काय गंमत उडाली असती! पण तो सुद्धा मला म्हणाला की, आपणही उच्च जीवनाच्या शोधात देशभर हिंडत आहोत.

आपली घरची शेतीवाडी सोडून तो एक बैरागी झाला होता. ती जमीन त्याने मला देऊ केली व म्हणाला की, तुम्ही येथेच राहून गोरगरिबांच्या, अडाणी लोकांच्या सेवेत काळ घालवा. पण खरे असे की, मी सुद्धा एक अडाणी, दीनदुबळा माणूस होतो. त्याच्या ह्या उदार देणगीचा दुसऱ्या कोणीतरी स्वीकार केला.

एके दिवशी माझ्या कानावर एका सुप्रसिद्ध अशा योग्याची हकिकत आली. मद्रास शहराच्या बाहेर जवळजवळ अर्धा एक मैलाच्या अंतरावर त्याचे राहण्याचे ठिकाण होते. पण त्याला जनसंपर्क आवडत नसे म्हणून तो लोकांना विशेष माहीत नव्हता. माझी उत्सुकता एकदम जागृत झाली व त्याला जाऊन भेटावयाचे मी ठरविले.

उंच अशा कळकांच्या झाडांपलीकडे झाकून गेलेले असे त्याचे घर होते. सभोवार चारी बाजूंस चौरसाकृती कळकांच्या झाडांचे जणू कुंपण होते व मूळ वस्तीच्या पलीकडे एका शेतात असे ते घर होते.

माझ्या सोबत्याने कुंपणाकडे बोट दाखविले.

'योगीराज सारा दिवसभर समाधीतच असतात, असे सांगतात. आपण फाटक जरी खडखडावले किंवा मोठ्याने हाका मारल्या तरी तो आवाज त्यांच्या कानी जाईल असे नाही; आणि जर आपण असे काही केले तर ते बरेही दिसणार नाही.'

एका ओबडधोबड फाटकातून आत जायला रस्ता होता; पण त्याला एक भलेमोठे कुलूप होते. तेव्हा आत कसे जावे, हा प्रश्न पडला. कोणीच काही बोलेना. आम्ही त्या शेताच्या आसपास हिंडलो. जवळच्या शेतावरून पलीकडे गेलो. शेवटी आम्हाला एक पोऱ्या भेटला. त्याला त्या योगीराजाच्या नोकराचा राहण्याचा पत्ता माहीत होता. असे पुन्हा रिंगणाकार रस्त्याने जाऊन आम्ही त्या पत्त्यावर पोचलो.

तो नोकर पगारी होता. आम्ही गेल्यावर त्याच्यापाठोपाठ त्याची बायको व पोरांचा तांडा एकदम बाहेर आला. आम्ही त्याला आमचे काम सांगितले. पण तो मदत करायला तयार होईना. हे मौनधारी बुवा असे वाटेल त्याला दर्शन देत नाहीत, ते अगदी पूर्ण एकांतात असतात, असे त्याने आम्हाला ठाम सांगितले. ते दिवस न् दिवस समाधीतच असतात व वाटेल त्या इसमाने त्यांच्या समाधीचा व एकांताचा भंग केला तर ते फार रागावतात.

माझ्याकरिता काही रस्ता काढा, म्हणून मी त्या नोकराला फार गळ घातली; पण तो काही ऐकेना. तेव्हा माझ्या मित्राने काही सरकारी दडपणाची त्याला भीती दाखविण्याचे ठरविले. आम्हाला जर त्याने ताबडतोब आत प्रवेश दिला नाही-

खरोखरी पाहता हा त्याच्यावर जुलूम होता- तर आम्ही सरकारी कारवाई करून तो प्रवेश मिळवू अशी त्याला धमकी दिली. असे काम कायद्याला धरून नव्हते हे मला माहीत होते; मी माझ्या सोबत्याला डोळ्यांनी खुणावले. नंतर आमचा जोराचा संवाद सुरू झाला. धमकीबरोबर मी त्याला बक्षिसाचीही आशा दाखवली. शेवटी हो ना करता नाखुशीने का होईना तो कुलूप उघडायला तयार झाला व त्याने किल्ली आणली. माझ्या सोबत्याने सांगितले की, तो अगदीच पगारी नोकर होता. कारण बुवांचा जर तो खरोखरी चेला असता, तर त्याने आमच्या धमक्यांना दाद दिली नसती की पैसे घेऊन काम केले नसते.

पुनः परत आम्ही या कुंपणाच्या फाटकपाशी गेलो. फाटकावर लावलेले एक भले मोठे कुलूप उघडले. त्याने आम्हाला सांगितले की, बुवांजवळ सामान वगैरे काही फारसे नाही; कुलूप-किल्ली तर मुळीच नाही. कुंपणाच्या फाटकाला आम्ही बाहेरून कुलूप लावतो. ते फक्त दिवसातून दोनदा उघडतो. त्याने पुढे सांगितले की, योगीराज सर्व दिवसभर समाधीत असतात. संध्याकाळी समाधी उतरते तेव्हा फळे, थोडी मिठाई व कपभर दूध घेतात. लोकांनी जर काही खाण्याचे पदार्थ आणून ठेवले तर त्यास ते कधी हातही लावीत नाहीत. संध्याकाळी अंधार पडला म्हणजे ते झोपडीबाहेर येतात व जवळच्या शेतातच जरा येरझारा घालतात.

आम्ही कुंपणातून आत गेलो. आत एक आधुनिक पद्धतीची झोपडी होती. भिंती दगडाच्या होत्या व आतील खांब लाकडी असून त्याला रंग दिलेला होता. त्या नोकराने आणखी एक किल्ली काढली व एक भला मोठा दरवाजा उघडला. ह्या सर्व प्रकाराचे मला आश्चर्य वाटले; कारण त्या नोकरानेच नव्हते का सांगितले की बुवांच्या जवळ सामान असे विशेष काही नाही. पण नंतर तोच थोडक्यात हकिकत सांगू लागला :

काही वर्षांपूर्वी हे मौनधारी योगी या झोपडीत राहताना कुलूप, अडसर वगैरे काही वापरत नसत. पण एके दिवशी काय झाले, चिकार ताडी प्यालेला एक इसम या झोपडीत घुसला व बुवांना मारहाण करू लागला. त्या दारुड्याने त्यांची दाढी ओढली, त्यांना काठीने बडवले व तो शिवीगाळ करू लागला.

पण नेमक्या त्याच वेळी या शेतात काही तरुण मुले चेंडू खेळत होती; त्यांच्या कानी हा मारहाणीचा आवाज गेला. तो आवाज ऐकून ती मुले झोपडीत घुसली व त्यांनी साधूमहाराजांना त्या दारुड्यापासून सोडविले. एका मुलाने जवळपासच्या वस्तीत जाऊन तेथल्या लोकांना ही हकिकत सांगितली. थोड्याच वेळात गर्दी जमली. एका पवित्र साधूला एका झिंगलेल्या दारुड्या गुंडाने मारहाण करावी याचा

त्यांना संताप आला. त्यांनी त्या गुंडास बेदम चोपले. इतके की तो फक्त मरायचाच बाकी राहिला.

हा सर्व प्रकार चालू असताना, साधुबुवांनी मात्र कमालीची शांतता व सहनशीलता धारण केली होती. आता बुवा मध्ये पडले. आणि कागदावर लिहून त्यांनी लोकांना बजावले, 'या माणसाला जर तुम्ही मारहाण कराल तर ती मारहाण मलाच केल्यासारखी होईल. त्याला सोडून द्या. मी त्याला क्षमा केली आहे.'

बुवांचा शब्द म्हणजे अलिखित कायदाच. त्यांच्या विनंतीला सगळ्यांनी मान दिला व त्यांनी त्या गुंडाला सोडून दिले.

***

त्या नोकराने खोलीच्या आत डोकावले व आम्हाला अगदी गप्प बसायला सांगितले; कारण योगीराजांना समाधी लागलेली होती. मी बूट बाजूला पडवीत काढून ठेवले. हिंदू रिवाजाचे पालन केले. आत गेल्यावर मी योगीराजांकडे पाहून मस्तक लवविले. समोर भिंतीत एका सपाट दगडाकडे माझे लक्ष गेले. त्यावर तामीळ लिपीत लिहिलेले होते, 'मौनधारी संताची मठी' असे त्याचे भाषांतर आमच्या दुभाष्याने केले.

त्या खोलीवजा मठीत आम्ही शिरलो. खोलीचे आढे बरेच उंच होते व चांगले कौलारू होते. खोलीच्या आत कमालीची स्वच्छता होती. खोलीच्या मध्यभागी जमिनीवर एक व्यासपीठ तयार केलेले होते. ते फरशीचे केलेले असून सुमारे एक फूट उंचीचे होते. त्या पीठावर लोकरीचे बुट्टीदार आसन मांडलेले असून त्यावर ते मौनधारी संत समाधी अवस्थेत स्थानापन्न झालेले दिसत होते.

योगीराज तसे दिसायला देखणे पण काळसर वर्णाचे, तजेलदार दिसले. त्यांचे शरीर ताठ होते. ते पद्मासन घालून बसलेले होते. हे पद्मासन कसे घालावयाचे, हे मला ब्रह्माने करून दाखविलेले होते. योगीराजांची पाठ, मान व डोके अगदी एका सरळ रेषेत ताठ होते. त्यांचे केस भरगच्च असून खांद्यावर रुळत होते. हनुवटीवर काळ्या केसांची दाढी होती. हात गुडघ्यावर रोवून ठेवलेले होते. मांड्या चांगल्या मांसल व भरदार होत्या. ते चांगलेच सशक्त दिसले. अंगावर फक्त एकच वस्त्र होते. ते म्हणजे कौपीन.

त्यांचा चेहरा पाहिल्यावर माझ्या मनावर जो ताबडतोब ठसा उमटला तो असा की या पार्थिव जीवनावर आपण विजय मिळविला याचे मृदु हास्य त्यांच्या मुखावर विराजत होते. शारीरिक दोष, व्याधी आपल्यासारख्या दुबळ्या लोकांना खुशीने,

नाखुशीने सहन कराव्या लागतात. पण ते दोष, या व्याधी यांचा त्यांना काही पत्ता नव्हता. तोंड जरा किंचित ताणलेले, हसण्याच्या वेळी जसे दिसावे तसे दिसत होते. नाक लहान पण सरळ, जवळजवळ ग्रीक नमुन्याचे. डोळे विशाल, उघडे. नजर समोर केंद्रित केलेली. एखाद्या दगडी पुतळ्यासारखे योगीराज निश्चल बसलेले होते.

माझ्या माहीतगाराने मला अगोदर सांगून ठेवलेले होतेच की, हे मौनधारी संत नेहमी समाधीअवस्थेत असतात. त्याचे शरीरव्यापार थोडा वेळ स्थगितच झालेले असतात; सभोवार पार्थिव जगात काय चाललेले आहे, याचा त्यांना काही पत्ताच नसतो. मी त्या योगीराजांना अगदी निरखून पाहिले. त्यांना निःसंशय समाधी लागलेली होती. मिनिटे जाऊन तास झाला. तासही भराभर जाऊ लागले. पण त्यांची मूर्ती दगडासारखी निश्चल.

पण हा सारा वेळ, मला मोठे आश्चर्य वाटले, त्यांच्या डोळ्यांची पापणी अगदी लवली सुद्धा नाही. दोन तास एका आसनावर बसून ज्याच्या डोळ्याची पापणी सुद्धा लवली नाही असा कोणी मानवी प्राणी अद्यापपावेतो माझ्या पाहण्यात आला नाही. तेथे बसल्यावर हळूहळू माझ्या ध्यानात आले की, त्यांचे डोळे जरी उघडे असे दिसत होते तरी ते काही पाहतच नव्हते. त्यांचे मन जरी जागृत असले तरी ते ह्या जगात वावरत नव्हते. शारीरिक व्यापार जणू बंदच पडलेले होते. त्यांच्या डोळ्यातून एक अश्रू ओघळला. पापण्या सारख्या स्थिर ठवल्यामुळे अश्रूंच्या वाटे डोळ्यातील घाण बाहेर जाण्यास प्रतिबंध होत होता.

वळचणीवरून एक हिरव्या रंगाचा सरडा खाली उतरला; त्याने सतरंजीवरून उडी मारली व तो योगीराजांच्या पायांवर आला आणि सरपटून त्यांच्या फरशीच्या आसनापाठीमागे गेला. जरी तो एखाद्या दगडाच्या भिंतीवरून सरपटत गेला असता तरी त्या पायांवरून सरपटण्यासारखाच प्रकार दिसला असता. कारण त्यांचे पाय दगडासारखे निश्चल होते. त्यांच्या तोंडावरून माशा उडून जात; त्यावर बसतही. चेहऱ्याची कातडी त्यांना इकडून तिकडे हिंडायला आरामशीर वाटत असावी. कारण त्यांच्या चेहऱ्यावर स्नायूंची काही बिलकूल हालचाल होत नव्हती. एखाद्या ब्रांझच्या पुतळावरून त्या फिरत असल्या तर त्यांना काही फरक वाटला नसता.

त्यांच्या श्वासोच्छ्वासाचा मी कानोसा घेऊ लागलो. तो कमालीचा मंद होत होता. अगदीच ऐकू येत नव्हता; पण नियमित चालला होता. त्यांच्या शरीरातून प्राण निघून गेला नाही याची खात्री मात्र त्या मंद श्वासोच्छ्वासाने पटत होती. आम्ही तेथे तिष्ठत बसलो असताना त्यांच्या त्या आकर्षक मूर्तीची एक-दोन छायाचित्रे घ्यावीत असे मी ठरविले. मी माझा फोल्डिंग कॅमेरा कातडी पेटीमधून बाहेर काढला

व बसल्या जागेवरून लेन्स त्यांच्यावर लक्षित करू लागलो. खोलीत प्रकाश पुरेसा नव्हता. तरी मी दोन छायाचित्रे घेतलीच.

मी घड्याळाकडे पाहिले. दोन तास निघून गेले होते. आपल्या प्रदीर्घ समाधीतून योगीराजांची खाली उतरण्याची काही चिन्हे दिसेनात. त्यांची आकृती एखाद्या पुतळ्यासारखी दिसत होती.

या विलक्षण सिद्ध पुरुषाची मुलाखत घ्यावी या हेतुस्तव सबंध दिवसभर वाट पाहत तेथे राहावयाचे मी ठरविले. पण त्यांचा नोकर तेथे आला व मला सांगू लागला की, आणखी काही वेळ वाट पाहण्यात अर्थ नाही; त्यामुळे काही फायदा व्हावयाचा नाही; आणखीन एक दोन दिवसांनी आलात तर कदाचित दर्शन होईल; परंतु नक्की काही सांगता येत नाही.

पराभूत झाल्यासारखे आम्ही तिथून उठलो व शहराकडे परत जाण्यास निघालो. पण माझी दर्शनाची उत्कंठा काही कमी झाली नाही; उलट ती वाढली.

नंतर दोन दिवस त्या मौनधारी संताबद्दल माहिती मिळविण्यात मी घालविले. हा उद्योग बराच मोठा झाला. त्या नोकराची कसून उलटतपासणी घेतली. तसेच पोलीस इन्स्पेक्टरचीही थोडीशी मुलाखत घेतली. अशा तऱ्हेने योगीराजांच्या जीवनवृत्तांताची थोडीबहुत माहिती मी मिळविली.

सुमारे आठ वर्षांपूर्वी ते ह्या मदुरा जिल्ह्यात आले. ते पूर्वीचे कोण, त्यांचा व्यवसाय काय, ते मूळचे कुठले, हे कोणालाही माहीत नव्हते. ते ज्या वेळी येथे आले त्या वेळी ही जमीन पडीक होती. तेथेच बाजूच्या एका शेतामध्ये त्यांनी झोपडी बांधली व तेथे ते समाधी लावू लागले. त्यांना भेटायला लोक येत, पण कोणाशीही ते बोलत नसत; कुठल्याही आवाजाकडे लक्ष देत नसत; कोणी आले गेले याची त्यांना बिलकूल क्षिती नसे. अगदी जुजबी बोलणे सुद्धा ते कोणाशीही करीत नसत. क्वचित्प्रसंगी जवळची करवंटी पुढे करून ते भिक्षा मागत.

ह्या नीरस परिसरात मांडी घालून त्यांनी बसायला सुरुवात केली व तेथेच त्यांनी बैठक मांडली. वरती सूर्याचे कडक ऊन असो की पावसाळ्यात अंगावर मुसळधार पाऊस पडो; अंगावर धूळ साचो की डास-मच्छर चावो, त्यांनी ती बैठक सोडली नाही. कधीही त्यांनी ती जागा सोडून अन्यत्र आसरा घेतला नाही. बाह्य परिस्थितीची बिलकूल पर्वा केली नाही. डोक्यावर संरक्षणाकरिता काही नाही व अंगावर लंगोटीखेरीज अन्य वस्त्र नाही.

ते जे या पद्मासनात मांडी घालून बसले ते कायम; ते आसन त्यांनी कधी

बदलले नाही. आता मद्रासारख्या मोठ्या शहराच्या परिसरात अशा योग्याला प्रदीर्घ ध्यान लावायला सोयीचे वातावरण बिलकूल नव्हते. जागा ही अशी उघड्यावर. सभोवार जाणाऱ्या-येणाऱ्या लोकांची वर्दळ. अशा तऱ्हेच्या जीवनाचे जुन्या काळात कौतुक झाले असते पण ह्या आधुनिक काळातील योग्याला असे अनुरूप, सोयीचे वातावरण फक्त जंगलात, अरण्यात, डोंगर-दऱ्यात, गुहांमध्ये किंवा तशा एकांतातील जागेमध्येच मिळणार.

मग ह्या विलक्षण योग्याने आपल्या ध्यानाकरिता अशी ही गैरसोयीची जागा का पसंत केली?

याला उत्तरादाखल एक अप्रिय अशी घटना घडून आली ती हकिकत अशी.

एक दिवस काय झाले; या रस्त्यावरून एकदा काही तरुण, अडाणी असे गुंड जात होते. त्यांनी या योग्याला असे पाहिले व ते त्याला छळायला लागले. शहर-वस्तीतून ते नेमाने या ठिकाणी यायचे व त्यांच्या अंगावर दगड फेकायचे, चिखल फासायचे, त्यांना शिवीगाळ करायचे, वाकुल्या दाखवायचे. योग्याने हे सारे सहन केले पण बैठक सोडली नाही. या सगळ्या गुंडांना पुरून उरेल इतकी ताकद त्यांच्या अंगी होती. पण त्यांनी कधी या गुंडांचा शब्दांनी बोलून सुद्धा समाचार घेतला नाही; कारण त्यांनी मौनव्रत धारण केले होते.

या तरुण गुंडांचा हा कार्यक्रम अव्याहत कित्येक दिवस चालला. पण एके दिवशी काय झाले, एक वाटसरू त्या रस्त्यावरून जात होता. त्याने ह्या पवित्र अशा माणसाची ही छळवणूक पाहीली. त्याला धक्का बसला. तो सरळ मद्रास शहरात गेला व तेथे ह्या प्रकाराची पोलिसांना त्याने खबर दिली. 'या मौनी संताला संरक्षण द्या' म्हणून सांगितले. पोलीस त्या ठिकाणी आले व त्यांनी या गुंडांना हाकून लावले. व पुनः येथे कधी येऊ नका म्हणून त्यांना ताकीद दिली.

ह्या प्रकारानंतर एका पोलीस अधिकाऱ्याने या योग्याविषयी काही माहिती काढावयाचे ठरविले. पण त्यांच्याविषयी सांगणारा असा एकही इसम त्यांना मिळाला नाही. तेव्हा त्याने या योग्याला प्रत्यक्षच विचारले; कारण कायद्याने त्याला तशा चौकशीचा पुरा अधिकार दिलेला होता. बराच वेळ हो ना करून योग्याने आपली हकिकत थोडक्यात पाटीवर लिहून दिली. लिहिलेला मजकूर खालीलप्रमाणे होता :

'मी शिष्य मरकयरचा. माझ्या गुरूने मला सांगितले की, मैदान प्रदेश ओलांडून मद्रासच्या दक्षिणेकडे जा; कुठे जा ती जागा वर्णन करून सांगितली व ती कशी धुंडाळून काढावी हेही त्यांनी मला समजावून सांगितले. ती ही जागा. या ठिकाणी राहून योगाभ्यास कर म्हणून सांगितले; अगदी त्या विद्येत पूर्णता येईपर्यंत. मी

संसार सोडून देऊन एकांतवास स्वीकारला आहे. मला येथल्या लोकांच्या भानगडीत पडायचे नाही. मला फक्त माझी साधना करायची आहे.'

पोलीस अधिकाऱ्याची खात्री झाली की, हा इसम फार उच्च दर्जाचा एक खराखुरा फकीर आहे. तेव्हा तो तेथून निघून गेला. गुंडांपासून संरक्षण देण्याचे मात्र त्याने वचन दिले. मरकयर या सुप्रसिद्ध मुसलमान फकिराचे नाव त्याच्या कानावर आलेले होते. हा फकीर नुकताच वारला.

'वाइटातून चांगले निघते' अशी एक जुनी म्हण आहे. या दुःखदायी घटनेचा परिणाम असा घडून आला की, ह्या एकांतवासी साधूचे नाव मद्रासच्या एका श्रीमंत व धर्मपरायण गृहस्थाच्या कानी आले. त्याने ह्या योग्याला शहरात येऊन चांगल्या घरात राहण्याविषयी फार आग्रह केला. पण योग्याने आपल्या गुरूच्या आज्ञेची अवगणना केली नाही. शेवटी या नवीन आश्रयदात्याने योग्याला, जी जागा सोडून जायला त्याने नकार दिला त्याच ठिकाणी, एक बंगलेवजा घर बांधून दिले. त्या घरात राहण्याचे योग्याने कबूल केले. त्या घराला चांगले छप्पर होते. त्यामुळे त्याचे ऊन, पाऊस व थंडी यापासून चांगले संरक्षण झाले.

त्या आश्रयदात्याने योग्याच्या दिमतीस एक नोकरही ठेवून दिला. त्याला आता पोटासाठी भीक मागण्याचे कारण उरले नाही. कारण त्याचे अन्न वगैरे तो नोकर तेथे आणून ठेवून देतो. आता त्या योग्याच्या गुरूने मरकयरने हे असे घडून येणार असे भविष्य करून ठेवले होते की नाही, हे कळायला मार्ग नाही. पण एक गोष्ट मात्र खरी की, शिष्याच्या राहण्याच्या स्थितीत चांगल फरक घडून आला.

ह्या मौनधारी संताला कोणी शिष्य वगैरे नसल्याचे मला सांगण्यात आले. त्याला कोणी शिष्य वगैरे नको आहे व कोणाचा तो शिष्य म्हणून स्वीकार करीत नाही. मोक्षप्राप्तीसाठी एकांतवास स्वीकारणाऱ्या मौनधारी योग्यांमध्ये त्याची गणना करता येईल. आम्हा पाश्चिमात्य लोकांच्या दृष्टिकोनातून पाहायचे म्हणजे आध्यात्मिक ध्येय-मोक्ष ही सुद्धा एक वासनाच आहे; स्वार्थच आहे. पण ह्या योग्याचे वर्तन अजबच. दारुड्या इसमाच्या बाबतीत त्याची क्षमाशील वृत्ती व उनाड गुंड पोरांच्या मारहाणीला प्रतिकार म्हणून करावयाचा नाही असे त्याचे वर्तन पाहिले की याला इतकी सुद्धा स्वार्थदृष्टी असू नये, याचे आश्चर्य वाटते.

***

दुसऱ्या दोघांना घेऊन मी ह्या मौनधारी संताची मुलाखत घेण्याचा दुसरा प्रयत्न करून पाहिला. हे दोघे म्हणजे एक माझा दुभाषी व दुसरा म्हणजे 'ब्रह्मा', अड्यार नदीतीरावरील तपस्वी; ज्याने मला योगशास्त्रावर इतके शहाणे केले. ब्रह्मा कधीही

शहरात येत नसे. पण शहरात जाण्याचे माझे प्रयोजन जेव्हा त्याला मी सांगितले तेव्हा काही कुरकुर न करता माझ्याबरोबर येण्यास तो कबूल झाला.

कुंपणापाशी आम्हाला आणखी एक प्रवासी भेटला. त्याने रस्त्याच्या बाजूस आपली मोटर ठेवून दिली व आमच्याच दिशेने शेतामधून तो जाऊ लागला. त्याला सुद्धा त्या मौनधारी संतास भेटावयाचे होते. आम्ही बरोबर चालत असता त्याने मला आपली स्वतःची ओळख करून दिली. तो गडवालच्या राणीचा भाऊ होता. गडवाल म्हणजे हैदराबादच्या निजामाचे एक लहानसे मांडलिक संस्थान. आपणही या मौनधारी संताच्या चरितार्थास थोडाबहुत हातभार लावतो असे त्याने मला सांगितले. तो मद्रासला आला होता. थोडेच दिवस मुक्काम होता. तेव्हा तेवढ्यात योगीराजांना भेटावे व जमल्यास त्यांचा आशीर्वाद घ्यावा असा त्याच्या भेटीचा उद्देश होता. आता त्या आशीर्वादाचा महिमा काय होता याबद्दल त्याने एक हकिकत सांगितली.

गडवाल दरबारी एक बाई होती. तिला एक मूल होते. त्या मुलाला एका दुर्धर व्याधीने ग्रस्त केले होते. काही एका चमत्कारिक योगायोगाने तिच्या कानी या मौनधारी संताचे नाव आले. ती मद्रासला आली व योगीराजांची कळकळीने विनवणी केली की, आपल्या कृपादृष्टीने त्या लहान मुलास व्याधिमुक्त करावे. योगीराजाने कृपादृष्टी केली व त्या दिवसापासून त्या मुलाला बरे वाटू लागले. ही हकिकत राणीच्या कानावर गेली. तीही मग योगीराजांच्या दर्शनाला गेली. राणीने त्यांना सहाशे रुपयांची थैली दिली. पैसे त्यांनी घेतले नाही. पैसे घेण्याविषयी राणीने फार गळ घातली, तेव्हा त्याने चिठ्ठीवर लिहून दिले की, हा पैसा त्यांच्या झोपडीभोवती कुंपण बांधण्यात खर्च करावा; म्हणजे त्यांच्या एकांताला थोडी अधिक शांतता मिळेल. राणीने त्याप्रमाणे त्या झोपडीला एक बांबूचे कुंपण घालून दिले.

नोकराने आम्हाला झोपडीच्या आत नेले. योगीराजांना समाधी लागली होती. आम्ही त्यांना प्रथम भेटलो होतो अगदी त्या वेळच्यासारखी.

आम्ही जमिनीवर गुपचुप मांडी घालून बसलो. आमच्यासमोर फरशीच्या चौरंगावर योगीराजांची उंच भव्य मूर्ती. दाढी काळीभोर. एक तास निघून गेला; आणखी अर्धा तास तसाच गेला. त्यानंतर हळूहळू योगीराजांच्या शरीरात थोड्याशा हालचालींची चिन्हे दिसू लागली. त्यांचा श्वासोच्छ्वास दीर्घ होऊ लागला व त्यानंतर स्पष्ट ऐकू येऊ लागला. डोळ्यांच्या पापण्या हलू लागल्या; बुबुळे फिरू लागली व दृष्टी वरती जाऊ लागली. ते दृश्य भयानक दिसले. पुनः दृष्टी खाली येऊन नेहम ीसारखी दिसू लागली. पाठीत गोल फिरणारी हालचाल दिसू लागली.

नंतर पाच मिनिटांनी योगीराजांची दृष्टी अशी दिसू लागली की, सभोवारच्या

ऐहिक परिस्थितीची त्यांना थोडी थोडी जाण होऊ लागली असावी, असे दिसले. दुभाष्याकडे ते लक्ष देऊन पाहू लागले; नंतर एकदम डोके हालवून ते ब्रह्माकडे पाहू लागले, नंतर दुसऱ्या पाहुण्याकडे पुनः नजर वळवून मग माझ्याकडे पाहू लागले.

मी त्या संधीचा फायदा घेतला; पेन्सिल व नोटपेपरचे पॅड त्यांच्या पायाशी ठेवले. थोडा वेळ ते संभ्रमात पडले; पण मग त्यांनी हातात पेन्सिल घेतली व तामीळ भाषेत मोठ्या अक्षरात ते लिहू लागले.

'येथे परवा कोण आले होते व फोटो घेण्याचा कोणी प्रयत्न केला होता?'

हा उद्योग केल्याचे मला कबूल करावे लागले. खरे सांगायचे म्हणजे हा माझा प्रयत्न निष्फळ ठरला. कारण सगळी फिल्म अंडरएस्पोज झाली होती.

ते पुनः लिहू लागले.

'पुनः जेव्हा तू समाधी लागलेल्या योगीजनांच्या दर्शनास जाशील ते हा असे काही उद्योग करून त्यांना व्यत्यय आणू नकोस. त्यांच्या ध्यानाचा भंग करण्याचा प्रयत्न करू नकोस. मला तसा त्रास झाला नाही; पण पुढे अशा योग्यांच्या दर्शनास जाशील त्या वेळी ही काळजी घे. असा व्यत्यय आणल्याने त्यांना हानी पोचते. अशाने ते एखादे वेळी तुला शाप सुद्धा देतील.'

अशा माणसाचा एकांत भंग करण्याचे हे कृत्य गैर आहे हे उघड होते; तेव्हा मी दिलगिरी प्रदर्शित केली.

गडवालच्या राणीसाहेबांचा भाऊ आता योगीराजांच्या दर्शनार्थी पुढे झाला. त्याने दर्शन घेतल्यावर मी माझी ओळख करून देण्याचे धाडस केले. हिंदुस्थान देशाच्या प्राच्य विद्येविषयी मला फार आस्था आहे असे मी त्यांना सांगितले. हिंदुस्थान देशात अजूनही योगाभ्यासामध्ये फार पुढे गेलेले असे थोडे योगी आहेत असा लौकिक साता समुद्रापलीकडे माझ्या कानी आला. तेव्हा ते योगी पुरुष शोधून काढावेत व त्यांना भेटावे असे मी ठरविले; तर योगीराज मला काही मार्गदर्शन करतील काय, अशी मी पृच्छा केली.

योगीराज अगदी पुतळ्यासारखे निश्चल, निर्विकार. चेहऱ्यावर मनातील विचारांचा बिलकूल ठावठिकाणा नाही. दहा मिनिटे तर माझी विनंती ऐकल्याचे एकही चिन्ह त्यांच्या चेहऱ्यावर दिसून आले नाही. उगीचच मी प्रश्न विचारला, असे मला झाले. जणू भोगवादी जडवादी पाश्चिमात्य माणसाला आध्यात्मिक मार्गदर्शन ते काय करावयाचे, असे त्यांना वाटले असेल. छायाचित्र घेण्याचे पूर्वी जे मी धार्ष्ट्य दाखविले त्यावरून ते बिथरले असतील काय? एका परकीय नास्तिक पृच्छकाकरिता

अशा एकांतप्रिय योग्याने आपल्या समाधीचा भंग करावा अशी मी अपेक्षा का करावी? अशी अपेक्षा करणे चुकीचे नाही का? माझा जरा हिरमोड झाला.

पण निराशा पदरी पडल्याची समजूत करून घेण्याची मी जरा घाई केली, कारण योगीराजांनी शेवटी हातात पेन्सिल घेतली आणि कागदावर काही खरडले. त्यांचे लिहिणे संपल्यावर ते मी वाकून पाहिले व कागद दुभाषापुढे केला.

'याचा काही अर्थ लागत नाही,' तो हळूहळू अनुवाद करू लागला, 'लिहिण्याचा अर्थबोध झाला नाही.'

'सारे विश्व हे समस्यांनीच भरलेले आहे,' मी त्रासून पुष्टी दिली.

योगीराजांच्या ओठांवर उपहासात्मक किंचितसे हास्य उमटू लागले.

ते म्हणाले, 'जिथे तुमच्या स्वतःसंबंधी तुम्हाला काही कळत नाही तिथे विश्वासंबंधी तुम्हाला काय कळणार?'

ते माझ्याकडे भेदक दृष्टीने पाहू लागले. त्यांच्या या स्थिर दृष्टीमागे काहीतरी गूढ ज्ञान त्यांना अवगत असल्याचे मला भासमान झाले; असे ज्ञान की मोठ्या काळजीने त्यांनी ते जतन करावे. त्यांच्या या विलक्षण दृष्टीचा मला अर्थ लागला नाही.

'माझा फार संभ्रम झाला आहे.' माझ्या तोंडून एवढेच फक्त शब्द बाहेर पडले.

'मग ज्ञानाच्या शुद्ध मधाचे पोळेच तुमच्यासमोर हजर असताना त्या मधाचे फक्त थोडेसे थेंब शोषून घेत एखाद्या भ्रमरासारखे तुम्ही वणवण का फिरत आहात?'

या उत्तराने माझी फार निराशा केली. पौर्वात्य मनाला त्याचे काही वाटणार नाही. त्या उत्तरातील गूढ संदिग्धतेने एखाद्या काव्यपंक्तीसारखे मला उल्हासित केले पण जीवनाच्या कूट प्रश्नाची उकल करण्याच्या दृष्टीने ते उत्तर मला अर्थशून्य वाटले.

'मग मी ते ज्ञान कुठे धुंडाळावे?'

'तुम्ही स्वतःच्याच ठिकाणी ते शोधा. तुमच्याच अंतर्यामात ते सत्य वसत आहे हे तुमच्या ध्यानात येईल,' त्यांनी उत्तर दिले.

'पण मला तर तेथे अज्ञानाशिवाय काही एक आढळून येत नाही,' मी माझे बोलणे चालूच ठेवले.

'हे अज्ञान फक्त तुमच्या विचारातच आहे,' त्यांनी संक्षिप्त शब्दात लिहून दिले.

'क्षमा करा, महाराज, या तुमच्या उत्तराने मी अधिकच अज्ञानात, बुचकळ्यात

पडलो आहे!'

माझ्या ह्या धाष्टर्याकडे पाहून योगीराजांनी कौतुकाने स्मित केले. थोडा वेळ काय करावे हे त्यांना कळेना. नंतर त्यांनी आपल्या भुवया उंच केल्या व ते लिहू लागले :

'हे तुमचे सध्याचे अज्ञान तुम्ही आपल्या विचारांनीच स्वतःवर ओढवून आणले आहे. तुम्ही तुमच्या स्वरूपावरच विचार करा म्हणजे तुम्हास ज्ञान होईल. अज्ञानाचा बोगदा पार करून जायला विचार-चिंतन हे बैलगाडीसारखे उपयोगी पडते. हे चिंतन तुम्ही अंतर्यामी न्या म्हणजे तुमच्या चित्तात ज्ञानाचा प्रकाश पडेल.'

त्यांचे हे शब्द माझ्या मनात बराच वेळ घोळत राहिले; थोडासा मी संभ्रमात पडतो. हे पाहून योगीराजांनी पॅडकरिता खुणावले; हवेत पेन्सिल थोडा वेळ धरली व लिहून खुलासा केला :

'विचार पाठीमागे खेचणे; थेट अंतर्यामात नेणे हाच श्रेष्ठ योग होय. समजले तुम्हाला?'

थोडासा अंधुकसा प्रकाश माझ्या मनात पडू लागला. मला असे वाटू लागले की, या विषयावर जर आणखी काही वेळ चिंतन केले तर त्यांच्या लिहिण्याचा अर्थ मला समजू लागेल व माझी शंका काय, हेही त्यांच्या ध्यानात येईल. तेव्हा हा मुद्दा आणखी प्रस्थापित करण्याचा विचार मी सोडून दिला.

मी त्यांच्याकडे इतका निरखून पाहत होतो की आणखी नवीन एक इसम तेथे आलेला माझ्या ध्यानात आले नाही. फाटक उघडे होते. तो सरळ आत शिरला व आमच्या शेजारी येऊन बसला. तो माझ्या अगदी पाठीमागेच बसलेला होता. तो माझ्या कानात काही चमत्कारिकसे पुटपुटला तेव्हा त्याच्या अस्तित्वाची मला जाणीव झाली. योगीराजांच्या उत्तराचा मी अर्थ लावीत होतो. त्यातील गूढार्थ माझ्या ध्यानात न आल्याने मी जरा निराश झालो, तेवढ्यात थोडी कुजबुज माझ्या कामी आली. शब्द अगदी भारदस्त इंग्लिश भाषेतील होते.

'तुम्हाला जे उत्तर पाहिजे आहे ते माझे गुरू तुम्हाला देतील.'

मी मान वळविली व या नवीन इसमाकडे पाहिले.

त्याचे वय चाळीसपेक्षा जास्त नव्हते. त्याच्या अंगावर यात्रेकरू योग्याची भगवी वस्त्रे होती. त्याची त्वचा अगदी घासलेल्या पितळेसारखी चकचकीत दिसत होती. तो चांगला सशक्त व वृषस्कंध दिसत होता. त्याची आकृती भव्य होती. त्याचे नाक पातळ पण उठून दिसणारे, पोपटाच्या चोचीसारखे होते. डोळे बारीक होते व

निरंतरचे हास्य त्या डोळ्यांमध्ये दृग्गोचर होत होते. तो आपल्या कुबडीचा आधार घेऊन बसला होता. आमचे एकमेकांचे डोळे जेव्हा भेटले तेव्हा त्याने आपले दात किंचित विलग केले.

पण अशा तिऱ्हाइताशी अनाहूतपणे बोलायला लागून तेथील शांत वातावरणाचा भंग करावासे मला वाटले नाही. म्हणून मी पाठ वळविली व पुनरपि योगीराजांकडे लक्ष देऊन बसलो.

माझ्या मनात पुनः एक प्रश्न आला, पण तो विचारणे म्हणजे धाडसाचे किंवा उद्धटपणाचे होते.

'महाराज, लोकांना आपले साहाय्य पाहिजे आहे. आपल्यासारख्या सुज्ञ माणसांनी केवळ एकांतवासातच राहत असावे हे बरोबर आहे काय?'

योगीराजांच्या शांत, गंभीर चेहऱ्यावर एक विनोदगर्भ छटा चमकून गेली.

त्यांनी उत्तर दिले, 'बेटा, तू स्वतःला जिथे ओळखत नाहीस तिथे माझी तुला कशी ओळख व्हावी? आत्म्याच्या स्वरूपाविषयी तुझ्याशी बोलण्यात काही फायदा नाही. योगाभ्यासाने तू आपल्या अंतर्यामाचा ठाव घे. ह्या कठीण साधनेचा अभ्यास कर म्हणजे तुझ्या साऱ्या प्रश्नांची आपोआप उकल होईल.'

माझ्या प्रश्नाचे उतर मिळविण्याचा मी फिरून प्रयत्न करून पाहिला.

'जगास थोडेबहुत ज्ञान झालेले आहे पण त्याहूनही जास्त ज्ञानाची प्रकाशाची जगास जरुरी आहे. ते ज्ञान मिळवावे, त्या ज्ञानप्रकाशाचा लाभ घडून यावा असे मला वाटते. तर मी काय करावे?'

'सत्य म्हणजे काय, हे कळल्यावर जनताजनार्दनाची उत्तम सेवा कशी करावी हे नेमके तुला समजून येईल; व ते सेवा करावयाचे सामर्थ्यही तुझ्या अंगी येईल. फुलात जर मध असला तर भ्रमरास ताबडतोब तो शोधून काढता येतो. माणसांच्या ठिकाणी स्वानुभव व सिद्धिसामर्थ्य असेल तर त्यास भक्त शोधून काढण्याची जरुरी नसते. त्याच्या पाठीमागे लोक आपोआप येतात. प्रथम आत्मशोधन कर; अगदी पुरेपूर. दुसऱ्या काही उपदेशाची जरुरी नाही. एवढेच फक्त करे.'

नंतर त्यांनी मुलाखत संपल्याचे मला सांगितले. कारण समाधी लावण्याची त्यांची वेळ झाली होती.

अंतिम संदेश देण्याविषयी मी त्यांना विनविले. मौनधारी संतांनी अवकाशात माझ्या मस्तकावरून दृष्टी फिरविली. मिनिटभरात त्यांनी पेन्सिलीने कागदावर उत्तर

लिहून काढले व पॅड माझ्यापुढे सरकविले.

'तू येथवर आलास. मला फार आनंद झाला. ही भेट म्हणजे मी तुला दीक्षा दिली असेच समज.'

या उत्तराचा अर्थ समजावून घेत असतानाच माझ्या शरीरात एक अपरिचित अशी शक्ती प्रवेश करीत आहे असा मला एकदम भास झाला. ती शक्ती माझ्या मेरुदंडात शिरली. मान ताठ झाली व डोके उंच व मागे खेचले गेले. माझी मानसिक शक्ती अगदी पराकोटीस जाऊन पोचल्याचे मला वाटू लागले. माझ्या स्वतःवर जय मिळविण्याचा व उच्चतम ध्येय साध्य करण्याकरिता शारीरिक इंद्रियांनी माझ्या मनाच्या सर्वस्वी अंकित राहण्याची उत्कट ओढ मला वाटू लागली. आणि मला अंतर्यामातून उत्स्फूर्त असे वाटू लागले की, ही ध्येये म्हणजे माझ्या स्वतःचाच, अंतर्यामाचाच आवाज आहे. चिरंतन सुखाचा लाभ मला अंतर्यामातूनच मिळेल.

योगीराजांकडून एक अदृश्य असा संदेशप्रवाह माझ्या दिशेने येत आहे अशी माझी मनोभावना हळूहळू होऊ लागली. आपण जे साधले आहे, जो स्वानुभव मिळविला आहे. त्यातील एक शलाका ते माझ्याकडे फेकीत आहेत असे मला जणू वाटू लागले.

योगीराजांचे डोळे आता स्थिर होऊ लागले. कुठेतरी अंतरिक्षात दूर काहीतरी ते शोधीत असावेत. त्यांच्या नेहमीच्या आसनात ते सुस्थित झाल्यावर, त्यांचे शरीर ताठ होऊ लागले. ते आपले लक्ष कुठे दूरवर, अगदी विचारांपलीकडे खेचून नेत असावेत असे मला स्पष्ट दिसू लागले. या भूलोकापेक्षा ज्या अन्य लोकांकडे त्यांचे लक्ष लागून राहिले होते? त्या अन्य लोकांच्या अगदी अंतर्भागी ते आपले ध्यान लावण्यात मग्न झाले होते.

हे खरोखरीच मोठे सिद्धयोगी आहेत काय? काही गूढ अंतरंगाचा शोध घेण्यात ते मग्न झाले असावेत काय? कोणास ठाऊक! त्या शोधाचा मानवास काही उपयोग व्हावा असे मला वाटू लागले.

आम्ही जेव्हा त्या आवारामधून बाहेर पडलो तेव्हा ब्रह्मा, अड्यार नदीतीरावरील तो तपस्वी, माझ्याकडे वळून मला शांत आवाजात सांगू लागला :

'हा योगी फार वरच्या दर्जाला पोचलेला आहे. अंतिम श्रेणीपर्यंत जायला अजून त्याला अवकाश आहे. त्यांच्या ठिकाणी सिद्धी आहेत पण आत्मोन्नती करण्याकडे त्यांचे जास्त लक्ष आहे. त्यांची ही जी निकोप शरीरसंपदा आहे त्याचे कारण यांचा हठयोगाचा प्रदीर्घ अभ्यास. पण आता मनस्कयोग साध्य करण्यात सुद्धा

त्यांनी बरेच यश मिळविलेले आहे. मी त्यांना पूर्वीपासून ओळखतो.'

'केव्हापासून?'

'ते जेव्हा ह्या मोकळ्या शेतात, झोपडी नसताना, पडून राहत असत तेव्हापासून. मी ज्या पद्धतीच्या योगाचा अभ्यास करतो त्याच योगाचा हे अभ्यास करतात हे मी ओळखले. आता तुम्हाला एक गंमत सांगतो. आपण पूर्वी फौजेमध्ये शिपाई म्हणून नोकरीला होतो असे त्यांनी मला लिहून सांगितले होते. नोकरीतून निवृत्त झाल्यावर त्यांना व्यवहारी जगाचा कंटाळा आला व त्यांनी एकांतवासात राहण्याचे ठरविले. त्या वेळी त्यांना तो प्रसिद्ध फकीर मरकयर भेटला व ते त्याचे शिष्य बनले.'

नंतर आम्ही शेतातून शांतपणे चालत चालत पुनः रस्त्याला लागलो. या झोपडीत जो मला अनपेक्षित व अवर्णनीय अनुभव आला, त्याबद्दल मी कोणाशीही बोललो नाही. त्या अनुभवावर मला अजून चिंतन करायचे आहे. पण त्या अनुभवाचे प्रतिध्वनी माझ्या मनात अजून ताजेपणाने उमटत आहेत.

हे संत मला पुन: कधीही भेटले नाहीत. त्यांच्या एकांतवासाचा मी भंग करू नये अशी त्यांची इच्छा होती व त्या इच्छेला मला मान द्यावा लागला. त्याच्या एकांतवासातील ध्यानात व्यत्यय आणू नये असे मी ठरविले. त्या ध्यानाचा भंग करता येणे अशक्यच होते. योगविद्या दुसऱ्या कोणास शिकवावी किंवा शिष्य जमवावेत अशी त्यांची मुळीच इच्छा नव्हती. त्यांची एकच इच्छा; क्लेशरहित इच्छामरण यावे. आणखी कशाचा काही संग्रह करावा असे त्यांना वाटत नसे. आम्हा पश्चिमात्यांप्रमाणे आपण संवादकुशल व्हावे असे त्यांना बिलकूल वाटत नव्हते.

८
कुंभकोणम्च्या शंकराचार्यांच्या सान्निध्यात

मद्रास शहराकडे जाणाऱ्या रस्त्यावरून चालत जात असताना तो रस्ता संपतो न संपतो तोच माझ्याजवळ एक इसम येऊ लागला. मी मान वळविली. पिवळे वस्त्र धारण करणारा एक योगी माझ्या दृष्टीस पडला. दंतपक्ती विलग करून त्याने माझ्या नजरेला नजर लाविली. त्याचे तोंड चांगलेच रुंद होते; एका कानापासून दुसऱ्या कानापर्यंत ते पसरलेले होते. आणि त्याच्या डोळ्यात बारीकशी चमक होती.

'तुम्हाला माझ्याशी काही बोलायचे आहे काय?' मी विचारले.

'होय,' त्याने ताबडतोब उत्तर दिले. इंग्लिश शब्दांचा उच्चार त्याने अगदी बरोबर केला.

'विचारू का तुम्हाला? आमच्या देशात येऊन तुम्ही काय करीत आहात?'

त्याच्या ह्या चौकशीला काय उत्तर द्यावे, हे मला कळेना. पण काहीतरी वरवर उत्तर द्यावे असे मी ठरविले.

'काही नाही. सहज मुशाफरी करीत हिंडतोय.'

'माझी आपली कल्पना आहे. आमच्या संत-महात्म्यांना भेटावे असे वाटते ना तुम्हाला?'

'होय, थोडे बहुत.'

'तर महाराज, मी सांगतो, मी सुद्धा एक योगी आहे,' त्याने आपली माहिती दिली.

इतका गलेलठ्ठ योगी मी अद्याप पाहिला नव्हता.

‘किती वर्षे तुम्ही योगाभ्यास करीत आहात?’

‘तीन वर्षे.’

‘क्षमा करा, मी स्पष्ट बोलतोय त्याबद्दल. पण या योगाभ्यासाचा तुमच्या शरीरावर काही परिणाम झालेला दिसत नाही.’

त्याबरोबर तो एकदम जोरात आला व ताठ उभा राहिला. त्याच्या पायात काही नव्हते. त्याच्या पायाच्या टाचांचा थोड आवाज झाला.

‘इंग्रज बादशहाच्या फौजेत सात वर्षे मी शिपायाची नोकरी केलेली आहे,’ तो सांगू लागला.

‘खरंच?’

‘होय, हिंदी सैन्यात मी मेसापोटेमियाच्या मोहिमेत आघाडीवर होतो. लढाई संपल्यावर माझ्या हुशारीमुळे मला मिलिटरी अकाउंटस् खात्यामध्ये घातले गेले.’

ह्या आत्मप्रशस्तीचे मला थोडे हसू आले. ते हसू मला दाबत येईना.

‘काही कौटुंबिक अडचणीमुळे मला नोकरी सोडावी लागली. त्यानंतर माझे दिवस फार हालात गेले. त्यामुळे मी ह्या आध्यात्मिक मार्गाकडे वळलो व योगी बनलो.’

मी त्याला माझे कार्ड दिले.

‘आपण एकमेकांची ओळख करून घेऊ या,’ मी सुचविले.

‘माझे नाव सुब्रह्मण्य, जात अय्यर,’ तो चटकन सांगू लागला.

‘मि. सुब्रह्मण्य, त्या मौनधारी संताच्या घरी तुम्ही माझ्या कानात जे काही सांगितले त्याचा खुलासा आपणाकडून मिळण्याची मी वाट पाहत आहे.’

‘आणि तो देण्याची मी इतका वेळ वाट पाहत आहे. मी तुमचे प्रश्न आमच्या गुरुजींना विचारीन. सांप्रत हिंदुस्थानात ते सर्वश्रेष्ठ विद्वान आहेत. योग्यांपेक्षाही ते श्रेष्ठ आहेत.’

‘असे? तुम्ही साऱ्या हिंदुस्थानात हिंडून आलात काय? कारण असे विधान तुम्ही बेछूटपणे करता आहात!’

‘मी पुष्कळांना भेटलो आहे. या साऱ्या देशाची कन्याकुमारीपासून हिमालयापर्यंत मला माहिती आहे.’

'असे?'

'होय. त्यांच्यासारखा सर्वश्रेष्ठ योगी मला भेटला नाही. मोठा महात्मा आहे तो. मला वाटते की तुम्ही त्यांना भेटावे.'

'ते का?'

'कारण त्यांनी मला तुमच्याकडे पाठविले आहे. त्यांच्या प्रेरणेने तुम्ही या देशात आला आहात.'

आता हे बेफाट बिधान मला कमालीच्या अतिशयोक्तीचे वाटले. या माणसाचा मला तिटकारा आला. भावनाप्रधान माणसांच्या अतिरंजित अतिशयोक्तीची मला जणू भीती वाटते. हा पीतवस्त्रधारी योगी अतिशय भावनाप्रधान आहे हे मला अगदी उघड दिसले. ते त्याच्या आवाजावरून, हालचालीवरून, मुद्रेवरून व एकंदर वातावरणावरून मला स्पष्ट कळून चुकले.

'मला काही समजले नाही तुम्ही काय म्हणताय ते,' मी शांतपणे उत्तर दिले.

तो आणखी स्पष्टीकरण देऊ लागला.

'आठ महिन्यांपूर्वी त्यांचा माझा परिचय घडून आला. पाच महिने त्यांनी मला आपल्याजवळ राहू दिले; आणि नंतर मला पुनः प्रवासाला धाडले. त्यांच्यासारखा महात्मा तुम्हाला भेटायचा नाही. अध्यात्मात त्यांची इतकी प्रगती झालेली आहे की तुम्ही प्रश्न विचारण्याच्या अगोदरच ते तुमच्या विचारांची उत्तरे देतील. ते किती प्रगत आहेत हे तुम्हाला त्यांच्या अगदी अल्पशा सहवासानेही कळून येईल.'

'मी जर त्यांना भेटायला गेलो तर त्यांना बरे वाटेल अशी तुमची खात्री आहे?'

'नक्की. तुम्हाला भेटायला त्यांनीच मला प्रेरणा दिली.'

'ते कोठे राहतात?'

'अरुणाचलावर.'

'कुठे आहे ते?'

'उत्तर अर्काट जिल्ह्यात. आणखी खाली दक्षिणेला. मी तुमचा मदतनीस होतो. मी तुम्हाला तेथे नेतो. आमचे गुरू तुमच्या सर्व शंकांचे समाधान करतील. साऱ्या समस्या सोडवतील; कारण त्यांना उच्चतम सत्याचा बोध झालेला आहे.'

'गंमतच आहे मोठी,' मी नाइलाजाने म्हणालो. 'पण सध्या तर मला काही तिकडे जाता येत नाही. वाईट वाटते मला. सामानसुमान मी बांधून ठेवले आहे.

आता लवकरच मी ईशान्य दिशेच्या बाजूने प्रवासास बाहेर पडणार आहे. अजून दोन महत्त्वाच्या भेटी घ्यावयाच्या आहेत.'

'पण ही भेट त्याहून जास्त महत्त्वाची आहे.'

'माफ करा. आपल्या भेटीला उशीर झाला. माझी निघण्याची सर्व तयारी झाली आहे. त्यात आता मला फरक करता येत नाही. पुनः मी या दक्षिण भागात येईन. पण ही भेट मला आता काही घेता येणार नाही.'

त्या योग्याची फार निराशा झाली.

'तुम्ही एक सुसंधी गमवीत आहात. आणि...'

आता याच्याशी अधिक बोलण्यात अर्थ नाही; तेव्हा मी बोलणे आखडते घेतले.

'आता मला तुमचा निरोप घेतला पाहिजे. बरंय नमस्कार.'

'मला तुमचा नकार घ्यायचा नाही,' त्याने आपला निर्धार कायम ठेवला. 'उद्या संध्याकाळी मी तुम्हाला भेटतो; निदान त्या वेळी तुमचा विचार बदलेल अशी मला आशा आहे.'

आमचे बोलणे नंतर संपले. तो परत जाताना रस्त्यावरून त्याच्या धष्टपुष्ट शरीराकडे व पिवळ्या कफनीकडे मी पाहत राहिलो.

घरी पोचल्यावर आपल्या हातून काही चुकले असे मला वाटायला लागले. ह्या महाराजांचा हा शिष्य सांगत आहे त्यातील निम्मा-अधिक भाग जर खरा असेल तर ह्या अगदी दक्षिण टोकावर असलेल्या ठिकाणी दगदगीत प्रवास केल्याचे चीज होईल. पण अति उत्साही अशा भक्तगणांचा मला थोडाबहुत वीट आला होता. ते आपल्या गुरूंची अवास्तव स्तुती करतात. आणि शोध घेतल्यावर आम्हा पाश्चिमात्यांच्या कठीण कसोटीला ते टिकत नाहीत. शिवाय रात्रभर जागरण व दिवसा धावाधाव करणे हे आता माझ्या अगदी जिवावर आले होते. तेव्हा हा प्रवास निरर्थक ठरेल असे मला वाटू लागले.

पण भावनेपुढे विचारांचा जोर चालेना. अशी एक विलक्षण भावना माझ्या मनात रुजू लागली की, हा शिष्य एवढ्या कळकळीने आपल्या गुरूच्या योगसामर्थ्याचे वर्णन करून सांगतो आहे तेव्हा त्यात काहीतरी तथ्य असले पाहिजे. तेव्हा अशी निराशा होणार नाही असे मला वाटू लागले.

***

दुपारच्या प्रहरी चहाच्या वेळी नोकराने कोणी इसम भेटायला आला आहे म्हणून सांगितले. आत पाठीव म्हणून मी त्यास सांगितले. आत आलेला इसम याच पंथातला श्यामवर्ण; लेखक वेंकटरमणी.

माझ्या ट्रंकेत बरीचशी परिचयपत्रे पडून होती. त्यांचा उपयोग करण्याची मला इच्छा झाली नाही. मनात एक चमकारिक कल्पना अशी की, परमेश्वर तो कसाही असो; भले करो की वाईट करो, त्याला आपले साकडे घालायचे. एका परिचयपत्राचा उपयोग मी मुंबईस केला ह्या शोधयात्रेच्या सुरुवातीस आणि दुसऱ्या पत्राचा मी मद्रासला उपयोग केला कारण त्या पत्राबरोबर मला निरोप पोचता करायचा होता. आणि हा दुसऱ्या पत्रामुळे वेंकटरमणी माझ्या घरी आला.

वेंकटरमणी मद्रास विश्वविद्यालयाच्या सेनेटचा सदस्य आहे. पण त्याची प्रसिद्धी ग्रामीण जीवनावर त्याने लिहिलेल्या विद्वत्ताप्रचुर निबंधामुळे व कादंबऱ्यांमुळे जास्त झालेली आहे. इंग्लिश भाषेतून लिहिणारा तो मद्रास इलाख्यातील पहिला लेखक. साहित्यसेवा केल्याबद्दल त्याला हस्तिदंतांची कोरीव ढाल सार्वजनिक समारंभात लोकांनी दिली होती. असा बहुमान मिळविणाराही तो पहिलाच लेखक. त्याची लिहिण्याची शैली इतकी उच्च दर्जाची व नाजूक होती की, त्याची वाहवा भारतातील रवींद्रनाथ टागोरांनी व इंग्लंडमधील दिवंगत लॉर्ड हाल्डेन यांनी केलेली होती. त्याच्या गद्य लिखाणत सुंदर उपमा व उत्प्रेक्षा जागोजाग आढळून येत. पण त्याच्या कहाण्यांमध्ये उपेक्षित ग्रामीण जीवनाचे उदास व खिन्न स्वरूपाचे वर्णन रेखाटलेले असे.

त्याने खोलीत प्रवेश केल्यावर मी त्याच्या उंच व किरकोळ देहयष्टीकडे पाहत राहिलो. त्याचे डोके लहान असून डोक्यावर बारीकशी शेंडी होती; हनुवटी बारीक होती; डोळ्यांवर चष्मा होता. त्याच्या डोळ्यात विचारी, ध्येयवादी व काव्यप्रेमाची झाक होती. पण त्या डोळ्यांच्या बुबुळात दुःखकष्टी खेडुतांच्या हालअपेष्टांचे चित्र प्रतिबिंबित झालेले होते.

थोड्याच वेळात ज्या विषयावर आम्हाला सारखीच आस्था वाटे अशा अनेक विषयांवर आम्ही चर्चा करू लागलो. पुष्कळशा गोष्टींवर आम्ही विचारविनिमय केला; राजकारणाचा काथ्याकूट केला; आमच्या आवडत्या लेखकांची भरपूर स्तुती केली. त्यांच्यापुढे आरत्या ओवाळल्या; आणि नंतर मग माझा या देशात येण्याचा हेतू काय, हे अगदी मनमोकळेपणे मी त्याला सांगितले. ज्यांनी सिद्धी प्राप्त करून घेतल्या आहेत अशा खऱ्याखुऱ्या योग्यांचे ठावठिकाणे मी त्याच्याकडून काढून घेतले; तसेच हेही बजावून सांगितले की नुसती राख फासलेल्या बैराग्यांना किंवा कुडमुड्या फकिरांना भेटायची मला बिलकूल इच्छा नाही.

त्याने मान हालविली व नंतर डोके झटकले.

'हिंदुस्थानात आता अशी माणसे उरली नाहीत. हा देश अधिकाधिक भोगवादी झाला आहे; एका बाजूला भयानक अधोगती व दुसऱ्या बाजूला अध्यात्मशून्य अशा पाश्चिमात्य संस्कृतीचा जबरदस्त आघात; त्यामुळे तुम्ही ज्यांच्या शोधाकरिता येथे आला आहात, अशी माणसे आता बहुतेक नाहीशी झाली आहेत. पण माझा असा पुरता विश्वास आहे की, काही अशी माणसे अजूनही आहेत; पण ती एकांतवासात कुठे निर्जन अरण्यात राहत असतात. सारी हयात त्यांच्या शोधात घालविली पाहिजे म्हणजे मोठ्या कष्टाने तुम्हाला त्यांची भेट होईल. आम्ही देशवासीयांनीही त्यांना शोधून काढावयाचे म्हटले तरी फार कठीण काम आहे; त्यासाठी फार भटकायला लागेल. मग हे काम तुमच्यासारख्या युरोपियनांना किती अवघड पडेल, याची कल्पना करा.'

'मग आशेला फारशी जागा नाही असे म्हणता?' मी विचारले.

'ते काही सांगता येत नाही. कदाचित तुमचे नशीब चांगले असेल.' त्याला एकदम काही विचारावेसे मला वाटले.

'उत्तर अर्काटच्या डोंगरात कोणी एक महात्मा राहतो त्याच्याबद्दल तुमच्या कानी काही आहे काय?'

त्याने आपली मान हालविली.

नंतर आमचे बोलणे साहित्यिक विषयांवर वळले.

मी सिगरेट त्याच्यापुढे केली पण ती त्याने घेतली नाही. मी मात्र एक सिगरेट शिलगावली व त्यातील तुर्की तंबाखूचा सुवासिक झुरका घेऊ लागलो. वेंकटरमणाने बोलायला सुरुवात केली. प्राचीन हिंदू संस्कृतीच्या ध्येयांबद्दल तो स्तुतिपर बोलू लागला व ती ध्येये आता हळूहळू नष्ट होत आहेत याबद्दल खेद प्रदर्शित केला. ती ध्येये म्हणजे कोणती, तर साधी राहणी, लोकसेवा, शांत जीवन व आध्यात्मिक जीवनउद्देश. हिंदी समाजाच्या देहावर ही जी नवीन मूर्खपणाची बांडगुळे वाढत आहेत, ती तोडून टाकावयास पाहिजेत असे त्याचे म्हणणे आहे. त्याच्या मनाची सर्वांत मोठी मनीषा म्हणजे हिंदुस्थानच्या पाच लाख खेड्यांतील ग्रामीण जनतेला मोठमोठ्या औद्योगिक शहरांतून मजूर म्हणून झोपडपट्टीतून, गटारांच्या आसपास जीवन कंठण्यापासून कसे वाचवावे याचा ध्यास. आता ही भीती जरा दूरची होती; तरी त्याने पश्चिमेकडील औद्योगिक क्रांतीचा इतिहास वाचलेला होता तेव्हा तिकडे जसे हे सामाजिक परिवर्तन घडून आले, तसेच परिवर्तन ह्या देशात घडून येईल असे त्याचे भाकित होते. वेंकटरमण मला सांगू लागला की, आपला जन्म एका जमीनदार

कुटुंबात झाला. आपले गाव दक्षिणेकडील अगदी जुन्यांतले जुने असे पुरातन गाव होते. पण आता त्या गावाला आलेली अवकळा पाहून त्याचे हृदय अगदी भरून येते. जुनी संस्कृती पार लोपली असून सगळीकडे दारिद्र्य आले आहे. साध्याभोळ्या खेडुतांच्या उन्नतीकरिता नवीन नवीन योजना उभारण्याचा त्याला भारी शौक. ते सुखी झाले तर आपण सुखी अशी त्याची मनोभावना होती.

त्याचा दृष्टिकोन समजून घेण्याकरिता मी त्याचे बोलणे शांतपणे ऐकत बसलो. शेवटी त्याने आपले बोलणे संपविले; तो निघण्यासाठी उठला व जाऊ लागला. त्याच्या त्या पाठमोऱ्या उंच कृश देहयष्टीकडे मी पाहत राहिलो.

दुसऱ्या दिवशी सकाळी त्याने अचानक पुनः माझ्याकडे एक खेप टाकली. तो टांग्यातून आला होता. कदाचित मी बाहेर पडेन म्हणून टांगा जोराने दौडत होता.

'काल रात्री, घरी परतल्यावर मला एक संदेश मिळाला की, आमचे सर्वांत मोठे आश्रयदाते चिंगलपेटला येत आहेत; त्यांचा मुक्काम फक्त एकच दिवस आहे.' तो गडबडीने सांगू लागला.

थोडा वेळ श्वास घेण्याकरिता तो थांबला; परत सांगू लागला.

'कुंभकोणमचे श्री शंकराचार्य हे दक्षिण भारताचे धर्मगुरू आहेत. परमेश्वराच्या शिकवणीचे उपदेशक म्हणून लाखो लोक त्यांना फार मान देतात. त्यांनी मला आश्रय दिला. माझ्या शिक्षणाकडे आस्थेने लक्ष दिले; आणि आध्यात्मिक मार्गदर्शनाकरिता मी केवळ त्यांच्याचकडे पाहतो. काल मी जे तुम्हाला सांगितले नाही, ते आज सांगतो. आध्यात्मिकदृष्ट्या सर्वोच्च ध्येय त्यांनी प्राप्त केले आहे असे आम्ही समजतो. पण ते योगी नव्हेत. दक्षिण भारताचे ते जगद्गुरू आहेत; खरे संत आहेत; धर्मशास्त्री, तत्त्वज्ञानी आहेत. सांप्रतच्या बहुतेक विचारप्रवाहांची त्यांना चांगली माहिती असल्याने आणि त्यांच्या स्वतःच्या साधनेमुळे खऱ्या योग्यांबद्दल त्यांना जितकी माहिती आहे, तितकी कोणास बहुधा नसावी. ते नेहमी खेड्यापाड्यांतून; शहरा-शहरांतून दौऱ्यावर असतात. त्यामुळे त्यांना या गोष्टींची चांगली माहिती होते. जिथे जिथे म्हणून ते जातात, तिथे तिथे भाविक लोक त्यांच्या दर्शनाला येतात. कदाचित तुम्हालाही ते मार्गदर्शन देतील: भेटायचे आहे का तुम्हाला त्यांना?'

'फार उपकार आहेत तुमचे. मी खुशीने जाईन. इथून चिंगलपेट किती दूर आहे?'

'इथून फक्त पस्तीस मैल. पण थांबा.'

'काय?'

'पण तुम्हाला ते मुलाखत देतील की नाही, याची मला जरा शंका आहे. अर्थात त्यांचे मन वळवायचा मी जरूर प्रयत्न करीन; पण---'

'मी युरोपियन आहे म्हणून!' मी त्याचे वाक्य पुरे केले. 'असे?'

'अपमान सहन करायच्या तयारीनेच आपण जाऊ.' तो जरा सचिंतपणे म्हणता.

'आपण जाणारच.'

थोडासा फराळ केल्यावर आम्ही चिंगलपेटला निघालो. माझ्या ह्या वाङ्मयप्रेमी सोबत्याला आज आम्ही ज्यांना भेटावयास जात होतो त्यांच्याबद्दल प्रश्न विचारून घेतले. त्याने सांगितले की, श्री शंकराचार्यांची राहणी अत्यंत साधी आहे. आहार शुद्ध सात्त्विक आहे; वस्त्रप्रावरण बेताचे. पण त्यांचा दर्जा जगद्गुरूचा असल्याने प्रवासात असताना त्यांना डामडौलाने जावे लागते. त्या वेळी त्यांना शाही इतमामाने वागावे लागते. स्वारीवर असताना त्यांच्या पाठीमागे हत्ती व उंट यांच्यावर आरूढ झालेले स्वार चालत असतात. त्यांच्या पाठीमागे विद्वान पढिक मंडळी, शिष्य, भालदार, चोपदार चालतात. जिथे जिथे म्हणून ते जातात, तिथे तिथे त्यांच्याभोवती जवळपासच्या खेड्यांतून माणसे गोळा होतात. त्यांना आचार्यांकडून आध्यात्मिक, मानसिक, शारीरिक व आर्थिक मार्गदर्शन हवे असते. श्रीमंत लोक त्यांच्या पायाशी पैशाच्या राशी ओततात; पण त्यांनी दारिद्र्याचे संन्याशाचे व्रत घेतले असल्याने हा सारा पैसा इतर सत्कारणी खर्च केला जातो. ते गरिबांना मदत करतात, शिक्षणाला साहाय्य करतात; जुन्या देवळांचा जीर्णोद्धार करतात; दक्षिण भारतात दुष्काळी मुलूख पुष्कळ आहे; तेथे पावसाळ्यातील पाणी साठवून तळी केलेली आहेत, त्यांची डागडुजी करतात. त्याचा लोकांना फार उपयोग होतो. पण त्यांचे जीवनकार्य हे प्रामुख्याने आध्यात्मिक स्वरूपाचे आहे. प्रत्येक मुक्कामाच्या ठिकाणी लोकांना स्फूर्ती देण्याचा ते प्रयत्न करतात की, त्यांनी हिंदू धर्माचा वारसा काय आहे हे समजून घ्यावे व आपले हृदय व मन उन्नत करावे. गावातील देवळात बहुधा ते प्रवचन देतात व मागाहून कोणाला काही खाजगी विचारायचे असेल ते विचारू देतात व त्या प्रश्नांची उत्तरे देतात. त्यांना भेटायला फार गर्दी होते.

आद्य शंकराचार्यांच्या गादीवरचे हे सहासष्टावे जगद्गुरू शंकराचार्य होत असे मला कळले. या गादीचे महत्त्व, गादीचा अधिकार याची मला बरोबर कल्पना यावी म्हणून ही गादी प्रथम कोणी स्थापन केली याबद्दल मला वेंकटरमणाला बरेच प्रश्न विचारावे लागले. आद्य शंकराचार्य सुमारे दोन हजार वर्षांपूर्वी होऊन गेले. ऐतिहासिक काळातील ते फार मोठे ब्राह्मण संन्यासी. एक वास्तववादी वेदान्ती व अव्वल दर्जाचे तत्त्वज्ञ असे त्यांचे वर्णन करता येईल. त्यांच्या काळात हिंदू धर्माची

अवनती झाली होती; धर्माचा आध्यात्मिक जिवंतपणा मृतप्राय झाला होता. हिंदू धर्माचा उद्धार करण्याच्या कामाकरिताच त्यांचा अवतार झाला होता. अठराव्या वयापासून त्यांनी साऱ्या देशभर पायी भ्रमण केले; मार्गावर जे जे म्हणून विद्वान, पंडित, पुरोहित भेटले त्यांच्याशी वादविवाद केला; आपली स्वतःची मते त्यांच्या गळी उतरविली. बरेच लोक त्यांचे शिष्य बनले. त्यांची बुद्धिमत्ता फार तीक्ष्ण होती. ज्याच्याशी ते वादविवाद करीत तो बुद्धिमत्तेत त्यांच्यापुढे टिकत नसे. त्यांच्या हयातीतच लोकांनी त्यांना अवतारी पुरुष मानले, त्यांचा सन्मान केला.

त्यांचे कार्य विविध स्वरूपाचे होते. या देशातील प्रमुख धर्माचा जरी त्यांनी पुरस्कार केला तरी धर्माच्या नावाखाली जो अनाचार बोकाळला होता, त्याचा त्यांनी तीव्र निषेध केला. वैयक्तिक साधनेविरहित केवळ कर्मकांडाचे आचरण करणे हे निष्फळ आहे असे त्यांनी प्रतिपादले; लोकांना त्यांनी सदाचाराकडे प्रवृत्त केले. आपल्या दिवंगत आईचे श्राद्ध करून त्यांनी यतिधर्माचा भंग केला, त्याबद्दल ब्राह्मणांनी त्यांना जातिबहिष्कृत केले. जातिभेद मोडणारा पहिला समाजसुधारक जो गौतम बुद्ध त्याचा हा धाडसी तरुण आचार्य योग्य वारस होता. पुरोहितवर्गाच्या शिकवणीविरुद्ध त्यांनी असा मतप्रचार केला की, कोणीही माणूस, मग तो कोणत्याही वर्णाचा किंवा जातीचा असो, हा परमेश्वराच्या कृपेला सारखाच पात्र आहे; उच्चतम सत्याचा बोध व्हावयास सारखाच अधिकारी आहे. यांनी काही वेगळा पंथ स्थापन केला नाही. प्रत्येक धर्म मनुष्यास ईश्वराकडेच नेतो असे त्यांचे मत असे. मात्र त्याने त्याच्या धर्मानुसार शुद्ध आचरण ठेवावे, असे ते सांगत. आपल्या मताचे प्रतिपादन करण्याकरिता त्यांनी तत्त्वाच्या दृष्टीने पूर्ण व सूक्ष्म असा अद्वैत सिद्धांत मांडला. संस्कृत वाङ्मयात त्यांनी फार मोलाची भर टाकली. त्यांची स्तोत्रे, भाष्ये साऱ्या देशभर विश्रुत आहेत. प्रत्येक विद्यापीठात त्यांचा अभ्यास केला जातो. त्यांच्या तत्त्वज्ञानाचा पंडित लोक मोठा आदर करतात; त्यांची भक्तिस्तोत्रे अनेकांच्या मुखी आहेत. अर्थात त्यातील मूळ शब्दांच्या अर्थावर विद्वानांमध्ये अनेक मतभेद आहेत, ही गोष्ट वेगळी.

शंकराचार्यांनी साऱ्या भारतखंडाची यात्रा केली. भगवी वस्त्रे व हाती संन्याशाचा दंड. चारी दिशांस मठ स्थापन केले. उत्तरेत बदरीमाथाला, पूर्वेस जगन्नाथपुरीस. मुख्य मठ दक्षिणेत. तेथे त्यांचे वास्तव्य असे. तेथे मंदिर व आश्रम. तेथून त्यांनी आपल्या कार्यास प्रारंभ केला. आजही हिंदू धर्माचे पावित्र्य दक्षिणेतच जास्त आहे. या चारी दिशांतील मठांतून पावसाळा संपल्यावर संन्यासी बाहेर पडत, देशभर संचार करीत व आचार्यांचा संदेश दूरवर पोचवीत. ही विभूती वयाच्या बाविसाव्या वर्षी समाधिस्थ झाली. ते अंतर्धान पावले अशी आख्यायिका आहे.

ह्या माहितीचे महत्त्व असे की, आज त्यांच्या गादीवर बसलेले जे आहेत व ज्यांना मी आज भेटावयास जाणार आहे, ते ही आज तेच कार्य करीत आहेत. यापाठीमागे एक परंपरागत समजूत आहे. आद्य शंकराचार्यांनी आपल्या शिष्यांना असे सांगून ठेविले होते की, माझ्या मृत्यूनंतर मी अदृश्य स्वरूपात तुमच्यामध्येच असेन व माझ्या गादीवर जे कोणी पुढे येतील, त्यांच्याकरवी आपले कार्य माझ्या छत्राखाली करीत राहीन. तिबेटच्या दलाई लामांच्या गादीबद्दल अशीच आख्यायिका आहे. गादीचा अधिकारी आपल्या मृत्यूचा क्षण जवळ आल्यावर आपला अधिकारी वारसदार निवडतो. निवडलेला वारसदार अगदी तरुण कुमार असतो; त्याला मग उत्तमपैकी गुरू आपल्याजवळ घेऊन अशा उच्च पदाला योग्य असे संपूर्ण शिक्षण देतात. ते शिक्षण केवळ धार्मिक व बौद्धिक नसून उच्च कोटीच्या योगाचे व ध्यानसाधनेचेही असते. शिक्षणानंतर लोकसेवा. ही गादी स्थापन होऊन आज कित्येक शतके लोटली. या गादीवरचा अधिकारी निष्कलंक चारित्र्याबद्दल व निःस्वार्थ सेवेबद्दल विश्रुत असतो. यास अजून एकही अपवाद नाही.

वेंकटरमणाने नंतर मला ह्या सहासष्टाव्या शंकराचार्यांच्या ठायी असलेल्या विशिष्ट गुणांचे वर्णन करून सांगितले. त्याच्या स्वतःच्याच मामेभावास त्यांनी आध्यात्मिक पद्धतीने कसे बरे केले ही हकिकत सांगितली. त्याला संधिवात झाला होता व त्या दुखण्याने जर्जर होऊन तो कित्येक वर्षे अंथरुणास खिळून होता. आचार्य त्याच्याकडे गले; त्याच्या शरीरास त्यांनी हस्तस्पर्श केला; आणि चमत्कार असा की तीन-एक तासात तो गादीवरून उठून उभा राहिला व पुरा बरा झाला.

आचार्यांना मनोविश्लेषणाचेही ज्ञान आहे, असेही सांगतात. वेंकटरमणाचा ह्याच्यावर पूर्ण विश्वास आहे.

***

आम्ही चिंगलपेट गावात प्रवेश केला. मोठ्या रस्त्यावरून जात असताना दोन्ही बाजूंस ताडामाडाची झाडे लागलेली होती. गावातील घरांना पांढरा लावलेला होता; छपरे तांबड्या रंगाची. घरे दाटीवाटीने बांधलेली होती. गल्ल्या अरुंद होत्या. शहराच्या मध्यभागी आम्ही गाडीतून उतरलो व पायी चालू लागलो. रस्त्यात गर्दी बरीच होती. आम्ही एका घरात गेलो. तेथे बरेचसे कारकून पत्रव्यवहार पाहत होते. जगद्गुरूंच्या पीठाचे मुख्य ठिकाण कुंभकोणम्. तेथून पत्रांची पुडकीच पुडकी आलेली होती. वेंकटरमणाने मला एका छोट्याशा दालनात नेऊन बसविले. तेथे खुर्ची वगैरे काही नव्हती. त्याने माझ्याबद्दलचा निरोप शंकराचार्यांना सांगण्यास एका चिटणीसास पाठविले. अर्ध्या एक तासाने तो परत आला व मला मुलाखत देता येत नाही असे उत्तर दिले. जगद्गुरूंना युरोपियन माणसाला भेटता येत नाही. शिवाय

मुलाखतीकरिता दोन-एकशे माणसे ताटकळत बसलेलीच आहेत. काही माणसे दर्शनाकरिता गावातच मुक्काम करून आहेत. त्या चिटणिसाने फार दिलगिरी प्रदर्शित केली.

मी एका तत्त्वज्ञान्याच्या भूमिकेने या नकाराचा स्वीकार केला. पण वेंकटरमण मला सांगू लागला की, 'मी स्वतः जगद्गुरूंची खाजगी भेट घेईन. तशी भेट मला घेता येते; आणि तुमच्याबद्दल बोलेन.' त्या जमलेल्या गर्दीतील काही माणसांना जेव्हा कळले की, वेंकटरमण आपल्या क्रमाच्या अगोदरच आत जाऊन घुसतो आहे तेव्हा ते कुरकुरायला लागले. पुष्कळ बोलाचाली झाल्यावर, खुलासा वगैरे केल्यावर त्याने जिंकली. तो आत गेला आणि हसतमुखाने व विजयी मुद्रने परत आला.

'जगद्गुरू तुमच्याकरिता आपल्या शिस्तीत खास फरक करतील. तासाभरात ते आपल्याला बोलावतील.'

तोपर्यंत मी जरा तिथल्या गल्ल्यांतून हिंडून आलो. या सगळ्या गल्ल्या मुख्य देवळाकडे जात होत्या. दोन्ही बाजूंना विविध रंगांची नुसती रेलचेल होती. वाटेत मला संस्थानचे काही नोकर भेटले. ते भुऱ्या रंगांच्या हत्तींना व पिवळसर रंगाच्या उंटांना पाणवठ्यावर घेऊन जात होते. एकाने मला खासा हत्ती दाखविला. त्याच्यावर बसून दक्षिण भारताचे हे धर्माधिकारी प्रवास करतात असे त्याने सांगितले. ते जातात म्हणजे दरबारी पद्धतीने; त्या उंच हत्तीवर हौदा बसवितात. तो हौदा शृंगारलेला असतो. त्याचे पट्टे उंची कापडाचे, भरजरीने मढविलेले असतात व त्यावर कलाबुतीचे काम केलेले असते. त्या भव्य गजराजास मी रस्त्याने जाताना निरखून पाहिले. जात असताना त्याची सोंड सारखी वर-खाली होत होती.

पुरातन रिवाज आहे की कोणा साधू-महात्म्याच्या दर्शनाला जायचे म्हणजे बरोबर त्याच्यापुढे ठेवायला थोडी फळे, फुले, पेढे वगैरे न्यायला हवेत; त्याप्रमाणे मी संत्री व फुले जी ताबडतोब मिळाली, ती घेऊन त्यांच्या दर्शनास गेलो.

जगद्गुरू ज्या ठिकाणी उतरले होते, तेथे गर्दी बरीच झाली होती. त्या गर्दीतून वाट काढीत असताना मी आणखी एक महत्त्वाचा रिवाज विसरलो. तो म्हणजे 'पादत्राण बाहेर काढून ठेवणे.' वेंकटरमणाने मला ताबडतोब सुचविले. तेव्हा मी माझे बूट रस्त्यावरच काढून ठेवले. मी परत येईपर्यंत ते कोणी नेणार नाही असे मला वाटले.

एका लहान दारातून आम्ही आत गेलो व एका दालनात आम्ही प्रवेश केला. त्या दालनाच्या अगदी पलीकडील टोकाला एक लहानसा देव्हारा होता. तेथे एक नंदादीप मंदपणे तेवत होता. त्याच्या छायेत एक लहानशी व्यक्ती उभी होती. मी त्या

व्यक्तीच्या अगदी जवळ गेलो. आणलेली फळे, फुले त्या व्यक्तीच्या पुढे ठेवली व वाकून नमस्कार केला. दर्शन घेण्याच्या ह्या पद्धतीमध्ये मला एक कलापूर्ण वैशिष्ट्य जाणवले. आदर व भक्तिभाव दर्शविण्याबरोबर कलात्मक दृष्टीचाही ह्या पद्धतीत आविष्कार घडून येता. आता मला हे माहीत आहे की, शंकराचार्य म्हणजे काही पोप नव्हेत. कारण हिंदू धर्मामध्ये पोपसारखा धर्मप्रमुख नाही. पण फार मोठ्या समाजाचे ते धार्मिक गुरू आहेत. सारा दक्षिण भारत त्यांच्यापुढे आदराने मस्तक नमवितो.

***

मी त्यांच्याकडे शांतपणे पाहून घेतले. त्यांची उंची कमी; अंगावर संन्याशाची भगवी वस्त्रे. हातातील दंडावर ते वाकून बसलेले होते. चाळिशीच्या पुढे त्यांचे वय गेलेले होते. पण त्यांचे केस मात्र चांगलेच पांढरे झालेले होते.

त्यांची उदात्त मुद्रा माझ्या स्मृतीत चांगलीच ठसली. माझ्या स्मृतीच्या गॅलरीत अनेक मान्यवर व्यक्तींची चित्रे टांगलेली होती. त्यात हे सावळे पिंगट रंगाचे चित्र चांगलेच शोभून दिसेल. फ्रेंच भाषेत ज्याला 'स्पिरीच्युएल' म्हणता येईल अशी त्यांची मुद्रा होती. ती सौम्य व विनयशील होती; डोळे मोठे व काळेभोर-कमालीचे स्थिर व सुंदर. नाक लहान, पण सरळ व नोकदार. हनुवटीवर थोडी दाढी व मुखावर गांभीर्य विराजत होते. अशा तऱ्हेचा चेहरा शोधायला आपल्याला मध्ययुगीन ख्रिस्ती चर्चअंतर्गत संतमहात्म्यांच्याकडे पाहिले पाहिजे. पण त्यांच्या मुद्रेत बुद्धिमत्तेची छटा नव्हती; ती या जगद्गुरूंच्या मुद्रेवर होती. आम्ही व्यवहारी पाश्चिमात्य असे म्हणू की, त्यांचे डोळे एखाद्या स्वप्नाळू माणसाच्या डोळ्यांसारखे होते. पण मला वाटते की ते तेवढेच नसून त्यात आणखी काही भाव होते; पण त्यांचे मला काही वर्णन करता येत नाही.

'महाराजांची कृपा; मला आपले दर्शन घडले.' असे बोलून मी माझा परिचय करून दिला.

ते माझ्या सोबत्याकडे-लेखकाकडे वळून तामीळमध्ये काही म्हणाले. मी त्याचा अर्थ बरोबर ओळखला.

'जगद्गुरूंना तुमचे इंग्रजी समजते; पण त्यांचे स्वतःचे तुम्हाला कदाचित समजणार नाही. तेव्हा त्यांची उत्तरे तुम्हाला मी इंग्रजीत भाषांतर करून सांगावीत असे त्यांना वाटते.' वेंकटरमण म्हणाला.

आता आमचे जे काही प्रथम बोलणे झाले ते काही मी सांगत नाही, कारण ते त्यांच्याऐवजी माझ्यासंबंधीच जास्त होते. या देशात मला व्यक्तिगत काय अनुभव मिळाला याबद्दल त्यांनी विचारले. हिंदुस्थानातील लोक व संस्था यांच्याबद्दल

परदेशी माणसाचे काय ग्रह होतात हे जाणण्याची त्यांना विशेष उत्कंठा होती. माझे स्वतःचे मत मी त्यांना सांगितले. स्तुती व टीका यांचे यात मनमोकळेपणे केलेले मिश्रण होते.

बोलणे नंतर व्यापक विषयांकडे वळले. मला आश्चर्य वाटले की, आचार्य इंग्रजी वर्तमानपत्रे नियमितपणे वाचतात व बाह्य जगात काय चालले आहे याची त्यांना चांगलीच माहिती होती. लंडनमध्ये अगदी आजच्या घटकेला काय घडत आहे त्याच्याशी ते अपरिचित नव्हते; आणि युरोपमध्ये लोकशाहीचे रोपटे किती आपत्तीपासून तग धरून वाढत आहे हे त्यांना पुरे माहीत होते.

शंकराचार्यांना द्रष्ट्याची दृष्टी आहे याच्यावर वेंकटरमणाचा अगदी दृढ विश्वास आहे हे मला माहीत होते. तेव्हा जगाचे भवितव्य आता पुढे काय आहे, हे मला त्यांना विचारावेसे वाटले.

'सगळीकडची राजकीय व आर्थिक स्थिती केव्हा सुधारू लागेल असे आपल्याला वाटते?'

'सुधारणा ही अशी ताबडतोब होऊ शकत नाही. त्याला वेळ लागतो. मनुष्यसंहाराच्या शस्त्रास्त्रांवर जगातली राष्ट्रे दरवर्षी जर अधिकाधिक पैसा खर्च करीत चालली आहेत तर ही सुधारणा द्रुतगतीने कशी घडून यावी?'

'पण निःशस्त्रीकरणाचा सुद्धा आज बराच बोलबाला होत आहे; त्याला काही अर्थ नाही का?'

'हे पाहा, तुम्ही आपली लढाऊ जहाजे मोडून टाकलीत व तोफा नुसत्या गंजून ठेवल्यात तरी युद्ध थांबणार नाहीत. लोक लढाई करीतच राहतील, नुसत्या काठीने सुद्धा.'

'मग यातून आता मार्ग कसा काढायचा?'

'राष्ट्राराष्ट्रांमध्ये आध्यात्मिक स्वरूपाच्या जाणिवेचा प्रसार व्हावयास हवा; श्रीमंत-गरीब यांच्यामध्येही ती जाणीव निर्माण व्हावयास हवी. तरच बंधुभाव जागृत होईल व खरी शांतता व सुबत्ता नांदू लागेल.'

'त्याला अजून अवकाश आहे. आजची आमची दृष्टी अजून इतकी उत्साहजनक नाही.'

आचार्य आपल्या दंडावर जरा जास्त रेलून बसले.

'पण परमेश्वर आहे ना!' त्यांनी सौम्य आवाजात उद्गार काढले.

'असला तर कुठे फार दूर असावा!' मी धिटाईने त्यांच्या विधानाला विरोध केला.

'ईश्वराजवळ मनुष्यमात्राबद्दलचे फक्त प्रेम आहे.' तितकेच सौम्य उत्तर आले.

आजच्या जगातील सगळीकडे पसरलेले दुःख व दैन्य पाहून मला असे वाटते की, तो माणसाची उपेक्षा करीत असावा,' मी भावनावश होऊन एकदम बोलून गेलो. वस्तुस्थितीचा कटू अनुभव माझा आवाज रोखू शकला नाही. जगद्गुरू माझ्याकडे चमत्कारिक नजरेने पाहू लागले. घाईघाईत काहीतरी बोलून गेल्याबद्दल मी दिलगिरी प्रदर्शित केली.

'रोगी, आजारी माणसाचे डोळे दूरवर पाहतात. परमेश्वर सगळ्या गोष्टी व्यवस्थित करण्यास मानवी यंत्रांचा योग्य वेळी उपयोग करील. राष्ट्राराष्ट्रांमधील संघर्ष, लोकांचा नैतिक अधःपात, आपापसातील दुष्टावा आणि लाखो दीनदुबळ्या लोकांना सहन कराव्या लागत असणाऱ्या हालअपेष्टा यांची प्रतिक्रिया होऊन एखादा अवतारी पुरुष लोकांना तारावयास या जगात निर्माण होईल. तसे पाहिले तर प्रत्येक शतकात अवतारी पुरुष निर्माण होत असतो. पदार्थविज्ञानशास्त्रातील एखाद्या नियमासारखी ही घटना घडून येत असते. मायेच्या प्रभावामुळे, जडवादामुळे हे दैन्य जितके अधिक, तितक्या मोठ्या प्रमाणातला अवतारी पुरुष लोकांना तारावयास या जगात जन्म घेतो.'

'मग आपल्या ह्या सांप्रतच्या काळात कोणीतरी अवतारी पुरुष निर्माण होईल असे वाटते आपल्याला?'

'होय, आमच्या देशात नक्की.' त्यांनी आपले विधान दुरुस्त केले. आजच्या जगाची गरज इतकी तातडीची आहे व मायेचे अंधकाररूपी आवरण इतके जाड आहे की, परमेश्वर नक्की या जगात अवतार घेईल.'

'म्हणजे तुमच्या मताप्रमाणे लोक अधोगतीला चालले आहेत?' मी पृच्छा केली.

'नाही, मला नाही तसे वाटत,' त्यांनी सहिष्णुतेने उत्तर दिले, 'प्रत्येक माणसाच्या अंतर्यामात दैविक, आत्मिक शक्ती वास करीत असते. ती शेवटी माणसाला ईश्वराकडे परत आणल्याखेरीज राहायची नाही.'

'पण आमच्या युरोपीय शहरात इतके दुष्ट इसम आढळून येतात की, मला वाटते त्यांच्या अंतर्यामात सैतानच वास करीत असावा.' माझ्या डोळ्यांसमोर आधुनिक दरोडेखोर उभे राहिले.

'लोकांना दोष देण्यात अर्थ नाही; ज्या परिस्थितीत ते जन्मास आले त्या परिस्थितीस दोष द्यायला हवा. सभोवारच्या वातावरणामुळे व परिस्थितीमुळे ते दुष्ट बनतात. मूळचे ते दुष्ट नसतात. ही गोष्ट दोघांच्याही बाबतीत सारखीच आहे. तुमच्याकडे काय किंवा आमच्याकडे काय, समाजाचा दर्जा वरती नेला पाहिजे. भोगवादाची आदर्श जीवनाशी सांगड घातली गेली पाहिजे. जगाच्या आपत्तींवर याखेरीज दुसरा तोडगा नाही. ज्या आपत्तींतून सगळीकडची राष्ट्रे आज जात आहेत, त्या आपत्तींतूनच मार्ग निघेल, पराजय जेव्हा होतो तेव्हा त्यानंतर प्राप्त होणाऱ्या जयाचे ते आगामी सूचक चिन्हच ठरते.'

'म्हणजे लोकांनी आपल्या ऐहिक व्यवहारात आध्यात्मिक तत्त्वे आणावीत असे आपल्याला वाटते काय?'

'होय, आणि ते काही अशक्य आहे असे नाही. कारण त्यायोगेच आपल्याला असे परिवर्तन घडवून आणता येईल की, शेवटी त्यामुळेच त्यांचे खरे समाधान होईल; आणि असे परिवर्तन ताबडतोब नाहीसेही व्हावयाचे नाही. या जगात अध्यात्मदृष्ट्या जागृत अशी माणसे जर जास्त प्रमाणात निपजली तर ती आध्यात्मिक जागृती अधिक त्वरेने सगळीकडे पसरेल. हिंदुस्थानात सुद्धा अशा आध्यात्मिकदृष्ट्या जागृत झालेल्या महात्म्यांचा गौरव होतो; पण पूर्वीच्या काळाच्या मानाने कमी. जर साऱ्या जगात असे घडून आले व लोक आध्यात्मिकदृष्ट्या जागृत अशा महात्म्यांकडून मार्गदर्शन घेऊ लागले तर सगळीकडे शांततेचे व समृद्धीचे साम्राज्य नांदू लागेल.'

आमचे बोलणे चालूच होते. या देशात पौर्वात्य संस्कृतीचा मोठेपणा सांगण्याकरिता पाश्चिमात्य संस्कृतीला दूषणे देणारे अधिक; पण शंकराचार्य त्यांपैकी नव्हेत हे माझ्या चटकन ध्यानात आले. त्यांचे म्हणणे असे की, पूर्व काय किंवा पश्चिम काय; दोघांचेही काही विशिष्ट गुण व अवगुण हे आहेतच व साधारणतः ते प्रमाण दोघांचेही सारखेच आहे. पौर्वात्य व पाश्चिमात्य या दोन्ही संस्कृतींच्या उत्तम गुणांचा मिलाफ करून एक नवोन व समतोल समाजव्यवस्था निर्माण करणारी एक नवीन सुज्ञ पिढी निर्माण होईल अशी त्यांना आशा वाटते.

नंतर मी तो विषय सोडून दिला व काही वैयक्तिक प्रश्न विचारण्याकरिता त्यांची अनुज्ञा मागितली. ती त्यांनी बिनदिक्कत दिली.

'आचार्य ह्या पदावर अधिष्ठित होऊन किती वर्षे झाली?'

'१९०७ पासून मी या पदावर आहे. त्या वेळी माझे वय बारा वर्षाचे होते. माझी या पदावर नियुक्ती झाल्यावर चार वर्षे मी कावेरीतीरावरील एका खेड्यात घालविली. तेथे मी ध्यानाची साधना केली व तीन वर्षे योगाभ्यास केला. त्यानंतर

माझ्या सार्वजनिक कार्यास सुरुवात झाली.'

'मुख्य पीठ जे कुंभकोणम् तिथे आपण क्वचितच असता?'

'त्याचे कारण असे की १९१८ मध्ये नेपाळच्या महाराजांनी मला काही दिवस आपल्याकडे बोलावून घेतले. त्यांचे आमंत्रण मी स्वीकारले आणि त्याकरिता मी उत्तरेच्या दिशेने हळूहळू प्रवासाला सुरुवात केली आहे. इतकी वर्षे मी प्रवास करीत आहे पण काही दोन-तीनशे मैलांपेक्षा जास्त प्रवास अजून झाला नाही. या गादीची परंपरा अशी आहे की वाटेवर जे काही गाव किंवा शहर लागेल तेथे मी राहावे; अगदी लांब असे गाव असले तर ते सोडून द्यावे. प्रत्येक गावच्या मुक्कामात गावच्या देवळात प्रवचन करावे; लोकांना उपदेश करावा.'

नंतर माझ्या मुख्य संशोधनाच्या विषयाला मी सुरूवात केली व आचार्य यांनी मला आतापर्यंत जे कोणी योगी-महात्मे भेटले त्यांबद्दल प्रश्न विचारले. त्यानंतर मी त्यांना स्पष्टपणे सांगितले,

'योगाभ्यासात अगदी पूर्णतेला गेला आहे अशा योग्याची मला भेट घ्यायची आहे, की त्याने आपल्या सिद्धिसामर्थ्याची मला प्रचीती आणून द्यावी किंवा प्रत्यक्ष चमत्कार करून दाखवावेत. याबद्दल मी जर विचारले तर मला भेटणारे महात्मे आणखी एक प्रवचन-चर्चा माझ्या गळी उतरवितात. तेव्हा मला प्रत्यक्ष प्रचीती मिळावी. आता ही माझी अपेक्षा गैरवाजवी आहे काय?'

आमची नजरानजर झाली.

एक क्षणभर शांतता. आचार्यांनी आपल्या दाढीवरून हात फिरविला.

'योगाभ्यासाची उच्चतर स्तरावरील दीक्षा घेण्याचा जर तुमचा उद्देश असेल तर तो काही फार मोठा असा उद्देश नाही. तुमची स्वतःचीच निष्ठा, आस्था हीच तुम्हाला उपयोगी पडेल. तुमचा दृढ निश्चय झाला आहे हे माझ्या ध्यानात आलेले आहे. पण तुमचा तुम्हालाच बोध होऊ लागेल व तो बोध तुम्हाला तुमच्या उद्दिष्टध्येयापर्यंत पोचवून देईल यात बिलकूल संशय नाही.'

ते काय म्हणाले याचा मला नीटसा बोध झाला नाही.

'आतापर्यंत तरी माझ्यावरच मी अवलंबून राहिलो होतो. आपले प्राचीन ऋषि-मुनी हेच सांगतात की, ईश्वर दुसरा कोणी नसून तो आपल्यामध्येच वास करीत असतो.' मी भीतभीत म्हणालो.

आणि त्यांचे ताबडतोब उत्तर आले.

'ईश्वर सर्वत्र आहे. तुम्ही त्याला आपल्या स्वतःमध्येच कसे कोंडून ठेवाल? साऱ्या विश्वाचा भार त्याच्यावर आहे.'

तात्त्विक ज्ञानाची माझी शिदोरी आता संपत आली. तेव्हा ह्या वेदान्तविषयक चर्चेला मी बगल दिली.

'मग कोणत्या तऱ्हेची साधना मी करावी?'

'प्रवास करीत राहा. प्रवास संपल्यावर तुम्ही प्रवासात भेटलेल्या निरनिराळ्या योग्यांच्याबद्दल, संतमहात्म्यांबद्दल विचार करा; मग त्यांतला कोणता योगीपुरुष तुम्हाला पसंत पडेल ते ठरवा. मग त्याच्याकडेच जा. तो तुमच्यावर नक्की अनुग्रह करील.'

त्यांच्या प्रशांत मुद्रेकडे मी पाहत राहिलो. त्या चेहऱ्यावरील विलक्षण गांभीर्य वाखाणण्यासारखे होते.

'पण महाराज, त्यांपैकी कोणीही मला पसंत पडला नाही, तर मग मी काय करायचे?'

'तसाच प्रसंग आला तर तुम्ही कोणाकडे जाऊ नका. परमेश्वरच प्रत्यक्ष तुम च्यावर अनुग्रह करील. दररोज नियमाने ध्यान करा. उच्च गोष्टी प्रेमाने हृदयामध्ये आणा; त्यांच्यावर विचार केंद्रित करा. आत्मिक शक्तीचा वारंवार विचार करीत जा; त्यामुळे ती शक्ती तुम्हाला हळूहळू प्राप्त होत जाईल. याला उत्तम वेळ म्हणजे ब्राह्ममुहूर्त; दुसरी उत्तम वेळ म्हणजे संध्यासमय. त्या वेळी सगळीकडे निवांत असते व ध्यानाला व्यत्यय कमी येतो.'

ते माझ्याकडे सहृदयपणे पाहत राहिले; त्यांच्या मुखावरील ती शांत मुद्रा; तिचा मला हेवा वाटू लागला. माझ्या हृदयात आजपर्यंत ज्या उलथापालथी झाल्या, त्या उलथापालथींचा त्यांच्या हृदयात अगदी मागमूसही नव्हता. नंतर एकदम काय माझ्या मनात आले, कोणास ठाऊक, मी बोलून गेलो,

'जर मला काहीच जमले नाही तर मग मी आपल्याकडे येईन.' शंकराचार्यांनी आपले मस्तक किंचित हालविले.

'मी एका सार्वजनिक संप्रदायाचा प्रमुख आहे; माझा वेळ माझा असा असूच शकत नाही. सर्व वेळ मला कोणत्या तरी कार्यात वाहून घ्यावे लागते. गेली कित्येक वर्षे मी तीन तासांपेक्षा जास्त झोप घेतली नाही. तेव्हा शिष्य मी कसे करून घेणार? तुम्ही असा गुरू शोधून काढा की जो शिष्यांकरिता आपला सारा वेळ खर्च करू शकेल.'

'पण असे सांगतात की, खरा गुरू शोधून काढणे कठीण आहे; आणि युरोपियन माणसाला तर तो शोधूनच काढता यायचा नाही.'

माझ्या या विधानाला त्यांनी मान हालवून कबुली दिली. पण ते पुढे म्हणाले,

'सत्य अस्तित्वात आहे. ते शोधून काढता येते.'

'मग मला अशा गुरूकडे पाठवून द्या, की तुमच्या माहितीप्रमाणे तो मला उच्च योगाभ्यासाच्या सत्यत्वाची प्रमाणे देण्यास समर्थ असेल.'

जगद्गुरूंनी बराच वेळ उत्तर दिले नाही. बराच वेळ शांततेचा भंग कोणीच केला नाही.

'होय, असे दोन गुरू माझ्या माहितीत आहेत की जे तुम्हाला पाहिजे आहे ते देतील. त्यांपैकी एक वाराणशीला राहतात; एका मोठ्या घरात गुप्त असे. ते घरही मोठ्या जागी सहसा कुणाला सापडायचे नाही. ते फारच थोड्या लोकांना भेटतात; आतापर्यंत त्यांच्या एकांतवासाचा कोणा युरोपियन माणसाने भंग केला नाही. मी तुम्हाला त्यांच्याकडे पाठविले असते पण युरोपियन माणसाला ते भेटतील की नाही, याची मला शंका वाटते.'

'आणि दुसरे?' माझी उत्कंठा एकदम वाढली.

'दुसरे अगदी अंतर्भागात, आणखी दक्षिणेकडे राहतात. मी त्यांना एकदा भेटलेलो आहे. ते महान योगी आहेत; तुम्ही त्यांच्याकडे जावे अशी मी शिफारस करतो.'

'कोण ते?'

'त्यांना महर्षी,[१] म्हणतात. ते अरुणाचलावर राहातात. हे ठिकाण उत्तर अर्काट जिल्ह्यात आहे. तुम्हाला सगळी माहिती देऊ का म्हणजे तुम्हाला त्यांना शोधून काढायला त्रास पडायचा नाही.'

माझ्या मनःचक्षूंपुढून एक चित्र झटकन सरकून गेले.

माझ्या डोळ्यासमोर पीतवस्त्र धारण करणारा तो महंत उभा राहिला, ज्याने आपल्या गुरूकडे येण्याकरिता मला फार फार आग्रह केला, पण मी कबूल झालो नाही. त्याच्या तोंडून हे अरुणाचलम्चे नाव मी ऐकले होते हे खरे.

'आचार्यांचा मी फार आभारी आहे,' मी पुढे बोलू लागलो, 'आणि माझ्याबरोबर एक वाटसोबती आहे तो त्याच ठिकाणचा आहे.'

---

[१] ही पदवी संस्कृतमधून घेतली आहे. महा म्हणजे मोठा व ऋषी म्हणजे महर्षी.

'मग तुम्ही जाल ना तिकडे?'

मी काही बोललो नाही.

'मी आता इथून उद्या प्रयाण करण्याची सारी तयारी करून ठेवलेली आहे.' मी अनिश्चित मनाने पुटपुटलो.

'तसे असेल तर मग माझी एक विनंती आहे.'

'काय ती?'

'ती अशी की महर्षींना भेटल्याखेरीज दक्षिण भारतातून जायचे नाही.'

मला मदत करण्याची तीव्र इच्छा त्यांच्या डोळ्यांत मला दिसून आली. बस्स, मी वचन देऊन टाकले.

एक सुखद स्मितलकेर त्यांच्या मुद्रेवरून चकाकून गेली.

'काळजी करू नका. ज्याच्या शोधात तुम्ही आहात ते तुम्हाला मिळेल.'

बाहेर रस्त्यावर जनसंमर्द बराच जमला होता, त्याचा आवाज अंतर्गृहापर्यंत ऐकू येत होता.

'मी आपला बराचसा बहुमूल्य वेळ घेतला त्याबद्दल दिलगीर आहे.' मी दिलगिरी व्यक्त केली.

श्रीशंकराचार्यांच्या मुद्रेचे गांभीर्य किंचित कमी झाले. माझ्याबरोबर ते आतल्या दालनात आले व माझ्या सोबत्याच्या कानात काहीसे कुजबुजले. त्यांच्या बोलण्यात माझे नाव आले होते.

दरवाजापाशी आल्यावर त्यांना प्रणाम करण्यास मी वळलो. आचार्यांनी आपला जातेवेळचा निरोप घेण्यापूर्वीचा संदेश घेण्याकरिता मला बोलावले.

'तुम्ही माझे नित्य स्मरण करीत जा; तुमची मला नेहमीच आठवण राहील.'

आणि अशा तऱ्हेने हे गूढार्थात्मक व गोंधळात पाडणारे शब्द ऐकल्यावर मी नाइलाजाने आचार्यांचा निरोप घेतला. अगदी लहान वयापासून आचार्यांनी आपले आयुष्य ईश्वरसेवेसाठी अर्पण केलेले आहे. ते जगद्गुरू आहेत. ऐहिक सत्तेची त्यांना हाव नाही. कारण त्यांनी सर्वस्वाचा त्याग करून संन्यास घेतलेला आहे. त्यांच्याकडे ज्या देणग्या, जे धन येते ते धन ते ताबडतोब गरजवंतांना देऊन टाकतात. त्यांचे सुंदर व सौम्य व्यक्तित्व माझ्या स्मृतिपटलावर नक्कीच टिकून राहील.

नंतर संध्याकाळपर्यंत मी चिंगलपेट गावात भटकलो. गावात मला कलात्मकता व

जुन्या जमान्याचे सौंदर्य आढळले. नंतर घरी परतण्यापूर्वी आचार्यांचे शेवटले दर्शन मी घेतले.

त्या वेळी ते गावातल्या सर्वांत मोठ्या देवळात प्रवचन करताना आढळले. त्यांची आकृती बारीक, विनयशील असून त्यांनी पीतवस्त्र धारण केलेले होते. त्यांच्यापुढे स्त्रीपुरुषांचा, मुलांचा मोठा जमाव बसलेला होता; तो अगदी शांतपणे, निःशब्दपणे प्रवचन ऐकत होता. त्यांच्या देशी भाषेतील शब्दांचा अर्थ मला समजू शकला नाही; पण एवढे मात्र मी उमजू शकलो की अगदी बुद्धिवान ब्राह्मणापासून अशिक्षित खेडवळापर्यंत सर्वांचे लक्ष आपल्या बोलण्याकडे त्यांनी वेधून घेतलेले होते. अगदी गंभीर विषय साध्या पद्धतीने ते लोकांना समजावून देत होते हे मी तर्काने सहज शोधून काढले. कारण त्यांचा तो स्वभावधर्म माझ्या चांगल्याच परिचयाचा झाला होता.

त्यांच्या आत्मिक सौंदर्याची वाखाणणी करीत असतानाच त्यांच्या त्या अफाट श्रोतृवंदाच्या साध्याभोळ्या भाविकतेचा मला हेवा वाटला. परमेश्वर अस्तित्वात आहे आणि एवढेच त्यांना पुरेसे आहे. जगणे म्हणजे एखाद्या जंगलातून रस्ता धुंडाळीत झगडणे एवढे त्यांना पुरे माहीत आहे. आत्मशोधनाकरिता काळ्याकुट्ट रात्रीतून प्रवास करीत जावे लागते याची त्यांना किंचितशीही जाणीव नसल्याचे दिसून येत होते. अशा मनःस्थितीत ईश्वर म्हणजे शून्यरूपी आभास जणू त्यांना वाटतो. वास्तविक पाहता माणसाचे स्वतःचे जीवन म्हणजे या पृथ्वीवरून, विश्वाच्या ह्या लहानशा गतिमान तुकड्याच्या पृष्ठभागावरून इकडून तिकडे मनाच्या लहरीनुसार घडत असणारी भ्रमंती.

आम्ही नंतर चिंगलपेटहून रात्रीच्या वेळी प्रयाण केले. आकाश अगदी निरभ्र, निळे होते व तारे चांगले चमकताना दिसत होते; रस्त्याच्या बाजूस नदीच्या कडेकडेने ताड-माड वृक्षांची पंक्ती उभी होती. त्या झाडांची मोठ्या आकाराची पाने एखाद्या चवरीसारखी माझ्याकडे वायुलहरी प्रक्षेपित करीत होती. इतक्यात एकदम माझ्या सोबत्याने आमच्यामधील शांततेचा भंग केला.

'तुम्ही भाग्यवान खरे!'

'ते कसे काय?'

'कारण युरोपियन माणसाला-लेखकाला जगद्गुरूंनी दिलेली ही पहिलीच मुलाखत.'

'असे?'

'त्यांनी तुमच्यावर अनुग्रहच केला!'

***

घरी पोचायला मला अगदी मध्यरात्र झाली. वरील आकाशाकडे मी शेवटचे पाहून घेतले. वरती त्या आकाशाच्या अफाट घुमटात तारे असंख्य पुंजक्यांनी भरून गेलेले होते. युरोपमध्ये कोठेही आकाशात इतके असंख्य तारे दिसत नाहीत. घरी पोचल्यावर पडवीत पायऱ्यांवरून धावतच गेलो. हातात विजेरी होती.

अंधारात जमिनीवर पहुडलेली एक व्यक्ती उठली; उठून तिने माझे स्वागत केले.

'सुब्रह्मण्य!' घाबरून माझ्या तोंडून उद्गार निघाले. 'काय करतोयस इथे?' यावर त्या भगवे वस्त्र धारण करणाऱ्या योग्याने एक भले मोठे विकट हास्य केले व आपली दंतपंक्ती दाखविली.

'मी भेटायला येईन असे नव्हतो का म्हणालो?' त्याने मला बोल लावून आठवण करून दिली.

'होय होय!'

'तुमचे गुरू – त्यांना महर्षी म्हणतात काय?'

आता आश्चर्यचकित होऊन मागे सरण्याची त्याची पाळी आली.

'हे कसे तुम्हाला कळले? कुठे तुम्हाला ही बातमी लागली?'

'कुठूनही का असो. उद्या आपण दोघे तिकडे जायला निघायचे. माझ्या कार्यक्रमात आता मी बदल करतो.'

'फार चांगली बातमी आहे ही.'

'तरी पण मला तेथे फार दिवस राहता यायचे नाही. थोडे दिवस राहीन म्हणतो.'

नंतर अर्धा एक तास मी त्याला काही थोडे प्रश्न विचारले. मी अगदी थकून गेलो होतो व बिछान्यावर पडलो. सुब्रह्मण्य खाली जमिनीवर चटईवरच झोपला. अंगावर एक धोतर ओढून घेतले; त्याचा त्याने आंथरूण, चादर व पांघरूण या तिन्ही तऱ्हांनी उपयोग केला व मी दिलेले गरम पांघरूण नाकारले.

नंतर एक गोष्ट माझ्या चटकन ध्यानात आली. खोलीत अगदी अंधार होता. माझे अंग अगदी आंबल्यासारखे झाले होते. माझ्या सभोवारचे वातावरण विजने

भारलेल्या हवेसारखे वाटू लागले. उशीखालचे घड्याळ मी ओढले व किती वाजले म्हणून पाहिले. पावणेतीन वाजले होते. घड्याळाची चकती रेडियमची होती. इतक्यात माझ्या पायथ्याशी एक प्रकाशमान पदार्थ मला दिसू लागला. मी ताबडतोब उठून बसलो व त्या पदार्थाकडे न्याहाळून पाहू लागलो.

आणि काय आश्चर्य! माझ्या दृष्टीस जगद्गुरू शंकराचार्यांची मुद्रा व आकृती पडली. अगदी स्पष्ट व बिनचूक ओळखता येणारी. ती आकृती म्हणजे काही भूतबीत नव्हते; तर एक अगदी जड मानवी देह होता. त्याच्या साऱ्या आकृतीभोवती गूढ तेजाचे वलय होते.

अशा तऱ्हेचे दृश्य दिसणे हे अगदी अशक्य होते. चिंगलपेटलाच नाही का मी त्यांचा निरोप घेतला? ही गोष्ट तपासण्याकरिता मी माझे डोळे घट्ट मिटले. तरीपण काही फरक पडला नाही. त्यांची आकृती अगदी जशीच्या तशी डोळ्यांपुढे.

ती आकृती शुभदर्शी व कल्याणकारी होती एवढे म्हटले की पुरे आहे. मी माझे डोळे उघडले व त्या सैलशा पिवळ्या वस्त्रातल्या दयामय आकृतीकडे न्याहाळून पाहू लागलो.

नंतर चेहरा बदलू लागला; ओठांवर स्मित झळकले व तोंडातून शब्द बाहेर पडू लागले.

'नम्रता धारण कर म्हणजे तुझे ईप्सित तुला प्राप्त होईल.'

अशा तऱ्हेचे वक्तव्य एक जिवंत मानवी प्राणी करीत आहे असे मी का मानावे? पिशाच्च का मानू नये?

आणि मग ते दृश्य जसे प्रकट झाले तसेच अंतर्धान पावले. त्या दृश्याच्या अतिमानुष पद्धतीच्या दर्शनाने मला आपण जरा उच्च कोटीत गेल्यासारखे वाटू लागले; आनंद झाला. त्रास बिलकूल झाला नाही. हा मी आभासच समजावा काय? काय प्रकार आहे कोण जाणे!

नंतर मग त्या रात्री मला झोपच आली नाही. साऱ्या दिवसाच्या घटनांवर विचार करीत पडलो. कुंभकोणम्च्या जगद्गुरू शंकराचार्यांच्या भेटीपासून दक्षिणेकडील साधे भोळे लोक माझ्या ह्या विचारतंद्रीत येऊन गेले.

९

अरुणाचलावर

साउथ इंडियन रेल्वेच्या मद्रास स्टेशनवर सुब्रह्मण्य व मी दोघे सिलोन बोट ट्रेनच्या डब्यात चढलो. वाटेत कित्येक तास नाना तऱ्हेची चित्रविचित्र दृश्ये आमच्या डोळ्यांसमोरून सर्रकन निघून जात होती. हिरव्या रंगाची भातखाचरे, नंतर तांबूस रंगाच्या खडकाळ टेकड्या आळीपाळीने आमच्या नजरेसमोरून जात होत्या. मध्येच उंच प्रशस्त नारळांच्या झाडांच्या राया व भातखाचरांतून मधून मधून काम करीत दिसणारे शेतकरी हे दृश्य मोठे मनोहारी होते.

मी खिडकीपाशी बसलो होतो; संध्याकाळची वेळ झाली. वेगाने अंधार पडू लागला व ही मनोहारी दृश्ये दिसेनाशी झाली. तेव्हा मी आता मनाशी विचार करू लागलो. ब्रह्माने मला सोन्याची अंगठी दिल्यापासून ज्या ज्या काही विलक्षण घटना घडून आल्या, त्याबद्दल मी आश्चर्य करीत राहिलो. कारण माझा सगळा कार्यक्रम म ला बदलावा लागला. काही अनपेक्षित घटना एकामागून एक अशा घडून आल्या की मला आणखीन दक्षिणेकडे जावे लागले. आता दक्षिणकडील यात्रा आटोपून पूर्वेकडे जाण्याचा माझा विचार होता. मी मनाशीच विचार करू लागलो की, या सोनरी कोंदणाखाली असा एक खडा खरोखरी आहे काय, की ज्याच्या अद्‌भुत शक्तीची तो योगी इतकी वाखाणणी करीत आहे. माझे मन मी अगदी निर्विकार करून ठेवले होते. पण शास्त्रीय अभ्यासाने वास्तववादी बनलेल्या माझ्या पाश्चिमात्य मनाने असे काही मानणे जरा कठीण होते. मी मनातून तर्क बाजूला काढले पण विचारांच्या पाठीमागे दडून राहिलेली अनिश्चितता मी काढू शकलो नाही. आता मी ज्या गिरिशिखरावरील आश्रमाकडे जाण्यासाठी पावले वळविली आहेत, तिकडे जाण्यात काय गूढ संकेत

दडून राहिला आहे कोण जाणे! दोघा पीतवस्त्रधारी संन्याशांनी मला महर्षींच्याकडे जाण्याला, मी नाखूश असताना सुद्धा भाग पाडले. नियतीचे ते जणू दूतच बनले. नियती हा शब्द मी वापरतो, पण नेहमीच्या अर्थाने नव्हे. दुसरा समर्पक शब्द माझ्या ध्यानात येत नाही. माझा आतापर्यंतचा अनुभव असा आहे की, दिसायला अगदी मामुली अशा घटना माणसाच्या आयुष्याचे चित्र रंगविण्याच्या कामी अगदी अनपेक्षितपणे हातभार लावतात.

आम्ही रेल्वेची मेन लाईन सोडली व गाडीही सोडली. त्या वेळी पांडेचरीपासून चाळीस मैल लांब आम्ही येऊन ठेपलो होतो. पांडेचरी म्हणजे फ्रेंच सत्तेच्या एके काळच्या राज्याचे शेवटचे उरलेले ठिकाण. आता आमचा रस्ता रेल्वेच्या लहानशा फाट्यावरून शांतपणे चालला होता. अंतर्भागात नेणाऱ्या या छोटेखानी गाडीत गर्दी अशी कधीच नसते. आम्हाला अंधाऱ्या विश्रामालयात जवळ जवळ दोन तास गाडीची वाट पाहत बसावे लागले. बाहेर फलाटावर-विश्रामालयापेक्षाही जास्त भकास दिसणाऱ्या त्या फलाटावर एक उंच बांध्याचा साधू येरझारा घालीत होता. ताऱ्यांच्या प्रकाशात त्याचा चेहरा अर्धवट माणसासारखा, अर्धवट पिशाच्चासारखा दिसत होता. शेवटी गाडी उशिराने का होईना, वाफेचे लोट मधून मधून सोडीत स्टेशनवर आली. त्या गाडीत आम्ही बसलो. डब्यात फार थोडेच उतारू होते.

मग मला झोप लागली. मधून मधून स्वप्ने पडत होती. किती तास मी झोप काढली हे मला समजले नाही. सोबत्याने मला उठविले. एका आडवाटेच्या स्टेशनवर आम्ही उतरलो. गाडी नंतर अंधारात पुढे निघून गेली. अद्याप रात्रच होती, तेव्हा स्टेशनच्या लहानशा विश्रामालयात आम्ही बसून राहिलो. तिथे बाक वगैरे काही नव्हते. आराम करण्याची काहीएक सोय नव्हती.

सकाळ होईपर्यंत आम्ही बसून राहिलो; शेवटी पहाट झाली. रात्रीचा अंमल संपला. पहाटेचा धूम्रधूसर प्रकाश खिडकीतून आत येऊ लागला. खोलीतील आमच्याजवळचे पदार्थ हळूहळ दिसू लागले. सकाळच्या धुकट प्रकाशात समोर एका निर्जन टेकडीची अंधुकशी कड दिसू लागली. काही थोड्याच मैलांच्या अंतरावर ती टेकडी असावी. टेकडीचा पायथा विस्तृत होता; मध्यभागही चांगला भरीव होता पण शिखर काही दिसले नाही; अजून पहाटेच्या धुक्यात ते दडून राहिलेले होते.

माझा वाटसोबती खोलीबाहेर आला. बाहेरच एक खेडूत आपल्या छकड्यात मोठमोठ्याने घोरत पडला होता. एक दोन हाका मारल्यावर तो उठला; व्यवहारी जगात उतरला. गाडीला प्रवासी-गिहाईक समोरच उभे असल्याचे त्याच्या ध्यानी आले. कुठे जायचे आहे हे कळल्यावर त्याला तर अगदी आम्हाला न्यायला उत्साह

आला. त्याच्या त्या छकड्याकडे मी नजर टाकली. दोन चाकांवर बांबूच्या तट्ट्याची बनविलेली छोटेखानी गाडी. आम्ही त्या छकड्यात चढलो. त्याने आमचे सामान पाठीमागेच कोंबले. त्या बाबाने अगदी हातपाय आवळून बसून घेतले. मी गाडीत मागच्या जागेत पाय वर करून बसलो. गाडीवान दोन बैलांच्या मध्ये लाकडाच्या जोखडाच्यावरती बसला. त्याची हनुवटी गुडघ्याला चिकटलेली होती. असे आम्ही सर्व जण कसेतरी दाटीवाटीने बसलो व मग गाडीवानास कूच करावयास सांगितले.

आमचे मार्गक्रमण अगदी मंद असे चालले होते. तसे गाडीचे बैल ठेंगणे, पांढरे शुभ्र व धष्टपुष्ट होते. हिंदुस्थानात खेडोपाडी घोड्यांपेक्षा बैलांचाच जास्त उपयोग करतात. कारण प्रखर उन्हात ते वाटचाल करतात व साधा कडबा त्यांना चालतो. खाण्याच्या बाबतीत त्यांची काही अट नसते. देशातल्या अंतर्भागातल्या खेड्यापाड्यात व लहान गावात जुन्या चालीरीती अजून टिकून आहेत. इतकी शतके लोटली तरी विशेषसा फरक त्यांच्यात झालेला नाही. इसवी सनापूर्वीच्या पहिल्या शतकात प्रवासी एक गावातून दुसऱ्या गावात बैलगाडीने जात; आज दोन हजार वर्षे झाली. बैलगाडी अजून आहेच.

आमच्या गाडीवानाचा चेहरा पिंगट रंगाचा होता.

आपल्या बैलांचा त्याला अभिमान फार. त्या बैलांची शिंगे सुंदर व अर्धवर्तुळाकार असून त्यांच्या टोकाला गिलिटाचे अलंकार घातलेले होते. त्यांच्या बारीकशा पायात पितळेचे घुंगुरवाळे घातलेले होते. बैलांच्या नाकात वेसण असून ती वेसण हतात धरून तो बैलांना हाकीत होता. बैल धुळीच्या रस्त्यावरून गमतीने रेंगाळत रस्ता काटीत असतानाच पहाट संपून प्रभातसमय येऊन ठेपला.

आमच्या दोन्ही बाजूंस आता आकर्षक भूप्रदेश दिसू लागला. अगदी मैदान असे नसून क्षितिजापर्यंत नजर पोचेतोपर्यंत जागोजाग टेकाडे व लहान लहान डोंगर दृष्टिपथात येत होते. रस्ता तांबड्या मातीच्या जमिनीतून जात होता. वाटेने झुडुपे व मधून मधून हिरवीगार भातखाचरे लागत होती.

वाटेत एक शेतकरी आपल्या कामावर जात असताना आम्हाला दिसला. त्याच्या चेहऱ्यावरून त्याला काबाडकष्ट फार करावे लागत असावेतसे दिसले. खात्रीने सबंध दिवसभर त्याला शेतात राबत राहावे लागत असावे. नंतर काही वेळाने आम्हाला वाटेने एक मुलगी पाण्याचा पितळेचा हंडा डोक्यावर घेऊन जाताना दिसली. तिच्या अंगावर गडद तांबड्या रंगाचे एकच वस्त्र होते व तिचे खांदे उघड होते. एका नाकपुडीत तांबड्या रंगाची चमकी होती व हातात दोन सोन्याच्या बांगड्या होत्या; त्या बालरवीच्या प्रकाशात चकाकत होत्या. तिचा वर्ग काळा,

द्रवीडवंशीय. दक्षिण भारतातले बहुतेक सगळे रहिवासी, ब्राह्मण व मुसलमान सोडून द्रवीडवंशाचे आहेत. ह्या द्रवीड मुली बहुधा रंगेल व स्वभावाने आनंद मानून घेणाऱ्या असतात. त्यांच्यापेक्षा उजळ रंगाच्या बायकांपेक्षा ह्या अधिक बोलक्या असतात व त्यांच्या आवाजात गोडवा असतो.

ती मुलगी आमच्याकडे तोंड वासून पाहतच राहिली. अंतर्भागातल्या अशा ठिकाणी युरोपियन लोक क्वचितच येत असतील.

अशा तऱ्हेने आम्ही मार्गक्रमण करीत असताना शेवटी आम्हाला जिथे जायचे होते ते लहानसे गाव आले. ह्या गावातील घरे चांगली होती. गावात एक भव्य, प्रचंड असे देवालय असून त्याच्या दोन्ही बाजूंभोवती रस्त्यांची गर्दी असून ते रस्ते तिथून गावाच्या अंतर्भागात जात होते. माझ्या अंदाजाने हे प्रचंड देऊळ सुमारे पाव मैल लांबीचे होते. या देवळावरील कोरीव व कलाकुसरीच्या कामाची भव्यता आम्ही जेव्हा एका महादरवाजाजवळ आलो, तेव्हा आमच्या ध्यानात आली. महादरवाजाशी आम्ही एक दोन मिनिटे थांबलो व आतील भागाकडे किंचित दृष्टिक्षेप केला, अंतर्भागातील विलक्षणपणा आकाराइतकाच आकर्षक होता. इतके भव्य शिल्प मी आजपर्यंत पाहिले नव्हते. अंतर्भाग भव्य असून त्याच्याभोवती चौरसाकृती आवार असून अंतर्भागात प्रवेश करणे म्हणजे चक्रव्यूहातून आत जाण्यापैकी होते. देवालयाच्या भोवती असलेल्या चार उंच तटबंदीसारख्या भिंती आज हजारो वर्षे प्रखर ऊन खात उभ्या होत्या. उष्ण कटिबंधातले प्रखर ऊन. त्या भिंतींचा पृष्ठभाग प्रत्येक जागोजाग इतक्या वर्षांच्या अवधीत चितारून गेलेला होता. प्रत्येक भिंतीत एक दरवाजा. त्या दरवाजावरती एक भव्य देऊळ. त्या देवळाचे बांधकाम विलक्षण वाटले. पायथा दगडाचा असून वरचा भाग विटा व चुना यांनी बांधून काढलेला होता. ही देवळे अनेक मजल्यांची होती. पण प्रत्येक मजल्याच्या भिंतीवर निरनिराळ्या प्रकारचे कोरीव काम व चित्रे काढलेली होती. ह्या चार महादरवाजांवरती घुमटांखेरीज आत आणखी पाच घुमट होते. ते पाहिल्यावर प्राचीन मिसरमधील पिरॅमिडची आठवण झाली. किती विलक्षण साम्य वाटले!

उंच कमानदार छपरांचे मठ, दगडांचे असंख्य खांब व त्यांमधील भव्य प्राकार; मंदिरांभोवतालचे अंधारी प्रदक्षिणामार्ग; तेथील अनेक लहान लहान घरे- यांच्यावरून मी जाता जाता एक दृष्टिक्षेप टाकून घेतला. आणि अल्पावधीतच हे प्रेक्षणीय स्थळ बारकाईने पाहून घेण्याची मी मनात नोंद करून ठेविली.

बैलगाडी पुनः चालू झाली; बैल चौखूर धावू लागले व पुनः एकदा मैदानात आम्ही येऊन पोचलो. आम्हाला वाटेत जी दृश्ये दिसली, ती फार मनोहारी होती.

रस्त्यावर लाल रंगाची धूळ; दोन्ही बाजूंना लहान लहान झुडुपे; मधूनमधून एकाच ठिकाणी वाढलेली उंच झाडे. झाडांच्या पानांमधून नाना प्रकारचे पक्षी वावरत असताना दिसले. त्यांच्या फडफडणाऱ्या पंखांचा आवाज ऐकू येत होता व असंख्य पक्ष्यांचा तो मधुर किलबिलाट कानावर ऐकू येत होता. जगात कुठेही जा. पक्ष्यांचा हा किलबिलाट सगळीकडे आहे.

रस्त्यावरून जात असताना वाटेत बरीच लहान लहान टुमदार देवळे लागली. त्यावरील कोरीव काम निरनिराळ्या तऱ्हेचे होते; याचा अर्थ असा की, त्यांची रचना निरनिराळ्या काळातली होती. त्यांपैकी काहीवर उच्च तऱ्हेचे कोरीव काम होते. काहींची शिखरे हिंदू पद्धतीने शृंगारलेली होती; त्यांपैकी काही जी मोठी देवळे होती, ती उंच खांबांवर व त्यावरील सपाट तक्तपोशीवर आधारलेली होती. अशा तऱ्हेची देवळे मला फक्त दक्षिणेतच आढळली. अन्यत्र कुठेही आढळली नाहीत. या देवळांपैकी दोन-तीन तर अशी आढळली की त्यावरील कोरीव काम जवळजवळ ग्रीक शिल्पाची आठवण करून देते.

मला वाटते, आतापर्यंत आम्ही पाच-सहा मैलांचा प्रवास केला असेल. आता त्या टेकडीच्या उतारावरून आम्ही खाली यायला लागलो. या टेकडीची अस्पष्ट अशी कड आम्हाला स्टेशनवरून दिसली होती. सकाळच्या निरभ्र प्रकाशात ती टेकडी एखाद्या तांबड्या पिंगट राक्षससारखी दिसत होती. आता धुके निवळले होते. पलीकडचे क्षितिज स्पष्ट दिसत होते. ती टेकडी मैदानावर एकदमच उमटलेली अशी दिसत होती; लाल माती व पिंगट रंगाचे खडक; बहुतेक पृष्ठभाग उघडा बोडका. झाड बिलकूल नाही फक्त अजस्र खडक इतस्ततः अस्ताव्यस्त पसरलेले.

'अरुणाचल! पवित्र गुलाबी पर्वत!' सोबत्याच्या तोंडून एकदम उद्गार निघाले; मी त्या डोंगराकडे पाहू लागलो. आदराची एक उत्कट भावना त्याच्या चेहऱ्यावर झळकली. एक क्षणभर तो एखाद्या मध्ययुगीन संताप्रमाणे देहभान विसरला.

'या नावाचा अर्थ काय?' मी त्याला विचारले.

'मी तो अर्थ आताच सांगितला की!' त्याने स्मित करून उत्तर दिले.

'हे नाव म्हणजे दोन शब्दांचा संधी आहे. 'अरुण' व 'अचल' याचा अर्थ गुलाबी (तांबड) पर्वत. आणि येथल्या मंदिरातील अधिष्ठात्री देवतेचेही हेच नाव आहे. म्हणून संपूर्ण भाषांतर 'पवित्र असा गुलाबी पर्वत' असे करता येईल.'

'पण येथे पवित्र देवतेचा कुठे संबंध आला?'

'हो, वर्षातून एकदा देवळातले पुजारी त्यांचा मुख्य उत्सव साजरा करतात.

देवळात तो साजरा झाल्यावर पर्वताच्या शिखरावर एक मोठी होळी पेटवितात. त्या होळीत कापराच्या व तुपाच्या राशीच्या राशी ओततात. त्यामुळे तो अग्नी बरेच दिवस टिकून राहतो व कित्येक मैल अंतरावरून दिसतो. ज्याला ज्याला तो अग्नी दिसतो, तो ताबडतोब त्या अग्नीसमोर दंडवत घालतो; याचाच अर्थ असा की या पर्वताची भूमी पवित्र असून त्यावर एका महान देवतेचे अधिष्ठान आहे.'

आता टेकडी आमच्या माथ्यावर आली. तिलाही राकट असे सौंदर्य होतेच. टेकडीवरचे निमुळते शिखर वरती आकाशात हजारो फूट आपले तोंड खुपसून बसले होते. शिखराच्याभोवती लाल, पिंगट व करड्या रंगाचे अजस्र शिलाखंड हारीने पडलेले होते. त्या साधुबाबाच्या शब्दांचा परिणाम म्हणून म्हणा किंवा दुसऱ्या काही कारणामुळे म्हणा, अरुणाचल पर्वताचा तो कडा आश्चर्यचकित होऊन मी जसा न्याहाळून पाहू लागलो व त्या पवित्र पर्वताच्या चित्रमय आकृतीवर ध्यान लावू लागलो, तसतसा माझ्या मनात एक भीतियुक्त आदर निर्माण झाला.

'तुम्हाला माहीत आहे का?' माझा सोबती हळू आवाजाने सांगू लागला, 'की हा पर्वत केवळ पवित्र भूमी म्हणून समजला जात नसून त्याला साऱ्या दुनियेचे आध्यात्मिक केन्द्र म्हणून मान्यता आहे. येथल्या लोकांची अशी परंपरागत समजूत आहे की परमेश्वरानेच आध्यात्मिक केन्द्र म्हणून या पर्वताला येथे आणून बसविला!'

ही हकिकत ऐकून मला हसूच आले. काय भाबडी समजूत आहे!

अखेरीस आम्ही महर्षींच्या आश्रमाच्या जवळजवळ येऊ लागलो. रस्त्यावरून बाजूला वळलो व पायवाटेने खाली उतरू लागलो. समोर नारळाच्या व आंब्याच्या झाडांची घनदाट राई आमच्या नजरेस पडली. आम्ही ती पार करून पायवाटेच्या शेवटापर्यंत येऊन पोचलो. समोर एक फाटक दिसले. ते उघडेच होते. तेव्हा गाडीवान खाली उतरला. त्याने फाटक चांगले उघडले आणि नंतर आतल्या अंगणात आम्हास आणून सोडले. मी हातपाय ताणून मोकळे केले; गाडीतून खाली उतरलो व सभोवार पाहू लागलो.

महर्षींच्या ह्या आश्रमाच्या दर्शनी भागात जवळ जवळ दाटीने वाढत असलेली झाडे व फुलांची भरगच्च अशी बाग होती. आश्रमाच्या मागच्या बाजूस व आजूबाजूला झुडपांचे व निवडुंगाचे कुंपण होते; व पलीकडे पश्चिमेस घनदाट अरण्य होते. टेकडीच्या उतारावर अगदी चित्रपूर्ण असा तो आश्रम वसलेला आहे; एका बाजूला व एकान्त ठिकाणी. ज्यांना सतत ध्यान करीत बसावयाचे आहे, त्यांना हे ठिकाण अगदी योग्य असेच होते.

अंगणाच्या डाव्या बाजूस दोन लहान घरे होती. त्याची छपरे गवताची केलेली

होती. त्याच्या शेजारी एक लांबलचक आधुनिक पद्धतीची इमारत होती. त्याचे छप्पर मंगलोरी कौलांचे असून उंच होते व भिंतीवर बरेच खाली आलेले होते. इमारतीच्या दर्शनी भागात एक लहानशी ओटी (व्हरांडा) होती.

ह्या अंगणाच्या मध्यभागी एक मोठी विहीर होती. त्या विहिरीवर एक मुलगा नागडाउघडा व अगदी काळा कुळकुळीत, रहाटाने विहिरीचे पाणी बादलीत काढीत होता.

आमच्या येण्याचा आवाज झाल्याबरोबर इमारतीतून काही माणसे अंगणात बाहेर आली. त्यांचे कपडे अगदी निरनिराळ्या प्रकारचे होते. एकाने नुसता पंचाच गुंडाळला होता, तर दुसऱ्याच्या अंगात पांढरा रेशमी अंगरखा होता. काय विचारावे, अशा मुद्रेने ते आमच्याकडे पाहत राहिले. माझ्या सोबत्याने विकट हास्य केले. ते दोघे गोंधळात पडल्यामुळे त्याला जणू अत्यानंद झाला होता. लगेच त्यांच्याही चेहऱ्यावरचा भाव पालटला; कारण तेही तितक्याच जोराने हसू लागले. त्यांचे चेहरे व त्यांचे वागणे मला आवडले.

'आता महर्षींच्या दालनात आपण जाऊ या,' अशा तऱ्हेची पीतवस्त्रधारी बाबाने घोषणा केली व मला आपल्याबरोबर यावयास सांगितले. मी बाहेर मोकळ्या सोप्यात थोडा थांबलो. बूट काढले. थोडी फळे घेतली व दरवाजातून आत गेलो.

***

वीस चेहरे एकदम आमच्याकडे पाहू लागले. त्या चेहऱ्याची माणसे तांबड्या फरशीच्या जमिनीवर मांडी घालून अर्धवर्तुळाकार बसली होती. दरवाजाच्या उजव्या बाजूस अगदी पलीकडच्या कोपऱ्यापासून थोड्या अंतरावर ती बसलेली होती. आम्ही आत प्रवेश करण्यापूर्वी त्यांपैकी प्रत्येक जण त्या कोपऱ्याकडेच दृष्टी लावून होता. मी तिकडे एक क्षणभर नजर फिरविली. एका लांबशा पांढऱ्या कोचावर एक व्यक्ती बसलेली होती. ती व्यक्ती म्हणजेच महर्षी होत हे सांगावयास नकोच.

माझ्या सोबत्याने कोचासमोर साष्टांग दंडवत घातला. त्याच्या जोडलेल्या हातांमध्ये त्याचे डोळे झाकले गेले होते. पलीकडल्या टोकावरच्या भिंतीत एक रुंदशी उंच खिडकी होती; त्या खिडकीपासून काही अंतरावर तो कोच ठेवून दिलेला होता. खिडकीतून प्रकाश महर्षींच्या चेहऱ्यावर चांगलाच पडत होता. त्या प्रकाशात मी महर्षींच्या चेहऱ्याचे निरीक्षण केले. ते खिडकीतून आम्ही येत असताना पाहत होते. त्यांचे डोके हलत नव्हते. तेव्हा त्यांनी आपल्याकडे पाहावे व त्यांच्यापुढे फळे ठेवून त्यांना नमस्कार करता यावा म्हणून मी खिडकीच्या दिशेने पुढे सरकलो; त्यांच्यापुढे फळे ठेविली व एक दोन पावले मागे सरकून उभा राहिलो.

त्यांच्या कोचासमोर एक लहानशी पितळी शेगडी होती. त्या शेगडीत निखारे होते व त्या निखाऱ्यांवर ऊद टाकला होता. त्याच्याच शेजारी एक उदबत्तीचे घर होते व त्यात उदबत्त्या जळत होत्या. त्याची नीलवर्णीय धूम्रवलये आसपास पसरत होती. परंतु उदाचा वास काही वेगळाच होता.

पातळ सुती वस्त्राची घडी करून त्यावर मी मांडी घालून बसलो व कोचावर स्थिर बसलेल्या त्या मौनधारी आकृतीकडे मी पाहत राहिलो. महर्षींचे शरीर बहुतेक दिगंबरच होते. अंगावर फक्त एक पातळशी तोटकी छाटी होती. पण या भागात तशीच अर्धी लुंगी घालावयाचा प्रघात आहे. त्यांची त्वचा किंचित तांबूसशी परंतु साधारण दाक्षिणात्यांच्या मानाने पुष्कळ उजळ होती. मला वाटते, ते चांगलेच उंच असावेत व त्यांचे वयही पन्नाशीच्या सुमाराचे असावे. त्यांच्या डोक्यावर पांढऱ्या केसांचा संजाब होता व मस्तक नीटस होते. त्यांचे कपाळ चांगले लांबरुंद असून त्यावरून त्यांची बुद्धिमत्ता स्पष्ट दिसून येत होती. त्यांचे अवयव भारतीयांपेक्षा युरोपियनाचे दिसले. तसे मला सकृत्दर्शनी तरी वाटले.

कोचावर पांढरे तक्के ठेवलेले होते व महर्षींच्या पायाखाली जमिनीवर एक व्याघ्रचर्म पसरलेले होते.

त्या मोठ्या दालनात कमालीची शांतता होती. इतकी की टाचणी पडल्याचा सुद्धा आवाज ऐकू यावा. महर्षी अगदी स्थिर व निश्चल बसलेले होते. आमच्या आगमनामुळे त्यांच्या आसनात काही फरक झाला नाही. कोचाच्या दुसऱ्या बाजूस जमिनीवर एक श्यामवर्णीय शिष्य बसलेला होता; त्याने पंख्याची दोरी हालवून शांततेचा भंग केला. पंखा बांबूच्या काड्यांचा केलेला असून तो छताला टांगलेला होता. महर्षींच्या अगदी डोक्यावर तो टांगलेला होता. दोरी ओढल्यावर तो हालू लागे. तो हालल्यावर जो एक आवाज एक एका सुरात ऐकू येई तो मी ऐकत राहिलो; व त्या आसनस्थ विभूतीकडे टक लावून पाहत राहिलो; हेतू हा की मी त्यांच्या दृष्टीस चांगला पडावा. त्यांचे डोळे काळे किंचित पिंगट, मध्यम आकाराचे व अगदी उघडे असे होते.

माझ्या उपस्थितीची जरी त्यांना जाणीव झाली असली तरी तसे त्यांनी कोणत्याही तऱ्हेने किंवा खुणेने दर्शविले नाही. त्यांचे शरीर अगदी विलक्षण स्थिर, शांत, एखाद्या पुतळ्यासारखे निश्चल दिसत होते. त्यांनी माझ्याकडे एकदाही दृष्टिक्षेप केला नाही; त्यांचे डोळे कुठेतरी दूर अवकाशात काहीतरी न्याहाळीत होते – अगदी अनंतत्वाकडे. हे दृश्य मी पूर्वी पाहिले होते. कुठे असावे ते बरे? माझ्या स्मृतिपटलामधील एक एक पडदा मी उघडून पाहू लागलो, तेव्हा चटकन त्या मौनधारी संताची आकृती माझ्या

डोळ्यासमोर उभी राहिली. त्यांना मी मद्रासजवळील एका झोपडीत भेटलो होतो. त्यांचीही मूर्ती अशीच जणू दगडाच्या पुतळ्यासारखी; तितकीच निश्चल. महर्षींच्या सारखी.

माझी अशी एक जुनी समजूत आहे की, माणसाच्या आत्म्याचा शोध त्याच्या डोळ्यावरून घेता येतो; पण महर्षींच्या बाबतीत मला ते काही जमेना. मी गोंधळून गेलो; भांबावून गेलो.

कोणीही काही बोलले नाही. अशी काही मिनिटे निघून गेली. तसाच अर्धा तास निघून गेला. भिंतीवर आश्रमाचे घड्याळ लावलेले होते. एक तास झाला. या दालनामधील कोणीही हलेना; बोलायला तर कोणीच धजले नाही. डोळे उघडे ठेवून धारणेच्या साधनेचा मी असा बिंदू गाठला का त्या कोचावर बसलेल्या शांत मूर्तीखेरीज मी सर्व काही विसरलो. मी पुढे ठेवलेली फळे त्यांच्यासमोर असलेल्या तिवईवर जशीच्या तशीच पडून राहिली होती. त्याची कोणी दखल देखील घेतली नाही.

माझ्या वाटसोबत्याने मला असे बजावून ठेवले नव्हते का की, त्या मौनधारी संताकडे जसे माझे स्वागत केले गेले तसेच इथेही होणार. त्यामुळे ह्या अशा पूर्णतया दखल न घेतल्या जाण्याच्या विलक्षण स्वागताच्या अनुभवास मला अचानकपणे तयार व्हावे लागले. कोणीही युरोपियन माणसाच्या मनात जो अगदी प्रथम विचार येईल तोच माझ्या मनात आला की, 'आपल्या भक्तांना काही लाभ व्हावा म्हणून का हे असे अगदी स्तब्ध बसून राहिले आहेत?' असा विचार माझ्या मनात एकदा-दोनदा आला, पण तो विचार मी मनातून काढून टाकला. आपल्या गुरूंची समाधी लागते असे जरी माझ्या वाटसोबत्याने मला सांगितले नसले तरी ही निःसंशय समाधीच होय. दुसरा विचार माझ्या मनात असा आला की, 'अशा तऱ्हेची ही गूढ मनोधारणा म्हणजे निरर्थक शून्यमनस्कता नव्हे काय?' हा विचार माझ्या मनात पहिल्या विचारापेक्षा जास्त वेळ तग धरून राहिला; पण तोही मी काढून टाकला. कारण त्याचे उत्तर मला देता येण्यासारखे नव्हते.

एखाद्या लोहचुंबकाने लोखंडाचा कीस जसा चिकटून धरावा, असे आकर्षण मला ह्या पुरुषाच्या ठायी आहे असे वाटले. त्यांच्यापासून दुसरीकडे माझी नजर मला वळविताच आली नाही. सुरुवातीची गोंधळलेली माझी मनःस्थिती; माझी झालेली उपेक्षा; ह्या गोष्टी मी पार विसरून गेलो. ह्या व्यक्तीची विलक्षण ओढ मात्र माझ्या मनाला लागून राहिली. हा विलक्षण देखावा असाच दोन तास टिकून राहिला. मग हळूहळू माझ्या मनात एक अनिवार्य असे वृत्त्यंतर घडून येऊ लागले व त्याची जाणीव

मला होऊ लागली. गाडीतून येत असताना माझ्या मनात विचारावयाचे असे अनेक प्रश्न मी योजून ठेवले होते, ते एक-एक असे अगदी क्रमशः गळून पडू लागले; अगदी शिस्तबद्ध क्रमाने. कारण मला असे वाटू लागले की, ते विचारले काय की न विचारले काय, सारखेच; आणि आतापर्यंत ज्या प्रश्नांनी मला सतावून सोडले होते ते प्रश्न सुटले काय किंवा न सुटले काय, याचीही मला क्षिती वाटेनाशी झाली. मी एवढेच समजून चुकलो की, प्रशांततेचा एक स्थिर स्रोत माझ्याजवळून वाहत आहे; माझ्या अंतर्यामात एक महान शांती घुसून प्रवेश करीत आहे. विचारांनी थैमान घातलेल्या अशा माझ्या डोक्याला, मेंदूला आता थोडीबहुत विश्रांती मिळू लागली.

जे प्रश्न मी स्वतःलाच अनेकवार विचारून पाहिले, ते प्रश्न किती निरर्थक आहेत, हे आता मला समजून येऊ लागले. आयुष्याची आतापर्यंतची गेलेली वर्षे किती क्षुल्लक वाटू लागली! एकदम स्पष्टपणे माझ्या मनालाच असे वाटू लागले की, माणसाची बुद्धी ही स्वतःच प्रश्न निर्माण करीत असते व ते सोडविण्याच्या भानगडीत पडून स्वतःला दुःखीकष्टी करीत असले. बुद्धीला आजवर ज्याने इतकी भारी किंमत दिली, त्याच्या मनात अशी कल्पना येणे म्हणजे अपूर्वच होते.

विश्रांतीचा अनुभव जास्त जास्त खोल येऊ लागला. मी तो अनुभव स्वतःला अनुभवू दिला; काही विरोध केला नाही. असे दोन तास गेले. पण त्यामुळे मनाला बेचैनी वाटली नाही; कारण माझ्या मनाला असे वाटू लागले की, मनाने निर्माण केलेल्या समस्या आपोआप सुटत आहेत व बाहेर फेकून दिल्या जात आहेत आणि मग हळूहळू जाणिवेच्या क्षेत्रात एकेक नवीन प्रश्न उतरत आहे.

'फूल जसे आपल्या पाकळ्यांमधूनच सुगंध पसरवीत असते, त्याप्रमाणे महर्षी आपल्यासभोवार आध्यात्मिक शांततेचा सुगंध पसरवीत असतील काय?'

अध्यात्म म्हणजे काय आहे, हे कळण्याची माझी पात्रता आहे असे मला वाटत नाही; पण दुसऱ्या माणसांची प्रतिक्रिया माझ्यावर अवश्य घडून येते.

हा विस्मयकारी शांतभाव जो माझ्या मनात उत्पन्न होत आहे, याचे कारण मी ज्या भौगोलिक परिसरात बसलेलो आहे हे होय, अशी जी नव्यानेच माझ्या मनात उत्पन्न होणारी शंका ती म्हणजे महर्षींच्या विभूतिमत्त्वाला मी दिलेल्या प्रतिक्रियेचा पडसाद होता. मी आश्चर्य करू लागलो की माझ्या मनातली संत्रस्त स्थिती नाहीशी करून तेथे शांतभाव निर्माण करणारी शक्ती महर्षींच्याकडून काहीएका प्रकारच्या आत्मिक रेडियो ॲक्टिव्हिटीने किंवा एखाद्या दूरसंदेशप्रेषणाच्या पद्धतीने प्रसूत होत आहे काय? पण ते स्वतः अगदी पूर्णपणे निश्चल बसलेले असून माझ्या उपस्थितीची त्यांना बिलकूल जाणीव नसल्याचे दिसून येत होते.

त्या प्रदीर्घ शांततेचा किंचितसा भंग झाला. कुणीतरी माझ्याकडे आले व माझ्या कानात काही पुटपुटले, ' महर्षींना काही विचारायचे नव्हते का तुम्हाला?'

कदाचित माझ्या ह्यापूर्वीच्या वाटसोबत्याने आपला धीर सोडला असावा; त्याला वाटत असावे की, अस्थिर मनाचा मी युरोपियन माणूस; माझा धीर सुटला असावा; वाट पाहून पाहून मी कंटाळून गेलो असाल! 'माझ्या चिकित्सक मित्रा, काय सांगावे? तुझ्या गुरूला काही विचारावे म्हणून मी आलो खरा! ...... पण आता मी साऱ्या जगाशी व माझ्या स्वतःशी प्रशांत भावाने इतका समरस झालो आहे की, प्रश्न उकरून काढून मी माझ्या डोक्याला का त्रास देऊ? माझ्या आत्म्याची ही नौका आता नांगरलेल्या जागेपासून बाहेर काढली आहे व आता पुढच्या प्रवासाला निघाली आहे, असा अनुभव मला येऊ लागला आहे; एक अद्भुत सागर तरून जाण्याची मी वाट पाहत राहिलो आहे. आता हे महान साहस करावयास मी उद्युक्त झालो असताना जगाच्या ह्या गजबजलेल्या बंदरावर मला परत का खेचून धरीत आहे?'

परंतु शेवटी या मंत्रमुग्धतेचा अंत झाला. अचानकपणे घडून आलेला हा विक्षेप सूचक होता असे म्हणा. पण एकदम जमिनीवरून लोक उठू लागले व दालनामध्ये फिरू लागले; त्यांचे शब्द माझ्या कानावर येऊ लागले. आणि सगळ्यांत मोठे आश्चर्य म्हणजे महर्षींचे काळे बदामी रंगाचे डोळे सुद्धा एक दोन वेळ हालल्यासारखे दिसले. नंतर डोके किंचित वळले; नंतर चेहरा हळूहळू हालू लागला व त्यांच्या दृष्टिपथात मी आलो. त्या महात्म्याची विस्मयकारी नजर अगदी पहिल्या प्रथम माझ्या दिशेने वळली. आपल्या प्रदीर्घ समाधीतून ते आता खाली उतरले हे स्पष्ट झाले. त्या वाटसोबत्याला कदाचित वाटले असावे की, त्याचे शब्द मी ऐकलेच नाहीत. कारण माझ्याकडून पडसाद म्हणून काहीच क्रिया घडून आली नाही, तेव्हा त्याने तोच प्रश्न मला पुनः मोठ्या आवाजात केला. पण माझ्याकडे टक लावून पाहणाऱ्या त्या तेजस्वी डोळ्यांत मला एक निराळा प्रश्नच वाचता येऊ लागला; अगदी शब्दविरहित भाषेत.

'तो प्रश्न असा असेल का? की ज्या मानसिक शांततेची झुळूक तू आताच अनुभविलीस व ज्या शांततेचा तुला व सर्व लोकांना लाभ होणे शक्य आहे ती अनुभविल्यानंतरही तुझ्या मनाला वेड्यावाकड्या शंका अजून संत्रस्त करीत आहेत काय?'

त्या शांतवृत्तीने मी भारावून गेलो. मी वाटसोबत्याकडे वळून म्हणालो, 'नाही; आता काही विचारायचे नाही; पुनः केव्हातरी.'

मला आता असे वाटू लागले की, स्वतः महर्षींना नसला तरी येथे जमलेल्या मंडळींना मी येथे का आलो, याचा खुलासा पाहिजे आहे; त्यांची तशी कुजबुजही सुरू झाली आहे. माझ्या सोबत्याच्या माहितीप्रमाणे येथे जमलेल्या मंडळीत फारच थोडी माणसे येथे राहाणारी आहेत; बाकीची आसपासच्या गावातील आहेत. आता गंमत अशी झाली की, माझ्या सोबत्याने उठून माझा परिचय जमलेल्या मंडळींना करून दिला. जोरदार अशा तामीळ भाषेत हावभाव करून त्यांनी माझी हकिकत त्यांना सांगितली; आता त्याच्या ह्या निवेदनात खऱ्या हकिकतीबरोबर काही कल्पितकथाही त्याने घुसवून दिल्या असाव्यात; कारण माझी हकिकत ऐकून श्रोते आश्चर्याचे उद्‌गार काढीत होते, हे मला दिसले.

***

दुपारचे जेवण झाले. दोन प्रहरी इतके तापलेले होते काही विचारू नका. मला अद्याप इतक्या उष्म्याचा अनुभव नव्हता. पण आता आम्हा विषुववृत्ताच्या अगदी जवळ जवळ नाही का आलो? एका दृष्टीने ह्या देशाबद्दल मला कृतज्ञबुद्धी वाटते की या देशाचे हवामान असे आहे की मनुष्य सुस्त पडून राहतो. या वेळी बहुतेक लोक सावलीत निवांतपणे पडून राहिलेले असतात. आता काही विशेष अशी गडबड किंवा वर्दळ नाही; तेव्हा ह्या वेळी महर्षींना भेटावयाचे मी ठरविले.

मी त्या मोठ्या दालनात गेलो व त्यांच्या जवळ जाऊन बसलो. कोचावरती काही पांढऱ्या उशा ठेवलेल्या होत्या. त्यांवर रेलून ते बसलेले होते. शेजारी एक सेवक पंख्याची दोरी ओढीत होता. त्या दोरीच्या ओढण्याचा सौम्य आवाज व पंख्याची त्या दमट हवेत होणारी मंदमंद हालचाल माझ्या कानात सुखद संवेदना उत्पन्न करीत होती.

महर्षींच्या हातात घडी केलेली एक चोपडी होती. त्या चोपडीत ते अगदी सावकाश असे काही लिहीत होते. मी त्या दालनात प्रवेश केल्यावर थोड्या मिनिटांनी त्यांनी ती चोपडी बाजूला ठेवली व एका शिष्याला बोलावले. त्या दोघांत तामीळमध्ये काही थोडे बोलणे झाले व मग त्या शिष्याने मला सांगितले की, आमचे जेवण तुम्हाला घेता आले नाही याबद्दल गुरुजींनी पुन्हा दिलगिरी व्यक्त केली आहे. त्यांनी असा खुलासा केला, की आमची राहणी अगदी साधी असते. आम्ही कधी युरोपियन लोकांचे जेवण तयार केले नाही; ते काय खातात हे आम्हास माहीत नसते. मी महर्षींचे आभार मानले व म्हणालो, 'इतरांबरोबर त्यांचे बिगरमसाल्याचे पदार्थ मी खाईन; काही इतर खाद्यपदार्थ मी बाजारातून आणीन. आहाराचा प्रश्न अगदी जुजबी आहे. मी ह्या आश्रमात ज्या गोष्टींचा शोध घ्यावयास आलो आहे तो प्रश्न महत्त्वाचाच आहे.'

महर्षींनी माझे बोलणे लक्षपूर्वक ऐकून घेतले. त्यांची मुद्रा अगदी शांत होती. त्यांच्या मनाचा थांग लागणारा नव्हता; काही विशेष सांगण्यासरखेही त्यांना नव्हते.

'स्तुत्य हेतू आहे,' बऱ्याच वेळाने त्यांच्या तोंडून उद्‌गार बाहेर पडले.

या उद्‌गारामुळे याच विषयावर चर्चा करण्यास मला हुरूप आला.

'महाराज, मी पाश्चिमात्य तत्त्वज्ञानाचा व भौतिक शास्त्रांचा अभ्यास केलेला आहे. आमच्या गजबजलेल्या शहरांत राहिलेलो आहे; तेथील लोकांत काम केलेले आहे; तेथील सुख अनुभविलेले आहे; त्यांच्या आशाआकांक्षांमध्ये मी स्वतः ला गुरफटूनही घेतलेले आहे. परंतु एकान्त स्थळीही मी गेलेलो आहे आणि तेथे गंभीर विचारांच्या एकान्तातही हिंडलेलो आहे, पश्चिमेकडील साधू-महात्म्यांना प्रश्न विचारले आहेत. आता मी पौर्वात्य देशात आलो आहे. अधिक ज्ञान मिळविण्याची माझी इच्छा आहे.'

महर्षींनी मान हलविली; जणू त्यांना म्हणावयाचे होते की, 'होय, मी समजलो.'

'अनेक मते मी ऐकून घेतलेली आहेत; अनेक सिद्धान्त ऐकलेले आहे; अनेक श्रद्धा-विषयांवरची बौद्धिक प्रमाणे माझ्याभोवती पडलेली आहेत; पण मला त्यांचा कंटाळा आला आहे. प्रत्यक्ष अनुभवाने जे पटत नाही ते मानायला मी तयार नाही. मी त्या गोष्टीकडे साशंक नजरेने पाहतो. मी स्पष्ट सांगतो, मला क्षमा करा; मी धार्मिक बिलकूल नाही; माणसाच्या जड देहापलीकडे काही आहे काय? जर असेल तर त्याचा प्रत्यक्ष अनुभव मला घडून आला पाहिजे.'

आमच्याभोवतालचे तीनचार भक्तजन आमच्याकडे आश्चर्याने डोळे वटारून पाहू लागले. मी त्यांच्या गुरुजींशी इतक्या धीटपणाने व असभ्यतेने बोलून त्यांच्या आश्रमातील शिष्टाचाराचा भंग तर नाही केला? काही समजायला मार्ग नाही. पण तरी हरकत नाही; कित्येक वर्षांच्या इच्छांच्या साठलेल्या भाराच्या वजनाने माझ्या मनाचा तोल सुटला व माझ्या तोंडून असे उद्‌गार बाहेर पडले. महर्षी जर खरेखुरे अधिकारी पुरुष असले तर त्यांना माझे मनोगत समजून येईल व शिष्टाचारांचा भंग झाला त्याकडे ते विशेष लक्ष देणार नाहीत.

त्यांनी शब्दांनी उत्तर दिले नाही पण ते एकदम विचारमग्न झाले. आता दुसरे काही करण्यासारखे नव्हते व मी आता बोलायला ऐसपैस सुरुवात केली होती, तेव्हा तिसऱ्यांदा मी त्यांना उद्देशून बोलू लागलो:

'आमच्या युरोप-अमेरिकेकडे विद्वान माणसांचा, आमच्या शास्त्रज्ञांचा त्यांच्या

हुशारीबद्दल फार आदर होतो. पण जीविताच्या पलीकडे दडलेल्या सत्याबद्दल आपल्याला काही सांगता येत नाही, हे त्यांनी कबूल केले आहे. आम्हा पाश्चिमात्य महात्म्यांना काही सांगता येत नाही ते सांगणारे काही महात्मे आपल्या देशात आहेत असे लोक बोलतात. खरे आहे का ते? ह्याचा अनुभव मला आपण घडवून द्याल काय? का असा शोध घेणे म्हणजे केवळ भ्रम आहे?'

मुलाखतीचा मुख्य हेतू आता मी स्पष्ट करून सांगितला व त्यावर महर्षींचे काय उत्तर येते याची वाट पाहत बसलो; ते माझ्याकडे पाहतच होते. त्यांच्या मनात विचार चालूच होते. कदाचित माझ्याच प्रश्नांवर ते विचार करीत असावेत. अशीच दहा मिनिटे स्तब्धतेत गेली.

शेवटी त्यांनी तोंड उघडले व सौम्य शब्दांत ते बोलू लागले :

'तुम्ही 'मी' 'मी' म्हणून म्हणताय; मला समजायला हवे आहे असे म्हणताय; तर त्यातला मी म्हणजे कोण?'

काय म्हणायचंय त्यांना? त्यांनी आता दुभाष्याला बाजूला सारले व ते माझ्याशी सरळ इंग्लिशमध्ये बोलू लागले. मी अगदी आश्चर्यचकित होऊन गेलो.

'मला वाटते मला आपला प्रश्न तितकासा समजला नाही,' मी विमनस्कपणे उत्तर दिले.

'समजला नाही तुम्हाला? पुनः विचार करा!'

पुनः एकदा त्यांच्या शब्दांनी मी गोंधळून गेलो. एकदम माझ्या डोक्यात एक कल्पना चमकून गेली. मी स्वतःकडे बोट दाखविले व माझ्या नावाचा उच्चार केला.

'तुम्ही त्याला ओळखता काय?'

'सारी हयातभर,' मी त्यांच्याकडे पाहून स्मित केले.

'पण ते म्हणजे फक्त तुमचे शरीर होय!' पुन्हा मी विचारतो, 'तुम्ही म्हणजे कोण?'

ह्या विलक्षण प्रश्नाला काय उत्तर द्यावे हे मला कळेना.

महर्षी पुनः बोलू लागले:

'प्रथम मी म्हणजे कोण, हे जाणून घ्या म्हणजे तुम्हाला सत्याचा बोध होईल.'

माझ्या मनात पुनः अंधुकता आली; मी अगदी गोंधळून गेलो. ह्या गोंधळलेल्या मनःस्थितीचे पर्यवसान शब्दांच्या उच्चारात घडून आले. पण आता महर्षींच्या

इंग्रजीच्या ज्ञानाची परिसीमा झाली; ते दुभाष्याकडे वळले आणि त्यांचे उत्तर मला त्याने भाषांतर करून दिलेः

'एकच फक्त गोष्ट करायला हवी– तुम्ही स्वतःचे आत्मनिरीक्षण करा; ते योग्य पद्धतीने करा आणि मग तुमच्या साऱ्या प्रश्नांची उत्तरे तुम्हाला आपोआप मिळतील.'

हो खुलासा मला विचित्रसा वाटला. पुनः मी त्यांना विचारले. 'म्हणजे काय करायचे? कोणता मार्ग अनुसरायचा?'

'स्वतःच्याचवर, स्वरूपावर सखोल विचार करायचा व त्यावरच सतत ध्यान लावायचे. म्हणजे चित्तात प्रकाश पडेल; बोध होईल.'

'सत्याच्या स्वरूपावर मी पुष्कळदा ध्यान लावलेले आहे; पण माझी विशेष प्रगती झाली नाही.'

'काही प्रगती झाली नाही असे कशावरून म्हणता? आध्यात्मिक क्षेत्रात कोणाची किती प्रगती झाली आहे हे सांगता येणे कठीण आहे.'

'त्याला गुरूची आवश्यकता आहे काय?'

'असू शकेल.'

'तुम्ही सांगता तसे आत्मनिरीक्षण करण्यासाठी गुरूचा उपयोग होऊ शकतो काय?'

'अशा तऱ्हेच्या शोधाला ज्या ज्या गोष्टींची साधकाला जरुरी असते, त्या त्या गोष्टी गुरू पुरवितो. पण हे निरीक्षण साधकाने स्वतःच्या अनुभवानेच साध्य करावयाचे असते.'

'गुरूच्या मदतीने हा बोध व्हावयाला किती वेळ लागतो?'

'ते साधकाच्या मनाच्या पक्वतेवर अवलंबून आहे. दारूगोळा एकदम पेटतो; पण कोळसे पेटवायला बराच वेळ लागतो.'

गुरू व त्याचे मार्गनिदर्शन हा विषय तितकासा त्यांना आवडत नाही हे हळूहळू माझ्या ध्यानात येऊ लागले. जरा चमत्कारिक वाटले मला; पण माझ्या मनाच्या चिकाटीने या विचाराला जागा दिली नाही; आणि मी त्यांना जो पुढचा प्रश्न विचारला तो या विषयावरचाच होता. पण तो विचारल्यावर त्यांनी गंभीर चेहरा करून खिडकीकडे पाहावयास सुरुवात केली. बाहेरील निसर्गसौंदर्य ते न्याहाळू लागले. काही उत्तरच त्यांनी दिले नाही. मी त्याचा अर्थ समजलो व तो विषय सोडून दिला.

'जगाच्या भवितव्याबद्दल महर्षी काही सांगतील काय? सध्या मोठ्या आणीबाणीच्या प्रसंगातून आपण जात आहोत.'

'भविष्यकाळाची उठाठेव तुम्हाला कशाला?' महर्षींनी विचारले. 'वर्तमानकाळाची पुरती ओळख तुम्हाला अद्याप झाली नाही, ती करून घ्या. भविष्यकाळाचे मग पुढे पाहता येईल.'

पुनः एकवार थप्पड. पण या वेळी मी तितकी निमूटपणे माघार घेतली नाही. कारण अशा जगात मी वावरत होतो की, जेथे जीविताच्या वैफल्याची दारुण भावना सर्वसाधारण लोक असहायतेने अनुभवीत होते. ह्या रम्य वनश्रीत अवगुंठित असलेल्या एकान्तातील, शांत वातावरणातील आश्रमाची गोष्ट वेगळी!

'या जगात एक मित्रतेचे व परस्परसाहाय्यावर आधारलेले नवीन युग निर्माण होईल का? की अराजकता व युद्ध यांच्या खाईत ते पडून जाईल?' मी चिकाटी दाखवून परत प्रश्न केला.

महर्षी अप्रसन्न दिसले पण त्यांनी उत्तर दिले :

'या विश्वाचा नियंता कोणीएक आहे आणि या विश्वाचे बरेवाईट जे काय आहे ते पाहण्याचे त्याचे काम आहे. ज्याने जीव निर्माण केला त्याचे पालनपोषण कसे करावयाचे हेही त्याला माहीत आहे. तो या जगाची सारी धुरा वाहतो; तुम्ही नव्हे!'

पण आपण जर आपल्याभोवती पूर्वग्रहरहित नजरेने पाहिले तर या जगन्नियंत्याची अशा तऱ्हेची कल्याणप्रकृती आढळून येत नाही.' मी हरकत घेतली.

महर्षी आणखी जास्तच अप्रसन्न झालेले दिसले. पण त्यांनी उत्तर दिले :

'जसे तुम्ही आहात तसेच जग आहे. स्वतःला समजून घेतल्याशिवाय जग समजून घेण्याचा प्रयत्न करण्याचा काय उपयोग आहे? सत्याचा शोध ज्यांना घ्यायचा आहे त्यांनी ह्या प्रश्नाचा विचार करण्याचे कारण नाही. अशा प्रश्नांवर लोक आपली बुद्धी, शक्ती विनाकारण खर्च करतात. प्रथम तुमच्या पाठीमागचे सत्य शोधून काढा, मग जगाविषयीचे सत्य तुम्हाला समजू शकेल. तुमचा या जगातच समावेश होतो.'

नंतर ते एकदम बोलावयाचे थांबले. एक सेवेकरी तेथे आला व उदबत्ती लावून गेला. त्या निळसर धूम्रवलयांकडे ते वरच्या दिशेने जात असता महर्षी पाहत राहिले; नंतर त्यांनी आपली लिहावयाची वही घेतली; त्यांतील काही पाने उलटली व पुन्हा कोऱ्या पानावर लिहावयास सुरुवात केली. आता माझ्याकडे त्यांचे लक्ष नाही व मी यांच निरोप घ्यावा हे उघड झाले.

माझ्या प्रश्नांची उत्तरे देण्यात काही अर्थ नाही, हे दुसऱ्यांदा स्पष्ट झाले. माझ्या

अस्मितेला धक्का बसला. आणखी पंधरा-एक मिनिटे मी तेथे बसलो. वाटले की ते माझ्या प्रश्नांची उत्तरे देतील. पण ते काही बोलले नाहीत तेव्हा आमची मुलाखत आता संपली हे जाणून मी फरशीवरून उठलो; त्यांना हात जोडून नमस्कार केला व त्यांचा निरोप घेतला.

* * *

गावतले देऊळ मला पाहायचे होते. तेव्हा गाडी आणावयास मी गावात मनुष्य पाठविला व त्याला मिळाली तर घोड्याची गाडी आणावयास सांगितली. कारण बैलगाडी दिसायला सुरेख खरी पण सावकाश जाणारी व तीत आराम कमी.

आश्रमाचे अंगण ओलांडले तो एक घोड्याची गाडी समोर उभीच होती. त्यात बसायला बैठक अशी नव्हती पण तशी तादृश मला जरुरीही नव्हती. गाडीवान दिसायला जरा भयंकरच माणूस होता. त्याच्या डोक्याला मळकट, तांबड्या रंगाचे मुंडासे होते. शिवाय अंगावर फक्त एक वस्त्र होते. ते कमरेभोवती गुंडाळलेले. त्याने काचा घातला होता.

नंतरचा रस्ता लांबलचक, धुळीने माखलेला होता. शेवटी आम्ही देवळाच्या महाद्वारापर्यंत येऊन पोचलो. देवळाचे वरचे मजले कोरीव कामाने परिपूर्ण होते. त्यांनी आमचे स्वागत केले. आम्ही गाडी सोडून दिली व देवळातील अंतर्भागाचे सिंहावलोकन करू लागलो.

'अरुणाचलाचे हे मंदिर किती पुरातन आहे हे मला सांगता येत नाही,' माझ्या प्रश्नाला उत्तर देत माझा सोबती सांगू लागला, 'पण शेकडो वर्षांचे हे पुरातन आहे, हे तुमच्या सहज ध्यानात येईल.'

मंदिराच्या दरवाजापाशी व दरवाजाच्या आत विशाल तमालवृक्षांच्या छायेत काही थोडी लहान लहान दुकाने व शृंगारलेले गाळे दिसत होते. त्या दुकानांशेजारी अगदी साधे कपडे अंगात घातलेले, पुढ्यात देवादिकांची चित्रे, शिव, गणपती वगैरे देवांच्या पितळी मूर्ती मांडून विकणारे बसलेले होते. शिवाच्या मूर्ती जास्त होत्या; इतर देवळात कृष्ण व राम यांच्या मूर्ती मला जास्त आढळल्या. त्याचा खुलासा माझ्या सोबत्याने केला.

'आमच्या पुरातन दंतकथेनुसार ह्या पवित्र तांबड्या डोंगरावरच्या शिखरावर भगवान शिव एका अग्निशिखेच्या रूपात, ज्योतिःस्वरूपात प्रगट झाले. त्या प्रसंगाच्या स्मृत्यर्थ ह्या देवळातले पुजारी वर्षातून एकदा मोठी दीपमाळ लावतात. आता हा प्रसंग घडून आल्याला हजारो वर्षे लोटली असतील. पण ही परंपरा अद्याप

चालू आहे. नंतर हे देऊळ त्या ठिकाणी बांधले; पण ह्या साऱ्या डोंगरावर भगवान शंकराचा वास असतो.'[१]

तुरळक यात्रेकरू दुकानांसमोरून इकडे तिकडे हिंडत होते. दुकानातून देवादिकांच्या लहान लहान पितळी मूर्ती, पुराणांतल्या कथांचे प्रसंग दाखविणारी रंगीबेरंगी चित्रे, तामीळ व तेलगू भाषेतील धार्मिक पुस्तके आणि कपाळाला लावायचे गंध मांडलेले दिसत होते. हे गंध कपाळाला लावतात व त्या गंधाच्या आकृतीने गंध लावणाऱ्या इसमाची जात किंवा पंथ समजून येत असतो.

एक महारोगी भिकारी भीतभीत माझ्याकडे येऊ लागला. त्याच्या अंगावरचे मांस झडून जात होते. गरीब दुर्भागी माणूस! मी त्याला हाकून लावीन किंवा त्याच्यापुढे काही टाकीन याचा त्याला नीटसा बोध झाला नसावा. त्या दुर्धर रोगाने त्याचा चेहरा ताठरलेला, कडक झालेला होता. त्याच्या पुढ्यात मी काही पैसे ठेवले. त्याला स्पर्श करायला मला भीती वाटली.

मंदिराचा दरवाजा फार मोठा. त्यावर अनेक मजले व प्रत्येक मजल्यावर दगडात कोरलेल्या देवादिकांच्या मूर्ती. त्या कोरीव कामाकडे माझे लक्ष गेले. हे अजस्र महाद्वार पाहिल्यावर मला इजिप्तमधील पिरॅमीडची आठवण झाली; फक्त पिरॅमीडचा वरचा भाग काढून टाकायचा. ही अशी महाद्वारे चारी दिशांना चार. अगदी दूर अंतरावरून तो खुणेसारखी दिसून येत होती.

मुख्य देवळाच्या गाभाऱ्यातील दरवाजावर व सभोवार चित्रविचित्र मूर्ती कोरलेल्या होत्या. पुराणांतले प्रसंग कोरून दाखविलेले होते. सगळी गर्दी करून टाकलेली होती. काही ठिकाणी देवांच्या एकट्या अशा मूर्ती ध्यानस्थ बसलेल्या दिसत होत्या; तर काही ठिकाणी शृंगारिक आलिंगनामध्ये कोरलेली मिथुने दिसत होती. मला वाटते, हिंदू धर्मात सर्व प्रकारच्या आवडीनिवडीची सोय आहे. त्यामुळे अनेक मतांचे, पंथांचे लोक या धर्मात सामावून जातात.

मी मग दरवाजातून आत गेलो. पुढे एक प्रशस्त चौक. चौकाभोवती तटाला लागून चक्रव्यूहाकृती खांबांच्या रांगा, कमानी, सौध (गॅलरीज्), लहान लहान मूर्ती, दालने, सोपे, मोकळ्या जागा नजरेस पडल्या. अथेन्समधील पुतळ्यांभोवतालची प्रांगणे जशी अल्पावधीत भावनामूक आश्चर्याने भारावून टाकतात, तशी येथली शिल्पकला, कोरीव काम, त्याचे सौंदर्य मनास आनंद देत नाही. उलट तेथे व्यापून

---

[१] हे देव म्हणजे आम्ही पाश्चिमात्य लोक धार्मिक कल्पनांची, समजुतींची वेडीवाकडे व्यक्त, मूर्त स्वरूपे समजतो. पण हिंदू लोकांना हे देव अगदी खरेखुरे, प्रत्यक्ष अस्तित्वात असलेले असे वाटतात, यात शंका नाही.

राहिलेले गूढ वातावरण मनास औदासीन्य व विषण्णता आणते. येथील भव्य प्राकार, त्यांच्या एकांतिकतेच्या थंडगार वातावरणामुळे मनात आदर व भीती दोन्ही निर्माण करतात. मंदिरात नागमोडी वळणे फार पण माझा सोबती अगदी न अडखळता तेथे वावरत होता. ह्या भव्य मंदिराचा बाहेरील भाग त्यावरील तांबड्या दगडांनी शोभिवंत दिसे; पण आत शिरल्यावर मात्र दगड भुऱ्या, राखट रंगाचे दिसून आले.

आम्ही एका चक्रव्यूहासारख्या लांबलचक रस्त्याने चालत होतो. भोवती भक्कम तट. जागोजाग तक्तपोशीपर्यंत पोचणारे उंचच उंच स्तंभ. त्यावरील चित्रविचित्र कोरीव काम.अंधेऱ्या पडद्यांमधून, दालनांमधून रस्ता काढीत काढीत आम्ही एका मोठ्या मंडपात येऊन पोचलो. ह्या पुरातन मंदिराच्या अगदी बाहेरच्या भागात हा मंडप होता.

'सहस्रस्तंभी मंडप!' मी या पुरातन वास्तूकडे पाहत असता माझ्या वाटसोबत्या मला त्या मंडपाचे नाव सांगितले. सपाट कोरलेल्या अजस्र दगडाच्या खांबांची रांगच रांग माझ्या डोळ्यांसमोर उभी राहिली. हे स्थान एकान्तात व निर्जन आहे. येथल्या उदासीन वातावरणात हे अजस्र स्तंभ अधिकच भीतिदायक वाटतात. त्या दगडांजवळ जाऊन त्यावरील कोरीव काम मी बारकाईने पाहू लागलो. एकेक खांब केवळ एकाच दगडचा होता व त्यावरील छप्परसुद्धा तशाच एका मोठ्या सपाट दगडाचे होते. पुनः एकदा निरनिराळ्या देवदेवतांची चित्रे त्या स्तंभावर कोरलेली मी पाहिली. ती चितारण्यात शिल्पकाराने अगदी कमाल करून सोडलेली होती. पुनः एकदा त्यांवरील कोरलेल्या प्राण्यांची चित्रे, त्यातील काही प्राणी परिचित, काही अपरिचित माझ्याकडे तोंड वासून पाहत होती.

ह्या स्तंभमय सौधाच्या ध्वजस्तंभावरून आम्ही हिंडलो; वाटेत अंधारी रस्ते; त्यात मधून मधून तेलाचे दिवे उजेडाकरिता लावून ठेवलेले होते. त्या दिव्यांतील वाती एरंडीच्या तेलात बुडविलेल्या होत्या. शेवटी आम्ही त्या मंडपाच्या मध्यभागी आलो. तेथून परत बाहेर पडल्यावर पुनः उजेडात आलो; फार बरे वाटले. बाहेर पडल्यावर मग आम्हाला स्पष्ट दिसून आले की, मंदिराच्या अंतर्भागात पाच लहानशी स्वतंत्र देवळे आहेत. त्या चौरसाकृती तटबंदीतील महाद्वारांजवळ जशी पिरॅमिडच्या आकृतीची देवळे होती, तशीच ही देवळे होती. मी त्यांपैकी एका देवळाजवळ गेलो व बारकाईने पाहू लागलो. शेवटी मला असे आढळून आले की ती विटांची होती व त्यावरील शृंगारलेला पृष्ठभाग हा दगडाचा नसून भाजलेल्या मातीचा किंवा तशाच प्रकारच्या टिकाऊ गिलाव्याचा केलेला होता. त्यावर कोरलेल्या चित्रांना रंग लावलेला होता पण तो रंग आता उडून गेलेला होता.

त्या प्रांगणात आम्ही प्रवेश केला व त्या अजस्र मंदिरातील लांबलचक,

अंधाऱ्या रस्त्यातून भटकत भटकत शेवटी मुख्य मंदिराच्या जवळ जवळ येऊ लागलो. आमच्या वाटसोबत्याने जणू आम्हाला ताकीद दिली की, येथे युरोपियन माणसाचे पाय लागता कामा नयेत. पण ह्या पवित्र स्थानापाशी जवळ यायला नास्तिकाला (परधर्मी माणसाला) जरी मज्जाव असला तरी त्याला वरतून एका अंधाऱ्या पडवीतून त्या स्थानाचे दुरून दर्शन घेता येते. त्याच्या ताकिदीला नगाऱ्याच्या आवाजाने, घंटांच्या आवाजाने व पुजाऱ्यांच्या मंत्रोच्चारांच्या आवाजाने साथ दिली. त्या पुरातन मंदिराच्या काळोख्या अंतर्भागात या पठणाचा आवाज तालबद्ध पण कंटाळवाणा वाटत होता.

इतका वेळ वाट पाहिल्यासारखे मी मूर्तीचे दर्शन घेतले. त्या अंधारात मूर्तीसमोर एक मोठी समई असून तिच्यातील जळणाऱ्या वातीचा पिवळसर उजेड सभोवार पसरलेला होता. तसेच जवळ दोन तीन निरांजने ठेवलेली होती. काही भक्त पूजाअर्चा करीत होते. देवळातील गायक पुजाऱ्यांना मी तितके स्पष्ट पाहू शकलो नाही. पण त्यांच्या विचित्र आवाजाला आता शंखाच्या व झांजांच्या आवाजाने साथ दिली.

आता मी देवळात जास्त वेळ राहू नये; कारण माझे तेथे बसणे पुजाऱ्यांना नक्की आवडणार नाही; म्हणून माझ्या सोबत्याने माझ्या कानात सांगितले. तेव्हा आम्ही देवळाच्या बाहेरच्या शांत, पवित्र आवारात आलो. माझे संशोधन संपले.

नंतर आम्ही महाद्वाराशी पुनः एकदा जाऊन पोचलो. तेथे मला जरा बाजूला सरकावे लागले. कारण रस्त्याच्या मधोमध एक वयस्कर ब्राह्मण जमिनीवर रस्ता अडवून बसला होता. त्याच्याजवळ एक लहानसा पाण्याने भरलेला पितळी चंबू होता. त्याच्या डाव्या हातात तुटका आरसा असून उजव्या हाताने तो कपाळावर कोरून गंध लावीत होता. त्याच्या कपाळावरचा तो पांढऱ्या व तांबड्या रंगाचा त्रिपुंड्र दक्षिण भारतातील रिवाजाप्रमाणे त्याचे कर्मठपण दर्शवीत होता; पण आमच्या पाश्चिमात्य नजरेला तो विदूषकासारखा दिसत होता. देवळाच्या दरवाजाजवळ एक पाल उभारून एक म्हातारा बसलेला होता. वार्धक्याने त्याचे अंग सुरकुतलेले होते. एक पाल उभारून तिच्याखाली त्याने आपले दुकान थाटलेले होते. दुकानात शंकराच्या लहान लहान मूर्ती मांडून ठेवलेल्या होत्या. माझ्या नजरेला नजर लावण्याकरिता त्याने आपले डोळे उंचावले; शब्दांनी जरी त्याने आपली विनंती प्रकट केली नाही तरी त्याच्या दुकानात काहीतरी खरेदी करावे म्हणून मी थांबलो.

गावातून कुठून लांब अंतरावरून संगमरवरी पांढऱ्या रंगाचे चकचकीत मनोरे दिसले; तेव्हा देऊळ सोडून मी त्या मशिदीकडे वळलो. काय असेल ते असो,

मशिदीच्या त्या सुंदर कमानी पाहिल्यावर माझे हृदय उचंबळून येते व त्या घुमटाचे नाजूक सौंदर्य पाहून चित्त भरून येते. पुनः एकदा मी बूट बाहेर काढून ठेवले व त्या सुंदर मशिदीत गेलो. मशिदीची रचना कलापूर्ण होती. उंच दालने, मनोरे पाहणाऱ्याला वरच्या थरात नेऊन पोचवितात. तेथेही काही उपासक भेटले. प्रार्थना करताना बसावयाच्या बस्करांवर बसून काहीजण प्रार्थना करीत होते; तर काही ओणव्याने तर काही साष्टांग दंडवत घालून नमाज पढत होते; मशिदीत काही लहान देवळे, शृंगारलेल्या मूर्ती वगैरे काही एक दिसत नव्हते. महंमद पैगंबराने कुराणात सांगितले आहे की, खुद्-स्वतः व खुदा - परमेश्वर यांमध्ये काही आडपडदा येता कामा नये. अल्लाच्यासमोर सगळे सारखे; त्यांत काही भेदभाव नाही. मध्ये कोणी पुजारी-पंडित मध्यस्थ नाही. मक्केकडे तोंड वळवून माणसाने परमेश्वराचे चिंतन करताना त्याच्या विचारांवर दुसऱ्या कोणी वरिष्ठ किंवा उच्च मध्यस्थाने कोणत्याही तऱ्हेचे दडपण आणता कामा नये.

मुख्य रस्त्यावरून परतताना पैशांची मोड देणाऱ्यांची हंगामी दुकाने, मिठाईची, कपडाची, धान्याची दुकाने आमच्या दृष्टीस पडली. हे गाव ज्यामुळे वसले, त्या पुरातन मंदिरात दर्शनासाठी येणाऱ्या यात्रेकरूंच्यासाठी ही दुकाने उपयोगास येत होती.

आत महर्षींच्याकडे पुनः जाण्याची मला ओढ लागली. आमच्या गाडीचा गाडीवान आपल्या तट्टाला लवकर जाण्यासाठी पिटाळू लागला. मी डोके वळवून अरुणाचलमंदिराचे अंतिम दर्शन घेतले. या मंदिराचे कोरीव कामाने पूर्ण असे नऊ स्तंभ आसमंतातल्या भूप्रदेशात उठून दिसत होते. हे पुरातन मंदिर बांधण्याच्या कामी परमेश्वराच्या नावाने ज्यांनी चिकाटीपूर्वक कष्ट, परिश्रम घेतले, त्यांचे जणू स्मारक असे हे स्तंभ मला वाटले; कारण ते उभारण्याच्या कामी माणसाच्या हयातीच्यापेक्षा जास्त कालावधी नक्कीच लागला असेल, आणि पुनः इजिप्तच्या पिरॅमिड्सच्या विलक्षण कलाकृतीची मला सारखी आठवण होऊ लागली. बोळाबोळातून जाताना जी लहान लहान घरे व जाड भिंती नजरेला आल्या, त्यावर सुद्धा कोरलेल्या साध्यासुध्या कामात इजिप्तच्या कलाकुसरीचे दर्शन घडून येत होते.

एक विचार माझे मन थरारवून गेला. कधी काळी ही मंदिरे जीर्ण होऊन, येथे लोकांचे जाणे येणे बंद पडून, येथे स्मशानवत भीषण शांततेचे राज्य निर्माण होईल काय? हे भव्य वास्तुविशेष शेवटी पडझड होऊन ज्या तांबड्या-भुरक्या मातीतून ते निर्माण झाले, त्याच मातीत पुनः ते मिळून जातील काय? की मनुष्य नवे देव शोधून काढून त्यांच्यासाठी पुनः नवी मंदिरे बांधील?

आध्यात्मिक भारताचा रहस्यमय शोध - १७८

आश्रमाकडे जाण्याचा रस्ता शेजारच्याच खडकाळ टेकडीच्या उतारावरून होता. त्यावरून आमचे तट्टू दौडत असताना सभोवारच्या भूप्रदेशाचे संपूर्ण निसर्गसौंदर्य मी अगदी श्वास रोखून न्याहाळून घेतले. पूर्वेकडील देशांमधून भ्रमण करीत असा हा दिवस कधी उगवेल ह्याची मी किती किती वेळा प्रतीक्षा करीत होतो! तो सूर्यास्ताचा समय किती शोभिवंत दिसतो! ह्या उष्ण कटिबंधातील देशात सूर्य पश्चिम क्षितिजाखाली जाण्यापूर्वी आकाशात क्षितिजाच्या कडेला ते गडद रंग काय उधळून दिलेले दिसतात, अगदी मुक्त हस्ताने! आणि तो अस्ताचा समय इतक्या लवकर अर्ध्या तासाच्या आत संपून जातो आणि मग जणू काय क्षितिजावर काहीच घडून आले नाही, अशी भीषण सामसूम पसरते.

युरोपमधील पाऊसकाळातले रेंगाळणारे ते संध्यासमय. त्यांचा इकडे मागमूसही सापडणार नाही. दूर पश्चिमेकडे कोठेतरी जंगलात तो अग्निगोल खाली खाली उतरताना स्पष्ट दिसतो. आकाशाच्या घुमटाखाली लवकर दृष्टिआड होण्यापूर्वी तो फक्त गडद नारिंगी रंग धारण करतो. सभोवारच्या आकाशात इंद्रधनुष्याचे सारे रंग उमटू लागतात. त्या कलापूर्ण दृश्याची डोळ्यांना काय मोठी मेजवानी! चित्रकाराला सुद्धा तसे नयनरम्य चित्र काढता यायचे नाही. आमच्या जवळच्या शेतात व वृक्षांच्या राईत एकदम भरल्यागत स्तब्धता नांदू लागते. पक्ष्यांचा किलबिलाट थांबतो; रानटी माकडांचा आवाज बंद पडतो. तांबड्या भडक रंगाचा तो अजस्र गोल चटकन कुठल्या तरी वेगळ्या दुनियेत जाऊन दिसेनासा होतो. संध्यासमयीचा दाट पडदा पृथ्वीवर एकदम पडतो. आणि मग ज्योतींच्या पुढे सरसावणाऱ्या जिभा व उधळलेले रंग अंधकारात विलीन होऊन जातात.

ती शांतता माझ्या विचारात विरली; तिचे सौंदर्य माझ्या हृदयाला जाऊन भिडले. ह्या निर्घृण जीविताच्या पाठीमागे एक परोपकारी व सुंदर शक्ती दडून राहिली आहे असे विचार करावयास लावणारे, नियतीने माझ्या वाट्यास वाटून दिलेले हितप्रद क्षण मी कसे विसरू शकणार? त्या क्षणांची आठवण झाल्यावर आमच्या जुजबी जगण्याची, त्यात तासन्‌तास घालविण्याची आम्हास लाज वाटू लागते. तमोमय अंतरिक्षातून जसा धूमकेतू चमकावा तसे ते क्षण चमकतात, आपल्या क्षणभंगुर आशांना किंचित्काल उजाळा देतात व नंतर आपल्यामधून दुसरीकडे निघून जातात.

***

तालवृक्षांची कड असलेल्या त्या आश्रमाच्या अंगणातून आम्ही जसे जाऊ लागलो तसे काजवे त्या बागेत इतस्ततः चमकू लागले व अंधकाराच्या पार्श्वभूमीवर

प्रकाशाच्या विलक्षण आकृत्या काढू लागले. आणि जेव्हा मी त्या मोठ्या दालनात प्रवेश केला व जमिनीवर एका जागी अक्षरशः जाऊन पडलो, तेव्हा ती गंभीर शांतता तेथेही जाऊन पोचल्याचा व तेथील हवाही भारून टाकल्याचा मला भास झाला.

त्या दालनात मंडळी मांडी घालून ओळीने बसलेली होती. काहीएक आवाज होत नव्हता. कोणीही बोलत नव्हते. कोपऱ्यामधील कोचावर महर्षी बसलेले होते. पाय खाली जोडलेले असे सोडलेले होते व गुडघ्यावर हात विमनस्कपणे टेकलेले होते. त्यांच्या व्यक्तित्वाने माझ्या चित्ताचा पुन्हा ठाव घेतला. त्यांची मूर्ती किती साधी, किती विनम्र तरी पण भारदस्त व इतरांवर छाप पाडणारी. त्यांचे मस्तक उमदेपणाने असे उंचावलेले होते की होमरकालीन एखाद्या महात्म्याची आठवण व्हावी. त्यांचे डोळे त्या दालनाच्या अगदी पलीकडच्या टोकाला लागून राहिलेले अचल असे दिसत होते. त्यांच्या दृष्टीची ती विलक्षण स्थिरता म्हणजे एक कोडे होते. ते खिडकीतून प्रकाशाचा शेवटचा किरण आकाशात विरून जात असताना नुसते पाहत होते की हे भौतिक जग जणू अस्तित्वातच नाही असे समजून ते एका गूढ स्वप्नसृष्टीत रंगून गेले होते?

उदबत्तीच्या सुवासाची धूम्रवलये नेहमीप्रमाणे वरती लाकडी आढ्यापर्यंत तरंगत होती. मी खाली बैठक मारून बसलो व महर्षींकडे दृष्टी केंद्रित केली. पण थोड्या वेळाने असे वाटू लागले की, डोळे मिटून घ्यावेत. आणि मग लवकरच मला तंद्री लागली. अर्धवट निद्रा म्हणा. महर्षींच्या सान्निध्यात बसल्याचा तो प्रभाव म्हणा. मनाला काय पण शांती वाटली! शेवटी माझ्या जागृतावस्थेचा थोडा भंग झाला व मला एक स्पष्ट स्वप्न पडले.

स्वप्न असे : मी पाच वर्षांचा एक लहान मुलगा आहे. अरुणाचलाच्या त्या पवित्रशा टेकडीवर जाण्याकरिता जो नागमोडी रस्ता आहे त्यावर मी उभा आहे. माझ्या शेजारी महर्षी आहेत. त्यांचा मी हात धरला आहे. पण महर्षींची मूर्ती अगदी भव्य; एखाद्या महापुरुषासारखी. ते मला आश्रमापासून दूर नेत आहेत आणि रात्रीच्या गडद अंधारातून ते मला एका रस्त्यावरून घेऊन चालले आहेत. रस्त्यावरून आम्ही दोघे सावकाश चालत आहोत. थोड्या वेळाने तारे व चंद्र अंधुकसा प्रकाश आमच्या सभोवार टाकीत आहेत. महर्षी मला या खडकाळ जमिनीवरून खाचखळगे, मोठमोठे धोंडे यांतून वाचवून सांभाळून नेत आहेत. डोंगर उंच आहे व त्यावर आम्ही सावकाशपणे चढत आहोत. मोठमोठ्या शिलाखंडांमधल्या फटीत किंवा खुजट झुडपांच्या जाळीमध्ये खाली दडलेल्या अशा गुहा आहेत. त्यामध्ये आश्रमासारखी वस्ती आहे. आणि आम्ही जवळून जात असताना ते आश्रमवासी लोक बाहेर येऊन आम्हाला नमस्कार करीत आहेत; आमचे स्वागत करीत आहेत.

आणि जरी त्यांचे आकार ताऱ्यांच्या प्रकाशात भुतांसारखे दिसले तरी ते वेगवेगळ्या श्रेणींचे योगी असावेत हे मी ओळखले. आम्ही त्यांच्याशी बोलायला न थांबता थेट डोंगराच्या माथ्यापर्यंत वाटचाल करीत होतो. शेवटी आम्ही शिखर गाठले. आता काही महत्त्वाची घटना घडून येणार अशा विलक्षण अपेक्षेने माझ्या हृदयाचे ठोके जोरजोराने पडू लागले.

महर्षींनी वळून माझ्याकडे न्याहाळून पाहिले. मीही त्यांच्याकडे मोठ्या उत्सुकतेने पाहत राहिलो. माझ्या हृदयात व मनात एक विलक्षण बदल मोठ्या झपाट्याने होत आहे असे मला समजून आले. ज्या उद्देशाने मी ह्या शोधाकरिता बाहेर पडलो, तो उद्देश माझ्या मनातून पार जाऊ लागला. जी इच्छा मनात धरून एवढ्या तातडीने मी येथवर पायपीट केली. त्या इच्छा कमालीच्या वेगाने वितळू लागल्या, नाहीशा होऊ लागल्या. माझ्या मित्रांपैकी पुष्कळांशी वागताना ज्या आवडीनावडी, गैरसमजुती, औदासीन्य व स्वार्थ मी उराशी बाळगीत होतो, त्यात काहीएक अर्थ नव्हता हे मला आता स्पष्ट दिसून येऊ लागले. जिचे वर्णन करता यायचे नाही अशी शांतता, मुग्धता मी अनुभवू लागलो व ह्या जगाकडून, संसारातून मला आता काही मागण्यासारखे राहिले नाही ही जाणीव प्रकर्षाने होऊ लागली.

आणि एकदम महर्षींनी मला ज्या टेकडीच्या पायथ्याकडे पाहायला सांगितले. मी ताबडतोब त्यांची आज्ञा पाळली. आणि काय आश्चर्य! खाली पृथ्वीचा पश्चिम गोलार्ध दूरवर पसरलेला माझ्या नजरेस पडला. त्यात लाखो लोक वस्ती करून राहिले आहेत. ती माणसे मला अंधुक अंधुक दिसत होती; कारण अजून रात्रच होती व अंधारात त्यांच्या आकृत्या स्पष्टपणे दिसत नव्हत्या.

आणि एकदम महर्षींचे शब्द माझ्या कामी आले. सावकाशपणे ते बोलत होते.

'हे पाहा; तू आता जेव्हा तिकडे परत जाशील, तेव्हा आता जी शांतमनस्कता तू अनुभवीत आहेस तशीच शांतमनस्कता ठेव. पण त्याची किंमत मोठी आहे. देहभावना, अहंभावना पूर्णपणे टाकून दे. ही शांतमनस्कता जेव्हा तुझ्यामध्ये संचारू लागेल तेव्हा तू आपल्या स्वतःला पार विसरून जाशील; कारण त्या वेळी तुला तत्त्वाचा बोध झालेला असेल!'

आणि महर्षींनी रुपेरी प्रकाशाच्या धाग्याचे एक टोक माझ्या हातात ठेवले.

नंतर मी त्या विलक्षण, स्पष्ट अशा स्वप्नातून जागा झालो. त्या भेदक, भव्य स्वप्नात अजून माझे मन रमून गेलेले होते. जागा झाल्याबरोबर महर्षींचे डोळे माझ्या डोळ्यांना भिडले. त्यांचा चेहरा आता माझ्याकडे वळला आणि ते माझ्याकडे टक लावून पाहू लागले.

त्या स्वप्नाचा अर्थ काय? कारण, वैयक्तिक आयुष्याच्या वासना, त्यांची कटुता किंचित्काल निमाली. त्या उच्च पातळीवरून स्वत:बद्दल अनास्था व इतरांबद्दल करुणा मला वाटू लागली. आणि मी जरी जागा झालो, तरी स्वप्नामध्ये वाटलेली ती अनास्था, ती करुणा अजून माझ्या मनामध्ये तशीच टिकून राहिली. काय विलक्षण अनुभव!

पण स्वप्न जर खरे असेल तर तो अनुभव फार वेळ टिकणार नाही. असा अनुभव यायला मला अजून अवकाश आहे.

त्या स्वप्नात मी किती वेळ रंगून गेलो होतो कोणास ठाऊक! कारण त्या दालनामधील प्रत्येक जण आता उठून झोपेच्या तयारीला लागला होता. आता मलाही त्याच तयारीला लागले पाहिजे.

त्या प्रशस्त दालनामध्ये हवा फारशी येत नव्हती, त्यामुळे झोप येणे जरा कठीण होते. तेव्हा आंगणात झोपायचे मी ठरविले. एका उंचशा, दाढीवाल्या सेवकाने मला कंदील आणून दिला व तो रात्रभर उशाशी जळत ठेवून द्या म्हणून सांगून गेला. त्या रानात रात्रीच्या वेळी साप वगैरे व एखादा चित्ता सुद्धा तेथे यायचा, पण उजेड पाहिल्यावर ही जनावरे मग त्या बाजूला फिरकत नाहीत, असे तो म्हणला.

भुई अगदी टणक होती आणि मी चटई वगैरे काही आंथरायला घेतले नव्हते, त्यामुळे पुष्कळ वेळ मला झोपच आली नाही. पण त्याचे मला काही वाटले नाही; कारण विचार करायला मोठाच विषय होता मला. महर्षींचे व्यक्तिमत्त्व अत्यंत विस्मयकारी. अद्यापपर्यंत अशी मोठी व्यक्ती माझ्या पाहण्यात आली नव्हती. मला स्वत:ला कल्याणप्रद असे त्या महात्म्याच्या ठिकाणी काहीतरी असावे पण त्याचे निश्चित स्वरूप कळून येणे सोपे नव्हते, ते अगम्य, अचिंत्य असे होते. कदाचित पारमार्थिक स्वरूपाचे. त्या रात्री ज्या ज्या वेळी मी महर्षींच्याबद्दल विचार करू लागलो, त्या स्पष्ट अशा स्वप्नावर विचार करू लागलो, त्या त्या वेळी एक वैशिष्ट्यपूर्ण भावना माझे सर्वांग भेदून जाई व काही संदिग्ध पण उच्च अपेक्षेने माझे हृदय थरारून जाई.

***

त्यानंतर काही दिवस महर्षींशी अधिक संपर्क साधावा म्हणून मी फार प्रयत्न केला पण जमले नाही. त्याला तीन कारणे होती. पहिले कारण असे: महर्षींचा भिडस्त स्वभाव; त्यांना वादविवाद, चर्चा करणे आवडत नसे. दुसऱ्यांची मते काय आहेत, श्रद्धास्थाने काय आहेत, हे जाणून घेण्याची त्यांना जरुरी वाटत नसे. कोणालाही आपल्या मताचे अनुयायी करून घेण्याची त्यांची बिलकूल इच्छा नव्हती हे अगदी

उघड होते.

दुसरे कारण नक्कीच विलक्षण असे होते; पण ते लागू पडत होते. परवाच्या त्या गूढ स्वप्नाच्या अनुभवापासून त्यांच्यासमोर मी जेव्हा जाई, तेव्हा त्यांच्याबद्दल माझ्या मनात भीतियुक्त आदर निर्माण होई. जे प्रश्न माझ्या ओठातून चटकन बाहेर उमटावेत ते आतल्या आत गिळले जात; कारण सामान्य माणसाच्या दृष्टीने पाहिले तर एका पातळीवर त्यांच्याशी बोलणे, वादविवाद करणे हे त्यांचा उपमर्द करण्यासारखे होते.

तिसरे कारण अगदी साधे होते. ते असे : या दालनामध्ये त्यांच्याभोवती नेहमी माणसांची गर्दी असायची व त्यांच्यादेखत माझे व्यक्तिगत विचार त्यांच्यापुढे मांडावयास मला बरे वाटत नसे. काही झाले तरी मी त्यांना परका माणूस व या भागात आलेला परदेशी इसम. ते बोलतात त्या भाषेपेक्षा मी वेगळ्या भाषेत बोलतो हा प्रश्न गौण पण खरा प्रश्न असा की माझा दृष्टिकोन दोषान्वेषी व अश्रद्ध; माझी धार्मिक भाविकता कमी. त्यामुळे त्यांच्या श्रद्धाळूपणाला, भाविकतेला मी धक्का द्यावा हे मला प्रशस्त वाटत नव्हते. ज्या प्रश्नांचे त्यांना गम्य नसे ते प्रश्न त्यांच्यादेखत महर्षींना विचारावेसे मला वाटले नाहीत; तेव्हा मी गप्प बसलो.

ही तीन्ही कारणे बाजूस सारून आपला मार्ग काढणे सोपे नव्हते. पुष्कळदा महर्षींना प्रश्न विचारावयाच्या अगदी तयारीत मी असे. पण वर सांगितलेल्यापैकी कोणते ना कोणते तरी कारण मला प्रतिबंध करी व माझा प्रश्न माझ्याचजवळ राही.

आश्रमात फक्त शनिवार-रविवारच राहावे असा माझा प्रथम बेत होता; त्याच्याऐवजी आता माझा सगळा आठवडा निघून गेला. महर्षींशी पहिल्या मुलाखतीला जी प्रश्नोत्तरे झाली तशीच शेवटच्या मुलाखतीला झाली; तितकीच महत्त्वाची. काही एक-दोन औपचारिक व जुजबी प्रश्न सोडल्यास मला त्यांना काहीच विचारता येत नसे; त्यांच्या मनाचा ठाव लागत नसे.

आता आठवडा निघून गेला; पंधरवडा होत आला. दररोज त्या महात्म्याच्या परिसरातील मनःशांतीचा मला लाभ घडून येई. त्यांच्या सभोवारच्या वातावरणात एक तऱ्हेचे पावित्र्य सर्वकाळ वावरत असे.

शेवटी माझ्या तेथील मुक्कामाचा शेवटचा दिवस येऊन ठेपला; तरीही मला त्यांचा खरा परिचय घडून आलाच नाही. माझा तेथील मुक्काम म्हणजे आशानिराशेचा खेळ. महर्षींचा अगदी व्यक्तिगत, प्रत्यक्ष परिचय घडून यायची अगदी वेळ यायची व ह्या नाही त्या कारणाने ती वेळ निघून जायची व निराशा पदरी पडायची. मी त्या प्रशस्त दालनात सभोवार नजर टाकली; मनाला उदास वाटले. येथील बहुतेक

लोक वेगळी भाषा बोलतात; बाह्यतः व अंतर्यामीही. मी त्यांच्या सन्निध कसा येऊ शकणार? मी महर्षींच्याकडे पाहिले. ते जणू उंच गिरिशिखरावर बसलेले असून त्या पर्वताच्या पायथ्याशी चालत असलेला जीवनाचा खेळ ते वरून पाहत आहेत. मला इतके संतमहात्मे भेटले, पण महर्षींच्यामध्ये एक वैशिष्ट्य आढळून आले. काय असेल ते असो; मला वाटले की महर्षी हे या जगातले, मनुष्यमात्रापैकी नव्हेतच; ते खरे निसर्गाशी निगडित झालेले; ते निसर्गाचेच, त्यांच्या आश्रमाच्या पाठीमागे असलेल्या निर्जन गिरिशिखराचे, सभोवार पसरलेल्या अरण्याचे, अवकाशात भरून राहिलेल्या दुर्भेद्य आकाशाचे. निर्जन अशा त्या अरुणाचलाच्या शिलाखंडांचा अचलत्वाचा गुण महर्षींच्या अंगी उतरला आहे असे मला वाटले. तेथले लोक असे सांगतात की, महर्षींचे वास्तव्य ह्या टेकडीवर जवळजवळ तीस एक वर्षे आहे व येथून ते दुसरीकडे कुठेही-अगदी लहानसा प्रवास असला तरी जात नाहीत. इतक्या तऱ्हेच्या निकट सान्निध्याचा माणसाच्या स्वभावावरही अटळ परिणाम घडून येत असला पाहिजे.

ह्या टेकडीवर त्यांचे प्रेम आहे. ते व्यक्त करण्याकरिता महर्षींनी हृदयस्पर्शी सुंदर कवन केले आहे; त्याच्या काही ओळींचे भाषांतर मला कोणीतरी करून दाखविले होते. अरण्याच्या कड्याकपारीतून एका बाजूला जशी ही टेकडी वरती निघून आपला माथा आकाशात मागच्या बाजूस सारून बसलेली आहे, तद्वत ही असामान्य व्यक्ती सुद्धा सर्वसामान्य माणसांच्या अरण्यातून आपल्या एकान्तवासाच्या वैभवाने, नव्हे वैशिष्ट्याने, आपले मस्तक उंचावून बसलेली आहे. ह्या मैदानाला कमरपट्ट्यासारखे वेष्टण घालणारी ही जी वेडीवाकडी डोंगरांची ओळ आहे, यात अरुणाचलाचा डोंगर जरा बाजूला आहे, त्याप्रमाणे महर्षी सुद्धा त्यांच्याभोवती, त्यांच्यावर निःसीम प्रेम करणाऱ्या व येथेच त्याच्यापाशी अनेक वर्षे राहिलेल्या शिष्यांनी जरी गराडा घातला असला तरी त्यांच्यापासून ते एका विलक्षण पद्धतीने अलगच राहतात. साऱ्या निसर्गाच्या व्यक्तिनिरपेक्ष व अभेद्य गुणांचे प्रतीक म्हणजे हा पवित्र पर्वत. निसर्गाचे ते गुण महर्षींच्यामध्ये उतरलेले आहेत. सामान्य दुबळ्या माणसांपासून कदाचित कायमचे सुद्धा त्यांना वेगळे काढलेले आहे. मनात असा एक विचार कधी कधी चमकून जातो की, महर्षी जर सामान्य माणसासारखे, थोडे अधिक वागतील, आम्हाला ज्या गोष्टी नित्याच्या, सामान्य अशा वाटतात तशा त्यांनाही त्या कमीअधिक प्रमाणात वाटाव्यात; कारण त्यांच्या बाबतीत व्यक्तिगत भावना, विकार असे काही नव्हते. आणि खरोखर जर त्यांना अनुभूती झाली असेल तर ती सामान्य माणसाचे स्वभावधर्म सोडल्या खेरीज कशी झाली असेल? मानवी देहाचे व मनाचे अवशेष पाठीमागे टाकून दिल्याखेरीज कशी झाली असेल? त्यांचा असामान्य असा

दृष्टिक्षेप झाल्याबरोबर माझ्या मनात एक चमत्कारिक प्रकारची उत्कंठा न चुकता का उत्पन्न व्हावी? उत्कंठा अशी की, एखाद्या महान रहस्याचे उद्‌घाटन माझ्यापुढे आता होणार आहे.

परंतु तेथे पसरलेल्या प्रकट शांतीच्या अनुभवाखेरीज व स्मृतीच्या आकाशात ताऱ्याप्रमाणे चमकणाऱ्या स्वप्नाखेरीज कोणत्याही तऱ्हेच्या रहस्याचे शब्दांनी किंवा अन्यथा उद्‌घाटन मला झालेले नाही. माझा येथला मुक्काम बराच वाढला, अपेक्षेबाहेर. मी अस्वस्थ झालो. एक पंधरवडा गेला आणि फक्त एकच मुलाखत. अर्थात त्या मुलाखतीत सर्व आले. बोलता बोलता महर्षींनी एकदम बोलणे थांबविल्याने सुद्धा मी बाजूला पडलो. अशा तऱ्हेचे माझे विचित्र स्वागत होईल अशी मला कल्पना नव्हती. कारण, त्या पीतवस्त्रधारी साधूने मला येथे येण्याकरिता किती आग्रह केला होता ते मी विसरलो नव्हतो. एक खोटी आशा मी मनात बाळगीत होतो; ती अशी की सगळ्या इतर माणसांना बाजूस सारून महर्षी माझ्याशीच मोकळेपणाने बोलतील. या एकच विचाराने माझ्या मनाचा पुरता ताबा घेतला होता. हा विचार तसा काही सकारण नव्हता; उत्फूर्त होता.

'ह्या महात्म्याने सर्व बंधनांतून आपल्या स्वतःला मुक्त केले आहे; कोणतेही दुःख आता त्याला व्यथित करणार नाही.'

हाच त्या प्रभावी विचाराचा मथितार्थ.

महर्षींना प्रश्न विचारायचा पुन्हा एकदा प्रयत्न करून पाहावा आणि महर्षींना त्या प्रश्नाचे उत्तर द्यायला लावावे असे मी ठरविले. त्याकरिता त्यांच्या एका जुन्या शिष्याकडे जावे व त्याच्याकडे ही गोष्ट काढावी असे मनाशी ठरविले. हा जुना शिष्य शेजारीच झोपडीत राहत असे. त्याचा माझ्यावर मोठा लोभ होता. त्याच्या गुरुवर्यांनी आता मला शेवटची मुलाखत द्यावी अशी त्याला गळ घालावी असे मी ठरविले. महर्षींपाशी कसे काय वागावे हे आपल्याला समजत नाही हे मी त्याच्यापाशी कबूल केले. त्या शिष्याला माझी दया आली. तो किंचित हसला. तो लगोलग त्यांच्याचकडे गेला व थोड्याच वेळात परत आला. 'महर्षींची मुलाखत तुम्हाला मिळेल' ही बातमी त्याने मला दिली.

मी त्या दिवाणखान्यात गेलो व कोचाशेजारीच सोईस्कर रीतीने बसलो. महर्षींनी ताबडतोब माझ्याकडे तोंड वळविले; त्यांच्या मुद्रेवर किंचितशी शिथिलता आली. त्या शिथिलतेने जणू माझे गोड स्वागत केले. ताबडतोब मला किती हायसे वाटले! मी प्रश्न विचारायला सुरुवात केली.

'योगी लोक म्हणतात की, सत्याच्या शोधाकरिता साधकाने संसार सोडून देऊन

कुठे जंगलात किंवा गिरिकंदरी जाऊन एकान्तवासात राहिले पाहिजे. आमच्याकडे अशी माणसे क्वचितच निघतात; योगीजनांचे हे म्हणणे आपल्याला मान्य आहे काय?'

महर्षींनी जवळच बसलेल्या एका रुबाबदार चेहऱ्याच्या ब्राह्मण शिष्याकडे पाहिले. त्याने महर्षींचे उत्तर मला भाषांतर करून सांगितले :

'कर्माचा त्याग करण्याची जरुरी नाही. तुम्ही आपले कर्म करीत जा पण दररोज एक किंवा दोन तास ध्यान करा. जर तुम्ही योग्य पद्धतीने ध्यान कराल तर मनात उद्भूत होणारा विद्युतप्रवाह तुमच्या कामामध्ये सुद्धा वाहू लागेल. जणू काय एक कल्पना व्यक्त करण्याच्या दोन पद्धती. ध्यानात ज्या पद्धतीचा तुम्ही अवलंब कराल, तीच पद्धत तुमच्या कामात तुम्ही आणा.'

'असे करण्याने काय होईल?'

'तुम्ही असे चालू केले म्हणजे इतर लोक, घडून येणारे प्रसंग व सृष्ट पदार्थ याविषयींचा तुमचा दृष्टिकोन हळूहळू बदलू लागेल. तुमची कृती तुमच्या ध्यानाचे आपोआप अनुकरण करील.'

'म्हणजे तुम्ही योगीजनांशी सहमत नाही?'

मी त्यांना मुद्द्यावरच पकडले. पण महर्षींनी प्रश्नाचे सरळ उत्तर दिले नाही.

'या जगाशी बद्ध करून टाकणाऱ्या वैयक्तिक स्वार्थाचा माणसाने त्याग केला पाहिजे. हा जो खोटा अहंकार आहे त्याचा त्याग केल्याने खरी विरक्ती येते.'

'कर्म करीत असताना, संसार करीत असताना अगदी स्वार्थरहित राहणे कसे शक्य आहे?'

'कर्माचरण व ज्ञानप्राप्ती यांत संघर्ष नाही.'

'म्हणजे तुम्हाला असे म्हणायचे आहे का की, आपल्या व्यवसायातली सगळी पूर्वीपासूनची कामे चालू ठेवून, तशा स्थितीत सुद्धा मनुष्याला ज्ञान प्राप्त होते?'

'का नाही? पण त्या वेळी त्याला आपल्या पूर्वीच्या भूमिकेने ती कामे करीत आहोत असे वाटणार नाही. कारण त्याची जाणीव, त्याची अस्मिता हळूहळू बदलत जाऊन तिच्या अस्तित्वापलीकडील तत्त्वामध्ये ती विलीन होत जाईल.'

'जर मनुष्य काम करण्यात गुंतून राहिला, तर त्याला ध्यान करायला वेळ उरणार कुठे?'

माझ्या ह्या प्रश्नाने महर्षींच्या मनात काहीही चलबिचल झाली नाही.

त्यांनी उत्तर दिले, 'ध्यानाकरिता थोडा वेळ बाजूला काढून ठेवून देणे ही अध्यात्ममार्गातल्या अगदी नवशिक्यांची तऱ्हा झाली. जो साधक प्रगत होत चालला आहे, त्याला परमसुखाचा लाभ होऊ लागतो; मग तो काम करीत असो की नसो. त्याचे हात जरी सांसारिक कर्मे करीत असले तरी त्याचे डोके थंडगार राहून एकान्तसुख अनुभवीत असते.'

'मग तुम्ही योगाभ्यासाच्या मार्गाचा उपदेश करीत नाही तर?'

'गुराखी जसा आपल्या गुरांना काठीने गोठ्याकडे नेतो त्याप्रमाणे योगी आपल्या चित्ताला आपल्या ध्येयाकडे नेत जातो; पण असे नेताना साधक आपल्या गुरांपुढे थोडे गवत हातात धरतो!'

'ते कसे काय?'

'तुम्ही स्वतःला असा प्रश्न विचारा की, 'मी कोण?' हा प्रश्न सोडवीत असताना साधकाला आपल्या मनापलीकडे जे काय आहे, त्याचा स्वतःच्याच ठिकाणी शोध लागतो. तर तो प्रश्न सोडवा आणि मग बाकीचे सारे प्रश्न तुम्हाला सोडविता येतील.'

ह्या उत्तराचे आकलन होईपर्यंत मग कोणीच बोलले नाही. त्या दालनाच्या भिंतीला खिडकीऐवजी एक मोठा चौरसाकृती झरोका होता; हिंदुस्थानातील घरांमध्ये असा झरोका ठेवतात. त्या झरोक्यातून अरुणाचलाच्या तळवटीवरचे मनोरम दृश्य दिसले. त्या पर्वताची चमत्कारिक कड प्रभातीच्या सोनेरी रविकिरणांनी न्हाऊन निघत होती.

महर्षी पुनः बोलू लागले :

'आता पाहा, मी निराळ्या पद्धतीने सांगतो. समजेल तुम्हाला. सर्व मनुष्यम त्राला दुःखविरहित सुखाचा लाभ सदैव हवासा वाटतो. ते सुख कधीही संपू नये असे त्यांना वाटते. ही सहजप्रवृत्ती आहे. पण ह्याच्या पाठीमागे एक गोष्ट असते; ती तुम्ही ध्यानात घ्या. ती म्हणजे त्याला आपल्या स्वतःविषयी अत्यंत जिव्हाळा वाटत असतो.'

'बरे?'

'आता या गोष्टीचा संबंध वस्तुस्थितीशी लावावा. वस्तुस्थिती कोणती म्हणाल तर ती अशी. प्रत्येक मनुष्य या नाही त्या मार्गाने - मद्यपान करून म्हणा किंवा धर्माचरण करून म्हणा - सुख मिळविण्याची इच्छा करीत असतो. आणि हा संबंध लावलात म्हणजे माणसाच्या खऱ्या स्वरूपाचा तुम्हाला पत्ता लागेल.'

'मला समजले नाही.'

त्यांचा आवाज जरा मोठा झाला.

'मनुष्य सुखामागे लागलेला आहे. तो त्याचा खरा स्वभाव आहे. त्याच्या रक्तात सुखाची वांच्छा भिनलेली आहे. सुखाच्या शोधापाठीमागे आपले खरे स्वरूप काय आहे हे ओळखण्याचा उद्योग आहे. हे त्याचे खरे स्वरूप अविनाशी आहे. म्हणून जेव्हा त्याला आपले स्वरूप समजून येते, तेव्हा त्याला अक्षय सुखाचा लाभ घडून येतो.'

'पण जगात तर दुःखच भरलेले आहे.'

'होय; पण याचे कारण असे की, माणसाला आपल्या खऱ्या स्वरूपाचे ज्ञान नसते. सर्व माणसे- त्याला एकही अपवाद नाही- जाणतेपणे किंवा अजाणता ते ज्ञान मिळविण्याच्या पाठीमागे नेहमी असतात.'

'त्यात दुष्ट, रानटी व गुन्हेगार माणसेही येतात का?' मी विचारले.

'होय; जे जे म्हणून ते पातक करतात, तसे पातक करण्यामध्ये स्वतःला सुख मिळावे हा त्यांचा हेतू असतो. अशा तऱ्हेचा प्रयत्न करणे ही उपजतबुद्धी सर्व मनुष्यप्राण्यांत आहे. पण त्यांना हे समजत नाही की, हा सारा उद्योग तो आपण खरे कोण हे जाणण्याकरिता असतो. आणि म्हणून सुख मिळविण्याकरिता ते दुष्ट मार्गाचा प्रथम अवलंब करतात. अर्थात हा मार्ग चुकीचा आहे. कारण प्रत्येक पापाचरणाची प्रतिक्रिया ते करणाऱ्यावर घडून येत असते.'

'म्हणजे आपले हे खरे स्वरूप समजले म्हणजे आपल्याला शाश्वत सुखाचा लाभ घडून येतो.'

त्यांनी होकारार्थी मान हलविली.

मोकळ्या खिडकीतून सूर्यप्रकाशाचा एक तिरपा किरण महर्षींच्या चेहऱ्यावर पडला होता. त्यांची मुद्रा शांत, गंभीर होती; त्यांच्या मुखावर समाधान विराजत होते; त्यांच्या तेजस्वी डोळ्यांत एखाद्या मूर्तीसारखी शांतता, स्थिरता दृग्गोचर होत होती. त्यांच्या चेहऱ्यावर सुरकुती पडलेली नव्हती. त्यांच्या तोंडातून जे घोषणात्मक शब्द बाहेर पडत, ते खरे ठरत असत.

बाह्यतः साध्यासुध्या वाटणाऱ्या ह्या शब्दात महर्षींना काय म्हणावयाचे होते? ह्या शब्दांचा इंग्रजीमध्ये मला दुभाष्याने अर्थ सांगितला पण त्या शब्दांमधील गूढार्थ त्याला सांगता येईना. मला माहीत आहे; तो गूढार्थ माझा मीच शोधून काढला पाहिजे. महर्षींची बोलण्याची भाषा तत्त्वज्ञान्याची नाही; आपले मत सविस्तर मांडणाऱ्या पंडिताची नाही; तर अंतर्यामातून उत्फूर्त झालेल्या उद्गारांची आहे. ह्या

त्यांच्या उत्स्फूर्त शब्दांत त्यांच्या स्वतःच्या अनुभवाचा आविष्कार असावा.

'हे जे निजस्वरूप आपण म्हणता ते खरोखरी काय आहे? म्हणजे माणसात दोन रूपे असतात की काय?'

एक क्षणभर त्यांच्या ओठांची हालचाल झाली. किंचितसे स्मित करून ते म्हणाले,

'माणसाला दोन रूपे, दोन व्यक्तित्वे असतात काय, हे समजायला माणसाने प्रथम स्वतःचे विश्लेषण करायला हवे. दुसरे जसे विचार करतात त्याचप्रमाणे विचार करायची त्याला पूर्वीपासून सवय जडलेली आहे. त्याने आपल्या 'स्वतःला' खऱ्या पद्धतीने कधी पाहिलेले नाही. त्याला स्वतःचे रूप असे कधी कळले नाही. शरीर आणि बुद्धी यांनाच तो आपले स्वतःचे रूप मानीत आला आहे. म्हणून म्हणतो तुम्ही 'मी कोण आहे' याचा शोध घ्यायच्या मार्गाला लागा.'

हे शब्द माझ्या डोक्यात उतरले आहेत की नाहीत हे पाहण्याकरिता ते थोडे थांबले. त्यांचे पुढले बोलणे ऐकायला मी अधीर झालो.

'हे निजस्वरूप काय आहे हे मी तुम्हाला समजावून द्यावे, म्हणून म्हणता. आता काय सांगावे? जाणिवेतून 'अहं' भावना उत्पन्न होते व ज्यात ती पुनः विलीन होऊन जाईल ते निजस्वरूप.'

'विलीन होऊन जाईल? नाहीशी होऊन जाईल?' मी जणू पडसाद दिला. 'माणसाला आपल्या व्यक्तित्वाच्या भावना गमावणे कसे शक्य आहे?'

'सर्व विचारांतला प्रथम व अग्रभागीचा विचार, जो मनुष्यमात्राच्या मनातला प्रमुख विचार आहे, तो म्हणजे 'मी' बद्दलचा. ह्या विचाराचा उद्गम झाल्यावर बाकीचे इतर विचार मनात येतात. प्रथमपुरुषी एकवचनी 'मी' हे सर्वनाम मनात प्रथम आले म्हणजे द्वितीयपुरुषी एकवचनी 'तू' हे सर्वनाम येते. आता 'मी'पणाचा हा धागा तुम्ही मुळापर्यंत मनाने धरून चालता म्हणजे तुम्हाला असे आढळून येईल की, जसा त्याचा विचार मनात प्रथम आला तसा नाहीसा होण्यातला शेवटला तोच विचार असतो. ह्या गोष्टीचा अनुभव घेता येणे शक्य आहे.'

'म्हणजे तुम्ही असे म्हणता की स्वतःच्या ठिकाणी अशा तऱ्हेचे मनाने संशोधन करणे अगदी पूर्णपणे शक्य आहे?'

'नक्कीच! 'मी'पणाचा अगदी अंतिम विचार हळूहळू नाहीसा होईपर्यंत, अंतर्मुख होईपर्यंत जाणे अगदी शक्य आहे.'

'मग काय राहिले?' मी पृच्छा केली. 'मग त्या वेळी मनुष्य अगदी बेशुद्ध होईल की वेडा होईल?'

'तसे काही होणार नाही. उलट त्याला अमरत्वाची जाणीव होईल; त्याची प्रज्ञा जागृत होईल. कारण त्याला स्वस्वरूपाची ओळख पटलेली असेल.'

'पण 'अहं' भावना त्याच्या ठिकाणी टिकून राहीलच की!' तरी मी पुन्हा विचारलेच.

'ही 'अहं' भावना शरीरापासून व बुद्धीपासून निर्माण होते.' महर्षींनी थंडपणे उत्तर दिले, 'जेव्हा माणसाला अगदी प्रथमच आपल्या स्वतःची ओळख पटते, तेव्हा त्याच्या अंतर्यामाच्या कुहरातून काहीतरी वरती येते व ते त्याचा ताबा घेते; ते जे आहे ते मनापाठीमागे असते. तेच अमर्याद, दिव्य व चिरंतन स्वरूपाचे असते; त्यालाच काही लोक 'स्वर्गाचे राज्य' म्हणतात, काही 'आत्मा' म्हणतात; काही 'निर्वाण' म्हणतात; आम्ही हिंदू त्याला 'मोक्ष' म्हणतो. तुम्ही त्याला काहीही नाव द्या. हे जेव्हा घडून येते तेव्हा मनुष्य स्वतः काही गमावत नाही तर स्वतःला शोधून काढतो.'

दुभाष्याचे तोंडून हे शेवटले शब्द जेव्हा बाहेर पडले तेव्हा माझ्या मनःचक्षूपुढून त्या गॅलिलीच्या संचार करणाऱ्या उपदेशकाचे शब्द ज्या शब्दांनी पुष्कळांना कोड्यात टाकले होते – एकदम सरकून गेले. ते शब्द म्हणजे :

'जो कोणी आपला जीव वाचवायचा प्रयत्न करील त्यास ते गमवावे लागेल;
आणि जो कोणी ते गमवील तो ते जपून ठेवील.'

ह्या दोन वाक्यांतील शब्द किती सारखे आहेत? पण ते विचार ह्या भारतीय महर्षींनी आपल्या पद्धतीने पुढे मांडले; ख्रिस्ती पद्धतीने नव्हे. पण या दोन पद्धतींत वैचारिक फरक केवढा! त्याचा समन्वय घालणे किती बिकट!

महर्षी पुनः बोलू लागले; त्यांच्या शब्दांनी मला विचार करावयास लावले.

'मनुष्य जोपर्यंत आपल्या स्वरूपाच्या शोधाला लागत नाही तोपर्यंत साऱ्या आयुष्यभर त्याच्या मनात संशय व अनिश्चितता यांचे थैमान माजलेले असते. मोठमोठे राजे, मुत्सद्दी दुसऱ्यांवर राज्य करतात, पण स्वतःवर मात्र ते राज्य करू शकत नाहीत हे त्यांना पुरते उमजलेले असते. म्हणून ज्याने आपल्या अंतर्यामाचा ठाव घेतलेला आहे त्याची सत्ता सगळ्यात मोठी. अनेक प्रश्नांसंबंधी ज्ञान मिळविण्यात ज्यांनी आपली हयात खर्च केली आहे, असे कित्येक महापंडित, प्रखर बुद्धिमत्तेचे विद्वान पकलेले आहेत; त्यांना विचारा की, 'बाबांनो, तुम्हाला ह्या जीविताचे

कोडे उमगले आहे काय? तुम्ही स्वतःला अंकित केले आहे काय?' त्यावर त्यांना काही उत्तर देता येणार नाही. लाजेने त्यांना मान खाली घालावी लागेल. तुम्हाला जेथे स्वतःबद्दल काही माहिती नाही, तेथे बाकीच्या सगळ्या गोष्टींबद्दल माहिती मिळविण्यात काय अर्थ आहे? निजस्वरूपाचा शोध घेण्याचे लोक टाळतात. पण ह्याच्याइतक्या योग्यतेचे दुसरे काम तरी कोणते आहे?'

'हे फार कठीण काम आहे; सामान्य माणसाला जमायचे नाही.' मी टीका केली.

महर्षींनी आपले खांदे किंचितसे हालविले.

'शक्यतेचा प्रश्न प्रत्येकाने आपापल्या अनुभवावरून ठरवावा; तुम्ही समजता तितके ते कठीण काम नाही.'

'आमच्यासारख्या सतत काम करीत राहणाऱ्या व्यावहारिक विचारांच्या पाश्चिमात्यांना अशा तऱ्हेचे हे अंत शोधन – ?' मी हे वाक्य बोलावयास अनिश्चित विचाराने सुरुवात केली व तसेच ते हवेत अर्धवट सोडून दिले.

एक जळत असलेली उदबत्ती विझत आली होती. तेव्हा महर्षींनी दुसरी उदबत्ती पेटविली.

'सत्याचा शोध घेणे, अनुभव करणे हे दोघांच्याही बाबतीत, भारतीय काय किंवा युरोपियन काय, सारखेच आहे. आता हे कबूल केले की जे संसारात रमले आहेत त्यांना जरा हे अवघड जाईल. तरी पण त्यांना हा मायामोह जिंकता येईल व ते जिंकतील. ध्यान करताना शरीरात एक प्रवाह वाहू लागतो. सवयीने, अभ्यासाने तो चालू राखता येतो. तो प्रवाह चालू असताना माणसाने आपले काम करावे, उद्योग चालू ठेवावा. मग तो प्रवाह बंद पडणार 'कोऽहम्' या प्रश्नावर तुम्ही ध्यान लावले, आणि तुम्हाला असे आढळून आले की, तुमचे शरीर, तुमचे डोके, तुमच्या वासना म्हणजे तुम्ही नव्हेत, तर या चिकित्सेची भूमिकाच तुम्हाला तुमच्या प्रश्नाचे उत्तर तुमच्या स्वतःच्या अंतर्यामामध्ये काढून देईल; स्वतःच्या अनुभवाचे म्हणून तुमचे तुम्हाला ते उत्तर मिळेल.'

पुनः त्यांच्या ह्या शब्दांवर मी विचार करू लागलो. 'आत्मानं विद्धि,' ते पुढे सांगू लागले, 'म्हणजे सूर्यप्रकाशासारखा सत्याचा प्रकाश तुमच्या अंतःकरणात भरून राहील. मनाला त्रास असा वाटणार नाही व मन खऱ्या सुखाने भरून जाईल. कारण सुख व स्वतः विषयीचे ज्ञान–आत्मबोध–ही एकच आहेत. हा आत्मबोध झाला म्हणजे मग तुमच्या मनात संशय असा उरणार नाही.'

त्यांनी आपली मान वळविली व दालनाच्या अगदी पलीकडच्या टोकाकडे त्यांनी आपली दृष्टी लावली. आता त्यांनी बोलणे संपविले असे मी समजलो. अशा तऱ्हेने आमची ही शेवटची मुलाखत संपली. मी येथून निघण्यापूर्वा महर्षींना त्यांच्या आध्यात्मिक शिंपल्याच्या बाहेर काढून आणल्याबद्दल माझे मीच अभिनंदन केले.

***

मी त्यांचा निरोप घेतला व त्या अरण्यात एका निवांत ठिकाणी हिंडत गेलो. तेथेच मी आपलो बैठक मांडली. पुस्तके व वह्या घेऊन बहुतेक सारा दिवस मी तेथेच बसून काढला. संध्याकाळ झाल्यावर परतलो. तासाभरात मला आश्रमातून न्यायला घोड्याची गाडी किंवा बैलगाडी येईल. तिची वाट पाहत बसलो.

धूप जाळल्याने दालनामधील हवेत सुवास दरवळत होता. मी जेव्हा दालनात पाऊल टाकले तेव्हा महर्षी हलणाऱ्या पंख्याखाली अर्धवट पहुडलेले होते. पण मला पाहिल्यावर ते उठून बसले व त्यांनी आपला आवडती मुद्रा धारण केली. त्यांनी मांडी घातलेली होती. ही मांडी कशी घालतात हे मला मद्रासजवळ राहणाऱ्या योग्याने-ब्रह्माने दाखविलेले होते. ह्या आसनाला तो 'सुखासन' म्हणून संबोधीत असे. बुद्धाचे पूर्ण पद्मासन असते. ह्याला अर्धपद्मासन म्हणता येईल. हे करायला तसे सोपे आहे. महर्षी नेहमीप्रमाणे हनुवटी हाताने गुडघ्यावर टेकून बसलेले होते. त्यांनी माझ्याकडे निरखून पाहिले पण ते काही बोलले नाहीत. शेजारी जमिनीवर त्यांचा कमंडलू व दंड ठेवलेला दिसत होता आणि अंगावरची छाटी. एवढीच त्यांची ऐहिक मालमत्ता. आम्हा पाश्चिमात्यांच्या हव्यासाचे व संग्रही वृत्तीचे हे केवढे मूक विडंबन!

त्यांच्या डोळ्यांत नेहमीच चमक असे. ते आता अधिकाधिक काचेसारखे व अचल दिसू लागले. त्यांचे शरीर ताठ व आसनात स्थिर होऊ लागले. मान पाठीमागे किंचित कलली व मग स्थिर झाली. आणखी काही मिनिटांनी त्यांना समाधी लागू लागल्याची स्पष्ट चिन्हे दिसू लागली. माझी-त्यांची जेव्हा पहिली भेट झाली, तेव्हा त्यांना अशीच समाधी लागलेली होती. आता निरोप घेण्याच्या वेळी तशीच समाधी लागावी हा काय विलक्षण योगायोग! कोणीतरी जवळ येऊन माझ्या कानात कुजबुजले, 'महर्षींना आता समाधी लागली आहे. आता बोलणे काही होणार नाही.'

मंडळी आता गप्प झाली. आणखी काही मिनिटे गेली. स्तब्धता वाढली. मी काही मोठा धर्मभोळा नाही, पण पूर्ण विकसित झालेल्या फुलातून मध घेण्याचा मोह जसा भ्रमराला टाळता येत नाही, तद्वत् मला सुद्धा महर्षींविषयीचा सारखा वाढत जाणारा भीतियुक्त आदर टाळता आला नाही. त्या दालनामध्ये आता एक सूक्ष्म, अदृश्य व अवर्णनीय शक्ती मुक्तपणे वावरू लागली. त्या शक्तीच्या प्रभावाने मी

भारावून गेलो. आणि या गूढ शक्तीचा उगम व केंद्र म्हणजे स्वतः महर्षीच होत याबद्दल मला काही संशय उरला नाही, हे मी निःसंदिग्धपणे सांगू शकतो.

त्यांचे डोळे तेजस्वी दिसू लागले. ते तेज आगळेच होते! माझ्या मनात काही अपरिचित भावना उद्भवू लागल्या. त्या वर्तुळाकृती डोळ्यांचे तेज माझ्या अंतरंगाचा-माझ्या आत्म्याचा वेध घेऊ लागले. माझ्या अंतःकरणात काय चालले आहे, हे त्यांना समजते आहे असे मला एका वेगळ्या प्रकाराने कळून आले. त्यांची गूढ दृष्टी माझ्या विचारांचा, भावनांचा आणि माझ्या वासनांचा ठाव घेऊ लागली. प्रथम प्रथम ह्या दृष्टीच्या क्षेपाने मी थोडासा बेचैन झालो होतो; माझ्या गत आयुष्यातील घटना-ज्या मी पार विसरून गेलो होतो त्या ते स्पष्टपणे पाहत होते असे मला वाटू लागले. सगळे त्यांना आता कळून चुकले, अशी माझी खात्री झाली. आता येथून सुटून जाता येणार नाही; आणि मलाही तसे जायचे नव्हतेच. त्यांची दृष्टी थोडी निर्घृण खरी पण त्या दृष्टिपाताने माझे पुढे कल्याण होणार आहे, असा मला गूढ संदेश आला की काय कोण जाणे! पण मी तो त्यांचा दृष्टिपात सहन केला हे मात्र खरे.

ज्या संमिश्र भावनांनी प्रभावीत होऊन मी ह्या मार्गाकडे वळलो त्याची कारणे शोधण्याकरिता माझ्या पूर्वीच्या बहुरंगी आयुष्याचे निरीक्षण करण्याचे काम महर्षींनी चालूच ठेवले. माझ्या दुबळ्या व्यक्तित्वाचे अवग्रहण त्यांचे चालूच होते. पण मला वाटले की, ज्या मनोविदारक शोधक वृत्तीने प्रेरित होऊन मी सामान्य संसारी मार्ग सोडून देऊन त्यांच्यासारखे महात्मे धुंडाळीत बसलो ती माझी शोधक वृत्ती त्यांना पुरती समजून आली असावी.

हा जो आमच्यामध्ये दूरसंदेशवहनाचा प्रवाह चालू झाला होता, त्यात थोडासा फरक स्पष्ट दिसून आला. माझ्या डोळ्यांची मधून मधून उघडझाप होत होती, पण त्यांचे डोळे मात्र पूर्णपणे स्थिर, अचल होते. माझ्या मनाशी त्यांनी संपर्क साधला; माझ्या हृदयाला ते अथांग शांतता देत आहेत असे मला कळून आले. ते स्वतः अशीच शांतता निरंतरची अनुभवीत होते. ह्या विलक्षण शांतमनस्कतेमध्ये आपण उच्च स्तरावर जात असल्याचे मला वाटू लागले; तसेच शरीर हलके झालेसे पण वाटले. काल कलायचा थांबला. माझ्या हृदयावरला काळजीचा बोजा कुणीतरी उचलून बाजूस काढून ठेवला. मला असे वाटू लागले की, क्रोधाची कटुता व अपूर्त वासनांची उद्विग्नता मला पुन्हा कधी कष्टी करणार नाहीत. माणसाच्या मनातली प्रगल्भ अशी उपजतबुद्धी त्याला ऊर्ध्वमुख करते; त्याच्या मनात आशा उत्पन्न करते. अंधकारमय जीवनातून याला सावरून घेते. प्राणिमात्राच्या ठिकाणी वास करीत असलेली ही उपजतबुद्धी कल्याणप्रद असते. ह्या सुंदर अशा समाधीअवस्थेत, जेव्हा

घड्याळ सुद्धा टिक् टिक् आवाज करीत नाही जेव्हा, आपल्या पूर्वीच्या आयुष्यातली दुःखे, चुका क्षुल्लक वाटतात. त्या वेळी माझे मन महर्षींच्याच मनात बुडून गेले. त्या अवस्थेत शहाणपण सुद्धा निरर्थक वाटले. ह्या महात्म्याची दृष्टी म्हणजे काय आहे? ती एक जादूची कांडी आहे. तिचा स्पर्श झाल्यावर तिने माझ्या अपवित्र, अश्रद्ध दृष्टीपुढे एक दृष्टीआड लपलेले, एक कल्पनातीत वैभवशाली जग उभे केले.

मी कित्येकदा स्वतःलाच प्रश्न विचारी की, ही सारी शिष्य-भक्त मंडळी ह्या महात्म्याच्या सान्निध्यात वर्षानुवर्षे का राहतात? ते अगदी कमी बोलतात; आवश्यक तेवढ्याच वस्तू ते जवळ ठेवतात; बाह्य जगाच्या उपाधी बाजूस ठेवतात. ते का? त्याचे कारण मला आता समजले; विचार करून नव्हे तर विजेच्या चमचमाटात स्पष्ट आढळून आले की, ह्या साऱ्या दीर्घ अवधीत एका शांत व सखोल पद्धतीने त्यांच्या तपश्चर्येचे फळ त्यांना प्राप्त होत होते.

आता मी एकटाच महर्षींच्या जवळ उरलो. असा सहवास मला आजपर्यंत कधी लाभला नव्हता. त्यांचे डोळे बदलू लागले; अगदी टाचणीच्या टोकांसारखे आकुंचित होऊ लागले; कॅमेऱ्याच्या लेन्सचा किरण साधतात तसे दोन्ही पापण्या अद्यापपावेतो मिटलेल्याच होत्या. त्या पापण्यांमधील तेज एकदम मोठ्या प्रमाणात वाढू लागले. आणि एकदम काय चमत्कार झाला! -माझे शरीर नाहीसे होऊ लागले; आम्ही दोघे अंतरिक्षात मुक्त संचार करू लागलो.

फार निर्वाणीचा क्षण तो. काय करावे मला उमजेना; तसाच संचार करावा की परत फिरावे? त्या किमयेच्या जालातून बाहेर पडून परत फिरावयाचे मी ठरविले; निर्णय घेतला; देहात ताकद आलीशी वाटली. पुनरपी मी हाडामांसाच्या या देहात बद्ध होऊन त्या दालनामध्ये येऊन पोचलो.

एक शब्दही ते माझ्याशी बोलले नाहीत. मी माझे मन बाह्य वस्तूंकडे नेले. घड्याळाकडे पाहिले व गुपचूप उठलो. माझी निघण्याची वेळ झाली होती.

महर्षींच्यापुढे मस्तक लववून मी त्यांना नमस्कार केला. त्यांनी शांतपणे त्याचा स्वीकार केला. मी थोडक्या शब्दात त्यांचे आभार मानले. पुन्हा त्यांनी शांतपणे मान हालविली.

माझे पाय तेथून निघेनात; कसाबसा मी उंबरठ्यापाशी येऊन पोचलो. बाहेर घंटा वाजत होती. बैलगाडी दाराशी उभी होती. पुन्हा एकदा हात जोडून दुरून त्यांना नमस्कार केला. आणि तेथूनच त्यांचा निरोप घेतला.

१०
जादूगार व साधू यांच्या मेळाव्यात

काल आणि अवकाश हे माणसाचे शिरजोर शत्रू! यांनी मला लिहावयाला पुन्हा प्रवृत्त केले. माझे पाय पुन्हा चालू लागले. पण पूर्व दिशेला आणि जोराने. काही थोड्या गोष्टी नमूद कराव्याशा वाटल्या त्या नमूद करतो.

काही थोड्या हातचलाखीच्या गोष्टी करून दाखविणाऱ्या फकिराची, रस्त्यावरील जादूगाराची मला नेहमीच गंमत वाटत आली आहे; अगदी साहजिकच आहे ते. पण नुसती गंमतच. कारण मानवी जीवनाच्या महान रहस्यावर ते काही प्रकाश पाडू शकत नाहीत. त्या रहस्याचे आकलन व्हायला किती खोल विचार करायला पाहिजे. तरीपण असे लोक आढळले म्हणजे मला विरंगुळा वाटतो व मी कधी कधी त्यांच्या पाठीमागे लागतो.

माझ्या भ्रमंतीमध्ये मला जे असे लोक भेटले, त्यांपैकी काही नमुन्यांचे चित्रण करण्याचे मी ठरविले आहे. लेखणीला जरा वेगळा विषय. त्यांपैकी एक म्हणजे राजमहेंद्रीला भेटलेला अगदी सामान्य असा जादूगार. त्याची मला अजून आठवण आहे. राजमहेंद्री हे मद्रास इलाख्यातील ईशान्य भागातील एक शहर. या शहरातील वातावरण अगदी शांत आहे.

या शहरातील एका भागातून मी असाच भटकत होतो. पायाखालच्या वाळूत माझे बूट रुतत होते. भटकत भटकत मी एक अरुंद गल्लीत शिरलो. या गल्लीतून पुढे गेल्यावर बाजार लागला. त्या दमट हवेतून मी जात असताना मला निरनिराळी दृश्ये दिसली. म्हातारी माणसे दरवाजातच मांडी घालून बसलेली होती. रस्त्यावरच्या

धुळीतच मुले खेळत होती; आणि इतक्यात एक नंगा जवान माणूस घरातून बाहेर आला व माझ्यासारखा परदेशी माणूस पाहिल्यावर बिचकून आत गेला.

बाजार लांबलचक होता. वयस्क व्यापारी आपल्या लहानशा दुकानात बसलेले होते. मी त्यांच्या दुकानांजवळून जात असताना गिऱ्हाईक आले असे समजून ते आपली दाढी कुरवाळू लागले. बाहेर उघड्यावर पालाखाली धान्याची व खाद्यपदार्थांची दुकाने थाटलेली होती. त्या पदार्थांवरून माशा घोंघावत होत्या. असेच पुढे जाता जाता एक देऊळ लागले. देवळाची रचना भपकेदार होती. मी जवळ आल्यावर वाटेतली माणसे बाजूला झाली. महारोगी, लुळेपांगळे व अपंग, भिकारी नेहमीच देवळाच्या दरवाजाशी गर्दी करून सोडतात. मोठमोठ्या शहरांच्या स्टेशनाजवळही अशीच गर्दी ते करीत असतात. त्यांना धार्मिक प्रवृत्तीचे दयाळू लोक भिक्षा घालतात. त्या देवळात लोक शांतपणे, आवाज न करता अनवणी जात-येत होते. माझ्या मनात विचार आला, आपण सुद्धा देवळात जाऊन पुजारी आत पूजा वगैरे कशी करतात हे पाहावे. मी माझ्या स्वतःशीच वाद घालीत बसलो व अखेर आत जाऊ नये असे ठरविले.

त्या देवळाच्या आसपासच मी माझे भटकणे चालू ठेवले. इतक्यात माझ्यासमोरून एक युवक चालताना दिसला. त्याच्या अंगात इंग्रजी फॅशनचा शर्ट होता आणि खांद्यावर उपरणे होते. त्याच्या उजव्या हातात कापडी बांधणीची पुस्तके होती. मी त्याला गाठले तेव्हा अभावितपणे त्याने मागे वळून पाहिले. आमची दृष्टादृष्ट झाली व आमच्या ओळखीला सुरुवात झाली.

माझा धंदा वार्ताहराचा. तेव्हा समाजात वावरताना जास्त कोठे बोलावे; कमी कोठे बोलावे; मुख्य हेतू साध्य करताना जरूर तर संभाषण प्रसंग कसा टाळावा, हे मला चांगले समजत होते. मला प्रवासाची आवड होती; पण ती मुशाफिरासारखी; पोषाखी थाटाची नव्हे. तेव्हा या देशातील माझी भ्रमंती म्हणजे काही विलक्षणच होती. माझ्या प्रवासाच्या टिपणांचा उच्चभ्रू प्रवाशाला उपयोग व्हायचा नाही.

असो. तो तरुण तेथल्या एका मोठ्या महाविद्यालयाचा विद्यार्थी निघाला. त्याची मुद्रा बुद्धिनिदर्शक व आकर्षक वाटली. शिवाय त्याला आपल्या देशाच्या पुरातन संस्कृतीबद्दल अभिमान वाटत होता. आणि त्या विषयाबद्दल मलाही आस्था असल्याचे जेव्हा मी याला सांगितले तेव्हा त्याच्या आनंदाला पारावार राहिला नाही. थोडेसे बोलणे झाल्यावर मला असेही आढळून आले की, त्याला राजकारणाचे वेड नाही. शहरातील तरुण विद्यार्थ्यांना राजकारणाचे भारी वेड. सांप्रत गांधीजींच्या चळवळीमुळे सारा देश खळबळून निघाला आहे. त्यांच्या चळवळीमुळे गोरे राज्यकर्ते व श्यामल रंगाची प्रजा यांमधील संबंधात बिघाड उत्पन्न झालेला मला दिसून आला.

त्याच्याबरोबर मीही चालू लागलो. अर्ध्या एक तासाने आम्ही एका पटांगणावर येऊन पोचलो. तेथे थोडी गर्दी जमली होती. कशाची तरी मोठ्या उत्कंठेने ती माणसे वाट पाहत होती. मध्यभागी एक मनुष्य मोठ्याने ओरडून काही सांगत होता. तो काय सांगत आहे म्हणून मी त्या विद्यार्थ्याला विचारले, तेव्हा तो म्हणाला की, तो मनुष्य आपल्या अंगी असलेल्या योगसिद्धीचे वर्णन करून सांगत आहे.

आपल्या सिद्धि-सामर्थ्याची स्वतःच जाहिरात करणारा तो योगी चांगलाच सशक्त व धष्टपुष्ट होता. त्याचे डोके लांब व खांदे मजबूत होते. त्याने आपल्या पोटावर धोतर लपेटून घेतले होते. त्यातून त्याचे पोट पुढे आलेले दिसत होते. बाकी अंगात लांबलचक सैलसा कुडता घातलेला होता. मला वाटले की तो स्वतःची फुशारकीच जास्त सांगत होता. 'मला काही थोडे पैसे द्या, मी तुम्हाला आंब्याच्या झाडाची जादू करून दाखवितो' असे तो म्हणत होता. इतरांच्या बरोबर मीही काही पैसे त्याच्या पुढ्यात फेकले.

मग त्याने काय केले? तो जमिनीवर मांडी घालून बसला. पुढ्यात एक मातीचा डेरा ठेवून दिला. त्या डेऱ्यात माती भरली. एक आंब्याची कोय हातात घेतली व ती त्या मातीत पुरून ठेवली. नंतर त्याने आपल्या पिशवीतून एक मोठे फडके काढले व ते या डेऱ्यावर, स्वतःच्या मांडीवर व गुडघ्यांवर पसरले.

नंतर त्याने काही मिनिटे काही मंत्र पुटपुटले व ते आम्हाला ऐकविले. आणि मग त्याने ते फडके काढून घेतले. त्याबरोबर त्या आंब्याच्या रोपट्याला एक अंकुर फुटल्याचे आम्हाला आढळून आले.

नंतर पुनः त्याने ते फडके त्या डेऱ्यावर व आपल्या मांडीवर पसरले; नंतर एक बासरी घेतली व तिच्यातून संगीतवजा काही चमत्कारिक आवाज काढला. काही मिनिटाने त्याने ते फडके काढून घेतले. आता डेऱ्यातील मातीत आंब्याचे रोपटे अधिक वाढल्याचे आढळून आले. अशा तऱ्हेने अनेक वार फडके पसरून बासरी वाजवून नंतर फडके काढून त्याने एक लहानसे आंब्याचे रोपटे त्या मातीतून उगवल्याचे दाखविले. झाड नऊ-दहा इंच उंचीचे असावे. पण इवलेसे रोपटे असूनही त्याच्या टोकावर एक पिवळसर शेंदरी रंगाचा आंबा लटकलेला त्याने दाखविला.

'हे झाड त्या कोयीतून उगवले. ती कोय मी तुमच्यादेखत मातीत पुरली होती.' योगी मोठ्या विजयानंदाने सांगत होता.

हे त्याचे म्हणणे ताबडतोब मान्य करण्याची माझ्या मनाची तयारी नव्हती. काय असेल ते असो, मला शंका आली की ही काही तरी हातचलाखी असावी.

तो तरुण आपले मत सांगू सागला.

'साहेब, तो मनुष्य योगी आहे. योगी लोक वाटेल तो चमत्कार करून दाखवितात.'

पण माझे समाधान होईना. त्याची ही किमया मला काही समजेना. तो त्या मॅस्केलीन व डेवांटच्या पंथासारख्या पंथातील असावा. अन्यथा त्याच्या ह्या किमयेचा उलगडा कसा व्हावा?

नंतर त्या योग्याने आपली पिशवी बंद केली व जमलेल्या लोकांपुढे वाकून, नमस्कार करून पाठीवर टाकली व जमाव पांगत चालल्याचे पाहून तो तेथून पसार झाला.

एकदम एक कल्पना माझ्या मनामध्ये आली. आम्ही दोघेच होतो. या योग्याकडे जावे; त्याच्या हातात पाच रुपयांची नोट द्यावी व त्याला विचारायला या विद्यार्थ्याला सांगावे, 'ही नोट तुझ्याजवळ ठेवून दे; फक्त ही किमया तू कशी काय केलीस हे दाखीव.'

त्या तरुणाने माझे म्हणणे त्याला भाषांतर करून सांगितले. त्याने पैसे नको असल्याचा बहाणा केला; पण त्याला लोभ सुटत नव्हता, हे मला त्याच्या नजरेवरून दिसून आले.

'मग त्याला सात रुपये देऊन टाका.'

तरीही तो बाह्यतः अगदी लवून बोलणारा मनुष्य तयार होईना.

'बरे मग, आम्ही जातो, असे त्याला सांगा.'

आणि मग आम्ही चालू लागलो. मी मुद्दाम सावकाश पावले टाकीत होतो. थोड्याच वेळात त्याने आम्हाला हाक मारली व परत बोलाविले.

'साहेबांनी जर शंभर रुपये दिले तर योगीबुवा सगळे काही सांगतील.'

'नाही. सातच. नाहीतर त्याने आपले गुपित आपल्याजवळच ठेवावे. चला!'

पुन्हा एकदा आम्ही दूर जाऊ लागलो. पुनः तो ओरडून हाका मारायला लागला. आम्ही परत फिरलो.

'सात रुपयाला तो कबूल आहे.'

आणि त्याने खुलासा द्यायला सुरुवात केली.

त्याने आपली प्रवासी पिशवी उघडली आणि आपल्या जादूचा मालमसाला बाहेर काढला. ते सामान म्हणजे नुकताच अंकुर फुटलेली एक आंब्याची कोय व तीन आंब्याची शेपटी एकाहून जास्त लांब होत जाणारी अशी.

सर्वांत लहान रोपटे त्याने एका शिंपल्यात दाबून ठेवले; कुसकरून गेल्यामुळे ते रोपटे वाकले. मग त्याने शिंपला बंद केला व मातीत पुरून ठेवला. पहिले रोपटे दाखविण्यासाठी त्याने मातीत बोटे घालून तो शिंपला वरती काढायचा व त्या शिंपल्याचे झाकण काढायचे म्हणजे ते रोपटे पुनः ताठ उभे राहायचे.

त्याहून लांब अशी रोपे त्याने आपल्या धोतरात किवा उपरण्यात दडवून ठेविलेली होती. त्या मधल्या वेळात ज्या वेळी त्याचे मंत्र पुटपुटणे, स्तोत्र म्हणणे चालू होते, त्या वेळी हळूच गुपचूप तो ती रोपे धोतरातून बाहेर काढून मातीत ठेवी, लहान रोपटे बाजूला काढी व ते आपल्या कपड्यात लपवून ठेवी. आणि अशा तऱ्हेने तो आंब्याच्या रोपट्याची जादू करून दाखवी.

नंतर मी पुढे चालू लागलो; थोडी अक्कल सुचायला लागली. हा प्रकार पाहिल्यावर योगीजनांबद्दलचा माझा हा भ्रम, शरद ऋतूमध्ये झाडाची पिकलेली पाने जशी आपोआप गळून पडतात त्याप्रमाणे, दूर होणार की काय असे मला वाटू लागले.

आणि मग मला अड्यार नदीतीरावरील योग्याने – ब्रह्माने जी धोक्याची सूचना देऊन ठेविली होती त्याची आठवण झाली. त्याने मला सांगून ठेविले होते की, असे काही भोंदू योगी, हलक्या दर्जाचे फकीर-बैरागी असतात; ते रस्त्यावर काही प्रयोग करून दाखवितात; पण त्या सिद्धी नसून ते हातचलाखीचे खेळ असतात. ते योगशास्त्राची बदनामी करतात; तरुणांची, शिकलेल्या लोकांची दिशाभूल करतात; त्यांचा बुद्धिभेद करतात.

अर्ध्या तासात आंब्याचे रोप वाढवून त्याला आंबे आणणारा हा योगी नसून भोंदू होता.

***

परंतु जादूचे प्रयोग करून दाखविणारे खरे जादूगार ही भेटतात. असाच एक खरा जादूगार मला बरहामपूरला भेटला. त्या वेळी मी पुरीच्या यात्रेला दुसऱ्या वेळी निघालो होतो.

ह्या बरहामपूर शहरात लोक अजून जुन्या रीतिरिवाजांना चिकटून राहिलेले होते; त्यांच्या जीवनातून त्यांचे उच्चाटन अद्याप झालेले नव्हते. मी जेथे मुक्काम ठेवला होता, ते एक विश्रांतिगृह असून त्याला भली मोठी ओसरी होती. एक दिवस कडक दुपारच्या वेळी उष्म्याचा ताप कमी व्हावा म्हणून त्या ओसरीच्या आल्हाददायक छायेत मी निवांत आराम घेत बसलो होतो. माझ्या आरामखुर्चीवरून समोरच्या बागेतल्या भरगच्च वाढत असलेल्या झाडाझुडपांवर तिरप्या उन्हाचा पाठशिवणीचा

चाललेला खेळ मी पाहत होतो.

आणि तितक्यात पावलांचा हळू आवाज ऐकू आला. वळून पाहिले तो एक जंगली गारुडी तेथून अंगणातील फाटकाकडे येत असलेला दिसला. त्याच्या हातात एक बांबूच्या काड्यांची टोपली होती. त्याचे केस काळेभोर, लांबलचक व कुरळे होते. डोळे लालबुंद होते. तो माझ्याजवळ आला. टोपली खाली जमिनीवर ठेवली व तोंडासमोर हात जोडून त्याने मला सलाम केला. तो माझ्याशी आपल्या भाषेत व काही इंग्रजी शब्दांत बोलू लागला. मला वाटते त्याची भाषा तेलुगु असावी. नक्की सांगता येत नाही. इंग्रजी शब्दांचा त्याचा उच्चार इतका विलक्षण होता की, त्यांतील फक्त तीन-चार शब्दच मला ओळखता आले. जबाबादाखल मी जे काही इंग्रजी बोललो, ते त्याला तितकेसे काही समजले नाही. त्याच्या भाषेवर- तेलुगुवर माझे प्रभुत्व जेमतेमच! तेव्हा त्याचे बोलणेही मला विशेष समजले नाही. आमच्या दोघांचे संभाषण म्हणजे एकाचे बोलणे दुसऱ्याला न समजेल असे; नुसते वेगवेगळे आवाज. ही गोष्ट जेव्हा आमच्या ध्यानात आली तेव्हा त्याने एक वेगळी भाषा शोधून काढली. ती म्हणजे हातवारे व चेहऱ्याचे हावभाव. त्या भाषेचा जेव्हा त्याने उपयोग केला तेव्हा मी समजलो की त्याला आपल्या पेटीतले काही महत्त्वाचे दाखवायचे आहे.

मी बंगल्यात गेलो व एका नोकराला बोलावून आणले. त्याला इंग्रजी बेताचेच येत होते. त्याच्या भाषेवर मात्र त्याचे प्रभुत्व चांगले होते. त्यात थोडे इंग्रजी शब्द मिसळून भाषांतर करून देण्यास मी त्याला सांगितले.

'मालक, याला काही जादू करून दाखवायची आहे.'

'वा, उत्तम. दाखवू दे त्याला. त्याला काय द्यायचे?'

'जे खुशीला येईल ते.'

'ठीक.'

त्या फकिराचा चेहरा मळकट; कुठून आला तेही कळायला मार्ग नाही. तेव्हा त्याच्याबद्दल मला तिटकारा आला. त्याच्या चेहऱ्यावरचा भाव उमजून घेणे कठीण काम होते. काही दुष्ट भाव वाटला, पण बाह्यतः तसे काही चिन्ह दिसले नाही. त्याच्याभोवती मला जे काही वाटले ते म्हणजे काही चमत्कारिक शक्ती व काही सिद्धी; ज्यांचा काही अंदाज करता येणार नाही अशा.

तो पायऱ्या चढून ओटीवर आला नाही; तर तेथेच एका वडाच्या झाडाखाली बसला. वडाच्या पारंब्या अगदी खालपर्यंत आल्या होत्या व त्यांनी त्याच्यावरती

कमान घातली होती व ती झालरीसारखी दिसत होती. आसन घालून बसल्यावर त्याने आपली टोपली उघडली व तिच्यातून एक मोठा विषारी विंचू बाहेर काढला. तो त्याने एका लाकडी चिमटाने उचलला.

त्या किळसवाण्या विंचवाने लगेच निसटून जाण्याचा प्रयत्न केला. त्याबरोबर त्या गारुड्याने आपल्या बोटाने खाली मातीत एक वर्तुळ काढले. आणि त्याबरोबर तो विंचू त्या वर्तुळाच्या रेषेवरून गोलाकार धावू लागला. एक फेरा पुरा झाल्यावर तो थोडा थांबे; जणू रस्त्यात कोणी काही आणून टाकलेले आहे. मग पुनः उलट दिशेने तो गोलाकार धावू लागे. ऊन चांगले पडलेले होते. त्या विंचवाचा हा खेळ मी बारकाईने पाहत होतो.

हा खेळ दोन-तीन मिनिटे झाल्यावर मी खूश झालो हे दाखविण्याकरिता मी हात वरती केला त्याबरोबर त्याने तो विंचू टोपलीत परत टाकून दिला; व तिच्यातून दोन तीक्ष्ण, टोकदार लोखंडी सळ्या बाहेर काढल्या.

नंतर त्याने आपले ते भेसूर लालभडक डोळे थोडावेळ मिटून घेतले व आपल्या दुसऱ्या खेळाला योग्य वेळ कोणती आहे हे तो पाहत बसला. शेवटी त्याने आपले डोळे उघडले व एक सळई तिचे तीक्ष्ण टोक पुढे करून तोंडात घातली. ती सळई त्याने एका गालात घुसवून दुसऱ्या गालातून बाहेर काढली. ह्या भयंकर प्रयोगाने जणू समाधान झाले नाही म्हणून त्याने दुसरी सळई तशीच दुसऱ्या गालातून घुसवून पहिल्या गालातून बाहेर काढली. हे पाहून मला मोठे आश्चर्य वाटले व किळसही आली.

मी हा सगळा प्रयोग भरपूर पाहिल्यावर त्याने त्य सळ्या गालातून बाहेर काढल्या व मला सलाम केला. मी ओटीच्या पायऱ्या उतरून खाली आलो व त्याचा चेहरा नीट न्याहाळून पाहिला. काही थोड्या रक्ताच्या थेंबांखेरीज व गालात पडलेल्या दोन लहान भोकांखेरीज त्या दोन्ही जखमांची विशेष काही खूण दिसून येत नव्हती.

मला पुन्हा खुर्चीवर बसण्याची त्याने हाताने खूण केली. पुन्हा एकदा मी ओटीवर आरामशीर बसल्यावर आता कोणता प्रयोग करून दाखवावा ह्याचा त्याने दोन-तीन मिनिटे सावकाश विचार केला.

नंतर जणू कोटावरचे बटण काढावे इतक्या संथपणे, निर्विकारपणे त्या गारुड्याने आपल्या उजव्या हाताने डोळ्यात हात घालून आतले बुब्बुळ बाहेर काढले!

हे भयंकर दृश्य पाहिल्यावर मी घाबरून गेलो.

नंतर काही सेकंद थांबून त्याने ते बुब्बुळ आणखीन बाहेर ओढून काढले; गालावर लोंबकळत ठेवले. त्याला आधार फक्त पुढे आलेल्या स्नायूंचा व शिरांचा.

ते भयंकर दृश्य पाहिल्यावर मला शिसारी आली. ते बुब्बुळ तो परत डोळ्याच्या खोबणीत घालून ठेवीपर्यंत मी अगदी बेचैन झालो होतो.

त्याचे जादूचे प्रयोग आणखी काही पाहावेसे मला वाटले नाहीत. त्याला बक्षीस म्हणून मी काही रोख रुपये देऊन टाकले. ते देताना अर्धवट मनाने मी नोकराला विचारले की, 'पाहा, तो गारुडी शरीराचे असे हालहाल करतो, पण त्याला काही होत नाही. याचे गुपित काही सांगतोय का तो.'

'सांगता येत नाही, मालक. फक्त बाप मुलाला शिकवतो. तेवढ्या कुटुंबालाच ते फक्त माहीत असते.'

त्याच्या नाखुशीने मला काही त्रास झाला नाही. कारण असे की हा विषय डॉक्टरांच्या व शल्यविशारदांच्या संशोधनाचा; माझ्यासारख्या भटक्या लेखकाचा नव्हे.

त्या गारुड्याने निघते वेळी मला पुन्हा तोंडावर हात ठेवून सलाम केला. फाटकातून बाहेर पडला व थोड्याच वेळात त्या धुळीच्या रस्त्यावरून तो दिसेनासा झाला.

***

पुरीच्या सागरतीरावरील लाटांचा होत असणारा मंद आवाज माझ्या कानी येऊ लागला. बंगालच्या उपसागरावरून वाहात येणाऱ्या मंद मंद वायुलहरी अंगावर घेणे मोठे आल्हाददायक होते. समुद्रकिनाऱ्याच्या एका बाजूच्या भागावर मी येरझारा घालीत होतो. तिकडे कोणी फिरकत नसे. किंचित पिवळसर अशी रेती चहूवर पसरलेली होती. हवेत धुके आले होते. उकडत होते. समुद्र जणू द्रवरूपी नीलमण्याप्रमाणे दिसत होता.

खिशातून मी घड्याळ बाहेर काढले. त्या चमकणाऱ्या सूर्यप्रकाशात ते चकाकले. वेळ बराच झाला होता. शहराकडे मी परत वळतो. परतताना एक प्रयोग पाहिला. प्रयोग अवर्णनीय होता. त्या प्रयोगाचे तंत्र अजूनही माझ्या कुतूहलाचा विषय आहे.

भपकेदार कपडे घातलेला एक इसम माझ्या दृष्टीस पडला. त्याच्याभोवती गर्दी जमलेली होती. त्याच्या पायातल्या तुमानीवरून व फेट्यावरून तो मुसलमान आहे हे दिसून येत होते. प्रामुख्याने हिंदू वस्तीच्या ह्या शहरात एक मुसलमान एवढ्या

उजळ माथ्याने वावरावा ह्याची मला जरा गंमत वाटली. विसंगतता वाटली. असो. त्या माणसाने माझे लक्ष आकर्षून घेतले. त्याच्याजवळ एक लहानसे पाळीव माकड होते. त्याच्या अंगात रंगीत कपडे घातलेले होते. त्याला तो पायांनी चालवीत होता व ते माकड आपल्या धन्याचे सारे हुकूम न चुकता, एखाद्या माणसाच्या अकलेने पाळीत होते.

मला पाहिल्यावर त्याच्या मालकाने त्याला काही सांगितले. त्याबरोबर ते गर्दीतून उड्या मारीत माझ्याजवळ चीत्कार करीत येऊन ठेपले. त्याने आपल्या डोक्यावरची टोपी काढली व माझ्यापुढे बक्षिसासाठी धरली. मी त्यात एक चार आण्याचे नाणे टाकले. माकडाने डोके वाकवून सलाम केला व पुनः आपल्या मालकाकडे ते परत गेले.

माकडाची दुसरी कसरत म्हणजे आश्चर्यकारक नाच. मालकाने हातात बाजाची पेटी घेतली होती व ती वाजवून तो काही संगीतस्वर काढी व त्या तालावर ते माकड नाचे. नाच प्रेक्षणीय होता. नाट्यगृहात करून दाखविण्याजोगता होता.

ही कसरत संपल्यावर त्या मालकाने आपल्या चेल्याला- एका तरुण मुसलमान पोऱ्याला उर्दूमध्ये काही सांगितले. तसा तो पोऱ्या माझ्याकडे आला व पाठीमागच्या राहुटीत या म्हणून मला बोलावू लागला. तिकडे काही खास प्रयोग मालक करून दाखविणार आहे असे त्याने सांगितले.

त्याच्या सांगण्यावरून मी त्या राहुटीत त्या भपकेदार कपडे घातलेल्या मालकाबरोबर गेलो. लोकांची गर्दी थोपविण्याकरिता तो पोऱ्या राहुटीबाहेर उभा राहिला. ती राहुटी म्हणजे काय? चार खांब उभारून त्यांभोवती कापड गुंडाळलेले, त्याला छप्पर वगैरे काही नाही. तेव्हा आत, बाहेर काय चालले आहे हे कोणासही दिसून येण्यासारखे होते. मध्ये एक लहानसे साधे लाकडी टेबल.

त्याने एक पोतडी उघडली व तीतून दोन इंच उंचीच्या काही बाहुल्या काढल्या. त्या बाहुल्यांची डोकी मेणाची केलेली असून, पाय कडक गवताचे व तळव्यांना सपाट लोखंडाची बटणे लावलेली होती. या बाहुल्या त्याने टेबलावर ठेवल्या. त्या सपाट लोखंडी बटनांवर त्या ताठ उभ्या राहिल्या.

नंतर तो टेबलापासून एक यार्ड अंतरावर दूर उभा राहिला व त्या बाहुल्यांना उर्दूमध्ये हुकूम द्यायला लागला. त्या बरोबर त्या बाहुल्या टेबलावर इकडे तिकडे हालू लागल्या व मग नाचू लागल्या.

नंतर त्याने हातात काठी घेतली-जसा बँडमास्टर हातात काठी घेऊन बँडवाल्यांना तालबद्ध वाजवायला इशारे देतो त्याप्रमाणे त्यानेही काठी इकडे तिकडे

फिरवली व त्या तालात त्या बाहुल्याही नाचायला लागल्या.

त्या बाहुल्या सर्व टेबलभर नाचत. पण मोठ्या हुषारीने टेबलांच्या कडांपाशी येत. पण खाली पडण्याचे टाळीत. हा सगळा गमतीदार खेळ भरदुपारी चारच्या सुमाराला मी पाहिला. काही हातचलाखी असेल म्हणून मी त्या टेबलाजवळ गेलो व ते बारकाईने तपासून पाहिले. त्या बाहुल्यांवरून, टेबलाखालून हात फिरवून काही दोरा-बिरा आहे की काय, हे तपासून पाहिले. पण मला तसे काही तेथे आढळले नाही. म्हणजे तो इसम नुसता जादूगार नसून फकीरही आहे काय अशी मला शंका येऊ लागली.

नंतर त्याने एक रुपयाचे नाणे काढले व तो काहीसे पुटपुटला. त्यावरून मी समजलो की मी तसे नाणे काढावे. मी माझ्या खिशातून एक रुपया काढला व टेबलावर ठेवला. ताबडतोब तो रुपया टेबलावर नाच करू लागला व फकिराच्या दिशेने फिरू लागला. टेबलाच्या कडेवर येऊन पोचल्यावर तो खाली पडला व फकिराच्या पायाजवळ घरंगळत गेला व मग एकदम थांबला. त्याने तो उचलला व जवळ ठेवून दिला. मग मला त्याने अदबीने नमस्कार केला.

मी काय जादूचा प्रयोग पाहत आहे की योगसिद्धी पाहत आहे? माझे डोके चालेना. माझ्या मनातला हा संभ्रम माझ्या चेहऱ्यावर स्पष्ट दिसत होता. कारण लगेच फकिराने आपल्या चेल्याला बोलाविले. चेला मला म्हणाला, 'आमच्या मालकाचे आणखी काही प्रयोग पाहायचे आहेत काय?' मी होकार दिला. त्याबरोबर त्याने ती बाजूची पेटी फकिराजवळ दिली व मला माझी अंगठी टेबलावर ठेवावयास सांगितली. ही अंगठी मला ब्रह्माने, त्या अड्यार नदीतीरावरील तपस्व्याने भेट म्हणून दिलेली होती. त्या अंगठीवरील तो हिरवा पाचूचा खडा व सोन्याची खोबण मी पाहत राहिलो. फकीर जरा काही पावले मागे सरला व उर्दूमध्ये हुकूमावर हुकूम देत राहिला. त्याच्या प्रत्येक शब्दांवर ती अंगठी हवेत उडू लागली व खाली पडू लागली. त्या अंगठीचे वर उडणे व खाली पडणे त्याच्या उजव्या हाताच्या हालचालीवर चालले होते व त्याच्या डाव्या हातात बाजाची पेटी होती.

नंतर तो पेटी वाजवू लागला आणि काय आश्चर्य! ती अंगठी त्या संगीताच्या सुरावर टेबलावर नाचू लागली. तो त्या अंगठीजवळ आला नाही की तिला स्पर्शही त्याने केला नाही. ही किमया तो कशी काय करून दाखवितो हे मला काही कळेना. एक निर्जीव वस्तू अशा चमत्कारपूर्ण पद्धतीने सजीवशी कशी करून दाखवावी व हुकूम केल्यावर त्या हुकुमाची अंमलबजावणी त्या वस्तूने कशी करून दाखवावी?

नंतर त्या चेल्याने माझी अंगठी मला परत केली. मी ती बारकाईने तपासून

पाहिली. तिच्यावर काही खूण वगैरे मला काही आढळली नाही.

पुनः एकदा त्या फकिराने आपली थैली उघडली. ह्या वेळी त्याने थैलीतून एक गंजलेली सपाट लोखंडाची पट्टी काढली. ती सुमारे अडीच इंच लांब व अर्धा इंच रुंद होती. तो ती पट्टी टेबलावर ठेवू लागला. मी मध्ये पडलो व ती पट्टी मला तपासून पाहू दे म्हणून चेल्यास सांगितले. त्यांनी काही हरकत घेतली नाही. मी ती बारकाईने तपासली. तिला दोरे वगैरे काही चिकटविलेले नव्हते. मी ती परत केली. टेबलावर पाहिले. काही संशयास्पद मला आढळले नाही.

ती पट्टी टेबलावर पडलेली होती. फकिराने आपले हात एकमेकावर जोरजोराने एक मिनिट घासले. नंतर तो पुढे थोडा वाकला व आपले हात त्या लोखंडाच्या पट्टीवर काही इंच अंतरावर धरले. नंतर त्याने आपले हात मागे घेण्यास सुरुवात केली. पण बोटे मात्र पट्टीच्या दिशेने धरून ठेवली. त्याबरोबर तो पट्टीही टेबलावरची उडू लागली व त्याच्या मागोमाग हालू लागली. फकिराच्या पाठीमागे सरण्याच्या दिशेला समांतर अशी ती हालू लागली. मला मोठे आश्चर्य वाटले.

त्याच्या बोटांमध्ये व पट्टीमध्ये अंतर सुमारे पाच इंचाचे असावे. जेव्हा त्याचे हात टेबलाच्या कडेवर येत तेव्हा पट्टीही त्या कडेवरच थांबे. पुनः ती पट्टी तपासून घेऊ का, म्हणून मी त्यास विचारले. त्याने होकार दिला. मी ताबडतोब ती पट्टी उचलून तपासली. मला तिच्यात काही गोम आढळेना. ती एक साधी गंजलेली लोखंडाची पट्टी होती.

हाच प्रयोग नंतर एक लहान चाकू घेऊन फकिराने करून दाखविला.

ह्या त्याच्या अजब किमयागारीबद्दल मी त्यास भरपूर बक्षीस दिले. आणि मग हे कसे काय करून दाखविले म्हणून त्यास विचारले. खुलाशादाखल त्याने फक्त एवढेच सांगितले की, अशा प्रयोगात वस्तू लोखंडाची किंवा लोखंड असलेली हवी; कारण लोखंडाच्या ठिकाणी मानसिक आकर्षणाचा गुण असतो. आणि या कलेत त्याने इतके प्रावीण्य मिळविलेले आहे की ही किमया तो सोन्याच्या पदार्थावर सुद्धा करू शकतो.

ह्या किमयेचे इंगित काय आहे, हे शोधण्याचा मी मनात विचार करून पाहिला. तेव्हा चटकन माझ्या ध्यानात असे आले की, एक लांब पातळ केस घेऊन त्याचे एक वेटोळे केले व ते लोखंडाच्या पट्टीवर ठेवले तर ते वेटोळे त्या पट्टीस आपल्यामध्ये आकर्षून घेते व ते केसाचे वेटोळे तसे डोळ्यास दिसतही नाही. आणि नंतर मला माझ्या अंगठीची आठवण झाली. त्या अंगठीलाही त्याने नाचायला लावले होते. फकिराचे दोन्ही हात बाजाच्या पेटीवर होते व तो काही पावलांच्या अंतरावर उभा

होता. ह्या प्रयोगात त्याच्या चेल्याची सुद्धा हातचलाखी नसावी. कारण बाहुल्यांचा नाच होत असताना तो राहुटीबाहेर उभा होता. आता ह्या प्रयोगांच्या रहस्याचा छडा लावण्याच्या हेतूने मी त्याची मोठा जादूगार म्हणून स्तुती केली.

त्यावर त्याच्या कपाळावर काळपट छटा आली व आपण जादूगार नसल्याचा त्याने जोराने इन्कार केला.

'मग तू कोण आहेस?' मी त्याला स्पष्ट विचारले.

'मी सच्चा फकीर आहे.' त्याने आपल्या चेल्याच्या तोंडून उत्तर दिले. '....... विद्येचा अभ्यासी आहे.' कोणती विद्या तो शब्द मला तितकासा समजला नाही. तो काहीतरी उर्दू शब्द असावा.

मला ह्या विद्येविषयी आस्था आहे हे मी त्याला सांगितले.

'होय, ते मी तुम्ही गर्दीत सामील होण्यापूर्वीच ओळखले,' तो अगदी निर्विकार मनाने सांगू लागला. 'म्हणून तर तुम्हाला हा राहुटीत मी बोलावून आणले.'

'खरे?'

'होय. मी पैशाचा लोभी आहे असे समजू नका. पण मला पैशाची थोडी गरज आहे. पैगंबरवासी माझ्या उस्तादजींची मला कबर बांधायची आहे. त्या कामात मी लक्ष घातले आहे. ते काम पुरे होईतोपर्यंत मी सतत काम करीत राहणार आहे.'

स्वतःच्याबद्दल आणखी काही जास्त माहिती त्याने द्यावी म्हणून मी त्याला गळ घातली. नाखुशीने का होईना त्याने माझी विनंती मान्य केली.

'माझा बाप धनगर. लहानपणी मी मेंढ्या वळत असे. त्या वेळी माझे वय तेरा असावे. एक दिवस आमच्या गावात एक जोगी आला. कमालीचा हडकुळा होता तो; अगदी अस्थिपंजर. तो माझ्या बापाकडे आला व त्याने काही खायला मागितले व रात्रभर मुक्कामाला जागा मागितली. माझ्या बापाने त्याला खायला दिले व झोपायला जागा दिली. अशा फकीर-बैराग्यांना माझा बाप फार आदराने वागवीत असे. पुढे काय झाले - एक दिवसाचा मुक्काम त्याचा वाढला. तो आमच्याकडेच राहू लागला. आम्हाला त्याची सोबत आवडू लागली. आम्ही त्याला आमच्याकडे कायम राहण्याचा आग्रह करू लागलो. असे वर्षे होऊन गेले. तो मोठा गमतीदार माणूस होता. त्याच्या अंगी किमया होती. एक दिवस संध्याकाळी आम्ही असे जेवायला बसलो होतो. आमचे जेवण म्हणजे काय? भात व कालवण. जेवताना तो माझ्याकडे कित्येक वेळा टक लावून पाहू लागला. मला त्याचा अर्थ कळेना. दुसऱ्या दिवशी सकाळी मी नेहमीप्रमाणे मेंढ्या वळीत असताना तो माझ्या शेजारी

येऊन बसला व म्हणाला, 'पोरा, तुला फकीर व्हायचे आहे काय?'

फकीर व्हायचे म्हणजे काय, हे मला त्या वेळी तितकेसे समजत नव्हते. पण त्या जीवनातला स्वतंत्रपणा व विलक्षणपणा मला आवडला. तेव्हा फकीर व्हायला मी कबुली दिली. नंतर त्याने माझ्या आईबापांशी बातचीत केली व आणखी तीन वर्षांनी पुन्हा येईन व मुलाला घेऊन जाईन म्हणून सांगितले. गंमत अशी झाली की, त्या तीन वर्षाच्या अवधीत माझे आईबाप वारले. त्यामुळे तो परत आला तेव्हा त्याच्याबरोबर जायला माझा मी मुखत्यार झालो होतो. नंतर आम्ही गावोगाव हिंडलो. तो माझा गुरू व मी त्याचा चेला. मी जे प्रयोग करून दाखविले ती सारी किमया त्याची. त्याने मला ही सारी विद्या शिकविली.

'ही विद्या शिकणे सोपे आहे का?' मी विचारले. त्यावर तो हसला.

'ही विद्या शिकायला कित्येक वर्षे कठीण मेहनत करावी लागते.'

काय असेल ते असो, मला त्याची हकिकत खरी वाटली. तो मला सच्चा आदमी वाटला. त्याच्याशी बोलण्यात आनंद वाटला. तसा मी स्वभावाने अश्रद्ध व संशयखोर; पण त्याच्याशी बोलण्यात मी माझा संशयी स्वभाव बाजूला ठेवला.

मी जेव्हा त्याच्या राहुटीतून बाहेर पडलो तेव्हा जणू एका विलक्षण स्वप्नातून जागे झाल्यासारखे मला वाटले. वाऱ्याची सुखद झुळूक अंगावरून गेली. ती झुळूक तशीच पुढे गेली व तिने दूरच्या कुंपणावर छाया टाकणाऱ्या नारळांच्या सुंदर झाडांना हालवून सोडले. जसजसा मी दूर चालू लागलो, तसतसे ते जादूचे प्रयोग मला खोटे वाटू लागले. ती ह्या फकिराची काही हातचलाखी आहे असे मला वाटू लागले. पण त्याच्या प्रामाणिकपणाबद्दल मला बिलकूल शंका वाटली नाही. जड पदार्थ स्पर्श केल्याशिवाय हालविता कसे आले, याचे मात्र मला राहून राहून आश्चर्य वाटले. आपल्या लहरीनुसार कोणालाही भौतिकशास्त्राचे नैसर्गिक नियम कसे बदलता येतील? कदाचित आपण समजतो तितके भौतिकशास्त्राचे नियम आपल्यास माहीतही नसतील.

***

पुरी हे भारतातील पवित्र स्थानांत मोडते. येथले मठ व येथली देवळे फार पुरातन काळची. उत्सवाचे जेव्हा वर्ष येते तेव्हा असंख्य यात्रेकरू या शहरात येऊन लोटतात व दोन मैल ओढला जाणारा जगन्नाथाचा अजस्र रथ ओढण्यास आपला हातभार लावतात. या पवित्र तीर्थक्षेत्रात वावरणाऱ्या पवित्र माणसांना बारकाईने पाहण्याची मी ही संधी घेतली. आणि तसे पाहिल्यावर यात्रेकरूंबद्दल माझा जो पूर्वीचा समज होता, त्यात पुष्कळ बदल घडून आला.

तेथे मला असाच एक यात्रेकरू भेटला. त्याला मोडकेतोडके पण समजण्यासारखे इंग्लिश येत होते. थोडा परिचय झाल्यावर मला त्याचा स्वभाव आवडला. त्याची चाळिशी उलटून गेलेली होती. त्याच्या गळ्यात रुद्राक्षाची माळ होती. आपण मंदिरे व मठ पाहत पाहत यात्रा करीत आहोत, असे मला त्याने सांगितले. अंगावर फक्त एक वस्त्र; व भिक्षान्नसेवन. पूर्वेकडली व दक्षिणेकडील प्रमुख धर्मक्षेत्रे पाहायची असे त्याने ठरविलेले होते. मीही त्याला थोडीशी मदत केली. त्यावर त्याने तामीळमध्ये छापलेले एक लहानसे पुस्तक दाखविले. ते इतके जीर्ण झालेले होते व त्याच्यावर इतके पिवळे डाग पडलेले होते की ते जणू शंभर वर्षांपूर्वीचे जुने पुस्तक आहे असे वाटले. त्या पुस्तकात पुष्कळ गमतीदार चित्रे होती. त्यांतील दोन चित्रे त्याने अलगद व काळजीपूर्वक काढली व मला भेट म्हणून दिली.

ह्या यात्रेकरूला मी 'पंडित साधू ' असे नाव देतो. त्याची-माझी पहिली भेट कशी झाली ती हकिकत मोठी मनोरंजक आहे. त्याचे असे झाले. एक दिवस सकाळी मी असा वाळवंटात उमर खय्यामची गुलाबी वासाची पृष्ठे वाचीत बसलो होतो. 'रुबायत' ह्या काव्याची मला नेहमी गोडी वाटे, पण ज्या दिवसापासून एका फारशी लेखकाने मला त्यांतील कवितांचा गर्भितार्थ समजावून दिला तेव्हापासून त्या काव्यातील मदिरेची मी दुहेरी चव चाखू लागलो. ते काव्य वाचण्यात मी इतका रंगून गेलो होतो की, समोर वाळवंटातून माझ्याकडे कोणी येत आहे हेही माझ्या ध्यानात आले नाही. छापलेल्या मजकुरावरून डोळे काढून मी वर पाहिले तर तो अपरिचित मनुष्य माझ्या शेजारी मांडी घालून बसलेला मी पाहिला.

त्याच्या अंगावर एक पिवळी कफनी होती. शेजारी एक काठी व लहानशी पोतडी ठेवलेली होती. त्या पोतडीच्या कडांतून काही पुस्तके बाहेर डोकावत होती.

'क्षमा करा महाराज,' त्याने उत्कृष्ट इंग्रजी भाषेत स्वतःचा परिचय करून दिला. 'मी सुद्धा तुमच्या वाङ्मयाचा अभ्यासू आहे.' असे म्हणून त्याने आपल्या पोतडीची नाडी खोलायला सुरुवात केली. 'राग मानू नका. मला तुमच्याशी बोलल्यावाचून राहवेना.'

'राग कशाचा?' मी किंचित हसून म्हटले.

'तुम्ही प्रवासी आहात?'

'म्हणा तसे.'

'पण तुम्ही आमच्या देशात फार दिवस राहिलेले दिसत नाहीत,' त्याने आपले बोलणे चालू ठेवले.

मी संमतीदर्शक मान हलविली.

त्याने आपली पोतडी उघडली व तीन कातडी बांधणीची व फाटलेल्या पुठ्ठ्याची पुस्तके बाहेर काढली. त्याचे कोपरे फाटून गेलेले होते. त्याबरोबर कागदात गुंडाळलेली टिपणे व काही कोरे कागद पण त्याने काढले.

'हे पाहा महाराज, लॉर्ड मेकॉलेचे 'एसेज्' काय उत्कृष्ट ग्रंथ! केवढी बुद्धिमत्ता; केवढा भोगवादी पुरुष पण!'

तेव्हा एका उमद्या साहित्यप्रेमी माणसाची गाठ पडली असा मी मनात विचार केला.

'हे पाहा चार्लस् डिकन्सचे 'ए टेल ऑफ टू सिटीज्' चे पुस्तक. लेखक भावना, हृदय विदारणारा कारुण्यभाव काय वर्णन करीत आहे!'

एवढे बोलून झाल्यावर त्या साधूबाबाने आपली पुस्तके गुंडाळून ठेवली व माझ्याशी पुन्हा बोलायला सुरुवात केली.

'मी काही विचारले तर वावगे दिसणार नाही ना! पण हे जे तुम्ही पुस्तक वाचीत आहात त्याचे नाव काय?'

'मी उमर खय्यामचे पुस्तक वाचत आहे.'

'उमर खय्याम! मी कधी ह्या कादंबरीकाराचे नाव कधी ऐकलं नाही.'

मला ह्या प्रश्नाचं हसू आले.

'नाही. तो एक कवी आहे.'

मग थोडावेळ कोणीच बोलले नाही.

'तुम्ही फार चौकस दिसता,' मी शेरा मारला. 'तुम्हाला काही भिक्षा पाहिजे आहे काय?'

'मी पैशाकरिता आलो नाही महाराज,' त्याने हळू आवाजाने उत्तर दिले, 'मला एक पुस्तक तुम्ही बक्षीस द्यावे; एवढी तुम्ही मला भिक्षा घाला. मला वाचनाचा इतका नाद आहे.'

'बरे, देतो तुम्हाला एक पुस्तक. मी जेव्हा बंगल्यावर जायला निघेन तेव्हा तुम्ही माझ्याबरोबर या. म्हणजे तुम्हाला व्हिक्टोरियन युगातली पहिली लांबलचक कादंबरी वाचावयाला देतो. तुमची चांगली करमणूक होईल.'

'साहेबांचे मोठे उपकार होतील.'

'थांबा थोडे. तुम्हाला ते पुस्तक देण्यापूर्वी मला हे सांगा की तुमच्या पोतडीत ते तिसरे पुस्तक कसले आहे?'

'ते हो? अगदी कंटाळवाण्या विषयावरचे ते पुस्तक आहे.'

'असू द्या. पण त्याचे नाव काय?'

'ते काही सांगण्यासारखे नाही.'

'मी सांगितलेले पुस्तक तुम्हाला पाहिजे आहे ना?'

त्यावर तो घाबरल्यासारखा झाला.

'हो तर. आता त्या पुस्तकाचे नाव तुमच आग्रहच आहे तर सांगतो. नाव असे आहे. 'मॅमॉनिझम अँड मटेरिॲलिझम-- ए स्टडी ऑफ दि वेस्ट, बाय ए हिंदू क्रिटीक.'

ते ऐकून मला धक्का बसल्याची मी बतावणी केली.

'वा! अशा विषयावरची पुस्तके तुम्ही वाचता तर.'

'ह्या शहरातल्या एका व्यापाऱ्याने मला दिले आहे ते पुस्तक.' त्याने जणू दिलगिरी दर्शविली.

'बघू द्या ते पुस्तक तर.'

मी त्या जीर्ण पुस्तकातल्या प्रकरणांच्या मथळ्यांवरून नजर फिरविली. ते एका बंगाली बाबूने मोठ्या अलंकारीक शैलीत लिहिलेले पुस्तक होते. कलकत्त्याला छापलेले होते. बहुधा लेखकाच्या खर्चाने. लेखकाला दोन पदव्या होत्या; त्याच्या जोरावर त्याने युरोप-अमेरिकेचे अंधुकसे चित्र चितारलेले होते. त्याला ह्या विषयाचा परिचय बिलकूल नव्हता. त्याच्या मते युरोप-अमेरिकेमधील जीवन म्हणजे शुद्ध नरक आहे. दुःख व यातना यांनी भरलेले आहे. एका बाजूला कामकरीवर्गाची पिळवणूक चालू आहे तर दुसऱ्या बाजूस निरर्थक व हीन भोगात रममाण झालेल्या श्रीमंतांचा स्वैराचार चालू आहे.

काही एक भाष्य न करता ते पुस्तक मी परत केले. त्या बाबाने ते पुस्तक चटकन बाजूस ठेवले व स्वतःचे असे लहान चोपडे काढले.

'ह्यात एका भारतीय संतपुरुषाचे संक्षिप्त चरित्र आहे. पण हे बंगालीत छापलेले आहे.' तो सांगू लागला.

'आता मला हे सांगा, ह्या 'मॅमॉनिझम्'च्या पुस्तकाच्या लेखकाशी तुम्ही सहमत आहात काय?' मी विचारले.

'थोडाबहुत, अगदी थोडाबहुत; एक वार युरोपची वारी करून यावी अशी माझी मनीषा आहे; म्हणजे मला तेथली परिस्थिती प्रत्यक्ष पाहता येईल.'

'तिथे जाऊन तुम्ही काय करणार?'

'तिथे जाऊन लोकांच्या मनातला अंधकार नाहीसा करून तेथे प्रकाश निर्माण करण्याच्या हेतूने व्याख्याने देणार. स्वामी विवेकानंदांच्या मार्गाने जाणार. त्यांनी कशी तुमच्या देशातल्या मोठमोठ्या शहरात भाषणे करून लोकांची मने आकर्षित केली. आता दुर्दैव आमचे! ते अल्पवयात निघून गेले. त्यांच्याबरोबरची सुवर्णवाणीही गेली!'

'तुम्ही साधू खरे पण तुमचा काही वेगळाच प्रकार आहे,' मी म्हणालो.

त्याने आपले बोट नाकावर ठेवले आणि गंभीर आवाजाने उत्तर दिले,

'त्या जगच्चालकाने नाटक मांडले आहे. त्या नाटकाच्या रंगभूमीवर आपण केवळ पात्रे आहोत. आपण रंगमंचावर येतो; भूमिका पार पाडतो व निघून जातो. तुमच्या जगप्रसिद्ध शेक्सपिअरने म्हटलेलेच आहे!'

∗∗∗

भारतातील संत-महात्म्यांत अनेक प्रकार आहेत, असा मी निष्कर्ष काढला. काही चांगले, निरुपद्रवी; मग त्यांच्या ठिकाणी प्रज्ञा कमी असो; त्यांचा अधिकार विशेष नसो. काही असे की ज्यांची प्रपंचात फसगत झाली आहे; तर काही असे की ज्यांना काही कष्ट वगैरे करावयास नकोत. अशांपैकी एक इसम माझ्याकडे आला व बक्षीस मागू लागला. त्याच्या त्या केसांच्या जटा, साऱ्या अंगाला राख फासलेली व तो भोंदू चेहरा पाहून मला त्याची किळस आली. त्याच्या आग्रहाला भीक घालायची नाही असे मी ठरविले. बघू या काय करतो तो. पण जितके मी त्याला दूर सारावे, तितका तो मला जास्तच चिकटायला लागला. शेवटी त्याने आपली रुद्राक्षाची माळ तरी विकत घ्या अशी गळ घातली. त्या रुद्राक्षांना तो फार पवित्र समजे. पण त्याची किंमत त्याने फार सांगितली. मी त्याला निघून जा म्हणून सांगितले.

त्याहून कमी आढळणारे म्हणजे मूर्ख बैरागी. हे स्वतःचे हाल करून त्याचे लोकांपुढे प्रदर्शन करणारे. काही आपला हात वरती हवेत सारखा धरून ठेवणारे; नखे चांगली फूट-दोन फूट वाढेतोपर्यंत वाढविणारे. तर काही नुसत्या एका पायावर वर्षानुवर्षे उभे राहणारे. अशा हालअपेष्टा करून घेऊन काय त्यांना मिळत असावे देव जाणे! त्यामुळे त्यांनी बाजूस ठेवलेल्या नरोटीत काही पैसे पडत असतील तेवढेच.

काही थोडे अगदी उघड जादूटोणा करून आपली उपजीविका करतात. हे

खेडोपाडी फार आढळतात. थोडे पैसे घेऊन ते तुमच्या शत्रूला नाहीसे करतील. तुम्हाला नको असलेल्या बायकोला बाजूला काढतील व तुमच्या महत्त्वाकांक्षेच्या आड येणाऱ्या दुष्मनाला आजारी पाडून त्याचा काटा काढतील. अशा जादूटोण्याच्या देव-देवस्कीच्या अंगावर शहारे आणणाऱ्या पुष्कळशा गोष्टी कानावर येतात. अशांनाही 'योगी' किंवा 'फकीर' म्हणतात.

शेवटी उरतो अल्पसंख्य असा खऱ्या योग्यांचा वर्ग. सत्याच्या शोधाकरिता हे योगी कठीण तपश्चर्या करतात. वर्षानुवर्षे विरक्त स्थितीत राहतात. समाजाशी, लोकांशी संपर्क ठेवीत नाहीत. सत्यशोधनाच्या मार्गावर ते बरेच पुढे गेलेले असतात. त्यांची मनोमन अशी खात्री झालेली असते की, सत्याचा एकदा शोध लागला की त्यांना शाश्वत सुखाचा लाभ होईल. आता ही खात्री बरोबर म्हणा की चुकीची म्हणा. भारतीय साधकांचा हा सत्यशोधनाचा मार्ग ठरीव साच्याचा, धार्मिक व संन्यासवृत्तीपर आहे असे आपण म्हणा; पण ज्या कळकळीने, निष्ठेने तो हा मार्ग सेवितो, त्या निष्ठेबद्दल तुम्हाला शंका घेण्याचे कारण नाही.

युरोप-अमेरिकेकडील सर्वसाधारण माणसाला हा शोध करीत बसायला वेळ नाही. अशा तऱ्हेची या प्रश्नाबाबत अनास्था बाळगण्याबद्दल त्याला एक युक्तिवाद आहे. तो म्हणतो, 'या बाबतीत माझे काही चुकत असेल तर साऱ्या खंडातील लोकांचे चुकत असेल.' म्हणजे ही अनास्था सर्व लोकात सारखी आहे. सांप्रतचा हा अश्रद्ध जमाना अशा तऱ्हेच्या शोधकार्याला काही एक किंमत देत नाही. उलटपक्षी लोक ज्या उद्दिष्टांच्या प्राप्तीकरिता आपली सारी शक्ती, सारा उत्साह खर्च करतात, ती उद्दिष्टे आमच्या बुद्धीला अगदी क्षुल्लक वाटतात. असे काही आमच्या ध्यानात येत नाही की, जे काही थोडे लोक आपले सारे आयुष्य जीवनाच्या अर्थाच्या शोधाकरिता व्यतीत करतात त्यांना जे लोक आपली सारी शक्ती, सारी बुद्धी अनेक फालतू प्रश्नांवर खर्च करतात व ह्या सत्यशोधनाच्या प्रश्नावर यत्किंचितही विचार करीत नाहीत. त्यांच्यापेक्षा ह्या प्रचलित प्रश्नावर अधिक ज्ञान असू शकेल.

असाच एक युरोपियन मनुष्य एकदा भारतात- पंजाबमध्ये आला होता, माझ्यापेक्षा वेगळा हेतू मनात धरून. त्याला येथे काही लोक भेटले. त्यांच्याशी परिचय वाढला व सहवासाअंती भलताच परिणाम घडून आला. ज्या कारणांकरिता, ज्या हेतूंकरिता तो येथे आला होता ते आपले हेतू, ते उद्दिष्ट तो पार विसरून गेला. शिकंदर बादशहाचे असेच झाले. आपले राज्य वाढवायला तो इथे आला; शिपाईगडी म्हणून आला पण परत जायच्या वेळी तत्त्वज्ञानी म्हणून जायची पाळी त्याच्यावर आली.

ह्या देशातून परत जाताना बर्फाच्छादित डोंगराळ प्रदेशांवरून व वैराण

वाळवंटातून आपला रथ तुडवीत जाणाऱ्या या सिकंदराच्या मनात काय विचार येत असतील यावर मी पुष्कळदा तर्क करीत असतो. त्या मॅसिडोनच्या राजाच्या मनावर या देशातील साधूंचा व योग्यांचा फार प्रभाव पडला होता. त्याने त्यांच्याशी वादविवाद करण्यात, त्यांचे तत्त्वज्ञान समजून घेण्यात दिवसेंदिवस घालविले. त्यापेक्षा तो येथे आणखी काही वर्षे राहिला असता व त्याने संत–महात्म्यांच्या व योग्यांच्या प्रत्यक्ष सहवासात काही वर्षे घालविली असती, तर परतल्यावर पश्चिमेकडील लोकांना त्याने यथार्थाचे दर्शन घडवून आणून त्यांना चकित करून टाकले असते. जीवनासंबंधीचा त्यांचा सारा दृष्टिकोन त्याने बदलून टाकला असता.

आजच्या या साधुसंतांमध्ये अजूनही असे काही थोडे महात्मे आहेत, की जे या देशात तो ध्येयवाद जिवंत ठेवीत आहेत, त्या आध्यात्मिक मूल्यांची जोपासना करीत आहेत. या साधुसंतांच्या भरतीत काही भोंदू थोडे बहुत असतीलही. पण तसे ते असणे हे सांप्रतच्या कालाच्या भ्रष्ट जीवनाला धरूनच आहे. पण त्यावरून काही सच्चे योगी–महात्मे त्यांत उजळ माथ्याने वावरत असून जगदोद्धाराचे कार्य निरपेक्ष बुद्धीने करीत असतात हे आपल्याला विसरता येणार नाही. या मेळाव्यात इतक्या विविध श्रेणींचे, योग्यतेचे पुरुष आपल्याला भेटतात की सगळ्यांची गणना एकाच मोजमापाने, निकषाने आपल्याला करता यायची नाही. सगळेच चांगले किंवा सगळेच वाईट असा आपल्याला निष्कर्ष काढता यायचा नाही. शहरातील गरम माथ्याच्या विद्यार्थ्यांचा दृष्टिकोन मला समजू शकतो की ज्यांच्या मते असे हे ऐतखाऊ बैरागी जेव्हा नष्ट होतील तो सुदिन. यांच्याशिवाय अशीही काही वयस्क माणसे आहेत; जी अशा शांत व विशेष वर्दळ नसणाऱ्या शहरांतून राहतात. त्यांच्या मते जेव्हा या देशातील लोकांना साधू–बैराग्यांना पोसता येणार नाही तेव्हा या देशाचा विनाशकाळ ओढवेल. हाही अगदी विरुद्ध असा दृष्टिकोन मी समजू शकतो.

इतर अनेक दृष्टींनीही हा प्रश्न महत्त्वाचा झालेला आहे. या देशातील आर्थिक स्थिती इतकी खालावलेली आहे की सर्व पदार्थांच्या मूल्याचे मापन नव्याने करणे जरूरीचे आहे. हे साधू–संन्यासी लोक कोणत्याही तऱ्हेच्या अर्थोत्पादनाला हातभर लावीत नाहीत. अडाणी व अशिक्षित लोकांच्या झुंडीच्या झुंडी खेड्यापाड्यातून हिंडत असतात व काही शहरात जेव्हा मोठमोठ्या यात्रा भरतात, तेव्हा तेथेही हे लोक जमतात. हे लोक तसे उद्धट असतात. लहान मुलांना भीती दाखवायला त्यांचा उपयोग होतो. लोक त्यांना हट्टी भिकारी समजतात. ते समाजाला भारभूत झालेले असतात. कारण त्यांच्याकरिता जे काही करतो त्याचा ते मोबदला घेऊ शकत नाही. असे असूनही अशीही काही मोठी माणसे निघतात की जी आपल्या सर्वस्वाचा, मानमरातबाचा त्याग करून ईश्वरप्राप्तीच्या मार्गाला लागतात. जेथे जेथे

म्हणून ते जातात, तेथे ज्या लोकांशी त्यांचा संबंध येतो, त्यांची आध्यात्मिक उन्नती साधण्याकरिता ते झटत राहातात. जर शीलाला, नीतिमत्तेला काही किंमत असेल तर स्वत:ची व इतरांचीही उन्नती करण्याकरिता हे लोक कष्ट करतात. त्याचा मोबदला म्हणून लोक त्यांना भाकरीचा तुकडा किंवा मूठभर तांदूळ घालतात हे काहीच नव्हे!

सारांश, एवढेच म्हणता येईल की माणसाचे, मग तो खरा साधू असो की भोंदू असो, त्याचे साधुत्वाचे कवच काढा म्हणजे त्याच्या खऱ्या योग्यतेचा अंदाज करता येईल.

***

ह्या भूसुंदरीच्या खांद्यावर काळ्या चंद्रकळेचे अवगुंठन पडलेले आहे. अशा वेळी कलकत्त्याच्या अरुंद, गर्दीच्या गल्ली-गल्लीतून मी भटकत आहे.

सकाळी मी या शहरात आलो त्या वेळी एक भेसूर दृश्य माझ्या दृष्टीस पडले. ते अजून माझ्या मनश्चक्षूपुढे आहे तसेच आहे. गाडी हावडा स्टेशनवर येऊन पोचली तेव्हा एका डब्यात भयंकर स्वरूपाच्या मालाचा एक मोठा बोजा घेऊन ती आली. हा आगगाडीचा लोहमार्ग विस्तृतश जंगलातून जातो. या जंगलात वाघ, चित्ते स्वैरपणे हिंडत असतात. रात्रीच्या वेळी आमच्या गाडीचे इंजिन एका चित्त्यावर आदळले; चित्ता ताबडतोब ठार झाला त्याच्या शरीराचे दोन तुकडे झाले. त्याच्या अंगातून मांस बाहेर गळत होते; पण सगळे काही अंगातून बाहेर आलेले नव्हते.

गाडी पुढे जात होती. माझ्या संशोधनाच्या दृष्टीने मला आणखी एक विचाराचा धागा सापडला. भारतात गाड्यांना गर्दी फार. डबे माणसांनी अगदी खचून भरलेले असतात. ज्या डब्यात मला झोपण्याची जागा (बर्थ) मिळालेली होती, त्यात नाना प्रकारची माणसे होती. असे 'बर्थ' फक्त वरच्या डब्यांना असतात. खालच्या वर्गाच्या डब्यांना ही सोय नसते. डब्यातली माणसे इतकी मोठ्याने व उघड बोलत होती की ती कोण व काय असावीत हे चटकन ध्यानात येई. त्यांपैकी एक मुसलमान होता. त्याच्या अंगावर लांबलचक, काळ्या रंगाच्या रेशमाची शेरवानी होती. गळ्याभोवती बटणे होती. डोक्याला वाटोळी काळी टोपी, कडेला जर. डोळ्यांवर केस कमी. खाली पायजमा व पायात चढाव; त्यावर तांबड्या व हिरव्या रंगाच्या जरीचे काम केलेले. त्याच्या शेजारी गव्हाळ वर्णाचा पश्चिम भागाकडील मराठी इसम बसलेला होता. दुसऱ्या बाजूला एक मारवाडी. त्याच्या डोक्याला सोनेरी जरतारी पागोटे; तो बहुधा सावकार असावा. शेजारी एक मद्रासी गलेलठ्ठ ब्राह्मण वकील बसलेला होता. हे सगळे इसम चांगले पैसेवाले होते. त्यांचे नोकरही त्यांच्याबरोबर तिसऱ्या वर्गातून प्रवास करीत होते. गाडी जेव्हा जेव्हा स्टेशनांवर थांबे, तेव्हा तेव्हा ते ह्या पहिल्या

वर्गाच्या डब्यात येत व मालकाला काय हवे, काय नको ही विचारपूस करून जात.

मुसलमान उतारूने माझ्याकडे एक दृष्टिक्षेप टाकला. त्याचे डोळे मिटू लागले व थोड्याच वेळात त्याला झोपही लागली. मराठी माणूस मारवाड्याशी बातचीत करू लागला. ब्राह्मण नुकताच डब्यात शिरलेला होता. अजून त्याला स्थिरस्थावर व्हायचे होते.

मला बोलायची लहर आली; पण बोलायचे कुणाशी? पूर्व व पश्चिम यांमधली आचारविचारांची तफावत मध्ये आली; व त्या सगळ्यांच्यापासून मी वेगळा पडलो. पण मी हुरूप धारण केला. तेवढ्यात या गुलाबी वर्णाच्या ब्राह्मणाने एक पुस्तक काढले. पुस्तक इंग्रजी होते. नाव 'लाईफ ऑफ रामकृष्ण.' ते नाव पुठ्ठ्यावर इतक्या मोठ्या टाइपामध्ये छापलेले होते की मला ते सहज वाचता आले. झाले, मला एक साधन मिळाले त्याच्याशी बोलायला. रामकृष्ण म्हणजे आजच्या युगातले शेवटचे ऋषी होत, असे मला कोणीतरी सांगितले होते. ह्या मुद्द्यावर त्याच्याशी मी बोलायला सुरुवात केली; आणि त्याने साथही चांगली दिली. आम्ही प्रथम तात्त्विक चर्चा सुरू केली. अगदी वरच्या स्तरावर गेलो. तेथून मग उतरून घरगुती, ऐहिक विषयांकडे वळलो.

ज्या ज्या वेळी 'ऋषी' या नावाचा तो उच्चार करी, तेव्हा तेव्हा त्याचे डोळे भक्तीने व आदराने भरून येत. ऋषिमुनींबद्दलचा त्याचा भक्तिभाव उचंबळून येत असे. दोन एक तासांत मला कळून आले की त्या ब्राह्मणाचा एक गुरू होता व तो गुरू रामकृष्ण परमहंसांचे जे काही शिष्य अजून हयात आहेत त्यांपैकी एक शिष्य होता. हा त्याचा गुरू जवळ जवळ ऐंशी वर्षांचा होता व तो कोठे एकान्तवासात न राहता कलकत्त्याच्या अगदी भरवस्तीत राहत होता.

अर्थात मी त्याचा पत्ता मागितला व तो त्याने ताबडतोब दिला.

'तुम्हाला काही प्रत्यक्ष परिचय करून देण्याची जरुरी नाही; तुमची भेटायची इच्छा आहे एवढे पुरेसे आहे.' या वकिलाने खुलासा केला.

आता मी कलकत्त्यात आलो व रामकृष्णांच्या त्या वृद्ध शिष्याच्या मास्टर महाशयांच्या घराच्या पत्त्याच्या शोधाला लागलो.

रस्त्याच्या कडेला एक पटांगण होते. ते ओलांडून पलीकडे जिना चढून आम्ही एका प्रशस्त अशा जुन्या घरात गेलो. मी एका अंधेऱ्या जिन्याने वरती चढून लहान दरवाजातून वरच्या मजल्यावर गेलो. या मजल्यावरच्या एका लहानशा खोलीत गेलो. त्या खोलीच्या बाहेर घराची गच्ची होती. खोलीच्या दोन भिंतींना लागून कमी उंचीचे कोच मांडून ठेवलेले होते. खोलीत फक्त एक दिवा व पुस्तकांचा व कागदांचा एक

गट्टा यांशिवाय काहीही नव्हते. एक तरुण मनुष्य त्या खोलीत आला व गुरुजी येत आहेत असे सांगून मला वाट पाहायला सांगितली. गुरुजी खालच्या मजल्यावर होते.

अशी दहा मिनिटे गेली. खालच्या मजल्यावरून वरती येणाऱ्या कोणाचा तरी आवाज मला जिन्यात ऐकू येऊ लागला. ताबडतोब माझ्या मनात असा विचार घोळू लागला व मस्तकात शिरशिरी आली की खालच्या मजल्यावरचा मनुष्य माझ्यासंबंधीच विचार करीत आहे. जिन्यावर माणसाच्या पावलांचा आवाज ऐकू येऊ लागला. तो मनुष्य फार सावकाश येत होता. शेवटी तो वर येऊन पोचला. त्याचे नाव काय हे कोणी सांगण्याची जरुरी लागली नाही. त्याला पाहिल्यावर बायबलमध्ये वर्णन केलेला असा कोणी पवित्रसा पुराणपुरुष प्रकट झाला आहे की काय असे वाटले. मोझेसच्या वेळची एक व्यक्ती पुनः मानवी देह धारण करून पृथ्वीतलावरती अवतरली आहे की काय, असा भास झाला. ह्या पुरुषाच्या डोक्याला टक्कल होते. लांबलचक पांढरी दाढी होती; मिशा पांढऱ्या होत्या; मुद्रा गंभीर व भारदस्त होती; डोळे मोठे, विचारात मग्न झालेले; जवळजवळ ऐंशी वर्षांच्या हयातीच्या दगदगीने त्यांचे शरीर थकलेले होते व अंगकाठी थोडी वाकलेली होती. ही व्यक्ती म्हणजे मास्टर महाशयांशिवाय दुसरी कोणती असणार?

ते एका बैठ्या खुर्चीवर बसले व बोलण्यासाठी त्यांनी माझ्याकडे तोंड वळविले. त्यांच्यासमोर लघु बोलण्याला, थट्टाविनोद करायला, कडक, टीकेचे शब्द सुद्धा उच्चारायला व माझ्या आत्म्याचा वारंवार ग्रास करणाऱ्या अश्रद्धेचे, संशयग्रस्त मनाचे आविष्करण करायला बिलकूल जागा नाही हे मी ताबडतोब उमजलो. त्यांचा स्वभाव, त्यांची ईश्वरासंबंधीची पूर्ण आस्तिक्यबुद्धी व वागण्यातील खानदानी ही त्यांच्या मुद्रेवर, कुणाच्याही नजरेत चटकन भरणारी अशी, दृग्गोचर होत होती.

ते माझ्याशी इंग्लिशमध्ये बोलायला लागले. त्यांचे उच्चार अगदी इंग्लिशमनच्या थाटाचे होते.

'मी तुमचे स्वागत करतो.'

त्यांनी मला जवळ बोलावले व आपल्या कोचावरच शेजारी बसविले. माझा हात त्यांनी काही क्षण आपल्या हातात घेतला. माझा स्वतःचा परिचय करून देण्याची व भेट घेण्याचा काय हेतू आहे हे त्यांना सांगण्याची जरुरी मला वाटू लागली. मी माझा परिचय करून दिला. भेटीचा हेतू काय हेही सांगून टाकले. माझे बोलणे संपल्यावर त्यांनी माझा हात प्रेमळ भावाने पुनः दाबला व ते मला म्हणाले :

'एक उच्च शक्तीच्या प्रभावाने प्रेरित होऊन तुम्ही हिंदुस्थानात येत आहात व या देशातील संत-महात्म्यांचा परिचय तुम्हाला घडून येत आहे. याच्या पाठीमागे

काहीतरी एक हेतू आहे. भविष्यकाळच त्या हेतूवर प्रकाश पाडील. शांतपणे वाट पाहायला पाहिजे.'

'आपले गुरू रामकृष्ण यांच्याबद्दल मला काही सांगाल काय?'

'हं. आता हा विषय म्हणजे माझ्या आवडीचाच. आता त्यांना जाऊन पन्नास-एक वर्षं होतील. पण त्यांच्या आठवणी कधीही बुजणाऱ्या नाहीत. माझ्या अंतःकरणात त्या अगदी ताज्या आहेत; त्यांचा सुगंध दरवळत आहे. त्यांची माझी पहिली भेट झाली तेव्हा माझे वय सत्तावीस होते; आणि त्यांच्या आयुष्याच्या शेवटल्या पाच वर्षांत मी तर सतत त्यांच्याजवळ होतो. त्याचा असा परिणाम झाला की, भद्दे सारे रूप पालटले. जीवनाविषयीचा माझा दृष्टिकोन पार बदलून गेला. देवतुल्य रामकृष्णांच्या प्रभावाचा हा असा परिणाम घडून आला. त्यांना जे भेटायला येत, त्यांच्यावर अशी ही मोहिनी पडे. ते अक्षरशः त्यांना भारावून टाकीत; उल्हसित करून टाकीत. जे अगदी जडवादी यांची टर उडवायला येत ते त्यांच्यापुढे चालू शकत नसत.'

'पण अशा लोकांना अध्यात्माबद्दल काय आदर वाटणार? त्यावर त्यांचा विश्वासच नसतो.' थोडे भांबावून जाऊन मी मध्येच बोललो.

महाशयांच्या ओठांची हालचाल होऊ लागली. अर्धवट हसून ते म्हणाले :

'दोन माणसांनी मिरची खाल्ली; एकाला त्या वस्तूचे नाव माहीत नाही; कदाचित पूर्वी कधी त्याने मिरची खाल्ली नसेल. दुसऱ्याला मिरची माहीत आहे. पाहिल्याबरोबर वस्तू त्याने ताबडतोब ओळखली. आता हे पाहा. दोघांना ती चव तिखट लागणार नाही काय? दोघांच्याही जिभेची आग होणार नाही काय? त्याचप्रमाणे रामकृष्णांचे पारमार्थिक मोठेपण ज्यांना माहीत नाही अशा जडवादी लोकांना त्यांच्यापासून प्रसूत होणाऱ्या आध्यात्मिक प्रभावाचा आस्वाद घेता येणार नाही काय?'

'म्हणजे ते आध्यात्मिक दृष्ट्या अतिमानुष होते?'

'होय. आणि माझ्या श्रद्धेनुसार त्याहूनही जास्त होते. रामकृष्ण अगदी साधे इसम होते; अशिक्षित, निरक्षर. त्यांना स्वतःची सही सुद्धा करता येत नसे. लिहिण्याची तर गोष्टच राहो. त्यांची मुद्रा विनयशील होती व राहणी त्याहूनही अधिक विनयशील. तरीपण हिंदुस्थानातले अगदी अतिशिक्षित व अत्यंत सुसंस्कृत असे लोक त्यांच्या भजनी लागत. त्यांच्या प्रचंड आध्यात्मिक प्रभावापुढे ते मान तुकवीत. कारण तो प्रभाव इतका जबरदस्त होता की तो इंद्रियांना कळून येई. त्यांनी आम्हाला असे शिकविले की, आध्यात्मिक जीवनापुढे अभिमान, पैसा, धनदौलत, मानसन्मान, ऐहिक वैभव हे सर्व तुच्छ आहे. ही सगळी माया आहे. ती माणसाला

फसवीत असते. अहाहा! काय ते दिवस! कित्येकदा तर त्यांना अशी समाधी लागे की, आम्हाला वाटे ते प्रत्यक्ष परमेश्वरच होत; मनुष्य नव्हेतच. आणि गंमत अशी की, केवळ स्पर्शाने ते आपल्या शिष्यांना त्या परमोच्च स्थितीचा अनुभव आणून देत. आणि ह्या स्थितीत त्यांना प्रत्यक्ष अनुभवाने परमेश्वरविषयक गूढ रहस्याचे आकलन होई. पण मला स्वतःला काय अनुभव आला तो तुम्हाला सांगतो.

'माझे सगळे शिक्षण पाश्चिमात्य पद्धतीवर झालेले. माझे डोके जणू बुद्धीच्या अहंकाराने भरून गेलेले. कलकत्त्याच्या निरनिराळ्या कॉलेजांतून इंग्लिश वाङ्मय, इतिहास व राजकीय अर्थशास्त्र या विषयांचा प्राध्यापक म्हणून मी काम केलेले आहे. रामकृष्ण त्या वेळी दक्षिणेश्वरला एका देवळात राहत. दक्षिणेश्वर हे कलकत्यापासून गंगेच्या वरच्या पात्रावर काही मैलांच्या अंतरावर आहे. तेथे उन्हाळ्यात एका दिवशी त्यांची माझी भेट झाली. त्या दिवसाची आठवण मी कधीही विसरणार नाही. त्या दिवशी स्वतःच्या अनुभवावर आधारलेल्या अशा आध्यात्मिक विचारांचे ते अगदी साध्या पद्धतीने विवेचन करीत होते. मी ते ऐकत बसलो. त्यांच्याशी वादविवाद करायचा मी अल्पसा प्रयत्न केला. पण थोड्याच वेळात त्यांच्या पवित्र सहवासात मी अगदी अवाक् झालो. माझ्यावर त्यांचा जो प्रभाव पडला तो शब्दांनी वर्णन करून सांगता येत नाही. त्यानंतर त्या गरीबशा, विनयशील पण दिव्य विभूतीच्या दर्शनाला मी वारंवार जायला लागलो. एक दिवस रामकृष्ण सहज विनोदाने म्हणाले :

'एकदा एका मोराला चार वाजता अफूचा डोस दिला. दुसऱ्या दिवशी बरोबर चार वाजता तो त्या वेळी हजर झाला. अफूचा प्रभाव तो. त्याला दुसरा डोस हवा होता.'

'आणि लाक्षणिक अर्थाने ते अगदी खरे होते. रामकृष्णांच्या सान्निध्यात परमानंदाचा जो मला अनुभव येई तो आनंद अगदी अपूर्व होता. मग पुन्हा पुन्हा मी त्यांच्या दर्शनाला जात गेलो यात नवल काय? आणि अशा तऱ्हेने मी त्यांच्या अगदी निकटवर्ती शिष्यांपैकी एक शिष्य बनलो. तसे त्यांच्याकडे नुसते भेटीला अनेक लोक येत. एक दिवस गुरुदेव मला सांगू लागले :

'तुझ्या डोळ्यांवरून, कपाळावरून व चेहऱ्यावरून मी सांगतो की, तू योगी आहेस. तुझे तू आपले काम कर पण ईश्वरावर लक्ष ठेवून वाग. बायको, मुले, आईबाप यांच्याबरोबर राहा; ती तुझीच माणसे आहेत. त्यांची सेवा कर. कासव तळ्यातल्या पाण्यात सगळीकडे पोहत असते पण त्याचे लक्ष तीरावर जेथे त्याची अंडी ठेवलेली असतात त्या ठिकाणी असते. तसे संसाराची सगळी कामे कर पण लक्ष ईश्वरावर केंद्रित करून ठेव.'

'आणि म्हणून आमचे गुरू दिवंगत झाल्यावर त्यांच्या इतर बहुतेक शिष्यांनी ज्याप्रमाणे संसार सोडून भगवी वस्त्रं धारण केली व रामकृष्णांचा संदेश साऱ्या देशभर प्रसृत करण्यास स्वतःस तयार केले, त्याप्रमाणे मी माझा व्यवसाय सोडला नाही; अध्यापनाचे कार्य करीतच राहिलो. तरी पण जगात राहूनही जगावेगळे राहण्याचा माझा इतका दृढनिश्चय होता की पुष्कळदा रात्रीच्या वेळेस सेनेट हाउसच्या मोकळ्या व्हरांड्यात मी येऊन बसत असे. शहरातले गोरगरीब भिकारी–ज्यांना घरदार काही नाही असे–तेथे रात्री झोपायला येत. त्यांच्यासमवेत मीही झोपत असे. अशा तऱ्हेने थोडा वेळ का होईना मला असे वाटे की, मी त्यांच्यासारखाच एक निर्धन, निराधार असा आहे.

'रामकृष्ण आज हयात नाहीत; पण जर तुम्ही या देशात हिंडाल तर तुम्हाला असे आढळून येईल की, त्यांचे जे अगदी पहिले–पहिले शिष्य होते त्यांनी देशभर काही ना काही, सामाजिक, लोककल्याणाचे वैद्यकीय आणि शैक्षणिक कार्य करून ठेवलेले आहे. पण त्यांपैकी बहुतेक अता दिवंगत झालेले आहेत ही दुर्दैवाची गोष्ट आहे. पण ह्या विभूतीने कित्येक माणसांच्या हृदयाचे परिवर्तन घडवून आणलेले आहे; कित्येकांच्या जीवनात क्रांती घडवून आणलेली आहे. ते कार्य तुम्हाला सहजासहजी दिसून येणार नाही. कारण त्यांच्या संदेशाचा प्रसार एक शिष्याकडून दुसऱ्या शिष्याकडे असा होत गेला आहे. आणि त्यांनी मग त्याचा प्रसार दूरवर केलेला आहे. त्यांची सूक्तिवचने टिपून ठेवण्याचे काम माझ्याकडे होते. काय माझे सद्भाग्य! ही सूक्तिवचने बंगाली भाषेत लिहून ठेवलेली आहेत. बंगालमध्ये घरोघरी ती वाचली जातात. त्यांची भाषांतरे हिंदुस्थानाच्या इतर भागात जाऊन पोचली आहेत. यावरून रामकृष्णांच्या शिकवणुकीचा प्रभाव त्यांच्या निकटवर्ती शिष्यांमध्येच पडला नसून तो दूरवर कसा पसरत गेला आहे हे तुमच्या ध्यानात येईल.'

महाशयांनी हे आपले लांबलचक वक्तव्य संपविले व मग एकदम ते गप्प बसले. मी त्यांच्या चेहऱ्याकडे पुन्हा पाहिले. त्यांच्या चेहऱ्याची ठेवण व शरीराचा वर्ण मला साधारण हिंदू माणसासारखा वाटला नाही. माझ्या मनश्चक्षूसमोर आशिया मायनरमधील एक चिमुकले राष्ट्र उभे राहिले. इस्रायलच्या संततीकरिता; दुर्गतीतून त्यांना किंचितसा विराम देण्याकरिता अल्पकालिक का होईना जगाने त्याची सोय केली. त्या लोकांपैकी ते असावेत असा मला भास झाला. त्यांच्यामधला कोणी एक प्रेषित त्या लोकांपुढे भाषण करीत आहे असे मला हे महाशय दिसले. किती उमदे व भारदस्त दिसत होते ते! त्यांचे सौजन्य, त्यांचा प्रामाणिकपणा, त्यांचे सद्गुण, त्यांची शुचिता व आस्था ही स्पष्ट दिसून येत होती. आपल्या सदसद्विवेकबुद्धीला स्मरून जो आपले आचरण ठेवतो व तदनुसार दीर्घ अशी जीवनयात्रा कंठतो, त्याच्या ठिकाणी

जसा स्वाभिमान असतो तसा स्वाभिमान त्यांच्या ठिकाणी असलेला माझ्या नजरेस आला.

'अशी काही माणसे असतात की जी नुसत्या श्रद्धेवर जगू शकत नाहीत; त्यांच्या बुद्धीला, सारासारविचाराला तो बोध पटला पाहिजे. अशा माणसांना राम कृष्णांनी काय मार्गदर्शन केले असते मला काही कल्पना करता येत नाही,' मी अर्धवट प्रश्न केला.

'अशा माणसाला त्यांनी 'प्रार्थना कर' म्हणून सांगितले असते. प्रार्थनेच्या ठिकाणी प्रचंड शक्ती आहे. आपल्याकडे पारमार्थिक विचाराचीच माणसे पाठीव म्हणून खुद्द ते परमेश्वराची प्रार्थना करीत व मग त्यांच्याकडे जी माणसे येत ती पुढे त्यांचे शिष्य किंवा साधक बनत.'

'पण माणसाने जर कधी प्रार्थनाच केली नसेल तर?'

'प्रार्थना करणे हा शेवटला तरणोपाय आहे. जेथे बुद्धी, अक्कल काम करीत नाही तेथे प्रार्थना उपयोगी पडते.'

'पण जर असा एखादा तुमच्याकडे आला व तुम्हाला म्हणाला की 'माझा प्रार्थनेवर विश्वास नाही' तर मग त्याला तुम्ही काय सल्ला द्याल?' मी सौम्य आवाजात चिकाटीने पुनः प्रश्न केला.

'त्याने सत्संग करावा; ज्यांना थोडा काही स्वानुभाव आहे अशांच्या सहवासात काळ घालवावा म्हणजे त्यांच्या ठिकाणी सुप्त असलेली आध्यात्मिकता जागृत होईल. उच्च कोटीच्या विभूती आपली मने व आपल्या वासना आध्यात्मिक उद्दिष्टाकडे वळवून नेतात; आणि आध्यात्मिक जीवनाची तीव्र तळमळ आपल्या मनात निर्माण करतात. म्हणून म्हणतो सत्संगाचे असे हे महत्त्व आहे. ही पहिली पायरी आहे. रामकृष्ण म्हणत असत की, पुष्कळदा ही शेवटलीच पायरी ठरू शकते.'

अशा तऱ्हेने आम्ही उच्च व पवित्र अशा विषयांवर बोलत राहिलो. शाश्वत सुखाखेरीज मनुष्याला शांती मिळणार नाही हा मुख्य मुद्दा. त्या दिवशी संध्याकाळी निरनिराळी माणसे त्यांच्या भेटीला आली. शेवटी ती लहानशी खोली मास्टर महाशयांच्या चाहत्यांनी भरून गेली. ते अगदी रात्री सुद्धा येत व ह्या चारमजली घराचे जिने चढून जात व आपल्या गुरूचा शब्दन् शब्द अगदी मन लावून ऐकत बसत.

काही वेळ मी सुद्धा त्यांच्यांत सामील झालो. आणि त्यानंतर दररोज रात्री कित्येक दिवस मी येत राहिलो. पुढे पुढे त्यांची प्रवचने ऐकण्यापेक्षा त्यांच्या सान्निध्यात नुसते बसून आध्यात्मिक आनंद उपभोगावा याकडेच मी प्रवृत्ती वाढत गेली. त्यांच्या सभोवारचे वातावरण कोमल, सुंदर, सौम्य व प्रेमळ असे. त्यांना आंतरिक आनंदाचा

अनुभव आलेला होता. त्या आनंदाच्या लहरी त्यांच्या देहापासून प्रसृत होत व बसणाऱ्यांना भासमान होत. पुष्कळदा मी त्यांचे शब्द विसरून जाई पण त्यांच्या दयामय व्यक्तित्वाचा विसर मला कधीही पडला नाही. रामकृष्णांकडे ते जसे ओढले गेले, तसा मीही त्यांच्याकडे ओढला गेलो आणि मग उमजले की, शिष्याचे जर एवढे आकर्षण तर गुरूचे केवढे असले पाहिजे.

त्यांचा निरोप घेण्याची वेळ आली. संध्याकाळचा असा मी गेलो होतो. तो प्रसंग मी कधीही विसरणार नाही. त्यांच्या शेजारी कोचवर मी बसलो होतो. वेळ कसा गेला हे कळले सुद्धा नाही. एका पाठीमधून एक असे तास सुद्धा निघून गेले. पण आमच्या बोलण्यात खंड पडला नाही. शेवटी बोलणे संपायची वेळ आली. बोलणे संपल्यावर मी निरोप घेतला. त्या महात्म्याने माझा हात आपल्या हातात घेतला व मला गच्चीपर्यंत पोचविले. चांदणे टिपूर पडलेले होते. कुंड्यांमध्ये व टबमध्ये लावलेल्या झाडांच्या छाया पांढऱ्या चुनेगच्चीवर पडलेल्या होत्या. खाली कलकत्ता शहर वसलेले होते व तिथून हजारो दिवे लुकलुकत होते.

पौर्णिमा होती. पौर्णिमेच्या चंद्राकडे महाशयानी बोट दाखविले आणि नंतर काही वेळ ते शांतपणे प्रार्थना करीत बसले. त्यांची प्रार्थना संपेतोपर्यंत मी गप्प बसून राहिले. नंतर ते उठले; त्यांनी आपला हात वरती केला व अलगद माझ्या कपाळावर ठेवला.

त्या देवमाणसापुढे मी नम्रपणे वाकलो. मी अधार्मिक खरा, पण त्यांना वंदन केले. स्तब्धता आणखी काही वेळ टिकली. नंतर ते हळू आवाजात म्हणाले :

'माझे जीवनकार्य आता संपत आलेले आहे. हे शरीर ते कार्य करण्याकरिता मला ईश्वराने दिले; ते शरीर आता फार वेळ टिकणार नाही. जाण्यापूर्वी[1] मी तुम्हाला आशीर्वाद देतो.'

त्यांनी मला चमत्कारिक पद्धतीने हलवून टाकले होते. झोप घेण्याचा विचार मी मनातून काढून टाकला व रस्त्यातून हिंडावयाचे ठरविले. हिंडत हिंडत शेवटी मी एका मशिदीत शिरलो. तेथे बांग ऐकू आली 'अल्ला हो अकबर!' मध्यरात्रीची नीरव शांतता होती. मी मनाशी असा विचार केला की, ज्या बुद्धिवादी संशयी वृत्तीला मी चिकटून राहिलेलो आहे तिच्यापासून मला मुक्त करून माझ्यामध्ये साधी भाविक व श्रद्धाळू वृत्ती जर कोणी निर्माण करू शकेल तर ते मास्टर महाशयच करू शकतील.

***

'तुमचे काम त्यांच्याकडून झाले नाही. तुमची त्यांची पुन्हा भेट होऊ नये अशी

[1] त्यानंतर लवकरच ते वारल्याचे मला समजले.

ईश्वरी योजनाच होती. कोणी सांगावे?'

हे शब्द उच्चारणारे डॉ. बंदोपाध्याय, कलकत्त्याच्या एका रुग्णालयामध्ये हाउस सर्जन होते. कलकत्त्यामधील ते एक सुप्रसिद्ध शल्यविशारद शस्त्रवैद्य होते. त्यांनी आतापर्यंत सहा हजार शल्यक्रिया केल्या असतील. त्यांच्या नावापुढे अनेक पदव्यांची लांबण होती. हठयोगाविषयी मी जे काही थोडेबहुत ज्ञान मिळविले ते चिकित्सापूर्वक तपासण्यास मला त्यांची फार मदत झाली. ती चिकित्सा करताना फार मौज वाटली. आनंद झाला. वैद्यकविषयक त्यांचे सशास्त्र अध्ययन व शरीरशास्त्राविषयी त्यांना पूर्ण माहिती असल्याने हा योगाचा विषय प्रत्यक्ष आचरणात आणण्याच्या दृष्टीने या चर्चेचा फार उपयोग झाला.

'मला योगशास्त्राबद्दल काही माहिती नाही,' त्यांनी स्पष्ट कबुली दिली. 'तुम्ही जे काय मला सांगत आहा ते मला अगदी नवीन आहे. मला आतापर्यंत खरा असा योगी कोणी भेटला नाही. हां; त्याला एक अपवाद आहे. तो म्हणजे नरसिंगस्वाम ींचा. ते नुकतेच कलकत्याला येऊन गेले.'

आणि मग मी त्यांना नरसिंगस्वामींचा पत्ता वगैरे विचारला. पण त्याचे त्यांनी समाधानकारक उत्तर दिले नाही. ते म्हणाले :

'नरसिंगस्वामी कलकत्त्यामध्ये विजेच्या चमचमाटा सारखे एकदम चमकून गेले. तेथे त्यांनी मोठी खळबळ उडवून दिली व मग ते एकदम कुठेतरी नाहीसे झाले. देशातल्या कुठल्या तरी अंतर्भागात ते विश्रांती घेत असताना एकदम शहरात प्रगट झाले व फिरून तिकडेच ते परत गेले असे मला वाटते.'

'पुढे त्यांचे काय झाले?'

'ते येथे असताना त्यांचा फार मोठा बोलबाला झाला. त्यांना प्रथम डॉ. नियोगींनी एकदोन महिन्यापूर्वी मधुपूर भागात शोधून काढले. डॉ. नियोगी हे कलकत्ता विश्वविद्यालयाच्या प्रेसिडेन्सी कॉलेजमध्ये रसायनशास्त्राचे प्राध्यापक आहेत. डॉ. नियोगींनी त्यांना विषारी ॲसिडचे काही थेंब चाटताना पाहिले, तसेच जळता निखरा तोंडात टाकताना पाहिले. तो निखरा विझेपर्यंत तसाच त्यांच्या तोंडात होता. डॉक्टर लोकांना याचे मोठे आश्चर्य वाटले. त्यांनी त्या योग्याचे मन कलकत्याला येण्याकरिता वळविले. विश्वविद्यालयाने नरसिंगस्वामींच्या योगसामर्थ्याचे प्रदर्शन करण्याच जाहीर कार्यक्रम आखला. त्या प्रसंगी कलकत्यामधील शास्त्रज्ञ व डॉक्टर लोक हजर होते. मलाही त्या कार्यक्रमास आमंत्रण होते. हे सगळे प्रयोग मी प्रत्यक्ष डोळ्यांनी पाहिले. प्रेसिडेन्सी कॉलेजच्या फिजिक्स थिएटरमध्ये हा कार्यक्रम झाला. आम्ही सगळी मंडळी मोठी चिकित्साखोर. धर्माविषयी आम्हाला काही आस्था अशी नव्हती. योग

किंवा अशा काही गोष्टी यांबद्दल मी कधी काही विचारही केलेला नव्हता. माझे लक्ष माझ्या अध्यापनाच्या विषयाकडे गुंतलेले असावयाचे.

तो योगी थिएटरच्या मध्यभागी उभा राहिला. त्याला आम्ही कॉलेज लॅबोरेटरीतील विषारी द्रव पदार्थ प्राशनाकरिता दिले; प्रथम आम्ही त्याला सल्फ्युरिक ॲसिडची बाटली दिली. या बाटलीतून काही थेंब आपल्या हाताच्या तळव्यावर घेतले व ते त्याने आपल्या जिभेने चाटून दाखविले. नंतर त्याला आम्ही भारी कॅर्बालिक ॲसिड दिले; ते सुद्धा त्याने चाटून दाखविले. नंतर त्याला आम्ही अगदी जहर विष दिले; पोटॅशियम सायनाईड. तेही त्याने काही हू की चू न करिता पिऊन दाखविले. ही त्याची असामान्य ताकद पाहून आम्ही आश्चर्यचकित झालो. कोणाला खरे वाटणार नाही; पण हे प्रयोग आम्ही आपल्या डोळ्यांनी प्रत्यक्ष पाहिले. त्याने पोटॅशियम सायनाईड इतके घेतले होते की कोणी साधा मनुष्य ते घेतल्यावर तीन मिनिटांच्या अवधीत खलास झाला असता. पण त्याला काही झाले नाही; त्या विषाचा अंमल त्याच्या शरीरावर काही एक दिसून आला नाही. तो हसतच होता.

त्यानंतर एक जाड काचेची बाटली आम्ही तेथे आणली. ती फोडली आणि त्या तुकड्याचे अगदी चूर्ण केले. ते चूर्ण त्याने पोटात टाकले. त्या काचेच्या चूर्णाने कोणाही माणसाला खलास करून टाकले असते. पण त्याला काही झाले नाही. अशा तऱ्हेचे हे विलक्षण भक्षण झाल्यावर आमच्या कलकत्त्यातील एका डॉक्टराने त्या योग्याच्या पोटाला पंप लावला आणि पोटातील सगळे पदार्थ बाहेर काढले. ते सारे विषारी पदार्थ तेथे तसेच होते. आणि ते काचेचे चूर्ण दुसऱ्या दिवशी त्याच्या विष्ठेत सापडले.

'आमची ही चाचणी अगदी परिपूर्ण होती यात बिलकूल शंका नाही. सल्फ्युरिक ॲसिड इतके तीव्र होते की तांब्याच्या नाण्यावर त्याचा विदारक परिणाम ताबडतोब दिसून आला होता. हे प्रयोग करून दाखवीत असताना बरेच लोक सभागृहात उपस्थित होते. त्यात सुप्रसिद्ध शास्त्रज्ञ व नोबेल पारितोषिक विजेते सर सी. व्ही. रमण हजर होते. ते म्हणाले की, हे प्रयोग म्हणजे आधुनिक विज्ञानाला आव्हानच होय. नंतर आम्ही नरसिंगस्वामींना विचारले की, तुम्ही हे कसे काय करून दाखविता? तर ते म्हणाले की, 'मी आता घरी गेल्यावर ताबडतोब योगसमाधी लावीन व मनाच्या तीव्र धारणेने या विषाच्या मारक क्रियेचा प्रतिकार करीन.'[२] त्या विषाची बाधा माझ्या

---

[२]नरसिंगस्वामी त्यानंतर पुनः एकदा कलकत्त्यात आले होते. तेथून ते ब्रह्मदेशात रंगूनला गेले. तेथेही त्यांनी असेच प्रयोग करून दाखविले. पण एकदा काय झाले, मुक्कामावर पोचल्यावर लोकांची फार गर्दी झाल्याने त्यांनी नेहमीप्रमाणे समाधी लावली नाही. त्याचा परिणाम असा झाला की, ती विषे त्यांच्या अंगात त्वरेने भिनली व ते मरण पावले.

शरीरावर होऊ देणार नाही.'

घरी गेल्यावर मी त्या अड्यार नदीतीरावरील तपस्व्याशी-ब्रह्माशी जी माझी मुलाखत झाली त्याच्या टिपणांची वही हुडकून काढली. वहीतली पाने चाळून एक टिपण धुंडाळून काढले. ती नोंद अशी :

'अत्युच्च योगसाधना करणाऱ्यांच्या शरीरावर विषाची बाधा होत नाही; मग ते विष कितीही जहरी, भयंकर असो. ह्या साधनेमध्ये एका विशिष्ट आसनाचा, प्राणायामाचा, इच्छाशक्तीचा आणि मनोधारणेचा समावेश केलेला असतो. आमच्या परंपरागत समजुतीप्रमाणे ही साधना कोणताही पदार्थ खाऊन टाकण्यास, पिण्यास-विषसुद्धा- साधकास शक्ती देते. त्या विषाची त्याला काही बाधा होत नाही. ही साधना अतिशय कठीण आहे व ती सतत नियमाने केली पाहिजे; तरच ती फलदायी होते. एका वृद्ध माणसाने मला एकदा असे सांगितले की, काशीस एक योगी आहे; त्याला कितीही विष द्या; तो ते सारे पिऊन टाकतो; त्याला त्याची काही बाधा होत नाही. त्या योग्याचे नाव त्रैलंगस्वामी. त्या काळात तो योगी काशीस फार प्रसिद्ध होता. पण त्याला दिवंगत होऊन बरीच वर्षे लोटली. त्रैलंगस्वामी हठयोगात पारंगत होते. दिगंबर अशा स्थितीत ते गंगातीरावर वर्षेन् वर्षे बसून राहत; पण त्यांच्याशी कोणी बोलणे वगैरे करीत नसे, कारण त्यांनी मौनव्रत धारण केलेले होते.'

ब्रह्माने हा विषय प्रथम माझ्याशी चर्चेला काढला होता तेव्हा विषाचा परिणाम योग्यांच्या शरीरावर होत नाही हे त्याचे म्हणणे त्या वेळी मला पटले नव्हते. मला ते शक्य वाटले नव्हते. पण शक्याशक्यतेच्या माझ्या ज्या पूर्वीपासूनच्या काही कल्पना होत्या, त्यांना आता धक्का बसू लागला. योग्यांच्या ह्या विलक्षण, अमानुष अशा सिद्धिसामर्थ्यापुढे मन अगदी थक्क होऊन जाते; अक्कल गुंग होऊन जाते. कोणाला माहीत? आम्ही पाश्चिमात्य संशोधक प्रयोगशाळेत निसर्गाची ही गुपिते शोधून काढण्याकरिता हजारो प्रयोग करीत आहोत, पण आम्हाला काही समजून येत नाही, ती ही गुपिते ह्या योगीजनांना पूर्वीच अवगत झालेली असतात.

११

चमत्कार करून दाखविणारा वाराणसीचा जादूगार

बंगालमधील पुढील परिभ्रमणाची आता मी हकिकत देत बसत नाही. बुद्धगयेला असेच मला तीन तिबेटी लामा भेटले होते. त्यांनी मला तिबेटमध्ये मठात येण्याचे आमंत्रणही दिले होते. ती सारी हकिकत मी आता काही लिहून ठेवीत नाही. मला आता त्या पवित्र काशीपुरीत जायची घाई झालेली आहे.

शहराजवळील त्या अजस्र लोखंडी पुलावरून आमची गाडी भरवेगाने दौडत होती. इंजिनाचा मोठा भोंगा जणू आपल्या आधुनिकतेने त्या नगरीतील पुरातन व स्थायीभावी समाजरचनेवर आक्रमण करीत होता. परकीय व अपवित्र लोकांनी तिच्या हरित व करड्या रंगाच्या जलप्रवाहावरून कर्णकर्कश आवाज करणारी इंजिने सोडून गंगेचे ते पवित्र जल कदाचित तितकेसे पवित्र राहिलेही नसेल.

अशी ही काशीपुरी! मी गाडीतून उतरून शेजारीच उभ्या असलेल्या वाहनात बसण्यासाठी पुढे झालो. यात्रेकरूंची काय ती तोबा गर्दी! यात्रेकरू एकमेकांशी धक्काबुक्की करीत होते. शहरातील धुळीच्या रस्त्यावरून आमचा टांगा चालत असताना वातावरणात एक वेगळा असा नवीनपणा मला भासू लागला. मी तो भास मनातून काढून टाकण्याचा आटोकाट प्रयत्न करू लागलो; पण तो जाईना; उलट जास्त चिवटपणाने तो चिकटून बसू लागला.

काशी म्हणजे भारतातील सर्वांत मोठी अशी पुण्यनगरी! पण शहरात दुर्गंधी फार! भारतातील ही सर्वांत पुरातन अशी नगरी. तेव्हा ती दुर्गंधी त्या लौकिकाला साजेशीच वाटली. तो दुर्गंध मला सहन होईना. मी हात-पाय गाळू लागलो.

गाडीवानाला परत स्टेशनवर गाडी ने म्हणून सांगावे की काय असे वाटू लागले. अशा ह्या दुर्गंधीयुक्त वातावरणात वावरून पुण्य संपादन करण्यापेक्षा पक्का नास्तिक बनून मोकळ्या व शुद्ध हवेत वावरणे बरे. नंतर मग असा विचार मनात आला की, ह्याही हवेची आपल्याला सवय होईल. ह्या जुन्या जमान्यातल्या इतर अनेक गोष्टींची सवय नाही का होत? परंतु हे नगरीच्या वास्तुदेवते, हिंदू संस्कृतीचे तू प्रतीक आहेस हे खरे, परंतु ह्या नास्तिक युरोपीय लोकांकडून काहीतरी शिकण्यासारखे घे; तुझ्या पवित्रतेला थोड्याशा स्वच्छतेची जोड दे.

नंतर मला कळले की, हा जो दुर्गंध येतो तो शेणाचा येतो; कारण येथे रस्ते शेणाने व मातीने सारवतात आणि शहराभोवती जो जुना खंदक आहे, त्याचा इथले लोक पिढ्यान् पिढ्या गटारासारखा व कचऱ्याच्या पेटीसारखा उपयोग करतात.

भारतीय ऐतिहासिक परंपरा जर विश्वसनीय मानली तर ख्रिस्तपूर्व बाराशे वर्षांपूर्वी ही नगरी अस्तित्वात होती असे दिसते. ज्याप्रमाणे धर्मभोळा इंग्रजी माणूस मध्ययुगीन काळात कॅंटरबरीच्या पवित्र शहराकडे धाव घेत असे, त्याप्रमाणे या देशातील माणसे निरनिराळ्या भागातून या काशीपुरीत यात्रेसाठी नेहमी येत असतात. श्रीमंत, गरीब असा त्यांच्यात भेदभाव नाही. आसन्नमरण रुग्ण मरण्यासाठी या क्षेत्रात गर्दी करतात; कारण लोकात समजूत अशी आहे की, काशीत ज्याला मरण येते त्याला स्वर्गप्राप्ती होते.

दुसऱ्या दिवशी जुन्या काशीत मी पायी हिंडलो. तेथल्या गल्ल्या न् गल्ल्या पायाने चालत चालत नजरेखाली घातल्या. या भटकण्यात माझा एक हेतू होता. माझ्या खिशात कागदाचा एक चिटोरा होता त्यावर येथल्या एका जादूगार योग्याच्या घराचा पत्ता व नकाशा दिलेला होता. त्याचा चेला मला पूर्वी मुंबईस भेटला होता.

मी जात होतो ते रस्ते इतके अरुंद होते की त्यातून टांगा सुद्धा जाऊ शकत नव्हता. गजबजलेल्या बाजारातून मी हिंडलो. छपन्न जातीची माणसे त्यांत होती. त्यात घोंघावणाऱ्या माश्या व भुंकणारी कुत्री यांची भर. पिकल्या केसांच्या व आकसलेल्या छातीच्या म्हाताऱ्या, नाजूक प्रकृतीच्या व कोमल अवयवांच्या निमगोऱ्या तरुण स्त्रिया; हातात जपमाळ घेऊन जप करणारे यात्रेकरू. तो जप त्यांनी आतापर्यंत हजारो वेळा केला असेल- सर्वांगास राख फासलेले हाडकुळे व जरठ बैरागी; ह्या सर्वांनी त्या अरुंदशा गल्लीगल्लीतून गर्दी करून टाकलेली होती. अशाच गर्दीतल्या एका चौकात मी त्या सुप्रसिद्ध अशा सुवर्णमंदिराकडे अचानकपणे येऊन पोचलो. हे मंदिर प्रसिद्ध खरे पण माझ्या डोळ्यांना ओबडधोबड वाटले. या मंदिराच्या दाराशी राख फासलेल्या बैराग्यांनी गर्दी करून सोडली होती. यात्रेकरू सारखे येत जात होती.

त्याला खंड असा नव्हता. त्यांपैकी पुष्कळांच्या हातात हार, फुले होती. भाविक यात्रेकरू देवळातून बाहेर पडण्यापूर्वी दरवाजाशी पायरीवर डोके ठेवी. आणि मग वळल्यावर माझ्यासारख्या गोऱ्या साहेबाला पाहिल्यावर एकदम चपापून जात. पुनः एकदा त्यांच्यामध्ये व माझ्यामध्ये असलेल्या अदृश्य अशा अडसराची मला जाणीव होई.

सोन्याच्या जाड पत्र्याचे बनविलेले दोन घुमट त्या सळसळणाऱ्या सूर्यप्रकाशात चांगलेच चमकत होते. जवळच उभ्या असलेल्या मनोऱ्यावर पोपट चीत्कार करीत होते. हे सुवर्णमंदिर म्हणजे काशीविश्वेश्वराचे मंदिर. हिंदुमात्र ज्याच्या दर्शनाची इच्छा मनात बाळगतात, ज्याचे एवढे स्मरण करतात आणि ज्याचे प्रतीक म्हणून लिंगाला हारतुरे, बेल वाहतात; पुढे पिंड ठेवतात तो काशीविश्वेश्वर सध्या आहे कुठे?

मी तसाच पुढे गेलो; व दुसऱ्या एका देवळाच्या उंबरठ्यापाशी येऊन पोचलो; ते देऊळ गोपाळकृष्णाचे होते. पूजा चाललेली होती; सोन्याच्या मूर्तींपुढे कापूर जाळीत होते; घंटा वाजत होत्या. कोणीतरी शंख वाजवीत होता. किडकिडीतसा कर्मठ पुजारी बाहेर आला व माझ्याकडे प्रश्नार्थक मुद्रेने पाहू लागला. मी लगेच तेथून दुसरीकडे वळलो.

काशीक्षेत्रात देवळे किती; मूर्ती किती, याची गणना नाही. हे हिंदू लोक इतकी गंभीरपणे पूजाअर्चा करतात पण किती बालिश दिसतात; पण त्यांतही काही अगदी पट्टीचे वेदांती, तत्त्वज्ञानीही असतात.

अंधाऱ्या गल्लीतून मी तसाच पायी एकटा भटकत चाललो. मला त्या जादूगाराचे घर शोधून काढावयाचे होते. शेवटी मी गल्लीतल्या गर्दीतून मोठ्या रस्त्यावर आलो. माझ्या बाजूने एक रेंगाळत चालणारी मिरवणूक गेली. त्यात लहान मुले, काही हडकुळे तरुण व काही माणसे होती. त्यांचे चेहरे जरा रागीट दिसले. त्यांच्या पुढाऱ्याच्या हातात एक तयार केलेले निशाण होते; त्याच्यावर काही मजकूर छापलेला होता. त्या लिहिलेल्या मजकुराचा मला बोध झाला नाही; ते मधून मधून घोषणा करीत होते तर मधून मधून त्या घोषणा गाण्याच्या चालीच्या होत्या. ते माझ्याकडे रुष्ट मुद्रेने व तीक्ष्ण नजरेने पाहत होते तेव्हा ही चित्रविचित्र मिरवणूक राजकीय स्वरूपाची असावी असे मी ताडले. आदल्या दिवशी रात्रीच्या वेळी मी बाजाराच्या गर्दीतून वाट काढीत जात होतो; कोणी युरोपियन मनुष्य किंवा पोलीस शिपाई जवळपास नव्हता. माझ्या पाठीमागून कोणीतरी 'या गोऱ्या माणसाला गोळी घाला' असे पुटपुटले. लगेच मी वळून मागे पाहिले. लोकांचे चेहरे मला शांत दिसले. मला वाटते कोणातरी तरुण माथेफिरूने (त्याच्या आवाजावरून तो तरुण असावा असे मला वाटले)

अशी धमकी देऊन कोपऱ्यावरच्या वळणावरून दुसरीकडे अंधारात पोबरा केला. पण अशा ह्या क्रुद्ध चेहरे केलेल्या लोकांच्या मिरवणुकीकडे दयार्द्र बुद्धीने मी पाहत होतो. शेवटी ही मिरवणूक रस्त्यावरून पुढे गेली व नाहीशी झाली. राजकरण मोठे फसवे असते. वाटेल त्याला वाटेल ती आश्वासने ते देत असते. अशा राजकारणाने आपल्या हिडीस पंजात काही आणखी जास्त माणसे पकडलेली दिसली.

पुढे मी अशा एका रस्त्यावर आलो की, जेथे घरे चांगली प्रशस्त व प्रेक्षणीय बांधणीची होती. त्या भोवतालची मोकळी जागा चांगली मोठी असून ती स्वच्छ ठेवलेली होती. त्या रस्त्यावर घाईघाईने पावले टाकीत मी एका फाटकाजवळ आलो. त्या फाटकावर एक दगडी पाटी होती. त्यावर 'विशुद्धानंद' अशी अक्षरे कोरलेली दिसली. मी फाटकतून आत गेलो, कारण मला येथेच जायचे होते. व्हरांड्यात एक तरुण, साधाभोळा इसम दृष्टीस पडला. त्याला मी हिंदुस्थानीत विचारले, 'गुरुजी कोठे आहेत?' पण त्याने मान वळविली व सांगितले की, असे कोणी इसम येथे राहत नाहीत. मी त्या गुरुजींचे नाव उच्चारले तरीही त्याने नकारार्थीच उत्तर दिले. मी निराश झालो; पण हार न खाण्याचा मी निश्चय केलेला होता. आतून मला अशी प्रेरणा झाली की, ह्या युरोपियन माणसाचे काय काम असणार? दुसरीकडे कुठे तरी या माणसाला जायचे असावे असा त्या माणसाने निष्कर्ष काढला असावा. मी पुनः त्याच्या चेहऱ्याकडे पाहिले, वेडपट असावा तो. तेव्हा त्याच्या हावभावाकडे काही लक्ष न देता मी सरळ घराच्या आत त्या बाजूला जाऊ लागलो.

आतल्या एका दालनात मी येऊन पोचलो. काही काळीसावळी माणसे जमिनीवर अर्धवर्तुळाकार रांगेत बसली होती. चांगले कपडे घातलेली अशी काही माणसे जमिनीवर मांडी घालून बसली होती. दालनाच्या अगदी पलीकडच्या टोकाला एका कोचावर दाढी असलेला एक वृद्ध मनुष्य बसलेला होता. त्याची आदरणीय मुद्रा व बसण्याची जागा पाहून माझी खात्री झाली की, ज्या व्यक्तीच्या शोधात मी होतो ती हीच व्यक्ती. मी नमस्कार करण्याकरिता हात जोडून वर केले.

'नमस्कार महाराज!' मी हिंदी पद्धतीने त्यांना अभिवादन केले.

मी एक लेखक असून सध्या भारतात प्रवास करीत आहे; इतके असूनही मी भारतीय तत्त्वज्ञानाचा व गूढवादाचा अभ्यासू आहे अशी माझी ओळख मी त्यांना करून दिली; आणि तसेच त्यांना हेही सांगून टाकले की, तुमचा एक शिष्य मला भेटला होता त्याने मला सांगितले होते की, 'आमचे गुरुजी आपल्या सिद्धिसामर्थ्याचे जाहीर प्रदर्शन करीत नाहीत आणि खाजगी प्रयोग जरी केले तरी ते परक्या लोकांपुढे करीत नाहीत.' तरी पण ह्या पुरातन शास्त्राबद्दल मला जी आस्था वाटते ती विचारात

घेऊन त्यांनी माझ्यावर कृपा करावी हे प्रयोग पाहण्यास मनाई करू नये, अशी मी त्यांना नम्र विनंती केली.

त्यांचे शिष्य एकमेकांकडे पाहू लागले; नंतर आता गुरुजी काय करणार ह्याचा अंदाज करीत त्यांच्याकडे आश्चर्याने पाहू लागले. मला वाटते, विशुद्धानंदांचे वय सत्तरीच्या पुढचे असावे. नाक लहान; पण लांबलचक दाढीने त्यांचा चेहरा लोभून दिसत होतो. त्यांचे डोळे मोठे होते व दृष्टी खोल होती, ही गोष्ट प्रामुख्याने माझ्या नजरेस आली. त्यांच्या गळ्यात जानवे होते.

त्या वृद्ध योग्याने मला निरखून पाहिले; सूक्ष्मदर्शक यंत्राखाली जसा एखादा नमुना निरखून पाहावा त्याप्रमाणे माझ्या हृदयाला काही चमत्कारिक, भेसूर भावना स्पर्श करू लागली; काहीतरी एक गूढ शक्ती त्या खोलीभर पसरू लागल्यासारखे वाटू लागले. मी जरा बेचैन झालो.

शेवटी ते आपल्या एका शिष्याशी बंगाली भाषेत बोलू लागले; ते शब्द ऐकून तो शिष्य माझ्याकडे वळून म्हणला की, 'तुम्ही सरकारी संस्कृत कॉलेजचे प्राचार्य पंडित कविराज यांना दुभाष्याचे काम करण्याकरिता घेऊन या; त्याखेरीज मुलाखत होणार नाही. त्यांचे इंग्रजीचे ज्ञान परिपूर्ण व विशुद्धानंदांचे ते फार जुने शिष्य; तेव्हा दृभाष्याचे काम ते फार चांगले यथायोग्य करतील.'

'उद्या दुपारचे असे त्यांना घऊन या,' महाराज म्हणाले, 'चार वाजता मी तुमची वाट पाहतो.'

मला माघार घ्यावी लागली. मी परतलो. रस्त्यावर आलो. एक गाडी पकडली व थेट संस्कृत कॉलेजच्या पत्त्यावर गेलो. तेथे प्राचार्य नव्हते. कोणीतरी म्हणाले की, ते घरी असतील. तेव्हा तसाच त्यांच्या घरी गेलो. त्याला अर्धा तास लागला. ते घर जुने होते; दर्शनी भागावर मजला होता. ते घर एखाद्या मध्ययुगीन कालातील इटलीमधील घरासारखे दिसत होते.

पंडित कविराजांची बसण्याची खोली वरच्या मजल्यावर होती. त्यांच्या चारी बाजूंना पुस्तकांची कपाटे होती. जागोजाग कागद व लिहिण्याचे साहित्य पडलेले होते. ते ब्राह्मण असून त्यांचे कपाळ भव्य होते; नाक लहान व वर्ण उजळ होता. त्यांच्या मुद्रेवरून त्यांच्या ठायी असलेली संस्कृती व विद्वत्ता सहज नजरेत भरून येत होती. माझ्या येण्याचे प्रयोजन मी त्यांना विदित केले. प्रथम त्यांनी अनमान केला, पण नंतर ते दुसऱ्या दिवशी माझ्याबरोबर येण्यास कबूल झाले. निघण्याची वेळ ठरली. मी त्यांचा निरोप घेतला.

परतताना मी गंगेच्या किनाऱ्यावरून रस्ता काढीत चाललो. गाडी केली नाही. काठाकाठाने मी चाललो होतो. नदीवर जागोजागी घाट बांधलेले होते. शेकडो वर्षे यात्रेकरूंची त्यांच्या पायऱ्यांवरून ये-जा होत असल्याने दगड वेडेवाकडे व खाल-वर झालेले होतेः गंगेचा प्रवाह तरी किती स्वच्छंद व लहरी! घाटावरती अस्वच्छता किती! काही देवळे तर पाण्याच्या प्रवाहातच होती. शेजारीच प्रासादांसारखी उंच उंच घरे; त्यांचे घुमट चमकत होते. ही घरे चांगली प्रशस्त, चौरसाकृती व शृंगारलेली दिसत होती. एकंदर वातावरण संमिश्र होते. घरांची बांधणी काही जुनी व काही नवीन पद्धतीची होती.

पंडे व यात्रेकरू यांची गर्दी सगळीकडे होती. काही ठिकाणी शास्त्री लोक आपल्या विद्यार्थ्यांना लहानशा पण मोकळ्या जागी वेदपठण शिकविताना दिसले. भिंती साध्या, चुना लावलेल्या होत्या. शास्त्री लोक लोकरीच्या आसनांवर बसलेले होते व विद्यार्थी त्यांच्याभोवती कोंडाळे करून जमिनीवरच बसलेले होते व गुरुमुखातून वेदमंत्रांच्या पाठांचे उच्चार शिकत होते.

वाटेत मला एक दाढीवाला बैरागी भेटला. तो जवळजवळ चारशे मैलांचा प्रवास करीत करीत रस्त्यांवरची धूळ तुडवीत तुडवीत येथे येऊन पोचलेला होता. काशीपुरीची यात्रा करण्याची त्याची तऱ्हा विलक्षणच! पुढे काही अंतरावर वाळवंटावर मला एक भेसूर मुद्रेचा भिकारी-बैरागी दिसला. त्याने आपला एक हात वरती उंच हवेत वर्षानुवर्षे धरून ठेवलेला होता. त्याच्या त्या हाताचे स्नायू व मांस झडलेले होते. कातडी सुरकुतलेली होती व फक्त हाडेच दिसत होती. या निरर्थक देहदंड करून घेण्याच्या साधनेला काय म्हणावे? मला वाटते की, या उष्ण देशात सूर्याच्या प्रखर उष्णतेने लोकांची मने थोडी वेडसर होत नसतील काय!

मला वाटते एकशेवीस अंश उष्णतामान- व ते सुद्धा सावलीतील असणाऱ्या या उष्ण देशात लोकांची सारासार व तारतम्य बुद्धी कमी कमी होत जाऊन तिला वेडसरपणाचे स्वरूप येते.

***

दुसऱ्या दिवशी बरोबर चार वाजता दुपारी मी व कविराज गुरुमहाराजांच्या वाड्याच्या अंगणात येऊन पोचलो. तेथून दिवाणखान्यात गेलो. तेथे ते आम्हाला भेटले. आणखी इतर सहा शिष्य तेथे बसलेले होते.

विशुद्धानंदांनी मला जरा जवळ येऊन बसण्यास सांगितले. तेव्हा मी त्यांच्या कोचापासून थोड्या फुटांच्या अंतरावर येऊन बसलो.

‘तुम्हाला माझा एखादा चमत्कार पाहायचा आहे काय?’ त्यांनी पहिला प्रश्न केला.

‘जर गुरुजींनी तशी कृपा केली तर तो पाहायला आम्हाला फार आनंद होईल.’

‘द्या तो तुमचा हातरुमाल; जर रेशमी असेल तर फार उतम.’ पंडितजींनी भाषांतर करून सांगितले. तुम्हाला पाहिजे तो सुवास निर्माण करून देतो. फक्त एक काचेचे भिंग व सूर्याचे किरण एवढीच सामग्री.’

सदैव असे की, माझा हातरुमाल रेशमीच होता. तो मी त्यांच्याकडे दिला. त्यांनी एक ज्योत निर्माण करणारे भिंग हातात घेतले व ते उन्हात धरून ‘ज्योत निर्माण करतो’ असे ते म्हणाले. पण ती वेळ व खोलीच्या आत सूर्यप्रकाश येण्याची अडचण ह्यांचा विचार करता त्यांनी एका युक्तीचा अवलंब केला. त्यांनी आपल्या एका शिष्याला अंगणात धाडले. तेथे उन्हात त्याने आरसा हतात धरून त्या खोलीच्या उघड्या खिडकीतून आत एक कवडसा पाडला.

‘आता मी तुम्हाला हवेतून एक सुवास काढून दाखवितो,’ विशुद्धानंदांनी घोषणा केली, ‘कोणता सुवास पाहिजे?’

‘पांढऱ्या चमेलीचा.’

त्यांनी माझा हातरुमाल आपल्या डाव्या हातात घेतला व त्याच्यावर ते भिंग धरले. दोन-एक सेकंदात त्यावर सूर्यकिरणांची ज्योत पाडून मग त्यांनी ते भिंग बाजूस ठेवले व माझा हातरुमाल मला परत केला. मी तो नाकाला लावला. त्याला खरोखरच चमेलीचा सुवास येत होता.

मी तो हातरुमाल निरखून पाहिला. त्याला कोठेही ओलसरपणा आलेला दिसत नव्हता. काही एखादे अत्तर त्याच्यावर शिंपडल्याची काहीएक निशाणी त्याच्यावर नव्हती. मी आश्चर्याने गार पडलो व अर्धवट संशयाने त्यांच्याकडे पाहू लागलो. दुसरा आणखी एक प्रयोग करून दाखवितो म्हणून, ते माझ्याकडे पाहू लागले.

ह्या वेळी मी गुलाबाचे अत्तर पसंत केले. पुढला त्यांचा प्रयोग मी अगदी जवळून पाहिला. त्यांची प्रत्येक हालचाल, त्यांचा जवळचा कानाकोपरा अगदी बारकाईने तपासून घेतला. त्यांचे हात व अगदी पांढरी शुभ्र अशी त्यांची कफनी बारकाईने निरखून घेतली; त्यांनी पहिल्या प्रयोगासारखीच कृती केली व गुलाबाच्या फुलाचा सुवास निर्माण करून दाखविला. हा सुवास हातरुमालाच्या दुसऱ्या कोपऱ्याला येऊ लागला.

तिसऱ्या वेळी मी केवड्याचे नाव सांगितले. ह्याही वेळी त्यांनी तो वास बरोबर काढून दाखविला.

आपल्या ह्या सिद्धीबद्दल विशुद्धानंदांना कोणत्याही प्रकारचा अहंकार नाही. हे सगळे प्रयोग ते मामुली स्वरूपाचे समजतात. दररोजच्या व्यवहारातली गोष्ट समजतात. त्यांच्या मुद्रेचे गांभीर्य कधीही कमी होत नाही.

'आता मीच सुवासाची निवड करतो,' त्यांनी एकदम घोषणा केली. 'आता ज्या फुलाचा सुवास मी निर्माण करणार आहे ते फूल फक्त तिबेटमध्ये उगवते.' असे म्हणून त्यांनी त्या हातरुमालाचा ज्यावर सुवास यायचा राहिला होता तो कोपरा हातात घेतला व त्यावर सूर्याचे किरण भिंगाने पाडून ज्योत निर्माण केली. आणि काय आश्चर्य! त्यांनी तेथे सुवास निर्माण केला; पण तो कशाचा, हे मी ओळखू शकलो नाही.

थोडासा गोंधळून मी तो पांढरा रेशमी रुमाल खिशात टाकला. हे त्यांचे प्रयोग मला चमत्कारच वाटले. त्यांनी ते सुवास आपल्या शरीरावर लपवून ठेवले होते की काय? का आपल्या कफनीत? तसे असते तर बरीच उत्तरे त्यांना संग्रहात ठेवावी लागली असती; कारण मी सांगेपर्यंत कोणता सुवास मी पसंत करणार, हे त्यांना समजण्यासारखे नव्हते. कारण त्यांची कफनी तोटकी होती. तिच्यात इतके सुगंध साठवून ठेवता येणे शक्य नव्हते. शिवाय त्यांनी आपल्या कफनीत एकदा सुद्धा हात घातला नव्हता.

मी ते भिंग तपासण्याकरिता त्यांची परवानगी घेतली. ते भिंग अगदी भिंगासारखे भिंग होते; ते एका तारेच्या वर्तुळात बसविलेले असून त्याची मूठही तारेचीच होती. त्यात संशय घेण्यास बिलकूल जागा नव्हती.

ह्याशिवाय आणखी एक संशयनिवारक बाब लक्षात घेण्यासारखी होती. विशुद्धानंदांवर माझी जशी नजर होती तशी त्यांच्याभोवती बसलेल्या साही शिष्यांची होती. पंडितजींनी मला अगोदरच सांगून ठेवलेले होते की, ती सारी माणसे खानदानी, सुसंस्कृत व प्रतिष्ठित होती.

कदाचित ही संमोहनविद्या (हिप्नॉटिझम) असावी काय? पण हे सहज तपासून घेता येण्यासारखे होते. मुक्कामावर पोचल्यावर तो हातरुमाल इतरांना दाखवायचा.

विशुद्धानंदांना मला ह्याहूनही मोठा चमत्कार करून दाखवायचा होता. हा चमत्कार ते सहसा करून दाखवत नसत. ते म्हणाले, 'हा चमत्कार करून दाखविण्यास सूर्यप्रकाश प्रखर लागतो. आता संध्याकाळ होत चालली आहे; सूर्यप्रकाश कमी

कमी होत आहे. तेव्हा चार-पाच दिवसांनी असे दुपारचे जर तुम्ही आलात तर मी हा दुसरा आश्चर्यकारक चमत्कार करून दाखवीन.' तो चमत्कार म्हणजे मृत झालेल्या जीवात पुनरपि थोडा वेळ का होईना जीव आणणे!

मी त्यांचा निरोप घेतला व घरी गेलो. तेथे मी तो हातरुमाल तिघांना दाखविला. प्रत्येकाने सांगितले की, अजूनही हातरुमालाला ते तिन्ही प्रकारचे सुवास येत आहेत. तेव्हा हा चमत्कार म्हणजे संमोहनविद्येचा प्रयोग खचित नव्हे. तसेच हा चमत्कार म्हणजे केवळ हातचलाखीचा प्रयोग नव्हता हेही उघड होते.

***

पुनः एकदा विशुद्धानंदांच्या घरी मी गेलो. ते म्हणाले, 'मी फक्त लहान प्राण्याच्या बाबतीत परत जीव आणू शकतो.' बहुधा ते असे प्रयोग पक्ष्यांच्या बाबतीत करतात.

एक चिमणी आणण्यात आली. तिची मान मुरगळून आमच्यासमोर एक तासभर टाकली होती-अशासाठी की ती खरोखरी मरून गेल्याची आमची खात्री व्हावी. चिमणीचे डोळे निश्चल झालेले होते. तिचे अंग ताठ झालेले होते. तिच्यात जीव असल्याचे काहीएक चिन्ह दिसून येत नव्हते.

विशुद्धानंदांनी आपले काचेचे भिंग घेतले व त्यातून चिमणीच्या एका डोळ्यावर सूर्याचे किरण केंद्रित केले. काही मिनिटे मी नुसते पाहत राहिलो. काही विशेष घडून आले नाही. ते वृद्ध योगी महाराज खाली वाकून बसलेले होते. त्यांचे मोठे डोळे निश्चल नजर लावून पाहत होते. त्यांची मुद्रा थंडगार, निर्विकार व गंभीर होती. एकदम त्यांनी आपले तोंड उघडले. त्यांच्या ओठातून मंत्रोच्चार सुरू झाला. त्या मंत्राची भाषा मला कळली नाही. तो मंत्रोच्चार मला विचित्रसा वाटला. थोड्या वेळात चिमणी आचके देऊ लागली. अशाच तऱ्हेचे आचके मरण ओढवण्यापूर्वी कुत्रा दुःखाने देत असल्याचे मी पाहिले होते. नंतर चिमणीच्या पंखांत काही हालचाल होऊ लागली आणि थोड्याच मिनिटात चिमणी आपल्या पायावर उभी राहिली व त्या जागी सभोवार उड्या मारू लागली. खरोखरीच चिमणी पुनः जिवंत झाली होती!

ह्या विलक्षण पुनर्जीवित अवस्थेत चिमणीने पुनः हवेत उडण्याची अंगात ताकद गोळा केली व थोड्याच वेळात उडून नवीन नवीन बसण्याच्या जागा तिने शोधून काढल्या. हे सगळे दृश्य मला इतके विलक्षण वाटले की, माझी अक्कल गुंग झाली; माझा स्वतःच्या दृष्टीवर विश्वासच बसेना. हे सगळे खरे आहे की काय याची मी मलाच खात्री पटवू लागलो; का काही भास आहे की काय; काहीच कळेना.

अशा तऱ्हेने अर्धा एक तास गेला. पुनः जिवंत झालेल्या चिमणीने इकडे तिकडे उड्या मारल्या. हे मी माझ्या डोळ्यांनी प्रत्यक्ष पाहिले. आणि एकदम दुसरा एक चमत्कार मी डोळ्यांनी पाहिला. उड्या मारता मारता चिमणी माझ्या पायांशी येऊन मरून पडली. तिच्या शरीराची हालचाल एकदम बंद पडली. जवळ जाऊन पाहिल्यावर तिच्या शरीरातून प्राण निघून गेल्याचे व ती मरून पडल्याचे मला आढळून आले.

'आणखी काही वेळ तुम्ही चिमणीला जिवंत ठेवू शकला असता का?' मी त्यांना विचारले.

'सध्या मला एवढाच चमत्कार तुम्हाला करून दाखविता येईल,' त्यांनी आपले अंग थोडे हलवून मला सांगितले. ह्याहूनही आणखी विलक्षण प्रयोग करून दाखविण्याची स्वामीजींची उमेद आहे असे मला पंडितजींनी सांगितले. आणखीही काही प्रयोग ते करून दाखवितात. पण त्यांच्या सौजन्याचा अवास्तव फायदा मला घ्यायचा नव्हता; त्यांनी केवळ रस्त्यावर हिंडून प्रयोग करून दाखविणाऱ्या जादूगाराचे काम करू नये असे मला वाटते असे मी पंडितजींना सांगितले. तेव्हा मी जे काय पाहिले त्यात मी समाधान मानून घेतले. पुनः एकदा त्या जागी एक प्रकारचे गूढ वातावरण पसरले जात असल्याची मला जाणीव झाली. विशुद्धानंदांच्या आणखी काही सिद्धींच्या वर्णनाने ती जाणीव दृढतर झाली.

त्यांच्या इतर सिद्धींबद्दलचीही मला माहिती मिळाली. हे हवेतून ताजी द्राक्षे काढून दाखवितात; समोर काहीएक नसता पेढेबर्फी निर्माण करून खावयास देतात व कोमेजलेले फूल हातात घेऊन ते पुनः ताजेतवाने करून दाखवितात.

* * *

ह्या सिद्धी त्यांना कशा प्राप्त झाल्या? मी त्याबद्दल त्यांना थोडे सूचक प्रश्न विचारले; व त्याचे त्यांनी विलक्षण उत्तर दिले. ते म्हणजे काही उत्तर असे म्हणता येणार नाही. या सिद्धींचे खरे रहस्य त्यांच्या डोक्यातच असले पाहिजे; आणि ते त्यांनी कोणालाही- अगदी आपल्या निकटवर्ती शिष्यालाही- अद्याप सांगितलेले नाही.

ते म्हणाले, 'माझा जन्म बंगालमध्ये एका गावी झाला. तेराव्या वर्षी मला एक जहरी साप चावला. ते विष अंगात इतके भिनले की माझ्या आईने माझी आशा सोडून दिली आणि गंगेच्या काठावर मरण येण्याकरिता ती मला घेऊन आली. आमच्या हिंदू धर्माप्रमाणे मरायच्या वेळी माणसाला गंगेच्या तीरावर आणतात; म्हणजे मरणाऱ्या माणसाला सद्गती मिळते. आईने मला गंगेच्या पात्रात नेले व तीरावर इतर माणसे माझे अंत्यसंस्कार करण्यास जमली. आईने मला पाण्यात बुडविले. पण

काय चमत्कार झाला! ती जसजशी खाली पाण्यात मला बुडवायला जाई, तसतसे पाणी माझ्या शरीरावरून खाली खाली जाऊ लागे. मला वर उचलल्यावर पाण्याची पातळीही वर चढे व पूर्वीइतकी होई. तिने पुनः पुनः मला बुडविण्याचा प्रयत्न केला; पण पुनः पुनः पाणी खाली जाऊ लागले. गंगेने मला आपल्या उदरात घेण्याचे नाकारले!

'त्या वेळी नदीच्या तीरावर एक योगी बसलेला होता. तो हे सारे पाहत होता. तो उठला व म्हणाला, 'ह्या मुलाची आयुष्याची दोरी अद्याप तुटलेली नाही; त्याला जगायचे आहे व मोठे व्हायचे आहे. त्याचे नशीब मोठे बलवत्तर दिसतेय! तो महान योगी होणार आहे.' नंतर त्या योग्याने काही झाडपाला घेऊन त्याचा लेप माझ्या त्या विषारी जखमेवर लावला व तो निघून गेला. काही दिवसांनी तो परत आला व मी बरा झाल्याचे त्याने माझ्या आई-वडिलांना सांगितले; आणि मी खराच बरा झालो.'

पण दरम्यान या मुलाच्या बाबतीत एक विलक्षण घटना घडून आली. त्या मुलाच्या मनोवृत्तीत व स्वभावात आमूलाग्र फरक घडून आला. घरी आईबापाजवळ राहण्याच्या ऐवजी योगी बनून हिंडत राहावे असे त्याला तीव्रतेने वाटू लागले. त्यामुळे आपण घर सोडून जाणार म्हणून तो आपल्या आईला सतवायला लागला. तेव्हा कंटाळून काही वर्षांनी तिने त्याला घर सोडून जाण्यास परवानगी दिली. मग त्याने घर सोडून दिले व योगाभ्यासी गुरूंच्या शोधार्थ तो भटकू लागला.

भटकत भटकत तो तिबेटात गेला. हिमालयाच्या पलीकडे असलेल्या तिबेट देशाबद्दल फार पुरातन काळापासून कुतूहल वाटत आलेले आहे. तेथे सिद्धी प्राप्त असलेले अनेक ख्यातनाम योगी असतात, त्यांतून कोणास तरी गुरू करावे असा विचार त्या मुलाने केला. कारण हिंदुस्थान देशात अशी एक समजूत प्रचलित आहे की, योगविद्येच्या साधकाने - अभ्यासूने योगशास्त्रात पारंगत असलेल्या सिद्धयोग्याचे शिष्य झालेच पाहिजे. तेव्हा त्या तरुण बंगाली मुलाने अशा गुरूच्या शोधार्थ फार श्रम घेतले. पर्वतप्रदेशातील गुहा, झोपड्या धुंडाळून काढल्या. कडक थंडीची, हिमवर्षावाची बिलकूल पर्वा केली नाही. पण शेवटी त्याच्या पदरी निराशाच आली, तेव्हा तो घरी परत आला.

घरी परतल्यावर मग काही वर्षे काही विशेष घटना घडून आली नाही. पण गुरुप्राप्तीकरिता त्यास लागलेली तळमळ मात्र कमी झाली नाही. पुनः त्याच्या मनाने उचल खाल्ली. पुनः त्याने गृहत्याग केला; देशत्याग केला. तिबेटच्या दक्षिणेकडील भागात प्रवेश करून बर्फाळ, ओसाड प्रदेशातून भ्रमंती केली. त्या अफाट गिरिप्रदेशात एका झोपडीत त्याला एक इसम आढळला. तोच त्याचा गुरू ठरला, की ज्याच्या

शोधार्थ त्याने इतकी वर्षे वणवण हिंडण्यात घालविली होती.

आता ह्या तिबेटी गुरूचे वय बाराशे वर्षांहून कमी नाही असे मला सांगण्यात आले. ही गोष्ट मला काही वर्षांपूर्वी कोणी सांगितली असती तर तोवर माझा विश्वास बिलकूल बसला नसता. मी कुचेष्टेने हसलो असतो. पण आता हे ऐकून मी सर्द झालो. आणि हे विधान इतक्या शांतपणे केले गेले की, जसे एखाद्या गद्य पाश्चिम त्याने माझे वय चाळीस आहे असे सांगावे.

अशा प्रदीर्घ आयुष्याच्या हकिकती माझ्यापुढे दोनदा आल्या. अड्यार नदीतीरावरच्या त्या योग्याने, ब्रह्माने मला एकदा सांगितले होते की, आपला नेपाळातील गुरू चारशे वर्षांहून अधिक वयाचा आहे. तर पश्चिम हिंदुस्थानात मला असाच एक महात्मा भेटला. तो सांगत होत की, हिमालयाच्या दुर्गम भागात एक गुहा आहे. तेथे एक योगी राहातो व त्याचे वय हजार वर्षांहून जास्त आहे. तो इतका वृद्ध आहे की, त्याच्या डोळ्याच्या पापण्या वार्धक्याने पार खाली लवल्या आहेत. त्या वेळी मी दोन्ही हकिकती अतिशयोक्तिपूर्ण म्हणून बाजूस सारल्या असत्या. पण आता ही तिसरी हकिकत ऐकिली; व हा तर म्हणतो की, 'मी अमरच राहणार आहे.'

ह्या तिबेटी गुरूने तरुण विशुद्धानंदाला हठयोगाची तत्त्वे व साधना शिकविली. त्या कडक योगाभ्यासाने त्या चेल्याने अतिमानुष अशा शारीरिक व मानसिक सिद्धी प्राप्त केल्या. सूर्यविज्ञान नावाच्या एका विलक्षण कलेचे त्याने शिक्षण घेतले. त्या बर्फाच्छादित प्रदेशात अनेक कष्ट सहन करून त्या बालयोग्याने आपल्या तिबेटी अमर अशा गुरूच्या पायाशी बारा वर्षे राहून अनेक सिद्धी प्राप्त करून घेतल्या. नंतर त्या गुरूने शिष्याला परत हिंदुस्थानात पाठविले. त्याने हिमालय ओलांडला. हिंदुस्थानाच्या मैदानी प्रदेशात उतरून तो स्वतःच योगाभ्यासी गुरू बनला. बंगालच्या उपसागरावरील जगन्नाथपुरी या पवित्र तीर्थक्षेत्री त्याने काही वर्षे वास्तव्य केले. त्यांचा तेथे अजून मोठा बंगला आहे. त्यांच्याभोवती तेथे जे शिष्य गोळा झाले ते सगळे उच्चवर्णीय हिंदू होते. त्यांमध्ये काही श्रीमंत व्यापारी होते; काही धनाढ्य जमीनदार, सरकारी अधिकारी होते; एक संस्थानिकही होता. माझी अशी समजूत झाली-कदाचित ती चुकीची असेल की साध्याभोळ्या, अडाणी लोकांना त्यांनी जवळ केले नाही.

'हे जे चमत्कार तुम्ही मला करून दाखविले ते तुम्ही कसे काय करता?' मी त्यांना स्पष्ट विचारले.

विशुद्धानंदांनी आपले जाडजूड हात एकावर एक ठेवले.

'तुम्हाला जे काही प्रयोग मी वरून दाखविले त्यात योगविद्या नाही. ते

सूर्यविज्ञान शास्त्रातील प्रयोग आहेत. योगशास्त्राचा मूलमंत्र म्हणजे इच्छाशक्तीचा व मनोधारणेचा पूर्ण विकास घडवून आणणे हा होय. पण सूर्यविज्ञान शास्त्रातील प्रयोगांना याची काही जरुरी लागत नाही. सूर्यविज्ञान शास्त्र म्हणजे काही रहस्यांचा संग्रह आहे व त्यांचा उपयोग करणे म्हणजे काही मोठी विद्या नव्हे. तुम्ही जशी तुमची पाश्चिमात्य भौतिक शास्त्रे शिकता तसे हे सूर्यविज्ञान शास्त्र शिकता येते.'

यावर पंडित कविराजांनी पुष्टीवजा अशी सूचना दिली की, हे शास्त्र लोहचुंबकत्व व विद्युत्शास्त्र यासारखे एक शास्त्र आहे

हे ऐकूनही मला काही विशेष बोध झाला नाही. तेव्हा स्वामीजी आणखी खुलासा करू लागले.

'हे तिबेटमधले सूर्यविज्ञान शास्त्र म्हणजे काही नवीन शास्त्र नव्हे. फार प्राचीन काळी भारतातील महान योग्यांना हे शास्त्र माहीत होते; आता फार थोड्यांना ते माहीत असेल; अन्यथा ते या देशातून नष्ट झाले असे समजावयास पाहिजे. सूर्यकिरणांमध्ये संजीवक तत्त्वे असतात आणि ती तत्त्वे एकमेकांपासून पृथक करण्याची, निवडून काढण्याची विद्या तुम्हाला जर अवगत झाली तर तुम्ही चमत्कार करून दाखवू शकाल. सूर्यप्रकाशात आणखी एक अवकाशतत्त्व असते. त्या तत्त्वाचे ठिकाणी सुद्धा किमया करून दाखविण्याचे सामर्थ्य असते.'

'हे सूर्यविज्ञान शास्त्र तुम्ही आपल्या शिष्यांना शिकवता काय?'

'अजून नाही; पण तशी माझी तयारी चालू आहे. काही निवडक शिष्यांना ही रहस्यमय विद्या शिकविण्याचा माझा विचार आहे; आजही आम्ही एक प्रयोगशाळा बांधीत आहोत. त्या प्रयोगशाळेत आम्ही वर्ग चालविणार आहोत; प्रात्यक्षिके, प्रयोग वगैरे करून दाखविणार आहोत.'

'मग तुमचे शिष्य सध्या काय शिकताहेत?'

'त्यांना योगशास्त्राची दीक्षा देत आहोत.'

नंतर पंडितजींनी मला प्रयोगशाळा दाखविण्यास नेले. तो प्रयोगशाळा एका आधुनिक इमारतीत होती. इमारतीला बरेच मजले होते व बांधणी अगदी युरोपियन पद्धतीची होती. भिंती तांबड्या विटांच्या असून व त्यात मोठ्या खिडक्या ठेवलेल्या होत्या. खिडक्यांच्या जाळ्या मोठ्या असून त्यात जाड काचा बसावयाच्या होत्या. कारण प्रयोगशाळेत जे संशोधन करावयाचे होते त्यात सूर्यकिरणांचे निरनिराळ्या रंगाच्या काचांतून- तांबड्या, निळ्या, हिरव्या, पिवळ्या, व रंगहीन अशा काचांतून परावर्तन करून घ्यावयाचे होते.

पंडितजींनी मला सांगितले की, एवढ्या मोठ्या काचा हिंदुस्थानात कोणी तयार करीत नाहीत आणि त्यामुळे खिडक्यांच्या जाळ्यांचे काम अर्धवट पडून राहिलेले आहे. इंग्लंडमध्ये अशा मोठ्या काचा मिळतात का, म्हणून त्यांनी मला शोध करावयास सांगितले; पण त्यांचा आकार, जाडी, बनावट, रंग वगैरे अगदी ते सांगतील त्याप्रमाणे असावयास पाहिजेत हेही त्यांनी बजावले. काचेच्या बनावटीमध्ये हवेचे बुडबुडे असता कामा नयेत, रंगीत काचा पूर्णपणे पारदर्शक असावयास पाहिजेत व प्रत्येक काच बारा फूट लांब, आठ फूट रुंद व एक इंच जाड अशी भव्य पाहिजे.[१]

प्रयोगशाळेच्या इमारतीभोवती भली मोठी बाग असून तिच्यात फालतू लोकांनी डोकावू नये म्हणून बागेला पिसांसारख्या फांद्याच्या माडांचे कुंपण होते. माडाची झाडे हारीने लावलेली होती.

मी पुनः त्या योगीराजांकडे गेलो; त्यांच्यासमोर बसून राहिलो. शिष्यमंडळी कमी होती; दोन-तीनच असावेत. पंडित कविराज माझ्या शेजारीच बसलेले होते; बऱ्याच वर्षांच्या तपश्चर्येने त्यांचा चेहरा जरा जीर्ण झाला होता; पण आपल्या गुरूचे स्मरण त्यांना सतत होत असल्याचे दिसले.

विशुद्धानंदांनी माझ्याकडे एक क्षणभर नजर टाकली व मग ते जमीन न्याहाळू लागले. त्यांच्या वागण्याच्या पद्धतीत भारदस्तपणा व संकोच यांचे मिश्रण होते. त्यांच्या मुद्रेवर विलक्षण गांभीर्य होते व त्या गांभीर्याची छटा त्यांच्या शिष्यांच्या मुद्रेवरही उमटली होती. त्यांच्या गांभीर्याच्या पडद्याच्या आत डोकावण्याचा मी प्रयत्न करून पाहिला; पण काही आढळले नाही. या माणसाचे मन सुद्धा तितकेच दुर्भेद्य होते.

त्यांनी माझ्या प्रश्नाचे उत्तर दिले नाही. ते शांत बसून राहिले. शहरातील सुवर्णमंदिराच्या आत प्रवेश मिळविणे मला जसे अशक्यप्राय होते, तसे त्यांच्या मनाचा ठाव घेणे माझ्या पाश्चिमात्य बुद्धीला अशक्य होते. पौर्वात्य जादूविद्येमध्ये

---

[१] ग्रेट ब्रिटनमधील प्लेट ग्लास तयार करणाऱ्या सगळ्यात मोठ्या उत्पादकांना मी याबद्दल लिहिले होते. पण अशी मोठी जाडजूड काच तयार करण्यास ते कबूल झाले नाहीत; कारण तशी काच करण्यास विशुद्धानंदांनी इतक्या तांत्रिक अटी घातल्या की ज्या पुऱ्या करता येणे अशक्य होते. या अटी अशा : काचेच्या गादीत हवेचा बुडबुडा असता कामा नये; अशा तऱ्हेचा बुडबुडा येण-ारच अशी हमी देणारी कोणतीही उत्पादनकृती उत्पादकांना काढता आली नाही. सूर्याचे परावर्तन करण्याची क्षमता काचेस रंग दिल्यावर कमी होते. ती तशी कमी होऊ नये ही विशुद्धानंदांची अट; ती त्यांना पुरी करता आली नाही. काच पाच इंचापेक्षा जाड करता येत नाही. त्यांना ह्याहूनही जाड काच हवी होती. आणि वाराणसीसारख्या दूर अंतरावर एवढी मोठी जाडजूड काच पाठवायची तेव्हा ती फुटू नये म्हणून तिचे दोन दोन भाग करून पाठविणे जरूर होते; त्याला ते कबूल झाले नाहीत.

ते पारंगत होते. आणि म्हणूनच मला असे वाटू लागले की, मी दुसऱ्यांदा विनंती करण्यापूर्वी त्यांनी जरी मला आपले चमत्कार करून दाखविले तरी त्यांनी माझ्यामध्ये व स्वतःमध्ये असा मानसिक अडसर घालून ठेविलेला होता की जो मला केव्हाही ओलांडता येणारा नव्हता. त्यांनी माझे स्वागत केले ते केवळ औपचारिक. पश्चिमात्य संशोधक व पाश्चिमात्य शिष्य यांना त्यांच्यापाशी स्थान नव्हते.

मग एकदम त्यांनी अनपेक्षितपणे उद्गार काढले,

'माझ्या तिबेटमधील गुरूची आगाऊ परवानगी घेतल्याखेरीज मला तुम्हाला शिष्य करून घेता यावयाचे नाही. ही अट मला पाळावी लागते.'

माझ्या डोक्यात चाललेले विचार त्यांनी मनकवडेपणाने ओळखले की काय? मी त्यांच्याकडे पाहत राहिलो. त्यांच्या किंचितशा पुढे आलेल्या कपाळावर आठ्या पडल्या. त्यांचा शिष्य होण्याची इच्छा मी काही दाखविली नव्हती. कोणाचा शिष्य होण्याची मला तशी घाईही झाली नव्हती. पण एक गोष्ट मात्र नक्की; अशी जर त्यांनी मला विनंती केली, प्रश्न केला तर त्याचे उत्तर मी नकारार्थी देईन.

तरी पण मी विचारले, 'काय हो, तुम्ही आपल्या गुरूंना कसे काय विचारणार? ते तर इथून किती लांब अंतरावर - तिबेटमध्ये आहेत.'

'आतल्या स्तरावर आम्ही एकमेकांशी पूर्ण संपर्क साधतो,' त्यांनी उत्तर दिले. मी हे उत्तर ऐकले पण मला त्याचा काही अर्थ कळला नाही. पण या त्यांच्या अनपेक्षित उत्तराने त्यांच्या चमत्कारांविषयी जे काय माझ्या डोक्यात चालले होते ते बाजूला झाले. थोडा वेळ पुनः मी विचारात पडलो. नकळत माझ्या तोंडून प्रश्न उमटला,

'महाराज, माणसाला जागृती कशामुळे येते?'

त्यावर विशुद्धानंदांनी उत्तर दिले नाही. त्यांनी मलाच आणखी एक प्रश्न विचारला, 'तुम्ही योगाभ्यास केल्याखेरीज तुम्हाला जागृती कशी मिळणार?'

थोडा वेळ विषय संपला असे मला वाटले.

'पण असे सांगतात की, गुरूखेरीज योगाचा अभ्यास करणे फार कठीण आहे; मग कोणी कितीही मन लावून अभ्यास करो. बरोबर मार्गदर्शन करणारे गुरू मिळणे कठीण आहे.'

त्यांच्या मुद्रेवर काहीएक विकार दिसला नाही. छेडल्यासारखेही त्यांना वाटले नाही.

'साधकाची जेव्हा तयारी होते तेव्हा गुरू आपोआप प्रकट होतो.'

मी शंका दर्शविली. त्यांनी आपला जाडजूड हात पुढे करून सांगितले, 'माणसाने प्रथम स्वतःची तयारी केली पाहिजे. मग तो कुठेही असो; तेथे त्याला गुरू भेटल्याखेरीज राहणार नाही. आणि जर त्याला गुरू मानवी देहाच्या रूपात भेटला नाही तर त्याच्या अंतर्नेत्राला तो दिसू लागतो.'

'मग त्याला सुरुवात कशी करायची?'

'दररोज थोडा वेळ मी दाखवीन ह्या साध्या आसनात नेमाने बसा; त्यामुळे तुमच्या तयारीला मदत होईल. कामक्रोध या विकारांवर जय मिळवा.'

विशुद्धानंदांनी मला पद्मासन करून दाखविले. हे आसन मला पूर्वीचेच परिचित होते. पाय एकमेकांवर चढवून मांडी घालून बसावयाच्या ह्या आसनाला साधे-सोपे आसन का म्हणतात हे मात्र मला कळले नाही.

'हे आसन मोठ्या वयाच्या युरोपियन माणसाला कसे घालता येईल?' मी शंका काढली.

'सुरुवाती-सुरुवातीलाच फक्त हे अवघड वाटेल. दररोज सकाळी व संध्याकाळी हे आसन घालून बसल्यावर सोपे वाटेल. ह्या योगाभ्यागाला दिवसातून एक ठरीव वेळ निवडणे ही महत्त्वाची गोष्ट आहे. प्रथम पाच मिनिटांचा प्रयत्न पुरेसा आहे. एक महिन्याने बसण्याची वेळ दहा मिनिटांपर्यंत वाढवावी; तीन महिन्यांनी वीस मिनिटांपर्यंत व अशा तऱ्हेने उत्तरोत्तर वेळ वाढवीत जावी. मेरुदंड ताठ व सरळ ठेवण्याची काळजी घ्यावी. ह्या अभ्यासाने शरीर सुस्थित व मन शांत राहते. योगाच्या पुढील अभ्यासाकरिता चित्त स्थिर ठेवता येणे आवश्यक आहे.'

'म्हणजे तुम्ही हठयोग शिकविता?'

'होय; मनस्कयोग त्याहून वरच्या दर्जाचा आहे असे समजू नका. ज्याप्रमाणे मनुष्यप्राणी विचार करतो व आचरण करतो, त्याप्रमाणे ह्या दोन्ही प्रकारचा अभ्यास आपण करावयास पाहिजे. प्रत्यक्षात ह्या दोन्ही प्रकारच्या अभ्यासांना विभक्त करता येत नाही.'

आणखी काही प्रश्न विचारणे या माणसास आता आवडणार नाही असे मला एकदम वाटू लागले. वातावरणात एक प्रकारचा मानसिक थंडावा निर्माण झाला. आता येथून उठावे असे मी ठरविले; पण निघण्यापूर्वी एक प्रश्न विचारलाच.

'ह्या आयुष्याचे ध्येय, उद्दिष्ट काय असावे? त्याचा आपल्याला शोध लागला आहे काय?'

तेथे बसलेल्या शिष्यांना माझ्या प्रश्नाचे हसू आले. थोडा वेळ त्यांच्या गांभीर्याचा भंग झाला. एखादा नास्तिक, अडाणी युरोपियन माणूसच असा वेड्यासारखा प्रश्न विचारील असे त्यांना वाटले असावे.

'नक्कीच जीवनाला हेतू आहे. आपणास आध्यात्मिक पूर्णता मिळवायची आहे. परमात्मस्वरूपात विलीन व्हायचे आहे.'

आणि नंतर मग एक तासभर त्या खोलीत वातावरण स्तब्ध झाले. विशुद्धानंदांच्या हातात एक जाडजूड पुस्तक होते; त्यातील पाने ते चाळीत होते. पुस्तकाच्या पुठ्ठ्यावर बंगाली अक्षरे छापलेली होती. शिष्यमंडळी पाहत होती, पेंगत होती तर काही ध्यान करीत होती. एक तऱ्हेचे आरामदायक, मनास मोहिनी घालणारे वातावरण उष्ण कटिबंधातील आकाशाप्रमाणे तेथे निर्माण झाले. एक प्रकारच्या समाधीअवस्थेत दोन लुकलुकणाऱ्या बिंदूंकडे मी टक लावून पाहत राहिलो. शेवटी स्वतःला सावरून घेतले व तेथून निघालो.

***

थोडे खाऊन घेतल्यावर मी ह्या रंगीबेरंगी शहरातील अरुंद, वाकड्यातिकड्या बोळगल्ल्या धुंडाळीत पुढे चालू लागलो. या शहराचे आकर्षण पापी व पुण्यवान माणसांना सारखेच. ह्या शिवाय अधार्मिक लफंगे व दुर्गुणी लोक येथे येऊन गर्दी करून सोडतात ते वेगळे. पंडे लोकांची गोष्ट त्याहूनही वेगळीच.

संध्याकाळच्या आरतीची वेळ झाली. गंगातीरावरील देवळादेवळांमध्ये घंटा वाजू लागल्या. निरभ्र आकाशात रात्रीचे साम्राज्य पसरू लागले. जशी संध्याकाळ झाली तसा त्या आवाजात आणखी एक आवाज मिसळू लागला. मशिदीत मौलवी बांग देऊन इस्लामच्या सेवकांना नमाजास येण्याचे पाचारण करीत होता.

त्या पुरातन पवित्र नदीच्या तीरावर मी काही वेळ बसलो. सभोवार माडाची झाडे होती; त्यांच्या पानांची सळसळ होत होती व त्यांतून मंद मंद अशा वायुलहरी आसमंतात पसरत होत्या.

तेवढ्यात सर्वांगास राख फासलेला एक बैरागी माझ्याजवळ आला. जवळ येऊन थांबला. मी त्याच्याकडे निरखून पाहू लागलो. तो साधू असावा असे मला वाटले; कारण त्याच्या डोळ्यातली चमक काही वेगळीच होती. तो या जगात वावरत नसावा असे मला दिसले. ह्या पुरातन देशाची ओळख मला वाटली तितकी अजून झाली नाही, असे मला हळूहळू वाटू लागले. मी खिशात काही नाणे सापडते काय म्हणून चाचपू लागलो. मनात सारखा विचार हा की, आम्हाला विभक्त करणारी

संस्कृतीची ही खोल दरी मला उल्लंघिता येईल काय. मी दिलेले पैसे त्याने शांतपणे घेतले. हात जोडून मला नमस्कार केला व तो निघून गेला.

विशुद्धानंदांच्या चमत्कारांवर मी बराच वेळ विचार करीत राहिलो. पंचमहाभूतांपैकी आकाश या भूतावर त्यांचे आधिपत्य होते. मरून पडलेली चिमणी यांनी काही वेळ जिवंत करून दाखविली. सूर्यविज्ञान शास्त्रावरचे त्यांचे भाष्य मात्र मला पटले नाही. सूर्यप्रकाशात असलेल्या सुप्त गुणधर्मांचे संशोधन आधुनिक विज्ञानाने पुरते केले नाही, असे फक्त अडाणीच म्हणू शकेल. पण त्यांच्या या प्रयोगात असे काही मला आढळले की त्याचे स्पष्टीकरण अन्यत्र शोधावे लागेल.

कारण, मुंबईच्या बाजूस अशाच दोन योग्यांबद्दल मी ऐकले होते. विशुद्धानंद जे चमत्कार करून दाखवितात त्यांपैकी एक चमत्कार म्हणजे हवेतून निरनिराळे सुवास काढणे. हा ते करून दाखवीत असत. दुर्दैवाने ते दोन्ही योगी गेल्या शतकाच्या अखेरीस निवर्तले होते. त्यामुळे मला त्या दिशेने संशोधन करता आले नाही. पण मला जी माहिती मिळाली होती ती खरी होती. ते योगी आपल्या तळहातावर तेलाचा सुगंधी अर्क किंवा अत्तर काढून दाखवीत; जणू सो सुगंध त्यांच्या शरीरातूनच आला असावा. कधीकधी तो सुगंध इतका तीव्र असे की तो सर्व खोलीभर पसरून जात असे.

आता विशुद्धानंदांच्या अंगी तीच सिद्धी असेल तर त्यांनी आपल्या तळहातावरचा सुवास हातरुमालावर पसरून द्यावा, याकरिता त्या भिंगाशी खेळत बसायची काय जरूर? थोडक्यात सांगावयाचे म्हणजे, सूर्यप्रकाश केंद्रित करण्याचे हे सारे नाटक असून जादूने निर्माण केलेला सुवास अन्य पदार्थावर पसरून देण्यास या नाटकाची जरूर काय? हा तर्क बरोबर असावा; त्याचे दुसरे कारण असे की, त्यांनी आपली ही विद्या आतापर्यंत आपल्या कोणत्याही शिष्याला दिली नव्हती. मोठी इमारत बांधून, भव्य प्रयोगशाळा उभारून त्यांनी त्या शिष्यांना नुसत्या आशेवर ठेवले होते. आणि हेही काम अर्धवटच पडून राहिले होते. कारण अशी जाडजूड मोठी काच या देशात मिळत नव्हती. ते शिष्य आपले नुसती प्रतीक्षा करत बसले होते.

सूर्यप्रकाश केंद्रित करणे ही जर नुसती धूळफेक मानली तर मग विशुद्धानंदांच्या ह्या सिद्धीचे स्वरूप काय असावे? सुगंध निर्माण करणे हीच केवळ एक सिद्धी असावी व ती त्यांनी स्वतःच्या परिश्रमाने साध्य केलेली असावी; माझी काही अक्कल चालली नाही. तरी पण हा चमत्कारापाठीमागची कारणमीमांसा मला जरी स्पष्ट करता आली नाही तरी ते सांगतात ते सूर्यविज्ञान 'शास्त्र' म्हणून काही आहे हे मानावयास मी तयार नाही. पण मी माझ्या डोक्याला का त्रास करून घ्यावा?

माझे काम फक्त निरीक्षण करणे व जे पाहिले ते टिपून ठेवणे; त्याची कारणमीमांसा करणे नव्हे. भारतीय समाजजीवनाची ही अशी एक कहाणी आहे की ती गुप्तच राहिली पाहिजे. कारण विशुद्धानंदांनी काय किंवा त्यांनी निवडलेल्या शिष्याने काय हे चमत्कार लोकांना करून दाखविले व काहीतरी व चमत्कारमीमांसा आधुनिक शास्त्रज्ञांना सांगून त्यांना विचार करायला लावले तरी हे रहस्य, ही गुप्त विद्या ते कोणाला सांगणार नाहीत; एवढाच फक्त मी निष्कर्ष काढला.

इतक्यात माझ्या आतल्या आवाजाने प्रश्न केला, 'पण त्याने मरून पडलेली चिमणी पुनः जिवंत कशी करून दाखविली? आणि जो योगी पूर्णावस्थेत जातो तो आपले आयुर्मान वाटेल तितके कसे वाढवितो? पराकोटीच्या दीर्घायुष्याच्या रहस्याचा पौर्वात्याला शोध लागला आहे काय?'

अंतर्यामातून आलेल्या या प्रश्नाला मी बाजूस सारिले व आकाशाकडे विमनस्कपणे पाहत राहिलो. तारकांनी इतस्ततः विखुरलेल्या अथांग व अफाट अशा त्या आकाशाने माझ्या मनात थोडी भीतीच निर्माण केली. विषुववृत्ताकडील आकाशांत तारे फारच तेजस्वी दिसतात. तितके ते अन्यत्र तेजस्वी दिसत नाहीत. त्या लुकलुकणाऱ्या तारकांकडे मी तसाच टक लावून पाहत राहिलो...... पुनः जेव्हा मी आपल्या स्वतःकडे, सभोवतालच्या इतर माणसांकडे व घरांच्या पुंजक्यांकडे पाहू लागलो तेव्हा ह्या जगताची दुर्बोधता, अगम्यता मला अधिकच जाणवली. दृश्य पदार्थ, साधारण गोष्टी ही सगळी माया वाटू लागली. आणि मग छायेसारख्या हालणाऱ्या त्या मनुष्याकृती, हळूहळू पुढे सरकणाऱ्या पाण्यावरील त्या नावा, मधूनमधून चमकणारे दिवे, रात्र व सभोवतालचा परिसर यांना स्वप्नसृष्टीचे स्वरूप आले. भारतीय तत्त्वज्ञानाचे जे मूलभूत तत्त्व, 'ब्रह्म सत्यं जगन्मिथ्या' हे मला पटू लागले; आणि वस्तुस्थितीची जाणीव, त्याची भासमान होणारी सत्यता नष्ट होऊ लागली. हा भूगोल अंतरिक्षातून वेगाने भ्रमण करीत आहे. त्यावर संचरणारे आम्ही क्षुद्र प्राणी; आता जो काय विलक्षण अनुभव घडून यायचा आहे तो निमूटपणे स्वीकारावा इतकेच!

ह्या स्वप्नसृष्टीत, स्वर्गसुखात मी रंगून गेलो असताना भूलोकातील कोण्यातरी एका मानवप्राण्याने संगीतवजा गाण्याची लकेर छेडली व मला झटकन या भूलोकावर आणून सोडले. या लोकावर अनिश्चित स्वरूपाची भी काही सुखे असतात व अनपेक्षित दुःखे असतात व ज्यांच्या संमिश्रणाला 'जीवन' म्हणून नाव देतात, ते जगायला मी पुनः तयार झालो.

१२
ज्योतिषी

गंगातीर. तळपत्या सूर्याच्या उन्हात देवळांची शिखरे चमकून हालल्यासारखी दिसत आहेत. पात्रात स्नान करणाऱ्यांची ही गर्दी! 'जय गंगे भागीरथी' ह्या घोषांनी वातावरण भरून गेले आहे. माझ्या परदेशी डोळ्यांना तो गंगाकिनारा जरा नवीनच वाटू लागला. ती गर्दी, ती दुकाने, रंगीबेरंगी कपडे परिधान केलेले स्त्रीपुरुष. नदीच्या पात्रातून नावेत बसून मी सैर केली. नाव जाडजूड असून तिच्या टोकाला नागाची फणा होता. एका लहानशा खोलीच्या छपरावर बसून मी गंगेची शोभा पाहत होतो. खाली तीन नावाडी आपली जुनीपुराणी ओबडधोबड वही वल्हवीत होते.

माझ्या शेजारी जो इसम बसला होता तो मुंबईची एक व्यापारी होता. पुन्हा मुंबईला परतल्यावर आपण आपल्या धंद्यातून निवृत्त होणार असे तो सांगत होता. तो अतिशय भाविक दिसत होता पण तितकाच व्यवहारी. पुण्य संपादन करीत असताना बँकेतील खातेही तो वाढवीत होता. सात-एक दिवस तो माझ्याबरोबर होता. त्याचा स्वभाव मला प्रेमळ वाटला. चालरीत सभ्य वाटली. आम्ही थोडक्याच वेळात मित्र झालो.

'सुधीबाबूंनी ज्यावेळी मी निवृत्त होणार म्हणून सांगितले, अगदी त्याच वेळी मी निवृत्त होत आहे.' तो सांगू लागला. पुढेही बोलण्यास तो उत्सुक होता.

हे उद्‌गार माझ्या कानाला जरा चमत्कारिक वाटले.

'सुधीबाबू! कोण ते?'

'तुम्हाला माहीत नाही? ते वाराणशीतील सुप्रसिद्ध ज्योतिषी.'

'ज्योतिषी हो?' मी तिरस्कारपूर्वक त्यांच्या उद्गारांना प्रतिसाद दिला.

हे असे कुडमुडे ज्योतिषी मुंबईस मैदानावर उघड्या जागी बसून जाणाऱ्या-येणाऱ्यांना भविष्य सांगत बसलेले मी पाहिलेले होते. कलकत्त्यातही त्या दमट हवेत पाले घालून त्यात बसलेले पाहिलेले होते. या देशात सर्वच लहान-मोठ्या शहरांत जिथे माणसांची वर्दळ असते तिथे हे लोक आपल्या धंद्याचा जम बसवीत असतात. ह्या धंद्यातली बहुतेक माणसे कळकट वर्णाची, गलिच्छ असतात. खांद्यापर्यंत केस वाढलेले; त्याची धड निगाही नाही. चेहऱ्यावर भोळसरपणा व अज्ञान ओतप्रोत भरलेले. त्यांचे धंद्याचे भांडवल म्हणजे काय? तर दोन-चार जाडजूड तेलकट पुस्तके व चित्रविचित्र कोष्टकांनी भरलेले देशी भाषेतले पंचांग. मला पुष्कळदा असे वाटायचे की, दुसऱ्या लोकांना भविष्य सांगून त्यांची ते आर्थिक स्थिती सुधारतात तर मग स्वतःचे दैन्य का नाही घालवीत?

'तुमचे मला नवल वाटते. ज्योतिषावर विसंबून राहून धंदा चालविणे तुम्हाला धोक्याचे नाही वाटत? व्यावहारिक दृष्टीने चालणे बरोबर आहे असे नाही का तुम्हाला वाटत?' उपदेशकाच्या भूमिकेने मी त्यांना सांगू लागलो.

त्या माणसाने आपले डोके हालविले व माझ्याकडे पाहून मंदसे स्मित केले.

'मग तुम्ही मी धंद्यातून निवृत्त होणार ह्या भविष्याची उपपत्ती कशी लावाल? माझी नुकतीच चाळिशी उलटलीय; एवढ्या तरुण वयात मी धंद्यातून बाहेर पडेन असे कोणाला खरे वाटले असते काय?'

'योगायोग नुसता!'

'बरे, तुम्हाला एक गोष्ट सांगतो. काही वर्षांपूर्वी मला लाहोरला एक ज्योतिष भेटला; आणि त्याच्या सल्ल्यावरून मी एका मोठ्या व्यवहारास हात घातला. त्या वेळी माझी एका वयस्कर माणसाशी भागीदारी होती. ही नवीन व्यवहार धोक्याचा आहे, त्यात नुकसान येईल म्हणून तो कबुली देईना; तेव्हा आम्ही भागीदारी काढून टाकली व मी एकटाच धंदा करू लागलो. त्या धंद्यात मला अचानक यश आले व थोडीशी कमाईही झाली. आता त्या लाहोरच्या ज्योतिषाने मला जर तसा सल्ला दिला नसता तर मी सुद्धा या नवीन व्यवहारात पडलो नसतो.'

'म्हणजे तुमचे मत असे की......'

त्याने माझे वाक्य पुरे केले.

''आपले आयुष्य विधिघटनेनुसार चालते व ती विधिघटना ग्रहमानावरून अजमावता येते.'

आता त्याच्या ह्या विधानाला माझी हरकत म्हणजे यत्किंचितशीच वाटली; पण मी ती ताबडतोब घेतली.

'या देशातले ज्योतिषी मी पुष्कळसे पाहिलेले आहेत. अडाणी, मूर्ख लोक ते! ते दुसऱ्याला हितकारी असा सल्ला काय देणार?'

'तुम्हाला जे असे अज्ञ लोक भेटले त्यांच्यामध्ये सुधीबाबूसारख्या विद्वानाची तुम्ही गणना करू नका. तुम्हाला जे भेटले ते भोंदू लोक. पण हे ज्योतिषी वेगळे. मोठा बुद्धिमान ब्राह्मण. त्यांचे स्वतःचे मोठे घर आहे. त्यांचा ह्या शास्त्राचा पुष्कळ वर्षांचा गाढा अभ्यास आहे. त्यांच्याजवळ दुर्मीळ अशा कुंडल्यांचा मोठा संग्रह आहे.'

एकदम मला असे वाटले की, हा माझा सोबती काही मूर्ख नाही. त्याची विचारसरणी तशी आधुनिक पद्धतीची होती. उत्साही खरा पण पूर्ण व्यवहारी. अद्ययावत अशा पाश्चिमात्य शोधांचा अंगीकार करावयास व त्यांच्यापासून फायदा मिळविण्यास तत्पर. काही बाबतीत तर तो माझ्याही पुढे गेलेला होता. त्याच्याजवळ एक सुंदरसा सिनेमा कॅमेरा होता; बोटीत त्याने तो आपल्याबरोबर घेतलेला होता. तर माझ्याजवळ एक लहानसा कोडॅक कॅमेरा होता; त्याच्या नोकराने एक थर्मास फ्लास्क काढला व त्यातून थंडगार सरबत पेल्यात ओतले. माझ्याजवळही प्रवासाची आवश्यक शिदोरी होती. पण ती घ्यावयाची मी विसरलो. आणि त्याच्या बोलण्यावरून मला असे कळून आले की, मी युरोपमध्ये असताना जेवढा टेलिफोनचा उपयोग करीत असे, यापेक्षा कितीतरी पट जास्त उपयोग तो व्यापारी मुंबईत असताना करीत असतो. आणि तरीसुद्धा त्याचा ज्योतिषावर इतका विश्वास आहे! त्या व्यापाऱ्याच्या आचार-विचारांमधली ही विसंगती मोठी गमतीची होती.

'आता आपण एकमेकांचा दृष्टिकोन समजून घेऊ या. तुमच्या म्हणण्याप्रमाणे प्रत्येक माणसाचा जीवनक्रम व प्रत्येक जागतिक घटना ह्यांच्यावर ग्रहांचे, ताऱ्यांचे आधिपत्य असते; मग ते ग्रह व तारे पृथ्वीपासून कितीही मोठ्या अंतरावर की ज्याची कल्पना करता येणार नाही अशा अंतरावर असू द्यात.'

'माझा या सिद्धांतावर पूर्ण विश्वास आहे.' त्याने शांतपणे उत्तर दिले.

मी आपले खांदे हालविले. आता काय बोलावे हे मला सुचेना.

त्याने दिलगिरीदाखल बोलण्यास सुरुवात केली.

'महाशय! तुम्ही स्वतः त्यांच्याकडे जाऊन, पडताळा पाहून का येत नाही? तुमच्याकडे अशी म्हण आहे ना यी, खिरीचा स्वाद चव घेतल्यानेच कळतो. आम्ही

त्या अर्थाने 'हातच्या कंकणाला आरसा कशाला' ही म्हण वापरतो. सुधीबाबू तुम्हाला काय भविष्य सांगतात ते ऐकून घ्या. कुडमुड्या ज्योतिषांवर माझा विश्वास नाही; पण सुधीबाबूंच्या बुद्धिमत्तेवर व खरेपणावर माझा पूर्ण विश्वास आहे.'

'हं; जे ज्योतिषज्ञानाचा धंदा करतात त्यांच्यावर माझा विश्वास नाही. तरीपण तुमच्या शब्दाला मी मान देतो; तुम्ही मला त्यांच्याकडे घेऊन जाल काय?'

'जरूर. उद्या तुम्ही माझ्याकडे या; आपण चहा वगैरे घेऊन त्यांच्याकडे जाऊ.'

पुन्हा आम्ही नावेतून जाऊ लागलो. तीरावर भव्य प्रासाद. पुरातन देवळे. लहान लहानशी देवळे. त्यांतील मूर्तींवर तांबडीपिवळी फुले वाहिलेली. हे सर्व दृश्य पुन्हा दिसू लागले. निरनिराळ्या घाटांवर यात्रेकरूंची गर्दी दिसत होती. मी त्या गर्दीकडे जरा उदासीनतेनेच पाहत होतो. मनात असा विचार आला की, विज्ञानाने भोळसरपणाला पायबंद घातला खरा; पण शास्त्रीय दृष्टीने सुद्धा आपल्या संशोधनाला, चिकित्सेला तसाच पायबंद घालायला हवा; हे मला अजून समजून घ्यायचे आहे. जर माझ्या या सोबत्याने ज्योतिष हे शास्त्र आहे असे सप्रमाण सिद्ध करून दाखविले तर त्याच्याप्रमाणे व त्याच्यासारख्या त्याच्या इतर पुष्कळशा देशबांधवांप्रमाणे माझाही ज्योतिषावर विश्वास बसेल व मीही ते शास्त्र मोकळ्या मनाने शिकेन.

***

दुसऱ्या दिवशी आमच्या या प्रेमळ मित्राने मला एका जुन्या अरुंद बोळात आणून सोडले. दोन्ही बाजूंना सपाट धाब्याची घरे; आम्ही एका जुन्या, मोडकळीस आलेल्या दगडी घरासमोर आलो. त्याने आम्हाला एका अंधाऱ्या पायवाटेने नेले. वरचे छप्परही बेताचेच. नंतर आम्ही दगडी पायऱ्या चढून वरती गेलो. तो जिना इतका अरुंद होता की त्यावरून फक्त एकाच माणसाला जाता येत होते. वरती एका अरुंदशा खोलीतून पुढे जाऊन एकाच व्हरांड्यात आलो. तो व्हरांडा एका प्रशस्त अशा आतल्या चौकात होता व त्याच्याभोवती ते सारे घर बांधले गेले होते.

चौकात एक कुत्रा बांधलेला होता. आम्हाला पाहिल्यावर तो त्वेषाने भुंकू लागला. व्हरांड्याभोवती कुंड्या होत्या व कुंड्यांतून वेल लावलेले होते. मी आपल्या सोबत्याबरोबर एका अंधेऱ्या भेसुरशा खोलीत गेलो. उंबरठ्यावर माझ्या पायाला ठेच लागली. मी जसा वाकलो तसे लक्षात आले की आतल्या खोलीतही बाहेरच्यासारखी माती पसरलेली होती. ज्योतिषीबुवांना आकाशस्थ तारकांचे निरीक्षण केल्यावर विरंगुळा म्हणून बागकामाचा नाद लागला की काय न कळे!

माझ्याबरोबरच्या माणसाने ज्योतिषीबुवांच्या नावाने मोठ्यांदा हाक मारली.

त्या आवाजाचा पडसाद त्या जुन्या भिंतीतून निघाला. आम्ही दोन-तीन मिनिटे वाट पाहिली. नंतर पुन्हा हाका मारू लागलो. कुत्र्यानेही मधून मधून आम्हाला साथ दिली. मला वाटू लागले की, आमचा हा सारा खटाटोप व्यर्थ ठरणार. तेवढ्यात वरच्या मजल्यावरून एक आवाज ऐकू येऊ लागला. थोड्याच वेळात आमच्या खोलीकडे येणाऱ्या माणसाच्या पावलांचा आवाज ऐकू येऊ लागला.

एका बारीकशा अंगकाठीचा मनुष्य; एका हातात मेणबत्ती व दुसऱ्या हातात किल्ल्यांचा जुडगा असा उंबरठ्यावर आलेला आम्हाला दिसला. त्या अंधारात थोडे बोलणे झाले व मग त्या ज्योतिषीबाबाने दुसरे एक दार उघडले व आम्ही सगळे त्या दरवाजातून पलीकडे गेलो. त्याने दोन जाड पडदे बाजूला सारले व खिडक्या उघडल्या. खिडक्या चांगल्याच उंच होत्या.

खिडक्या उघडल्याबरोबर खोलीत सूर्यप्रकाश आला. त्या प्रकाशात ज्योतिषीबाबाचा चेहरा चांगला स्पष्ट दिसला. ज्योतिषीबाबा भूतयोनीतील एखाद्या भुतासारखे दिसले. ते माणसासारखे दिसतच नव्हते. विचार करून मरगळीला आलेला असा चेहरा माझ्या दृष्टिपथात अद्याप आला नव्हता. त्यांचा मुडद्यासारखा चेहरा, अतिशय हडकुळे असे शरीर व या जगात आढळून येणार नाही अशी मंद हालचाल या सर्वांचा समुच्चय एके ठिकाणी होऊन ते दृश्य भेसूर दिसत होते; आणि त्यांच्या बुब्बुळाचा पांढरेपणा त्या भयानकपणात भर घालीत होता आणि त्यात त्यांचे काळेभोर डोळे विसंगतता उघड करीत होते.

ते एका मोठ्या टेबलापाशी बसले. टेबलावर कागद अस्ताव्यस्त पडलेले होते. त्यांना इंग्रजी चांगले येते असे मला आढळले. पण तिऱ्हाइताचा दुभाषी म्हणून उपयोग न करता त्यांच्याशी प्रत्यक्ष बोलण्यासाठी मला गळ घालावी लागली.

'मी शोधकाच्या भूमिकेने आलो आहे, भाविकाच्या नव्हे; हे आपण लक्षात घ्या,' मी बोलावयास सुरुवात केली.

त्यांनी आपले लहानसे डोके हालविले.

'होय; तुमची कुंडली मी तयार करीन आणि मग तुमचे समाधान झाले की नाही हे मला सांगा.'

'तुमची फी काय?'

'तशी माझी काही ठरलेली फी आहे असे नाही. श्रीमंत माणसे मला साठ रुपये फी देतात; इतर वीस देतात. तुम्ही काय द्यायचे ते द्या.'

मी त्यांना स्पष्ट सांगितले की, भविष्य सांगण्यापूर्वी भूतकाळात काय काय झाले

हे मी प्रथम पडताळून घेतो. त्यांनी ते कबूल केले.

नंतर काही वेळ त्यांनी माझ्या जन्मतिथीवर गणित करण्यात घालविला. दहा मिनिटांनी ते खुर्चीवरून पाठीमागे वळून जुनी पंचांगे व ताडपत्रांवरच्या कुंडल्या धुंडाळीत बसले. शेवटी त्यांनी लांबलचक जुन्या कागदांच्या टिपणांचा एक लहानसा गठ्ठा काढला व एका कोऱ्या कागदावर माझी कुंडली तयार करून मला दिली. मग ते म्हणाले,

'ही तुमची कुंडली; आणि तीतील प्रत्येक ग्रहाचे फल वर्तवणारे हे संस्कृत श्लोक. आता तुमचे भविष्य मी वर्तवितो.'

त्यांनी माझी कुंडली बारकाईने तपासून पाहिली; एक टिपण हातात घेतले व अगदी हलक्या, भावनाविरहित आवाजात बोलायला सुरुवात केली; त्यांचा तो बारीक आवाज त्यांच्या शरीराच्या ठेवणीला साजेसा होता.

'तुम्ही युरोपकडले एक लेखक आहात म्हणे; बरोबर आहे ना?'

मी संमतिदर्शक मान हालविली. नंतर त्यांनी माझ्या लहानपणच्या घटनांबद्दल सांगायला सुरुवात केली. त्या काळातल्या घटना एकापाठीमागून एक अशा चटकन त्यांनी सांगून टाकल्या. एकूण सात घटना त्यांनी भूतकाळातल्या सांगितल्या. त्यांपैकी पाच ठोकळमानाने बरोबर ठरल्या; पण दोन अगदी चुकीच्या ठरल्या. यावरून त्यांना भविष्य कितपत सांगता येईल हे मी पडताळून पाहिले. त्यांच्या प्रामणिकपणाबद्दल संशय नव्हता. ते मुद्दाम फसवणूक करणार नाहीत याची मला खात्री होती. अगदी सुरुवातीला ७५ टक्के पडताळा जमल्यावर ज्योतिषशास्त्राबाबत संशोधन करणे जरूर आहे असे वाटू लागते. पण ह्या विद्येला शास्त्र म्हणता येईल की नाही, याची शंका वाटते.

पुन्हा एकदा सुधीबाबूंनी अस्ताव्यस्त पसरलेले कागद धुंडाळले व माझ्या स्वभावाविषयी सांगितले. ते साधारण बरोबर होते. त्यानंतर त्यांनी मी ह्या व्यवसायाकडे का वळलो याचे मानसिक पृथक्करण करून सांगितले. हे सांगताना सुद्धा ते आपले बुद्धिनिदर्शक डोके उंचावीत व विचारीत.

'बरोबर आहे ना मी सांगतो ते?' त्यांच्या सांगण्याला मला विरोध दाखविता येत नव्हता.

त्यानंतर त्यांनी पुन्हा कागदांची हालवाहलव केली; कुंडली बारकाईने तपासली व भविष्य सांगायला सुरुवात केली.

'हे सगळे जग तुम्हाला घरासारखे वाटेल. तुम्ही दूरवर प्रवास करीत राहाल व

जवळ लेखणी ठेवून लिहीत राहाल.' आणि त्यानंतर पुढले भविष्य त्यांनी सांगायला सुरुवात केली; पण त्यांच्या भविष्याचे मला संशोधन करवयाचे नाही. त्यांचे ते भविष्य[१] मी तसेच ठेवून देतो.

बोलणे संपविताना माझे समाधान झाले का म्हणून त्यांनी मला पुनः विचारले. ह्या आश्चर्यजनक अशा ग्रहावर माझी जी हयात गेली त्याची हकिकत त्यांनी पुष्कळशी बिनचूक सांगितली; माझा स्वभाव कसा आहे ह्याचे त्यांनी केलेले अनुमान जवळजवळ सगळेच बरोबर निघाले. ह्यामुळे येथे येताना त्यांच्यावर करावयाची टीका मी अजिबात विसरून गेलो.

मला स्वतःला असे विचारायचे होते, 'हा माणूस धाडस करून भविष्य सांगत आहे की काय? का आपले अनमानधक्क्याने सांगत आहे?' पण त्याचे भविष्य आता मला प्रभावी वाटले. आता त्यातले खरे किती ठरणार हे दिसून येईलच.

भविष्यासारख्या काळ्याकुट्ट विषयावरील माझा पाश्चिमात्य दृष्टिकोन पत्त्याच्या बंगल्यासारखा ढासळणार की काय? काय सांगावे? मी पलीकडे खिडकीकडे गेलो व तेथे उभा राहून समोरच्या घराकडे पाहत व खिशातला रुपया खुळखुळवीत राहिलो. शेवटी मी माझ्या जागेकडे परतलो व ज्योतिषीबाबांना प्रश्न केला.

'इतक्या दूरवरचे तारे व ग्रह माणसाच्या आयुष्यावर प्रभाव पाडू शकतात हे तुम्हाला खरे कसे वाटते?' त्यांनी मंद आवाजाने उत्तर दिले, 'समुद्राच्या लाटांवर दूरचा चंद्र प्रभाव पाडीत नाही काय? भरती-ओहोटी का होते? प्रत्येक चांद्रमासाने स्त्रीच्या शरीरात बदल घडून येत नाही काय? सूर्यप्रकाश नसताना माणसांची मने दुर्मुखलेली व खिन्न होतात ना?'

'ते सगळे खरे; पण ज्योतिषशास्त्राचा दावा फार मोठा आहे. माझी बोट बुडावी किंवा बुडू नये ह्या घटनेशी गुरू किंवा मंगळ या ग्रहांचा काय संबंध पोचतो?'

ते माझ्याकडे निर्विकार मुद्रेने पाहत राहिले.

'आकाशस्थ ताऱ्यांना व ग्रहांना तुम्ही बिंदू किंवा प्रतीक म्हणूनच समजा म्हणजे ठीक पडेल. वास्तविक पाहता हे ग्रह आपल्यावर प्रभाव पाडीत नाहीत; आपले प्राक्तनच आपले भविष्य ठरवीत असते,' त्यांनी उत्तर केले. 'तुम्हाला भविष्यशास्त्राचे मर्म जर समजून घ्यायचे असेल तर तुम्हाला पुनर्जन्माचा सिद्धांत मान्य करावयास

---

[१] त्यांनी जी भविष्ये वर्तविली होती त्यांपैकी एक मी ताबडतोब साशंकतेने अगदीच काहीतरी व अशक्य कोटीतले ठेवून टाकले होते; पण ते आता खरे ठरले. पण दुसरे त्यांनी अमुक तारखेला खरे ठरेल म्हणून भाकीत केले होते ते खोटे ठरले. बाकीची अजून खरी ठरायची आहेत. वेळ आहे.

पाहिजे व माणसाचे कर्म त्याच्याबरोबर प्रत्येक जन्मी त्याची पाठ पुरवीत असते हे गृहीत धरावयास पाहिजे. आपल्या एका जन्मातील दुष्कृत्यांची फळे भोगावयाची त्याच जन्मात जर राहिली तर त्याला पुढल्या जन्मात भोगावी लागतात. तसेच आपल्या सत्कर्माची फळे जर त्यास एका जन्मात मिळाली नाहीत तर ती अन्य जन्मी मिळतात, हे निश्चित. माणसाच्या आत्म्याचे पृथ्वीतलावर असे सतत जन्मास येणे व हा क्रम तो पूर्णावस्थेत पोचेतोपर्यंत चालणे हे सिद्धांत मान्य केल्याखेरीज माणसाच्या आयुष्यातील बदलत जात असलेल्या घटना, त्याचे नशीब या गोष्टी तुम्हास आकस्मिक, अनपेक्षित अशा वाटतात; आणि मग त्यांस तुम्ही त्याचे नशीब म्हणता. न्यायी परमेश्वर हे काही कारणाखेरीज कसे होऊ देईल? बिलकूल नाही. आमचा असा विश्वास आहे की, मनुष्य ज्या वेळी मरण पावतो, त्या वेळी त्याचा स्वभाव, त्याच्या वासना, त्याचे विचार, मन, बुद्धी, अहंकार हे तसेच राहतात व तो जेव्हा नवीन जन्मास येतो त्या वेळी त्या लहान अर्भकामध्ये हे सारे गुण उतरतात. पूर्वीच्या जन्मात केलेल्या सत्कृत्याचे किंवा दुष्कृत्याचे चांगले-वाईट फळ त्याला ह्या किंवा पुढल्या जन्मात भोगावे लागते, ह्यालाच आम्ही नशीब म्हणतो. तुमची बोट बुडेल व बुडून जाण्याचा प्रसंग एक दिवस तुमच्यावर ओढवेल असे जेव्हा आम्ही सांगतो, तेव्हा त्याचा अर्थ असा की पूर्वीच्या कोणत्यातरी जन्मी तुम्ही जे काय पातक केले असेल ते भोगण्याकरिता परमेश्वराने आपल्या सुप्त अशा न्यायबुद्धीने बाजूस काढून ठेवलेला हा भोग होय. म्हणजे हे ग्रह काही तुमची बोट बुडवीत नाहीत; पण तुमची स्वतःचीच पूर्वजन्मातली दुष्कृत्ये- की ज्यांचे परिणाम तुम्हाला टाळता येण्यासारखे नाहीत ती-बुडवितात. ग्रह व त्यांची स्थिती हे फक्त या तुमच्या नशिबाचे टिपण होत. आता ते असे हे टिपण का करून ठेवतात, ते मात्र मला सांगता येणार नाही. कोणत्याही माणसाने, आपल्या डोक्याने ज्योतिषशास्त्र शोधून काढलेले नाही. हे शास्त्र फार पुरातन कालापासून चालत आलेले आहे. प्राचीन काळातील द्रष्ट्यांनी हे शास्त्र मानवाच्या कल्याणाकरिता प्रगट केलेले आहे.'

आता हे त्याचे सारे सांगणे पटण्यासारखे होते. ते ऐकून काय बोलावे हे मला कळेना. ज्योतिषी कोणाही माणसाला भले त्यांच्या नशिबाला जखडून टाकण्यास प्रवृत्त होईल; पण कोणताही धडधाकट पाश्चिमात्य मनुष्य आपली स्वतंत्र इच्छाशक्ती गमावण्यास, तो बहुमोल किमतीचा ठेवा गमावण्यास तयार होणार नाही. कोणता युरोप-अमेरिकेकडील कर्ममार्गी वीर आपण जे काही उद्योग करतो ते आपण स्वतः करीत नसून आपले नशीब करते असे मानावयास तयार होईल? ह्या हडकुळ्या माणसाकडे, दूर आकाशस्थ ग्रहांतून वावरणाऱ्या ह्या फिक्कट चेहऱ्याच्या पिशाच्चासारख्या दिसणाऱ्या माणसाकडे मी नुसता पाहतच राहिलो. मी त्याला सांगू

लागलो, 'हे पाहा, दक्षिणेकडे काही ठिकाणी ज्योतिषांना पुरोहितांइतका मान आहे व कोणतीही गोष्ट त्यांचा सल्ला घेतल्याखेरीज कोणी करीत नाहीत. आता अशा ह्या भाबडेपणाचे आम्हा युरोपियन लोकांना हसू येते. कारण मुहूर्त वगैरे प्रकार आम्ही मानावयासच तयार नसतो. आम्ही स्वतंत्र व्यक्ती आहोत असेच आम्ही समजतो. नशीब वगैरेची ताबेदारी आम्ही कबूल करीत नाही.'

ज्योतिषीबाबांनी आपले खांदे हालविले.

'आमच्या जुन्या वाङ्मयात 'हितोपदेश' नावाचे एक पुस्तक आहे; त्यात म्हटलेले आहे - लिखितमपि ललाटे प्रोझितुं कः समर्थः।' हे वाक्य त्यांनी हवेत विरवून दिले; व पुन्हा ते बोलू लागले.

'तुम्ही काय करणार? आपल्याला आपले कर्म भोगले पाहिजे.'

पण मला काही त्यांचे हे म्हणणे पटले नाही व मी माझे मत प्रदर्शित केले.

नंतर ज्योतिषीबुवा खुर्चीवरून उठले. मी समजलो, आता आपण उठावे; त्यांची ही सूचना आहे. ते मनाशीच पुटपुटू लागले :

'सर्व काही परमेश्वराच्या हातात आहे. त्यातून कोणाची सुटका नाही. आपणा माणसात स्वतंत्र असा कोण आहे? जेथे ईश्वर नाही तेथे आपण कसे जाऊ शकणार?'

दारापाशी पोचल्यावर ते घुटमळत म्हणाले :

'पुन्हा यायचे असेल तर या; आपण या विषयावर आणखी बोलू.'

मी त्यांचे आभार मानले व त्यांचे निमंत्रण स्वीकारले.

'ठीक आहे. मी तुमची वाट पाहतो उद्या. असे संध्याकाळचे सहाच्या सुमारास या.'

दुसऱ्या दिवशी संध्याकाळी मी ज्योतिषीबुवांच्या घरी गेलो. ते सर्व जे काही सांगतील ते मान्य करण्याचा माझा उद्देश नव्हता; पण ते सर्व नाकबूल करायचेही मी ठरविले नव्हते. मी ऐकून घेण्याकरता; थोडे फार समजून घेण्याकरिता आलो होतो. अर्थात जे प्रमाणांनी, प्रयोगान्ती सिद्ध होईल तेच मी ग्राह्य धरणार होतो. आणि या वेळी प्रयोग करून पाहण्यास आणि ते सुद्धा सप्रमाण माझी तयारी होती. पण सुधीबाबूंनी माझी जी कुंडली वर्तविली त्यावरून मला निदान कळून आले की, हे हिंदूंचे ज्योतिषशास्त्र काही थोतांड नव्हे. त्याचे बारीक संशोधन मात्र व्हायला पाहिजे. ह्या मुलाखतीच्या वेळी हाच विचार माझ्या मनात होता.

त्यांच्या त्या मोठ्या लिहिण्याच्या टेबलावर आम्ही एकमेकांसमोर असे बसलो. टेबलावर एक पणती ठेवलेली होती. या देशात लाखो घरात रात्री अशीच पणती उजेडाकरिता लावतात.

'ह्या माझ्या घरात चोवीस खोल्या आहेत,' ज्योतिषीबुवा मला सांगू लागले. 'त्यात जुन्या पोथ्या, बाडे भरून ठेविलेली आहेत. ती बहुतेक संस्कृतामध्ये आहेत. आता मला असे हे मोठे घर का पाहिजे हे तुमच्या ध्यानात येईल. तसा मी एकटाच या घरात राहतो. आता तुम्हाला मी हा ग्रंथसंग्रह दाखवितो.'

त्यांनी हातात कंदील घेतला व मला दुसऱ्या एका खोलीत नेले. भिंतीला लावून ठेवलेल्या बऱ्याच पेट्या होत्या. त्या उघड्या होत्या; त्यांत मी डोकावून पाहिले. त्या पुस्तकांनी व कागदांनी भरून गेल्या होत्या. जमिनीवर सुद्धा कागदांचे कपटे पडलेले होते. जमिनीवर सुद्धा जुन्या ताडपत्रांच्या पोथ्या व पुस्तके पडलेली होती. त्यांचे पुट्ठे व कोपरे फाटून गेलेले होते. त्यातील एक पोथी मी हातात घेतली; त्यातील प्रत्येक पानावरील अक्षरे अगदी पुसट झालेली होती; ती वाचताही येणे दुरापास्त होते. आम्ही एका खोलीतून दुसऱ्या खोलीत गेलो; पण तेथेही तसाच पोथ्यापुस्तकांचा पसारा. ज्योतिषीबाबांचे हे ग्रंथालय असे अव्यवस्थित व अस्ताव्यस्त पसरलेले; पण त्यांतील पुस्तक न् पुस्तक व पोथी कागद कुठे ठेवलेला आहे हे त्यांना बिनचूक माहीत आहे असे ते सांगत. मला असे वाटू लागले की, त्यांच्या घरात जणू या देशाचा ज्ञानसंग्रह करून ठेवलेला आहे. मला तर नक्की वाटले की, भारताची प्राच्य विद्या, पुरातन शास्त्रे ह्या जुन्या पोथ्यांत, फाटून गेलेल्या हस्तलिखितात व संस्कृत ग्रंथांत ग्रथित करून ठेविलेली आहेत!

नंतर आम्ही परत जेथे बसलो होतो या खोलीत आलो आणि ते बोलू लागले.

'माझा सगळा पैसा मी ही पुस्तके, पोथ्या व हस्तलिखिते खरेदी करण्यात खर्च केला आहे. यातील पुष्कळशी पुस्तके अत्यंत दुर्मीळ आहेत व ती मिळविण्यास मला फार पैसा खर्च करावा लागला; आणि त्यामुळे आज मी अगदी निष्कांचन बनलो आहे.'

'कोणकोणत्या विषयांवरची ही पुस्तके आहेत?'

'मानवी जीवन व दिव्य अशी गूढ रहस्यविद्या यावरची ती पुस्तके आहेत; पुष्कळशी ज्योतिषावरची आहेत.'

'म्हणजे तुम्ही तत्त्वज्ञानीही आहात की!' त्यांच्या लहानशा तोंडावर अर्धस्मित चमकून गेले.

'ज्या मनुष्याला वेदान्त कळला नाही, तत्त्वज्ञान कळले नाही, तो चांगला ज्योतिषी बनू शकणार नाही.'

'माफ करा अं, जरा स्पष्ट बोलतो त्याबद्दल. ही सगळी पुस्तके फार वाचू नका. मी जेव्हा तुम्हाला प्रथम पाहिले तेव्हा आपला निस्तेज चेहरा पाहून मला धक्काच बसला.'

'त्यात काही आश्चर्य नाही,' त्यांनी शांतपणे उत्तर दिले, 'आज सहा दिवस मी जेवलो नाही.'

मला जरा काळजी वाटली.

'पैशाचा प्रश्न नाही. स्वयंपाकाची बाई आली नाही. आजारी आहे ती. आज सहा दिवस अंथरुणावर पडून आहे.'

'मग दुसऱ्या कोणत्या तरी स्वयंपाकिणीला बोलायचे.' त्यांनी आपले डोके हालवून दृढपणे नकार दर्शविला.

'नाही. हलक्या जातीच्या बाईच्या हातचा स्वयंपाक मला चालत नाही. तसले अन्न ग्रहण करण्यापेक्षा मी महिनाभर उपवास करीन. तेव्हा माझ्या स्वयंपाकिणीची तब्येत बरी होईपर्यंत मला थांबले पाहिजे. एक-दोन दिवसांत बरी होऊन ती कामाला येईल असे वाटते.'

मी त्यांच्याकडे निरखून पाहिले. गळ्यात जानवे दिसले म्हणजे 'ब्राह्मण.' हे जानवे प्रत्येक ब्राह्मण मुलाच्या गळ्यात मुंजीच्या वेळी घालतात व मरेतोपर्यंत ते त्याच्या गळ्यात राहते. म्हणजे ज्योतिषीबुवा ब्राह्मण आहेत.

'हे ज्ञातिनिर्बंध खाण्यापिण्याच्या बाबतीत कशाला विनाकारण पाळता?' मी विनवून म्हणालो, 'आपली तब्येत त्याहून अधिक मोलाची आहे.'

'ही काही अंधश्रद्धा नव्हे. प्रत्येक जण आपल्याभोवती एक चुंबकीय प्रभाव सोडीत असतो. तो प्रभाव जाणवण्यासारखा असतो; जरी तो तुमच्या पाश्चिमात्य विज्ञानाला अवगत नसला तरी. स्वयंपाक करणारा मनुष्य तयार केलेल्या अन्नात आपला प्रभाव, अर्थात अजाणतेपणे, सोडीत असतो. हलक्या दर्जाचा स्वयंपाकी कनिष्ठ प्रकारच्या चुंबकत्वाने अशा तऱ्हेने अन्न दूषित करतो. असे दूषित अन्न खाणाऱ्याच्या पोटात जाते.'

'काय विलक्षण सिद्धान्त आहे!'

'पण खरा आहे तो.'

मी विषय बदलला.

'किती वर्षे तुम्ही हा ज्योतिषाचा धंदा करता?'

'एकोणीस वर्षे झाली. लग्न झाल्यानंतर मी ह्या व्यवसायास सुरुवात केली.'

'असे हो?'

'तसा मी काही विधूर नाही. सांगतो तुम्हाला सारी हकिकत. मी तेरा वर्षांचा होतो. मला ज्ञान मिळावे म्हणून मी नेहमी परमेश्वराची प्रार्थना करी. त्यामुळे म्हणा किंवा योगायोग म्हणा मला पुष्कळ लोक असे भेटले की, ज्यांनी मला ज्ञान दिले; वाचायला पुस्तके दिली. त्या अभ्यासात मी इतका दंग झालो की, मला वेळेचे भान नसे. दिवस न् रात्र मी आपला वाचनात गुंग. माझ्या आईबापांनी माझे लग्न करून दिले; लग्नानंतर हाच प्रकार. माझी बायको माझ्यावर भडकली; ती म्हणाली, 'मी एका पुस्तकाच्या ठोकळ्याशी लग्न केले आहे.' आठ दिवसांनीच ती घर सोडून गेली. आमच्या गाडीवानाबरोबर ती पळून गेली.

सुधीबाबू नंतर काहीवेळ थांबले. त्यांच्या बायकोच्या बोचक उद्गारांचे मला जरा हसू आले. तिच्या ह्या इतक्या लवकर पळून जाण्याने त्या रूढीप्रिय समाजात मोठी खळबळ उडवून दिली असावी. पण स्त्रीच्या मनाचा पुरुषाच्या मनाला कधी थांग लागला आहे?

ते पुढे सांगू लागले, 'काही दिवसांनी त्या धक्क्याची तीव्रता कमी झाली आणि मी तिला विसरून गेलो. माझ्या सगळ्या भावनांचा होम झाला. आणि मग मला ज्योतिषशास्त्राचा व दिव्य गूढ रहस्याच्या शोधाचा फार नाद लागला. त्या वेळी मी एक ग्रंथ सखोल अभ्यासासाठी हाती घेतला. त्या ग्रंथाचे नाव 'ब्रह्मचिंतन'.'

'कोणत्या विषयावरचा ग्रंथ आहे तो?'

'त्या ग्रंथाच्या मथळ्याचे 'दिव्य रूपावर ध्यान', 'ब्रह्मचिंतन' किंवा 'ईश्वरविषयक ज्ञान' असे भाषांतर करता येईल. सगळे पुस्तक घेतले तर हजारो पाने होतील. पण मी त्यांपैकी एकाच भागाचा अभ्यास करतो. सगळा ग्रंथ जमवायला मला वीस वर्षे लागली. कारण त्याचे भाग मला एकत्र असे कुठेही मिळाले नाहीत. निरनिराळ्या ठिकाणांहून मी ते गोळा केले. भारताच्या निरनिराळ्या प्रांतांत मी माणसे पाठविली; त्यांनी हे सगळे भाग मोठ्या कष्टाने उपलब्ध केले. त्यांतील विषयांचे बारा प्रमुख भाग व पुष्कळसे पोटविभाग आहेत. मुख्य विषय म्हणजे वेदान्त, ज्योतिष, योग, मरणोत्तर स्थिती आणि इतर गूढ रहस्ये.'

'त्या पुस्तकाचे इंग्रजी भाषांतर उपलब्ध आहे काय?' त्यांनी मान हालविली.

'माझ्या ऐकिवात नाही. हा ग्रंथ माहीत असणारे हिंदू लोकांमध्ये सुद्धा फार थोडे लोक आहेत. आतापर्यंत हा ग्रंथ गुप्तच राखण्यात आलेला होता. हा ग्रंथ मूळ तिबेटातून आला. तेथे हा ग्रंथ फार पवित्र मानला जातो; तो फक्त निवडक विद्यार्थ्यांनाच शिकवला जातो.'

'केव्हा लिहिला गेला तो?'

'हजारो वर्षांपूर्वी तो भृगु ऋषींनी लिहिला. त्यांचा काळ कोणता, हे मला सांगता यायचे नाही. योगाभ्यासाच्या ज्या पद्धती भारतात प्रचलित आहेत त्यांपेक्षा वेगळ्या पद्धतीचा योग या ग्रंथात सांगितला आहे. योगशास्त्र हा तुमच्या आवडीचा विषय आहे ना?'

'हे तुम्हाला कसे कळले?'

उत्तर म्हणून सुधीबाबूंनी माझी कुंडली मला दाखविली. माझ्या जन्मतिथीवरून त्यांनी ती तयार केली होती. त्या कुंडलीतील निरनिराळ्या स्थानांवरून त्यांनी आपली पेन्सिल फिरविली.

'तुमच्या कुंडलीचे मला मोठे नवल वाटते. युरोपियनाच्या दृष्टीने ती जरा वेगळी आहे; आणि भारतीयाच्या दृष्टीनेही ती असाधारण आहे. कुंडलीवरून असे दिसते की, तुम्हाला योगाभ्यासाची मोठी आवड आहे व या शास्त्राचा खोलवर अभ्यास करण्याच्या कामी तुम्हाला मोठमोठ्या संतमहात्म्यांची मदत होणार आहे. पण तुमचा अभ्यास केवळ योगशास्त्राचा होणार नसून इतर गूढ शास्त्रांतही तुमची गती चालेल.'

ते थांबले व माझ्या डोळ्यांकडे टक लावून पाहत राहिले. मला असे वाटू लागले की, माझ्या आंतरिक जीवनाबद्दल आता ते काही बोलणार.

'संतमहात्मे दोन प्रकारचे असतात. काही ज्ञान आपलपोटेपणाने आपल्याजवळच ठेवतात तर काही ते प्राप्त झाल्यावर दुसऱ्या जिज्ञासूंनाही मुक्तहस्ताने प्रदान करतात. तुम्ही आता ह्या ज्ञानप्राप्तीच्या द्वाराजवळ येऊन ठेपलेला आहात असे तुमच्या कुंडलीवरून दिसते आहे; तेव्हा तुम्हाला माझे शब्द पटतील. मी माझे ज्ञान तुम्हाला द्यायला तयार आहे.'

बोलण्याच्या विषयाला अशी कलाटणी मिळाल्याने मी चकितच झालो. ज्योतिषशास्त्र खरे आहे की ते काहीतरी थोतांड आहे, हे अजमावण्याकरिता मी प्रथम सुधीबाबूंकडे आलो. त्यानंतर या शास्त्राच्या मूलतत्त्वाची कैफियत ऐकण्याकरिता दुसऱ्या वेळी आलो. आणि आता ते मला योगशास्त्र शिकवायला तयार झाले. काय अनपेक्षित घटना!

'ब्रह्मचिंतनाचा मार्ग जर तुम्ही अनुसरलात तर तुम्हाला गुरूची जरुरी नाही. तुमचा आत्माच तुमचा गुरू होतो,' ते सांगू लागले.

माझी चूक मला एकदम कळून चुकली : माझ्या मनात काय चालले आहे हे त्यांनी ओळखले की काय।

'तुम्ही मला एकदम आश्चर्यचकितच करून सोडले आहे!' एवढेच उद्‌गार माझ्या तोंडून निघाले.

'मी हे ज्ञान आतापर्यंत काही लोकांना दिले आहे; पण मी त्यांचा गुरू आहे असे स्वतःस म्हणवीत नाही. त्यांचा बांधव किंवा सखाच म्हणवितो. तेव्हा लौकिकार्थाने तुमचा गुरू होण्याचे मी अंगीकारीत नाही. भृगु ऋषींचा आत्मा ह्या माझ्या देहाचा व मनाचा हे ज्ञान तुम्हाला समजावून देण्याच्या कामी फक्त उपयोग करील.'

'ज्योतिष व योग यांची सांगड तुम्ही कशी काय घालता हे मला समजले नाही.'

त्यांनी आपले बारीक हडकुळे हात टेबलावर टेकवले.

'त्याचे स्पष्टीकरण असे. मी या जगात जगतो व ज्योतिषाचे काम करून उपजीविका करतो; तसे योगाभ्यासाचा गुरू म्हणून मी स्वतःस म्हणवून घेत नाही. कारण आमच्या 'ब्रह्मचिंतन' ग्रंथात सांगितले आहे की, ईश्वरच फक्त गुरू होऊ शकतो. तोच केवळ गुरू असे आम्ही मानतो. परमात्मा ह्या स्वरूपात तो प्रत्येक जीवाम्यात वास करीत आहे. तोच आपल्याला सारे काही शिकवितो. पाहिजे तर, मला गुरुबंधू म्हणून माना पण गुरू म्हणून मानू नका. जे गुरू म्हणून तिऱ्हाइताला मानतात ते त्याच्यावरच अवलंबून राहतात व स्वतःच्या आत्म्याला विसरू लागतात.'

'पण तुम्ही सुद्धा ज्योतिषाची मदत घेता,' मी लगेच टोगणा मारला, 'स्वतःच्या आत्म्याची घेत नाही.'

'तुमचे म्हणणे बरोबर नाही. मी स्वतःची कुंडली कधी पाहत नाही. ती मी कित्येक वर्षांपूर्वीच फाडून टाकली.'

हे त्यांचे विधान ऐकून मी आश्चर्य दर्शविले. ते उत्तर देऊ लागले :

'मला प्रकाश दिसला आहे आणि मार्गदर्शनाकरिता मी ज्योतिषावर अवलंबून राहत नाही. पण जे अजून अंधारात चाचपडत आहेत, त्यांना ज्योतिषाचा उपयोग होतो. मी माझे सर्वस्व ईश्वरास अर्पण केलेले आहे. तेव्हा ती समर्पण बुद्धी, भूतकाल काय किंवा भविष्यकाल काय दोन्हीची पर्वा न करिता, मी प्रत्यक्ष आचरणात आणीत

आहे. परमेश्वर जे काय मला देतो, ते मी ग्रहण करतो. मी माझे सारे शरीर, बुद्धी, मन, कर्म, भावना व स्वतःसही ईश्वराचे चरणी अर्पण केले आहे. त्याची इच्छा मला प्रमाण आहे.'

'समजा एखाद्या खुनी माणसाने तुमच्यावर हल्ला केला व तुम्हास तो ठार मारू लागला तरीही तुम्ही काहीही प्रतिकार करणार नाही? ईश्वराची तशीच इच्छा आहे असे मानणार की काय?'

'ज्या वेळी असा प्रसंग येतो त्या वेळी मी ईश्वराची प्रार्थना करतो व तो मला संकटातून ताबडतोब सोडवतो. हे मला माहीत असते. प्रार्थना आवश्यक असते; भीती नव्हे. मी पुष्कळदा अशी प्रार्थना करतो आणि परमेश्वराने माझे रक्षण केलेले आहे. अचंबा वाटेल तुम्हाला, मोठमोठ्या संकटांतून ही बाहेर पडलेलो आहे. त्या संकटातून जात असता तो मला साहाय्य देत आहे हे मला पूर्ण माहीत होते. कोणत्याही परिस्थितीत मी त्याच्या मदतीवर विसंबून राहतो. तुमच्याही मनाची स्थिती अशीच एक दिवस होईल व तुम्ही भविष्याकडे बिलकूल लक्ष देणार नाही.'

'तसे घडण्यापूर्वी माझ्यामध्ये फार मोठा फरक होईल,' मी अगदी भावनाशून्यपणे वक्तव्य केले.

'तो फरक नक्की घडून येईल.'

'तुम्ही नक्की सांगताय?'

'होय. तुमचे भवितव्य तुम्हाला टाळता येणार नाही. माणसाच्या जीवनात हा आध्यात्मिक पुनर्जन्म परमेश्वराच्या कृपेने घडून येतो; मग त्यांची वाट तो मनुष्य पाहो वा न पाहो.'

'तुम्ही काही विलक्षणच सांगत आहा, सुधीबाबू.' या देशात आल्यापासून जिथे जिथे म्हणून मी संवाद केला, त्या त्या संवादात ईश्वराची कल्पना नवीनपणे आली. हिंदू लोक हे मूलतः धार्मिक; त्यांच्या बोलण्यात अगदी सहजपणे, अभावितपणे ईश्वराचा उल्लेख नेहमीच येतो; त्यामुळे माझी मोठी चमत्कारिक स्थिती होऊन जाते. काही गुंतागुंतीच्या कारणांकरिता ज्याने श्रद्धेचा त्याग केलेला आहे, अशा नास्तिक पाश्चिमात्याचा दृष्टिकोन या लोकांना समजून येणे शक्य आहे काय? ह्या ज्योतिषाबरोबर ईश्वराच्या अस्तित्वाचा वितंडवाद घालत बसून काही व्यावहारिक फायदा होणार नाही, उपयोग होणार नाही हे मी ओळखले. वाद घालत बसलो तर त्या वेदान्तविषयक चर्चेची मला काहीच चव नाही हे जाणून ज्यावर कमी मतभेद असू शकेल अशा दुसऱ्या विषयाकडे मी वळलो.

'दुसऱ्या विषयांवर आपण बोलू. कारण ईश्वराची व माझी कधी भेट झालेली नाही.'

ते माझ्याकडे निरखून पाहू लागले. त्यांचे ते चमत्कारिक काळे-पांढरे डोळे माझ्या ठिकाणी काही आत्मा आहे की नाही, हे शोधू लागले.

'तुमची कुंडली काही चुकीची केलेली नाही; पण तुमचे भवितव्य मी तुम्हास सांगू नये असे होत आहे. कारण ते ऐकायला तुम्ही तयार नाही. पण ग्रहांची गती बिनचूक असते. आज जे तुम्ही समजून घ्यायला तयार नाही, ते तुमच्या विचारात बराच वेळ घोळत राहील व मग दुप्पट जोराने ते परत येईल. तुम्हाला ब्रह्मचिंतनाचा उपदेश करायला मी तयार आहे, हे मी तुम्हाला फिरून सांगतो.'

'आणि ते शिकायला माझी तयारी आहे.'

***

नंतर कित्येक दिवस दररोज संध्याकाळी त्यांच्या घरी जाण्याचा मी क्रम ठेवला व त्यांच्यापासून ब्रह्मचिंतनाचे धडे घेऊ लागलो. ह्या पुरातन अशा तिबेटी योगपद्धतीच्या[२] दालनात माझा प्रवेश घडवून आणीत असताना आमच्या बैठकीचे चित्र मोठे गमतीचे दिसे. साध्या दिव्याचा फिक्का प्रकाश त्यांच्या किरकोळ चेहऱ्यावर हलत्या आकृती उमटवीत असे. आध्यात्मिक दृष्ट्या आपण वरिष्ठ आहोत किंवा ही विद्या आपल्याला माहीत आहे असा गर्व ते कधी बाळगीत नसत. विनयाची व शालीनतेची ते एक जिवंत मूर्ती म्हणून मला वाटत. धडा देताना ते बहुधा अशी सुरुवात करीत, 'या ब्रह्मचिंतन ग्रंथात असे दिले आहे...'

'ह्या ब्रह्मचिंतनयोगाचे अंतिम ध्येय, परम उद्दिष्ट काय आहे?' एकदा संध्याकाळी मी त्यांना प्रश्न केला.

'समाधीचा लाभ घडवून आणणे. त्या अवस्थेत माणसाला आपण शरीर नसून

---

[२] ह्या साधनेची तपशीलवार माहिती मला छापता येत नाही; आणि जरी प्रसिद्ध केली तरी पाश्चिमात्य वाचकांना त्याच्यापासून फारसा फायदा होणार नाही. ती साधना म्हणजे 'निर्विचार मन' तयार करण्याकरिता करावयाचे ध्यान. ते अनेक वेळा करावयाचे असते. ह्या ध्यानाची सहा अंगे असतात. त्यांचा अभ्यास करावयाचा असतो. आणि मुख्य साधनेच्या दहा श्रेणी आहेत. त्या श्रेणी उत्तीर्ण झाल्या म्हणजे साक्ष्य प्राप्त होते. ही साधना साधारण युरोपियन माणसाने करण्यातली नाही. त्याला ती जमायची नाही व तशी त्याला अशा साधनेची जरुरी नाही. ही साधना अरण्यवासी किंवा गिरिकंदरात वास करणाऱ्या उच्च प्रतीच्या साधकांकरिता आहे. युरोपियन लोकांनी केल्यास धोका आहे. जर काही नवशिक्यांनी उत्साहाच्या अतिरेकात ही साधना आचरणात आणली तर त्यांना एखादे वेळी वेड लागायचे.

आत्मा आहोत हे पुरते पटते. आणि मग तो आपले मन सभोवारच्या परिस्थितीतून मोकळे करतो; वस्तुमात्र अंधुक अंधुक होत जाते व बाह्य जगत् दिसेनासे होते. आत्मा हा आपल्या स्वतःमध्ये ज्वलंत सत्यस्वरूपी आहे ह्याचा त्याला शोध लागतो. आत्मिक सुख, शांती व सामर्थ्य यांनी तो भारावून जातो. अशा तऱ्हेच्या अनुभवाची निदान एक वेळ तरी त्याला जरुरी असते. अनुभव हा की, आपल्यामध्ये एक दिव्य, अमरत्वाची ज्योत तळपते आहे ह्याची सप्रमाण पुरेपूर खात्री. मग तो अनुभव तो पुनः कधीही विसरत नाही.'

थोड्या साशंक बुद्धीने मी विचारले, 'कधी कधी माणसाला अंतर्यामातून सूचना मिळते त्याचाच हा प्रकार नाही याची तुम्हाला खात्री आहे?'

त्यांच्या ओठावर एक मंद स्मिताची लकेर झळकली.

'ज्या वेळी माता अर्भकास जन्म देते त्या वेळी काय घडत आहे याची क्षणभर सुद्धा तिला कधी शंका येते काय? आणि मग तो अनुभव घडून आल्यावर जे घडले ते केवळ अंतर्यामातून मिळालेली सूचनाच होय असे ती म्हणू शकेल काय? आणि मग ते मूल दरवर्षी जसजसे तिच्याबरोबरच वाढत जाते तेव्हा त्या मुलाच्या अस्तित्वाची, जितेपणाची तिला कधी शंका येते काय? त्याचप्रमाणे आध्यात्मिक पुनर्जन्म जेव्हा घडून येतो, तेव्हा त्या वेळच्या प्रसूतिवेदना इतक्या भयंकर असतात की, मनुष्य साऱ्या हयातीभर त्या विसरत नाही. ह्या पुनर्जन्मामुळे प्रत्येक बाबतीत फरक घडून येतो. जेव्हा समाधी लागते तेव्हा मनामध्ये-मनोव्यापारामध्ये एक पोकळी निर्माण होते. शब्द कोणता वापरावा याबद्दल तुमचा काही कटाक्ष नाही. तेव्हा मी म्हणतो की त्या पोकळीमध्ये त्या माणसाचा आत्मा प्रवेश करतो. आत्म्याने असा प्रवेश केल्यावर आत्यंतिक सुखाचा लाभ घडून न येणे अशक्य होते. सर्व प्राणिमात्रांबद्दल अत्यंत प्रेम वाटू लागते. त्या माणसाचे शरीर नुसते समाधिस्थ वाटत नाही तर मृतवत वाटते; कारण समाधी पुरती लागली म्हणजे श्वासोच्छ्वासाची क्रिया स्थगित होते.'

'मग ह्या स्थितीत धोका नाही का वाटत?'

'बिलकूल नाही. ही समाधी पूर्ण एकान्तात घेता येते किंवा समाधी लागू लागल्याबरोबर एखाद्या मित्राला लक्ष ठेवावयास सांगता येते. मला पुष्कळदा अशी समाधी लागलेली आहे आणि त्या समाधीतून मी इच्छेनुसार परत खाली आलेलो आहे. साधारणपणे दोन-तीन तास मी समाधी लावून बसतो; व ती केव्हा उतरावयाची हेही अगोदर ठरवून ठेवतो.

'फार गमतीदार आश्चर्यकारक अनुभव असतो तो. कारण विश्व जे तुम्ही समजता ते आपण स्वतःमध्येच पाहतो. आणि म्हणूनच मी म्हणतो की, जे काय तुम्हाला

शिकायचे आहे ते तुमच्या स्वतःच्या आत्म्याकडूनच तुम्हाला शिकता येईल. ब्रह्मचिंतनाचा हा योग तुम्हाला संपूर्ण सांगितला म्हणजे गुरूची जरुरी राहणार नाही. तुम्हाला बाहेरून दुसऱ्या कोणाकडून मार्गदर्शनाची गरज उरणार नाही.'

'तुम्हाला स्वतःला कधी गुरू नव्हता काय?'

'अजिबात नाही. ब्रह्मचिंतनाचे गूढ रहस्य एकदा माहीत झाल्यावर मला गुरूची जरुरी वाटली नाही. तरी पण मला काही थोर संतमहात्मे मधूनमधून भेटले. पण हा लाभ मला समाधी लागू लागल्यापासून व अंतर्विश्वाचा परिचय झाल्यानंतर घडून आला. हे महर्षी सूक्ष्म रूपात-देहात माझ्यापुढे प्रकट होत व माझ्या मस्तकावर हात ठेवून आशीर्वाद देत. म्हणून मी पुनः सांगतो की, तुमच्या स्वतःच्या आत्म्याकडूनच मार्गदर्शन घ्या म्हणजे त्या अंतर्विश्वात मार्गदर्शक आपण होऊन तुमच्याकडे येतील.'

नंतर दोन मिनिटे कोणीच बोलले नाही. दोघेही विचारात मग्न. ज्योतिषीबुवांच्या डोक्यात विचारांचे थैमान चालू होते. मग हळूच, अति नम्रपणे ते सांगू लागले.

'एकदा अशाच समाधीत मला येशू ख्रिस्ताचे दर्शन झाले.'

'काय सांगताय!' मी आश्चर्याने उद्गारलो.

पण ते सगळे सविस्तर सांगायची त्यांनी घाई केली नाही. उलट त्यांनी आपल्या डोळ्यांची पांढरी बुब्बुळे एकदम वरती फिरविली; मी अगदी घाबरून गेलो. आणखी एक मिनिट निःस्तब्धतेत गेले. आणि मग पुनः त्यांनी आपले डोळे नेहमीसारखे केले तेव्हा माझ्या जिवात जीव आला.

ते जेव्हा पुनः मला सांगू लागले तेव्हा एक मंद, गूढ स्मित त्यांच्या ओठांवरून चमकून गेले.

'समाधीचे असे माहात्म्य आहे की त्या अवस्थेत असताना मृत्यू आपले पाश तुमच्याभोवती आवळू शकत नाही. हिमालयापलीकडच्या तिबेटच्या भागात असे काही योगी आहेत की ज्यांनी ह्या ब्रह्मचिंतनाच्या योगाच्या अभ्यासात पूर्णता मिळविलेली आहे. त्यांना आवडते म्हणून ते एकान्तात, गिरिकंदरात, गुहांमध्ये राहणे पसंत करतात. तेथे त्यांना समाधी चांगली लागते. समाधी लागली म्हणजे नाडी बंद पडते, हृदयाची क्रिया थांबते व अशा निश्चल झालेल्या शरीरातून रक्ताभिसरण बंद पडते. त्यांच्याकडे कोणी पाहिले तर ते मेल्यासारखे दिसू लागतात. त्यांना एक प्रकारची झोप लागली आहे असे समजू नका; कारण त्यांची जाणीव, अगदी शाबूत असते. तुमच्या-माझ्यासारखी. ते एका अंतर्विश्वात जाऊन पोहोचलेले असतात; तेथे ते उच्च प्रतीचे जीवन जगतात. शरीराने घातलेल्या बंधनाच्या पलीकडे त्यांची

मने जाऊन त्यांचा अनिर्बंध व्यापार सुरू होतो. सर्व विश्व त्यांना आपल्याच ठायी सामावलेले दिसू लागते. एखादे दिवशी त्यांची समाधी उतरते; पण ती केव्हा? शेकडो वर्षांनी.

पुनः एकदा ह्या चिरंतन जीवनाची परंपरागत समजूत ह्या देशात दृढमूल झालेली माझ्या कानी आली. माझा स्वत:चा ह्या समजुतीवर विश्वास नाही. आता मी जेथे जेथे जाईन तेथे तेथे ही समजूत माझा पाठपुरावा करीत राहील. पण अशा तऱ्हेचे चिरंजीव मृत्युंजय महात्मे मला कधी भेटतील काय? तिबेटच्या कडाक्याच्या थंडीत हवामानात चिरंतन जीवन जगण्याचे हे पुरातन तंत्र पाश्चिमात्य जगाला एक शास्त्रशुद्ध व मानसशास्त्रदृष्ट्या परिपूर्ण असे शास्त्र आहे हे कधी मान्य होईल काय? कुणास ठाऊक!

***

'ब्रह्मचिंतना'सारख्या विलक्षण, चमत्कारिक योगसाधनेतील शेवटला पाठ घेण्याची आता वेळ आली.

मी त्या एकान्तप्रिय ज्योतिषीबुवांना एकदा घराबाहेर पडून मोकळ्या हवेत फिरावे, अवयवांना थोडा व्यायाम द्यावा म्हणून गळ घातली. ते कबूल झाले. आम्ही बाहेर पडलो. अरुंद गल्ल्या-बोळांतून आम्ही भटकलो. नदीकडे जाणारे रस्ते गर्दीने, बाजारांनी फुललेले होते. ते आम्हाला टाळायचे होते. वाराणशी शहर जुने, पुरातनपणाचा वास सर्वत्र येत असलेला; गर्दीचे, आरोग्यदृष्ट्या अपायकारक खरे पण पायी हिंडणारांना त्या शहरात नाना प्रकारची चित्रविचित्र दृश्ये दृष्टीस पडतात.

दुपारची वेळ. माझ्या सोबत्याने खांद्यावरून एक पसरटशी छत्री ऊन निवारण्याकरिता घेतली होती. त्यांची फाटकी देहयष्टी व मंदमंद हालचाल यामुळे आमची भ्रमंती संथ गतीने चालली होती, तेव्हा भटकणे थोडक्यात आटोपून घ्यावे म्हणून मी रस्ता बदलला.

आम्ही तांब्या-पितळेच्या भांड्यांच्या बाजारातून जाऊ लागलो. बाजारात दाढीवाल्या तांबटांची ठोकठोक चालू होती. पितळी हंडे सूर्यप्रकाशात चकाकत होते. येथे सुद्धा दुकानांतून देवादिकांच्या पितळी मूर्ती ठेवलेल्या होत्या.

रस्त्यावरून वळण घेताना सावलीत एक इसम आमच्याकडे येत असलेला मला दिसला. त्याचे डोळे खोल गेलेले होते; चेहरा दीनवाणा होता. तो माझ्याकडे पाहू लागला; भीती नाहीशी झाल्यावर त्याने मी काहीतरी द्यावे म्हणून हात पुढे केला.

नंतर आम्ही धान्यबाजारात गेलो. दुकानात बाहेरील फळ्यांवर लाकडी चौकटीत लाल, सोनेरी रंगाच्या धान्यांच्या राशी ठेवलेल्या होत्या. त्या राशींसमोर दुकानदार मांडी घालून बसलेले होते. आम्ही दोघे दुकानांवरून जात असताना ते आमच्याकडे अशा काही चमत्कारिक नजरेने पाहत होते की काय विचित्र ही जोडी आहे! नंतर लगेच गिऱ्हाईकांची वाट पाहण्याच्या उद्योगाला ते लागत.

बाकीच्या रस्त्यांवरून निरनिराळे वास एकत्र मिसळलेले. नदीतीरावर जसजसे आम्ही येऊ लागलो, तसतसा भिकाऱ्यांचा तांडा आमच्याभोवती जास्त जमू लागला. त्यांच्यापुढे पैसे फेकणारे या ठिकाणी फार. हडकुळे भिकारी त्या धुळीच्या रस्त्यांवरून स्वतःला फरफटत नेत होते. एक भिकारी माझ्याजवळ आला व माझे डोळे निरखून पाहू लागला. कारुण्यभाव पाहणाऱ्याच्या मनात ताबडतोब जागृत व्हावा असा त्याचा चेहरा होता. माझे हृदय ताबडतोब विरघळले.

पुढे रस्त्यावर एका अस्थिपंजर म्हातारीवर मी जणू कोसळून पडू लागलो. तिचे शरीर म्हणजे पुढे आलेली हाडे व त्वचा. मांस असे काहीच नाही. तिला थोडे लागले म्हणून ती काही ओरडली नाही. तिने ते निमूटपणे सहन केले. मी पैशाचे पाकीट काढले. त्याबरोबर तिच्या शरीरात एकदम चेतना आली. तिने आपला हडकुळा हात पुढे केला व पैसे उचलले.

तिला पाहिल्यावर मी स्वतःचा विचार करू लागलो. तिच्या मानाने मी किती भाग्यवान! मला भरपूर खायला-प्यायला मिळत होते; घालायला चांगले कपडे; राहायला जागा चांगली आणि सर्व सुखसोयी मिळत होत्या. या भिकाऱ्यांचे केविलवाणे व खोल गेलेले डोळे पाहिल्यावर आपण काही गुन्हा केला आहे असे मला वाटू लागले. जवळ इतके रुपये-आणे बाळगायचा मला काय अधिकार? उलट या भिकाऱ्यांजवळ चिध्यांखेरीज दुसरे काही नाही.. समजा दुर्दैवाने किंवा नशिबाने पलट खाऊन त्यांच्या जागी माझा जन्म झाला असता तर! हा भयंकर विचार माझ्या मनात येऊन गेला व मी थरारून गेलो. काही वेळाने तो विचार मी मनातून काढून टाकला.

दैव, नियती म्हणजे काय? एकाला ती भिकाऱ्याच्या जन्माला घालते व उघड्या रस्त्यावर चिध्यांत आयुष्य कंठायला लावते; तर दुसऱ्याला गर्भश्रीमंत परिस्थितीत जन्माला घालते. त्याला मऊ, रेशमी वस्त्रे ल्यायला देते; राजवाड्यात, महालात राहायला देते. जीवन म्हणजे एक काळे कुळकुळीत कोडे आहे; मला त्याचा अर्थ कळत नाही.

'आपण आता येथे बसू या,' आम्ही जसे गंगेच्या काठी येऊ लागलो तसे

ज्योतिषीबुवा म्हणाले. आम्ही तेथे एका झाडाच्या सावलीत बसलो व घाटावर पसरत असलेल्या तिच्या जलप्रवाहाकडे पाहू लागलो. समोरच्या तीरावर पुढे आलेल्या चुनेगच्च्या व कठडे दिसत होते. यात्रेकरूंचे लहानलहान तांडे येतजात होते.

दोन पातळसे डौलदार मशिदीचे मनोरे उंच आकाशात वर आलेले खुलून दिसत होते. तीनएकशे फूट उंचीचे असावेत ते. ही मशीद औरंगजेबाने बांधली. या हिंदूंच्या हिंदुमय नगरीत ही मशीद म्हणजे मोठी विसंगतताच दिसत होती!

भिकाऱ्यांकडे पाहून माझा चेहरा उदास झाल्याचे ज्योतिषीबुवांनी ओळखले, तेव्हा आपला फिकट चेहरा माझ्याकडे करून ते बोलू लागले :

'भारत हा गरीब देश आहे,' जणू दिलगिरी दर्शवावी असा त्यांचा आवाज होता. 'येथले लोक सुस्त पडलेले आहेत. इंग्रज लोकांत काही चांगले गुण आहेत; आणि या देशाचा उद्धार व्हावा म्हणूनच परमेश्वराने इंग्रज लोकांना या देशात आणले आहे. ते येथे येण्यापूर्वी येथले जीवन असुरक्षित होते. कायदा व न्याय याची कोणास कदर नव्हती. इंग्रज लोक हिंदुस्थान सोडून जाणार नाहीत अशी मी आशा करतो. आम्हाला त्यांची मदत हवी आहे पण ती मदत मित्रत्वाच्या नात्याने व्हावी; जबरदस्तीने नको. तथापि दोन्ही देशांची जशी नियती असेल त्याप्रमाणे घडून येईल.'

'तुमचा दैववाद पुन्हा आलाच!'

'ह्या दोन्ही देशांतील लोकांना परमेश्वरी इच्छा कशी डावलता येईल? ज्याप्रमाणे दिवसामागून रात्र येते व रात्रीमागून दिवस येतो तसे राष्ट्रांचे आहे. या जगात मोठमोठे फरक घडून येतात. सांप्रत भारत देश आलस्य व निष्क्रियता यांच्या गर्तेत बुडालेला आहे; पण तो पुन्हा डोके वर काढील. कर्तृत्व व महत्त्वाकांक्षा पुनः लोकांच्या ठिकाणी बाणू लागेल. देश पुढे येईल. ऐहिक घडामोडींनी युरोप पेटलेले आहे. पण तेथील भोगवाद काही कालाने संपुष्टात येईल व तेथील लोक उच्चतर ध्येयाकडे वळू लागतील; अंतर्यामातील गोष्टींचा शोध घेऊ लागतील. तशीच गोष्ट अमेरिकेतही घडून येईल.'

मी शांतपणे ऐकत होतो.

'याकरिता आमच्या देशातील तत्त्वज्ञानाची व अध्यात्माची शिकवण सागराच्या लाटेप्रमाणे पश्चिमेकडे वाहत वाहत जाईल,' ते गंभीरपणे सांगू लागले. विद्वान लोकांनी आमच्या संस्कृत हस्तलिखितांची व पवित्र धर्मग्रंथांची युरोपियन भाषांमध्ये भाषांतरे करून टाकलेलीच आहेत. पण पुष्कळ ग्रंथ भारतातील आडवळणाच्या भागातील, नेपाळ व तिबेटमधील डोंगरदऱ्यांमधील गुहांत अज्ञात अवस्थेत पडून

आहेत. भारताचे प्राचीन तत्त्वज्ञान व आंतरिक ज्ञान आणि पश्चिमेकडील भौतिक शास्त्रज्ञान यांचा मिलाफ घडून येईल. ती वेळ आता लांब नाही. भूतकाळातील गुप्तता आता या शतकात टिकणार नाही. आजची गरज वेगळी आहे. या सर्व गोष्टी घडून येणार यात शंका नाही; त्यात मला आनंदच आहे.'

गंगेच्या हिरव्यागार पाण्याकडे मी पाहत होतो. नदीचे पात्र इतके संथ होते की ते वाहतच नव्हते असे दिसत होते. पाण्याच्या पृष्ठभागावर सूर्यप्रकाश चकाकत होता.

पुन्हा ते मला सांगू लागले.

'ज्याप्रमाणे प्रत्येक व्यक्तीची नियती घडून यावी लागते त्याप्रमाणे प्रत्येक राष्ट्राची, प्रत्येक समाजाची, वंशाची नियती घडून येत असते. परमेश्वर सर्वशक्तिमान आहे. माणसे काय किंवा राष्ट्रे काय; त्यांना आपले पूर्वसंचित डावलता यायचे नाही. पण हालअपेष्टांतून त्यांचे रक्षण होते; मोठमोठ्या संकटांतून ती वाचतात.'

'आणि असे हे संरक्षण कसे मिळते?'

'प्रार्थना केल्याने. परमेश्वराकडे एखाद्या लहान मुलाप्रमाणे दृष्टी वळवून, त्याचे नाव नेहमी केवळ मुखावरच न घेता हृदयातही घेऊन; विशेषतः नवीन कार्यारंभी, सुखाच्या वेळी परमेश्वराची कृपा समजावी व ते सुख उपभोगावे. दुःखाच्या वेळी असे समजावे की, आपल्या अंतरंगात काही रोग झाला आहे तो बरा करण्याकरिता परमेश्वराने तुम्हास दुःख भोगावयास लावले आहे. परमेश्वराची भीती बाळगू नका. तो परमदयाळू आहे.'

'म्हणजे तुम्ही परमेश्वर या जगापासून फार दूर नाही असे समजता तर?'

'नाही. परमेश्वर म्हणजे चैतन्य; परमात्मा. ते चैतन्य सर्व लोकांत व विश्वात वास करून असते. निसर्गातील एखादी सुंदर वस्तू जेव्हा तुम्ही पाहता; उदाहरणार्थ एखादे ग्रामीण भागाचे रम्य दृश्य जेव्हा तुम्ही पाहता, तेव्हा ते अप्रतिम सौंदर्य आहे म्हणून केवळ पूजनीय मानू नका; ध्यानात ठेवा की, त्या सौंदर्यात परमात्मा वास करीत आहे म्हणून ते दृश्य सुंदर दिसते. वस्तुमात्रात, मनुष्यमात्रात वास करीत असलेल्या परमतत्त्वाची ओळख करून घ्या; बाह्यरूपाकडे पाहून भुलून जाऊ नका; त्या वस्तूच्या अंतरंगात चैतन्य वास करीत आहे हे विसरू नका.'

'सुधीबाबू, तुम्ही नियतिवाद, धर्म, ज्योतिष या विषयांवरच्या तुमच्या मतांची काही चमत्कारिक पद्धतीने गल्लत करीत आहात.'

माझ्याकडे ते गंभीरपणे पाहू लागले.

'बिलकूल नाही. ही मते माझी स्वतःची नाहीत. फार पुरातन कालापासून आजच्या पिढीपर्यंत ती परंपरेने चालत आली आहेत. निसर्गाची प्रचंड शक्ती, परमेश्वराची उपासना व ज्योतिषविद्या या गोष्टी अगदी आदिमानवांना माहीत होत्या. तुम्ही पाश्चिमात्य समजता त्याप्रमाणे आदिमानव रानटी नव्हता. पण मी भविष्य नाही का केले की, सर्व माणसांच्या जीवनात प्रवेश करणाऱ्या ह्या अदृश्य शक्ती किती खऱ्याखुऱ्या आहेत हे शतक संपण्यापूर्वीच पाश्चिमात्य जगाला कळून येईल.'

'माणसाची इच्छाशक्ती ही स्वतंत्र आहे व त्यानुसार तो आपले आयुष्य बरे-वाईट करून टाकण्यास पूर्ण मुखत्यार आहे, ही जन्मजात समजूत सोडून देणे पाश्चिमात्य जगाला फार जड जाईल.'

'जे काही घडते ते त्याच्या इच्छेने घडते व ज्याला तुम्ही आपली स्वतंत्र इच्छा म्हणून समजता ती त्याच्याच शक्तीने कार्य करीत असते. परमेश्वर माणसांना त्यांच्या पूर्वकर्माचीच बरी-वाईट फळे परत करून टाकतो. त्याचीच इच्छा मान्य करणे हे उत्तम. आपत्तींच्या प्रसंगी ती सहन करता यावी म्हणून त्याच्याकडेच मदतीची याचना करावी म्हणजे घाबरण्याचे, भिण्याचे कारण नाही.'

'या दुर्दैवी भिकाऱ्यांकडे पाहून तरी तुमचा दैववाद क्षणभर खरा मानू या.'

'इतकेच उत्तर मी देऊ शकेन,' त्यांनी चटकन आपल्या विधानाला पुस्ती जोडली, 'ब्रह्मचिंतनाची साधना जी मी तुम्हाला समजावून दिली, ती तुम्ही आचरल्यास, तुमच्या स्वतःच्या आत्म्यापर्यंत जाऊन पोहोचण्याचा मार्ग तुम्ही अनुसरल्यास हे प्रश्न आपोआप नाहीसे होतील.'

वादविवाद करण्याची आता सीमा झाली. यापुढे आता वाद करण्यात अर्थ नाही असे मी समजलो व आता यापुढे माझा मी मार्ग शोधून काढावा असे ठरविले.

मला एक महत्त्वाची तार नुकतीच आली होती. ती तार माझ्या खिशातच पडून होती. वाराणशीतून मुक्काम ताबडतोब हालवून निघावे अशी ती तार होती. दुसऱ्या खिशात एक घडीचा कॅमेरा होता. ज्योतिषीबुवांना फोटो काढून घेण्याकरिता विचारले. त्यांनी विनयपूर्वक नकार दिला.

मी आग्रह केला.

'पण का? कशाचा फोटो काढणार? माझ्या कुरूप चेहऱ्याचा व मळकट कपड्यांचा?' त्यांनी विरोध केला.

'करा एवढी मेहेरबानी. या तुमच्या फोटोग्राफमुळे पुढे कित्येक वर्षे मी इतर दूरच्या देशात हिंडत राहीन त्या वेळी तुमची मला आठवण होत राहील.'

'आठवण ठेवायचीच तर पवित्र विचारांची व नि:स्वार्थ बुद्धीने केलेल्या कार्याची आठवण ठेवावी,' त्यांनी सौम्यपणे उत्तर दिले.

तेव्हा त्यांच्या विरोधाला मला मान तुकवावी लागली. कॅमेरा पुनः खिशामध्ये ठेवून दिला.

परतण्याकरिता ते जेव्हा उठले व मी त्यांच्याबरोबर थोडी पावले चाललो, तेव्हा त्यांच्या शेजारीच एक व्यक्ती माझ्या दृष्टीस पडली. ती बसलेलीच होती. तिने डोक्यावर प्रखर ऊन लागू नये म्हणून एक मोठी थोरली जाड बांबूची छत्री धरली होती. त्या व्यक्तीची मुद्रा ध्यानमग्न होती. अंगावर भगवी वस्त्रे होती. ती व्यक्ती संन्यासी असावी.

आम्ही जरा पुढे गेलो. एक गाय पहुडलेली होती. पहुडण्याचा प्रकार म्हणजे पोटाखाली पायांची दुमड घालून स्वस्थ रवंथ करीत पडणे. या गायी वाराणशीमध्ये सर्वत्र रस्त्यांवर मोकळ्या सोडलेल्या असतात.

पुढे एका मोड देणाऱ्या दुकानापाशी आम्ही पोचलो. तेथे मी एक गाडी केली व आम्ही एकमेकांचा निरोप घेतला.

***

त्यानंतर पुढचे काही दिवस प्रवासात गेले. फार हाल झाले. रात्री मी सरकारी डाकबंगल्यात उतरत असे. देशातील अंतर्भागात कामकाजास जाणाऱ्या सरकारी अधिकाऱ्यांकरिता व प्रवाशांकरिता हे बंगले बांधलेले असतात.

अशा एका बंगल्यात मी एके रात्री उतरलो होतो. त्या ठिकाणी सोयी काही नव्हत्या. मुंग्या मात्र चिक्कार. त्या सारख्या चावत होत्या. दोन तास त्यांच्याशी झगडलो; त्यांचा मार खाल्ला. शेवटी गादी सोडून खुर्चीवर बसून झोप काढली.

अशा किरकोळ गैरसोयी सहन करीत वेळ चटकन निघून गेला. त्यावर केंद्रित झालेले विचार मी बाजूला काढून वाराणशीच्या ज्योतिषाच्या दैववादावर आधारित अशा तत्त्वज्ञानाविषयी विचार करू लागलो.

त्याचबरोबर काशीतील रस्त्यांवर आढळून आलेल्या दीनदुबळ्या भिकाऱ्यांचे चेहरे डोळ्यांसमोर उभे राहिले. खोल गेलेली त्यांची पोटे, ते भकास चेहरे ही दृश्ये माझ्या डोळ्यांसमोर एकदम आली. देव त्यांना धडपणे जगू देत नाही की मरूही देत नाही. त्यांच्याजवळून गाडीतून ऐषआरामात बसलेला धनाढ्य मारवाडी जावो, त्याचेही त्यांना विशेष काही वाटत नाही. दुसऱ्याचे वैभव व स्वतःचे दैन्य याचे त्यांना वैषम्य वाटत नाही. परमेश्वरी इच्छेपुढे त्यांनी मान तुकवलेली असते. ह्या

उष्ण हवामानात अंग सडलेला महारोगी सुद्धा आपल्या नशिबाला दोष देत नाही. भारतीयांच्या हाडामांसात दैववाद इतका पुरता भिनलेला आहे.

सर्वशक्तिमान दैवाच्या अशा पौर्वात्य पुरस्कर्त्यांशी स्वतंत्र बुद्धीच्या पाश्चिमात्य अभिमान्याने वाद घालणे किती निरर्थक आहे हे मी पुरते समजलो. पौर्वात्याच्या दृष्टीने ह्या प्रश्नाला एकच बाजू असते; ती बाजू म्हणजे प्रश्नच करायचा नाही. जो भोग दैवाने वाट्यास दिला आहे तो निमूटपणे भोगायचा. दैववादाने त्याच्या बुद्धीचा संपूर्ण ताबा घेतलेला असतो. आपण फक्त नशिबाच्या हातची कळसूत्री बाहुली आहोत व अदृश्य अशा एका हाताच्या इशाऱ्याप्रमाणे आपण वर-खाली किंवा डावी-उजवीकडे फक्त हालचाल करायची हे कोणता स्वावलंबी पाश्चिमात्य ऐकून घेईल? आल्पसू पर्वत ओलांडून पुढे कूच करण्याच्या वेळी आपल्या सैन्यापुढे नेपोलियनने केलेली ती संस्मरणीय घोषणा मला पुरती आठवते.

'अशक्य? असा काही शब्द माझ्या शब्दकोशात नाही!'

पण नेपोलियनच्या साऱ्या चरित्राचे मनोरंजक वृत्तांत मी फिरून फिरून चाळलेले आहेत. माझी स्मरणशक्ती मोठी अचूक! सेंट हेलेना बेटावर तो आयुष्याच्या अखेरीस कैदी होता. भूतकाळ त्याच्या अगाध स्मृतीसमोरून सरकत होता. त्याने लिहून ठेवलेले आहे :

'मी नेहमीच दैववादी होतो. परमेश्वराने जे लिहून ठेवलेले आहे ते खरे... माझ्या नशिबाचा तारा मंद होऊ लागला; माझ्या हातातून लगाम गळू लागला. मला तो परत खेचता आला नाही.'

इतकी परस्परविरोधी मते ज्याची होती त्याला दैववादाचे हे गूढ उकलता येणे शक्य नव्हते आणि कोणा मानवाला अद्याप हे गूढ उकलता आलेले असेल याची मला शंका आहे. मनुष्याची बुद्धी जेव्हापासून चालू लागली तेव्हापासून हा पुरातन प्रश्न सर्व मानवप्राण्यांच्या - अगदी उत्तर ध्रुवापासून दक्षिण ध्रुवापर्यंत - चर्चेचा विषय झालेला आहे. ज्यांची पूर्ण खात्री होती त्यांनी आपल्या मनाचे समाधान ज्याने होईल तसा निकाल करून टाकलेला आहे; व तत्त्वज्ञानी अजून घोळ घालीत बसले आहेत. नक्की काय प्रकार आहे हे ते सांगू शकत नाहीत.

ज्योतिषीबुवांचे माझ्या कुंडलीवरचे भाष्य अगदी बिनचूक होते, त्याचे मला फार आश्चर्य वाटले. ते भाष्य मी अजून विसरलो नव्हतो. मधूनमधून त्यावर मी मनाशीच विचार करी. विचार करता करता मला असे वाटे की, त्यांचे हे पौर्वात्य दैववादाचे वेड माझ्याही डोक्यात शिरू लागले की काय, या विनयशील माणसाने माझ्या भूतकाळाचा जो बिनचूक पडताळा दिला; माझ्या पूर्वीच्या आयुष्यातील घटना सांगत

सांगत थेट वर्तमानकाळापर्यंत येऊन तो पोहोचला. हे जसजसे मी आठवू लागलो, तेव्हा मी थबकलो व दैव की कर्तृत्व ह्या पुरातन कालापासून अनिर्णित राहिलेल्या प्रश्नावर एक भला मोठा ग्रंथ लिहिण्याकरिता साहित्य जमविण्याचा मला मोह झाला. पण मला माहीत होते की, या दैववादाच्या विषयावर लिहीत बसणे निरर्थक आहे. सुरुवातीला जे अगाध तमोमय अज्ञान मला त्याविषयी आहे तेच शेवटपर्यंत राहणार याची मला जाणीव आहे. कारण त्यात ज्योतिषशास्त्र आणावे लागेल व माझे काम गुंतागुंतीचे होऊन माझ्या ताकदीबाहेर जाईल. पण आधुनिक संशोधनाची प्रगती इतकी झपाट्याने होत आहे की दूरवरच्या ग्रहांवर जाण्यासाठी प्रवास करणाऱ्या कंपन्याही लवकरच निघतील. तो दिवस आता दूर नाही. मग त्या वेळी त्या ग्रहांचा आपल्या जीवनावर काही परिणाम घडून येतो की नाही हे शोधून काढता येईल. तोपर्यंत एक-दोघा ज्योतिष्यांच्या भविष्यकथनाचा पडताळा घ्यायला हरकत नाही. सुधीबाबूंनी सांगितलेच आहे की, ज्योतिष्यशास्त्र इतके बिनचूक नाही व जगाला त्या शास्त्राचा थोडासाच भाग अवगत झालेला आहे.

आणि समजा, कोठल्या तरी चौथ्या कक्षामध्ये भविष्यघटना अगोदरच घडवून ठेवल्या असतील तरी ज्या आपल्या डोळ्यांना दिसणार नाहीत. मानवी देहाच्या इंद्रियांना गोचर होणार नाहीत अशा वैयक्तिक आयुष्याची रहस्ये जाणून घेण्यात तरी काय अर्थ आहे?

हा प्रश्न माझ्या मनाला मी विचारल्याबरोबर माझ्या डोक्यातले विचार एकदम थांबले आणि मला झोप लागली.

थोड्याच दिवसांनी मी वाराणशी शहर सोडून शेकडो मैल लांब अशा दूरच्या शहरी गेलो. तेथे माझ्या कानी बातमी आली की, वाराणशीत हिंदू-मुसलमानांचे दंगे सुरू झाले आहेत. हे दंगे क्षुल्लक कारणावरून सुरू होतात.

त्यानंतर त्या शहरात कित्येक दिवस भीतिग्रस्त वातावरण राहिले. मला सुधीबाबूंची काळजी वाटली; पण त्यांना भेटून येणे अशक्य होते. रस्त्यावरून जायला पोस्टमन धजावत नव्हते व कोणत्याही खाजगी पत्राचा तारेचा बटवडा किंवा होत नव्हता. शहरात गुंडांचे राज्य संपुष्टात येईतोपर्यंत मला वाट पाहावी लागली. तेथे शांतता प्रस्थापित झाल्यावर पहिल्या प्रथम मी सुधीबाबूंना खुशाली कळविण्याबद्दल तार ठोकली. त्या तारेचे उत्तर एका साध्या पत्राने आले. त्यांनी माझे आभार मानले व 'परमेश्वराच्या कृपेने मी सुरक्षित राहिलो' असे लिहिले. आणि त्या पत्राच्या कागदाच्या पाठीमागच्या बाजूस ब्रह्मचिंतनाच्या साधनेच्या अभ्यासाचे दहा नियम लिहून पाठविले.

१३

दयाळबाग

उत्तर भारतात मी इकडून तिकडे बरीच भ्रमंती केली. दोन हमरस्ते एका विशिष्ट ठिकाणी एकत्र मिळतात ते ठिकाण म्हणजे काही विशेष प्रसिद्ध नाही. ती एक वसाहत आहे. एका लहान गावात वसलेली आहे. त्या गावाचे नाव दयाळबाग. मोठे काव्यमय नाव आहे.

त्यापैकी एक हमरस्ता लखनौपासून निघतो. त्या सुंदर शहरात मी जेव्हा मुक्कामाला होतो तेव्हा सुंदरलाल निगम यांच्याकडे उतरलो होतो. त्यांनीच मला सर्व शहर दाखविले; सगळी मदत केली आणि कितीतरी गोष्टी सांगितल्या. शहरामधून हिंडत असताना आम्ही तत्त्वज्ञानाच्या गोष्टी बोलत असू. त्यांचे वय काही एकवीस-बावीसपेक्षा जास्त नसावे; पण इतर हिंदी माणसाप्रमाणे एवढ्या वयातच ते प्रौढ झाले होते.

लखनौमधील नबाबी प्रासादांतून आम्ही हिंडलो. त्या भव्य प्रासादांतून वावरणाऱ्या नबाबांची, त्यांच्या बेगमांची काय गत झाली यावर चिंतन केले. त्या प्रासादांचे ते संमिश्रित भारतीय व इराणी कलाकौशल्य माझ्या मनात फार उतरले. त्या सुंदर कमानी व नाजूक रंगकाम पाहून त्या प्रासादनिर्मात्यांच्या सुसंस्कृत आवडी-निवडीची कल्पना येत होती. लखनौला शोभा आणणाऱ्या त्या आरामबागांमधील संत्र्यांच्या झाडांमधून भटकत असताना आमचे दिवस कसे छान गेले ते मी कधी विसरणार नाही.

कलाकुसरीने भरपूर व शोभिवंत दिसत असलेल्या कित्येक दालनांमधून आम्ही खूप हिंडलो. या दालनांमधून बादशहा व शहाजादे यांची प्रिय पात्रे इतिहासकाळात

वावरली. त्यांच्या गुलाबी सौंदर्याचे प्रतिबिंब येथील सज्जांमधील संगमरवरी फरशीवर व सोनेरी कठड्याच्या स्नानगृहामध्ये एके काळी उमटले होते. आता ह्या महालातून कोणी राहत नाही. भूतकाळातल्या स्मृती मात्र वावरत आहेत.

मंकी ब्रिजजवळ- मोठे गमतीचेच नाव आहे- एक सुंदर मशीद आहे. तेथे वारंवार जाण्याचा मला नाद लागला. त्या मशिदीच्या बाहेरील भिंती अगदी सफेत पांढऱ्या असल्याने त्या उन्हात परिस्तानातील एखाद्या प्रासादाप्रमाणे चमकत होत्या. मनोरे डौलदार आकाराचे असून वरती अस्मानात निरंतर प्रार्थना करीत असल्यासारखे दिसत होते. मी आत डोकावले. कितीतरी लोक जमिनीवर ओणवे होऊन अल्लाचे नामस्मरण करीत नमाज पढत होते. नमाज पढणाऱ्यांनी आपल्याखाली गडद रंगाच्या चित्रविचित्र सतरंज्या घातल्या होत्या. त्यामुळे ते दृश्य एकंदर मजेदार दिसत होते. पैगंबराच्या ह्या अनुयायांच्या धर्मनिष्ठेबद्दल कोणासही शंका येणे शक्य नव्हते. कारण धर्म म्हणजे त्यांच्या दृष्टीने एक जिवंत शक्ती होती.

ह्या साऱ्या भ्रमंतीमध्ये माझ्याबरोबर जो वाटाड्या होता, त्याच्या स्वभावाचे काही विशेष हळूहळू माझ्या ध्यानात येऊ लागले. तो वयाने तरुण होता. त्याचे भाष्य चातुर्यनिदर्शक असे; त्याची बुद्धी अपवादात्मक होती व जुजबी गोष्टींकडे पाहण्याचा दृष्टिकोन अगदी व्यवहारी होता. या सर्वांत त्याने आपल्या योगाभ्यासाच्या सखोलतेची व गूढतेची सांगड घातलेली होती. तो माझ्याबरोबर सतत असायचा. त्याचे-माझे कडाक्याचे वादविवाद चालायचे; त्यात माझे विचार काय आहेत, माझी श्रद्धा कोठे आहे, ह्याचा तो सतत शोध घ्यायचा. ह्याचा मला मग पत्ता लागला व शेवटी 'आपण राधास्वामी या जवळजवळ गुप्त अशा पंथाचे- संप्रदायाचे अनुयायी आहोत' असे त्याने मला सांगून टाकले.

***

या पंथाचा मलिक नावाचा दुसरा एक अनुयायी होता, त्याच्याकडून लखनौहून दुसरा महत्त्वाचा रस्ता जो दयाळबागकडे जातो त्याबद्दल विचारून घतले. हा मला दुसऱ्याच एका ठिकाणी वेगळा असा भेटला. साधारण हिंदी माणसाप्रमाणे तो सुस्वभावी होता. थोडा उजळ वर्णाचा होता. शेकडो वर्षे त्याच्या जातीचे लोक सरहद्दीवरच्या डोंगरी टोळ्यांच्या मुलुखाशेजारी राहत होते. या डोंगरी लोकांची आपल्या शेजाऱ्यांच्या मालमत्तेवर लोभी नजर असायची. पण धूर्त ब्रिटिश सरकारने या रानटी लढाऊ टोळ्यांना माणसाळवून टाकले; पण त्यांच्याशी सतत लढून त्यांना नामोहरम करण्याच्या जुन्या पद्धतीने नव्हे तर त्यांना आपल्या फौजेत नोकरी देऊन, पगार देऊन आपले अंकित करून टाकले.

अशाच टोळ्यांपैकी काही लढाऊ लोकांना ब्रिटिश सरकारने डोंगरावरून व वाळवंटातून रस्ते तयार करण्याच्या, पूल तयार करण्याच्या व लहानसहान किल्ले व बराकी बांधण्याच्या कामावर लावलेले होते. ह्या कामामुळे त्यांचा लढाऊपणाही कमी होई व त्यांच्या कामाचा त्यांना उपयोगही होई. अशा कामगारांवर देखरेख ठेवण्याचे, जमादाराचे काम मलिक करीत होता. आता ह्या रानटी लोकांपैकी काही जण काम करताना आपली बंदूक जवळ बाळगत असत; त्या बंदुकीची आता ह्या बिगारी कामात तशी जरूर नव्हती. पण तशी त्यांना पूर्वीची सवय जडलेली होती इतकेच. सगळ्या वायव्य सरहद्दीवर हे बांधकाम चालू होते. लोकांना जाण्या-येण्याकरिता रस्ते बांधले जात होते व शिपायांकरिता बराकी, चौक्या बांधल्या जात होत्या.

मलिक डेराइस्माईलखानजवळ कामाला होता. तो काम मन लावून करी, काम तसे कष्टाचे होते. डेराइस्माईलखान म्हणजे ब्रिटिश साम्राज्याचे सरहद्दीवरचे एक प्रमुख ठाणे. मलिकच्या स्वभावात स्वावलंबनाचा, काटेतोल व्यवहारीपणाचा तसेच दिलदारपणाचा, विचारीपणाचा गोड मिलाफ झालेला होता. ह्या त्याच्या संमिश्रित गुणांची माझ्या मनावर चांगलीच छाप पडली.

योगाभ्यासाची जुनी परंपरा अशी की, आपल्या ठिकाणी असलेल्या गुणांचे कधी प्रदर्शन न करणे; उदासीन वृत्तीने राहणे. या परंपरेला अनुसरून, मी त्याला जे प्रश्न विचारी त्याची तो नाखुषीने उत्तरे देई; आपल्या मनाचा थांग लागू देत नसे. शेवटी बरेच प्रश्न विचारल्यावर नाखुषीने का होईना त्याने मला स्वतःबद्दल बरीचशी माहिती सांगितली. ती अशी : त्याचा एक गुरू आहे. त्या गुरूला तो मधूनमधून भेटतो- जशी नोकरीतून सवड मिळेल त्याप्रमाणे. त्याच्या गुरूचे नाव साहेबजी महाराज. ते राधास्वामी पंथाचे मुख्य आहेत. योगाभ्यास व पाश्चिमात्य पद्धतीवर व कल्पनांवर आधारलेला जीवनक्रम यांची सांगड घालून आचरावयाचा कर्ममार्ग त्यांनी शोधून काढलेला आहे. शोध तसा आश्चर्यजनक व आवडण्यासारखा आहे. अशा तऱ्हेची हकिकत मी दुसऱ्यांदा ऐकली.

***

निगम व मलिक या माझ्या नवीन दोन मित्रांच्या खटपटीला यश आले. राधास्वामी पंथीयांची जी दयाळबाग नावाची वसाहत आहे व जेथले साहेबजी महाराज हे जणू अनभिषिक्त राजे आहेत त्यांचा पाहुणा म्हणून तेथे राहावयाचे सद्भाग्य मला लाभले.

आगऱ्यापासून दयाळबागपर्यंत आम्ही मोटारीने गेलो. अंतर फार नव्हते पण रस्ता धुळीने माखलेला होता.

दयाळबाग! ही वसाहत ज्याने स्थापन केली, त्याने ती तिच्या नावाप्रमाणे ठेवण्याचा आटोकाट प्रयत्न केला आहे; हे जे माझे सुरुवातीला मत झाले, ते बरोबर ठरले.

आम्ही ज्या इमारतीत गेलो तेथे महाराजांची खाजगी कचेरी होती. अभ्यागत कक्ष आकर्षक व पाश्चिमात्य पद्धतीने सजविलेला होता. आरामखुर्चीवर पडून मी आजूबाजूस पाहत होतो. भिंतीला चांगला रंग होता व फर्निचर साधे पण सुबक होते.

तेथे युरोपीय पद्धत मुद्दाम आवर्जून आणलेली मला दिसली. आतापर्यंत मला जे योगी भेटले ते साध्या उघड्या जुजबी घरात किंवा एकान्तात गिरिकंदरातील गुहांमध्ये किंवा नदीतीरावर भयाण झोपड्यात राहत होते. पण अशा आधुनिक सुखसोयींनी सजविलेल्या महालामध्ये असा एक योगी राहत असेल हे मला स्वप्नात सुद्धा खरे वाटले नसते. ह्या वेगळ्याच अशा पंथाचे हे स्वामी कोण? मी जरा तर्क करू लागलो.

मला फार वेळ तर्क करावा लागला नाही; कारण दार हळूच उघडले व दारातून ते स्वतःच आत आले. त्याची उंची मध्यम होती. डोक्यावर पांढरा शुभ्र फेटा होता. शरीरावयव रेखाव होते, अगदीच हिंदुस्थानी नमुन्याचे नव्हते; वर्ण किंचित पिवळसर असल्याने अमेरिकन म्हणून समजले असते. त्यांच्या डोळ्यांवर मोठा चष्मा होता व वरच्या ओठावर बारीकशी मिशी होती. त्यांनी अंगात शेरवानी घातली होती. गळा बंद व वरपासून खालपर्यंत बटणे. येथल्या शिंप्यांनी युरोपीय फॅशन उचललेली दिसली.

त्यांची मुद्रा सौम्य व विनयशील होती. त्यांनी माझे दरबारी पद्धतीने स्वागत केले.

औपचारिक आगत-स्वागत झाल्यावर ते आपल्या खुर्चीवर बसेतोपर्यंत मी वाट पाहत थांबलो. मग त्या खोलीतील कलापूर्ण सजावटीबद्दल मी प्रशंसोद्गार काढण्याचे धाडस केले.

त्याबरोबर दंतपंक्ती काढून त्यांनी हास्य केले व म्हणाले, 'ईश्वर म्हणजे केवळ प्रेम नव्हे; सौंदर्यही आहे. माणसाने आपल्यातील आत्म्याचा आविष्कार करावयाचा म्हणजे त्याने आपल्यातीलच नव्हे तर बाहेरच्या परिसरातील सुद्धा सौंदर्याचा विकास केला पाहिजे.'

त्यांचे इंग्लिश बोलणे भला चांगले वाटले. उच्चार ताबडतोब होई व आवाजात आत्मविश्वास भरलेला वाटला.

नंतर काही वेळ गप्प बसून ते पुनः बोलू लागले.

'खोलीतील भिंतीवर व पडद्यावर आणखी काही सजावट केलेली आहे. पण ती दिसायची नाही. पण तीही महत्त्वाची आहे. तुम्हाला माहिती आहे का की, या सजावटीच्या पद्धतींवरून लोकांच्या भावना व विचार व्यक्त होतात. प्रत्येक खोलीवरून, तिच्यामधील प्रत्येक खुर्चीवरून ह्या खोलीचा, खुर्चीचा जो नेहमी उपयोग करतो त्याच्या व्यक्तित्वाचा बोध होतो. हे व्यक्तित्व असे बाह्यतः सुप्त वाटते. आता तुम्हाला येथील वातावरण तसे दिसणार नाही; पण त्या वातावरणात तुम्ही प्रत्यक्ष वावरत असता आणि जे कोणी येथे येतात त्यांच्यावरही या वातावरणाचा अदृश्य असा परिणाम कमी-जास्त प्रमाणात घडून येतो.'

'म्हणजे तुम्हाला असे म्हणावयाचे आहे काय की या वस्तूंपासून मनुष्याच्या स्वभावाचे विशेष विद्युत किंवा चुंबकीय लहरींच्या माध्यमाने प्रसृत, परावर्तित होतात?'

'होय. अगदी बरोबर. विचार हे आपापल्या पातळीवर सृष्ट वस्तूच असतात व आपण ज्या पदार्थांचा सतत उपयोग करतो, त्यांच्याभोवती ते अल्पकाल किंवा दीर्घकाल निगडित झालेले असतात.'

'मोठा गमतीचा सिद्धान्त आहे हा.'

'तो केवळ सिद्धान्तच नव्हे; खरी वस्तुस्थिती आहे. माणसामध्ये स्थूल देहाबरोबर सूक्ष्म देह वास करीत असतो; आणि ह्या सूक्ष्म देहात प्रवृत्तीची केंद्रे असतात. स्थूल देहातील ज्ञानेंद्रियांशी त्यांचे साम्य असते. या केंद्राच्या द्वारे मनुष्य अदृष्ट शक्ती पारखून घेतो; कारण या केंद्रांना जेव्हा शक्ती मिळते तेव्हा ती माणसाला मानसिक व आध्यात्मिक दृष्टी देतात.'

त्यानंतर ते थोडा वेळ गप्प बसले व मग त्यांनी मला विचारले की, 'भारताच्या सद्यःस्थितीबद्दल तुमचे काय मत आहे?'

असा प्रश्न विचारल्याबरोबर मी येथल्या लोकांवर बरीच टीका केली. हिंदी लोकांनी अजून आधुनिक पद्धतीच्या राहणीचा अंगीकार केला नाही. सर्व तऱ्हेच्या सुखसाधनांचा, सोयींचा व यांत्रिक शोधांचा वापर करण्यात की ज्या योगे मानवाचा या भूलोकीवरचा वास सुखावह होऊ शकतो- कमालीची दिरंगाई दाखविली आहे; जरूर त्या आरोग्याच्या व स्वच्छतेच्या बाबतीत दुर्लक्ष; भोळसट, वेडपट, जुन्या चालीरीती पाळण्याकडे अत्यंत कटाक्ष; त्यांतील काही निर्घृण पण धर्माच्या नावाखाली सर्व काही चालून जाते; अशा कित्येक गोष्टी सांगता येतील. मी त्यांना स्पष्ट सांगितले की, हिंदू समाजात पुरोहितवर्गाचे प्राबल्य फार असून त्याने सामान्य

समाजाला कर्तव्यविन्मुख करून टाकलेले आहे. धर्माच्या नावाखाली सर्रास चालत असलेल्या काही निर्बुद्ध चालींचा मी उल्लेख केला. त्यावरून एकच गोष्ट सिद्ध होते की, परमेश्वराने दिलेल्या बुद्धीचा मानवप्राणी दुरुपयोग करीत आहे; तिची अवगणना करीत आहे मी जी ही स्पष्ट टीका केली, ती साहेबजी महाराजांना पटली असावी; कारण ते लगेच म्हणाले,

'तुम्ही जे काही मुद्दे पुढे मांडले त्या बाबतीतच सुधारणा करण्याचा कार्यक्रम मी आखला आहे.' ते माझ्याकडे पाहू लागले. मी जे काही बोललो होतो त्याची ते चिंतनिका करीत असावेत.

'साधारणपणे असे दिसते की, पुष्कळसे हिंदी लोक जे आपल्याला अगदी कुशलतेने करता येण्यासारखे आहे ते ईश्वराने आपल्याकरिता करून द्यावे अशी अपेक्षा करतात.'

'अगदी बरोबर आहे. आम्ही हिंदू लोक धर्माबद्दल बाष्कळ चर्चा करतो व ज्याचा धर्माशी काही संबंध नाही अशा गोष्टी धर्मात घुसडून टाकतो. खरी आपत्ती अशी आहे की, कोणताही धर्म स्थापन झाल्यानंतर पन्नास-एक वर्षे अगदी शुद्ध निर्लेप राहतो; नंतर त्याचे अध:पतन होऊन त्यातून एक तत्त्वज्ञान निर्माण होते; मग त्या तत्त्वज्ञानाचे अनुयायी नुसती बडबड करतात, आपल्या धर्माप्रमाणे आचरण ठेवीत नाहीत. शेवटी अध:पतन होत होत तो धर्म ढोंगी पुरोहितांच्या हातात जातो; आणि मग शेवटी ते ढोंगच धर्म बनून जाते.'

हा सरळ कबुलीजबाब ऐकून मी थक्क झालो.

'स्वर्ग आणि नरक याची वायफळ चर्चा करण्यात काय अर्थ आहे? ईश्वराचे स्वरूप काय, यावर वाद घालण्यात काय अर्थ आहे? मनुष्य आपल्या जड देहाशी फार निगडित असा राहतो; मग त्या देहांतर्गत ज्या गोष्टी आहेत त्यांकडे दुर्लक्ष करून कसा निभाव लागेल? तेव्हा माणसाने आपले ऐहिक जीवन सुखी व सुंदर करावे यात त्याचे हित आहे.' त्यांनी आपल्या बोलण्याचा समारोप केला.

'म्हणून तर मी आपल्याकडे आलो. आपली शिष्यमंडळी चांगली व्यवस्थित आहेत. एखाद्या युरोपियन माणसाप्रमाणे व्यवहारी व आधुनिक राहणीची आहेत; धर्माचे अवडंबर करीत नाहीत; चांगले जीवन जगतात व त्याबरोबर योगाभ्यासही एकनिष्ठेने व नेमाने करतात.'

माझे म्हणणे साहेबजींना पटले व त्यांनी किंचित स्मित केले.

'तुमच्या ते नजरेला आले; ठीक आहे.' त्यांनी ताबडतोब उत्तर दिले, 'दयाळबागला ही वसाहत स्थापन करून जगाला मला हेच दाखवायचे आहे की,

माणसाला संसारात राहून परमार्थ साधता येतो. त्याला गिरिकंदरात जाण्याची जरुरी नाही. अगदी परमोच्च कोटीच्या योगाची देखील साधना कर्म करून करता येते.'

'आपल्याला जर ह्या प्रयत्नात यश मिळाले तर एक फार मोठा फायदा होईल. भारतीय आध्यात्मिक शिकवणीबाबत आज जगाला इतकीशी आस्था नाही; पण आपल्याला जर यश मिळाले तर जगाला ती आस्था वाटू लागेल.'

'आम्हाला यश मिळणारच,' त्यांच्या तोंडून खात्रीदायक उत्तर आले. 'तुम्हाला मी एक गोष्ट सांगतो. मी जेव्हा ह्या जागी वसाहत स्थापन करण्याकरिता प्रथम आलो, तेव्हा माझी एक इच्छा अशी होती की, येथे भरपूर झाडे लावावीत. पण बाहेरच्या लोकांनी असे सांगितले की, ह्या माळरान, रेताड जमिनीत झाडे उगवायची नाहीत. यमुना नदीचे पात्र इथून फारसे लांब नाही; आणि ही जागा म्हणजे तिचे पूर्वीचे पात्र. आता आमच्यात कोणी तज्ज्ञ नव्हते. तेव्हा ह्या रेताड जमिनीत कशाचे झाड उगवेल, याचे आम्ही प्रयोग करीत राहिलो; ते प्रयोग आमचे अयशस्वी झाले. आम्ही जवळजवळ हजार-एक निरनिराळ्या प्रकारची झाडे लावली. पण ती सगळी मरून गेली; पण त्यांपैकी एक जगले व चांगले वाढले. ते आम्ही ध्यानात ठेवले व तेच झाड लावले. आज दयाळबागमध्ये नऊ हजार चांगली सुरेख वाढलेली झाडे आहेत. हे मी तुम्हाला का सांगतो, तर यावरून कोणताही बिकट प्रश्न आम्ही कसा सोडवतो हे तुम्हाला समजावे. आम्ही जेव्हा येथे आलो तेव्हा हे माळरान होते. कोणीही विकत घ्यायला तयार नव्हते. आता पाहा त्याचे कसे परिवर्तन घडून आले आहे!'

'म्हणजे तुमचा विचार आगऱ्याशेजारी एक अर्कडीया बांधावयाचे आहे तर!'

ते हसले.

'सगळे गाव मला पाहून घ्यायचे आहे.' माझा हेतू मी त्यांच्या कानावर घातला.

'फार छान. तशी मी ताबडतोब व्यवस्था करतो. प्रथम तुम्ही दयाळबाग पाहून घ्या. मग आपण बोलू. ही वसाहत कोणत्या उद्देशाने मी स्थापन केली व कशी केली, माझ्या ज्या काही कल्पना आहेत, त्या ते तुम्हाला मी त्या प्रत्यक्षात कशा उतरविल्या आहेत ते पाहिल्यावर चांगले ध्यानात येईल.'

त्यांनी घंटा वाजविली. थोड्याच वेळात आम्ही बाहेर पडलो. रस्ते अजून पुरते झाले नव्हते. दोन्ही बाजूंना कारखान्यांच्या इमारती होत्या. मोठ्या व्यवस्थित व चकचकीत दिसल्या. माझ्याबरोबर दाखविण्याकरिता म्हणून जो इसम दिला होता त्याचे नाव कॅप्टन शर्मा; तो पूर्वी इंडियन आर्मी मेडिकल सर्व्हिसमध्ये होता. पण आता

तो येथे महाराजांच्या बरोबर विधायक कार्य करीत आहे. त्याच्या स्वभावाची मी चटकन ओळख करून घेतली. त्याच्यातही दोन्ही गुणांचा पाश्चिमात्य क्रियाशीलता व आध्यात्मिक कळकळ यांचा समन्वय झालेला मला आढळून आला.

दयाळबाग हे लहानसे टुमदार स्वच्छ असे एक गाव आहे. त्याचे प्रवेशद्वार भव्य व शोभिवंत आहे. गावातल्या सगळ्या रस्त्यांच्या दोन्ही बाजूस सावली देणारी प्रशस्त झाडे आहेत. मध्यभागी सुंदर फुलबागा आहेत. ह्या बागा सजवायला या मंडळींना फार कष्ट पडले. बोलून चालून वैराण वाळवंटच हे!

एक मलबेरीचे झाड मी पाहिले. ते साहेबजी महाराजांनी १९१५ साली ही वसाहत उभारण्याच्या सुरुवातीला लावले होते. त्या झाडावरून महाराजांच्या कलापूर्ण आवडीची कल्पना येईल.

कारखान्यांचा जो भाग आहे, त्याचे वैशिष्ट्य म्हणजे तेथली 'वर्कशॉपस्' (कार्यशाला) त्यांना 'मॉडेल इंडस्ट्रीज' असे नाव आहे. ह्या कार्यशालांची रचना मोठी पद्धतशीर, आटोपशीर आहे. त्यांतून मोकळी हवा खेळविलेली आहे. आवार मोठे ठेविलेले आहे व ती स्वच्छ ठेविलेली आहेत.

***

आम्ही प्रथम पादत्राणांच्या कारखान्यात गेलो. ओव्हरहेड स्पिंडलवरून पट्टे सारखे फिरत होते; आवाज करीत होते व त्याबरोबर एकदम अनेक यंत्रे आपापली कामे करीत होती. कर्मचाऱ्यांचे कपडे काळे झालेले होते. यंत्रांच्या घरघरीमध्ये त्यांचे हात भरभर चालले होते. कामावर त्यांचा हात बसलेला होता. त्यांच्याकडे पाहून मला नॉर्दम्पट्न येथील प्रचंड इंग्लिश कारखान्यामधील कामगारांची आठवण झाली. त्यांच्याइतके हेही कामगार आपापल्या कामात कुशल असलेले मला दिसले. 'वर्कशॉप'च्या व्यवस्थापकाने मला सांगितले की, आपण कातड्याचे सामान तयार करण्याच्या विसाव्या शतकातील पद्धतीचा अभ्यास करण्याकरिता युरोपमध्ये गेलो होतो व तेथे हे सगळे तांत्रिक शास्त्र आपण शिकलो.

बूट, शूज, चपला, हँडबॅग व पट्टे हे सर्व कातडी सामान त्या यांत्रिक पद्धतीच्या सगळ्या अवस्थांतून मोठा आवाज करीत बाहेर पडे. प्रत्येक यंत्राशी कामगार उभे असत. प्रथम ते नवशिके होते, पण त्यांना व्यवस्थापकाने त्या त्या कामात हुषार करून ठेवलेले होते.

तयार झालेल्या मालांपैकी काही माल दयाळबाग व आग्रा या ठिकाणीच खपे; बाकीचा दूरदूरच्या भागात पाठविला जाई. त्या त्या ठिकाणी दुकाने उघडलेली होती; विक्रीची यंत्रणा (सेल्स ऑर्गनायझेशन) साखळी दुकानांच्या (मल्टिपल स्टोअर्स)

कल्पनेवर आधारलेली होती.

नंतर आम्ही पुढल्या इमारतीत गेलो. तेथे कापडाची गिरणी होती. मर्सराइज्ड कापड व रेशीम तेथे काढले जात होते. पण त्यांचे उत्पादन काही थोड्याशाच नमुन्यांवरचे होते.

एका इमारतीत अगदी अद्ययावत पद्धतीची यंत्रशाला (मशीनशॉप) होती. शेजारीच लोहारकाम व ओतकाम चालू होते. तेथे एक अजस्र हातोडा यांत्रिक शक्तीच्या जोरावर मोठे घण मारीत होता. त्या घणांचा आवाज मला त्या कारखान्यातील स्फूर्तिजनक ध्वनीसारखा वाटला. जवळच्याच इमारतीत आणखी एक कारखाना होता. त्यात शास्त्रीय उपकरणे, प्रयोगशालेतील यंत्रसाहित्य, तराजू, वजने वगैरे तयार केली जात होती. माल चांगला निघत होता. उत्तरप्रदेश सरकारकडून त्या मालाला मान्यता मिळालेली होती. तसेच तेथे मी सोने, निकेल व पितळ यांचे झिलईचे काम (इलेक्ट्रोप्लेटिंग) होत असलेले पाहिले. मोठे सुबक काम होत होते ते.

'मॉडेल इंडस्ट्रीज'च्या आणखी काही खात्यांमध्ये विजेचे पंखे, ग्रामोफोन, चाकू, सुऱ्या व फर्निचर तयार केले जात होते. एका कामगाराने एक विशिष्ट प्रकारची ध्वनिपेटिका (साउंड बॉक्स) तयार केली होती; तिचेही मोठ्या प्रमाणावर उत्पादन लवकरच होणार होते.

एके ठिकाणी फाउंटन पेन तयार करण्याचे काम चाललेले आढळले. मला आश्चर्य वाटले. हिंदुस्थानात तशा प्रकारचे ते पहिलेच 'वर्कशॉप' होते. पहिले पेन बाजारात येण्यापूर्वी त्याच्यावर कितीतरी प्रकारचे प्रयोग करावे लागतात. ह्या औद्योगिक अग्रेसर मंडळींना एका बाबतीने जरा त्रास दिला. सोन्याच्या निफावर इरिडीयम कसे चढवायचे हा प्रश्न, हे कोडे त्यांना एक दिवस सुटल्याखेरीज राहायचे नाही. पण तोपर्यंत ते ही निफे एका युरोपियन कंपनीमध्ये टोकांवर इरिडीयम चढविण्याकरिता पाठवितात.

दयाळबाग ह्या साऱ्या वसाहतीची मुद्रणाची गरज दयाळबाग मुद्रणालय भागवते. हा छापखाना अगदी परिपूर्ण असा आहे. व्यावसायिक मुद्रणाचे काम तसेच साहित्याचेही मुद्रण येथेच होते. तीन्ही भाषांतले छपाईकाम येथे होते. हिंदी, उर्दू व इंग्लिश. येथे एक लहानसे साप्ताहिकही निघते, त्याचे नाव 'प्रेम प्रचारक.' देशात जेथे जेथे म्हणून राधास्वामी पंथाचे लोक आहेत त्यांच्याकडे हे पत्र टपालाने पाठविले जाते.

प्रत्येक इमारतीत मला असे कामगार आढळले की, जे नुसते संतुष्ट नसून क्रियाशील व उत्साही होते. या ठिकाणी 'ट्रेड युनियन'ला बिलकूल स्थान नव्हते.

प्रत्येक जण आपापले काम, मग ते लहान असो की मोठे असो, मन लावून करीत होता; ते करण्यात आनंद मानीत होता; कष्टांना जुमानीत नव्हता.

या गावाला स्वतःचे असे वीज उत्पादन केंद्र आहे. तेथून वीज कारखान्यांमधील यंत्रांना व मोठमोठ्या घरांतील व्हेंटिलेंटिंग सीलिंग पंख्यांना पुरविली जाते. तसेच प्रत्येक घराला सार्वजनिक खर्चाने वीज पुरविली जाते; वेगवेगळ्या अशा खर्चिक मीटर्सची तादृश जरुरी ठेवलेली नाही.

कृषिविभागात एक लहानशीच पण आधुनिक पद्धतीची शेतवाडी (फार्म) होती; त्याचा विकास अद्याप करावयाचा होता. वाफेवर चालणारा ट्रॅक्टर व तसाच नांगर एवढीच यंत्रसामग्री तेथे होती. या वाडीमधून ताजा भाजीपाला व गुरांसाठी गवत काढीत.

सर्वांत कार्यक्षम व पूर्ण विकसित विभाग म्हणजे दुग्धव्यवसाय. तशी दुधवाडी मी हिंदुस्थानात कोठेच पाहिली नाही. ही दूधवाडी (डेअरी) अगदी आधुनिक पद्धतीची – प्रदर्शनात दाखविण्याजोगी होती. प्रत्येक दुभते जनावर म्हणजे अगदी उत्कृष्ट नमुना. आग्रा शहराजवळच्या इतर गायी, म्हशी पाहिल्यावर तर या दूधवाडीतील जनावर तुलनेने फार उत्कृष्ट आढळले. दूधवाडीमधील दुकानांमध्ये कमालीची स्वच्छता पाळली जात होती. दुग्धउत्पादनामध्ये शास्त्रीय पद्धतींचा अवलंब केलेला असल्याने साधारण दूधवाडीपेक्षा येथील दुधाचे उत्पादन मोठ्या प्रमाणावर होत होते. दूधवाडीमध्ये पाश्चराईजिंग व रिफ्रिजरेटिंगची व्यवस्था होती. त्यामुळे दयाळबाग व आग्रा यांमधील रहिवाशांना चांगले, शुद्ध व जंतुविरहित दूध मिळण्याची सोय होती. अशी ही सोय या भागात प्रथमच झालेली होती. आणखीन एक नवीन परदेशातून आयात केलेले यंत्र-साधन म्हणजे विजेवर चालणारे लोणी काढण्याचे यंत्र. ह्या सगळ्या गोष्टींचे श्रेय साहेबजी महाराजांच्या एका मुलाकडे आहे. तो मुलगा मोठा कार्यक्षम व उत्साही तरुण आहे. त्याने इंग्लंड, हॉलंड, डेन्मार्क व अमेरिका या देशात जाऊन तेथील दुग्धव्यवसायातील अद्ययावत पद्धतीचे निरीक्षण केले आहे; त्याचा अभ्यास केलेला आहे.

येथील शेतवाडी-दूधवाडीकरिता व एकंदर वसाहतीला पाणीपुरवठा कसा करावयाचा, हा प्रारंभी मोठा बिकट प्रश्न होता. नदीला एक कालवा काढला व त्यावर जलसंचय करण्याची यांत्रिक योजना आखली व तेथून पाणी पुरविले. पण पाणीपुरवठ्याची जरूर जसजशी जास्त वाटू लागली, तसतसा इतर आणखी साधनांचा साहेबजी महाराजांना विचार करावा लागला. त्यांनी सरकारी इंजिनियर बोलाविले व त्यांच्या मदतीने एक खोल अशी कूपनलिका (ट्यूब वेल) खोदविली. तिला चांगले पाणी लागले.

वसाहतीची स्वत:ची अशी एक बँक आहे. बँकेची इमारत चांगली भव्य व प्रशस्त असून दारे-खिडक्या लोखंडी आहेत. दरवाजावर 'राधास्वामी जनरल ॲण्ड ॲशुअरन्स बैंक लिमिटेड' अशी पाटी लावलेली आहे. बँकेचे अधिकृत भांडवल वीस लाख रुपयांचे आहे. बँक खाजगी देण्याघेण्याचा व्यवहार करतेच पण सगळ्या गावच्या अर्थव्यवहारावरही नियंत्रण ठेवते.

गावाच्या अगदी मध्यभागी 'राधास्वामी एज्युकेशनल इन्स्टिटयूट' असून तिचे मध्यवर्ती स्थान योग्यसे आहे; कारण ती या वसाहतीतील सर्वांत सुंदर इमारत आहे. दोनशे एक फुटांचे ते तांबड्या रंगाच्या विटांचे बांधकाम युरोपियन माणसाच्या डोळ्याला सुरेख वाटते. खिडक्या उंचच उंच गॉथिक पद्धतीच्या; वरती कमानी व सभोवार पांढऱ्या फरशीची वेलबुट्टी. दर्शनी भागापुढे फुलांनी बहरलेली बाग.

ह्या आधुनिक पद्धतीच्या प्रशालेमध्ये शेकडो विद्यार्थी शिकत असतात. एक मुख्य अध्यापक असून बत्तीस चांगले प्रशिक्षित शिक्षक आहेत. हे ध्येयवादी शिक्षक तरुण व उत्साही असून विद्यार्थी व संस्थापक यांची सेवा करण्याचे व्रत त्यांनी घेतलेले आहे. शिक्षणाची पातळी वरच्या दर्जाची आहे. काही एका विशिष्ट पद्धतीचे धार्मिक शिक्षण तेथे दिले जात नाही, पण शीलसंवर्धनाकडे कटाक्षाने लक्ष दिले जाते. शिवाय साहेबजी महाराज विद्यार्थ्यांना मधूनमधून भेट देतात व दर रविवारी शाळेत मुलांच्यापुढे प्रवचन करतात.

मुलांमध्ये खेळाची आवड निर्माण केली जाते. हॉकी, फुटबॉल, क्रिकेट व टेनिस हे मुलांचे आवडते खेळ आहेत. ग्रंथालयामध्ये जवळजवळ सात हजार पुस्तके आहेत व शाळेमध्ये एक लहानसे वस्तुसंग्रहालयही आहे.

दुसरी एक सुंदर इमारत 'गर्ल्स कॉलेज'ची आहे. हे महाविद्यालयही त्याच धर्तीवर चालविले जाते. भारतीय स्त्रियांवर आजपर्यंत निरक्षरता जणू लादली गेली आहे. ती निरक्षरता काढून टाकण्याच्या कामी साहेबजी महाराजांनी आपल्या परीने प्रयत्नांची पराकाष्ठा केली, त्याचे हे दृश्य स्वरूप आहे.

सर्व शैक्षणिक संस्थांमध्ये तांत्रिक महाविद्यालय (टेक्निकल कॉलेज) हे अगदी नवीन आहे. या महाविद्यालयामध्ये यांत्रिक अभियांत्रिकी (मेकॅनिकल) विद्युत अभियांत्रिकी (इलेक्ट्रिकल) व स्वयंचल अभियांत्रिकी (ऑटोमोबाईल इंजिनियरिंगचे) शिक्षण दिले जाते व येथील उत्पादन कारखान्यांकरिता यंत्रज्ञ (मेकॅनिक) व फोरमन तयार केले जातात. 'मॉडेल इंडस्ट्रीज्' विभागात विद्यार्थ्यांना बसण्याकरिता बाके व विशेष यंत्रे ठेवून दिली आहेत; म्हणजे प्रत्यक्ष कारखान्यात यंत्रांवर काम चालू असतानाच विद्यार्थ्यांच्यापुढे तेथेच वर्ग घेतले जातात व तेथेच त्यांना शिकविले जाते.

या तीन महाविद्यालयांत मिळून शेकडो विद्यार्थी आहेत. त्यांच्याकरिता कित्येक आदर्श वसतिगृहेही आहेत. प्रत्येक वसतिगृह टूमदार, हवेशीर व आधुनिक पद्धतीने बांधलेले आहे.

वसाहतीत घरे कशी बांधावयाची, यावर देखरेख दयाळबाग स्थापत्य विभागा (बिल्डिंग डिपार्टमेंट) कडून केली जाते. हा विभाग घरांचे आराखडे तयार करून देतो व त्याप्रमाणे सगळी घरे बांधतो. प्रत्येक रस्त्यामध्ये बांधकामाची एक विशिष्ट अशी सुसंबद्धता राखलेली आहे. आणि अशा तऱ्हेची कलापूर्ण एकता निर्माण करणे हे येथील नगररचनाकारांचे एक प्रमुख ध्येय होते हे सहज दिसून येते. येथे तुम्हाला घाणेरडे, सदोष, जुजबी बांधकाम दृष्टीस पडावयाचे नाही. कारण या वसाहतीत घर बांधावयास जो भाडेकरू येतो, त्यास ह्या स्थापत्य विभागाने केलेल्या आराखड्यामधूनच आपल्याला पसंत पडेल तो आराखडा घेता येतो व त्या आराखड्याप्रमाणे घर बांधता येते. घरांच्या आकारांचे चार आराखडे तयार करून ठेवलेले आहेत व त्यांच्या किमतीही ठरवून दिलेल्या आहेत. घर खरेदी करणाऱ्याला ती किंमत व त्यावर काही आकार द्यावा लागतो.

ह्या वसाहतीत एक लहानसे टूमदार रुग्णालय व प्रसूतिगृहही आहे. ती सर्व दृष्टींनी स्वयंपूर्ण आहेत. येथली सगळीच व्यवस्था स्वयंपूर्ण आहे. सलाम करणारा गणवेषामधील आरक्षक (पोलीस) शिपाईसुद्धा राधास्वामी पंथाचा सदस्य असतो. पण त्याला पाहिल्यावर माझ्या मनामध्ये उगीचच एक शंका उमटून गेली की, या गावात लोक इतके सदाचारी व नीतिमान आहेत तर मग आरक्षक शिपायाची जरूरच काय? पण बाहेरच्या गुन्हेगारांकडून येथल्या लोकांचे संरक्षण करावे लागतेच की !

***

साहेबजी महाराजांकडे मोठमोठ्या कामांची नेहमीच वर्दळ; त्यांतून वेळ काढून ते जेव्हा मला भेटले त्या वेळी मी त्यांचे मनःपूर्वक अभिनंदन केले. मागासलेल्या हिंदुस्थान देशात अशी ही प्रगतीपर व विकासशील वसाहत निर्माण करण्यात त्यांनी खरोखरीच प्रशंसनीय यश मिळविलेले आहे. त्यांचे हे कार्य पाहून कोणासही आश्चर्य वाटते.

'पण खर्चाची व्यवस्था काय करता? बरेच मोठे भांडवल तुम्हाला गुंतवावे लागले असेल यात.' मी विचारले.

ते म्हणाले, 'हा सारा खर्च कसा चालतो हे तुम्हाला काही वेळाने नंतर समजून येईल. राधास्वामी पंथाचे सदस्यच हा सारा खर्च चालवितात. पण त्यांच्यावर काही जबरदस्ती नाही की त्यांच्याकडून कोणी वर्गणी वसूल करीत नाही. पण दयाळबाग

वसाहत प्रगतिपथावर चालू लागावी म्हणून आर्थिक मदत करण्यात आपण काही धर्मकार्य करीत आहोत असे मानणारे कित्येक सदस्य आहेत. या लोकांची मदत आम्हाला सुरुवातीला फार झाली; पण येथला सगळा कारभार स्वावलंबनावर चालावा असे आमचे ध्येय आहे. तेव्हा आम्ही स्वयंपूर्ण होईतोपर्यंत सतत प्रयत्न करीत राहाणार आहोत.'

'म्हणजे धनिक आश्रयदाते तुम्हाला मदत करतात तर?'

'बिलकूल नाही. असे धनिक हाताच्या बोटावर मोजण्याइतके आहेत. आमचे बहुसंख्य सदस्य साधारण गरीब स्थितीतील किंवा मध्यम स्थितीतील आहेत. ही जी आम्ही प्रगती केली आहे त्याच्या पाठीमागे पुष्कळजणांची निःस्वार्थ सेवा आहे. आतापर्यंत लाखो रुपये आम्ही मिळवू व खर्च करू ही त्या जगन्नियंत्याची कृपा. पण आमच्या या प्रकल्पाचे भविष्य निश्चित आहे; कारण आमच्या पंथाच्या सदस्यांची संख्या जसजशी वाढत जाईल तसतसे आमचे उत्पन्नही वाढेल. आम्हाला पैशाची वाण कधी पडणार नाही.

'तुमचे एकूण किती सदस्य आहेत?'

'तशी आमच्या सदस्यांची संख्या १,१०,००० वर आहे. पण येथे स्थाईक झालेले असे काही हजार आहेत. राधास्वामी पंथ हा जवळजवळ सत्तर वर्षांचा आहे. पण त्याची सगळ्यात जास्त वाढ गेल्या वीस वर्षांत झाली. आणि हे ध्यानात धरा की, ही वाढ काहीएक प्रचार केल्यावाचून झाली. कारण तशी आमची संस्था थोडी गुप्त स्वरूपाची आहे. आम्ही जर लोकात उघडपणे प्रचार केला तर आम्हाला दसपट सभासद मिळतील. आमचे सभासद आताचे सर्व देशभर पसरलेले आहेत. पण ते दयाळबागला गंगोत्री समजतात व येथे शक्य होईल तेव्हा येत असतात. त्यांनी आपापले स्थानिक स्वरूपाचे संघ तयार केलेले आहेत व जेव्हा आम्ही दयाळबागला खास बैठक घेतो, तेव्हा दर रविवारी अगदी त्याच वेळी त्या संघाच्याही बैठकी तेथे होतात.'

चष्मा पुसण्यासाठी साहेबजी जरा थांबले.

'थोडा विचार करा. आम्ही जेव्हा या वसाहतीला सुरुवात केली तेव्हा आमच्याजवळ पाच हजार रुपयांपेक्षा जास्त रक्कम नव्हती; व ती आम्हाला याच कामाकरिता देणगी म्हणून कोणी दिलेली होती. आम्ही जी पहिली जागा खरेदी केली ती चार एकराहून मोठी नव्हती. आता आमच्याकडे हजारो एकर जमीन आहे. यावरून आम्ही प्रगती करीत आहोत असे नाही का दिसत?'

'तुम्हाला दयाळबाग किती वाढवायचे आहे?'

'साधारण दहा किंवा वीस हजार लोकांची वसाहत आम्हाला करायची आहे. वीस हजार वस्तीचे गाव नगररचना चांगली करून जर वसविले तरी आम्हाला पुरेसे आहे. तुमच्या पाश्चिमात्य देशातील अजस्र शहरांची नक्कल करायची नाही. अशा मोठ्या शहरात कमालीच्या गर्दीमुळे पुष्कळ अनिष्ट प्रवृत्तींची वाढ होते. मला हे शहर जणू उद्यान करायचे आहे, जेथे लोकांना कामही करता येईल व सुखाने राहताही येईल. जेथे मोकळी जागा व हवा भरपूर मिळेल. आता दयाळबागचा पूर्ण व योजनेप्रमाणे आखलेला विकास व्हायला थोड्याच वर्षांचा अवधी आहे. आणि मग आमची ही वसाहत आदर्श वसाहत होईल. योगायोग असा की, प्लेटोचे 'रिपब्लिक' पुस्तक जेव्हा मी प्रथम वाचले, तेव्हा मला आश्चर्य असे वाटले की, मी येथे ज्या कल्पना मूर्त स्वरूपात आणल्या आहेत, त्या त्या पुस्तकातही दिलेल्या आहेत. दयाळबाग वसाहत जेव्हा पुरी होईल तेव्हा साऱ्या देशभर अशाच वसाहती होण्याकरिता ती आदर्श वसाहत बनावी अशी माझी इच्छा आहे. प्रत्येक प्रांतांत निदान एक तरी अशी वसाहत व्हावी अशी माझी इच्छा आहे. पुष्कळसे प्रश्न मी या पद्धतीने सोडवून देऊ शकेन.'

'म्हणजे हिंदुस्थान देशाने आपली सारी शक्ती औद्योगिक विकासाकडेच खर्च करावी असे तुम्हाला वाटते.'

'होय, अगदी तसेच. ही देशाची अगदी निकडीची गरज आहे. पण तुम्ही पाश्चिमात्य जसे त्याच विकासाकडे वाहून गेला आहात तसे आम्हास करावयाचे नाही.' ते किंचित हसून म्हणाले, 'होय. बहुजन समाजात पसरलेले अठरा विश्वे दारिद्र्य नाहीसे करण्याकरिता या देशाने औद्योगिक संस्कृतीची जोपासना केली पाहिजे. पण त्याबरोबर येणारा भांडवलशाही व मजूरवर्ग यांमधील संघर्ष टाळता येईल अशी समाजरचना निर्माण केली पाहिजे.'

'मग ती कशी काय तुम्ही करणार?'

'समाजहितातून व्यक्तिहित साधणे; व ते समाजाचे अहित न करता आम्ही सहकारी तत्त्वावर काम करतो व आमच्यापैकी प्रत्येकजण व्यक्तीपेक्षा दयाळबागच्या हिताला-कल्याणाला अधिक किंमत देतो. येथे असे काही अग्रेसर कामगार आहेत की ज्यांना इतर ठिकाणी सहज जास्त पगार मिळेल. अशिक्षित कामगारांची गोष्ट सोडून द्या; ते बिचारे आपले काम स्वयंस्फूर्तीने व आनंदाने करतात. पण तांत्रिक व शिक्षित माणसे आमच्यात अशी आहेत की, त्यांना अन्यत्र सहज जास्त द्रव्य मिळू शकेल. सहकार तत्त्वावर येथे चांगले काम चालते; कारण एका आध्यात्मिक ध्येयाने आम्ही प्रेरित झालेलो आहोत; आमच्या इतर चळवळींमागे तेच ध्येय आहे. काही लोक तर काही वेतन न घेता काम करतात. यावरून आम्हा लोकांचा ध्येयवाद व

उत्साह दिसून येईल. पण जेव्हा दयाळबाग वसाहतीचा पूर्ण विकास घडून येईल व वसाहत स्वावलंबी व स्वयंपूर्ण होईल, तेव्हा अशा वैयक्तिक स्वार्थत्यागाची आम्हास जरूर राहणार नाही. परंतु त्यायोगे आध्यात्मिक प्रगती लवकर घडून येते हे निश्चित; कारण ती प्रगती व्हावी म्हणूनच हे लोक येथे आलेले आहेत, ते तर आमचे मूळ ध्येय आहे. आता एखाद्याची पात्रता दरमहा हजार रुपये पगार घेण्याची असेल पण तो जर येथे आला व आमच्यात काम करू लागला तर त्याला त्या रकमेचा एक तृतीयांशच पगार घ्यावा लागेल. कारण एवढा मोठा पगार देणे आम्हाला परवडणार नाही. आता एकदा येथे स्थाईक झाल्यावर तो सदस्य घर बांधतो, लग्न करतो, प्रपंच करतो; त्याला मुलेबाळे होतात. पण हे सर्व चालू असताना त्याने फक्त ऐहिक गोष्टींवरच लक्ष दिले व आध्यात्मिक ध्येयाकडे दुर्लक्ष केले तर त्याचे आमच्या दृष्टीने पतन होईल. कारण आमच्या ह्या सर्व ऐहिक चळवळी चालू असताना आमच्या पंथाचे मूलभूत जे आध्यात्मिक ध्येय त्याचा आम्ही स्वतःला विसर पडू देत नाही.'

'असे हो?'

'आता तुम्हा पाश्चिमात्यांच्या भाषेत आम्हाला समाजवादी म्हणता येणार नाही; पण येथले उद्योगधंदे, शेते व कॉलेजे ही सामुदायिक मालकीची आहेत. जमीन व घरे ही सुद्धा सामुदायिक मालकीची आहेत. आता तुम्ही जरी येथे घर बांधले तर तुम्ही जोपर्यंत त्या घरात राहता तोपर्यंत ते तुमचे. ह्या मर्यादेत प्रत्येकाला धनसंचय करण्याची, मालमत्ता करण्याची पूर्ण मुभा आहे. या अशा आमच्या निर्बंधांमुळे जुलमी समाजवादापासून आम्ही पूर्णतया सुरक्षित राहिलो आहोत. आमची सगळी सामुदायिक मालमत्ता, पैशाच्या देणग्या सदस्यांनी आपण होऊन दिलेल्या असतात. हा आम्ही एक विश्वस्त निधी मानतो व त्याचा कारभार धार्मिक भूमिकेवरून करतो. प्रत्येक बाबतीत आध्यात्मिक ध्येय प्रमुख आहे. हा कारभार एक मंडळ चालविते. त्या मंडळात पंचेचाळीस सभासद आहेत. ते हिंदुस्थानांतील वेगवेगळ्या प्रांतांचे प्रतिनिधी आहेत. हे मंडळ वर्षातून दोनदा भरते व अंदाजपत्रक ठरविते व हिशेब तपासते. सर्वसाधारण काम व नियंत्रण एका कार्यकारी समितीच्या हातात आहे. त्या समितीत अकरा सभासद आहेत.'

'आर्थिक प्रश्नाची उकल करण्याकरिता दयाळबागचे उदाहरण पुढे कराल असे तुम्ही म्हणाला होता. खरे पाहिले तर तोच आजचा मुख्य प्रश्न आहे.'

साहेबजी महाराजांनी आत्मविश्वासाने किंचित स्मित केले.

त्यांनी आपले बोलणे पुढे चालू ठेवले, 'त्या प्रश्नावर सुद्धा हिंदुस्थानाला उपयुक्त असे सुचविता येईल. पुढील काही आगामी वर्षांत आमच्या विकासाची

गती द्रुततर व्हावी म्हणून काही योजना आम्ही नुकतीच अमलात आणली आहे, ती तुम्हाला सांगतो. माझ्या मते, ह्या योजनेत मूलगामी महत्त्वाच्या आर्थिक व सामाजिक तत्त्वांचा आम्ही मिलाफ घडवून आणला आहे. आम्ही एक वारसद्रव्य निधी गोळा करीत आहोत. आमच्या सभासदांपैकीच ज्यांना एक हजार किंवा त्याहूनही जास्त रक्कम देता येईल अशांकडेच आम्ही या निधीकरिता वर्गणी मागतो. अशा प्रत्येक सभासदाला आमच्या कार्यकारी समितीकडून दरसाल पाच टक्क्याहून कमी नाही असे वर्षासन (अॅन्यूअिटी) मिळते. त्याच्या हयातीनंतर ते वर्षासन त्याची बायको, मूल किंवा कोणीतरी- ज्याचे नाव अगोदर नोंदले गेले आहे, त्यांना मिळते. ज्याला हे वर्षासन मिळते तो आपला वारस नेमतो. पण तिसऱ्या वारसानंतर- पिढी-नंतर हे वर्षासन बंद होते. आता रक्कम ठेवणाऱ्या मूळ वर्गणीदाराला जर पैशाची फार निकड असली तर ठेवल्या रकमेतील काही भाग किंवा सगळी रक्कम सुद्धा त्याला परत करण्यात येते. म्हणजे अशा ह्या वारसद्रव्य निधीच्या द्वारा आमच्या समितीच्या द्रव्यकोषात लाखो रुपये येऊन पडतात. इतके असूनही आमच्या सभासदांच्या खिशाला फारशी चाट बसत नाही. कारण ते जेवढी रक्कम देतील त्यावर त्यांना थोडेबहुत उत्पन्न मिळतेच.'[१]

'म्हणजे तुम्ही भांडवलशाहीचे अनिष्ट परिणाम व समाजवादाचे खुळ यांमधून आपला रस्ता काढता आहात असे समजावयास हरकत नाही. तुम्हाला यात यश मिळेल याची मला खात्री आहे व तेही लवकरच मिळेल.'

म्हणजे दयाळबाग वसाहतीला निश्चित उत्पन्नाची साधने झालेली आहेत हे मला समजून आले. त्यामुळे त्यांचे भविष्य यशस्वीच होणार यात शंका नाही. ती उत्पन्नाची साधने म्हणजे सतत वाढत जाणारा वारसद्रव्यनिधी; देणग्यांचा अविरत प्रवाह व आता नफा देऊ शकणारे कारखाने.

'देशातील पुष्कळ प्रसिद्ध पुढारी आमच्या ह्या प्रयोगाकडे बारकाईने पाहत आहेत व हा प्रयोग कितपत यशस्वी होतो याकडे लक्ष देऊन आहेत,' राधास्वामी पंथाचे आचार्य पुढे सांगू लागले, 'पुष्कळ पुढारी दयाळबागला येऊन गेले आहेत. आमच्या विचारांचा उपहास करणारेही येथे येऊन गेले आहेत. हे पाहा, हिंदी लोक हे जगातल्या दुबळ्या व दरिद्री लोकांत मोडतात. आणि त्यांचे पुढारी उपाय म्हणून सुसंगत-विसंगत असे वेगवेगळे रामबाण इलाज सुचवितात. गांधी एकदा येथे आले

---

[१] पाश्चात्त्य अर्थशास्त्रज्ञांना अशाच एका योजनेची फार पूर्वीपासून माहिती आहे. ही योजना इटालीच्या प्रोफेसर रिग्नॅनोने तयार केलेली होती. ह्या योजनेनुसार वारसा कायद्यात असा फरक करावयाचा होता की ज्या योगे वारसदारांचा विरोध शक्य तितका कमी व त्यांनी करावयाचा त्याग अगदी थोडा होईल; अशी ती संकल्पित योजना होती.

होते. बराच वेळ माझ्याशी बोलत बसले होते. त्यांच्या राजकीय चळवळीत मी पडावे असा त्यांनी फार आग्रह धरला. पण मी कबूल झालो नाही. आमच्या येथे राजकारणाला स्थान नाही. पुनरुज्जीवनाच्या व्यावहारिक उपायांवर आमचा भर आहे. गांधींच्या राजकीय तत्त्वज्ञानाविषयी मला काही कर्तव्य नाही. परंतु त्यांच्या आर्थिक कल्पना, विचार माझ्या मते अव्यवहार्य आहेत.'

'ते म्हणतात, सारी यंत्रे समुद्रात बुडवून टाका,' साहेबजींनी मान हालविली.

'हिंदुस्थानाला पाठीमागे जायचे नाही; पुढे जायचे आहे. भोगवादी संस्कृतीमधील उत्तम गुणांचा विकास करावयाचा आहे. तरच देश भरभराटीस येईल. आमच्या देशबांधवांनी अमेरिका व जपान या देशांपासून शिकावयास हवे. चरख्याने व हातमागाने कार्यभाग व्हायचा नाही. आधुनिक व मोठ्या प्रमाणावर उत्पादन करण्याच्या पद्धतीशी मुकाबला चरख्यास व हातमागास करता यायचा नाही.'

असे हे आपले विचार साहेबजी महाराज विशद करीत असताना मी त्यांचे मनाने चित्र चितारू लागलो. देह काळासावळा भारतीय पण मन एखाद्या अमेरिकन माणसाचे. त्यांची कार्यक्षमता, त्यांची व्यवहारी दृष्टी, विचार मद्देसूद मांडण्याची त्यांची तऱ्हा मला त्यांच्या ठिकाणी आढळली. त्यांचा व्यवहारी दृष्टिकोन, त्यांची समतोल दृष्टी व सुज्ञता या गुणांचे माझ्या बुद्धिवादी स्वभावाला आकर्षण वाटले. हे गुण असे एकत्र आढळणे या देशात जरा विरळाच.

त्यांच्या भूमिकेतील हा चमत्कारिक विरोध पुनः नवीनपणे माझ्या नजरेत भरला. एका बाजूला योगाच्या एका गूढ प्रकारच्या जवळ जवळ एक लाख साधकांचे ते गुरू होते तर दुसऱ्या बाजूस दयाळबागसारख्या आदर्श वसाहतीचे ते संस्थापक होते. फार उत्तम माणूस; दुसऱ्यांना हतबुद्ध करून टाकणारा माणूस. हिंदुस्थानातच नव्हे तर साऱ्या दुनियेत असा माणूस पाहावयास मिळणार नाही.

माझ्या विचारतंद्रीचा त्यांच्या बोलण्याने भंग केला. 'येथे दयाळबागला आमच्या जीवनाचे दोन कप्पे तुम्ही पाहिलेत; पण आमचे कार्य, आमच्या चळवळी विविध स्वरूपाच्या आहेत. माणसाचे व्यक्तित्व विविध स्वरूपाचे आहे. आत्मा, मन व शरीर. शारीरिक काम करण्याकरिता कारखाने व शेते आहेत; बुद्धीचा विकास साधण्याकरिता महाविद्यालये आहेत व आध्यात्मिक बैठकीकरिता आम्ही सत्संगाचे आयोजन करतो. म्हणजे प्रत्येक व्यक्तीचा शारीरिक, मानसिक व आध्यात्मिक विकास साधणे हे आमचे ध्येय आहे. पण आध्यात्मिक विकासावर आम्ही सगळ्यात जास्त भर देतो. आमच्या पंथाचा प्रत्येक सदस्य आमची योगसाधना दररोज नेमाने करतो; मग तो कोठेही असो.'

'तुमच्या सत्संगाच्या बैठकीला मी बसू का एकदा?'

'वा! जरूर. प्रत्येक सत्संगाला बसाल तर फारच चागले.'

***

दयाळबागला बरोबर सकाळी सहा वाजता जाग येते; व सत्संगास सुरुवात होते. रात्र संपून झुंजूमुंजू दिसावयास लागते. पक्ष्यांचा किलबिलाट सुरू होतो; त्यात कावाळ्याचा 'काव', 'काव' आवाज मिसळून जातो. जणू सर्व पक्षी उगवत्या सूर्यदेवास वंदन करतात. अशाच एका प्रभाती मी जागा झालो व माझ्या मार्गदर्शकाबरोबर एका तंबूकडे जावयास निघालो. तंबू मोठा होता. लाकडी खांबाचे त्याला आधार दिलेले होते.

त्या तंबूच्या दरवाजावर ही गर्दी ! प्रत्येकजण आत प्रवेश करण्यापूर्वी आपली पादत्राणे काढून ठेवून तेथे उभ्या असलेल्या स्वयंसेवकाच्या ताब्यात देई. तेथल्या रिवाजाप्रमाणे मीही आपले बूट स्वयंसेवकाच्या हाती दिले आणि आतल्या दालनात गेलो.

त्या दालनाच्या मध्यभागी एक व्यासपीठ मांडलेले होते. त्या व्यासपीठावर एका खुर्चीवर साहेबजी महाराज बसलेले होते. त्यांच्याभोवती वर्तुळाकार त्यांचे अनुयायी खाली जमिनीवर मांडी घालून बसलेले होते. बैठकीवर सगळी माणसेच माणसे बसलेली होती. सर्वांचे डोळे महाराजांकडे लागून राहिलेले होते. सर्वजण अगदी गप्प बसून त्यांच्याकडे भक्तिभावाने पाहत होते.

मी व्यासपीठाच्या खालीच जागा करून बसलो. जागा अरुंद असल्यामुळे मला दाटीवाटीने बसावे लागले. इतक्यात त्या दालनाच्या पाठीमागल्या बाजूकडली दोन माणसे उठून उभी राहिली व सौम्य आवाजात भूपाळी म्हणू लागली. तो आवाज कानास फार गोड वाटला. ही प्रातःस्तोत्रे; मला वाटते, पंधरा एक मिनिटे चालली असतील. ते पवित्र शब्द कानांत घुमत राहिले व मनास शांतता वाटू लागली. नंतर ते ध्वनी कमी कमी होत जाऊन पुनः सर्वत्र स्तब्ध निःशब्द झाले.

मी सभोवार पाहू लागलो. त्या तंबूतील प्रत्येक मनुष्य कसा शांत, निश्चल, ध्यानस्थ बसला होता. मी त्या व्यासपीठावर बसलेल्या विनयशील, साधी वस्त्रे परिधान केलेल्या व्यक्तीकडे पाहू लागलो. त्यांच्या तोंडून अजून शब्द बाहेर पडला नव्हता. नेहमीपेक्षा आता त्यांचा चेहरा मला गंभीर दिसला. त्यांच्या वागण्यातील, हालचालीतील चपळाई कुठल्या कुठे नाहीशी झालेली दिसली. त्यांच्या मनात काही गंभीर विचार चालत असावेसे दिसले. कसले विचार ते असावेत याचा मला अंदाज करता आला नाही. त्यांच्यावर जबाबदारी केवढी! हे सगळे लोक त्यांना आपले

गुरू मानतात. उच्चस्तरावर नेऊन पोहोचविणारे मार्गदर्शक समजतात.

अशा तऱ्हेची ही नीरव शांतता अर्धा तास टिकली. बिलकूल आवाज नाही. कोणीही शिंकले नाही की खोकले नाही की हालले नाही. ह्या ध्यानावधित माणसांनी आपले चित्त कुठल्या कुठे नेऊन पोहोचविले असेल कोण जाणे? आम्हा पाश्चात्त्यांना तिकडे जाण्यास जणू प्रतिबंध आहे! पण पुढे दिवसभरात सर्व वसाहतीभर कामाची जी वर्दळ उठायची, त्याची सुरुवात मात्र अशा शांततापूर्ण कार्यक्रमाने व्हायची.

नंतर आम्ही आपली पादत्राणे पुनः शोधून काढून मुक्कामाकडे परतलो.

नंतर सकाळी मला पुष्कळ राधास्वामीपंथीय भेटले. तेथील रहिवासी व बाहेरचेही. त्यांच्याशी मी बोललो. पुष्कळांना चांगले इंग्लिश बोलता येत होते. त्यांत फेटेवाले पंजाबी होते; शेंड्यावाले मद्रासी होते; चपळ व बुटके बंगाली होते व दाढीवाले मध्य भारतीयही होते. त्यांच्या मुद्रेवर स्वाभिमानाची छटा होती, तसाच चाणाक्ष व्यवहारतेचा आविर्भाव होता, हे माझ्या ध्यानात आले. हे गुण त्यांच्या आध्यात्मिक ध्येयाला मात्र विसंगत होते. त्यांची मने दूर दिगंतरात शून्याचा शोध घेत असायची, पण पाय मात्र जड पृथ्वीवर जखडलेले होते. अशा तऱ्हेचा नागरिक मला फार आवडला. कोठल्याही शहराला अशा नागरिकांचा अभिमान वाटावा. मला तर ही माणसे फार आवडली- अगदी मनापासून. कारण ती चारित्र्यवान होती. फार दुर्मीळ गुण आहे हा!

तिसऱ्या प्रहरी सुद्धा अशीच एक सत्संगाची बैठक भरायची. पण ती फार थोडा वेळ चालू असे. पाहुणे मंडळी कोणी आली असतील, त्यांना ह्या सत्संगात उपस्थित राहता यावे हा या बैठकीमागे उद्देश असे. ह्या वेळी वैयक्तिक प्रश्नांची चर्चा होई; प्रश्नांना उत्तरे मिळायची व सामुदायिक समस्यांचा खल व्हायचा. ह्या वेळी साहेबजी महाराजांचे असाधारण चातुर्य दृष्टोत्पतीस यायचे. कोणत्याही प्रश्नाचा निकाल ते हुशारीने करून टाकीत. त्यांची बोलण्याची पद्धती जरा विनोदी असायची, सहज असायची; पण प्रश्न कितीही बिकट असला तरी त्याला ते उत्तर काढीत. प्रश्न विविध स्वरूपाचे, आध्यात्मिक, ऐहिक असत पण त्यावर ते आपले मत चटकन व आत्मविश्वासाने सांगून टाकीत. त्याच्या दृष्टिकोनात व एकंदर वागण्याच्या पद्धतीत संपूर्ण आत्मविश्वास व शांतिपूर्ण विनय यांचा असाधारण असा गोड मिलाफ झालेला आढळून यायचा. त्यांत त्यांची विनोदबुद्धी मधूनमधून दिसून यायची.

संध्याकाळी पुनः सत्संग. ह्या वेळी प्रत्येक कारखाना, दुकान, वाडी बंद झालेली असायची आणि त्या भव्य तंबूत मोठी गर्दी व्हायची. साहेबजी महाराज व्यासपीठावर खुर्चीवर बसलेले असायचे. त्या वेळी त्यांचे अनुयायी हळूहळू रांगेने

त्यांच्याजवळ यायचे व त्यांच्या पायाशी वसाहतीच्या कारभाराच्या खर्चासाठी शक्तीनुसार मदत म्हणून पैसे ठेवायचे. समितीचे दोन सभासद तेथे बसलेले असत. ते पैसे गोळा करीत व टिपून ठेवीत.

त्यानंतरचा मोठा कार्यक्रम म्हणजे महाराजांचे प्रवचन. ते बराच वेळ चाले. त्यांचे हजारो अनुयायी व भक्तगण हिंदीमधील त्यांचे ते उत्कृष्ट प्रवचन अगदी लक्षपूर्वक ऐकत; त्यांचे वक्तृत्व उच्च दर्जाचे असे. ते जणू आपल्या अंतर्यामातून बोलत. बोलण्याची पद्धत मनोरंजक व भावनांनी ओतप्रोत भरलेली असायची. एका प्रखर अशा ऊर्मीने व दुर्दमनीय उत्साहाने ते जणू भारले जात.

दररोज तोच कार्यक्रम चालायचा. त्यात फरक होत नसे. संध्याकाळचा सत्संग मोठा चालायचा; जवळ जवळ दोन तास. आणि हा कार्यक्रम साहेबजी महाराज अगदी सहज व दणकेबाज चालवीत; त्यांना काही अडचण वाटत नसे; यावरून त्यांच्या मनःसामर्थ्याची कल्पना करता येईल. आज संध्याकाळी प्रवचनाला ते कोणत्या विषयावर बोलणार याची अगोदर कोणाला कल्पना नसे. मी या बाबतीत त्यांना विचारले तेव्हा ते मला सांगू लागले,

'मी जेव्हा व्यासपीठावर खुर्चीवर बसतो तेव्हा कोणत्या विषयावर आज बोलायचे याची मला कल्पना नसते. अगदी जरी बोलायला सुरुवात केली व एक वाक्य संपविले तरी दुसरे कोणते येणार हे सुद्धा मला ठाऊक नसते. हे प्रवचन मी कसे संपविणार, याची सुद्धा मला कल्पना नसते. परमेश्वरावर मी सारा हवाला टाकून देतो. मला जे माहीत करून घ्यावयास पाहिजे असते ते तोच मला ताबडतोब सांगतो. अंतःस्थरीत्या मी त्याच्याकडूनच संदेश घेतो. सर्वस्वी मी त्याच्याच हातात असतो.'

त्यांच्या पहिल्या प्रवचनाच्या विषयावर मी बरेच दिवस विचार करीत राहिलो. त्यांचा विषय समर्पणबुद्धी हा होता. तोच विषय माझ्या मनात घोळत राहिला. शेवटी साहेबजी महाराजांशी त्या विषयावरच चर्चा केली. दयाळबागच्या मध्यवर्ती भागात जमिनीवर आसने टाकून बसायची सोय केलेली होती. सभोवार हिरवळ होती. आमची चर्चा सुरू झाली.

त्यांनी आपला तोच मुद्दा पुढे मांडला. ते म्हणाले,

'गुरूची आवश्यकता आहेच. आध्यात्मिक क्षेत्रात स्वावलंबन अशी काही चीज नाही.'

'पण तुम्हाला गुरूची जरुरी वाटली का?' मी अगदी धिटाईने विचारले.

'तर! चौदा वर्षे मी गुरूच्या शोधात होतो. शेवटी तो शोधून काढला.'

'चौदा वर्षं! आयुष्याचा एकपंचमांश भाग! केवढा कालव्यय'! त्याचा काही उपयोग झाला का?'

'गुरूच्या शोधात घालविलेला वेळ कधी फुकट जात नाही; अगदी वीस वर्षे जरी लागली तरी हरकत नाही,' ते ताबडतोब म्हणाले, 'माझ्या ठिकाणी श्रद्धा निर्माण होईतोवर मी अगदी तुमच्यासारखा नास्तिक होतो. त्यानंतर आत्मप्रकाश दाखवून देणाऱ्या गुरूला शोधून काढण्याची मला तळमळ लागली. मी त्या वेळी तरुण होतो; सत्याच्या शोधाकरिता मी अगदी वेडा झालो. सत्य जर काही असेल तर ते काय आहे याचे प्रश्न मी झाडांना, गवताला, आकाशाला विचारीत बसलो. एखाद्या मुलासारखा मला बोध व्हावा म्हणून डोके खाली घालून मी रडत बसलो. शेवटी तो ताण मला सहन करवेना. एके दिवशी मी असा निश्चय केला की खाणे सोडायचे; परमेश्वर मला आत्मबोध घडवून आणीपर्यंत उपोषण करायचे; मग त्यात मरण आले तरी हरकत नाही. मला पुढे कामही करता येईना. दुसऱ्याच दिवशी रात्री मला एक स्पष्ट स्वप्न पडले. त्या स्वप्नात मला माझ्या गुरूने दर्शन दिले. मी त्यांचा पत्ता विचारला. त्यांनी उत्तर दिले, 'अलाहाबाद! संपूर्ण पत्ता तुला पुढे मिळेल.' दुसऱ्या दिवशी अलाहाबादच्या एका माझ्या मित्राला मी स्वप्न सांगितले. ऐकल्यावर तो बाहेर गेला व एक ग्रुपफोटोग्राफ घेऊन परत आला. तो फोटोग्राफ त्याने मला दाखविला व जो गुरू भेटला तो त्यातून शोधून काढ म्हणून सांगितले. मी ताबडतोब शोधून काढून दाखविले. नंतर त्या मित्राने खुलाशा केला की, ते गुरू एका गुप्तशा पंथाचे मुख्य आहेत व ते अलाहाबादला राहतात आणि फोटोतील जी व्यक्ती मी शोधून काढली तेच ते गुरू. मी नंतर लागलीच त्यांना जाऊन भेटलो व त्याचा शिष्य झालो.'

'काय मनोरंजक हकिकत आहे!'

'तुम्ही योगाभ्यास एकटाच केलात व स्वत:च्याच सामर्थ्यावर अवलंबून राहिलात तरी एक दिवस तुमची प्रार्थना ऐकिली जाईल व तुम्हाला गुरू भेटेल. गुरूशिवाय तरणोपाय नाही; तुम्हाला मार्गदर्शक पाहिजेच. जो साधक तळमळीने व निश्चयाने साधना करीत राहातो त्याला सद्‌गुरूची प्राप्ती होतेच होते.'

'पण असा गुरू कसा ओळखायचा?' मी पुटपुटत प्रश्न केला.

साहेबजींचा चेहरा एकदम सौम्य झाला व किंचितशी विनोदपूर्ण स्मिताची छटा त्यांच्या चेहऱ्यावर चमकून गेली.

'गुरूला अगोदरच कळते की, आपल्याकडे कोण येत आहे व तोच त्याला लोहचुंबकासारखा आपल्याकडे ओढून आणतो. त्याच्या सामर्थ्यामुळे शिष्याचे

भवितव्य निश्चित ठरते आणि तो परिणाम अटळ असतो.'

एवढ्यात आमच्याभोवती गर्दी जमू लागली व श्रोत्यांची संख्या वाढू लागली.

'आपल्या राधास्वामी पंथाची तत्त्वे समजून घेण्याचा मी प्रयत्न करीत आहे,' मी त्यांना सांगू लागलो, 'पण ती समजायला जरा बिकट आहेत. आपल्याच पंथाच्या पूर्वीच्या आचार्यांनी, ब्रह्मशंकर मिश्रा महाराजांनी या विषयावर काही लिहून ठेवले आहे. ते आपल्या एका शिष्याने मला वाचायला दिले आहे. ते वाचीत असल्यामुळे माझ्या डोक्याला जरा जास्त काम पडले आहे.'

साहेबजींना हसू आले.

'राधास्वामी पंथाची शिकवण तुम्हाला जर समजून घ्यायची असेल तर तुम्हाला योगाचा प्रत्यक्ष अभ्यास करावा लागेल. आमच्या शिकवणीची, तत्त्वांची नुसती कोरडी समजूत करून घेण्यापेक्षा त्यांचे दैनिक कार्यक्रमात प्रत्यक्ष आचरण आम्ही महत्त्वाचे समजतो. आता ध्यान कसे करायचे त्या पद्धतीचे खुलासेवार स्पष्टीकरण मला तुम्हाला सांगता येत नाही, याबद्दल दिलगिरी वाटते; कारण ते आम्ही गुप्त ठेवतो. जो कोणी आमच्या पंथात येतो त्यासच ते आम्ही शिकवितो व ते गुप्त ठेवण्याबद्दल आम्ही त्याच्याकडून शपथ घेववितो. पण आमची शिकवण 'नादयोगा'वर आधारित आहे. आतून येणाऱ्या ध्वनीला आम्ही 'नाद' म्हणतो.

'आता जे लिखाण मी वाचीत आहे त्यात असे दिले आहे की ह्या ध्वनीमुळे – ॐकारामुळे सारे विश्व निर्माण झाले.'

'जडवादाच्या दृष्टिकोनातून हे तुम्हाला बरोबर समजते. पण सृष्टीच्या उत्पत्तीच्या प्रारंभी विधात्याने ह्या ध्वनीच्या- ॐकाराच्या लहरी अंतरिक्षात प्रसृत केल्या. हे विश्व काही अज्ञात शक्तीमुळे निर्माण झालेले नाही. आता ह्या ओंकाराची – प्रणवमंत्राची ओळख आमच्या संप्रदायातील साधकांना झालेली आहे व त्याचा उच्चार बरोबर कसा करावयाचा, हे आम्ही शिकलेलो आहो. ध्वनीच्या उच्चाराने त्या ध्वनीच्या मूलस्थानाचा शोध घेता येतो; ज्या शक्तीने तो ध्वनी निर्माण केला त्या शक्तीविषयी ज्ञान प्राप्त होते अशी आमची श्रद्धा आहे. आणि म्हणून आमच्या सदस्यांपैकी कोणालाही हा ध्वनी अंतरंगातून ऐकू येतो, तेव्हा त्याच्या अंतर्यामातून ऊर्मी उठतात; शरीर, बुद्धी व मन ही त्याच्या पूर्णपणे अंकित होतात; तो वरच्या स्तरावर नेला जातो. परमानंद व परमात्मस्वरूप याची त्यास जाणीव होते.'

'मला वाटते, आपल्या रक्तवाहिन्यांतून जे रक्त वाहत असते, तेथे घर्षणाने, जो ध्वनी निर्माण होतो तोच हा तुम्ही म्हणता तो 'दिव्य नाद' नसेल का? आपल्या शरीरातून दुसरा कोणता आवाज येणार?'

'अहो; हा जो आवाज येतो तो शारीरिक आवाज नव्हे; इंद्रियांना समजून येणारा आवाज नव्हे, तर तो मनालाच फक्त कळून येतो. देहाच्या पातळीवर भौतिक स्तरावर जो आवाज ऐकू येतो, तो हे सारे विश्व निर्माण करणाऱ्या त्या सूक्ष्म स्तरावरील आवाजाचा प्रतिध्वनी असतो. ज्याप्रमाणे तुमच्या भौतिक शास्त्रज्ञांनी जड वस्तूचे विद्युत्मध्ये परिवर्तन करून दाखविले आहे त्याप्रमाणेच जड देहाच्या इंद्रियास जो ध्वनी ऐकू येतो, त्याचे मूलस्थान आम्ही वरच्या स्तरावर; अधिक स्पंदनाच्या पट्टीवर शोधून काढतो. त्या स्तरावरील आवाज आपणास कानांनी ऐकू येत नाही; कारण तो इंद्रियातीत स्तरावरील असतो. आवाज जेथून उत्पन्न होतो, त्या स्थानाचा प्रभाव तो आपल्याबरोबर वाहून नेतो आणि म्हणून तुम्ही आपले ध्यान अंतरंगावर एका विशिष्ट पद्धतीने एकाग्र केले तर एक दिवस मोठा चमत्कार घडून येईल. सृष्टीच्या प्रारंभी-प्रलयावस्थेत ज्या नादाचा-प्रणवाचा आविष्कार झाला व ज्यामधून विधात्याचे स्वरूप प्रगट झाले, तो ओंकारध्वनी- तो रहस्यमय गूढ ध्वनी तुम्हाला एक दिवस ऐकू येईल. त्या ध्वनीचा पडसाद प्रतिध्वनी माणसाच्या कारणदेहात-स्वरूपात उमटतो. ह्या प्रतिध्वनीचा कानोसा घेण्याकरिता आमच्या गुप्त रहस्यमय योगसाधनेचा उपयोग होतो. ह्या साधनेच्या अभ्यासाने त्या प्रतिध्वनीचा मागोवा अगदी त्याच्या मूलस्थानापर्यंत घेता येतो व तसा तो मिळाल्यावर साधक शब्दशः स्वर्गसुख अनुभवितो. आमच्या राधास्वामी पंथाच्या योगसाधनेचा अभ्यास जर एकनिष्ठपणे केला तर साधकास या ओंकाराचा आतून आवाज ऐकू येतो व त्या नादाच्या श्रवणाने तो तल्लीन झाला म्हणजे त्याला समाधी लागते व तो आवाज त्याच्या आंतरिक कानावर धक्के मारीत असतो.'

'ही तुमची शिकवण भलतीच अजब आहे.'

'तुम्हा पाश्चिमात्यांना ती तशी वाटेल; आम्हा भारतीयांना नाही. अगदी पंधराव्या शतकाच्या सुमारास पूर्वी वाराणशीमध्ये कबिराने ह्या नादब्रह्मयोगाच्या साधनेचा प्रचार केला होता.'

'आता ह्या शिकवणुकीच्यासंबंधाने काय बोलावे हे समजत नाही.'

'त्यात काय अडचण आहे? एका प्रकारच्या ध्वनीच्या श्रवणाने संगीताने माणसाला भावसमाधी लागते ही गोष्ट तर तुम्ही ताबडतोब कबूल कराल ना? मग ह्या अंतर्यामातून येणाऱ्या दिव्य संगीताच्या श्रवणाने माणसावर त्यापेक्षा कितीतरी जास्त परिणाम होईल.'

'एकदम कबूल; पण अशा तऱ्हेचे हे अंतर्यामातले संगीत खरोखरीच ऐकू येते, हे सिद्ध होईल तेव्हा.'

साहेबजींनी आपले खांदे हालविले.

'तुमच्या तर्कबुद्धीची खात्री करण्याकरिता मी काही युक्तिवाद तुमच्यापुढे मांडले असते, पण मला वाटते की तुम्हाला त्याहूनही जास्त ज्ञान पाहिजे आहे. पण केवळ विवाद करून इंद्रियातीत ज्ञानाचे अस्तित्व मी तुम्हाला कसे सिद्ध करून दाखविणार? ज्याची बुद्धी अगदी सामान्य आहे त्याला ह्या पार्थिव जगाच्या पलीकडे काही दिसत नाही. तुम्हाला जर ह्या आध्यात्मिक सत्यतेचे ज्ञान करून घ्यावयाचे असेल- प्रत्यक्ष अनुभव पाहिजे असले तर योगसाधनेचाच तुम्हाला आश्रय करावा लागेल. आपल्या शरीराची क्षमता आपल्याला वाटते त्याहून जास्त आहे याची मी तुम्हाला खात्री देतो. आपल्या मज्जातंतूंच्या केंद्रांचे अगदी आतील भाग असे निर्मिलेले आहेत की त्यांचा संबंध सूक्ष्म जगाशी पोचतो; योग्य अशा अभ्यासाने ह्या केंद्रांना अशी चेतना मिळते की त्यांना ह्या सूक्ष्म जगताचे ज्ञान होते. आणि त्यांतले सर्वांत महत्त्वाचे केंद्र आपल्याला परमात्मस्वरूपाचे ज्ञान घडवन आणून देते.'

'ही जी मज्जातंतूची केंद्रे तुम्ही सांगत आहात, ती शरीरशास्त्रज्ञांना माहीत असतीलच?'

'थोडीबहुत. ही केंद्रे तशी शारीरिक आहेत, पण त्यांच्याकरवी सूक्ष्म देहाची केंद्रे कार्य करीत असतात. खरे कार्य सूक्ष्म जगतातच चालते. ह्या केंद्रातले सर्वांत महत्त्वाचे केंद्र म्हणजे तृतीय नेत्र ग्रंथी (पिनिअल ग्लँड) ही ग्रंथी डोळ्याच्या दोन्ही भुवयांच्यामध्ये असते. त्या स्थानास माणसाच्या शरीरातील 'कूटस्थ चैतन्य' म्हणतात. माणसाला त्या ठिकाणी गोळी घाला. पाहा तो ताबडतोब जागच्या जागीच मरतो की नाही. कान, डोळा, नाक वगैरे इंद्रियांचे ज्ञानतंतू ह्या ग्रंथीमध्ये एकत्र येतात.'

'तृतीय नेत्र ग्रंथीच्या ह्या कार्याबाबत आमच्या डॉक्टर लोकांना मोठे आश्चर्य वाटेल,' मी टीका केली.

'वाटून द्या आश्चर्य त्यांना. पण माणसाच्या शरीराला व मनाला जिवंतपणा व टवटवी देणाऱ्या आत्मिक शक्तीचे तृतीय नेत्र ग्रंथी हे केंद्र आहे. ह्या ग्रंथीमधून आत्मिक शक्ती जेव्हा दूर सरते तेव्हा स्वप्ने पडतात. दीर्घ निद्रा किंवा समाधी लागते व जेव्हा ती त्या ग्रंथीपासून शेवटी बाहेर पडते तेव्हा शरीर मरून पडते. ज्या अर्थी मानवी शरीर हे साऱ्या विश्वाचे प्रतीक आहे म्हणजे त्या शरीरात सृष्टीचा विकास होत असताना ज्या ज्या घटकांचा अंतर्भाव होत गेला, ते सारे घटक सूक्ष्म प्रमाणात शरीरात वास करीत असतात, विद्यमान असतात; आणि ज्या अर्थी त्या शरीराचा सूक्ष्म जगताशी संबंध असतो, त्या अर्थी त्या आत्मिक शक्तीला अगदी अत्युच्च अशा स्तरावरील विश्वाशी संपर्क साधता येतो. जेव्हा ती आत्मिक शक्ती तृतीय

नेत्र ग्रंथी सोडून वरती जाते; वरती जाताना तिचा मार्ग मेंदूच्या पांढुरक्या भागातून जातो; तिथे विश्वमनाशी तिचा संपर्क येतो व तेथून बाहेर पडताना ती उन्नत होत होत परमात्मशक्तीच्या मार्गाला लागते. पण ही उन्नती इकडे होत असताना ऐहिक शरीराची जाणीव स्थगित होऊन जाते; कारण ती जाणीव विसरल्याखेरीज बाह्य उपाधींचा अवरोध करता- त्यांना रोखता येत नाही. आमच्या योगसाधनेचे मुख्य तत्त्व मन अंतर्मुख करणे. तसे मन अंतर्मुख केल्यावर बाह्य उपाधींची बाधा होत नाही. आणि त्यात एकाग्रता साध्य केली की आंतरिक ध्यानाची बैठक तयार करता येते.'

मी दूर पाहू लागलो. हे सारे गहन, दुर्बोध तत्त्वज्ञान, गोड शब्दांत वर्णन केलेले, मी माझ्या गळी उतरवू लागलो. आमच्याभोवती बसलेली मंडळी हे सर्व मन लावून ऐकत होती. महाराजांच्या शब्दांत शांतिपूर्ण आश्वासन होते. त्याचे मला आकर्षण वाटले. पण....

'तुम्ही म्हणता की हे सर्व तत्त्वज्ञान पडताळून पाहण्याकरिता तुमची नादयोगाची एकमेव योगसाधना आहे. पण ती साधना तुम्ही गुप्त ठेविली आहे,' मी तक्रारीच्या आवाजात बोललो.

'ज्याला ज्याला आमच्या पंथात यावयाचे आहे व ज्याला आम्ही आमच्या पंथात घेतले आहे, त्याला आमची ही साधना शब्दांनी समजावून सांगतो.'

'आपण मला त्या साधनेचा काही वैयक्तिक अनुभव आणून द्याल काय? थोडी प्रचिती प्रथम आणून द्याल काय? आपण सांगता ते सगळे खरे असेल- ते सगळे खरे असावे अशी माझी खरोखरी अंतःकरणपूर्वक इच्छा आहे.'

'तुम्हाला प्रथम आमच्यात आले पाहिजे.'

'माफ करा; मला तसे येता येत नाही. माझ्या मनाची ठेवण अशी घडलेली आहे की प्रचिती पाहिल्याखेरीज कोणताही सिद्धान्त मानावयाचा नाही.'

साहेबजी महाराजांची निराशा झाली. त्यांनी जरा आपले हात लांब केले.

'मग आमचा नाइलाज आहे. सर्व काही परमात्म्याच्या हातात आहे.'

***

त्यांच्या पंथांच्या अनुयायांप्रमाणे मीही त्यांच्या सत्संगाच्या कार्यक्रमास दररोज हजर राहू लागलो. त्यांच्यामध्ये मांडी घालून बसून ध्यान करू लागलो; महाराजांची प्रवचने ऐकू लागलो. त्यांना मी वाटेल ते प्रश्न विचारी; आणि त्यांच्याकडून मला जे काही समजे त्यातून मानव व विश्व यासंबंधी राधास्वामी पंथाची जी शिकवण आहे त्याचा अभ्यास मी करू लागलो.

एक दिवस दुपारच्या कलत्या वेळी तेथल्या एका साधकाबरोबर दयाळबागपासून मैल-दीड मैल अंतरावर असाच भटकत राहिलो. तेथून जंगलाला सुरुवात होत होती. तेव्हा आम्ही यमुना नदीच्या बाजूला वळलो व शेवटी त्या महानदीच्या काठावर एके ठिकाणी जाऊन बसलो. ती जागा उंचवट्याची होती. तेथून खाली नदीचा संथ प्रवाह चाललेला आम्ही पाहत होतो. प्रवाह पुढे मैदानातून जात जात आगऱ्याकडे वळत होता. मधून मधून एक गिधाड आमच्या डोक्यावरून घिरट्या मारीत मारीत, पंख हालवीत आपल्या घरट्याकडे चालले होते.

यमुना! हिच्याच तीरावर कोठेतरी कृष्णाने गोपींना आपल्या वेणुनादाने मुग्ध केले व त्यांच्याबरोबर रासक्रीडा केली. आज हिंदू लोक याच देवतेला सर्वांत जास्त मान देतात व तिची पूजा करतात.

'अगदी परवा-परवापर्यंत या ठिकाणी अरण्य होते व येथे वन्य पशू राहत होते. रात्रीच्या वेळी ते भटकत असत. आज जेथे दयाळबाग वसाहत वसली आहे. अगदी तेथपर्यंत हे वन्य पशू भटकत असत. आता हल्ली ते इतके या बाजूस येत नाहीत,' माझा सोबती मला सांगू लागला.

आम्ही दोन मिनिटे गप्प राहिलो. नंतर तो पुन्हा सांगू लागला, 'आमच्या सत्संगाला येऊन बसणारे तुम्हीच पहिले युरोपियन; पण शेवटचेच नक्की ठरणार नाहीत. तुम्ही दाखविलेले सहिष्णुत्व व सहानुभूती आमच्या ध्यानात आहे. पण तुम्ही आमच्या समाजाचे सदस्य का होत नाही?'

'याचे कारण कोणत्याही एका विशिष्ट संप्रदायावर माझी निष्ठा किंवा श्रद्धा नाही. शिवाय ज्या गोष्टीवर विश्वास ठेवा म्हणून तुम्ही सांगता, ती तशीच डोळे झाकून मान्य करणे हे माझ्या दृष्टीने धोक्याचे आहे.'

तो बसून बसून कंटाळला; त्याने गुडघे वरती केले व त्यावर हनुवटी ठेवून तो पुन्हा बोलू लागला.

'आमच्या महारांजाशी जो तुमचा संपर्क घडून आला आहे त्याचा तुम्हाला कोणत्याही बाबतीत फायदा झाल्याखेरीज राहणार नाही. तुम्ही आमच्या संप्रदायात या असा माझा आग्रह नाही. इतरांनी आमच्या संप्रदायात यावे अशी आम्ही खटपट करीत नाही; आमचे सदस्य तसा प्रचार करीत नाहीत.'

'ह्या संप्रदायाबद्दल तुम्हाला प्रथम कशी माहिती मिळाली?'

'ती अगदी साधी कहाणी आहे. माझे वडील या संप्रदायाचे फार जुने सदस्य; ते दयाळबागला राहत नाहीत; पण मधूनमधून येऊन जात असत. पुष्कळदा मी त्यांच्याबरोबर येत असे; पण ह्या पंथात मी सामील व्हावे असा त्यांनी कधीही

प्रयत्न केला नाही. सुमारे दोन वर्षांपूर्वी हा काय प्रकार आहे म्हणून माझ्या मनात जिज्ञासा उत्पन्न झाली व पुष्कळ मित्रांना त्यांच्या श्रद्धेच्या विषयाबद्दल विचारले. तसेच वडिलांनाही विचारले. आणि मग त्यांनी जे काही मला सांगितले त्यावरून राधास्वामी पंथाच्या शिकवणुकीकडे मी आकर्षित झालो. मी पंथाचा सदस्य झालो आणि कालांतराने त्या पंथावरचा माझा विश्वास वृद्धिंगत झाला. तसे पाहिले तर मी भाग्यवान; लहान वयात मी अध्यात्माकडे वळलो. पुष्कळ माणसे अशी आहेत- संसारयातनांनी त्रस्त झाल्यावर म्हातारपणी ती परमार्थाकडे वळतात.'

'तुमच्यासारखे मी माझे प्रश्न, माझे संशय सहजरीत्या व त्वरित सोडवू शकलो असतो तर...?' मी सहजपणे बोलून गेलो.

पुनः काही वेळ आम्ही दोघे अगदी गप्प बसलो. खाली यमुनेचे गडद निळसर सलिल संथपणे वाहत होते. त्याकडे मी बारकाईने पाहत होतो. हळूहळू माझ्या डोळ्यावर झोप आली व मी तेथेच पडलो.

ह्या हिंदी लोकांची विचारसरणी जाणतेपणे व अजाणतेपणे सुद्धा श्रद्धेवर आधारलेली असते. कोणत्या तरी धर्माशी, निष्ठेशी एकनिष्ठ राहणे त्याला जरूर वाटते; जी गोष्ट धर्माची तीच पंथाची पवित्र ग्रंथाची, भाषेची, या देशात धर्माची दोन्ही स्वरूपे, अगदी निकृष्ट व अत्युच्च अशी आढळून येतात.

गंगेच्या तीरावर असलेल्या एका लहान देवळाच्या भिंतीवर मी एकदा आपटलो. त्या देवळाचे जे खांब होते त्यावर स्त्रीपुरुषांच्या संभोगाची चित्रे कोरलेली होती व भिंतीवर उत्तान शृंगाराची अशी काही चित्रे काढलेली होती की आमच्याकडील पाद्र्याला ती पाहून झीट आली असती. अशाही गोष्टींना येथील धर्मात स्थान आहे. आणि एका दृष्टीने पाहता हे श्रेयस्कर ठरले आहे. नाहीतर लैंगिक विषय अगदी खालच्या दर्जाला जाऊन पोहोचला असता. माणसाच्या मनाला अति उच्च व अति शुद्ध वाटणाऱ्या कल्पनांना धर्मात सामावून घेण्यास या देशाने नेहमीच तयारी दाखविलेली आहे. हिंदुस्थान हा असा देश आहे!

पण या साऱ्या देशात राधास्वामीसारखा आश्चर्यकारक पंथ मला दुसरा आढळून आला नाही. त्या पंथाचे वैशिष्ट्य अगदी निर्विवाद आहे. साहेबजी महाराजांचे बुद्धिकौशल्य अद्वितीय खरेच. दुसऱ्या कोणालाही जगातील अगदी प्राचीनतम अशी योगविद्या व अद्ययावत युरोपियन किंवा अमेरिकन शहरातील उच्च थरातील यांत्रिक संस्कृती यांचा समन्वय साधता आला नसता.

सध्या तशी पाहिली तर दयाळबाग वसाहत इतकी महत्त्वाची नाही तरी भारतीय इतिहासात पुढे तिचे महत्त्व अनेक पटींनी कशावरून वाढणार नाही? हिंदुस्थान देश हे

एक उलटसुलट अक्षरांचे शब्दकोडे आहे व ते कोणालाही बिनचूक सोडवता आलेले नाही; तरी पण भविष्यकालात ते कोडे सुटणार नाही असे कोणी म्हणावे?

गांधींच्या मध्ययुगीन कालातील जीवनादर्शाच्या शिकवणीबद्दल साहेबजींनी त्यांची चेष्टा केली असती. नाहीतरी खुद्द अहमदाबाद शहरात गांधींच्या चळवळीच्या मुख्य आगरातच त्यांच्या साधेपणाच्या शिकवणुकीचे विडंबन झालेले आहे. साबरमतीच्या तीरावर उभे राहावे व गिरण्यांची उंच धुराडी मोजावीत; पन्नास-एक सहज भरतील. जवळच असलेल्या त्यांच्या आश्रमात ग्रामीण जीवनाचा आदर्श शिकविला जातो, त्या आश्रमातील त्या पांढऱ्या बंगल्यांच्या पुंजक्याकडे त्या धुराड्यांतून बाहेर पडणारा धूर उपहासाने पाहत पाहत वर जात आहे.

पाश्चिमात्य राहणीची आवड या देशात इतकी जबरदस्तपणे निर्माण होत आहे की परंपरागत जुन्या साध्या राहणीच्या पद्धती कोसळून पडत आहेत. भारताच्या किनाऱ्यावर जे पहिले युरोपियन आले त्यांनी या देशात नुसता मालच आणला नाही तर नवीन कल्पना, नवीन विचारही आणले. कालिकतच्या विशेष वर्दळ नसलेल्या बंदरात ज्या वेळी वास्को डी गामा व त्याचे ओबडधोबड दाढीवाले खलाशी येऊन उतरले, त्याच वेळेपासून या देशाच्या पश्चिमीकरणास सुरुवात झाली. ते स्थित्यंतर आज अगदी जोराने चालू आहे. या देशाचे औद्योगिकीकरण प्रथम जुजबी पद्धतीने, भीत भीत सुरू झाले, पण त्याची सुरुवात निश्चितच झाली. युरोपमध्येही अशाच क्रांत्या घडून आलेल्या आहेत. तर्कबुद्धीचे पुनरुत्थान, धार्मिक सुधारणा व औद्योगिक क्रांती क्रमाक्रमाने होत गेली व याच्यापुढेही युरोपचे पाऊल पुढे पुढे पडत चालले आहे. हिंदुस्थान आता कुठे आपल्या महानिद्रेतून जागा झाला आहे व प्रगतीच्या मार्गात तेच अडसर त्याला येत आहेत. त्याच समस्या आता हिंदुस्थानाला सोडवायच्या आहेत. त्या सोडविण्यात तो युरोपियनांचे अंध अनुकरण करणार की आपल्या स्वतः च्या पद्धतीने त्या सोडविणार, हा प्रश्न आहे. कदाचित ती पद्धत सुसंस्कृत असेल? साहेबजी महाराजांच्या ह्या वैशिष्ट्यपूर्ण मार्गाकडे इतर भारतीयांचे लक्ष एक दिवस जाईल काय?

एका गोष्टीबद्दल मला पूर्ण खात्री झाली आहे की, अल्पावधीतच या देशात एक अपूर्व क्रांती घडून येणार आहे. हजारो वर्षांपासून चालत आलेल्या जुनाट परंपरा, त्यांना चिकटून राहिलेल्या भोळसट धार्मिक समजुती ह्या दोन-तीन शतकातच नामशेष होणार आहेत. तो लोकांना चमत्कार वाटेल; पण तो घडून येणार हे निश्चित.

साहेबजी महाराजांनी या परिस्थितीचा पुरता आढावा घेतलेला आहे. आपण एका नव्या युगात वावरत आहोत हे त्यांना समजून चुकलेले आहे. जुनी विचारसरणी, जुनी समाजरचना इतर देशांप्रमाणे ह्या देशातही नष्ट होत आहे. आशियातील आलस्य

व युरोपमधील व्यावहारिक दृष्टी यांची जोड घालता येणे अशक्य आहे काय? साहेबजी महाराजांना तसे वाटत नाही. योग्याने इतर संसारी माणसाप्रमाणे कपडेलत्ते का करू नयेत? आणि म्हणून त्यांनी आदेश दिला की, योगाने आपल्या एकान्तवासातून बाहेर यावे व जनसंमर्दात-अगदी गिरणी कामगारांत मिसळावे. त्यांच्या आत आता योग्याने खाली, कारखान्यात, कचेरीत, शाळा-कॉलेजात उतरण्याची वेळ आली आहे. तेथील कर्मचाऱ्यांना आध्यात्मिक मार्गाकडे नुसत्या कोरड्या उपदेशाने प्रचाराने नव्हे तर प्रत्यक्ष कार्य करून- नेऊन कर्ममार्गाच्या आचरणानेच त्यांच्यासाठी स्वर्गद्वार उघडे केले पाहिजे. योगासारख्या आध्यात्मिक मार्गावर अधिष्ठित केलेले जीवन सर्वसाधारण माणसाच्या कामकरी माणसाच्या जीवनापासून फार दूर, अलिप्त ठेवले तर त्या लोकांना योगमार्ग म्हणजे ढोंग वाटेल; अहंमन्यता, मूर्खत्वाचा तो प्रकार वाटेल.

योग हा जर काही थोड्या संन्याशांचा केवळ छंद असेल तर आधुनिक जगाला त्याचा काही उपयोग नाही. हे शास्त्र आता नाहीसे होण्याच्या मार्गातलेच आहे; पण त्याचे जे काही थोडेबहुत अवशेष उरलेसुरले असतील तेही लवकरच नष्ट होऊन जातील. योग हा काही कृशकाय योग्यांच्या दिव्य आनंदाचाच जर फक्त विषय असेल तर संसारी लोकांना, कर्माचरण करणाऱ्यांना त्याचा उपयोग नाही. लेखणीवर उपजीविका करणारे, हातात नांगर घेऊन सारा दिवस शेतात राबणारे कृषक, कारखान्यात यंत्राशी घसटून काम करणारे मजूर, शेअर बाजाराच्या गोंगाटात काम करणारे, दुकानात काम करणारे या सगळ्यांना त्या शास्त्रापासून विन्मुख व्हावे लागेल. आणि आज जसा युरोप-अमेरिकेचा या शास्त्राविषयीचा दृष्टिकोन आहे, तसाच दृष्टिकोन आधुनिक भारताचा होईल.

साहेबजी महाराजांनी परिस्थितीच्या अनिवार्य प्रवाहाची ही दखल मोठ्या चातुर्याने घेतली आहे व ह्या प्राचीन योगशास्त्रास वाचविण्याकरिता त्याचा आधुनिक पद्धतीने उपयोग करून घेतला आहे. ह्या प्रतिभाशाली व उद्यमशील महात्म्याचे नाव ह्या देशात चिरस्मरणीय होऊन राहील. आपला देश आलस्यात बराच काल खितपत पडला आहे ह्याची त्यांना जाणीव झालेली आहे. युरोपातील लोक सुखाचे जीवन का जगू शकतात, याचे कारण तेथील उद्योगधंदे, कारखाने व यांत्रिक पद्धतीवर केलेली शेती हे आहे त्यांना स्पष्ट दिसत आहे. त्याचप्रमाणे हेही त्यांना चांगले माहीत आहे की, योगशास्त्र हा या देशाचा प्राचीन कालापासून चालत आलेला बहुमोल वारसा आहे व ते शास्त्र जाणणारे जे काही हाताच्या बोटांवर मोजता येण्यासारखे साधक आहेत, तेही कोठे एकान्तात राहत आहेत. ते मृत्युमुखी पडल्यावर हे रहस्यपूर्ण गूढ शास्त्र त्यांच्याबरोबरच नाश पावणार आहे हेही त्यांना समजून चुकलेले आहे. आणि

म्हणून ते हे शास्त्र टिकविण्यासाठी पुढे सरसावले आहेत. नुसत्या विचारांच्या विरळ हवेतील गिरिशिखरांवरून ते खाली उतरलेले आहेत; अगदी विसाव्या शतकातील उद्योगधंद्यांच्या आखाड्यात उतरलेले आहेत आणि ह्या दोन्हींचा समन्वय साधण्याचा प्रयत्न करीत आहेत.

हा त्यांचा प्रयत्न अशक्य कोटीतील आहे काय? नाही; बिलकूल नाही. उलट प्रशंसनीय आहे. आज आपण विसाव्या शतकात आहोत. अरबस्तानमधील महंमद पैगंबराच्या कबरीवर विजेचा दिवा लावलेला असतो. वाळवंटातून जाण्याचे साधन उंट हे राहिले नसून त्या रस्त्यांवरून आरामशीर मोटरगाड्या मोठ्या वेगाने धावत असतात. मग हिंदुस्थानचे काय? ह्या खंडप्राय अफाट देशातील लोक शेकडो वर्षे निद्रिस्तच पडलेले आहेत. अगदी विरोधी अशा संस्कृतीच्या संपर्काने ते ह्या गाढ झोपेतून आताशी कुठे जागे होत आहेत; त्यांच्या डोळ्यांवरची झोप उडू लागली आहे. इंग्लिश लोकांनी नुसता वाळवंटी मुलूख लागवडीत आणला नाही; त्यांनी शेती सुधारणेसाठी नद्यांवर धरणे बांधून, त्यांचे पाणी वाया जाऊ न देता नुसते कालवे; पाटबंधारे बांधले नाहीत; त्यांनी वायव्य सरहद्दीसारख्या अभेद्य अशा गिरिराजीवर शांतता व सुरक्षितता अबाधित ठेवण्यासाठी अत्यंत कुशल व शूर शिपायांच्या नुसत्या चौक्या ठेवल्या नाहीत; तर त्याहूनही जास्त मोलाचे कार्य करून ठेवले आहे. त्यांनी या देशात वास्तववादी विचारांचा प्रवाह सोडून दिला आहे.

अंधुक प्रकाशाच्या उत्तर ध्रुवाकडून व दूर कोठून तरी पश्चिमेकडून या देशात गौरवर्णीय लोक येऊन ठेपले. योग असा की ते विजेते बनले; सारा देश अल्पशा श्रमाने त्यांच्या अंकित झाला.

असे का झाले?

त्याला कदाचित अर्थ असेल. पौर्वात्य विद्या व पाश्चिमात्य भौतिक शास्त्रे यांचा संगम होऊन या जगात एक नवीन संस्कृती निर्माण व्हावयाची असेल! ज्या संस्कृतीत जुन्या विचारांना थारा नसेल, आधुनिक विचारांचाही जेथे उपहास होईल, त्या संस्कृतीत वाढल्या जाणाऱ्या भावी पिढीला आश्चर्याचा धक्का बसेल.

ही माझी विचारशृंखला एकदम तुटली. मी डोके वरती केले व माझ्या सोबत्याला काही प्रश्न केला. त्याने तो ऐकला की नाही कोणास ठाऊक! तो नदीप्रवाहाच्या पलीकडल्या तीरावर टक लावून पाहतच होता. सूर्यास्ताची वेळ झाली होती. क्षितिजावरचा रक्तिमा कमी कमी होत होता. तो तेजोगोल क्षितिजाखाली जात जात एकदम बुडल्याचे विषण्ण दृश्य मी पाहत होतो. आसमंतातील नीरवता अवर्णनीय होती. सारी सृष्टी, सारी प्रकृती ते मनोहारी दृश्य मूकपणे अवलोकीत

होती. क्षणभर सर्वत्र निःस्तब्ध झाले. त्या अत्युच्च नि:स्तब्धतेने माझेही हृदय हेलावून निघाले, पुनः एकदा मी त्या सोबत्याकडे दृष्टिक्षेप केला. झपाट्याने गडद होणाऱ्या त्या अंधकारात त्याची आकृती आता मला धड दिसेनाशी झाली.

आम्ही तसेच त्या अंधकारात काही वेळ बसलो. सगळीकडे कसे शांत होते.

माझा सोबती नंतर उठला व आम्ही दोघे त्या अंधारातून रस्ता काढीत काढीत दयाळबागला परतलो. वसाहत आली. हजारो विजेच्या दिव्यांनी आम्हाला आमचे मुक्कामाचे ठिकाण दाखविले. आमचे चालणे संपले.

***

परत आल्यावर मला बातमी कळली की, साहेबजी महाराज काही दिवस दयाळबाग सोडून मध्यप्रांतात एका गावी विश्रांतीसाठी जाणार आहेत, या बातमीचा मी असा अर्थ घेतला की, आता मी त्यांचा निरोप घ्यावा व त्यांच्याच दिशेने काही अंतर जावे. मध्यप्रांतातले ते गाव म्हणजे टिमरणी. तेथपर्यंत बरोबर प्रवास करावा व तेथून पुढे आपला वेगळा मार्ग आक्रमावा.

मध्यरात्री एकच्या सुमाराला आम्ही आग्रा स्टेशनवर आलो. महाराजांच्या बरोबर त्यांचे निकटवर्ती असे वीस एक शिष्य होते. आम्हा मंडळींची संख्या तशी मोठी होती. कोणीतरी साहेबजींना बसायला खुर्ची आणली, ते आपल्या भक्तगणांच्या समुदायात बसून राहिले, मी फलाटावर येरझारा करू लागलो.

दिवसभरात दयाळबागमधील माझ्या मुक्कामाचा मी आढावा घेत होतो. त्या मुक्कामात मला कोणताही संस्मरणीय आंतरिक अनुभव मिळाला नाही; जीविताचे गूढ उकलण्याच्या दृष्टीने आत्म्याला उंचावणारा असा कोणताही दृष्टान्त दिसला नाही, हे मला दुःखाने नमूद करावेसे वाटते. मला असे वाटत होते की, माझ्या मनाची जाणीव काही एक योगसिद्धीच्या आविष्काराने प्रज्वलित होऊन विशाल होईल व एक दोन तास तरी माझ्या मनाची विषण्णता कमी होईल. म्हणजे मी योगमार्गाची साधना, प्रत्यक्ष प्रचीती मिळाल्याने, अंधश्रद्धेने नव्हे, करू लागेन. पण तसा योग नव्हता. तशी घटना घडून आली नाही. कदाचित तशा अनुग्रहास मी पात्र नसेन; कदाचित माझी आकांक्षा मोठी असेल. कोण जाणे!

मधूनमधून मी त्यांच्याकडे पाहत होतो. ते खुर्चीवर बसलेले होते. साहेबजी महाराजांना आकर्षक व्यक्तिमत्त्व आहे हे निश्चित. त्यामुळे मी त्यांच्याकडे ओढला गेलो. त्या व्यक्तिमत्त्वात गमतीदार मिश्रण आहे. त्यांच्यात अमेरिकन माणसाची दक्षता व व्यावहारिक दृष्टी आहे; ब्रिटिश माणसाची काटेतोल वागण्याची आवड आहे आणि हिंदी माणसाची भाविक वृत्ती व मननशीलता पण आहे. ह्या आधुनिक

जगात असा माणूस आढळणे विरळा. सुमारे लाख एक स्त्रीपुरुषांनी त्यांना गुरू केलेले आहे. तरी पण राधास्वामी पंथाच्या ह्या महंतांची वागणी साधी, निगर्वी आहे. त्यांच्यामध्ये नम्रता व ऋजुता आहे.

शेवटी आमची गाडी स्टेशनात येऊन पोचली. अजस्र प्रकाशाचा झोत लोहमार्ग व त्याच्या बाजूचा भूप्रदेश उजळून टाकीत होता. साहेबजी महाराज आपल्या राखीव डब्यामध्ये शिरले, आणि बाकीचे आम्ही इतर डब्यात जशी जागा मिळेल तसे शिरलो. मी काही थोडे तास झोप ताणून दिली व सकाळपर्यंत अगदी डाराडूर झोपून राहिलो. सकाळी मी उठलो तो माझ्या घशाला कोरड पडली होती.

नंतरच्या प्रवासात ज्या ज्या स्टेशनवर गाडी उभी राही तेथे जवळपासचे किंवा अगदी दूर अंतरावरचे साहेबजींचे अनुयायी त्यांच्या दर्शनाकरिता येत व त्यांच्या डब्याच्या खिडकीपाशी गर्दी करून सोडीत! साहेबजींच्या प्रवासाचे वेळापत्रक त्यांना आगाऊच कळविण्यात आलेले होते. आणि त्यांचा अल्प सहवास घडावा या हेतूने त्यांनी त्यांच्या दर्शनाची ही संधी साधलेली होती. भारत देशात अशी समजूत आहे की, गुरूच्या सहवासाने– मग तो एक मिनिटाचा का असेना – शिष्यास ऐहिक व पारमार्थिक लाभ होतो.

साहेबजींच्या डब्यातून माझ्या प्रवासाचे निदान तीन तास जावयाचे मी ठरविले व तशी त्यांची परवानगी मिळविली. आमच्या गप्पागोष्टी बराच वेळ चालल्या. पुष्कळ विषयांवर, जागतिक स्थितीवर, पाश्चिमात्य राष्ट्रांच्या स्थितीवर, भारत देशाच्या भवितव्यावर व त्यांच्या स्वतःच्या पंथाच्या भवितव्यावर आम्ही चर्चा केली. शेवटी ते मला दिलखुलासपणे म्हणाले,

'मी भारतीय अशी मला काही राष्ट्रीय भावना आहे असे नाही. माझा दृष्टिकोन आंतरराष्ट्रीय आहे व सर्व माणसांना– मग ते कोठल्याही देशातले असोत – मी बंधू समजतो.' अशा आश्चर्यकारक स्पष्ट बोलण्याने मला आनंद झाला. त्यांचे बोलणे ऐकणे हे एकंदर आल्हाददायकच होते. ते नेहमी मुद्देसूद बोलत. त्यांचे प्रत्येक वाक्य कोणत्या तरी विशिष्ट विषयाला उद्देशून असे. आणि जी मते त्यांना पूर्णपणे पटलेली असत ती ते निर्भीडपणे मांडीत. त्यांच्याशी बोलणे, त्यांच्या मनाचा ठाव घेणे हा अनुभव फार गोड असे. नेहमी ते काही नवीन दृष्टिकोन मांडीत; नवीन शब्दरचनेत आपले म्हणणे पुढे ठेवीत.

आता आमची गाडी अशा दिशेने चालू लागली की सूर्याचे प्रखर ऊन सरळ खिडकीतून आमच्याकडे येऊ लागले व माझ्या डोळ्यांना त्याचा त्रास होऊ लागला. ते प्रखर ऊन, मला वाटते, माणसाचे स्नायू भाजून काढीत होते. ते तापदायक

किरण मनाला व्यथित करीत होते. मी लाकडी खिडकी खाली ओढली; ती खिडकी पाहून मला व्हेनिशियन ब्लाइंडची आठवण झाली. विजेचा पंखा सुरू केला. त्यामुळे दुपारच्या त्या उन्हापासून माझा थोडाबहुत बचाव झाला. उन्हाचा मला त्रास होत आहे हे साहेबजी महाराजांनी पाहिले व त्यांनी आपल्या प्रवासी पिशवीतून काही नारिंगे काढली. डब्यातल्या छोट्याशा टेबलावर ठेवली व ती घ्या म्हणून मला सांगितले. त्यांनी चाकूने त्याची साल काढली व स्वतःशीच विचार करीत मला उद्देशून ते बोलू लागले,

'कोणा एका व्यक्तीला गुरू म्हणून मान्य करण्याच्या अगोदर तुम्ही इतका काळजीपूर्वक विचार करता हे बरोबर आहे. मान्य करण्यापूर्वी तुम्ही इतकी चिकित्सा करता यात चूक काही नाही. पण एकदा गुरू केल्यावर त्याच्यावर संपूर्ण निष्ठा ठेवली पाहिजे. तुम्ही गुरू शोधायच्या प्रयत्नात राहा. गुरू शोधूनच काढा. गुरूची नितांत जरुरी आहे.''

थोड्याच वेळात गाडीच्या चाकांची घरघर ऐकू आली. कोणीतरी मोठ्याने ओरडले, 'टिमर्णी.''

साहेबजी महाराज उतरण्याकरिता उठले. आता उतरल्यावर त्यांचे शिष्य गोळा होणार व त्यांना घेरून टाकणार. एकदम माझ्या मनात काय आले कोणास ठाऊक? मी औपचारिकपणा बाजूस सारला. युरोपियन माणसाची अस्मिता पार विसरून गेलो; माझे अश्रद्ध मन मोडून काढले व माझ्या ओठातून शब्द बाहेर पडलेः

'महाराज, मला आपले आशीर्वाद मिळतील काय?''

त्यांनी माझ्याकडे वळून स्मित केले. आपल्या चष्म्यातून माझ्याकडे पाहून त्यांनी माझ्या पाठीवर हात ठेवले व ते म्हणाले, 'ते तर तुम्हाला मी मागेच दिले आहेत.'' असे म्हणून त्यांनी मला निरोप दिला.

नंतर मी माझ्या डब्यात गेलो. गाडी पुढे चालू लागली. खिडकीतून माझे डोळे हे दृश्य अर्धवटच पाहत होते; कारण माझ्या मनःचक्षूंपुढे त्या उदात्त चारित्र्याच्या पुरुषाची मूर्ती सतत उभी होती. त्या पुरुषाबद्दल माझ्या मनात नितान्त आदर निर्माण झाला होता. त्यांच्या ठिकाणी अंतःस्फूर्तीने प्रेरित असा एक स्वप्नद्रष्टा, शुद्ध व शांत मनाचा योगी, एक व्यवहारी मनुष्य व एक सुसंस्कृत सभ्य गृहस्थ या चारींचे उत्तम गुण एकवटलेले होते.

१४

पारशी प्रेषिताच्या आश्रमात

आग्रा ते नाशिकपर्यंतचा प्रवास लांबलचकच पण त्याचा उल्लेख मी फक्त एका परिच्छदातच करीत आहे; कारण हे माझे प्रवासवर्णन मी आखलेल्या आराखड्याप्रमाणेच मला संपविले पाहिजे.

कालचक्राचा फेरा अबाधित चालतच राहतो. त्याप्रमाणे त्याच्या फेऱ्यावर मी साऱ्या देशभर भ्रमण करीत राहिलो. पुनः एकदा मेहेरबाबांना, त्या पारशी संतांना, स्वतःच सांगत असलेल्या त्या प्रेषिताला भेटावयास मी निघालो.

तशी त्यांना भेटायची मला तीव्र तळमळ लागली नव्हती. त्यांच्याबद्दल माझे मन संशयग्रस्त झालेले होते आणि मनात अशी दृढ भावना रुजली होती की, त्यांच्या भेटीला पुनः जाणे म्हणजे कालापव्ययच होय. कारण मेहेरबाबा सज्जन व विरक्त खरे, पण त्यांच्या ठिकाणी स्वतःच्या मोठेपणाबद्दल अवास्तव कल्पना होत्या. घटना अशा घडल्या की, त्यांनी आपल्या सिद्धिसामर्थ्याने काही लोकांना बरे केल्याच्या ज्या हकिकती मी ऐकल्या होत्या, त्याही मध्यंतरीच्या काळात मी तपासून पाहिल्या होत्या. त्यांपैकी एक रुग्ण आंत्रपुच्छदाहाचा (ॲपेंडिसाइटिसचा) होता. त्या रोग्याचा मेहेरबाबांवर अति विश्वास आणि त्यामुळे तो रोगमुक्त झाला असे त्यांचे भक्तगण सांगत असत. पण मी कसून चौकशी केली व चौकशीअंती असे कळले की, ज्या डॉक्टरचे तो औषध घेत होता त्याने त्याचा रोग म्हणजे बऱ्याच दिवसांचे अपचन असे निदान केले होते. दुसरा रुग्ण एक वयस्कर माणूस होता. त्याचे बहात्तर रोग मेहेरबाबांनी एका रात्रीत बरे केले. त्याचा खरा रोग म्हणजे त्याच्या पायाच्या घोट्याची सूज हा होता. थोडक्यात सांगावयाचे म्हणजे काय तर आपल्या

गुरूच्या अंगी रोग बरे करण्याची सिद्धी आहे असे त्यांचे भक्त फुगवून सांगत. आता अतिशयोक्तीची आवड या देशात फार. खऱ्या हकिकतीपेक्षा दंतकथाच फार वेगाने पसरतात.

या पारशी प्रेषिताने मला पूर्वी वचन दिले होते की, 'मी तुम्हाला माझे आश्चर्याने थक्क करून सोडणारे काही अनुभव सांगेन.' आता या वचनाची त्यांना आठवण तरी असेल की नाही, याची मला शंका आहे. तरीपण 'तुमच्या जवळ मी महिनाभर राहीन' असे मी त्यांना बोललो होतो; तेव्हा माझा शब्द मला पाळावयाचा होता. त्यामुळे माझ्या मनाविरुद्ध व विचारांविरुद्ध सुद्धा मी नाशिकला जायचे ठरविले. हेतू इतकाच की, 'आपल्याजवळ काही सिद्धी आहेत व त्याची प्रचिती मी तुम्हास दाखवून देईन,' हे शब्द खरे करून दाखविण्याची मी त्यांना संधी दिली नाही असा त्यांनी माझ्यावर आरोप करू नये.

***

नाशिक शहराच्या बाहेरच्या भागात एका आधुनिक पद्धतीच्या घरात मेहेरबाबांनी आपला तळ ठोकला होता. त्या ठिकाणाभोवती त्यांच्या चाळीसएक भक्तांचा लवाजमा इतस्ततः उगीचच हिंडत होता.

'तुमच्या मनात कसला विचार चालला आहे?' आमची भेट झाल्यावर त्यांनी पहिला प्रश्न विचारला. मी प्रवासाने दमून गेलेलो होतो. माझ्या थकल्याभागलेल्या मुद्रेवरून त्यांनी अनुमान काढले की, आता मी ध्यानाला बसणार. अर्थात हे अनुमान चुकीचे होते. तरीपण त्यांच्या प्रश्नाला मी ताबडतोब उत्तर दिले.

'या देशात येऊन हिंडल्यावर बारा किंवा त्याहूनही जास्त प्रेषित मला आढळले; त्यांच्याबद्दल विचार करतोय.'

मेहेरबाबांना माझ्या बोलण्याचे आश्चर्य वाटले नाही.

'होय, मी सुद्धा अशा काही प्रेषितांबद्दल ऐकले आहे.' त्या मुळाक्षरांच्या तक्त्यावरून बोटे फिरवीत ते मला सांगू लागले.

'ह्याच्यावर तुमचे काय म्हणणे आहे?' मी त्यांना भाबडेपणाने विचारले.

त्यांच्या कपाळाला आठ्या पडल्या; पण किंचित हसून आपण कोणी त्या सर्वांच्याहून थोर आहोत अशा आविर्भावाने ते बोलू लागले. 'ते जर प्रामाणिक असतील तर त्यांनी तशी बतावणी करू नये; ते जर तसे नसतील इतरांना फसवत आहेत हे उघड आहे. असे काही साधू लोक असतात; त्यांनी चांगली प्रगती केलेली असते आणि मग आपणात काही विशेष आहे असे वारे त्यांच्या डोक्यात येते. पण

अशी ही शोककारी घटना का घडून येते तर त्यांना योग्य गुरू मिळालेला नसतो. या गूढ मार्गावर मध्ये एक अवस्था असते; त्या अवस्थेतून पार पडणे अतिशय अवघड असते. पुष्कळदा असे होते की, काही लोक आपल्या भक्तीच्या जोरावर या अवस्थेपर्यंत येऊन पोचतात. आणि मग त्यांना वाटू लागते की आपण आता उच्च कोटीप्रत आलो. पण तो मूर्खपणा आहे. आपण प्रेषित झालो असे समजावयाला बराच काळ जावा लागतो!'

'अगदी समर्पक व बरोबर उतर आहे. पण गंमत अशी की आपण प्रेषित आहो असे जे इतर लोक सांगत असतात ते सुद्धा असेच काहीतरी सांगतात. प्रत्येक जण म्हणतो, मी पूर्णावस्थेला जाऊन पोचलो आहे व इतर लोक अजून त्या अवस्थेला जाऊन पोचलेले नाहीत.'

'त्याची चिंता नको. हे सर्व लोक पर्यायाने माझ्याच कार्याला मदत करीत आहेत. मी कोण आहे हे मला पुरते माहीत आहे. माझे अवतारकार्य करून दाखविण्याची जेव्हा वेळ येईल तेव्हा मी कोण आहे हे जगाला समजेल.'

आता अशी भूमिका घेतल्यावर बोलणेच खुंटले म्हणून मी तो विषय सोडून दिला. मेहेरबाबांनी मग काही जुजबी विषयांवर बोलणे केले व मला रजा दिली.

नंतर माझ्या मुक्कामावर मी गेलो. तो बंगला त्यांच्या बंगल्यापासून दोन-तीन मिनिटांच्या रस्त्यावर होता, मी माझ्या भावना बाजूस सारल्या. मन अगदी निर्विकार केले व आता काय काय प्रसंग येणार त्यांची वाट पाहत बसलो. मेहेरबाबांबद्दल माझ्या मनात काही अढी नव्हती; किंवा मूळची अश्रद्धा अशी नव्हती. पण त्यांच्या ठिकाणी खऱ्याच काही सिद्धी आहेत की काय, हे जाणण्याची फक्त उत्कंठा होती.

दररोज त्यांच्या भक्तगणांत मी मिसळे; त्यांचे एकंदर वागणे मी पाहत असे; त्यांच्या मनोवृत्तीचा मी अभ्यास करी व मेहेरबाबांकडे ते कसे आकर्षिले गेले याचा खोलवर तपास करी. मेहेरबाबा दररोज मला थोडा वेळ नेमाने देत; आम्ही पुष्कळ गोष्टींबाबत बोलत असू. माझ्या कित्येक प्रश्नांना त्यांनी उत्तरे दिली. पण त्या कोणत्याही उत्तरात त्यांनी अहमदनगरला जे मला वचन दिले होते त्याचा कधीही उल्लेख नसे. त्यांच्या स्मरणशक्तीला डिवचणे मला योग्य वाटले नाही; आणि मग तो विषय मी तसाच टाकून दिला.

त्यांच्यावर व त्यांच्या भक्तांवर मी सतत प्रश्नांचा भडिमार केला. याची कारणे दोन. पहिले कारण असे की, माझा धंदा पत्रकाराचा; तेव्हा चिकित्सा व जिज्ञासा मोठी; दुसरे कारण असे की, खरी वस्तुस्थिती कळावी ही कळकळीची इच्छा. माझी ही भेट व्यर्थ ठरणार असे माझ्या अंतर्मनाला वाटत होते. त्याचा पडताळा

पाहण्याकरिता म्हणा किंवा अंतर्मनाला वाटत होते तेच चुकीचे होते याची खात्री करावयाची म्हणून म्हणा, मी पुनः येथे आलो. प्रश्नांची जी मी सरबत्ती उडवली त्याचा परिणाम असा झाला. त्यांनी बाबांच्या जुन्या जपून ठेवलेल्या दैनंदिन्यांचे बाड माझ्यापुढे केले. त्या बाडात बाबा व त्यांचे भक्त यांच्याविषयीच्या सगळ्या हकिकती संगतवार लिहून ठेवलेल्या होत्या; तसेच बाबांनी केलेले प्रत्येक भविष्य, संदेश व महत्त्वाची शिकवण सूक्ती त्या बाडात टिपून ठेवलेली होती. ह्या सगळ्या दैनंदिन्यांची एकूण पृष्ठे जवळजवळ दोन हजार असतील; सगळी हस्तलिखित व पुष्कळशी इंग्लिशमध्ये.

ह्या सगळ्या दैनंदिन्या लिहिणाऱ्याने केवळ अंधश्रद्धेने लिहून ठेवल्या असाव्यात हे उघड आहे. पण त्यातून मेहेरबाबांच्या व्यक्तिमत्त्वाबद्दल व सिद्धि-सामर्थ्याबद्दल चांगलाच बोध होत होता. हा सर्व मजकूर मोठ्या भाविकतेने खरा पण प्रामाणिकपणे लिहिलेला आहे. या सर्व हकिकती तिऱ्हाइताला यःकश्चित स्वरूपाच्या वाटतील; पण मला त्या फार उपयोगी पडल्या. कारण त्या वाचून मेहेरबाबांचे मन कोणत्या दिशेने चालले आहे याचा मला बोध झाला. ह्या दैनंदिन्या लिहिणारी जी दोन माणसे आहेत ती अगदी तरुण आहेत; त्यांना अगदी जवळच्या अशा माणसांखेरीज बाह्य जगाची विशेषशी ओळख नाही. पण आपल्या गुरूवर त्यांचा जबरदस्त विश्वास आहे. त्यामुळे त्यांनी आपल्या गुरूबद्दल सारे काही लिहून ठेविले आहे. त्यापैकी काही मजकूर त्यांना कमीपणा आणणारा आहे हे ते लेखक आपल्या नवोदित उत्साहामध्ये विसरून गेलेले आहेत.

ह्या हकिकतीत त्यांनी एक अशी हकिकत लिहून ठेविलेली आहे की, मेहेरबाबांनी एकदा मथुरेला जात असताना डब्यात अगदी आपल्या निकटवर्ती भक्ताच्या तोंडात भडकावून दिली होती. ती इतकी जोरात दिली होती की बिचाऱ्याला पुढे डॉक्टरांकडून त्या जखमेवर मलमपट्टी वगैरे करावी लागली होती. आता ह्या प्रसंगावर गुरूने जी मखलाशी केली ती लेखकांनी नमूद करण्याची तादृश जरुरी नव्हती. हे गुरू म्हणजे दिव्य प्रीतिभावाचा संदेश देणारे महात्मा. मखलाशी अशी की, हे गुरू जेव्हा आपल्या एखाद्या भक्तावर क्रुद्ध होतात व क्रोध अशा तऱ्हेने दर्शवितात, तेव्हा त्या भक्ताची पातके-की ज्याबद्दल त्याला मोठी शिक्षा सहन करावयास लागली असती, ती कमी होतात. तसेच त्यांनी दुसरी एक हकिकत नमूद करून ठेविली आहे. गमतीदार आहे ती. बाबांचा एक भक्त आरणगावला हरवला. त्याला शोधायला बाबांनी काही मंडळींना पाठविले. पण त्याचा शोध काही कित्येक तास लागला नाही. पुढे झाले काय? तो आपण होऊन परत आला व सांगू लागला की, आपल्याला बरेच दिवस झोप येत नव्हती. पण एक दिवस अचानकपणे झोप लागली व एका जुनाट पडक्या

घरात तो आपला झोपून राहिला, ते घर बाबा राहतात त्या घराच्या अगदी शेजारी होते. आता ज्यांना देवादिकांशी गोष्टी करता येतात व साऱ्या मानवजातीचे भविष्य जे सांगू शकतात, त्यांना आपला एक भक्त अगदी जवळच्याच घरात झोपून राहिला आहे हे कळू नये काय?

त्यामुळे माझ्या मनात त्यांच्याविषयी जे संशय राहिले होते ते अधिक वाढायला त्या बाडात मला पुष्कळ साहित्य आढळले. ते वाचून मी निष्कर्ष असा काढला की, मेहेरबाबांच्या हातून चुका घडतात. त्यांच्या मनाचा कल वारंवार बदलतो. त्यांची अहंता मोठी; आपल्या भोळसट भक्तांकडून संपूर्ण आज्ञाधारकपणाची ते अपेक्षा करतात. आणि शेवटी ते असे प्रेषित आहेत की त्यांचे भविष्य क्वचितच खरे ठरते. मी जेव्हा त्यांना प्रथम अहमदनगरला भेटलो तेव्हा त्यांनी भविष्य केले होते की, आता लवकरच महायुद्ध होणार, पण ते नक्की केव्हा, हे मात्र त्यांनी सांगितले नाही. पण ते मला म्हणाले होते की, आपल्याला नक्की दिनांक सुद्धा माहीत आहे. आता ह्या दैनंदिन्यांत पाहिले की, असे हे भाकित त्यांनी आपल्या निकटवर्ती भक्तांपुढे एकदा नव्हे अनेकदा करून ठेवलेले होते. प्रत्येक वेळी ती घटना घडून येण्याकरिता ते वेगवेगळा दिनांक देत; परंतु तो दिनांक जेव्हा जेव्हा येई, तेव्हा त्या दिनांकाला महायुद्धाला सुरुवात काही होत नसे. एके वर्षी जेव्हा आशिया खंडात दुश्चिन्हे दिसायला लागली तेव्हा आशियात महायुद्धाचा भडका उडणार असे त्यांनी भविष्य केले. पुढे काही वर्षांनी युरोपमध्ये युद्धाचे वारे वाहू लागले तेव्हा त्या खंडात आता महायुद्धाची ठिणगी पडणार असे त्यांनी भविष्य केले. आणि आपली भविष्ये जेव्हा खोटी ठरली तेव्हा आता पश्चिमेत ते सुरू होणार असे सांगू लागले. अशी ते वारंवार बदलत जाणारी भविष्ये करीत राहिले. अहमदनगरला असताना महायुद्ध घडून येण्याचा नक्की दिनांक त्यांनी जो मला दिला नाही, त्याचे इंगित हेच. एकदा त्यांच्या थोड्याशा चलाख अशा भक्ताला मी छेडले तेव्हा त्याने स्पष्ट सांगितले की, आमच्या बाबांनी जी भविष्य वर्तविली त्यांपैकी बहुतेक खोटी ठरली आहेत. 'आता जे युद्ध सुरू होणार आहे ते खऱ्याखुऱ्या अर्थाने पाशवी शक्तीचे होणार नाही. ते बहुतेक आर्थिक स्वरूपाचे युद्ध असेल.' त्याने असा नावीन्यपूर्ण समारोप केला.

अशा तऱ्हेच्या ह्या अजब दैनंदिन्या मी चाळल्या. शेवटले पान वाचून बाड बाजूस ठेवल्यावर माझे मलाच हसू आले. आता हे मी स्पष्ट कबूल करतो की, त्या बाडात मेहेरबाबांची उच्च कोटीची व माणसास वरच्या थरात नेणारी प्रवचने मला वाचावयास मिळाली; त्यांच्या ठिकाणी धार्मिक बुद्धी, आध्यात्मिक शक्ती आहे; या गुणांमुळेच त्यांना जे काय मिळायचे ते यश मिळण्यातले आहे. परंतु याच दैनंदिनीत कोठेतरी त्यांनी म्हटलेले आहे त्याची मला आठवण होते की, 'सद्गुणांबद्दल

दुसऱ्यांना उपदेश करण्याची अंगी पात्रता असली म्हणजे त्यास साधू म्हणावे असे नाही, किंवा शहाणे म्हणावे असेही नाही.'

***

येथे मी आणखी काही दिवस राहिलो त्याबद्दल विशेष काही लिहीत नाही. जगदोद्धार करणाऱ्याच्या व मानवजातीचे कल्याण करणाऱ्याच्या सहवासात मी राहत होतो, तेव्हा माझ्या सद्भाग्याची जाणीव मला करून देण्यात काही विशेष मुद्दा नाही. कदाचित त्याचे असे कारण असेल की, केवळ दंतकथा ऐकून घेण्यापेक्षा वस्तुस्थिती जाणून घेण्याकडे माझ्या मनाचा कल आहे. तेव्हा पोरकट चाळ्यांबद्दल, खऱ्या न ठरलेल्या भविष्यांबद्दल, गुरूच्या वाटेल त्या अव्यवहार्य हुकुमांची जी त्यांच्या भक्तगणांनी अंमलबजावणी केली त्या हकिकतीबद्दल, आणि बाबांच्या प्रेषिताच्या भूमिकेने दिलेल्या उपदेशाबद्दल मी विशेष काही लिहीत नाही. त्यामुळे तो उपदेश जे ऐकत आहेत त्यांच्या मनाचा संभ्रम व्हायचा.

माझ्या प्रस्थानाची वेळ जसजशी जवळ येत चालली, तसतसा माझा संपर्क मेहेरबाबा टाळू लागले. कदाचित माझी समजूत चुकीची असेल. ज्या ज्या वेळी मी त्यांना भेटण्यास जाई, तेव्हा तेव्हा ते कसल्यातरी घाईची बतावणी करीत व चटकन दुसरीकडे कोठेतरी निघून जात. माझ्या स्वत:च्या आगंतुकपणाबद्दल मला दररोज जास्त जास्त जाणीव होऊ लागली व माझ्या मनाच्या ह्या स्थितीबद्दल मेहेरबाबांना थोडीफार कल्पना येऊ लागली.

आपल्याला जो काही दिव्य अनुभव आला तो वर्णन करून सांगण्याचे त्यांनी मला वचन दिले होते. त्या वचनपूर्तीची मी वाट पाहत होतो. तो घटका आता कधी येईल याची मी आशा सोडून दिली. माझ्या अपेक्षा आता पूर्ण झाल्या. काही विलक्षण प्रकार घडून येणार नाही की इतर लोकांच्याही बाबतीत काही विलक्षण घडून येणार नाही. मेहेरबाबांची अगदी कडक तपासणी घेण्याचाही मी विचार सोडून दिला; कारण त्या पद्धतीने काहीही साध्य होणारे नव्हते. त्यामुळे एक महिना झाल्यावर मी आता येथून प्रस्थान करणार असे जाहीर केले व आपण दिलेले वचन पाळले नाही असे मेहेरबाबांच्या कानावर घातले. उत्तरादाखल त्यांनी आगामी घटनांचा दिनांक नुसता दोन महिने पुढे ढकलला व त्या विषयांचा समारोप केला. पण मला वाटते, अंतर्यामी त्यांचे मन त्यांना खात असावे; कारण मी समोर असताना ते ताबडतोब अस्वस्थ होत असत मी अनेकदा स्वत:च्या डोळ्यांनी पाहिले आहे. पण त्यांच्याशी वाद करण्यात अर्थ नाही हे मी ओळखले. मी जर त्यांना स्पष्ट प्रश्न केला असता तरी त्यांनी पौर्वात्य पद्धतीप्रमाणे तो प्रश्न उडवून लावला असता. उत्तर

देण्याची चालढकल केली असती.

आणि त्यांचा निरोप घेण्याच्या वेळी सुद्धा मी जेव्हा त्यांना नमस्कार केला, त्या वेळी माझ्या प्रश्नाचे काही उत्तर द्यायला पाहिजे हे त्यांच्या गावीही नव्हते. त्यांचे स्वतःचेच पुराण चालले होते की, आपण महात्मा आहोत; आपल्या संदेशाची सारे जग मोठ्या उत्कंठेने वाट पाहत आहे. ते पुढे असेही म्हणाले की, 'मी आता युरोप-अमेरिकेकडे प्रचाराकरिता जाणार आहे. त्याकरिता माझी जेव्हा तयारी होईल तेव्हा मी तुम्हाला बोलावीन व तुम्हाला माझ्याबरोबर यायला लागेल.'

ह्या माणसाचा शब्द खरा मानून त्याप्रमाणे वागल्याचा हा परिणाम! ह्या महात्म्यांचे सगळे विलक्षणच. समाधी लावून देऊ म्हणतात पण त्याऐवजी मनस्ताप भाव देतात.

***

मेहेरबाबांच्या ह्या अशा चमत्कारिक वृत्तांताचे व विलक्षण वागणुकीचे काही एका प्रकारचे पटण्याजोगे समर्थन करता येईल काय? त्यांच्या वागणुकीकडे वरवर जर पाहिले तर असे वाटेल की हा माणूस लुच्चा आहे किंवा ढोंगी आहे; पण असे पाहिले तर त्यांच्या आयुष्यातील कित्येक घटनांची संगती लागत नाही व तसे अनुमान केल्याने त्यांच्याबाबत अन्याय केल्यासारखे होईल. तेव्हा मुंबईचे न्यायमूर्ती खंडालावाला यांनी जे त्यांच्याबद्दल मत प्रदर्शित केले-ते मी मान्य करतो. त्यांनी मेहेरबाबांना अगदी लहानपणापासून पाहिलेले आहे. ते मला म्हणाले होते की, हा पारशी प्रेषित तसा प्रामाणिक मनुष्य आहे; पण कुठेतरी त्याच्या मनाचा गोंधळ झालेला आहे. हा खुलासा ठीक आहे; पण त्याने माझ्या मनाचे समाधान झाले नाही.

मेहेरबाबांच्या स्वभावाचे जर थोडे विश्लेषण केले तर मी जी त्यांच्याबद्दल मीमांसा केली आहे ती पटण्याजोगी आहे. मी सुरुवातीलाच नमूद केले आहे की, त्यांची-माझी जी अहमदनगरजवळ भेट झाली, त्या वेळी त्यांच्या शांत व नम्र स्वभावाने मी प्रभावित झालो; पण नाशिकच्या मुक्कामात मी त्यांचे जे परीक्षण केले त्यावरून- दररोजच्या प्रसंगांवरून मी असे अनुमान केले की, हा जो त्यांचा शांत स्वभाव आहे त्याचे कारण त्यांचे व्यक्तिमत्त्व दुबळे आहे व जो नम्र स्वभाव आहे त्याचे कारण त्यांचे शरीर दुबळे आहे. त्यांचा स्वभाव चंचल आहे. दुसऱ्या माणसांचा प्रभाव त्यांच्यावर ताबडतोब पडतो व परिस्थिती त्यांना वाटेल तशी वाकविते हे मला आढळून आले. त्यांची चिंचोळी हनुवटी हेच दर्शविते. तसेच आकस्मिकपणे घडून येणाऱ्या प्रसंगांनी त्यांच्या वागणुकीवर परिणाम घडून येतो. ते

अत्यंत भावनाप्रधान आहेत. नाट्यपूर्ण प्रदर्शन करण्याची हौस व डोळ्यात भरणारा असा देखावा करण्याची त्यांची बालीश व पौर्वात्य आवड यांवरून जीवनाचे आपण एक नाटकच करून दाखवीत आहो असे त्यांना वाटते. स्वतःपेक्षा ते आपल्या श्रोत्यांना जास्त किंमत देतात. आणि गंभीर भूमिका घेऊन काही महत्त्वाचे कार्य करण्याकरिता आपण ह्या जगात अवतीर्ण झालो आहो असा त्यांचा दावा असला तरी त्यांच्या ह्या भूमिकेच्या आविर्भावात ते एखाद्यास हास्यास्पद वाटले तर त्यास सर्वस्वी दोष देता येणार नाही.

माझी स्वतःची मीमांसा अशी : मेहेरबाबांच्या जीवनात, स्वभावात हे जे विलक्षण परिवर्तन घडून आले ते त्या मुसलमान फकीर-महिला बाबाजानमुळे. ते परिवर्तन इतके संपूर्णपणे घडवून आणले गेले की, त्यांना काय झाले हे स्वतः त्यांना किंवा त्यांच्याभोवती वावरणाऱ्या इतरांना काही कळून आले नाही. या वैशिष्ट्यपूर्ण फकीर-महिलेशी माझा थोडासाच संबंध आला पण तेवढ्या संपर्कावरून मला जो अनुभव आला त्यावरून मी एवढे नक्कीच सांगतो की त्या बाईच्या ठिकाणी काही सिद्धी आहेत. त्या एखाद्या अगदी कट्टर अशा बुद्धिवाद्याला सुद्धा पार बदलून टाकू शकतात. मेहेरबाबांच्या जीवनात हजरत बाबाजान मध्येच का अवतीर्ण झाल्या ह्याचे कारण मला समजत नाही. त्यामुळे त्यांच्या जीवनाचा प्रवाह तिरक्या दिशेने वाहू लागला व त्याचे अंतिम पर्यवसान कशात होणार आहे; काही महत्त्वाची घटना घडून आणण्यात होणार आहे की सगळा पोरचेष्टेचाच प्रकार ठरणार आहे हे अजून जगाला दिसायचे आहे. परंतु मेहेरबाबांना अलंकारीक भाषेत म्हणायचे म्हणजे या भूलोकातून वर नेण्याचे सामर्थ्य हजरत बाबाजान यांच्या ठिकाणी खचितच होते एवढे मात्र मला माहीत आहे.

त्यांनी त्यांचे जे चुंबन घेतले ते नुसते शारीरिक चुंबन नसून तो शक्तिपाताचा प्रकार होता - ज्या प्रकाराने सिद्धगुरू आपल्या शिष्याला आपले सिद्धिसामर्थ्य प्रदान करतो. अशा शक्तिपाताने त्यांच्या मज्जासंस्थेत असा बदल घडून आला की ज्यामुळे ते पुढील आयुष्यात मानसिक व आत्मिक दृष्ट्या वेगळेच बनले. ह्या प्रसंगासंबंधी ते एकदा मला सांगू लागले की, 'त्या वेळी माझ्या मनाला इतका मोठा धक्का बसला की माझ्या डोक्यात प्रचंड आंदोलने काही वेळ चालू झाली.' अशा प्रकारच्या शक्तिपाताला त्यांची काहीच तयारी नव्हती; त्यांनी काही साधना केलेली नव्हती की काही अभ्यासही केलेला नव्हता. त्यांचा एक भक्त अबदुल्ला सांगत असे, 'बाबांच्या तरुणपणी मी त्यांचा एक मित्र होतो. त्या वेळी धर्म किंवा तत्त्वज्ञान याविषयी त्यांना काही रस नसे. त्यांचे सारे लक्ष खेळात व थट्टामस्करी करण्यात असे. शाळेच्या वक्तृत्वसभेत व इतर चळवळीत ते प्रामुख्याने भाग घेत असत. ते जेव्हा एकदम

अध्यात्माकडे वळले तेव्हा आम्हा सगळ्यांना आश्चर्य वाटले.'

अचानकपणे घडून आलेल्या ह्या अनुभवाने तरुण मेहेर अजिबात बदलून गेला. कारण त्यानंतर तो अर्धवट व वेडसर झाला; यंत्रासारखा; सांगाल ते काम स्वतंत्र विचार न करता करू लागला, यावरून हे उघड दिसून येत होते. पण त्यांना आता पूर्वीसारखी जाण आल्यानंतर तो बदल टिकू नये; पण अजून ते सर्वसाधारण व्यवहारी माणसासारखे वागत नाहीत असे मला वाटते. काही माणसांना धार्मिक उपदेशाची जरा जास्त मात्रा (डोस)एकदम दिली; किंवा योगिक स्वरूपाची गुंगी आणली; किंवा गूढ स्वरूपाची बेशुद्धी आणली तर त्यांच्या बुद्धीवर, विचारशक्तीवर काही औषधांचा वाजवीपेक्षा जास्त दिलेल्या मात्रेप्रमाणे विपरीत उलटा परिणाम होतो. थोडक्यात सांगावयाचे म्हणजे अगदी सुरुवातीला त्यांची मानसिक स्थिती जी उच्चकोटीत नेली गेली तो कैफ त्यांचा अजून उतरलेला नाही; त्यांची तारतम्य बुद्धी अजून दुरुस्त झालेली नाही. अगदी लहान वयात त्यांच्या मनावर, मेंदूवर जो परिणाम घडून आला त्यामुळे त्यांची सारासारबुद्धी नष्ट झालेली आहे. ह्याखेरीज ते जे मधूनमधून चमत्कारिक वर्तन करतात त्याचे स्पष्टीकरण, त्याची संगती लावता येत नाही.

त्यांच्या स्वभावाची एक बाजू पाहिली तर त्यांच्या ठिकाणी प्रेम, नम्रता, धार्मिक भावना यांसारखे संतांचे गुण आढळून येतात. तर दुसऱ्या बाजूला पाहिले तर त्यांचे सारे लक्ष स्वतःभोवतीच केंद्रित झाले असल्याचे आढळून येते. आपल्या स्वतः भोवतीच सर्व काही फिरत आहे असे त्यांना वाटत असते. ज्यांना एकदम पण थोडा वेळ टिकणारी अशी भावसमाधी अनुभवास येते अशा कित्येक धर्मोपदेशकांची वृत्ती त्या अत्युत्साहामुळे तशीच आत्मकेंद्रित होऊन जाते. ती भावसमाधी उतरली म्हणजे त्यांना असे वाटते की, त्यांना काहीतरी भयंकर असे झाले आहे. आध्यात्मिकदृष्ट्या आता आपली उंची वाढली आहे असा ते दावा करू लागतात व नवीन पंथ काढतात किंवा आपल्याभोवती भक्तगण जमवितात व स्वतःस अधिकारी पुरुष म्हणवून घेतात. त्यातले काही स्वतःस देवच म्हणवून घेतात. किंवा अखिल मानवजातीला उद्धरण्याकरिता आपण पैगंबर म्हणून ह्या पृथ्वीतलावर अवतरलो आहोत अशी घोषणा करणारेही काही धाडसी वीर निघतात.

भारतात मी असे अनेक लोक पाहिले की, ज्यांना योगसाधनेने प्राप्त होणारे समाधिसुख अनुभवावयास हवे आहे पण त्या साधनेला अत्यावश्यक असे यम नियम-प्रत्याहार वगैरे पाळावयास नकोत. तेव्हा ते अफू, भांग, घोटा वगैरे मादक पदार्थांचे सेवन करतात व नकली समाधिसुखाचा लाभ मिळवितात. अशा व्यसनी लोकांचे वागणे मी पाहिले आहे; त्यांच्या ठिकाणी एक गुण- दुर्गुण म्हणा- मला

सर्वसाधारणपणे आढळला. तो हा की, त्यांना आपल्या आयुष्यात जो काही लहान मोठा अनुभव मिळाला तो ते फुगवून सांगतात, अतिशयोक्ती करतात; कधी कधी निव्वळ थापा मारतात, पण सांगत असतात की हे अगदी खरे आहे. आत्मश्लाघेचा नाद त्यांना लागतो पण त्या नादात त्यांचे मन कोठल्या कोठे भरकटून जाते व त्यांचा चित्तभ्रंश होतो.

अशा ह्या मादक पदार्थांचे सेवन करणाऱ्याकडे एखाद्या स्त्रीने जरी सहज पाहिले तरी त्या वेड्याला वाटते की ती आपल्यावर अनुरक्त आहे व तो मग तिच्यावर आधारित अशी मनोराज्ये करीत राहतो; आपल्याच ठिकाणी मस्त असा राहतो. आपल्याला अचाट सिद्धी प्राप्त झाल्या आहेत अशा वावड्या उठवतो; मग लोकांना वाटते की खरेच का हा सिद्धपुरुष आहे. त्याच्या सगळ्या कृती अशाच लहरींच्या आकस्मिक व अगम्य उद्रेकातून उत्स्फूर्त होतात.

अशा दुर्भागी माणसांच्या जीवनात व स्वभावात ही जी विसंगती आढळून येते, ती त्यांच्या आयुष्यात जे काही कृत्रिम फेरफार घडवून आणले जातात त्यामुळे उत्पन्न झालेली असते. अशा दुर्भागी माणसांकडून आपण जेव्हा खऱ्याखुऱ्या सिद्धपुरुषांकडे जातो, तेव्हा मनाची अशी दुरवस्था घडून येते, ही एक धोक्याची सूचना आपण ध्यानात घ्यावयास पाहिजे. नीत्शेच्या शब्दात सांगायचे म्हणजे हे पारशी प्रेषित 'मानवकोटीतीलच परिपूर्ण मानव' असेच आहेत.

आता ते आपले मौन केव्हा सोडणार याचे भलतेच स्तोम त्यांच्या भक्तगणांनी माजवून ठेवले आहे. कदाचित ते मौन सोडणारही नाहीत आणि जरी सोडले आणि त्यांचा आवाज इतक्या वर्षांनी ऐकू येऊ लागला तरी काही विशेष शोध लागला अशातला काही प्रकार नाही. नुसते शब्द काही चमत्कार करून दाखवीत नाहीत. त्यांची बेछूटपणे केलेली भाकिते खरी ठरतील किंवा ठरणार नाहीत. प्रश्न असा आहे की, हे स्वतःला येशू ख्रिस्त, गौतम बुद्ध यांच्या योग्यतेचे समजतात त्यात कितपत तथ्य आहे? त्यांच्या सहवासात राहून त्यांच्यापासून स्फूर्ती प्रसृत होत असल्याची मला संवेदना झाली नाही. इतकेच काय, पण साधारणपणे पवित्र अशा माणसाच्या संपर्कात आल्यावर जसा उत्साह वाटावा तसाही वाटला नाही. आणि काही पवित्र कार्यास्तव त्यांचा अवतार झाला आहे असे त्यांचे म्हणणे. तेव्हा अशा माणसाच्या संदेशाची कोण पर्वा करणार?

पण त्यांच्या कट्टर भक्तांचे काय? का कालांतराने तेही येथून नाहीसे होणार? अर्थात हे सर्व त्या भक्तांच्या बौद्धिक व आध्यात्मिक योग्यतेवर, लोकव्यवहाराच्या अनुभवावर व कोणाचे स्वरूप काय आहे हे ओळखण्याच्या पात्रतेवर अवलंबून

आहे. भारतात अशिक्षित व अतिधार्मिक लोक फार आहेत. त्यांच्यापाशी शास्त्रीय व तर्कबुद्धीने विचार करण्याची कुवत नाही. त्यामुळे त्यांना भावनेपासून विवेक, दंतकथेपासून इतिहास व कल्पनेपासून वस्तुस्थिती अलग करण्याची सवय नाही. त्यामुळे सर्वसाधारण समाजातून, खऱ्या कळकळीच्या साधकांतून, मूर्ख व अननुभवी लोकांतून किंवा असे काही लोक असतात की जे श्रेष्ठ संत-महात्म्यांच्या सेवेप्रीत्यर्थ आपले सर्वस्व यांच्या चरणी अर्पण करण्यास व त्यांच्यापाशीच सेवा करून राहण्यास तयार असतात, अशांमधून अत्युत्साही अनुयायी गोळा करणे या देशात फार सोपे आहे.

आता जास्त लिहावयाला जागाही नाही व मला वेळही नाही. पण मेहेरबाबांनी आपल्या आयुष्यातील प्रत्येक स्थित्यंतराच्या वेळी घोडचुका केलेल्या आहेत ही खरी गोष्ट आहे. तशा मीही केलेल्या आहेत; पण ते आपण दैवी पुरुष, पैगंबर आहोत असा बकवा करतात ; व मी साधारण माणसाच्या कर्तृत्वाला मर्यादा असतात हे जाणून आहे. मला हे सांगावयाचे आहे की, त्यांचे भक्तगण मेहेरबाबा चुका करू शकतात हे कबूल करावयास तयार नाहीत. ते जे काही बोलतात किंवा करतात त्याच्या पाठीमागे काही गूढ व गुप्त हेतू असतो असे त्यांचे भक्त भाबडेपणे समजतात. बाबांच्या ठिकाणी त्यांची अंधश्रद्धा आहे. ते जे काही सांगतात ते सर्व खरे असे हे भक्त समजतात कारण ते बुद्धीच चालवीत नाहीत. ती जर चालविली तर ते जे काही सांगतात ते ते मान्य करणार नाहीत. मला त्यांच्याविषयी जो अनुभव आला त्यामुळे माझ्या ठिकाणी सतत वास करीत असलेली दोषैक दृष्टी अधिक तीव्र व कठोर झाली; व माझी मुळातली संशयी वृत्ती अधिकच बळावली. या संशयी वृत्तीने माझी आंतरिक संवेदनशीलता पार दाबून टाकलेली होती. या उपखंडात हे जे माझे भ्रमण चालू होते व मी जे निरीक्षण करीत हिंडत होतो ते ह्या संशयी वृत्तीनेच करीत होतो.

पूर्वेकडील देशात सगळीकडे काहीतरी एक मोठी घटना लवकरच घडून येणार आहे याची चिन्हे दिसून येत आहेत. गेल्या शेकडो वर्षांत अशी घटना घडून आलेली नाही. इतिहासात ती चिरस्मरणीय होणार आहे. कोणीतरी एक नवीन जगदोद्धारक महात्मा प्रकट होणार आहे अशी समजूत सगळीकडे आहे. हिंदुस्थानातील काळ्या-सावळ्या लोकांत, तिबेटच्या मजबूत पहाडी लोकांत, बदामी रंगाच्या डोळ्यांच्या चिनी लोकांत; आफ्रिकेतील सफेत दाढीवाल्या अरब लोकांत सगळीकडे हीच समजूत वावरत आहे. पौर्वात्य माणसाच्या भाविक व स्पष्टदर्शी कल्पनेला असे वाटते की, ती घटना घडून येण्याची घटका आता नजीक येऊन ठेपली आहे व त्यामुळे सर्वत्र बाह्यतः अस्थिरता व औत्सुक्य निर्माण झालेले आहे. तेव्हा लोकांच्या अशा ह्या अस्थिर व उत्सुक मनोवृत्तीचा फायदा घेऊन आपणच ते महात्मा आहोत असा

मेहेरबाबांनी प्रचार करणे हे स्वाभाविक आहे. एक दिवस असा उगवेल की, भीतीने पछाडलेल्या ह्या जगाला ते असे जाहीरपणे सांगत सुटतील की मीच तो प्रेषित, अवतारी युगपुरुष आहे. तेव्हा त्यांच्या आज्ञाधारक भक्तगणांनी त्यांच्या आगमनाची वार्ता सर्वत्र पसरविण्याचे कार्य स्वतःकडे घेणे हेही स्वाभाविक नाही काय? ज्यांनी सर्व धर्मांचा थोडाबहुत अभ्यास केला आहे त्यांना मेहेरबाबांची ही प्रचाराची पद्धत जरा आवडणार नाही; त्या प्रचाराचा त्यांच्या मनावर परिणाम होणार नाही. त्यांच्या बुद्धीला, अंत:प्रेरणेला तो पटणार नाही. आध्यात्मिकदृष्ट्या जे काही संकेत आहेत, त्यांत तो बसणार नाही; ह्या 'संता'च्या पुढील कार्यक्रमाची मला थोडीशी कल्पना आहे. पण प्रस्तुत लेखकाने त्याबद्दल लिहिण्यापेक्षा काळच तो कार्यक्रम अधिक विशद करून जगाची थोडी करमणूक करील.[१]

[१] मेहेरबाबा पुढे पश्चिमेकडील देशांत दौऱ्यावर गेले होते; पण माझ्याबद्दल वर्तविलेले त्यांचे भविष्य अगदी खोटे ठरले, मेहेरबाबा पुढे युरोपात गेले आणि तेथे त्यांच्याभोवती पाश्चिमात्यांचा एक संप्रदायही निर्माण झाला. अजूनही ते गमतीगमतीची भविष्ये वर्तवितात व सांगतात की, 'मी मौन सोडल्यानंतर ती खरी ठरतील.' ते इंग्लंडला कित्येक वेळा गेलेले आहेत व फ्रान्स, स्पेन व तुर्कस्थान या देशांतही त्यांना बरेच अनुयायी मिळाले आहेत. इराणमध्ये ते दोनदा गेले. एकदा अमेरिकेतही ते जाऊन आले; बरोबर अनेक स्त्री-पुरुषांचा लवाजमा घेऊन गेले होते.ते जेव्हा हॉलीवुडमध्ये उतरले तेव्हा त्यांचे तेथे शाही स्वागत झाले. मेरी पिक्फोर्डने त्यांना आपल्या घरी नेऊन त्यांचा आदर सत्कार केला. तुल्लला बॅकहेडने सुद्धा यांची विचारपूस केली; व हॉलीवुडच्या सर्वांत मोठ्या हॉटेलमध्ये हजार एक बड्या नटनटींचा व लोकांचा त्यांच्याशी परिचय सुद्धा करून देण्यात आला. अमेरिकेत त्यांना बरीच जमीन मध्यवर्ती केंद्र स्थापन करण्याकरिता मिळाली.

१५
एक चमत्कारिक अनुभव

पश्चिम हिंदुस्थानातील भागात पुनः एकदा मी निवांतपणे व स्वैरपणे, काही ठरीव कार्यक्रम न आखता, फिरत राहिलो. आगगाडीतल्या व बैलगाडीतल्या धुळीचा मला कंटाळा आला. बैलगाडीत तर धड टेकूनही बसता येत नसे. एका हिंदू सद्गृहस्थाशी माझा परिचय झाला होता. त्याने आपली चांगली धडधाकट, मजबूत टूरिंग कार मला प्रवासाला दिली. ते गृहस्थ माझ्याबरोबरही निघाले सोबती म्हणून. गाडी ते चालवीत व पडेल ते काम अंगझटीने करीत.

आमची मोटारगाडी चालू झाली; मैलापाठोपाठ मैल जाऊ लागले. वाटेत आम्हाला निरनिराळ्या प्रकारचे सृष्टिसौंदर्य पाहावयास मिळाले. अरण्यातून प्रवास करताना रात्रीच्या वेळी आम्ही थांबत असू; कधी कधी एखादे खेडेगाव आम्हाला रात्रीच्या मुक्कामाला भेटायचे. पहाट झाली म्हणजे पुनः आम्ही प्रवास सुरू करायचो. रात्रीच्या वेळी मोटारीशेजारी आमचा सोबती मोठी शेकोटी पेटवून ठेवायचा; त्यात चांगले मोठे ओंडके, झुडुपे टाकून द्यायचा. असा मोठा जाळ करून ठेवला की, हिंस्र पशू आसपास फिरकत नाहीत. वाघ व चित्ते रानातून हिंडत असतात पण साध्या आगीची त्यांना भीती वाटते व त्या जागेपासून ते दूर राहतात. पण कोल्ह्यांची तशी गोष्ट नाही. डोंगरकपारीतून अगदी जवळच मधूनमधून आम्हाला कोल्हेकुई ऐकायला यायची. आणि दिवसा आम्हाला गिधाडे दिसायची. आपल्या घरट्यांतून पिवळसर आकाशाकडे ती झेप घ्यायची.

एके दिवशी तिसऱ्या प्रहरी असे आम्ही रस्त्याने मोटारमधून जात होतो. रस्त्यावर मनस्वी धूळ होती. रस्त्याच्या बाजूला आम्हाला चमत्कारिकशी अशी दोन

माणसांची जोडी आढळली. त्यांपैकी एक मध्यम वयाचा साधुबाबा असून तुरळक पाने असलेल्या झुडुपाच्या किंचितशा सावलीत तो ओणवा बसला होता. दुसरा तरुण होता. तो त्याचा बहुधा चेला असावा. बाबाने हात जोडलेले होते; त्याचे डोळे अर्धवट उघडे - अर्धवट मिटलेले असून बाबा ध्यानस्थ बसलेला होता. आम्ही जवळून जरी गेलो तरी त्याने काही हालचाल केली नाही. त्याने आमच्याकडे एक ओझरता सुद्धा दृष्टिक्षेप केला नाही. पण त्याचा चेला आमची गाडी- त्याच्याजवळून जात असताना आमच्याकडे पाहत होता. त्या बाबाच्या चेहऱ्यावर मला काही आढळले व मी त्याच्यापासून काही अंतरावर थांबायचे ठरविले. माझा सोबती त्यांना काही विचारण्याकरिता गेला व मी त्याच्याकडे पाहत राहिलो. बाबाच्या चेल्याशी तो बराच वेळ बोलत राहिला.

काही वेळाने तो परत आला व मला त्यांची हकिकत सांगू लागला. त्या हकिकतीचा सारांश असा की ती जोडी गुरु-शिष्यांची आहे. गुरूचे नाव चंडीदास आणि चेल्याच्या म्हणण्याप्रमाणे तो एक मोठा सिद्धयोगी आहे. ते दोघे गावागावातून हिंडत असून पुष्कळ मुशाफरी - काही पायांनी तर काही आगगाडीतून - त्यांनी केली आहे. त्यांचा मूळचा देश बंगाल. तेथून बाहेर पडल्याला आता जवळजवळ दोन वर्षे होत आली.

'आमच्याबरोबर मोटारीतून चला' म्हणून मी म्हटले. ते ताबडतोब कबूल झाले. बाबाने आपण काही अनुग्रह करीत आहो असा अविर्भाव आणला व चेल्याच्या मुद्रेवर कृतज्ञता दिसून आली. आणि नंतर अर्धा एक तासाने आमची ही चौकडी पुढल्या एका गावी येऊन पोचली. त्या गावातच रात्रीचा मुक्काम करण्याचे आम्ही ठरविले.

त्या गावात किंवा वाटेत आम्हाला कोणीही भेटले नाही. नाही म्हणायला एक लहानसा गुराख्याचा पोर गुरे वळून गावात परत येताना दिसला. संध्याकाळ होत आली होती. गावातल्या विहिरीपाशी आम्ही तेथले गढूळ पाणी प्राशन केले. थोडी तरतरी आली. गाव लहानच होते. चाळीस-पन्नास घरे होती. छपरे गवताची होती. गावात एकच रस्ता होता. घरांच्या भिंती ठेंगण्या, आडव्या तिडव्या. खांब बांबूचे. एकंदर दृश्य मलिन. मला उदासीन वाटले. गावातले लोक आपल्या घरासमोरच्या अंगणात सावलीत बसलेले होते. एक भुऱ्या रंगाची दुःखीकष्टी म्हातारी, पोट-छाती आकसून गेलेली, त्या विहिरीपाशी आली. तिने आमच्याकडे पाहिले. विहिरीतले पाणी तिने आपल्या पितळी हंड्यात काढून घेतले व परत आपल्या घराकडे ती चालू लागली.

माझ्या हिंदू सोबत्याने चहाचे साहित्य गोळा केले व गावच्या पाटलाच्या घराच्या शोधार्थ तो बाहेर पडला. तो बाबा व त्याचा चेला तसेच धुळीत मांडी घालून बसले व विश्रांती घेऊ लागले. बाबाला इंग्लिश काही येत नव्हते; चेल्याला मोडके तोडके येत होते, पण संभाषण करता येईल इतपत येत नव्हते हे मी गाडीतच ओखळले होते. थोडाफार बोलायचा मी प्रयत्न केला पण मग विचार केला की संध्याकाळपर्यंत वाट पाहावी म्हणजे माझा सोबती मला त्यांचे बोलणे समजावून सांगेल.

इतक्यात आमच्याभोवती पुरुष, बायका, पोरे जमू लागली. एवढ्या अंतर्भागातील माणसांना युरोपियन माणसे क्वचितच पाहायला मिळतात. मला ह्या अशा साध्या-भोळ्या माणसांशी बोलायला आवडते. जीवनाविषयी त्यांचा दृष्टिकोन अगदी नैसर्गिक व निर्दोष असतो. मुलांना प्रथम संकोच वाटला; पण त्यांना थोडे पैसे दिल्यावर त्यांची भीड कमी झाली व मी त्यांची मने आकर्षून घेतली. माझ्या गजराच्या घड्याळाकडे ती मुले गमतीने व आश्चर्याने पाहत राहिली. मी त्यांना काटा फिरवून गजराची घंटा वाजवून दाखविली.

इतक्यात एक बाई आली. योगीबाबापुढे तिने दंडवत घातले; त्यांच्या पायाला स्पर्श केला व तो हात आपल्या कपाळाला लावला.

माझा सोबती गावच्या पाटलाला घेऊन आला व चहा तयार आहे म्हणून त्याने वर्दी दिली. तो कॉलेजचा पदवीधर होता पण नोकर, शोफर व दुभाष्या असे कोणतेही काम करावयास तो तयार असे. माझे युरोपमधील अनुभव तो बारकाईने पाहून घेत होता. त्याला वाटे, मी एक दिवस त्याला माझ्याबरोबर युरोपला घेऊन जाईन. मी त्याला सोबती म्हणून वागविले. त्याची बुद्धिमत्ता व त्याचे शील असे होते की कोणासही त्याची मैत्री करून घ्यावीशी वाटते.

मध्यंतरात कोणातरी इसमाने त्या योग्यास व त्याच्या चेल्यास कुठेतरी एका झोपडीत आदरसत्काराला नेले. ही खेडेगावाची माणसे खरोखरी शहरी लोकांपेक्षा किती प्रेमळ व आदरातिथ्य पाळणारी असतात.

पाटलाच्या घराकडे जात असता संध्याकाळ झाली. दूर टेकडीच्या पलीकडे पश्चिम क्षितिजावर रक्तिमा आला होता व नारिंगी रंगाचा सूर्यगोल क्षितिजाखाली सरकत सरकत नाहीसा होत होता. आम्ही साधारण बऱ्यापैकी अशा घरापाशी येऊन थांबलो व घरात जाऊन पाटलाचे आभार मानले.

'तुमच्या आगमनाने आम्हाला आनंद वाटला,' त्याने आपले साधे उत्तर दिले.

नंतर आम्ही निवांतपणे काही वेळ चहा घेत बसलो. संध्याकाळ जाऊन आता भातखाचरांवर अंधकाराची छाया जमू लागली होती. गुराखी आपल्या गुरांना घेऊन गावात परत येत होते. नंतर माझा सोबती बाहेर पडला व त्या योग्यास भेटून आला. माझ्या मुलाखतीविषयी बोलणे करून आला. एका अगदी साधारण अशा झोपडीच्या दाराशी त्याने मला नेले.

मी झोपडीत शिरलो. झोपडी चौकोनी होती. आढे डोक्याला लागत होते. मी जमिनीवर उभा होतो. खुर्ची वगैरे काही नव्हती. चुलींशेजारी काही मडकी-गाडगी एकावर एक ठेवून दिली होती. भिंतीत एक बांबू रोवला होता. त्यावर चिरगुटे टाकली होती. एका कोपऱ्यात पाण्याचा एक पितळी हंडा भरून ठेवलेला होता. खोलीत एक पुरातन काळातील दिवा मिणमिण जळत होता. गरीब शेतकऱ्याची झोपडी अशी होती. त्यात आराम वाटण्यासारखे काहीही नव्हते.

योग्याच्या चेल्याने आपल्या मोडक्या तोडक्या इंग्रजीत माझे स्वागत केले. पण त्याचा गुरू कुठे दिसेना. शेजारी एक बाळंतीण आजारी होती. तिला आशीर्वाद द्यायला ते गेले होते. मी त्यांची वाट पाहत राहिलो.

शेवटी काही वेळाने रस्त्यावर काहीतरी आवाज झाला व मी पाहू लागलो. एक उंचशी व्यक्ती झोपडीच्या उंबरठ्याकडे येत होती. ती गंभीरपणे आत शिरली. माझ्याकडे पाहून ओळख दाखविल्यासारखे केले व त्यांनी काही शब्द पुटपुटले. माझ्या सोबत्याने त्याचे भाषांतर केले.

'नमस्कार साहेब. ईश्वर तुमचे रक्षण करो.'

मी माझ्याशेजारी सुताड्यावर बसायला त्यांना विनंती केली. पण ते जमिनीवर मांडी घालून बसले. आम्ही एकमेकांसमोर बसलो. त्यांची मुद्रा बारकाईने न्याहाळावयाची मी संधी घेतली. ते जवळजवळ पन्नास वर्षांचे असावेत. हनुवटीवर थोडी पण राकट दाढी असल्याने ते मोठ्या वयाचे वाटले. डोक्यावरचे केस मानेवर रुळत होते. चेहरा उग्र; कधीही स्मिताची छटा नाही. पण विशेष असे की, जे मला पहिल्या भेटीला जाणवले- त्यांचे डोळे काळेभोर असून त्यात एक विलक्षण चमक होती. तेज होते. अशा चमत्कारिक डोळ्यांची मला भीती वाटली. पुष्कळ दिवस त्याची आठवण विसरली नाही.

'तुम्ही बराच प्रवास केला आहे?' त्यांनी मला शांतपणे विचारले.

मी संमतिदर्शक मान हालविली.

'मास्टर महाशयांबद्दल आपले काय मत आहे?' त्यांनी एकदम मला विचारले.

मी आश्चर्यचकित झालो. मी बंगाल प्रांतात गेलो होतो व कलकत्याला मास्टर महाशयांची भेट घेतली होती हे त्यांना कसे कळले? मी गोंधळून त्यांच्याकडे काही वेळ पाहत राहिलो. त्यांच्या प्रश्नाला उत्तर द्यायला लागलो.

'त्यांनी माझे अंतःकरण जिंकले. पण हे तुम्ही का विचारीत आहात?' मी उत्तर दिले.

त्यांनी माझ्या प्रतिप्रश्नाला उत्तर दिले नाही. काही वेळ मग कोणीच बोलले नाही. पण संभाषण चालू ठेवायचा मी प्रयत्न केला.

'पुनः मी कलकत्त्याला जाणार आहे तेव्हा त्यांना पुनः भेटणार आहे. ते तुम्हाला ओळखतात काय? तुमचे नमस्कार मी त्यांना सांगू काय?'

योगीराजांनी आपले मस्तक जोराने हालविले.

'तुम्हाला महाशयांचे आता पुनः दर्शन घडणार नाही. अगदी आताच यम त्यांच्या आत्म्याला बोलावीत आहे.'

नंतर पुनः स्तब्धता. मग मी सांगू लागलो,

'योगीजनांच्या जीवनक्रमाबद्दल व विचारसरणीबद्दल मला माहिती मिळवायची आहे. आपण योगी कसे बनलात व आपल्याला काय ज्ञान मिळाले ते सांगाल काय?'

मी त्यांची अशी मुलाखत घ्यावी हे त्यांना आवडले नसावे.

'भूतकाळ म्हणजे राखेचा एक ढीग आहे,' ते म्हणाले, 'त्या राखेत मला बोट घालायला व जुने अनुभव सांगायला सांगू नका. मी भूतकाळातही राहत नाही की भविष्यकाळातही राहत नाही. मानवी आत्म्याच्या ह्या कुहरामध्ये या गोष्टी केवळ स्वप्ने होत; छाया होत. हे ज्ञान मला झाले आहे.'

या त्यांच्या उद्‌गारांनी मला काही बोध झाला नाही. एखाद्या धर्माचार्याच्या पद्धतीप्रमाणे काढलेल्या ह्या उद्‌गारांनी मला अस्वस्थ केले.

'पण आपण ह्या जगात, भूत-वर्तमान-भविष्य काळच्या जगात वावरतो. तेव्हा आपल्याला त्याची दखल घेतली पाहिजे.' मी हरकत घेतली.

'काळ?' त्यांनी पृच्छा केली, 'अशी काही चीज खरोखरी आहे काय?'

आता आमचा हा संवाद काहीतरीच भरकटत चालला याची मला भीती वाटली. त्यांचा चेला सांगतो त्याप्रमाणे त्यांना खरोखरीच काही सिद्धी प्राप्त झालेल्या

होत्या. मी मोठ्याने म्हणालो :

'जर काळ अस्तित्वात नाही असे म्हणायचे तर भूतकाळ व भविष्यकाळ हे दोन्हीही आत्ताच झाले पाहिजेत. पण अनुभव मात्र याच्या अगदी उलटा आहे.'

'म्हणजे तो तुमचा अनुभव! जगाचा अनुभव असे सांगतो असे तुम्हाला म्हणायचे आहे.'

'नक्कीच. तुमचा अनुभव काही वेगळा आहे असे तर तुम्हाला म्हणायचे नाही ना?'

'तुम्ही म्हणता ते खरे आहे,' असे त्यांचे उत्तर आले.

'तुम्हाला भविष्य सगळे दिसते असे मी समजायचे काय?'

'मी चिरंतनात वास करतो,' चंडीदासांनी (त्यांचे नाव कळले ते) उत्तर केले, 'आगामी वर्षात काय काय गोष्टी घडून यायच्या आहेत त्या शोधून काढण्याची मी कधीही खटपट करीत नाही.'

'पण दुसऱ्यांकरिता करायला काय हरकत आहे?'

'पण मला तसे वाटले तर!'

या गोष्टीचा सविस्तर खुलासा काढून घ्यायचे मी ठरविले.

'मग काय गोष्टी घडणार आहेत हे तुम्हाला त्यांना समजावून सांगता येईल.'

'अंशतः माणसांचे आयुष्य इतके सुरळीत चालत नाही की त्यातील प्रत्येक बारीकशी बाब सुद्धा अगोदर सांगता यावी.'

'मग तुम्हाला जे शोधून काढता आले ते माझे भविष्य अंशतः तरी मला सांगाल का?'

'या गोष्टी तुम्हाला कशाकरिता जाणून घ्यायच्या आहेत?'

मला काही उत्तर देता आले नाही.

'परमेश्वराने भविष्यावर हा जो पडदा घातलेला आहे तो उगाच नाही.' त्यांनी अगदी कठोर वाणीने उत्तर दिले.

आता काय बोलणार? आणि एकदम मला बोलायची स्फूर्ती आली.

'माझ्या डोक्यांत गंभीर विचारांचे थैमान चालू आहे. त्याच्यावर काही प्रकाश पडावा या हेतूने मी आपल्या देशात आलो आहे. आपण जे काही मला सांगाल

त्यात मला काही बोधप्रद सापडेल किंवा ज्या हेतूने मी या देशात आलो तो कदाचित फलद्रूप होणार नसेल.'

योगीराजांनी आपले तेजस्वी काळेभोर डोळे माझ्याकडे वळविले. त्यानंतर पुनः स्तब्धता. त्या पुरुषाच्या उदात्त व गंभीर मुद्रेने पुनः मी प्रभावित झालो. ते मांडी घालून जमिनीवर बसले होते. एखाद्या प्रज्ञावंत, अधिकारी धर्माचार्यासारखे ते दिसत होते. एका दूरवरच्या दरिद्री खेड्यात अगदी निकृष्ट परिसरात तो उच्च कोटीचा एक महात्मा बसलेला होता. त्या झोपडीतल्या कुडाच्या भिंतीवर वरती एक पाल आमच्याकडे आपल्या मण्यासारख्या लुकलुकणाऱ्या डोळ्यांनी पाहत होती. तिचे तोंड इतके पसरलेले व ओंगळ दिसत होते की जणू ती आम्हाला दुष्टपणे वाकुल्या दाखवीत होती.

शेवटी चंडीदास बोलायला लागले :

'मी काही विद्याविभूषित नाही; पण मी जे काही सांगतो आहे ते तुम्ही ऐकाल तर तुमचा प्रवास निष्फळ होणार नाही. तुम्ही या देशात ज्या ठिकाणाहून प्रवासास सुरुवात केली त्या ठिकाणी परत जा. येत्या शुक्ल प्रतिपदेच्या अगोदर तुमच्या सगळ्या इच्छा पुऱ्या होतील.'

'म्हणजे मी मुंबईस परत जावे असे म्हणता?'

'बरोबर.'

मला आश्चर्य वाटले. काही समज पडेना. त्या संकर-संस्कृतीच्या बकाल शहरात परत जाऊन मला काय लाभ घडणार?

'पण माझ्या ह्या शोधाच्या दृष्टीने मला त्या शहरात कधीही काहीही आढळले नाही.'

'पण तुमचा मार्ग तो आहे. तिकडे तुम्ही ताबडतोब जा. वेळ अगदी घालवू नका. उद्याच्या उद्या मुंबईस परत जाण्यास निघा.'

आणि चंडीदास माझ्याकडे अगदी थंडपणे पाहत राहिले.

पुनः ते स्तब्ध बसले. त्यांचे डोळे निश्चल पाण्याप्रमाणे निर्विकार झाले, काही वेळ गेल्यावर ते बोलू लागले.

'ह्या संक्रांतीच्या पूर्वीच तुम्ही हिंदुस्थान सोडून परत युरोपला जाल. आमची ही भूमी सोडल्याबरोबर तुम्हाला एक मोठे दुखणे येईल. दुखण्याने जर्जर झालेल्या शरीरातून बाहेर जाण्याचा तुमचा आत्मा प्रयत्न करील; पण त्याच्या प्रयाणाची घटका

पुरी भरलेली नसेल. आणि मग नियतीचे सुप्त कार्य तुमच्या ध्यानात येईल. नियती तुम्हाला परत आर्यावर्तात धाडून देईल. म्हणजे ह्या देशात तुम्ही तिसऱ्यांदा याल. का तर येथे एक महात्मा तुमची वाट पाहत आहे. त्याच्याशी तुम्ही फार पूर्वीच्या जन्मापासून निगडित झालेले आहात. तेव्हा तुम्ही परत आमच्यात राहायला याल.'[१]

नंतर ते बोलायचे थांबले. त्यांच्या पापण्या किंचितशा थरथरल्या. नंतर ते पुनः माझ्याकडे सरळ दृष्टी करून बोलू लागले.

'ऐकलेत तुम्ही? याहून काही जास्त सांगायचे नाही.'

नंतरचे आमचे बोलणे किरकोळ स्वरूपाचे झाले. त्यात महत्त्वाचे असे काही नव्हते. स्वतःसंबंधी ते आणखी काही बोलले नाहीत, तेव्हा त्यांनी जे मला सांगितले ते पडताळून पाहता येईना. मला वाटते त्याहूनही त्यांना आणखी जास्त सांगता आले असते. नंतर एक गंमत झाली. त्यांच्या तरुण चेल्याने मला आस्थापूर्वक एक प्रश्न विचारला.

'इंग्लंडमधील योग्यांबद्दल तुम्हाला असेच नाही का आढळत?'

मी हसू आवरले.

'त्या देशात योगी नसतात,' मी उत्तर दिले.

त्या दिवशी संध्याकाळी बाकीचे सगळे अगदी गप्प व शांत बसून राहिलेले होते. पण जेव्हा योगीराजांनी मुलाखत संपल्याची खूण केली तेव्हा त्या झोपडीच्या मालकाने–बहुधा तो शेतकरी असावा–आम्हा सर्वांना जेवायचा आग्रह केला. ते गरिबाचे जेवण. आम्ही त्याला सांगितले की, आम्ही गाडीत काही खाद्यपदार्थ आणले आहेत व गावच्या पाटलाच्या घरी जाऊन आम्ही ते खाऊ; काही तयार करू. पाटलाने आपल्या घरातील एक खोली आम्हाला रात्रीच्या मुक्कामाला दिली होती. पण तो ऐकेना. खेडूत खरा पण पाहुण्याचे आदरातिथ्य कसे करावे हे तो जाणत होता. आपला बदलौकिक होऊ नये म्हणून तो दक्ष होता. मी त्याला परोपरीने सांगितले की आम्ही भरपूर खाल्ले आहे आणि त्याने तसदी घेऊ नये. पण तो आपला आग्रह सोडीना. तेव्हा त्याची निराशा होऊ नये म्हणून आम्ही जेवायला कबूल झालो.

'पाहुण्याचे आदरातिथ्य करायचे पण त्याला जेवू घालायचे नाही म्हणजे काय?' असे उद्गार काढून त्याने आमच्यापुढे खिचडीची थाळी ठेवली.

---

[१]या भाकिताचा पूर्वार्ध खरा ठरला आहे.

त्या झोपडीच्या झापांमध्ये एक भोक होते. त्याचा खिडकीसारखा उपयोग होत होता. त्या भोकातून आकाशातली चंद्रकोर दिसत होती व चंद्रिकेचे रुपेरी किरण त्या भोकातून झोपडीत येत होते. या अशा साध्याभोळ्या, अशिक्षित शेतकऱ्यात सुद्धा उच्च दर्जाचे चारित्र्य व दयाळू स्वभाव आढळला याचा मी विचार करीत होतो. शहरामधील लोकांत अशा चारित्र्याचा अभाव आढळतो; मग ते कितीही शिकलेले असोत की उद्योगधंद्यात त्यांची अक्कल चांगली चालो. पण चारित्र्य गमावण्याचे काही कारण त्यांना देऊ शकता येणार नाही !

आणि जेव्हा मी चंडीदास व त्यांचा चेला यांचा निरोप घेतला, तेव्हा त्या शेतकऱ्याने खोलीतल्या आढ्यावरून खाली टांगून ठेवलेली आपली दिव्याची चिमणी हातात घेतली व आम्ही रस्त्यावर पोचेपर्यंत वाट दाखविली. मी त्याचाही निरोप घेतला तेव्हा त्याने आपल्या कपाळाला हात लावला, किंचितसे स्मित केले व आपल्या झोपडीच्या उंबरठ्यावर जाऊन तो उभा राहिला. मी माझ्या नोकराच्या पाठीमागून चालू लागलो. आमच्या दोघांच्याही हातात (टॉर्चेस) विजेऱ्या होत्या. लवकरच आम्ही आमच्या मुक्कामाच्या जागी जाऊन पोचलो. पण मला झोप आली नाही. डोक्यात त्या रहस्यमय बंगाली योग्याबद्दल विचार चालू होते. बाहेर मधून मधून कोल्हेकुई व गावच्या वेसकराच्या कुत्र्याचे लांबलचक विचित्रसे ओरडणे ऐकू येत होते.

***

चंडीदासाची सूचना मी जरी अक्षरशः पाळली नाही तरी शेवटी मी मुंबईच्या दिशेने आपली मोटारगाडी हाकलली व त्या शहरात परत जाऊन पोहोचलो. हॉटेलात उतरलो न् लगेचच आजारी पडलो.

हॉटेलातल्या खोलीच्या चार भिंतींच्या आत बिछान्यावर मी पडलो होतो. अंगात ताप होता; तसाच मनस्तापही होत होता. आता हळूहळू माझ्या स्वभावातही फरक घडून येऊ लागला. नैराश्याने त्याची पकड घेतली. आता असे वाटू लागले की, या देशातले पुष्कळच पाहिले. भ्रमंतीही बरीच केली. हजारो मैलांचा प्रवास केला. आणि पुष्कळदा कठीण व बिकट प्रवासाचाही अनुभव घेतला. ह्या देशाचे जे स्वरूप मी पाहिले ते युरोपियन वस्तीत आढळायचे नाही. युरोपियन वस्तीत रेस, मेजवान्या, नाच, ब्रिज व व्हिस्की-सोडा पार्टी यांचीच गडबड जास्त. त्या वस्तीचा हा विशेष व ते आकर्षण युरोपियन लोकांना फार. शहरांमधील नेटीव्ह वस्तीत जेव्हा सोयीचे पडे तेव्हा मी जरूर जात असे, राहत असे. त्यामुळे माझ्या संशोधनाच्या कार्यास बरीच मदत होई; पण त्यामुळे माझी तब्येत सुधारली नाही. आणि अंतर्भागातील

गावात- जंगलातील खेडेगावातही मी हिंडलो. जेवण्याखाण्याचे माझे हाल झाले. त्यात पाणी खराब; राहण्या-उतरण्याची सोय नाही; धावपळ, उष्ण हवेने रात्री झोप यायची नाही. याचा परिणाम व्हायचा तोच झाला. माझी शरीरप्रकृती ढासळली. सर्व अंग दुखायला लागले. शरीर जड वाटू लागले. मनस्वी थकवा आला.

आता आजारपणात माझे असे किती दिवस मोडणार हे मला समजेना. बरेच दिवस झोप नसल्यामुळे डोळे जड झाले होते. कित्येक महिने हा निद्रानाशाचा विकार मला जडलेला होता. या देशात प्रवास करायला लागल्यापासून निवांत झोप अशी मला मिळालीच नाही. नाना प्रकारच्या, स्वभावधर्माच्या माणसांत मला वावरावे लागे. जागोजाग पायी चालावे लागे. त्यामुळे माझ्या मज्जातंतूंवर अनिष्ट परिणाम झाला. या देशाच्या गुप्त व आडवळणाच्या अंतर्भागात, अपरिचित अशा वस्तीत मी आध्यात्मिक रहस्याच्या शोधार्थ हिंडलो, फिरलो आणि हे करीत असताना चिकित्साखोर दृष्टी ठेवून येथल्या लोकांच्या भावनांशी समरसही झालो. दोन्ही गोष्टींचा समन्वय घालण्याचा प्रयत्न केला. या सगळ्या यातायातीमुळे माझ्या मनावर फार ताण पडला. स्वतःच्या अहंकारयुक्त कल्पना म्हणजेच ब्रह्मज्ञान असे समजणाऱ्या मूर्खांपासून खरेखुरे महात्मे; फक्त चमत्कार करून दाखविणाऱ्या धूर्तांपासून धर्मपरायण आदर्श योगी; जारणमारण करणाऱ्या दांभिक लुच्चांपासून योगमार्गाचे निष्ठावान साधक निवडून काढायला मला शिकावे लागले. आणि हे सर्व संशोधन मला थोड्या वेळातच करावे लागले; कारण एखाद्या गोष्टीच्या शोधाकरिता बरीच वर्षे घालविणे मला शक्य नव्हते.

आता सध्या माझी शारीरिक व मानसिक अवस्था शोचनीय झाली होती हे खरे; पण आध्यात्मिक अवस्था थोडीबहुत सुधारली. अपयशाच्या भावनेने माझा उत्साह कमी झाला, हे खरे. माझ्या ह्या प्रवासात मला विलक्षण सिद्धयोगी व महात्मे भटले; आश्चर्यांनी दिङ्मूढ करून टाकणारे, चमत्कार करून दाखविणारेही योगी भेटले. पण अजून मला या प्रदीर्घ संशोधनात असा काही महात्मा मिळाला नाही की ज्याला मी मनाने निलाखसपणे मान्य करावे की हा खरोखरी इंद्रियातीत शक्तींचा - सिद्धींचा स्वामी आहे; की ज्याचे व्यक्तित्व माझ्या बुद्धिवादी मनोवृत्तीला पटेल व ज्याला मी गुरू म्हणून मानावे. काही महात्म्यांच्या उत्साही शिष्यांनी मला आपापल्या गुरूकडे ओढण्याचा प्रयत्न केला; पण मी कोणाला जुमानले नाही. पण मला असे वाटते की, ज्याप्रमाणे एखाद्या तरुणाला साहसाने प्रेरित होऊन केलेले पहिले प्रेमप्रकरण भारून टाकते व ते त्याचे शेवटचे प्रेमप्रकरण ठरते; म्हणजे तो पुन्हा नवीन प्रेम प्रकरणाच्या भानगडीतच पडत नाही, त्याचप्रमाणे ही साधी-भोळी माणसे आपल्या गुरूचे पहिले वहिले अनुभव घेऊन इतके भारावून जातात की दुसऱ्या कोणाच्या

शोधाच्या भानगडीत पडत नाहीत. माझ्या बाबतीत बोलावयाचे म्हणजे असे की, दुसऱ्या कोणाची तत्त्वे किंवा सिद्धान्त मी जसेच्या तसे आत्मसात करावेत हे माझ्या बुद्धीला पटले नाही. हे आध्यात्मिक सिद्धान्त प्रत्यक्ष वैयक्तिक अनुभवाने पटले पाहिजेत. त्याने जी जागृती होईल ती माझी मला अनुभविली पाहिजे. दुसऱ्याच्या अनुभवाचा मला उपयोग नाही.

पण किती झाले तरी मी एक साधा बेजबाबदार लेखक. सर्व आकांक्षा टाकून देऊन पूर्वेकडील देशात हिंडत आहे. अशा तऱ्हेची खास मुलाखत मिळावी ही अपेक्षा मी का करावी? अशा तऱ्हेच्या नैराश्यवादाने माझ्या मनाची पकड घेतली.

पुढे काही दिवसांनी मी बरा झालो व हिंडू फिरू लागलो. हॉटेलमध्ये एके दिवशी टेबलापाशी बसलो असताना एक सैन्यातील कॅप्टन शेजारी बसायला आला. तो आपली हकिकत सांगू लागला. त्याची बायको आजारी होती; तिची प्रकृती हळूहळू सुधारायला लागली; मग त्याने रजा रद्द कशी केली वगैरे वगैरे. मी अगोदरच दुखण्याला कंटाळलेलो होतो; त्याच्या बोलण्याने मी आणखी उदास झालो. आमचे बोलणे संपल्यावर आम्ही व्हरांड्यात आलो. त्याने एक लांबलचक सिगार ओढायला सुरुवात केली आणि तोंडातल्या तोंडात तो पुटपुटू लागला :

'आयुष्य म्हणजे एक खेळ आहे!'

'होय – कसला तरी!' मीही थोड्या शब्दात त्याला साथ दिली.

अर्ध्या एक तासात मी बाहेर पडलो. टॅक्सी हॉर्नबी रोडवरून भरधाव चालली होती. एका शिपिंग कंपनीच्या चौकासारख्या दिसणाऱ्या पोर्चमध्ये आमची टॅक्सी थांबली. मी माझ्या परत-प्रवासाचे तिकीट काढले. अशा तऱ्हेने या देशातून एकदम निघून जाणे एवढीच गोष्ट करणे मला शक्य होते हे मी जाणून होतो.

मुंबईतील ती उदास खुराडी, गलिच्छ दुकाने, तशीच सुंदर प्रासादतुल्य घरे आणि सुसज्ज अशी कार्यालये मला काही आवडली नाहीत. मी माझ्या हॉटेलमधील खोलीवर परतलो व उदास विचारांचेच चिंतन करीत राहिलो.

संध्याकाळ झाली. वेटरने टेबलावर रुचकर खाद्यपदार्थ मांडून ठेवले. पण मला जेवणाची शिसारी आली. मी फक्त बर्फातली थंडगार दोन पेये घेतली व बाहेर पडून टॅक्सी पकडली व शहरात भ्रमंती सुरू केली. एका रस्त्यावर टॅक्सी थांबविली व उतरून पुढे थोडे अंतर चालत जात एका चित्रपटगृहापाशी थांबलो. चित्रपटगृह मोठे भव्य, दर्शनी भागावर दिव्यांची रोषणाई केलेली होती. सिनेमा म्हणजे पश्चिमेने शहरी हिंदुस्थानाला दिलेली एक देणगी. त्या चित्रपटगृहाच्या प्रवेशद्वारापाशी दिव्यांच्या

लखलखाटात थांबलो व चित्र काय आहे त्याचे झगमगणारे पोस्टर पाहत राहिलो.

मला चित्रपट पाहाणे आवडते. तेव्हा पोस्टर पाहून माझ्या डोळ्यांना आनंद वाटला. चित्रपट पाहिल्यावर मला इतके उदास वाटणार नाही असे वाटले. जगातील कोणत्याही शहरातील चित्रपटगृहात रुपयाभरचे तिकीट घेऊन निदान आरामशीर खुर्चीवर ऐसपैस बसता तर येते.

चित्र सुरू झाले. चित्रपट एका उद्ध्वस्त होत असलेल्या अमेरिकन जीवनावरचे होते. चित्रपटातल्या कथानकात तीच मूर्ख बायको व तोच व्यभिचारी नवरा. ती प्रासादतुल्य निवासांमधून वावरतात. गोष्टीवर लक्ष केंद्रित करण्याचा मी पुष्कळ प्रयत्न केला, पण मला त्यात गोडी वाटली नाही. थोड्याच वेळात मला कंटाळा येऊ लागला. पूर्वी मला चित्रपट आवडत, पण ती आवड आता एकदम नाहीशी झाली. माझे मलाच आश्चर्य वाटू लागले. माणसाचे मनोविकार, त्याच्या जीवनाचे होणारे सुखी किंवा दुःखी शेवट वगैरेंवर आधारलेल्या गोष्टी मला आता आवडेनाशा झाल्या. तेव्हा चित्रपट पाहून माझ्या मनाला वाईटही वाटेनासे झाले तसेच हसूही येईनासे झाले.

निम्म्याअधिक चित्रपटामध्ये तर संपूर्ण अवास्तवता होती. माझे लक्ष पुनः एकदा माझ्या विलक्षण अशा शोध-विषयाकडे वळले व माझे विचारही त्याच दिशेने वाहू लागले. अनपेक्षितपणे मला असे आढळून आले की, मी यात्रेकरू खरा पण यात्रेला कोठे जायचे याचा पत्ता नाही. नुसता आपला जेथे मनाला विश्रांती मिळेल ते स्थान शोधून काढण्याकरिता एका शहरातून दुसऱ्या शहराकडे, एका खेड्यातून दुसऱ्या खेड्याकडे भटकत चाललो आहे. पण ते स्थान मात्र अजून सापडत नाही. माझ्या देशातील व काळातील लोकांपेक्षा ज्यांच्या विचारांची खोली अधिक आहे व ज्यांच्या ठिकाणी अतिमानुष शक्ती आहे, सिद्धी आहेत असे महात्मे शोधून काढण्याकरिता किती लोकांचे चेहरे मी बारकाईने न्याहाळले! किती लोकांचे काळे चमकदार डोळे पाहिले; हेतू हा की त्यातून काहींनी मला गूढ व रहस्यमय प्रश्नांची उत्तरे द्यावीत!

आणि नंतर माझ्या डोक्यात एक विचित्रसा ताठरपणा येऊ लागला व माझ्या सभोवारचे वातावरण जणू विजेच्या जोरदार प्रवाहाने भारल्यासारखे वाटू लागले. माझ्या स्वतःमध्ये एक जबरदस्त मानसिक परिवर्तन घडून येत असल्याची जाणीव मला होऊ लागली. आणि एकदम मनातल्या मनातच एक स्पष्ट आवाज ऐकू येऊ लागला व त्याने माझे लक्ष ओढून धरले. मला तो आवाज ऐकायला येऊ लागला. मी स्तंभितच झालो. किंचितशा उपहासाने तो आवाज बोलू लागला :

'जीवन हा एक चित्रपटाचा खेळ आहे. ह्या खेळात पाळण्यापासून थडग्यापर्यंत आयुष्यातील साऱ्या घटना उलगडून दाखविल्या जातात. भूतकाळात घडून आलेले प्रसंग आता कोठे आहेत? त्यांना तुम्ही थोपवून धरू शकला काय? पुढे येणारे प्रसंग कोठे आहेत? त्यांना तुम्ही पकडू शकता काय? जे सत्य आहे, शाश्वत आहे, सनातन आहे ते प्राप्त करून घेण्याकरिता प्रयत्न करण्याऐवजी तू आपले आयुष्य वाया दवडीत आहेस. सामान्य अस्तित्वापेक्षा सुद्धा जे फसवे आहे, जे पूर्णतया काल्पनिक आहे, जी केवळ माया आहे तिलाच धरून तू चालला आहेस.'

नंतर मग सुखदुःखमिश्रित अशा त्या चित्रपटाच्या गोष्टीतून माझे लक्ष अजिबात उडाले तेव्हा आता नुसतेच बसून राहणे हास्यास्पद होते. मी उठलो व चित्रपटगृहाबाहेर येऊन चालू लागलो.

आणि असाच मी रस्त्याने सावकाशपणे व काही एका विशिष्ट ठिकाणी जायचे म्हणून नव्हे तर असाच भटकू लागलो. वरती आकाशात चंद्रप्रकाश भरपूर होता. पूर्वेकडील देशात लोकांच्या जीवनात चंद्राचे माहात्म्य फार. रस्त्याच्या एका कोपऱ्यावर एक भिकारी माझ्याजवळ आला. तो तोंडातून शब्द काढण्यापूर्वीच मी त्याच्या चेहऱ्याकडे पाहत होतो. तो काय पुटपुटला हे मला कळलेही नाही. त्याच्याकडे पाहिल्यावर मी एकदम मागे सरलो. तो महारोगाने पछाडलेला होता. त्याच्या चेहऱ्यावरचे मांस सडले जाऊन त्या पाठीमागचे हाड दिसत होते. मला त्याच्याकडे पाहून प्रथम जो उद्वेग आला त्याच्या ठिकाणी आता मला त्या दुर्दैवी मनुष्यप्राण्याची करुणा आली व माझ्या खिशात जो काही खुर्दा होता तो मी त्याने पुढे केलेल्या त्याच्या ओंजळीत टाकून दिला.

नंतर मी दर्याकिनाऱ्याकडे गेलो व एक अशी निवांत जागा शोधून काढली की ह्या बॅकबे चौपाटीवर दररोज रात्री जी एवढी नाना तऱ्हेच्या, निरनिराळ्या जातींच्या लोकांची झुम्मड उठते त्या गर्दीपासून अगदी अलग की त्या जनसंमर्दाचा काहीही त्रास न व्हावा. वरती आकाशाच्या घुमटाकडे पाहिले. असंख्य तारे लुकलुकत होते. माझी मनःस्थिती एका अनपेक्षित अवस्थेप्रत जाऊन पोचल्याची मला जाणीव झाली.

***

थोडक्याच दिवसात आमची बोट युरोपला जायला निघणार व अरबी समुद्राच्या हिरव्यानिळ्या पाण्यामधून आपला मार्ग आक्रमणार. पुनः एकदा बोटीवर मी तत्त्वज्ञानाचा निरोप घेणार आणि विस्मृतीच्या अथांग पाण्यामध्ये हा माझा पूर्वेकडील शोध खळबळून घेणार. सिद्धयोगी- महात्म्यांना शोधून काढण्याच्या उद्योगात आता मला पुनः वेळ, विचार, शक्ती, पैसा खर्च करण्याची जरूर राहणार नाही.

पण माझ्या मनात चालू असलेला आवाज मला सोडीना. तो मला सारखा सतावून टाकी.

'मूर्खा!' तो माझी निर्भर्त्सना करीतच बोलू लागला. 'इतकी वर्षे शोधात व आशा बाळगण्यात व्यर्थ घालविलीस! इतर माणसे जो मार्ग चोखाळतात त्याच मार्गाने तुला गेले पाहिजे. जे काही शिकलास ते विसरून गेले पाहिजे. उदात्त विचारांचा त्याग करून अहंकार व इंद्रियभोग यांवरच आधारलेले जीवन जगले पाहिजे. पण काळजी घे हो! आयुष्यात ही उमेदवारी केलीस पण त्यात तुला लाभही मोठा घडून आला. फार मोठ्या अवधूतांचे दर्शन झाले. त्यांच्याकडून मार्गदर्शन झाले. सारखा विचार करीत राहिल्याने जड देहाच्या अस्तित्वाची भावना कमी झाली. सारखी भ्रमंती करावी लागली व एकान्ताच्या अनुभवाने आत्मिक जागृतीही झाली. अशा ह्या अनुभवाचे परिणाम तुला सहजासहजी विसरता येतील काय? मुळीच नाही. तुझ्या पायावर त्याने अदृश्य अशा शृंखला घातल्या आहेत!'

विचाराच्या ह्या तंद्रीतून त्या तंद्रीत मी असे हेलकावे खात राहिलो. वरती निरभ्र आकाशात तारकांचे पुंज लुकलुकत होते. तिकडे मी पाहत होतो. हा मनातला आवाज निर्दयपणे माझी हजेरी घेत होता. मी आपला बचाव करीत होतो. 'माझा पराजय झाला. त्यात माझा काही दोष नाही,' अशी मी माझी बाजू मांडीत होतो.

आवाजाने जबाब दिला.

'हिंदुस्थानात तुला इतके महात्मे भेटले, त्यांतला एकही तुला गुरू म्हणून करता येणार नाही असे तुला हमखास सांगता येईल काय?'

आणि त्याबरोबर माझ्या मनश्चक्षूंसमोरून चेहऱ्यांची एक लांबलचक रांग पुढे पुढे सरकू लागली. उत्तरेकडील महात्म्यांचे ते तापट चेहरे; दक्षिणेकडील सौम्य, समाधानी चेहरे; पूर्वेकडील भावनाप्रधान चेहरे; निग्रही पण शांत असे पश्चिमेकडील मराठी चेहरे; प्रेमळ चेहरे; मूर्ख चेहरे; शहाणे, धोकेबाज, दुष्ट व आतल्या गाठीच्या माणसाचे असे निरनिराळे चेहरे.

त्या असंख्य चेहऱ्यांतून एकच चेहरा त्या गर्दीतून वेगळा झाला व माझ्यापुढे सारखा येऊ लागला. त्या चेहऱ्यातील डोळे माझ्या डोळ्यांकडे टक लावून पाहू लागले. ते डोळे म्हणजे दगडी पुतळ्यासारखे ज्यांचे आसन स्थिर आहे त्या महाभाग रमण महर्षींचे, दक्षिणेकडील अरुणाचलाच्या एकान्तवस्तीत ज्याने आपली हयात काढली त्या महात्म्याचे. त्या महात्म्याला मी विसरणे शक्य नाही. खरे सांगायचे म्हणजे महर्षींच्याबद्दल भक्तिपर विचार माझ्या मनात मधूनमधून सारखे यायचे. पण त्यांच्या सहवासात मला आलेले अनुभव फार आकस्मिक स्वरूपाचे होते. त्यानंतर

हा माझा शोध चालू असताना मला नाना तऱ्हेची माणसे भेटली, नाना तऱ्हेचे प्रसंग घडून आले, अनेक स्थित्यंतरे घडून आली. त्यामुळे अल्पावकाशात त्यांच्या सहवासात मिळालेल्या अनुभवांवर ह्या इतर गोष्टींचेच दडपण जास्त पडले.

पण माझ्या जीवनात ते एखाद्या ताऱ्यासारखे चमकून गेले याची जाणीव मला आता होऊ लागली. शून्य आकाशात केवळ त्यांचाच प्रकाश; तोही अल्प काळ व तो तारा दृष्टीआड झाल्यावर पुनः शून्य आकाश. आणि मग माझ्या मनातील प्रश्न विचारणाऱ्याला मला हेच उत्तर द्यावे लागेल की, मला पूर्वेकडे काय की पश्चिमेकडे काय, जे कोणी महात्मे भेटले, त्यांपैकी सर्वांत ज्यांनी माझ्या श्रद्धेची पकड घेतली ते रमण महर्षीच होत. पण युरोपियन माणसाच्या विचारसरणीपासून ते इतके अलग होते, दूर होते, उदासीन होते की मी स्वतःला त्यांचा शिष्य म्हणवून घेतले काय किंवा घेतले नाही काय, त्यांना सारखेच.

तो अंतःस्थ शांत आवाज माझ्या मनाची पुन्हा तीव्रतेने पकड घेऊ लागला.

'ते उदासीन आहेत असे तू कशावरून म्हणतोस? तू तेथे राहिलास किती दिवस? चटकन निघून तर गेलास!'

'होय.' मी भीत भीत कबूल केले. मी माझे स्वतःचे वेळापत्रक आखले होते त्याप्रमाणे मला तेथून लवकरच हालावे लागले. माझा नाइलाज होता.

'आता तुला एक गोष्ट करता येण्यासारखी आहे. पुन्हा त्यांच्याकडे जा.'

'माझे गुरू आपण व्हा असा मी त्यांना आग्रह कसा करू?'

'ह्या तुझ्या शोध घेण्याच्या कार्यात तुझ्या वैयक्तिक भावनांना इतके महत्त्व नाही. पुन्हा महर्षींच्याकडे जा.'

'ते तर भारताच्या अगदी दुसऱ्या टोकाला आहेत. आणि मी आजारी आहे; पुन्हा एवढा लांबवरचा प्रवास मला करता यायचा नाही.'

'म्हणून काय झाले? तुला जर गुरू पाहिजे असेल तर त्याची किंमत तुला दिली पाहिजे.'

'मला आता गुरूची आवश्यकता आहे की नाही याची शंका आहे. कारण सध्या मी इतका थकलेलो आहे की मला काहीच नको आहे. शिवाय मी बोटीचे तिकीट बर्थचे रिझर्व केले आहे. तीन दिवसांनी मी आता येथून प्रयाण करणार. मला आता माझे वेळापत्रक बदलता येत नाही.'

तो आवाज जणू माझी निर्भर्त्सना करू लागला.

'वेळापत्रक बदलता येत नाही! वा: काही गोष्टी वेळापत्रकाच्या साच्यात बसविता येत नाहीत. आतापर्यंत भेटलेल्या महात्म्यांत महर्षी सर्वांत जास्त साक्षात्कारी, हे तू कबूल करतोस; मग तू त्यांच्यापासून पळून का चाललास? अद्याप तू त्यांना नीट भेटला सुद्धा नाहीस. जा, त्यांच्याकडे परत जा.'

मी आपला आग्रह कायमच ठेवला. विवेकबुद्धी म्हणू लागली, 'होय, जा;' पण शरीर म्हणू लागले, 'नको.'

तो आवाज पुन्हा आग्रहाने सांगू लागला :

'तुझे वेळापत्रक बदल. महर्षींच्याकडे तुला पुन्हा गेले पाहिजे.'

नंतर माझ्या अंतर्यामातून अशी काही प्रेरणा आली की या आंतरिक आवाजाच्या आज्ञेला मला मान तुकवावी लागली. ती आज्ञा मला ताबडतोब शिरसावंद्य मानावी लागली. तिचा जोर इतका जबरदस्त होता की, त्याच्या पुढे माझ्या बुद्धिवादाच्या हरकती कोसळून पडल्या; दुबळे झालेले शरीर नाही म्हणत असताना सुद्धा त्याला त्या जोरापुढे वाकावे लागले. आणि महर्षींच्याकडे परत जाण्याकरिता तातडीने इतके प्रभावी संदेश येत असताना माझ्या मनश्चक्षूंपुढे स्वतः महर्षींचे डोळे मला प्रेमाने बोलावीत असल्याचे स्पष्ट दिसून आले.

त्या आंतरिक आवाजाशी आणखी काही वाद करीत मी बसलो नाही; कारण त्याचा काही उपयोग नव्हता. महर्षींच्याकडे ताबडतोब जाण्याचे मी ठरविले आणि त्यांनी मला शिष्य करून घेण्याचे कबूल केले तर माझे सर्वस्व त्यांच्याकडे सोपविण्याचे ठरविले. त्यांच्या तेजस्वी ताऱ्यास माझा खटारा जोडून टाकण्याचे ठरविले. काही एका जबरदस्त शक्तीने मला पूर्ण अंकित करून टाकले होते. ती शक्ती कोणत्या प्रकारची होती हे मात्र मला समजले नाही.

मी परत हॉटेलमध्ये आलो. कपाळावरचा घाम पुसला. गरम चहाचा कप घेतला. चहा घेत असताना माझ्यात परिवर्तन झाल्याचे मला कळून चुकले. दैन्य व संशय यांचे ओंगळ ओझे माझ्या खांद्यावरून खाली उतरत असल्याची जाणीव मला होऊ लागली.

दुसऱ्या दिवशी सकाळी न्याहारी घेत असताना माझ्या मनाला फार उल्हास वाटला. ही प्रसन्न वृत्ती मी मुंबईला परतल्यापासून अनुभविण्याची ही पहिलीच वेळ. मी चहा घेत आरामखुर्चीवर बसलो होतो. समोर हॉटेलमधला रुबाबदार दाढीवाला नोकर उभा होता. त्याचा वेष सुरेख होता. पांढरा कोट, जरीचा कमरपट्टा व पांढरी सफेत तुमान. त्याने माझ्याकडे पाहून स्मित केले. तो हात जोडून लांबच उभा राहिला

आणि म्हणाला, 'साहेब, आपले एक पत्र आहे.'

मी ते पाकीट हातात घेतले. त्याच्यावरचा पत्ता दोनदा बदललेला होता. माझा जागोजाग ते पाठपुरावा करीत आलेले होते. मी ते पत्र उघडले.

आणि काय आश्चर्य! पत्र उघडल्यावर मला किती आनंद झाला म्हणून सांगू? ते पत्र अरुणाचलम्हून आले होते. तिथल्या आश्रमातून लिहिलेले होते. लेखक एक प्रमुख सार्वजनिक कार्यकर्ता. मद्रास लेजिस्लेटिव कौन्सिलचा एके काळचा सभासद होता. काही कौटुंबिक आपत्तीने दुःखीकष्टी झाल्याने त्याने संसारातून बाहेर पडण्याचा निश्चय केला व महर्षींचा शिष्य बनून त्यांच्या सेवेत उर्वरित आयुष्य घालविण्याचे त्याने ठरविले. महर्षींना तो मधूनमधून भेटत असे. मी त्याला अरुणाचलम्ला भेटलेलो होतो व त्याचा-माझा मधून मधून पत्रव्यवहारही होत होता.

पत्र वाचल्यावर मला फार आनंद झाला. माझ्या विचारांना उत्तेजन मिळाले. मी पुन्हा आश्रमाला भेट देऊन जावे असे त्यात लिहिले होते. मी आल्याने सगळ्यांना आनंद वाटेल, असा गोड मजकूर त्या पत्रात होता. मी पत्रवाचन संपविले पण त्यातील एक वाक्य वारंवार माझ्या डोळ्यांसमोर येत राहिले. ते वाक्य असे होते :

'तुमचे महाभाग्य असे की तुम्हाला खरा गुरू भेटला.'

महर्षींच्याकडे परत जाण्याचे मी नुकतेच ठरविलेले होते. त्याला हे पत्र म्हणजे शुभशकूनच होय असे मला वाटले. मी शिपिंग कचेरीत लगोलग गेलो व माझे जाण्याचे तिकीट रद्द केले.

त्यानंतर लवकरच मी मुंबई सोडली व माझ्या नवीन बेताप्रमाणे मार्गक्रमण करू लागलो. शेकडो मैल दूरवर पसरलेले दक्षिणचे माळरान पठार ओलांडले. त्या वैराण मुलुखात मधूनमधून कळकाची बेटे लागत व कळकाचे उंच तुरे फक्त त्या दृश्याला किंचित वैचित्र्य आणीत. तुरळक गवत व मधून मधून झाडे अशा या मुलुखात गाडीही जोरात चालत नव्हती. गाडीला मधूनमधून हादरे बसत तसे मला वाटे की माझ्या मनाला हादरे बसत असून मीही एका मोठ्या घटनेच्या दिशेने- आध्यात्मिक जागृतीच्या दिशेने एका महात्म्याच्या दर्शनार्थ दौडत सुटलो आहे. मला भेटलेल्या सगळ्या विभूतींमधली महान विभूती! गाडीच्या डब्याच्या खिडकीतून मी बाहेर पाहत होतो. एका ऋषीचे-सिद्धयोग्याचे दर्शन व्हावे या माझ्या सुप्त इच्छेला पुन्हा एकदा जागृती आली.

हजारएक मैलांचे दक्षिणेचे पठार ओलांडून दुसरे दिवशी आम्ही सौम्य व शांत अशा दक्षिण भारताच्या भूप्रदेशात प्रवेश केला. मधूनमधून लाल रंगाच्या टेकड्या

लागत. त्या पाहून मला आनंद वाटे. का कोण जाणे? आणि मग तो उष्ण मुलूख ओलांडून आम्ही मद्रास स्टेशनात प्रवेश केला. तेथे दमट गरम हवेची झुळूक आली. जरा बरे वाटले; कारण असे की आमच्या प्रवासाचा मुख्य टप्पा आम्ही पार पाडला होता.

सदर्न मराठा रेल्वेचे मद्रास सेंट्रल स्टेशन सोडून गावातून रस्ता काढीत साउथ इंडियन रेल्वेच्या एग्मोर स्टेशनवर मी जाऊन पोचलो. गाडी सुटायला काही तास अवकाश होता, तेव्हा काही खरेदी करावे व तेथे राहत असलेल्या त्या लेखकाला- ज्याने माझी कांचीच्या शंकराचार्यांशी ओळख करून दिली त्याला भेटावे असे मी ठरविले.

त्याने माझे आनंदाने स्वागत केले. आणि मी महर्षींना भेटायला जात आहे हे जेव्हा त्याला सांगितले, तेव्हा तो म्हणाला,

'मला बिलकूल आश्चर्य वाटत नाही. असे घडणार हे मला माहीतच होते.'

मला आश्चर्य वाटले; पण मी विचारले,

'ते कसे?'

तो हसला.

'मित्रा; तुला आठवते का, चिंगलपेटला आपण दोघांनी शंकराचार्यांचा निरोप घेतला व आपण तेथून निघण्यापूर्वी त्यांनी मला एका खोलीत नेले व कानात काही सांगितले?'

'आता तुम्ही मला आठवण करून देत आहा, तेव्हा ते नक्कीच आठवते.'

लेखकमहाशयांच्या लहान नितळ चेहऱ्यावर अजूनही हसू दिसून येत होते.

'आचार्यांनी मला असे सांगितले, 'तुझा मित्र साऱ्या देशभर प्रवास करीत राहील. तो पुष्कळ योग्यांकडे जाईल; पुष्कळ महात्म्यांचा उपदेश ग्रहण करील. पण शेवटी त्याला रमण महर्षींच्याचकडे परत यावे लागेल. त्यांचे खरे गुरू महर्षीच होत.''

मी आता येथे परत आल्यावर हे शब्द जेव्हा ऐकले, तेव्हा मी गारच पडलो. शंकराचार्यांनी भविष्य बरोबर वर्तविले. आणि शिवाय असे की, मी ज्या मार्गाने जात आहे तो बरोबर आहे याचीही खात्री पटली.

माझ्या नशिबाने ही भ्रमंती जी माझ्या वाट्यास आणून ठेविली आहे, तीही किती विलक्षण!

१६
अरण्यामधील एका आश्रमात

आपल्या आयुष्यात असे काही अविस्मरणीय प्रसंग येतात की जे सुवर्णाक्षरांनी लिहिण्याजोगे असतात. रमण महर्षींच्या भेटीचा प्रसंग अशांपैकीच होय. ज्या दालनात महर्षी बसलेले होते त्या दालनात मी प्रवेश केला.

नेहमीप्रमाणे त्या खोलीत ठेवलेल्या आसनाच्या मध्यभागी पसरलेल्या व्याघ्रचर्मावर ते बसलेले होते. त्यांच्याशेजारी एक लहानसे मेज होते. त्या मेजावर लावलेल्या उदबत्त्यांचा सुवास असमंतात दरवळत होता. त्यांचे जेव्हा मला पहिले दर्शन झाले, तेव्हा त्यांना समाधी लागलेली होती व ते इहलोकापासून, जनसंमर्दापासून फार दूर दूर गेलेले दिसत होते तसे ते ह्या वेळी दिसत नव्हते. त्यांचे डोळे चांगले उघडे असून ते ऐहिक वस्तूंकडे पाहत होते. मी आत प्रवेश केल्यावर वाकून नमस्कार केला. त्यांनी माझ्याकडे एक दृष्टिक्षेप टाकला व माझे स्वागत करण्याकरिता तोंड उघडून स्नेहपूर्ण स्मित केले.

त्यांच्यापासून थोड्या अंतरावर त्यांचे काही शिष्य मांडी घालून बसलेले होते. बाकीचे दालन तसे मोकळे होते. एक शिष्य पंख्याची दोरी हालवीत होता. पंखा त्या जड हवेत मंदपणे हालत होता.

माझ्या मनाला माहीत होते की, मी महर्षींचा शिष्य व्हावयास आलो आहे व माझ्यावर त्यांनी अनुग्रह केल्याखेरीज माझ्या मनाला शांती मिळणार नव्हती. ते माझा शिष्य म्हणून स्वीकार करतील अशी मला फार आशा होती व ती आशा मनात धरून मी मुंबईहून एवढ्या दूर अंतरावर आलो होतो. काही एका अतिमानुष दिक्प्रदेशावरील निर्णायक व अधिकारपूर्ण आदेशावरून मी येथे आलो होतो. प्रास्ताविक खुलासा

मी थोड्या शब्दात उरकला व माझी विनंती मी थोडक्यात स्पष्टपणे महर्षींच्यापुढे मांडली.

ते माझ्याकडे स्मितपूर्ण दृष्टीने पाहतच राहिले; पण बोलले काही नाहीत.

मी माझी विनंती पुनः जोराने मांडली.

नंतर काही वेळ स्तब्धता. पण शेवटी त्यांनी उत्तर दिले. त्या वेळी त्यांनी दुभाष्याचा उपयोग केला नाही. सरळ इंग्लिशमध्ये ते बोलले.

'गुरू न् शिष्य. काय भानगड आहे ही? हे सर्व भेद शिष्याच्या दृष्टीला दिसतात. ज्याला स्वतः साक्षात्कार झालेला आहे त्याला गुरू व शिष्य यांमध्ये भेद दिसत नाही. असा साक्षात्कारी मनुष्य सर्वांकडे समदृष्टीने पाहतो.'

सुरुवातीलाच मला हा टोमणा मिळाला. मग मी माझी विनंती अन्य पद्धतींनी महर्षींच्यापुढे मांडली. पण त्यांनी आपला मुद्दा सोडला नाही. अखेर- शेवटी ते म्हणाले :

'तुम्ही स्वतःमध्येच, स्वतःच्या आत्म्यामध्येच गुरू शोधून काढा. गुरू ज्या दृष्टीने स्वत:च्या शरीराकडे पाहतो त्याच दृष्टीने तुम्ही त्याच्या शरीराकडे पाहा. शरीर म्हणजे त्याचे खरे स्वरूप नव्हे.'

माझ्या विचारांना आता असा आवाज ऐकू यायला सुरुवात झाली की महर्षी हे मला सरळ उत्तर देणार नाहीत; आणि मला जे उत्तर पाहिजे आहे ते अन्य पद्धतीने काढून घ्यावयास पाहिजे. कारण ते सुचवितात त्याप्रमाणे ते उत्तरही सूक्ष्म, संदिग्ध पद्धतीनेच काढून घ्यावयास हवे. तेव्हा तो विषय मी तसाच सोडून दिला व मी कोणत्या उद्देशाने येथे आलो आहे अशा जुजबी विषयावर बोलू लागलो.

येथला मुक्काम बरेच दिवसांचा ठरणार असल्यामुळे दुपारी मी माझ्या व्यवस्थेच्या तजविजीला लागलो.

***

तेथले जीवन जरा वेगळ्या स्वरूपाचे होते. त्याची मला सवय नव्हती. असे कित्येक आठवडे गेले. दिवसभर मी महर्षींच्या दालनात बसून काढी. तेथे बसलेलो असताना त्यांची सूक्तिवचने मी ग्रहण करी. आणि त्यामध्ये मला जे उत्तर पाहिजे होते त्याचा शोध घेई. रात्री मला झोप येत नसे. पूर्वीच्या मुक्कामातही अशीच झोप येत नसे. माझ्याकरिता एक झोपडी घाईघाईने बांधली होती. त्या झोपडीत जमिनीवर एक ब्लँकेट आंथरून मी त्यावर झोपत असे व सगळी रात्र तळमळत जागून काढीत असे.

ही झोपडी मुख्य आश्रमापासून साधारण तीन-एकशे फूट अंतरावर होती. तिच्या भिंती जाड असून त्यावर थोडा चुना फासलेला होता. पण वरचे छप्पर चांगले मंगलोरी कौलांचे केलेले होते. त्यामुळे पावसाळ्यात पावसापासून चांगला बचाव होई. झोपडीभोवती गवत चांगले उंच वाढलेले होते. कारण पश्चिमेच्या बाजूस गवताचे रान चांगलेच माजलेले होते. हा भूप्रदेश ओबडधोबड खरा पण निसर्गाचे खरे मूळचे जातिवंत सौंदर्य तेथे ठायीठायी आढळून येत होते. मधूनमधून निवडुंगाची बेटे पसरलेली होती. त्याचे काटे दाभणासारखे दिसत. त्यांच्यापलीकडे जंगलाची दाट झाडी संपे व खुरटी रोपटी सुरू होत. मग पुढे मैदान दिसू लागे. उत्तरेच्या बाजूस अरुणाचलम्‌चा पर्वत; धातुमय खडकांनी भरलेला व पिवळसर मातीने आकारास आणलेला असा सुळका. दक्षिणेच्या बाजूला लांबवर पसरलेला तलाव. त्यातील प्रसन्न पाण्याने मला या ठिकाणी आकर्षून घेतले. तलावाच्या कडेला झाडांचे झुबके. त्यावर करड्या व पिंगट रंगाची माकडे इतस्ततः उड्या मारीत होती.

दररोज कार्यक्रम सारखाच. मी सकाळचा उठे. सभोवारचे जंगल पहाटे धूसर वर्णाचे दिसे, नंतर हिरवे व उन्हे पडली की पिवळे दिसू लागे. नंतर तळ्यात आंघोळ. मला पोहता येत असे. तेव्हा मी भरपूर पोहून घेत असे. पण पाण्यात अधूनमधून पाणसाप असत, त्यांना दूर सारण्याकरिता मी पोहताना जेवढा आवाज करता येईल तेवढा करीत असे. आंघोळ झाल्यावर कपडे, दाढी मग तीन कप चहा. चहा घेणे एवढीच फक्त चैन.

'साहेब, चहा तयार आहे,' राजू सांगायचा. राजूला मी तेथे नोकर ठेवला होता. त्याला प्रथम इंग्रजी काहीएक येत नव्हते. मी त्याला मधूनमधून थोडे थोडे शिकवून तयार केले. नोकर म्हणून तो फार उपयोगी पडे. एक रत्न होते ते. मला ज्या काही युरोपियन पद्धतीच्या वस्तू व खाद्यपदार्थ लागत, त्या शोधून काढण्याकरिता तो गावभर हिंडे व त्या शोधून काढण्याकरिता खूप मेहनत करी. किंवा ध्यानाच्या वेळी तो महर्षींच्या दालनाच्या बाहेर शांतपणे बसून राही; हेतू हा की न जाणो आपल्या मालकाला मध्येच आपली जरूर लागायची. पण आचारी या दृष्टीने त्याला आमचे पदार्थ तितकेसे तयार करता यायचे नाहीत. त्या पदार्थाची कृती त्याला चमत्कारिक वाटे. त्याने पुष्कळ प्रयोग केले पण ते जमले नाहीत. तेव्हा विशेष कलात्मक पदार्थ करावयास मी सुरुवात केली. पण मेहनत जास्त पडे. ती कमी करण्याकरिता मी एक वेळचे जेवण बंद केले. दिवसात तीन वेळ चहा. तेवढाच माझा ऐहिक उपभोग. त्यातून मला मुख्य शक्ती मिळायची. माझे ते कषायपेयप्राशन चालू असता राजू बाजूला उन्हात उभा राहून तो विधी मोठ्या कौतुकाने पाहत राहायचा. त्याचे काळे कुळकुळीत शरीर त्या उन्हात शिशवीच्या पॉलिश केलेल्या लाकडासारखे चमके.

कारण तो त्या द्रविडदेशाचा खराखुरा भूमिपुत्र होता.

हे सकाळचे चहापान झाल्यावर मी मंद गतीने आश्रमाकडे यायला निघायचो. वाटेत दोन मिनिटे बागेमधल्या गुलाबाच्या ताटव्यापाशी थांबायचे. आज नवीन टवटवीत अशी गुलाबाची फुले किती उमलली आहेत ते पाहायचे. या ताटव्याला बांबूचे कुंपण घातलेले होते. मध्येच एखादे वेळी माडाच्या झाडाखाली थोडा वेळ बसायचे. वरती नारळ भरगच्च लागलेले असायचे. आश्रमातील बागेत हिंडायला फार आनंद वाटायचा. सूर्याचे ऊन तापदायक होईपर्यंत इतस्ततः हिंडून विविध फुलांचा वास घेण्यात फार मौज वाटायची.

नंतर मी दालनात प्रवेश करी. महर्षींच्यापुढे वाकून नमस्कार करी व शेजारीच मांडी घालून मुकाट्याने बसे. एखादे वेळ मी काही वाचीत किंवा लिहीत बसे; किंवा जवळ बसलेल्या एक-दोघांशी वार्तालाप करी; किंवा एखाद्या मुद्द्यावर महर्षींना प्रश्न करी, किंवा त्यांनी निर्देशिलेल्या पद्धतीने तासएकभर निवांत ध्यान करीत बसे. साधारणपणे संध्याकाळची वेळ ध्यानाकरिता ठेवलेली असे. पण मी काहीही जरी करीत असलो तरी त्या ठिकाणच्या गूढ व भारलेल्या वातावरणाची मला हळूहळू जाणीव व्हायची; त्यात कधी खंड पडायचा नाही. त्या वातावरणात दयापूर्ण लहरी माझ्या मस्तकात प्रवेश करीत. महर्षींच्या सान्निध्यात केवळ बसल्यानेच माझ्या मनाला अवर्णनीय शांतीचा लाभ व्हायचा. सूक्ष्म निरीक्षण व वारंवार पृथक्करण करून माझी पुरती खात्री झाली की, ज्या वेळी आम्ही दोघे एकमेकांच्या सान्निध्यात बसत राहू, त्या वेळी आम्हा परस्परांमध्ये मूक संवेदना निर्माण व्हायच्या. त्या अत्यंत सूक्ष्म होत्या पण होत्या नक्की.

अकरा वाजता झोपडीत दुपारच्या जेवणाकरिता मी परत यायचो. जेवणानंतर थोडी विश्रांती. नंतर तिसऱ्या प्रहरी दालनामध्ये सकाळचाच कार्यक्रम पुन्हा. कधी कधी ध्यान व बोलणे या कार्यक्रमात मी फरक करायचो. मध्येच एखादे वेळी आसपास हिंडून येत असे किंवा गावात त्या अवाढव्य देवालयाबद्दल आणखी जास्त माहिती गोळा करण्याकरिता जात असे.

महर्षी सुद्धा आपला फराळ वगैरे झाल्यावर झोपडीमध्ये अचानकपणे मला भेटायला यायचे. त्या संधीचा फायदा घेऊन मी आणखीन प्रश्न विचारून त्यांना भंडावून सोडी. ह्या प्रश्नांची उत्तरे ते मोठ्या धैर्याने संक्षिप्त, सूत्रमय शब्दात द्यायचे. ह्या सूत्रमय शब्दांचे वाक्य तयार करायला सुद्धा अडचण पडायची. एकदा काय झाले? मी एक नवीन प्रश्न त्यांच्यापुढे मांडला; त्याचे त्यांनी काही उत्तर दिले नाही. त्याऐवजी ते बाहेर टेकडीवरील जंगलाकडे पाहत राहिले. ते जंगल थेट क्षितिजापर्यंत पसरलेले होते. ते पाहता पाहता ते अगदी निश्चल बसून राहिले. अशीच कित्येक

मिनिटे गेली. तरी त्यांचे डोळे तसेच स्थिर राहिले. आणि ते कुठे दूर गेल्यासारखे वाटले. त्यांचे लक्ष कुठेतरी दूर अदृश्य अशा मानसिक आकृतीकडे केंद्रित झाले होते किंवा अंतर्यामामध्ये कोणत्या तरी विचारावर केंद्रित झाले होते हे मी सांगू शकत नाही. प्रथम मला असे वाटले की त्यांना माझे बोलणे ऐकूत्र आले नसेल. पण यानंतर जी नीरव शांती तेथे पसरली – आणि ज्या शांतीचा भंग करणे माझे बुद्धिवादी मन करू शकले नसते किंवा त्याला तसे करावेसे वाटले नसते– यावरून मला असे वाटले की, माझ्या बुद्धिवादी मनापेक्षा एक अधिक जबरदस्त शक्ती माझ्यावर प्रभाव पाडीत होती. त्या शक्तीने मला हळूहळू भारावून टाकले.

ह्या आश्चर्यातून माझी पुरेपूर खात्री झाली की, माझे प्रश्न एखाद्या खेळातील निरनिराळ्या पवित्र्यांसारखे जणू होते. विचारांचा हा जो खेळ चालला आहे, त्याला अंत नाही. पण माझ्या अंतर्यामातच कुठेतरी स्वानुभूतीची एक विहीर आहे व त्या विहिरीतील पाण्याच्या प्राशनानेच मी जे काही शोधीत आहे ते मला मिळेल. आणि त्यामुळे असे प्रश्न विचारीत बसण्याचे आता थांबवावे असे मला वाटले. माझ्या स्वत:च्याच अंतरात्म्यात त्या अनंत, असीम, विराट शक्तीचा साक्षात्कार करून घ्यावा, तेच अधिक योग्य असे ठरेल, म्हणून मी गप्प बसलो व प्रतीक्षा करीत राहिलो.

सुमारे अर्धाएक तास महर्षींचे डोळे त्यांच्या समोरच अचल व केंद्रित दृष्टीत राहिले. मला जणू ते विसरलेच. पण वर सांगितलेले ज्ञान जे मला अचानक झाले, त्यावरून माझी खात्री पटली की ते ज्ञान मला त्या गूढ व अभंग शांती अनुभविणाऱ्या महात्म्यापासून प्रसृत झालेल्या दूरवाही संदेशलहरींतूनच प्राप्त झाले.

अशाच एका प्रसंगी मी उदास झाल्याचे महर्षींच्या ध्यानात आले. त्या वेळी त्यांनी मला मी जे अनुसरित आहे, त्या मार्गाने जाणाऱ्याला केवढा महान लाभ घडून येतो याविषयी बरेच सांगितले.

'पण महर्षी, ह्या मार्गात अडचणी फार व मी तर असा दुबळा, अशक्त!' मी बोललो.

'स्वत:ला कमजोर करण्याचा हा अगदी खात्रीचा मार्ग!' त्यांनी शांतपणे उत्तर दिले. 'आपल्याला अपयश येईल ह्या भीतीने व आपल्या दोषांचा सतत विचार करून माणसाने आपले मन जर जड करून टाकले तर तो दुबळा, अशक्तच होणार.'

'पण ते जर खरे असेल तर!' मी आपला मुद्दा सोडला नाही.

'पण ते खरे नाही. माणसाची सर्वांत मोठी चूक म्हणजे आपण मूळचेच दुबळे आहोत, दुष्ट आहोत असे समजणे. प्रत्येक मनुष्य हा ईश्वराचा अंश आहे आणि

मूलतः बलवान आहे. दुबळ्या व दुष्ट त्याच्या सवयी, वासना व विचार असतात. तो स्वतः दुबळा किंवा दुष्ट नसतो.'

ह्या त्यांच्या शब्दांनी मला उत्साह आणला. मला नवचैतन्य लाभले. स्फूर्ती मिळाली. हेच शब्द दुसऱ्या कोणाच्या, कमी अधिकाराच्या माणसाच्या तोंडून आले असते तर त्यांना मी इतकी किंमत दिली नसती व ते कबूलही केले नसते. पण माझ्या अंतर्यामातला जो सल्लागार मला नेहमी मार्गदर्शन करत असतो त्याने मला असे आश्वासन दिले की, हा महात्मा स्वानुभवाच्या सखोल प्रचितीने बोलत आहे. केवळ तर्कावर आधारलेल्या एखाद्या कोरड्या तत्त्वज्ञानाच्या उपदेशकासारखे हे सांगणे नव्हते.

अशाच एके वेळी आम्ही युरोप–अमेरिकेविषयी बोलत होतो. मी जरा व्यंगोक्तीने बोलून गेलो :

'ह्या अरण्याच्या एकान्तवासात तुम्हा लोकांना आध्यात्मिक उदात्तता प्राप्त करून घेणे व ती टिकवणे सोपे आहे. कारण येथे तुमच्या साधनेत व एकान्तात कोणी व्यत्यय आणणार नाही.'

'जेव्हा तुमचे ध्येय साध्य होते आणि जेव्हा तुम्हाला सर्वज्ञ अशा परमेश्वराची ओळख होते तेव्हा लंडन शहरातील एखाद्या घरात राहणे काय किंवा जंगलातील एकान्तात राहाणे काय सारखेच,' त्यांनी ताबडतोब उत्तर दिले.

असेच एकदा झाले. ऐहिक विकासावर हिंदी लोक फारसे लक्ष देत नाहीत अशी मी टीका केली. पण आश्चर्य असे की, महर्षींनी हा दोष मोकळ्या मनाने कबूल केला.

'खरे आहे ते. आम्ही मागासलेले लोक आहोत. पण आमच्या गरजाही कमी असतात. आमच्यात सुधारणा व्हावयास पाहिजे. पण तुम्हा लोकांपेक्षा आम्ही थोड्याशाच सुखसोयींनी संतुष्ट राहतो, समाधान मानतो. म्हणजे आम्ही मागासलेले असलो तरी तुमच्यापेक्षा कमी सुखी आहोत असे नव्हे.'

***

महर्षींना ह्या सिद्धी व ही विरक्त व अनासक्त दृष्टी कशी प्राप्त झाली? पण त्यांच्या तोंडून, नाखुशीने का होईना व त्यांच्या भक्तमंडळींकडून थोडी थोडी माहिती मी गोळा केली. त्यांच्या चरित्राचा सारांश असा :

मदुरेपासून सुमारे तीस मैल अंतरावरच्या एका खेडेगावात त्यांचा १८७९ साली जन्म झाला. मदुरेची भव्य प्रासादमंदिरे जगप्रसिद्ध आहेत. ते ब्राह्मण जातीत जन्मास आले. त्यांच्या वडिलांचा व्यवसाय कायद्याशी निगडित अशा स्वरूपाचा होता. ते

अत्यंत उदार व दानशूर होते. गोरगरीब लोकांना ते नेहमी अन्नदान, वस्त्रदान करीत. तरुण रमण पुढे शिक्षणाकरिता मदुरेस गेला. मदुरेस काही अमेरिकन मिशनरी एक शाळा चालवीत होते. त्यांच्यापासून मोडकेतोडके इंग्लिश रमण शिकला.

लहानपणी त्यांना खेळाची आवड असायची. ते कुस्ती, मुष्टियुद्ध खेळत, पोहत. ज्या नद्यांमध्ये पोहणे धोक्याचे असे तेथे सुद्धा ते पोहून दाखवीत. लहानपणी धार्मिक किंवा तत्त्वज्ञानविषयक गोष्टीत त्यांना विशेष आस्था नव्हती. त्या वयात त्यांना एक विलक्षण खोड होती. ती म्हणजे ते झोपेत चालत. तसेच त्यांना अशी झोप यायची की ते एकदा निपचित पडले की तुम्ही जरी ताशा वाजविला तरी त्यांच्या निद्रेचा भंग होत नसे. त्यांच्या वर्गातील मुलांना ही जेव्हा त्यांची सवय समजून आली, तेव्हा त्यांनी तो एक त्यांच्याशी खेळायचा विषय केला. दिवसा ते चटकन एखादा ठोसा मिळेल या भीतीने त्यांची थट्टामस्करी करायला भीत असत; पण रात्रीच्या वेळी ते त्यांच्या झोपायच्या जागी येत; त्यांना घेऊन अंगणात येत; त्यांना गुद्दे मारीत; कानफटात मारीत आणि मग परत त्यांना घरी पोचवीत. आपल्या शरीरावर काय आघात झाले याची त्यांना शुद्ध नसे व सकाळीही त्यांना रात्री काय झाले याची आठवणही राहत नसे.

निद्रेचे शास्त्रीय स्वरूप काय आहे याचा ज्याने बरोबर अभ्यास केला आहे असा मानसशास्त्रज्ञ असे मत प्रदर्शित करील की, ह्या मुलाच्या तंद्रीची खोली इतकी अफाट आहे की शरीरव्यापाराची त्याला अगदी शुद्ध सुद्धा राहत नाही व त्यामुळे त्याचा स्वभावही असा गूढ व विलक्षण बनला.

एके दिवशी मदुरेला त्यांचा एक नातेवाईक आला व रमणने प्रश्न विचारल्यावरून सांगू लागला की, 'मी नुकताच अरुणाचलम्वरील देवळात जाऊन यात्रा करून आलो.' अरुणाचलम्चे नाव ऐकल्यावरच मुलाच्या अंतर्यामात सुखसंवेदना लहरल्या. तेथे गेल्यावर आपल्याला काही विलक्षण अनुभव येईल असे त्याला वाटू लागले. काय अनुभव येईल हे मात्र त्याला उमजेना. त्याने ते मंदिर कोठे आहे, तेथे कसे जायचे, याची चौकशी केली. रात्री सुद्धा स्वप्ने त्याला अरुणाचलम्चीच पडायची. सारखा तोच विचार त्यांच्या मनात थैमान घालून राही. त्याला त्या स्थानाचे फार महत्त्व वाटे. पण देशात जागोजाग इतकी मोठी देवालये पडली आहेत त्यांच्यापेक्षा या देवळात जास्त काय आहे, हे त्याचे त्याला सुद्धा सांगता येत नसे.

मिशन स्कूलमध्ये त्याचा अभ्यास तसा चालू होता पण शाळेतल्या अभ्यासाकडे त्याचे विशेष लक्ष नसे. पण कामात मात्र त्याचे भरपूर लक्ष असे; त्यात तो बुद्धी चांगली चालवी. पण तो जेव्हा सतरा वर्षांचा झाला तेव्हा नियती एकदम झपाट्याने कामास लागली व तिने त्याच्या तशा साध्या जीवनक्रमामध्ये हस्तक्षेप केला.

मुलाने एकदम शाळा सोडली. अभ्यास करायचे अजिबात टाकून दिले. आणि हे त्याने आपल्या शिक्षकांना, नातेवाइकांना किंवा कोणालाही अगोदर कळविले नाही. त्याच्या एकंदर पुढील ऐहिक आयुष्यक्रमावर कृष्णछाया आणणारा असा हा कोणता प्रसंग घडून आला? त्याला कोणते कारण घडून आले?

त्या कारणाने रमणचे समाधान झाले हे खरे. इतरांना कदाचित त्याचे आकलन झाले नसते. सर्व मनुष्यमात्रांना बोध करणारे म्हणजे प्रत्यक्ष जीवन. त्या जीवनाने त्या मुलाचा अभ्यासक्रम बदलून टाकला. सर्वसाधारण शिक्षक जो अभ्यासक्रम ठरवितात त्याहून हा अभ्यासक्रम अगदी वेगळा होता. आणि त्याने अभ्यास सोडून देऊन मदुरा कायमची सोडण्याच्या अगोदर जवळजवळ दीड एक महिन्यापूर्वी तो प्रसंग घडून आला.

एकदा रमण आपल्या खोलीत एकटाच बसला होता. आणि एकदम त्याला मृत्यूच्या भीतीने ग्रासले. तशी बाह्यतः त्याची शरीरप्रकृती चांगली होती पण आता आपण मरणार असे त्याला वाटू लागले. आता अशा तऱ्हेचे वाटणे हा मानसिक संवेदनेचा प्रकार आहे. कारण त्याला मरण येण्याचे दुसरे काही कारण नव्हते. पण त्या कल्पनेने त्याला पुरते भारून टाकले व तो मरणाच्या तयारीला लागला.

त्याने आपले शरीर ताणून जमिनीवर टाकून दिले. एखाद्या प्रेताप्रमाणे हातपाय ताठ केले; डोळे व ओठ मिटले व शेवटी श्वास कोंडून ठेवला. नंतर तो स्वतःशी म्हणाला, 'ठीक. हे शरीर आता मेलेले आहे. ते तसेच ताठलेले असे स्मशानात नेणार व त्याचे दहन करणार; पण शरीराच्या मृत्यूबरोबर मी मेलो की काय? शरीर म्हणजे मी काय? हे शरीर आता थंडगार व ताठलेले आहे पण त्या अवस्थेहून भिन्न व वेगळी अशी आत्मिक शक्ती माझ्या ठिकाणी पूर्वीप्रमाणेच आहे की.'

त्या भेसूर अनुभवाचे वर्णन वरील शब्दांत महर्षी करीत असतात. पुढे काय झाले हे समजण्यास अवघड आहे पण वर्णन करण्यास सोपे आहे. त्यांना गाढ अशी योगनिद्रा लागली व आत्मतत्त्वाच्या मुळामध्येच ते विलीन झाले. आपण शरीराहून भिन्न आहोत व शरीर जरी मरण पावले असले तरी त्या मृत्यूची 'आपल्याला' बिलकूल झळ लागली नाही हे त्याला कळले. आत्मा हा सत्य असून मानवी स्वभावधर्मामध्ये इतका रुतून गेलेला होता की आतापर्यंत आपण त्याच्याकडे दुर्लक्ष केले होते.

ह्या आश्चर्यकारक अनुभवातून- योगनिद्रेतून जेव्हा रमण बाहेर आला, तेव्हा त्याच्यात आमूलाग्र बदल घडून आला. आता अभ्यासात, खेळात, मित्रमंडळींशी बोलण्यात त्याचे लक्ष लागेना. अचानकपणे जे आत्मदर्शन घडून आले, तो जो उच्च कोटीचा अनुभव आला, तिकडेच आता त्याचे सारे लक्ष लागून राहिले. मरणाची

भीती जशी अद्भुत रीतीने प्रथम वाटली तशीच ती निघून गेली. ज्या आंतरिक शांतीचा व आत्मिक शक्तीचा अनुभव घडून आला व ती शांति-शक्ती चिरकाल टिकली. पूर्वी इतर मुले जेव्हा त्याची खोडी काढीत किंवा थट्टामस्करी करीत, तेव्हा तो एकदम त्यांच्या अंगावर धावून जात असे; पण आता तो ते सगळे मुकाटपणे सहन करी. कोणी त्याच्यावर अन्याय केला तर तो तिकडे दुर्लक्ष करी व कमालीच्या सहनशीलतेने सर्व अत्याचार सहन करी. त्याने आपल्या जुन्या सवयी सोडून दिल्या व तो शक्य तितका वेळ एकान्तात जाऊन बसू लागला. कारण एकान्त मिळाला की त्याचे ध्यान छान लागे व त्याला सतत अंतर्मुख करणारा दिव्य अनुभूतीचा जो सर्वग्राही स्रोत त्याच्यापुढे तो आत्मसमर्पण करी.

त्याच्या स्वभावात होत चाललेले हे गंभीर फरक अर्थात इतरांच्या ध्यानात आले. एक दिवस काय झाले? रमणला काही गृहपाठ करावयाचा होता व तो खोलीत बसला होता. अभ्यास करावयाचा सोडून डोळे मिटून ध्यान करीत बसला होता. ते त्याच्या थोरल्या भावाने पाहिले. खोलीत अभ्यासाची पुस्तके, वह्या अस्ताव्यस्त पडलेली होती. ते सर्व पाहून भावाला फार राग आला व त्याने त्याची चांगली खरडपट्टी काढली.

तू काय करीत आहेस? तुला जर योगी व्हायचे असेल तर मग अभ्यासाचे ढोंग कशाकरिता करतो आहेस?

तरुण रमणला हे शब्द फार लागले. त्या शब्दांतील सत्य त्याने जाणून घेतले व त्याप्रमाणे वागावयाचे ठरविले. त्याचे वडील दिवंगत झालेले होते; पण त्याचा चुलता व इतर भाऊ त्याच्या आईचा सांभाळ करण्याकरिता समर्थ होते. म्हणजे खरेच त्याला घरात काम असे काही नव्हते. आणि मग त्याला ते नाव आठवले की जे जवळजवळ एक वर्षभर त्याच्या मनश्चक्षूपुढे सारखे वावरत होते. अरुणाचलम्चे ते भव्य मंदिर की ज्या नावाने त्याला इतकी मोहिनी घातली होती. तेथे जाण्याचे त्याने ठरविले. ते ठिकाण त्याने का निवडले हे त्याचे त्याला सुद्धा कळले नाही. अंतर्यामात एक ऊर्मी आली आणि त्याबरहुकूम त्याचा त्याने निर्णय घेतला. अगोदर ठरले असे काही नव्हते.

'मी येथे शब्दशः मोहित झालो,' महर्षी मला सांगू लागले, 'ज्या अंतःप्रेरणेने तुम्ही मुंबईहून या ठिकाणी आलात तसा मी मदुरेहून येथे आलो.'

आणि तरुण रमणने आपल्या अंतःप्रेरणेने प्रचोदित होऊन आपले मित्र, घर, शाळा, अभ्यास सर्व काही सोडून दिले व सरळ अरुणाचलम्चा रस्ता धरला. तेथे त्यांना मनःशांती मिळाली. तेथे त्यांचे आध्यात्मिक ध्येय साध्य व्हावयाचे होते. घर सोडताना त्यांनी एक पत्र लिहून ठेवले. ते पत्र अजून आश्रमात जपून ठेवलेले आहे.

ते तामीळ भाषेत आहे. त्याचा भावार्थ असा :

'परमात्म्याच्या शोधाकरिता व त्याच्या आज्ञेने मी येथून बाहेर पडलो आहे. सन्मार्गावरच पाऊल ठेवले आहे. तेव्हा कोणी वाईट वाटून घेण्याचे कारण नाही. मला शोधून काढण्याच्या कामी पैसा विनाकारण खर्च करू नये.'

खिशात तीन रुपये व बाह्य जगाची काही माहिती नाही अशा स्थितीत मुलगा प्रवासाला निघाला. अरुणाचलम् म्हणजे आणखी खालती दक्षिणेला व अंतर्भागात. त्यांना मार्गावर जे प्रसंग अनुभवावयास मिळाले त्यावरून असे स्पष्ट दिसून येईल की, काही अद्भूत गूढ शक्ती त्यांच्या पाठीमागे होती; त्यांना मार्गदर्शन करीत होती. ते जेव्हा आपल्या मुक्कामाला पोचले तेव्हा ते पूर्णपणे अनाथ व असहाय झालेले होते. जवळ माणसे अगदी परकी. पण संपूर्ण संन्यस्तवृत्ती त्यांच्या ठिकाणी प्रज्वलित झालेली होती. ऐहिक वस्तूंबद्दल मुलाला इतका तिरस्कार वाटत होता की, देवळाजवळ आल्यावर त्याने अंगावरचा कपडा काढून फेकून दिला व मंदिराच्या आवारात ध्यानास जो बसला तो अगदी नग्न स्थितीत. तेथल्या पुजाऱ्याने ते पाहिले व त्याबद्दल त्याची हजेरी घेतली. पण त्याचा काही उपयोग झाला नाही. दुसरेही पुजारी तेथे आले आणि मग महत्प्रयासांनी त्यांनी मुलाला निदान लंगोटी घालायला लावली; व तेव्हापासून आजपर्यंत ते नुसती लंगोटीच घालून आहेत.

सहा महिने मंदिराच्या प्राकारातच निरनिराळ्या जागी त्यांनी आपली बैठक ठेविली. दुसरीकडे कुठेही गेले नाहीत. मुलाच्या ह्या अकाली प्रौढत्वाचे, संन्यस्तवृत्तीचे पुजाऱ्याला मोठे कौतुक वाटले. तो त्यांना दररोज थोडा भात आणून देई, त्यावर ते आपली गुजराण करीत. कारण सर्व दिवसभर ते ध्यानातच मग्न असत व ते ध्यान त्यांचे इतके गहन असे की सभोवार जगात काय चालले आहे याचे त्यांना काही भान नसे. काही खट्याळ, द्वाड मुसलमान पोरे एकदा तेथे आली व त्यांनी त्यांच्यावर चिखल फेकला व ती पळून गेली. तरी त्यांची समाधी उतरली नाही. त्याबद्दल त्यांना काही विषादही वाटला नाही की त्या खोडकर मुलांचा रागही आला नाही.

पण देवळात यात्रेकरूंची गर्दी फार; तेव्हा त्यांना जो एकान्त पाहिजे होता तो मिळेना. तेव्हा त्यांनी ते देऊळ सोडले व त्या गावात जरा दूर एका शेतात असलेल्या देवळात आपला मुक्काम ठेवला. या ठिकाणी ते दीड-एक वर्ष राहिले. त्या ठिकाणी दर्शनार्थ जे कोणी येत ते जे काही देत त्यावर ते आपली उपजीविका करीत.

एवढ्या कालावधीत ते कधी कोणाशी बोलले नाहीत. या भागात आल्यावर जवळजवळ तीनएक वर्षे कोणाशीही बोलायला त्यांनी तोंड उघडले नाही. म्हणजे त्यांनी मौनव्रत पाळायची काही शपथ घेतली नव्हती, तर त्यांचा आतला आवाज त्यांना बजावून सांगे की सर्व शक्ती व सर्व लक्ष आध्यात्मिक जीवनाकडे दे. एकदा

ते गूढ रहस्यमय ध्येय प्राप्त झाले म्हणजे मग कोणताही प्रतिबंध पाळण्याची जरुरी राहात नाही. तेव्हा ते बोलायला लागले. बोलायला लागले खरे पण ते मितभाषीच आतापर्यंत राहिले.

आपण कोण आहोत, हे त्यांनी अगदी गुप्त राखले होते. पण योगायोगाच्या अनेक प्रसंगानंतर ते नाहीसे झाल्यानंतर दोन वर्षांनी त्यांच्या आईने त्यांना शोधून काढले. ती आपल्या थोरल्या मुलाला घेऊन निघाली व त्या ठिकाणी आली व 'घरी परत ये' म्हणून तिने डोळ्यांत पाणी आणून कळवळून मुलाला आग्रह केला. पण मुलगा काही कबूल होईना. तेव्हा रडून काही उपयोग होत नाही हे पाहिल्यावर तिने मुलाची ह्या बेदरकारीबद्दल चांगली खरड काढली. शेवटी मुलाने कागदाच्या चिठ्ठीवर लिहून दिले की, 'माणसाचे भवितव्य एक उच्चतर शक्ती ठरवीत असते आणि तिने काहीही केले तरी मुलाचे भवितव्य ती बदलू शकत नाही; तरी परिस्थिती मान्य करून तिने मुलाबद्दल शोक करू नये.' आणि अशा प्रकारे मुलाच्या हट्टापुढे तिला मान तुकवावी लागली.

ह्या प्रसंगामुळे हा तरुण योगी कोण आहे, हे पाहण्याकरिता लोकांची गर्दी जमू लागली व त्या वर्दळीमुळे त्यांना एकान्त मिळेनासा झाला. तेव्हा त्यांनी ती जागा सोडली व अरुणाचलम्च्या डोंगरावर चढून एका गुहेत आपली बैठक मांडली; आणि त्या गुहेत ते कित्येक वर्षे राहिले. त्या डोंगरावर आणखीनही काही गुहा आहेत आणि प्रत्येक गुहेत कोणी ना कोणी तरी बैरागी किंवा योगी राहत असे. पण ज्या गुहेत तरुण रमणने आपले ठाण मांडले होते त्या गुहेचे वैशिष्ट्य असे होते की तेथे पूर्वीच्या एका योग्याची समाधी होती.

साधारणपणे हिंदू लोकात मरणोत्तर दहन करतात; पण योग्यांचे दहन करीत नाहीत; कारण असा एक समज आहे की, ज्याने परमोच्च अवस्था प्राप्त करून घेतली आहे त्याचा प्राणवायू त्या शरीरात हजारो वर्षे सूक्ष्म स्वरूपात का होईना टिकून राहतो व त्यामुळे त्याचे शरीर कुजू लागत नाही. अंगुष्ठमात्र देह शिल्लक राहतो. अशा वेळी योग्याच्या शरीरास स्नान घालतात. त्याला तेल, उटणे वगैरे लावतात व एका विवरात पद्मासन घालून जणू तो ध्यानस्थ बसलेला आहे अशा स्थितीत ठेवून देतात. त्या विवराचे तोंड एका मोठ्या शिळेने बंद करून टाकतात व त्यावर छत्री किंवा समाधी बांधतात. अशी समाधी यात्रेचे एक स्थान बनून जाते. योग्यांच्या शरीराचे दहन न करता दफन करतात. याचे आणखी एक कारण आहे ते असे की योग्यांचे शरीर अगोदरचेच जिवंतपणीच शुद्ध झालेले असते तेव्हा ते अग्नीकडून शुद्ध करून घेण्याची जरुरी उरत नाही.

योगीजन व महात्मे यांना गुहेमध्ये राहणे अधिक आवडते हे ध्यानात घेण्यासारखे

आहे. प्राचीन काळातील लोक गुहेमध्ये देवादिकांची प्रतिष्ठापना करीत. पारशी धर्माचा संस्थापक झरतुष्ट्र हा गुहेमध्ये राहून ईश्वरचिंतन करीत असे. तसेच महंमद दला गुहेतच ईश्वरी साक्षात्कार घडून आला होता. हिंदू योगी सुद्धा गुहेमध्ये किंवा भुयारांमध्ये राहणे इतर ठिकाणांपेक्षा अधिक पसंत करतात. कारण गुहेमध्ये राहिल्याने बाहेर वातावरणात, हवेत, उष्णतामानात काय फेरफार होत असतील त्याचा परिणाम त्यांना जाणवत नाही. उष्ण कटिबंधात दुपारी फार उष्णता व रात्री थंड वाटते. गुहेत प्रकाशही कमी व आवाजही कमी. त्यामुळे ध्यानात व्यत्यय येत नाही. गुहेच्या कोंदलेल्या हवेत श्वासोच्छ्वास करीत राहिल्याने भूकही बरीच कमी होते; व त्यामुळे शारीरिक गरजाही कमी होत जातात.

रमण महर्षींना अरुणाचलम्‌चे जे आकर्षण वाटले, त्याचे आणखी एक कारण असावे. ते म्हणजे तेथील अप्रतिम निसर्गसौंदर्य. त्यांच्या गुहेच्या जवळील दरडीवर उभे राहून खाली पाहावे. दूर अंतरावर खोऱ्यात ते टुमदार गाव वसलेले होते. गावाच्या मध्यभागी ते अजस्र मंदिर उठून दिसत होते. आणि मैदानापलीकडे डोंगरांची ओळ. तेथपर्यंतचे निसर्गसौंदर्य दृष्टीसमोर येत होते.

असो. अशा ह्या अंधारी गुहेमध्ये रमण महर्षी कित्येक वर्षे ध्यान करीत व मधून मधून समाधीअवस्था अनुभवीत राहिले. पारंपरिक समजुतीप्रमाणे त्यांना 'योगी' म्हणता येणार नाही; कारण त्यांनी कोणत्याही विशिष्ट योगसाधनेचा अभ्यास असा केलेला नव्हता किंवा कोणा एका गुरूकडून योगाभ्यास शिकून घेतला नव्हता. अंतः शोधनाचा मार्ग त्यांनी जो अनुसरला होता तो मार्ग स्वानुभव घडवून आणण्याचा होता. त्यांचा आतला आवाज त्यांना सर्व प्रकारचे मार्गदर्शन करीत होता.

१९०५ साली त्या भागात ग्रंथिज्वराचा (प्लेगचा) प्रादुर्भाव झाला. अरुणाचलम्‌च्या एखाद्या यात्रेकरूने तो रोग आणला असावा. ती साथ इतकी फैलावली व रोगाने इतका कहर केला की शहरातील प्रत्येकाने शहर सोडून देऊन जवळपासच्या खेड्यांचा आश्रय घेतला. शहर इतके ओसाड बनून गेले की जवळच्या जंगलातले वाघ, चित्ते भर दिवसा शहरातल्या रस्त्यांवरून हिंडू फिरू लागले. हे हिंस्र पशू जसे शहरातून हिंडत, तसे अरुणाचलम्‌च्या डोंगर-कपाऱ्यांतून सुद्धा हिंडत. महर्षींच्या गुहेच्या आसपास सुद्धा हिंडत. पण महर्षींनी आपली जागा, ती गुहा काही सोडली नाही. ते शांत व मनात भीतीचा लवलेशही न आणता तेथेच राहिले.

ह्या अवधीत त्यांना एक शिष्य मिळाला. तो त्यांच्याकडे स्वयंस्फूर्तीने आला. महर्षींच्या सहवासाची त्याला ओढ लागली. त्यांच्यापाशीच राहून तो त्यांची सेवा करू लागला. तो इसम आता हयात नाही. पण अशी हकिकत त्यांचे इतर शिष्य सांगतात की, दररोज रात्री एक मोठा वाघ गुहेत येत असे व महर्षींचे हात चाटत

असे. महर्षी त्या वाघावर माया करीत. वाघ रात्रभर त्यांच्यासमोर बसून राही व पहाट झाली म्हणजे तेथून उठून जाई.

भारतामध्ये अशी एक सार्वत्रिक समजूत आहे की, जे योगी, फकीर अरण्यात किंवा गिरिकंदरात राहतात, त्यांच्याभोवती सिंह, वाघ, साप व इतर हिंस्र पशू वावरत असतात; पण त्यांचे सिद्धिसामर्थ्य जर वरच्या दर्जाचे असेल तर हे हिंस्र प्राणी त्यांच्या वाटेस जात नाहीत; त्यांना स्पर्श सुद्धा करीत नाहीत. रमण महर्षींच्याबद्दल अशीच एक दुसरी गोष्ट सांगतात. एकदा दुपारच्या वेळी ते आपल्या गुहेच्या तोंडाशी उघड्यावर बसले होते. तेव्हा एक भला मोठा नाग डोंगर-कपारीतून बाहेर आला व त्यांच्यापुढे फणा उभारून थांबला. पण त्यांनी काही त्या नागाला भिऊन आपले आसन सोडले नाही. दोन प्राणी; मनुष्य व नाग एकमेकांकडे टक लावून काही मिनिटे पाहत राहिले. नंतर नाग मागे फिरला; अगदी जवळ असून त्याने त्यांच्यावर फणा उगारला नाही की त्यांना दंश केला नाही.

ह्या विलक्षण तरुण योग्याच्या कडक तपश्चर्येचे एकान्तातील आयुष्य काही एका स्थित्यंतराने संपुष्टात आले. ते स्थित्यंतर म्हणजे त्यांना आपल्या स्वस्वरूपाची कायमची ओळख झाली तेव्हा. मग त्यांनी एकान्तवासाची तादृश जरुरी वाटेनाशी झाली; पण ते त्या गुहेतच राहिले. काही काळाने त्यांच्याकडे गणपतीशास्त्री नावाचा एक विद्वान ब्राह्मण पंडित आला. त्या वेळी त्यांच्या बाह्य आयुष्यातले दुसरे स्थित्यंतर घडून आले. आता त्यांच्या सार्वजनिक आयुष्याला सुरुवात झाली. ते पंडित त्या ठिकाणी अभ्यासाला व ध्यानाची साधना करायला आले होते. देवळात आल्यावर त्यांना कळले की अरुणाचलम्च्या डोंगरावरील एका गुहेत एक तरुण वयाचा योगी बसलेला आहे. तेव्हा तो कोण आहे हे पाहण्याकरिता ते गुहेजवळ आले. त्यांनी रमणना पाहिले तेव्हा रमण महर्षी सूर्याकडे टक लावून पाहत होते. तळपणाऱ्या सूर्याकडे तो पश्चिम क्षितिजाखाली जाईतोपर्यंत कित्येक तास सारखी नजर लावून बसण्याची महर्षींना सवय होती. या देशात दुपारच्या सूर्याचे ऊन किती प्रखर असते याची युरोपियन माणसाला कल्पना करता येणार नाही; कारण त्याचा त्याला अनुभव नसतो. मला एक प्रसंग आठवतो. एकदा मी डोंगरावर चढत होतो; चढ अगदी छातीवर होता व मी असाच दुपारच्या वेळी चढत होतो. आणि परतताना प्रखर ऊन लागले. माझा जीव कासावीस झाला. उन्हाच्या तापाने मी बराच वेळ तळमळत व लोळत पडलो होतो-एखाद्या झिंगलेल्या माणसासारखा. तेव्हा रमण महर्षींचे हे साहस फार कौतुकाचे होते. ते तर सूर्याकडे तोंड करून व डोळे निश्चल ठेवून त्याच्याकडे टक लावून पाहत होते. त्या प्रखर उन्हाचा ते हूं की चू न करता ताप सहन करीत होते.

पंडित महाराजांनी हिंदू तत्त्वज्ञानावरची मुख्य मुख्य पुस्तके वाचून काढलेली होती; त्यांचा पाच वर्षांचा अभ्यास होता. आणि काही प्रत्यक्ष आध्यात्मिक लाभ घडावा म्हणून आचारविचाराच्या दृष्टीने कडक तपाचरणही केलेले होते; पण त्यांच्या मनातला संशय व संभ्रम दूर झाला नव्हता. त्यांनी रमण महर्षींना एक प्रश्न विचारला व त्याचे त्यांनी जे उत्तर दिले त्यावरून महर्षी किती पुढे गेले आहेत हे समजल्यावर ते आश्चर्यचकित झाले. त्यांनी नंतर आणखी काही प्रश्न विचारले; त्यांतले विषय त्यांच्या तत्त्वज्ञानावरचे व समस्यांवरचे होते. त्यांची जी त्यांनी उत्तरे दिली त्यावरून त्यांच्या मनातले संभ्रम दूर झाले. कित्येक वर्षे दीर्घकाल अभ्यास केल्यानेही त्यांच्या शंकांचे निरसन झाले नव्हते. शेवटी त्यांनी महर्षींच्यापुढे साष्टांग नमस्कार घातला व ते त्यांचे शिष्य झाले. शास्त्रीमहाराजांचे स्वतःचे असे बरेच शिष्य वेलोर गावात होते. ते परत गावी गेले आणि त्यांनी त्या साऱ्या शिष्यांना सांगितले की, 'मला एक महर्षी भेटले. महर्षी एक महान साक्षात्कारी पुरुष आहेत; त्यांची शिकवण अगदी वेगळीच आहे; तशी शिकवण मी वाचलेल्या कोणत्याही धर्मग्रंथात, शास्त्रात नाही.' तेव्हापासून शिक्षित मंडळी त्यांना 'महर्षी' म्हणू लागली. पण सर्वसाधारण लोक त्यांना देवच समजत. कारण त्यांचे स्वरूप देवासारखे त्यांना वाटले. पण आपली देवासारखी पूजा करायला महर्षींनी मनाई केली. त्यांची भक्तमंडळी व त्या ठिकाणचे लोक आपसात व माझ्याशी बोलण्यात त्यांना 'देव' म्हणूनच आग्रहाने संबोधीत.

हळूहळू त्यांच्याभोवती शिष्य मंडळ जमू लागले. त्यांनी टेकडीच्या खालच्या भागावर एक लाकडी बंगला बांधला व त्यात राहण्यासाठी त्यांना विनविले. पुढे काही वर्षांनी त्यांची आई सुद्धा तेथे येऊन त्यांना भेटून गेली. एक-दोन वेळा भेटून गेल्यावर मुलाच्या ह्या जीवनक्रमाबाबत तिची नापसंती कमी कमी होत गेली. पुढे कालांतराने तिचा थोरला मुलगा, इतर नातेवाईक वारले, तेव्हा महर्षींच्याजवळच राहायचे तिने ठरविले. महर्षींनी त्याला कबुली दिली. ती पुढे सहा वर्षे जगली. त्या कालावधीत ती आपल्या मुलाची एक निष्ठावान शिष्या बनली. तिला तिथे राहू दिले म्हणून मोबदला स्वरूपात ती त्या आश्रमात स्वयंपाक वगैरे करीत असे.

म्हातारी जेव्हा मरण पावली तेव्हा तिची रक्षा त्या टेकडीच्या पायथ्याशी जमिनीत पुरली आणि महर्षींच्या काही भक्तांनी त्यावर छत्री बांधली. या वृद्धेच्या स्मरणार्थ तेथे सतत दिवा तेवत ठेवलेला असतो व त्या छत्रीवर लोक जास्वंदीची व झेंडूची फुले वाहतात.

कालांतराने महर्षींची कीर्ती त्या सगळ्या भागात पसरली. जे भाविक देवळात देवदर्शनाला येत ते तेथून परतण्यापूर्वी त्या डोंगरावर येऊन महर्षींचेही दर्शन घेऊन जात. लोकांची गर्दी होऊ लागली व लोकांनी वर्गणी जमवून त्यांच्याकरिता व

त्यांच्या शिष्यांकरिता त्या डोंगराच्या पायथ्याशी एक नवीन मोठे सभागृह बांधले. लोकांच्या आग्रहास्तव ते तेथे येऊन राहिले.

महर्षींनी अन्नाशिवाय कसलीही भिक्षा मागितली नाही. पैशाला तर ते कधी स्पर्श करीत नाहीत. त्यांच्याजवळ जी काय वस्तू आहे ती त्यांना लोकांनी अर्पण केलेली आहे. अगदी सुरुवातीला, ते जेव्हा एकान्तात राहत, तेव्हा व आध्यात्मिक शक्ती व सिद्धी प्राप्त होईपर्यंत त्यांनी आपल्यासभोवती एक अभेद्य अशी भिंत उभारली होती तेव्हा कधी कधी भूक निवारण्याकरिता ते आपली गुहा सोडून हातात भिक्षापात्र घेऊन गावात भिक्षा मागत हिंडत असत. त्या वेळी एका म्हातारीला त्यांची दया आली. त्यांना भिक्षा मागायला लागू नये म्हणून ती त्यांना गुहेत अन्न आणून पोचवू लागली. म्हणजे त्यांनी लहानपणी घरदार सोडून देण्याचे जे धाडस केले ते सार्थ ठरले. अन्न व आसरा यावी ददात राहिली नाही. लोक त्यांना पुष्कळ देणग्या अर्पण करीत पण ते काही घेत नसत.

नुकताच काही दिवसांपूर्वी त्यांच्या ह्या आश्रमावर रात्री दरोडा पडला. पण दरोडेखोरांना त्या ठिकाणी काही थोड्या रकमेखेरीज काही मिळाले नाही. ती थोडी रक्कम तिथल्या वहिवाटदाराकडे किरकोळ धान्य खरेदीसाठी म्हणून राहिलेली होती. चोरायला काही मिळाले नाही म्हणून चोर खवळले व त्यांनी दंडुक्याने महर्षींना मारहाण केली. त्यांच्या अंगावर चांगले वळ उठले. त्या महात्म्याने सारा मार निमूटपणे सहन केला आणि उलट तेथून निघून जाण्यापूर्वी त्यांनी काही खाऊन जावे म्हणून विनंती केली व खाद्यपदार्थांचे ताट त्यांच्यापुढे केले. त्यांच्या मनात त्यांच्याबद्दल बिलकूल राग नव्हता. त्यांच्या मायामोहाबद्दल त्यांना त्यांची दया आली त्यांनी तेथन मुकाटपणे जाऊ दिले. वर्षभरातच ते चोर एका मोठ्या गुन्ह्यात सापडले व त्यांना शिक्षा होऊन ते तुरुंगात खडी फोडीत बसले.

महर्षींच्या अशा ह्या आयुष्याचा काही उपयोग नाही असे पुष्कळ युरोपियन-अमेरिकन लोकांना वाटेल; पण अशीही काही थोडी माणसे समाजात पाहिजेत की ज्यांना संसारापासून-ह्या कर्मकटकटीपासून अलिप्त राहून संसारी जगाकडे नुसते अवलोकन करीत राहावे. असे अवलोकन करणाऱ्याला संसाररूपी नाटकाचे अंगोपांग दृष्टीस पडते व त्याचे यथार्थ स्वरूप ध्यानात येते. जगातील सर्वसाधारण मनुष्य मूर्ख असतो. परिस्थितीनुसार सारख्या थपडा खात असतो; त्याच्यापेक्षा हा अरण्यवासी महात्मा की ज्याने स्वतःस पूर्णपणे जिंकले आहे तो निःसंशय कमी योग्यतेचा नसतो.

***

दिवसेंदिवस ह्या महात्म्याचे माहात्म्य वाढू लागले. आश्रमात नाना तऱ्हेची माणसे येऊन जात. एकदा एक अंत्यज त्यांच्याकडे आला. दारुण परिस्थितीमुळे

म्हणा किंवा आत्म्याला मोठी तळमळ लागली म्हणून म्हणा, तो महर्षींच्या पायावर पडला व त्याने त्यांना आपली करुण कहाणी सांगितली. महर्षींनी काही उत्तर दिले नाही. त्यांचा स्वभाव आपण होऊन बोलण्याचा किंवा जास्त बोलण्याचा नव्हता. दिवसभरात ते अगदी मोजके शब्द बोलत. ते त्या अंत्यजाकडे नुसते शांतपणे पाहत राहिले. त्याला यातना होत होत्या व तो आक्रोश करीत होता. पण दोन-एक तासात त्याच्या वेदना थांबल्या व आश्रमातून बाहेर पडताना त्या पार नाहीशा झाल्या. त्याला एका उच्च प्रतीच्या सुखाचा, समाधानाचा लाभ घडून आला. त्याला सामर्थ्य आले.

दुसऱ्यांना मदत करण्याचा हा महर्षींचा मार्ग माझ्या हळूहळू ध्यानात आला. दुःखीकष्टी जीवांच्या आत्म्यांप्रत रोगनिर्मूलन करण्याची, कोणाच्याही सहसा ध्यानात न येणारी अशी, अवकाश आंदोलने शांतपणे व सतत पाठवीत जाणे हा तो मार्ग. अशा ह्या दूरसंदेशवाहक मार्गाचे आकलन पुढेमागे भौतिक शास्त्रांना करावे लागेल.

एकदा एक सुशिक्षित, सुसंस्कृत, ब्राह्मण इसम आपले प्रश्न विचारण्याकरिता तेथे आला. आता त्याला महर्षी शब्दांनी उत्तरे देणार की नाही याची कोणास खात्री नव्हती. कारण तोंड न उघडता आपले म्हणणे श्रोत्यांच्या गळी उतरविण्याचा त्यांचा नेहमीचा रिवाज. पण आज ते शब्दांनी बोलू लागले. त्यांच्या भाषणातील काही गूढ वाक्ये फार अर्थपूर्ण होती. ते शब्द, ती वाक्येच त्या प्रश्न विचारणाऱ्याला विचारांची अनेक दालने उघडी करून देऊ लागली.

एकदा काय झाले- त्या गावातील एक सराईत गुन्हेगार मरण पावल्याची बातमी एकाने महर्षींच्यासमोर तेथे जमलेल्या भक्तमंडळींना, पाहुण्यांना सांगितली. त्याबरोबर त्या गुन्हेगार इसमाबद्दल मंडळी बोलायला लागली. मनुष्यस्वभावानुसार काहींनी त्याच्या गुन्हेगारीच्या हकिकती रंगवून सांगायला सुरुवात केली. तर काहींनी त्याच्या क्रूर स्वभावाच्या चित्तथरारक हकीकती सांगायला सुरुवात केली. हकिकतींची वर्णने संपल्यावर व एकंदर गडबड कमी झाल्यावर महर्षींनी अगदी प्रथमच असे बोलायला सुरुवात केली. शांतपणे ते म्हणाले :

'खरे आहे सगळे हे; पण तो तसा नेहमी शुचिर्भूत असायचा. दिवसातून दोनदा किंवा तीनदा तो स्नान करीत असे!'

अशीच एक हकिकत, एकदा एक शेतकरी, बायका-मुलांना घेऊन महर्षींच्या दर्शनार्थ तेथे आला. शंभर एक मैलांचा प्रवास करून दूर अंतरावरून तो आला होता. तो अगदी अशिक्षित होता. त्याला स्वतःच्या रोजच्या कामापलीकडे धार्मिक विधींपलीकडे व पूर्वापार समजुतीपलीकडे काही एक माहीत नव्हते. अरुणाचलम्च्या पायथ्याला एक परमेश्वरस्वरूप महात्मा राहत आहे असे त्याच्या कानी आले होते. आल्यावर महर्षींच्या पुढे तीनदा त्याने साष्टांग दंडवत घातले व नंतर तो जमिनीवर

गुपचूप बसून राहिला. त्याची अशी आपली एक दृढ भावना की एवढा दूरवरचा प्रवास करून तो ह्या महात्म्याच्या दर्शनाला आलेला तेव्हा आपले खचित कल्याण होईल. महात्म्याचे आशीर्वाद लाभतील. आपले भाग्य उजळेल. त्याची बायकोही त्याच्या शेजारी येऊन बसली. तिने निळ्या रंगाचे टोपपदरी लुगडे परिधान केलेले होते व कमरेवर पदर खोचला होता. तिने आपल्या काळ्याभोर केसांना सुवासिक तेल लावलेले होते. तिची मुलगीही तिच्याबरोबर होती. मोठी सुरेख मुलगी होती ती. तिच्या पायातल्या घागऱ्या ती सभागृहात आल्यावर तिच्या पावलागणिक वाजू लागत. केसावर कानांपाठीमागे तिने एक पांढरे फूल खोवून दिले होते.

हे कुटुंब तेथे काही तास बसून राहिले होते. कोणी बोलत नव्हते. ती मंडळी महर्षींच्याकडे आदराने पाहत स्वस्थ बसली होती. महर्षींच्याजवळ बसल्यानेच केवळ त्यांना पारमार्थिक सुखाचा आणि भक्तिभावाचा लाभ घडून येत होता; आणि गंमत अशी की त्यांचा जो धर्म, पंथ असेल त्यावरची त्यांची श्रद्धा दृढतर होत जात होती, हे स्पष्ट दिसून येत होते. कारण महर्षी सर्व धर्मपंथ सारखे मानीत असत. भगवान कृष्णाबद्दल जेवढा आदर तेवढाच आदर ते येशू ख्रिस्ताला देत होते. त्यांच्या मते स्वानुभूतीच्या आविष्काराचे हे सर्व भिन्न भिन्न प्रकार होत.

माझ्या डाव्या बाजूला एक पंचाहत्तर वर्षांचा म्हातारा बसलेला होता. तो तोंडातला विडा सावकाशपणे चघळत होता. त्याच्या हातात एक संस्कृत पुस्तक होते; व आपल्या जाड भुवयांच्या खालच्या डोळ्यांनी त्या पुस्तकातील मोठ्या जाड टाईपाच्या अक्षराकडे तो पाहत होता. तो ब्राह्मण असून त्याने मद्रासजवळील एका स्टेशनवर स्टेशन मास्टर म्हणून बरीच वर्षे नोकरी केलेली होती. तो रेल्वेच्या नोकरीतून साठ वयाला सेवामुक्त झाला. आणि लवकरच त्याची बायको वारली. तेव्हा मनात योजून ठेवलेल्या पारमार्थिक आकांक्षांच्या तृप्तीकरिता ही कौटुंबिक आपत्ती चांगली संधी आहे असे समजून तो ह्या मार्गाला लागला. चौदा वर्षे संत-साधू-महात्मे योगी यांना भेटण्याकरिता देशभर जागोजागी हिंडून आला. आपल्या आध्यात्मिक विचारांशी समरस होणारा गुरू शोधण्यात त्याने हा काळ घालविला. तीन वेळा अशी त्याने देशभर भ्रमंती केली पण त्याला त्याच्या मनासारखा गुरू आढळला नाही. अर्थात त्याची अपेक्षाही तशी मोठी होती. त्याची माझी भेट झाली. आम्ही विचारविनिमय केला. पण त्याची ह्या शास्त्रात विशेष गती नव्हती. तो आपला साधा इसम होता पण भाविक होता. आपण काही मोठे विद्वान नाही अशी त्याने स्पष्ट कबुली दिली. मी त्याच्यापेक्षा वयाने लहान; तेव्हा काही बोध त्या वृद्धास करावा असे माझ्या मनाने घेतले; व मी बोलू लागलो तर तुम्हीच माझे गुरू व्हा अशी त्याने मला गळ घातली. पण 'तुमचे गुरू फार दूर नाहीत' म्हणून मी त्याला सरळ

महर्षींच्याकडे घेऊन गेलो. माझे म्हणणे पटायला त्याला फार वेळ लागला नाही. तो ताबडतोब महर्षींचा एक उत्साही शिष्य बनला.

दालनामध्ये बसलेला आणखी एक इसम. डोळ्याला चष्मा आहे. अंगात रेशमी कोट आहे. श्रीमंत दिसतो आहे. हे इसम एक न्यायाधीश आहेत. न्यायाधीशाच्या सुट्टीचा फायदा घेऊन महर्षींच्या दर्शनाला आलेले आहेत. हे एक मोठे निष्ठावंत शिष्य आहेत. महर्षींचे मोठे चाहते आहेत. दरवर्षी निदान एकदा तरी नियमाने येथे येऊन जातात. हे गृहस्थ मोठे सुसंस्कृत, उच्च शिक्षित, खानदानीचे असूनही इतर साध्या गरीब भक्तांप्रमाणे जमिनीवर मांडी घालून बसलेले आहेत. त्यांच्या शेजारी साधी भोळी माणसे उघडी बोडकी, पंचा गुंडाळलेली, अंगाला चिकार तेल लावलेली त्यामुळे त्यांची शरीरे पॉलिश केलेल्या शिसवीच्या लाकडासारखी चकचकीत दिसत आहेत. पण ह्या सगळ्यांना एकत्र आणणारा जो बंधुभाव आहे त्यापुढे जातिभेद नष्ट होतात, मानव्याचे ऐक्य निर्माण होते. मग तो राजा असो की रंक असो. एकाच निष्ठेने, श्रद्धाभावाने ते ह्या अरण्यात महर्षींच्या दर्शनाला, त्यांच्याकडून मार्गदर्शन घ्यायला येत असतात. खरी प्रज्ञा जर जाणून घ्यायची असेल तर कृत्रिम भेदाभेद विसरले पाहिजेत हे यावरून सिद्ध होते.

एवढ्यात एक तरुण स्त्री आपल्या मुलाला बरोबर घेऊन येते आहे. मुलाला चांगले कपडे घातलेले आहेत. आल्यावर ती महर्षींच्यापुढे भक्तिभावाने साष्टांग दंडवत घालीत आहे. महर्षींच्यापुढे काही गहन विषयावर चर्चा चालू आहे; तेव्हा ती गप्प बसून आहे. त्या विद्वत्ताप्रचुर चर्चेत तिला भाग घेता येत नाही. हिंदू स्त्रियांच्या बाबतीत शिक्षण हे भूषण समजले जात नाही; तेव्हा तिला स्वयंपाकपाण्यापलीकडे व किरकोळ घरकामापलीकडे काही येत नाही. पण आपण कोणातरी एका महान सत्पुरुषाच्या सान्निध्यात बसलेलो आहो हे मात्र तिला चांगले माहीत आहे.

संध्याकाळ झाली म्हणजे या दालनामध्ये सामुदायिक ध्यानाची वेळ येते. कधी कधी महर्षी दालनामध्ये आल्यावर ध्यानास सुरुवात होते. ते येतात अगदी हलक्या पावलांनी. ते येताना कोणाच्या ध्यानात सुद्धा येत नाही. आल्यावर त्यांना पुष्कळदा समाधीसारखी अवस्था येते व बाहेर काय चालले आहे हे त्यांच्या ध्यानातही येत नाही. महर्षींच्या सन्निध त्यांच्या प्रभावाच्या छायेखाली बसून दररोजच्या ध्यानाच्या कार्यक्रमात भाग घेऊन स्वतःचे विचार अंतर्मुख कसे करावेत व ते जास्त जास्त खोलवर कसे न्यावेत, हे मी हळूहळू शिकलो. त्यांच्या सान्निध्यात सारखे बसायचे म्हणजे अंतरंगात प्रकाश पडायचा. त्यांच्या आध्यात्मिक तेजोगोलातून बाहेर निघालेल्या तेजस्वी किरणाने मनात प्रकाश पडायचा. मला पुनः पुनः असे सारखे वाटू लागले की, त्या शांतमनस्क अवस्थेमध्ये ते माझ्या मनाला आपल्या स्वतःच्या

मनाकडे ओढून घेत आहेत. आणि अशा वेळी माणसाच्या ध्यानात येते की, ह्या महात्म्याच्या प्रत्यक्ष शब्दांपेक्षा त्याचे मौन किती परिणामकारक व संदेशवाहक आहे. त्यांच्या शांत व सहज ध्यानात फार प्रचंड शक्ती आहे व ती शक्तीच शब्द, उद्गार किंवा प्रत्यक्ष कृती यांच्या माध्यमाविरहित दुसऱ्याच्या अंतरंगाचा-मनाचा ठाव घेते; त्याच्यावर जबरदस्त परिणाम करते; ते भारावून टाकते ('जे शब्देवीण संवादिजे। इंद्रियां नेणतां झोंबिजे.' -श्री ज्ञानेश्वरी) कधी कधी ही शक्ती इतकी जबरदस्त असते की, त्यांनी मला कोणतीही आज्ञा करावी-मनाविरुद्ध वागण्याची सुद्धा-व मी त्या आज्ञेचे निमूटपणे पालन करावे. पण अशा तऱ्हेने आपल्या भक्तांना केवळ आज्ञाधारी दास करण्याचे महर्षींच्या कधी मनात येत नाही. ते प्रत्येकाला आचारस्वातंत्र्य देतात. ह्या बाबतीत मला जे ह्या देशात गुरू व योगी भेटले त्यांच्यापेक्षा हे अगदी वेगळे आहेत व त्यामुळे मनाला बरे वाटते; मनाला हुरूप येतो.

मी जेव्हा त्यांचे पहिल्यांदा दर्शन घेतले त्या वेळी ध्यान कसे करावे, हे त्यांनी मला सांगितले; त्याच पद्धतीने मी ध्यान करू लागलो. त्या वेळी त्यांनी दिलेली प्रश्नांची उत्तरे मोघम, संदिग्ध वाटायची व त्यामुळे माझ्या मनात गोंधळ उडून जायचा. आता मी माझे स्वतःचेच अंतर्निरीक्षण करू लागलो.

'माझे स्वरूप काय आहे? मी म्हणजे हे रक्तमांसाचे शरीर काय? का दुसऱ्या कोणत्याही इतर माणसापेक्षा वेगळेपणे मला विचार करायला लावणारे, माझ्या ठिकाणी काही विशिष्ट भावना निर्माण करणारे मन?'

आतापर्यंत ह्या प्रश्नांची मला जी उत्तरे मिळाली ती होकारार्थी होती व ती उत्तरे मी सहजपणे व बिनहरकत मान्य केली. पण ती तशी मान्य करू नको म्हणून महर्षींनी मला बजावले. परंतु आपल्याला जे काही सांगायचे आहे ते अमुक एका पद्धतीने सिद्धान्तरूप त्यांनी कधी सांगितले नाही. त्यांच्या उपदेशाचा सारांश असा :

'मी कोण आहे' या प्रश्नाच्या उत्तराचा सातत्याने शोध घेत राहा. तुमच्या संपूर्ण व्यक्तित्वाचे पृथक्करण करा. हा मी-मीचा विचार कोठून निर्माण झाला ते शोधून काढण्याचा प्रयत्न करा. ध्यान-साधना करीत राहा. अंतर्मुख होत चला. एक दिवस विचारांचे हे चक्र हळूहळू चालायला लागेल व तुमच्या ठिकाणी अद्भुत अशा अंतःप्रेरणेचा उदय होईल. त्या अंतःप्रेरणेनुसार चाला; विचार करायचे सोडून द्या. आणि मग अशा प्रकारे तुमचे ध्येय साध्य होईल.

दररोज मी माझ्या विचारांशी झगडत बसतो व मनामध्ये खोलखोल रस्ता कापीत जातो. महर्षींच्या सान्निध्यात बसल्याने मला फार मदत मिळते. ध्यान व स्वतःशीच संवाद करीत बसणे तितकेसे त्रासदायक होत नाही; उलट परिणामकारक होऊ लागते. माझ्या आकांक्षांची पूर्ती होईल व मला सतत मार्गदर्शन मिळत राहील

ह्या भावनेने मला फिरफिरून यत्न करायला, परिश्रम करायला हुरूप, जोम येतो. तर कधी कधी असा विलक्षण अनुभव येतो की, महर्षींच्याकडून काही अदृश्य शक्ती माझ्या मनावर जबरदस्त आघात करीत आहे; त्यावर ठोके मारीत आहे व मला मनाच्या अंतरंगाचा आणखी खोलवर शोध घ्यायला लावीत आहे; मनःपटलावरच्या कवचाचे टवके काढून टाकीत आहे.

संध्याकाळी महर्षी, शिष्य मंडळी, अतिथी मंडळी भोजनास जाण्यास उठल्यावर दालनामध्ये मग कोणी असत नाही. मी आश्रमातले जेवण घेत नाही व स्वतःचे तयार करण्याचा त्रास घेत नाही त्यामुळे मी तसाच एकटा राहतो व त्यांची परत येण्याची वाट पाहत बसतो. तथापि आश्रमातील भोजनातला एक पदार्थ मला फार आवडतो. तो म्हणजे दही. महर्षींच्या ध्यानात माझी ही आवड आली. ते दररोज रात्री आचाऱ्याकरवी दह्याचा कप माझ्याकडे पाठवीत.

मंडळी भोजनानंतर परतल्यावर आश्रमवासी व पाहुणे जे मुक्कामाला राहिले असतील ते अंगावर पांघरूण घेऊन तसेच आश्रमातील फरशीवर पहुडतात व झोपी जातात. महर्षी आपल्या कोचावर पडतात. त्यांना झोप येईपर्यंत त्यांचा एक निष्ठावान सेवक त्यांच्या अंगाला तैलमर्दन करतो; मग काही वेळाने ते अंगावर पांघरूण घेऊन झोपी जातात.

मी नंतर माझा कंदील हातात घेई व दालनामधून बाहेर पडे व माझ्या झोपडीत जाई. वाटेत आवारामधल्या बागेत, फुलांमधून, झाडांमधून, रोपट्यांमधून असंख्य काजवे चमकत. एकदा मला परतायला दोन-तीन तास उशीर झाला. मध्यरात्रीची वेळ झाली होती. तेव्हा मी पाहिले तर काजव्यांनी चमकण्याचे थांबविलेले होते. तसे हे सगळीकडे चमकत. दाट झाडीत, तसेच निवडुंगातही. रात्रीच्या वेळी जपून चालायला लागायचे. एखाद्या वेळी पायाखाली विंचू किंवा साप लागायचा. कधी कधी मला ध्यान इतके चांगले लागायचे की मला त्यातून उठावेसेच वाटत नसे. तेव्हा उठल्यानंतर झोपडीकडे परतताना आपली पायवाट अरुंद आहे याचे मला भानच राहत नसे. झोपडीवर पोचल्यानंतर मी विश्रांती घेई. जाडजूड दार घट्ट लावून घेई. खिडक्यांना काही तावदाने नव्हती. खिडक्या बंदोबस्ताने लावून घेई. सभोवार जनावरे फार. माझी झोपडी जिथे होती त्याच्या एका बाजूस ताडामाडांचे घनदाट जंगल होते. त्याचे दर्शन होत असे. त्यांच्या पिसाऱ्यासारख्या विखुरलेल्या पानांमधून चंद्राचे सौम्य किरण माझ्याकडे येत. काही वेळाने मला झोप येई.

१७

स्मृतिशेष झालेल्या सत्याची चिंतनिका

एके दिवशी तिसऱ्या प्रहरी दालनामध्ये एक नवीन पाहुणा आला. तो मोठा रुबाबदार होता. आत येऊन तो महर्षींच्या कोचाजवळच जाऊन बसला. तो वर्णाने अगदी काळा कुळकुळीत, पण त्याची मुद्रा चांगली भारदस्त होती. त्याला काही बोलायचे नव्हते. पण तो येऊन बसल्यावर महर्षींनी ताबडतोब सुहास्य मुद्रेने त्याचे स्वागत केले.

त्या माणसाचे व्यक्तित्व मला चांगले परिणामकारक वाटले. तो बुद्धाच्या पुतळ्यासारखा दिसत होता. त्याच्या मुद्रेवर कमालीची स्थिरता व शांतता दिसत होती. त्याच्या-माझ्या नजरेची जेव्हा भेट झाली तेव्हा तो बराच वेळ माझ्याकडे टक लावून पाहत होता; शेवटी मला कसेसेच वाटले व मी आपली नजर दुसरीकडे वळविली. त्या दिवशी तो एकही शब्द बोलला नाही.

त्याची-माझी भेट पुनः अगदी दुसऱ्या दिवशीच झाली व तीही अगदी अनपेक्षित अशी. मी दालनामधून बाहेर पडलो होतो व चहा वगैरे करण्याकरिता माझ्या झोपडीकडे निघालो होतो. कारण आमचा राजू गावात काही खरेदी करण्याकरिता गेला होता. झोपडीचे जाडजूड दार उघडून उंबरठ्यावर पाऊल ठेवतो, तो पायाजवळून जमिनीवर काहीतरी सरपटत गेल्याचे मला वाटले. काही अंतरावर ते थांबले. तो सरपटण्याचा आवाज व अस्पष्ट असा फूत्कार कानी पडल्यावर माझ्या खोलीत साप असल्याचे ध्यानात आले. एका निमिषार्धात आपण मृत्यूच्या किती जवळ आलो होतो व त्यातून सुटलो हे समजल्यावर मी भीतीने घाबरून गेलो. आता काय करावे मला सुचेना.

त्या सापाकडे मी कौतुकाने पाहत होतो. पण त्याची मला भीती वाटत होती. भीतीने माझ्या अंगावर रोमांच उभे राहिले. पण नजर मात्र त्याच्या सुडौल फण्याकडे लागून राहिली होती. हे अकस्मात दृष्टीस पडलेले दृश्य पाहून मी भांबावून गेलो. ते विषारी जनावर माझ्याकडे अगदी थंडगार दृष्टी लावून पाहत होते. त्याची फणा त्याच्या मांसल मानेच्या वरती उभारलेली मोठी सुरेख दिसत होती व त्याची विषारी नजर माझ्याकडे लागून राहिलेली होती.

शेवटी मी भानावर आलो व मागे सरलो. एखादी मोठी काठी जवळपास पाहत होतो सापाला मारायला. आणि एकदम कालच्या नव्या पाहुण्याची आकृती त्या झुडुपात दिसली. त्याचा रुबाबदार चेहरा, विचारी संथ मुद्रा पाहून माझ्याही मनात स्थिरता, स्वस्थता निर्माण झाली. तो माझ्या झोपडीकडे आला. एका दृष्टिक्षेपात काय प्रकार आहे हे त्याने ओळखले व न घाबरता तो खोलीत शिरायला लागला. खोलीत शिरू नका म्हणून मी ओरडलो, पण त्याने न ऐकल्यासारखे केले. पुनः एकदा मी घाबरून गेलो. कारण त्याच्याजवळ हातात काही नव्हते. पण त्याने आपले हात सापावर धरले.

सापाने आपली जीभ बाहेर काढली पण त्याच्यावर हल्ला केला नाही. इतक्यात माझ्या आरडाओरड्यामुळे दोन माणसे तळ्याच्या बाजूकडून तेथे धावत आली. तळ्यापाशी ती काही धूत होती. पण ती येण्यापूर्वी आमचा हा विलक्षण पाहुणा त्या सापाशेजारी उभा असून साप त्याच्याकडे आपली फणा वळवीत होता व तो पाहुणा त्या सापाची शेपटी कुरवाळीत होता.

त्या डौलदार पण विषारी फणेमधील दात दंश करावयाचे विसरले. एवढ्यात ती दोन माणसे आली. त्याबरोबर सापाचे लवचीक अंग एकदम धक्का बसल्यासारखे हलू लागले; जणू काय येथून आता हलावे हे त्याच्या आता ध्यानात आले. आणि त्या दोन माणसांच्या डोळ्यांसमोरून साप झोपडीतून चटकन बाहेर पडला व जंगलातील झाडीमधील आपल्या सुरक्षित अशा बिळात निघून गेला.

'ते नागाचे पिल्लू आहे,' नवीन आलेल्यांपैकी एक मनुष्य सांगू लागला. हा गृहस्थ त्या गावातील एक प्रमुख व्यापारी होता आणि तो महर्षींच्या दर्शनार्थ नेहमी येत असे; त्यांच्याशी बोलणे चालणे करीत असे.

पण मला जे गृहस्थ प्रथम दृष्टीला पडले, त्यांनी निर्भयपणे नागावर जी मोहिनी घातली त्याचे मला फार आश्चर्य वाटले व ते मी बोलून दाखविले.

'अरे, ते तर योगी रामय्या!' मी जेव्हा जास्त विचारायला लागलो तेव्हा तो व्यापारी म्हणाला, 'तो तर महर्षींचा पट्टशिष्य आहे. फार पुढे गेलेला आहे तो.

विलक्षण मनुष्य आहे तो!'

त्या योगी गृहस्थाशी बोलणे सुरू करणे तसे शक्य नव्हते. कारण योगीजनांनी आपल्या स्वतःला एक शिस्त बांधून दिलेली असते. ती म्हणजे कडक मौन पाळणे. आणि दुसरे असे की तो तेलगू भाषेच्या मुलुखातला त्याचा इंग्लिश भाषेशी जेवढा परिचय तेवढा माझा तेलगू भाषेशी! म्हणजे काही नाही. मला लोकांनी सांगितले की, तो अतिशय अलिप्त असा राहतो. कोणाशीही बोलत नाही. तळ्याच्या पलीकडच्या बाजूस काही मोठे अजस्र खडक आहेत. त्यांच्या छायेखाली त्याने दगडाची एक झोपडी बांधलेली आहे. तेथे तो राहतो. गेले जवळजवळ दहा वर्षे तो तेथे महर्षींचा शिष्य म्हणून राहातो.

आता त्याच्या आणि माझ्यामधील दुरावा कमी झाला. लवकरच तळ्यापाशी त्याची-माझी भेट झाली. तळ्यापाशी पाणी भरण्याकरिता तो आपला पितळी लोटा घेऊन आला होता. त्याची गंभीर मुद्रा, त्यावरील परोपकारबुद्धीची छटा माझ्या ध्यानात विशेष आली. मग त्याचा वर्ण काळा असेना का. माझ्या खिशात त्या वेळी कॅमेरा होता. तेव्हा फोटो घेण्यासाठी उभे राहण्याकरता मी त्याला हातवारे करून खुणावले. त्याने काही हरकत घेतली नाही. एवढेच नव्हे तर फोटो घेतल्यावर तो माझ्याबरोबर झोपडीतही आला. तेथे आम्हाला तो जुना स्टेशन मास्टर भेटला. तो दारापाशीच मांडी घालून माझी वाट पाहत होता.

शेवटी मला असे आढळून आले की, त्या वृद्ध माणसाला इंग्लिशइतकेच तेलगूही येत होते. त्यामुळे त्याला आम्हा दोघांमध्ये दुभाष्याचे काम करता येण्यासारखे होते. पेन्सिलीने बोलणे टिपून घेण्यासारखे होते. योगी रामय्याला फारसे बोलणे आवडत नव्हते; आणि मुलाखत देणे त्याहूनही आवडत नव्हते. पण त्याच्याबद्दल काही थोडी जास्त माहिती मी काढू शकलो.

रामय्याचे वय चाळीसच्या आसपास होते. जरा कमीच. नेलोर जिल्ह्यामध्ये त्याची काही शेतीवाडी आहे. आणि जरी त्याने संसार असा सोडला नसला तरी तो शेतीवाडी आपल्या नातेवाइकांना खुशाल करू देत असे. कारण त्यामुळे त्याला योगाभ्यासात जास्त वेळ घालविता येत असे. नेलोरमध्ये त्याचे काही चेले होते पण वर्षातून एकदा त्यांना सोडून देऊन तो महर्षींच्या दर्शनास येत असे. आल्यावर चांगला दोन-तीन महिने राहत असे.

लहानपणी दक्षिण भारतात त्याने बराच प्रवास केलेला होता. कारण योगाभ्यासासाठी तो गुरूच्या शोधात होता. पुष्कळशा गुरूंच्या हाताखाली त्याने अभ्यास केला होता व काही विलक्षण सिद्धी प्राप्त करून घेतल्या होत्या. प्राणायाम

व ध्यान त्याला चांगले साधत असे. या बाबतीत तो आपल्या गुरूंच्याही पुढे गेलेला होता. कारण त्याला असे अनुभव येऊ लागले की ज्यांचे स्पष्टीकरण ते करू शकले नाहीत. शेवटी तो महर्षींच्याकडे आला. त्यांनी त्याला जरूर तो खुलासा ताबडतोब पुरविला आणि योगसाधनेच्या मार्गावर पुढे जाण्यास मदत केली.

आपण येथे दोन महिने राहाण्यासाठी आलो आहोत असे योगी रामय्याने मला सांगितले. एक नोकरही त्याने आपल्याबरोबर आणला होता. एखाद्या पाश्चिमात्याने योगशास्त्रासारख्या पौर्वात्य विद्येमध्ये लक्ष घालावे याचा त्याला आनंद वाटला. मी त्याला चित्रांचे एक इंग्लिश मासिक दाखविले. त्यातली चित्रे पाहून तो आपले भाष्य करू लागला.

'ज्या दिवशी तुमच्या देशातील शहाणी माणसे सध्या काम देत असलेल्या इंजिनांपेक्षा जास्त वेगाची इंजिने तयार करण्याचे सोडून देतील तेव्हा तुम्हा लोकांना खऱ्या सुखाचा लाभ होईल. प्रत्येक वेळी तुम्ही जास्त जास्त वेगांची इंजिने तयार करता पण त्यामुळे तुम्हाला जास्त समाधान मिळते असे तुम्ही छातीठोकपणे सांगू शकाल काय?'

जाण्यापूर्वी मी त्याला त्या नागाबद्दल विचारले. त्याने हसत हसत उत्तर खरडले,

'मला भ्यायचे कारण काय? मी नागापुढे उभा राहिलो तेव्हा माझ्या मनात त्याच्याबद्दल तिरस्कार नव्हता. उलट सर्व प्राणिमात्रांबद्दल प्रेमभाव होता.'

आता हा खुलासा भूतदयेच्या भावनेवर आधारलेला होता; पण त्याहून जास्त व गर्भित अर्थ या उद्गारांमध्ये असावा असे मला वाटले; पण मी त्याला जास्त काही विचारले नाही. मी त्याला त्याच्या एकान्तनिवासाकडे निमूटपणे जाऊ दिले. ते ठिकाण तळ्यापलीकडचे होते.

ही आमची पहिली मुलाखत. त्यानंतर कित्येक आठवडे त्याच्या-माझ्या भेटी वारंवार होत गेल्या व मला त्याच्याबद्दल जास्त जास्त माहिती मिळत गेली. माझ्या झोपडीशेजारच्या अंगणात, किंवा तळ्याच्या काठी किंवा त्याच्या झोपडीच्या बाहेर आम्ही एकत्र बसत असू. काय असेल ते असो, पण त्याचा दृष्टिकोन, स्वभाव हा मला माझ्यासारखा वाटला. त्याचे काळेभोर मोठे डोळे इतके स्थिर असत की, त्याचे मला आकर्षण वाटले. अशी आमची मैत्री मोठी गमतीदार होती. एकदा त्याने आशीर्वाद देण्याकरिता माझ्या डोक्यावरून हात फिरविला व माझा एकेक हात आपल्या हातात घट्ट धरून ठेवला. आमच्या भेटीत तो जे काय तेलगूमध्ये बोलायचा त्याच्या पेन्सिलीमध्ये टिपणे करून ठेविली होती; त्याव्यतिरिक्त तो कधी जास्त बोलला नाही. पण मला असे वाटले की; त्याच्या-माझ्यामध्ये हे जे नवीन भावबंध

निर्माण झाले ते कधीही तुटणारे नव्हते. पुष्कळदा मी त्याच्याबरोबर त्या अरण्यातून पायवाटेने थोडेफार जात येत असे. एक-दोनदा तर त्या अजस्र शिलाखंडांतून वाट काढीत पार डोंगराच्या माथ्यापर्यंत गेलो. पण आम्ही कोठेही असे बरोबर हिंडत असलो तरी त्याचे वागणे भारदस्त व रुबाबदार असे. चाल मोठी प्रशस्त असायची. ती मी कधीही विसरणार नाही. मला त्याच्याबद्दल आदर वाटायचा.

त्यानंतर थोड्याच दिवसांनी त्याच्या सिद्धिसामर्थ्याचा मला आणखी एक अनुभव आला. मला एक पत्र आले. त्यातील मजकूर मनाला मोठा क्लेशदायक. आमची पुंजी संपत आल्याची खबर होती. आता मला या देशातील भ्रमंती आवरती घ्यावी लागणार. महर्षींच्या आश्रमात अर्थात मला वाटेल तितके दिवस राहता येण्यासारखे होते. त्यांचे शिष्य मला नाही म्हणणारे नव्हते. पण माझ्या स्वाभिमानाला ते रुचणारे नव्हते. पण काही लोकांनी मला केली ती मदतीची फेड करणे माझे कर्तव्य होते. पुनः युरोपमध्ये जाऊन काम करून ती फेड करणे जरूर होते.

मी लवकरच जाणार ही बातमी हळूहळ सगळीकडे पसरली. त्या निमित्ताने माझी मानसिक व आध्यात्मिक दृष्टया चांगलीच परीक्षा झाली. माझी तयारी फार कमी होती. कसोटीला मी उतरलो नाही. माझ्या मनाला त्रास झाला. महर्षींच्या अंतरंगाशी नेहमीसारखा मला संपर्क साधता आला नाही व थोडा वेळ बसल्यानंतर दालनातून मी बाहेर पडलो. सबंध दिवसभर असाच नुसता भटकत राहिलो. मन अस्वस्थ. दैवगती मोठी विचित्र. एका लहानशा झटक्याने मनातील सारे बेत ढासळून टाकण्याचे तिचे सामर्थ्य.

मी झोपडीत गेलो व तसेच अंग ब्लॅकेटवर टाकून दिले. माझे अंग अगदी आंबून गेले होते व मनही त्रासून गेले होते. पडल्यावर थोडी गुंगी आली होती की काय कोण जाणे. कारण मी एका धक्क्याने जागा झालो. दारावर कोणीतरी थाप मारीत होते. मी दार उघडले आणि पाहतो तो रामय्याची मूर्ती. मला आश्चर्य वाटले.

मी घाईघाईत उठलो. त्याला खोलीत घेतले. तो जमिनीवर मांडी घालून बसला. तो माझ्याकडे टक लावून पाहत होता. जणू त्याला काही मला विचारावयाचे होते. आता तो व मी. त्याची भाषा मला कळत नव्हती व त्याला इंग्रजीचा अगदी गंध नव्हता. पण माझ्या मनात असा एक विचार आला की मी त्याच्याशी माझ्या भाषेत बोलावे; त्याला शब्द जरी कळले नाहीत तरी माझे विचार त्याला कळावेत. तेव्हा थोड्या वाक्यात मी त्याला माझ्या ह्या नवीन उपस्थित झालेल्या अडचणी सांगितल्या व त्या अडचणीमुळे माझा किती हिरमोड झाला आहे व मला किती वैताग आला आहे हे हातवारे करून सांगितले.

रामय्याने ते सारे शांतपणे ऐकून घेतले. जेव्हा मी माझे बोलणे संपविले तेव्हा त्याने सहानुभूतीने पण गंभीरपणे मान हालविली. थोड्या वेळाने तो उठला व खुणा व हातवारे करून त्याने मला बाहेर बोलाविले. पुढे पायवाटेने आम्ही एका जंगलातून मोकळ्या मैदानावर जाऊन पोचलो. त्या खुल्या मैदानावर धूळ मनस्वी साचली होती. दुपारचे ऊनही चांगलेच प्रखर होते. त्याच्याबरोबर असा मी अर्धाएक तास चाललो. नंतर एका वडाच्या झाडाखाली छायेत बसलो. माझे अंग चांगलेच तापून निघाले होते. त्या झाडाखाली थोडी विश्रांती घेतल्यावर पुनः आणखी अर्धाएक तास असेच चाललो. पुनः असेच भुरटे रान वाटेत लागले. शेवटी आम्ही एका मोठ्या तळ्यापाशी येऊन पोचलो. तेथे जाण्याची पायवाट त्याच्या चांगल्या परिचयाची होती असे दिसले. त्या तळ्याच्या काठच्या रेतीत आमचे पाय चांगलेच रुतून बसले. शेवटी तळ्याच्या एका बाजूला आम्ही आलो. तेथे निरनिराळ्या रंगाची कमळे चांगलीच उमलून मोठी सुंदर दिसत होती.

योग्याने एक लहानसे झाड पसंत केले. त्याच्या सावलीखाली तो बसला. मीही वाळूवर त्याच्या शेजारी मांडी घालून बसलो. आमच्या डोक्यावर एक ताडाचे तुरेबाज झाड होते. त्याच्या पानांनी आमच्यावर जणू छत्री धरून सावली तयार केली होती. ह्या भ्रमणशील पृथ्वीतलावरील एका निवांत कोपऱ्यात आम्ही दोघे अगदी एकटे असे बसलेलो होतो. सभोवार दोन मैल मैदान पसरलेले होते. त्यानंतर डोंगराळ जंगली भाग सुरू होत होता.

रामय्या पद्मासन घालून बसला. मला जवळ येऊन बसण्यासाठी खुणावले. नंतर त्याचा दगडासारखा चेहरा समोर लागलेला असून डोळे पाण्याच्या पलीकडे संथपणे पाहत होते. आणि त्यानंतर त्याचे ध्यान लागले; अगदी गूढ ध्यान.

अशा स्थितीत मिनिटांपाठीमागून मिनिटे जाऊ लागली पण रामय्या अगदी दगडासारखा निश्चल. त्याचा चेहरा आम्ही बसलो होतो तेथल्या तळ्यातील पाण्याच्या पृष्ठभागासारखा शांत व त्याची पाठ म्हणजे आम्ही ज्या राईत बसलो होतो तेथल्या एका झाडासारखी ताठ; वाऱ्याची झुळूक आली तरी काही हालचाल नाही. असा अर्धा तास गेला पण त्याची ताडाच्या झाडाखालची बैठक तशीच. फार शांत. विलक्षणच. अंतर्मुख ध्यानात मग्न. त्याच्या चेहऱ्यावर शांतमनस्कतेचा आविष्कार नेहमीपेक्षा अधिक. त्याचे डोळे शून्याचा शोध घेत होते किंवा दूरवरच्या डोंगराकडे लागलेले होते, कोणास ठाऊक?

त्या एकान्तातील परिसरांच्या नीरवतेची व माझ्या सोबत्याच्या ध्यानमग्न अवस्थेची मोहिनी थोड्याच वेळात माझ्यावरही पडू लागली. हळूहळू शांतता

माझ्या रोमरोमात भिनू लागली. व्यक्तिगत मनस्ताप हळूहळू नाहीसा होऊ लागला व त्याच्याऐवजी मनःशांती प्रस्थापित होऊ लागली आणि ती सुद्धा सहजरीत्या. असा अनुभव मला पूर्वी कधीही आलेला नव्हता. रामय्या योगी आपल्या पद्धतीने मला दिलासा देत होता, हे निःसंशय. तो इतका ध्यानमग्न झाला होता की त्याच्या नाकपुडीतून उच्छ्वास जणू येईनासा झाला होता. अशा ह्या त्याच्या समाधिसदृश अवस्थेचे गुपित काय असावे? त्याच्यापासून निर्माण होणाऱ्या कल्याणस्वरूप लहरींचा उगम कोठे असावा?

संध्याकाळ जसजशी येऊ लागली तसतसा उष्मा कमी कमी भासू लागला आणि तापलेली रेती निवू लागली. पश्चिम क्षितिजावर कललेल्या सूर्याचा एक सोनेरी किरण रामय्याच्या तोंडावर पडला व त्याचे शरीर एखाद्या सोन्याचा मुलामा दिलेल्या मूर्तीसारखे दिसू लागले. पण त्याच्याबद्दल विचार करायचे मी सोडून दिले, का की माझ्यावर सुखशांतीचे तरंग जे वाहत येत होते त्यापासून मिळणाऱ्या शांतीचा उपभोग मला पुनरपि घेता यावा. जड देहाच्या अस्तित्वात घडून येणारे बदल त्यांच्या योग्य प्रमाणातच आता मला भासमान होऊ लागले व मी निजानंदसुखात पोहू लागलो. आश्चर्यकारक स्पष्टतेने मला आता कळून येऊ लागले की निजानंदसुखाचा अनुभव घेणारा मनुष्यच ऐहिक जीवनात येणाऱ्या संकटांशी सामना करू शकेल. माणसाने फक्त मान्य करावयास हवे की परमात्मा त्याचे संरक्षण करण्यासाठी निरंतर त्याच्या पाठीशी उभा आहे. आणि म्हणूनच मला वाटते की तो सुज्ञ गॅलिलियन आपल्या विद्यार्थ्यांना असे सांगत असे की, 'बाबांनो, उद्याचा काही विचार करू नका.' कारण एक उच्च अशी दिव्य शक्ती त्यांचे सतत रक्षण करणारी आहे. आणि मलाही तसेच वाटते की, एकदा माणसाने आपल्या स्वतःमध्येच वास करीत असणाऱ्या परमतत्त्वाशी एकनिष्ठ व्हावे, त्याच्यावर आपला सारा भार टाकावा म्हणजे त्याला ह्या संसारी जीवनातील निरनिराळ्या प्रसंगांशी निर्भयपणे, न डगमगता सामना देता येईल. जीविताचे मूलगामी तत्त्व अगदी आपल्या सन्निध वावरत असते की, ज्याचा अंगीकार केल्यावर विवंचना अशी राहत नाही. अशा प्रकारे माझ्या मनावरचा आर्थिक अडचणीचा हा बोजा आध्यात्मिक दृष्टिकोनाची जाण आल्याबरोबर कमी झाला; किंबहुना एकदम उतरला.

हा सुंदर अनुभव मिळत असताना किती वेळ गेला याची मी पर्वा केली नाही आणि त्या दिव्य अंतर्मुखतेचे गूढ रहस्य व त्याचे इंद्रियातीत ज्ञान इतरांना समाधानपूर्वक कसे समजावून सांगता येईल हे मला काही माहीत नाही. आम्ही बसलो होतो तेथे हळूहळू अंधार होऊ लागला. कुठेतरी माझ्या स्मृतीच्या कानाकोपऱ्यात एक माहिती होती की, ह्या उष्ण देशात रात्र अगदी झपाट्याने येते. पण मला काही

त्याची पर्वा नव्हती. माझा हा सोबती तेथेच ध्यानस्थ बसून आहे व तो मला अंतर्मुख करून अनंतत्वाप्रत नेत आहे एवढेच मला पुरेसे होते.

शेवटी काही वेळाने त्याने माझ्या खांद्याला हळूच हात लावला व आता 'उठा' म्हणून सुचवले. आता अंधार चांगला गडद झाला होता. हातात हात घालून आम्ही दोघे त्या निर्मनुष्य जंगलातून वाट काढीत चाललो होतो. जवळ दिवाबत्ती नाही की पायवाटही माहीत नाही. फक्त योगी रामय्या घरी परत यायच्या रस्त्याचा मागोवा घेत होता व मी त्याच्या पाठोपाठ चालत होतो. अशा प्रसंगी दुसऱ्या एखाद्या वेळी माझी भीतीने घाबरगुंडी उडाली असती. कारण रात्रीच्या वेळचा जंगलातील वस्तीचा अनुभव माझा अगदी ताजा होता. असे वाटे की मला जरी दिसत नसले तरी वन्य पशू माझ्याजवळूनच इतस्ततः संचार करीत असावेत. एकदोन क्षण माझ्या डोळ्यांसमोर माझ्या कुत्र्याचे-जॅकीचे चित्र उभे राहिले. जॅकी जंगलातून जाताना मला सोबत करीत असे व झोपडीत माझ्याबरोबरच आपले खाणे खात असे; चित्र असे की, त्याच्या नरडीला चित्त्याच्या चाव्याच्या दोन जखमा, त्याच्याबरोबर वावरणारा दुसरा कुत्रा. त्याच्यावरही चित्त्याने हल्ला केलेला, तो पुनः दृष्टीस पडला नाही. मला सुद्धा जंगलातून वावरणाऱ्या भुकेल्या चित्त्याचे पाचूसारखे हिरवे व चमकणारे डोळे दृष्टीस पडायचे; किंवा अंधारात जमिनीवर वेटोळे घालून बसलेल्या नागावर माझा नकळत पाय पडायचा; किंवा माझ्या पादत्राण घातलेल्या पायाला नागासारखाच विषारी विंचू लागायचा, पण चटकन ताबडतोब माझ्या विचारांची मला लाज वाटायची कारण माझ्याबरोबर योगी रामय्या होता व त्याच्या संरक्षक तेजोवलयाखाली मी वावरत होतो. ते वलय माझ्याभोवती जणू गुंडाळलेले होते.

हिंदुस्थान देशात पहाट होताना निसर्गात जे काही विलक्षण ध्वनी ऐकू येतात तसेच ध्वनी, रात्र पुढे पुढे सरकायच्या वेळी होतात. दूर अंतरावर कोल्हेकुई सारखी ऐकू येते. एखादे वेळी वन्य पशूच्या गर्जनेचा प्रतिध्वनी ऐकू येतो; आम्ही जसे आमच्या झोपड्यांकडे येऊ लागलो तसे आमच्या झोपड्यांमध्ये असलेल्या तळ्यात बेडकांचे डराव डराव सुरू झालेले आणि सरड्यांचे व वटवाघळांचे घूत्कार घुमू लागलेले ऐकू येऊ लागले.

सकाळी मी जो उठलो तो उन्हे चांगली पडली होती. त्या प्रभातकाळचा संदेश माझ्या हृदयापर्यंत पोचला.

***

माझ्यासभोवारच्या ह्या निसर्गसौंदर्याचे मी आणखीही वर्णन करू शकेन व महर्षींशी माझे जे अनेक मुलाखतीचे प्रसंग घडून आले त्याचा आणखी वृत्तांतही मी

देऊ शकेन. पण आता ही सगळी हकिकत संपवायची वेळ आली आहे.

मी त्यांचे बारकाईने परीक्षण केले व हळूहळू मला असे कळून येऊ लागले की महर्षी हे पुराणपुरुष आहेत- अशा काळातले की ज्या काळात आध्यात्मिक सत्याचा शोध लागणे म्हणजे आजच्या काळात सोन्याची एखादी खाण शोधून काढण्यासारखे होते. माझी आता जास्त जास्त खात्री होऊ लागली की, दक्षिण भारताच्या ह्या निवांत व आडबाजूला वास करीत असणारा हा महान सिद्ध योगी जणू अखेरच्यापैकी असून त्याच्या भेटीचा अपूर्व योग केवळ ईश्वरी कृपेनेच आला. पुरातन काळास शोभणाऱ्या या महर्षींची धीरगंभीर मूर्ती पाहिली की प्राचीन काळातील ऋषि-मुनी कसे असतील, याची कल्पना येते. असे वाटते की, ह्या महात्म्याच्या जीवनाचा काही अद्भुत भाग अजून अज्ञातच राहिलेला आहे. त्यांचा अंतरात्मा विवेकसंपन्न आहे हे कोणाच्याही ध्यानात येण्यासारखे आहे. त्याचा ठाव मात्र कोणास घेता येण्यासारखा नाही. कधी कधी हे अगदी अलिप्त राहतात याचे आश्चर्य वाटे; तर कधी कधी त्यांच्या कृपेचा वरदहस्त मला त्यांच्याकडे ओढून घेत आहे असे वाटे व जणू लोखंडाच्या नालाने मला त्यांच्याशी बद्ध करून ठेवीत आहे असे वाटे, त्यांच्या गूढ व्यक्तित्वापुढे शरण जावेसे मला वाटू लागले व ज्या स्वरूपात मी त्यांना पाहत आहे त्याच स्वरूपात त्यांना गुरू करावे असे मला वाटू लागले. पण जर साधारण माणसाच्या दृष्टीने बाह्य उपाधींचा त्यांच्यावर काही परिणाम होत नसेल तर ज्याला त्यांच्या स्वभावाचे इंगित समजून आले आहे तो साधक त्या साधनेचा धागा धरून त्यांच्याशी आध्यात्मिक संपर्क साधू शकेल. मी त्यांच्यावर फार अनुरक्त आहे कारण त्यांच्या सभोवारचे वातावरण जरी उच्च कोटीचे असले तरी ते साधेसुधे व विनयशील असत. आपले देशबांधव चमत्कारप्रिय आहेत तेव्हा त्यांना चमत्कार करून दाखविण्याकरिता आपल्या अंगी काही दैवी शक्ती तसेच काही गूढ रहस्यमय ज्ञान आहे, असा त्यांनी कधीही दावा केलेला नाही. आणि असा दावा करण्याची त्यांची वृत्ती नसल्याने आपल्या हयातीत आपण कोणी संत-महात्मे आहोत असे म्हणवून घेण्यास त्यांनी प्रत्येक वेळी विरोधच केला.

प्राचीन इतिहासात आपण जेथे सहजरीत्या पोहोचू शकत नाही तेथपासून आजवर दिव्य संदेश सतत येत राहत असतात याची खात्री महर्षींसारखे महात्मे करून देत असतात असे मला वाटते. तसेच मला असे वाटते व आपण ते मान्य करावयास हवे की, असा महात्मा आपणांपुढे काही प्रकट करण्याकरिता येतो; आपल्याशी वादविवाद घालण्याकरिता नव्हे. ते काही असो. मला त्यांची शिकवण फार पसंत पडली. दोन गुणांनी. एक त्यांची स्वत:ची कळकळ व दुसरे म्हणजे त्यांची पद्धत. ती पूर्ण व्यावहारिक असे. ती एकदा बरोबर समजली म्हणजे तिच्यातील शास्त्रशुद्धता

ध्यानात येई. त्या शिकवणीकरिता त्यांना चमत्कार करून दाखविण्याची जरूर वाटत नसे की लोकांनी ती अंधश्रद्धेने मान्य करावी असाही त्यांचा आग्रह नसे. महर्षींच्या सभोवार आध्यात्मिक वातावरण इतक्या उच्च कोटीचे असे आणि आत्मशोधनाचे त्यांचे तत्त्वज्ञान इतके बुद्धीला पटण्याजोगे असे, पण त्याचा अल्पसाही पडसाद शेजारच्या भव्य मंदिरातून येत नसे. 'ईश्वर' हा शब्द सुद्धा त्यांच्या तोंडात क्वचित येई. जादूटोणा, जंतरमंतर वगैरेंसारख्या भिववून टाकणाऱ्या व गुणाची खात्री न देणाऱ्या उपायांचा अवलंब काही नवशिके करतात. पण त्यांचे तारू मध्येच फुटते. अशा उपायांचा, साधनांचा त्यांनी कधीच उपयोग केला नाही. ते फक्त आत्मविश्लेषणाचाच मार्ग सांगत व त्या मार्गाचा अवलंब करावयास कोणत्या एका प्राचीन किंवा आधुनिक तत्त्वज्ञानाची किंवा श्रद्धेची जी तुमची निष्ठा असेल त्याला धक्का लागत नसे. तो मार्ग असा होता की, माणसाला आपले खरे स्वरूप स्वतःच शेवटी समजून यायचे.

निजस्वरूपाचा साक्षात्कार करून घेण्यासाठी प्रयत्नरूपाने मी ह्या आत्मनिरीक्षणाच्या पद्धतीचा अवलंब केला. मला वारंवार वाटायला लागायचे की, महर्षींच्या मनापासून माझे मन काहीतरी ग्रहण करीत असावे. मग आम्हा दोघांमध्ये शब्दांची काही देवघेव व्हावयास पाहिजे असे नाही. हे प्रयत्न मी करीत असताना मला आता लवकरच येथून प्रयाण करावयाचे आहे ही सारखी आठवण व्हावयाची. तरी मुक्काम थोडाबहुत वाढवावा म्हणून मी पाहत होतो, पण तेवढ्यात मी आजारी पडलो. तेव्हा प्रयाण करावयाचे मी निश्चित ठरविले. तसे पाहिले तर ज्या आंतरिक तळमळीने प्रेरित होऊन मी येथे आलो, तिनेच मला ह्या थकलेल्या रुग्ण शरीराच्या व संत्रस्त झालेल्या डोक्याच्या तक्रारींची पर्वा न करायला व ह्या न बदलणाऱ्या गरम हवेत राहावयाला पुरेशी ताकद व इच्छाशक्ती दिली. पण निसर्ग पराभूत अवस्थेत फार दिवस राहत नाही व माझी तब्येत खालवल्याची चिन्हे एकदम दिसू लागली. आत्मिक दृष्ट्या मी आता अगदी माझ्या ध्येयाप्रत येऊन पोहोचलो होतो; पण शारीरिक दृष्ट्या माझी काय अवस्था झाली होती! केवढी विलक्षण विसंगती! शारीरिक दृष्ट्या आत्तापर्यंत कधीच पोहोचल्या न गेलेल्या दुर्धर स्थितीप्रत मी येऊन पोचलो होतो.

महर्षींच्या भेटीस गेलो असताना जो उत्कट अनुभव आला, त्याच्या काही तास अगोदर मला जोराची थंडी वाजू लागली व मनस्वी घाम येऊ लागला; आता ताप चढणार असे वाटू लागले. तेथल्या भव्य मंदिराच्या प्राकारात एका मूर्तीच्या खाली काही उत्खनन चालले होते ते पाहून घाईघाईने मी दालनात आलो. नित्याच्या ध्यानाचा अवधी निम्माअधिक झाला होता. मी काही आवाज न करता नेहमीच्या जागी बसलो व ध्यान करू लागलो. थोड्याच सेकंदात मी स्वतःला सावरले व

इतस्ततः भटकणारे विचार एका केंद्रापर्यंत खेचून आणले. डोळे मिटले व पूर्णपणे अंतर्मुख झालो.

माझ्या मनश्चक्षूंपुढे महर्षींची ध्यानस्थ आकृती स्पष्ट दिसू लागली. त्यांनी वारंवार शिकविल्याप्रमाणे त्या मनश्चक्षुंपुढे दिसणाऱ्या साकार आकृतीतून निराकार आकृती, त्यांचे खरे स्वरूप व अंतरंग, त्यांचा आत्मा शोधून काढण्याचा मी प्रयत्न करू लागलो आणि आश्चर्य असे की, माझ्या प्रयत्नांना ताबडतोब यश येऊ लागले. आणि ती आकृती पुन्हा दिसेनाशी झाली. फक्त त्यांच्या अस्तित्वाची प्रभावी जाणीव तेवढी उरली.

सुरुवातीसुरुवातीला मी जेव्हा ध्यान करी तेव्हा माझ्या मनालाच मी प्रश्न करी. तीही सवय हळूहळू गेली. मी माझ्या शारीरिक, भावनात्मक व मानसिक संवेदनांच्या जाणिवेला फिरून फिरून प्रश्न करून पाहिले पण निजस्वरूप काय आहे, याचा मला शोध लागला नाही; तेव्हा प्रश्न करायचे मी सोडूनच दिले. मी मग माझे ध्यान माझ्या जाणिवेच्या गाभ्यावरच केंद्रित केले; हेतू हा की ती कोठून निर्माण झाली त्या स्थानाचा पत्ता लागावा. आता तो अंतिम क्षण नजीक आला. त्या नीरवतेच्या ध्यानामध्ये; की ज्या अवस्थेत मन स्वतःमध्येच फिरून माघारी वळले व नेहमीच्या परिचयाचे जग अंधुकअंधुक दिसावयास लागून छायेप्रमाणे वाटू लागले. मनाभोवती शून्यतेचा जणू पडदा पडला व मनासच शून्यावस्था प्राप्त झाली. पण मन अशा केंद्रित अवस्थेत ठेवण्याकरिता ध्यान शक्य तितके तीव्र राखायला पाहिजे. पण पृष्ठभागावरल्या ख्यालीखुशालीच्या सुस्त जीवनाचा विसर पडून मन अगदी सुईच्या अग्रावर केंद्रित करणे किती अवघड आहे!

हा क्षण येण्याच्या अगोदर विचारांचा सतत चालू राहत असणारा प्रवाह बाजूस सारावा लागला. आज तो प्रवाह बाजूस सारण्यासाठी फार कष्ट घ्यावे लागले नाहीत. माझ्या अंतःसृष्टीमध्ये काही एक नवी व प्रभावी बलशाली शक्ती जोरदारपणे व अप्रतिहत वेगाने कार्य करू लागली. पहिली मोठी लढाई जिंकली; एक प्रहारही न करता. आणि त्यामुळे जो मनावर मनस्वी ताण पडला तो जाऊन त्याच्या ठिकाणी एक सुखद, आनंददायक व समाधानाची भावना निर्माण झाली.

नंतरच्या अवस्थेमध्ये मी बुद्धीला बाजूस ठेवले. ती आपले काम करीत होती हे मी जाणून होतो, पण आंतरिक आवाजाने बजावून ठेवले होते की, बुद्धी काही झाले तरी एक साधनच आहे. एक तऱ्हेच्या भेसूर अलिप्ततेने मी ह्या सगळ्या विचारांकडे पाहत होतो. विचार करण्याची शक्ती- की जिच्याबद्दल मनुष्यमात्राला आत्मीयता वाटते, अभिमान वाटतो, ती- एक लोढणे आहे असे वाटू लागले. तिच्यापासून

सुटका करून घ्यावीशी वाटू लागली. कारण आता मला असे स्पष्ट कळून चुकले की, मी त्या शक्तीचा अजाणता बंदिवान झालेलो होतो. आणि म्हणून ती बुद्धी बाजूस ठेवण्याची व बुद्धिविरहित अस्तित्व अनुभवण्याची मला एकदम इच्छा झाली. विचारांच्या पलीकडे खोलात मला जावेसे वाटू लागले. बुद्धीचा सतत वाहावा लागणारा बोजा झुगारून देऊन स्वतःस तिच्यापासून मुक्त करून घ्यावेसे वाटू लागले. पण अवधान कायम ठेवून तो अनुभव घ्यावा असे वाटू लागले.

थोडे बाजूस उभे राहून, मेंदूचे- बुद्धीचे हे सतत चालणारे कार्य जणू दुसऱ्याच व्यक्तीचे आहे असे समजून; विचार कसे उद्‌भवतात व नाहीसे होतात हे पाहणे मोठे गमतीचे आहे. माणसाच्या आत्म्याच्या अगदी गाभ्यावर अवगुंठन टाकणाऱ्या गूढ रहस्यांचा अंतःप्रेरणेने शोध घेण्याचा अनुभव तर त्याहून विलक्षण गमतीदार आहे. नवीन खंड शोधून काढून त्या भूमीवर पाय ठेवणाऱ्या कोलंबसासारखे मला वाटू लागले. पूर्णपणे अंकित ठेवलेली उत्सुकता माझे शरीर शांतपणे थरारून गेली.

पण विचारांच्या ह्या पुरातन काळापासून वाहाव्या लागणाऱ्या जोखडापासून सुटका तरी का करून घ्यावी? विचार करण्याचे जबरदस्तीने थांबवावे असे महर्षींनी कधीच सांगितले नाही. 'विचारांचा मागोवा त्यांच्या मुळापर्यंत घ्या.' असा त्यांचा नेहमीचा उपदेश असे, 'निजस्वरूप दृष्टीस पडावे म्हणून आत्मनिरीक्षण करीत राहा; म्हणजे तुमचे विचार आपोआप विरून जातील.' तेव्हा विचारांच्या मूलस्थानाचा पत्ता लागला आहे असे समजून ह्या बिंदूवर ध्यान केंद्रित करण्यास ज्या प्रबळ विचारांनी मला भाग पाडले त्या विचारांचा मी त्याग केला. परंतु साप जसा आपल्या भक्ष्यावर सारखे लक्ष ठेवीत असतो त्याप्रमाणे मी माझ्या लक्ष्यावर सतत ध्यान ठेवीत राहिलो.

अशा ह्या अवस्थेत मी कितीतरी वेळ राहिलो. शेवटी महर्षींनी जे भाकित केले होते ते बिनचूक होते हे मला हळूहळू पटून येऊ लागले. विचारांचे प्रवाह हळूहळू कमी होऊ लागले. तर्कबुद्धी गळून पडली. अत्यंत विलक्षण अशा भावनेने माझ्या मनाची पकड घेतली. अंतःप्रेरणा तीव्र वेगाने वाढू लागून शून्यावस्थेत जायला लागली. ह्या अवस्थेत किती वेळ गेला कोणास ठाऊक! माझ्या इंद्रियांच्या व्यापारांचे संदेश कानी ऐकू येईनासे झाले; त्यांची जाणीवही विरून गेली; आठवणही बुजत चालली. आता कोणत्याही क्षणी आपण ह्या जडसृष्टीच्या- जडदेहाच्या बाहेर पडू; ह्या सृष्टीच्या रहस्याच्या पार टोकाला जाऊन पोचू असे वाटू लागले.

आणि तो क्षण येऊन ठेपला. एखादी जळत असलेली मेणबत्ती जशी विझावी तसे विचार थांबले. बुद्धी आपल्या ठिकाणी परत गेली- म्हणजे जाणिवेला विचारांची बाधा होईनाशी झाली. माझ्या ध्यानात येऊ लागले; तसे ते माझ्या मनात बराच वेळ

घोळत होते व महर्षींनी ते बरोबर असल्याची खात्रीही दिली होती की, मनाचा उगम स्थूलदेहात नसून सूक्ष्मदेहात आहे. गाढ झोपेत जसा मेंदू कार्य करीत नाही तसा मेंदूही कार्य करावयाचे थांबला. परंतु जाणिवेला मात्र यत्किंचितही धक्का लागला नाही. मी अगदी शांतपणे बसलो होतो. मी कोण आहे व सभोवार काय घडत आहे, याची मला पूर्ण जाणीव होती. परंतु माझ्या जाणिवेची मर्यादा माझ्या विशिष्ट देहापुरतीच राहिली नाही; ती त्यापलीकडे गेली. ती विश्वव्यापी झाली. ती देहाहूनच्या उच्च स्तरावर पसरली. स्वतःची जाणीव होती पण ते स्वतःचे रूप वेगळे होते. त्यावर आगळे तेज चढले होते. कारण ती जाणीव 'मी' ह्या जुजबी अहंकारभावनेपलीकडली, देहाच्या पलीकडली, दिव्य लोकातली होती. त्या दिव्य जाणिवेबरोबर जीवन्मुक्तावस्थेचा एक नवीन आश्चर्यकारक अनुभव येऊ लागला. कारण विचार म्हणजे मागाच्या यंत्रातला एक धोटा. तो सारखा इकडून तिकडे, तिकडून इकडे सरकत असतो. त्या विचारांच्या जोखडापासून मुक्त होणे म्हणजे तुरुंगातून बाहेर पडून बाहेरची मोकळी हवा खाण्यासारखे होय, हे मला कळून चुकले.

ह्या भूगोलापलीकडल्याही अस्तित्वाची जाणीव मला आता होऊ लागली. ज्या भूलोकावर मी आजवर वावरत आलो, ते जग नाहीसे होऊ लागले. तेजोमय अशा प्रकाशाच्या महासागरात मी डुंबत आहे असे मला वाटू लागले- नव्हे अशी जाणीव होऊ लागली. वस्तुमात्राची पहिली अवस्था म्हणजे प्रकाश; तेज. ते सर्व अनंत आकाश भरून राहिलेले आहे. विश्वास बसायचा नाही; पण ते तेज जिवंत आहे; ते चैतन्यरूप आहे.

आकाशात चालत असलेल्या ह्या रहस्यपूर्ण विश्वव्यापी नाटकाचा अर्थ एका निमिषार्धात मला लागला व मी पुनरपि माझ्या अस्तित्वाच्या मूलबिंदूकडे परतलो. मी, आता पूर्वीचा नव्हे तर बदललेलो, त्या परमानंदाचा आस्वाद घेऊ लागलो. ज्ञानामृताचा हा जो पेला मी तोंडाला लावला व ज्या अमृताचा घोट घेतला त्यामुळे माझ्या कालच्या आठवणी व उद्याच्या चिंता एकदम ताबडतोब नाहीशा झाल्या. मला आता दिव्य स्वतंत्रतेचा व अवर्णनीय सुखाचा लाभ घडून आला. माझे बाहू सर्व सृष्टीला सहृदयतेने, आत्मीयतेने मिठी मारू लागले. कारण आता मला अगदी खोलवर समजून आले की सर्वांस ओळखणे म्हणजे सर्वांस क्षमा करणे नव्हे तर सर्वांवर प्रेम करणे होय. माझे अंतःकरण ह्या रोमांचकारी अनुभवाने नवेच बनून गेले.

आता यापुढे जे अनुभव मला मिळाले ते इतके सूक्ष्म व नाजूक आहेत की त्यांचे वर्णन मला लेखणीने शब्दांत करता येणार नाही. पण ह्या अत्युच्च तत्त्वांचे जे ज्ञान मला झाले ते मानवी भाषेत उतरविता येईल. तो प्रयत्न वाया जायचा नाही. मानवी मनापलीकडे अनादिकालापासून विश्व वास करीत आहे. ते अफाट आहे, त्याचा

कोणाला पत्ता लागलेला नाही. त्यावर कोणी पाऊल ठेवलेले नाही. त्या विश्वामध्ये मी संचार करून आलो. तेथल्या काही स्मृती मी माझ्या ओबडधोबड शब्दात ग्रथित करून ठेवीत आहे.

***

जीवात्मा हा परमात्म्याचा अंश आहे. मातेच्याही पलीकडे हा परमात्मा जीवात्म्याचे पालनपोषण करीत असतो. माणसाची प्रज्ञा जेव्हा जागृत होते तेव्हा त्यास हे समजून येते.

अगदी पुरातन काळात माणसाने परमात्मतत्त्वाशी एकनिष्ठ राहण्याचे व्रत घेतले होते; आणि त्या वेळी तो दिव्य ऐश्वर्ययुक्त होत्साता परमात्म्याबरोबरच वावरत होता. आज जरी त्याला ह्या यांत्रिकयुगात त्या व्रताचा विसर पडलेला असला, तरी असे काही महात्मे विद्यमान आहेत की जे ह्या व्रताचे कसोशीने पालन करीत असतात व या व्रतापासून च्युत झालेल्या माणसांना योग्य वेळी व्रतपालनाची आठवण करून देत असतात.

मानवामध्ये आत्मा वास करीत असतो व तो आत्मा अविनाशी आहे. मनुष्य आपले स्वतःचे खरे स्वरूप विसरून जातो पण त्यामुळे त्यांचे आत्मतेज कमी होत नाही. तो आपल्या स्वरूपाला विसरतो व निद्रेसारख्या व्यापाराने त्याला इंद्रियांचा विसर पडतो. पण जागे झाल्यावर, आळोखेपिळोखे दिल्यावर व स्वतःच्या शरीरास स्पर्श केल्यावर त्याला आपण कोण आहो हे समजून येते; आत्म्याची ओळख पूर्ववत पटू लागते.

आपल्या दिव्य स्वरूपाचे ज्ञान नष्ट झाल्याने मनुष्य आपले स्वरूप ओळखू शकत नाही; म्हणून तो दुसऱ्याकडे मार्गदर्शनाकरिता धाव घेतो. त्यास असे समजत नाही की, निजस्वरूपाचे ज्ञान त्याला त्याच्या स्वतःच्याच आध्यात्मिक बिंदूमध्ये निश्चितपणे व निखालसपणे मिळू शकेल. आत्मदर्शी मनुष्य जगाच्या फापटपसाऱ्याकडे पाहत नाही. त्याची दृष्टी सदैव अंतर्मुख झालेली असते व ही दृष्टी त्याला आली की त्याच्या मुखावर एका दिव्य स्मिताची छटा आलेली असते. त्यास जो आत्मबोध झाला आहे त्याचे निदर्शक ते स्मित असते.

मनुष्य अंतर्मुख होऊन आपले स्वतःचे अंतरंग पाहू लागला आणि त्याला जर असमाधान, दौर्बल्य, अंधकार व भीती आढळून आली तर त्याने मनात भलताच संशय बाळगून निराश होऊ नये. त्याने जास्त जास्त अंतर्मुख होऊन सखोल व प्रदीर्घ ध्यान करावे म्हणजे हृदयाची क्रिया स्थगित झाल्याची पुसट पुसट चिन्हे दिसू लागतील व श्वास मंदमंद होत जाईल. त्या वेळी त्याने जागरूक राहावे; त्या

श्वसनालाच चैतन्य मिळून त्यातून उच्च प्रकारचे विचार त्याच्या मनात येऊ लागतील. हे उच्च विचार हळहळू त्याच्या मनाचा ठाव सोडून देऊ लागतील व ते सदैव भ्रमण करीत राहणाऱ्या देवदूतांच्या भूमिकेने आतला आवाज फुटल्याचे शुभ वर्तमान जाहीर करतील. हा आतला आवाज त्याच्या हृदयप्रदेशातून येऊ लागेल व तो त्याला त्याचे सनातन स्वरूप दाखवील. तो गूढ, रहस्यपूर्ण आवाज प्रत्यक्ष परमात्म्याचाच असेल.

प्रत्येक मानवप्राण्याच्या हयातीमध्ये त्याचे दिव्य स्वरूप प्रकट होत असते. पण ते प्रकट होत असताना त्याने जर लक्ष दिले नाही तर ते प्रकट होणे खडकावर टाकलेल्या बीजाप्रमाणे वाया जाते. हा अनुभव प्रत्येकाला येतो. ह्या नियमाला अपवाद नाही. मनुष्यच तो अनुभव निष्काळजीपणे ग्रहण करीत नाही. जीवनाच्या गूढ रहस्याचा अर्थ समजावून घेण्याचे मनुष्य ढोंग करो, पण त्याला माहीत नसते की, झाडाच्या हिरव्या डहाळीवर बसणाऱ्या प्रत्येक पक्ष्याला व आपल्या आईचा हात धरून चालणाऱ्या प्रत्येक अर्भकाला हे कोडे उलगडलेले असते; व ह्या कोड्याचे उत्तर त्याच्या मुखावर विराजमान असते. हे मानवा! ज्या दिव्य जीवनाने तुला जन्म दिला, ते जीवन फार उच्च प्रकारचे व तुझ्या अगदी दूरवरच्या विचारांपेक्षा महान आहे. ते जीवन कल्याणकारी आहे. त्यावर श्रद्धा राख व त्या जीवनाचा जो सूक्ष्म संदेश तुझ्या अर्धवटशा अंतःप्रेरणेमध्ये उमटला जाईल त्या संदेशाचे मनःपूर्वक पालन कर.

ज्या मनुष्याला असे वाटते की, आपण आपल्या अविचारी लहरींनुसार वाटेल तसे वागू व पुढे कधीही त्याबद्दल आपल्याला कोणी जाब विचारणार नाही, तो भ्रमात असतो. जो कोणी आपल्या इतर बांधवांशी किंवा स्वतःशी सुद्धा पापबुद्धीने वागतो तो स्वतःवर आपण होऊन शिक्षा ओढवून घेतो. तो आपली पापे, दुष्कृत्ये इतरांपासून लपवून ठेवू शकेल पण परमेश्वराच्या सर्वदर्शी दृष्टीपासून लपवून ठेवू शकत नाही. साऱ्या जगभर न्यायाचे-'ऋत' तत्त्वाचे राज्य अबाधितपणे नित्य चालू असते. त्या राज्याचा बिनचूक कारभार पुष्कळदा लोकांच्या उघड दृष्टीला पडत नाही व तशा न्यायदानाच्या कोर्टकचेरीत- दगडी इमारतीत ह्या कठोर न्यायाचे राज्य नेहमीच चालत असलेले आढळून येणारही नाही. पण भूलोकावरील शिक्षा किंवा दंड याच्यापासून ज्याची सुटका झाली आहे त्याची परमेश्वराच्या शिक्षेतून सुटका होत नाही. ती त्यास भोगावीच लागते. यमधर्म हा निर्दय व हट्टी आहे. त्याच्या तावडीतून कोणी सुटत नाही.

ज्यांचे सारे आयुष्य हालअपेष्टा सहन करण्यात, यातना भोगण्यात गेले आहे, त्यांच्या ध्यानात ही गोष्ट- जीवनातील पापपुण्याचे हे मूल्यमापन चटकन येते. त्यांना दुसरे तिसरे जरी काही समजून येत नसले तरी प्रारब्धाची करुण क्षणभंगुरता

त्यांच्या चटकन ध्यानात येते. सुखाच्या वेळी त्यांना ह्या वस्तुस्थितीचा विसर पडत नाही; त्यांना दुःखाचे क्षण सहन करणे इतके कष्टदायक जात नाही. एखाद्या वस्त्रात ज्याप्रमाणे आडवे व उभे धागे सारखे विणलेले असतात, त्याप्रमाणे आयुष्यात सुख व दुःख दोन्हीही सारखेच भरलेले आहे. म्हणून कोणाला गर्विष्ठपणे व वरिष्ठपणाचा आव आणून वागता येत नाही; तसे जो वागेल तो आपल्यावर संकट ओढवून घेत असतो. ईश्वर अदृश्य आहे हे खरे, पण त्याच्यासमोर नम्रतेनेच वागल्याने कार्यभाग होतो. नाहीतर माणसाची साऱ्या जन्माची पुंजी तो अल्पावधीत नष्ट करून टाकतो. सर्व घटना रहाटगाडग्यासारख्या खाली-वर होत असतात. विचारशून्य माणसाच्या फक्त हे ध्यानात येत नाही. विश्वात सुद्धा हाच प्रकार दिसून येतो. सूर्यापासून लांब अशा ग्रहापाठीमागे त्याच्यापासून जवळ असा ग्रह भ्रमण करीत असतो. त्याप्रमाणे माणसाच्याही जीवनात व नशिबात समृद्धीच्या भरतीच्या पाठोपाठ आपत्तीची ओहोटी येत असते. शरीराचे आरोग्य हे काही कायमचे टिकत नाही. प्रेमही क्षणभंगुर असते. पण दीर्घकाल त्रस्त करीत राहिलेल्या आपत्तींची रात्र संपल्यावर नवीन जागृत झालेल्या प्रज्ञेची पहाट होते. साऱ्या घटनांच्या पाठीमागे दडलेला बोध हा की, मनुष्य तो समजून घेवो की न घेवो; शोधो की न शोधो; त्याच्या अंतर्यामात वास करीत असलेल्या ह्या सनातन परमतत्त्वाचा त्याला आश्रय घेतलाच पाहिजे. हा परमात्मा पूर्वीपासून तेथेच आहे; त्याच्यावरच त्याने सारा भार टाकला पाहिजे; तसे जर तो करणार नाही तर ह्या जीवनात निराशा व संकटे त्याच्यावर मधूनमधून ओढवली जातील व ती त्याला परमात्म्याकडे खेचून घेऊन जातील. असा कोणी भाग्यशाली मनुष्य नाही की ज्यास ह्या दोन पंतोजींचा, निराशा व संकटे यांचा, मार खावा लागला नाही.

परमतत्त्वाची, उदात्ततेची ही तेजस्वी पाखर आपल्या पाठीशी आहे हे जेव्हा माणसाच्या ध्यानात येते तेव्हा त्याला सुरक्षितता वाटते. त्याला जोपर्यंत ह्या गोष्टीचा बोध झाला नाही तोपर्यंत त्याचे अगदी उच्च प्रतीचे शोध हे त्याच्या मार्गातील दुर्गम अडसरच ठरतील; आणि जे जे म्हणून त्याला इहवादाकडे जवळ जवळ ओढून आणतील ते त्याच्यावर नवीन नवीन बंधने निर्माण करतील व जी त्यास पुढे तोडावी लागतील. कारण मनुष्य आपल्या पूर्वकर्मांशी बद्ध असतो व त्याच्या अंतर्यामात वसत असणारा परमात्मा त्याच्यावर सारखे लक्ष ठेवीत असतो. आपल्या पूर्वकर्मांचे फळ भोगण्याचे त्याला तसे टाळता येत नाही. म्हणून त्याने ही गोष्ट नीट ध्यानात ठेवावी व आपल्या स्वतःस त्याला अर्पण करावे; स्वतःच्या ऐहिक चिंता, तदंतर्गत उपाधी त्या परमात्म्यावर सोपवाव्यात. तो परमात्मा त्याची निराशा करणार नाही. त्याला जर परमात्म्याची कृपा हवी असेल, त्यामुळे लाभणारी मनःशांती पाहिजे

असेल व मृत्यूच्यासमोर निर्भयपणे व स्वाभिमानाने जायचे असेल तर त्याने हे जरूर करावे.

ज्याला आपल्या स्वतःची एकदा खरी ओळख झाली तो पुनः दुसऱ्याचा कधीही द्वेष करीत नाही. द्वेष करण्यासारखे पाप नाही. दुसऱ्याची मालमत्ता जबरदस्तीने बळकावयाची म्हणजे रक्तपात करावा लागतो. तो रक्तपात करताना मनास ज्या यातना पुढे होतात त्या यातनांसारख्या दुसऱ्या कोणत्याही यातना क्लेशकारक नाहीत. आपण जे दुःख दुसऱ्यास देतो तसेच दुःख आपल्याला पुढे सहन करावे लागते, हे निश्चित. परमेश्वर मनुष्याची सर्व सुष्टदुष्ट कर्मे अदृश्य स्वरूपात पाहत असतो; पण मनुष्याला मात्र तो दिसत नाही. मानवाचे हे जग तसे पाहिले तर दुःखांनी, हालअपेष्टांनी भरलेले आहे. पण अशा परिस्थितीत सुद्धा ज्याला दिव्य स्वरूपाची मनःशांती पाहिजे असेल ती त्याला मिळू शकते. दुःखीकष्टी लोक, संशयांनी पछाडलेले लोक, ह्या संसारात सारख्या आपट्या खात असतात; जीवनाच्या अंधाऱ्या रस्त्यांवरून चाचपडत चाचपडत पुढचा रस्ता शोधीत असतात. परंतु एक मोठा देदीप्यमान प्रकाशाचा झोत त्यांच्यापुढे रस्त्यावर उजेड टाकीत असतो. मनुष्य ज्या वेळी इतरांच्याकडे मामुली प्रकाशाच्या द्वारेच नव्हे तर, त्यांच्या ठिकाणी सुप्तावस्थेत असलेल्या दिव्य स्वरूपाच्या रूपांतरित झालेल्या प्रकाशाच्या द्वारे पाहू लागेल; ज्या वेळी इतरांच्या हृदयात त्या दिव्य परमात्म्याचा अंश आहे असे मानून त्यास तो ज्या वेळी मान देऊ लागेल, त्या वेळी द्वेष हा जगातून कायमचा नाहीसा होईल.

निसर्गात जे जे काही उदात्त, भव्य व उच्च असते व ज्या ज्या कलाकृतींमध्ये उत्स्फूर्त अभिजात सौंदर्य असते ते परमेश्वराचे प्रतीक असते. जेथे धर्मगुरू अयशस्वी ठरतात तेथे प्रतिभावान कलावंत आपल्या कलाकृतीने परमेश्वराचा उपदेश लोकांच्या मनावर बिंबवून टाकण्यात यशस्वी ठरतात. ते त्यांना आत्मैक्यबुद्धीची जाणीव करून देऊ शकतात. ज्या ज्या वेळी त्याला संसाराचा कंटाळा येईल त्या त्या वेळी शाश्वत जीवनाचा आनंद देणाऱ्या सौंदर्याच्या उपभोगाचे विरळ क्षण त्याने आठवावेत व आपल्या हृन्मंदिरातील आत्मारामास शोधून काढून पाहावे. ह्या मंदिरात त्याने विहार करावा म्हणजे त्यास थोडी शांती, शक्ती, स्फूर्ती आणि प्रकाशाची झाकी यांची प्राप्ती होईल. त्याने श्रद्धा बाळगावी म्हणजे ज्या ज्या क्षणी त्याला निजस्वरूपाचा स्पर्श होईल, त्या त्या क्षणी त्याला आपल्या पाठीमागे उभ्या असलेल्या अगाध अशा ईश्वरी आधाराची व त्याच्या बिनचूक न्यायबुद्धीची जाणीव होईल. विद्वान पंडित आपल्या विद्यापीठांच्या दालनात अस्ताव्यस्त पडलेल्या पोथ्यापुस्तकांच्या ढिगाऱ्यातून चिचुंद्रीप्रमाणे ते तत्त्व धुंडाळीत बसतात पण 'तत्त्वमसि' या सिद्धान्ताचा त्यांना पत्ता लागत नाही. ह्या तत्त्वापरते सर्वोच्च तत्त्व नाही, सर्वोत्तम सत्य नाही

की, ज्याचा त्याला साक्षात्कार घडवून यावयास पाहिजे आहे. मनुष्याच्या लौकिक आशा, वासना कालपरत्वे मंद मंद होत जातात; पण चिरंतन जीवनाची, पूर्ण प्रेमाची व शाश्वत सुखाची इच्छा मात्र तशीच राहते व ती शेवटी निश्चितपणे पूर्ण होते, असे भविष्य संत-माहात्म्यांनी, अवतारी पुरुषांनी अगोदरच करून ठेविले आहे व ते अगदी अटळ व अचूक आहे.

सर्वोत्तम अशा विचारसंपदेकरिता जग आजपर्यंत होऊन गेलेल्या अवतारी पुरुषांच्याकडे धाव घेते. त्यांनी उपदेशिलेल्या नीतितत्त्वांचा शोध घेण्यासाठी गतकालापुढे विनम्र होते. पण जेव्हा माणसाला आपल्या दिव्य उगमाचे ज्ञान होते, तेव्हा तो भांबावून जातो. त्याच्या मनात एकदम उदात्त विचार व भावना येऊ लागतात. मनाच्या गाभाऱ्यात त्याला दृश्ये दिसू लागतात. प्राचीन काळातील हिब्रू व अरब द्रष्ट्यांना असेच दृष्टान्त झाले होते. त्या दृष्टान्तांनी त्यांना आपल्या दिव्य स्वरूपाची पुनः पुनः आठवण करून दिली होती. अशाच तऱ्हेचा दिव्य प्रकाश बुद्धाच्या दृष्टीस पडला व ते ज्ञान त्याने लोकांपुढे निर्वाणाची कल्पना देऊन मांडले. हे ज्ञान एकदा झाले म्हणजे सर्वभूतात्मकता अंगी येते. हे ज्ञान झाल्यामुळेच मेरी मॅग्डेलीन येशू ख्रिस्ताच्या पायाशी येऊन ओक्साबोक्शी रडली; कारण की हे ज्ञान होण्यापूर्वीचे बाकीचे आयुष्य निरर्थक वाया गेले ही जाणीव तिला झाली होती.

कितीही युगे लोटली तरी हे सनातन सत्य अबाधित राहिलेले आहे. त्याच्या चकाकीला गंज असा कधी चढला नाही. मधूनमधून मानवाला त्याचा विसर पडतो इतकेच. जगात मानवाचे अनेक वंश, अनेक जाती आहेत. पण कोणत्याही मानवप्राण्याला ह्या सनातन सत्याचे ज्ञान झाले नाही असे नाही. ते सर्वांना खुलेच होते व आहे. हे सत्य ज्याला ज्याला म्हणून समजून आले, त्याने ते बुद्धीने आकलन करावे म्हणजे आकाशातील ताऱ्यांप्रमाणे विचारांच्या रूपाने ते त्याच्या हृदयात चमकू लागेल. एवढेच नव्हे तर त्याने ते ज्ञान आत्मसात करावे म्हणजे त्याला काही दिव्य स्वरूपाची प्रेरणा मिळेल.

पुन्हा मी या भूलोकावर येऊन पोहोचलो; कोणत्या तरी शक्तीच्या जोरावर. त्या शक्तीला मी विरोध करू शकलो नाही. हळूहळू मला सभोवारच्या वस्तू ओळखू येऊ लागल्या. मी डोळे उघडून पाहिले. महर्षींच्याच दालनामध्ये मी बसलेलो होतो. पण दुसरे कोणी तेथे नव्हते. माझी दृष्टी आश्रमातील घड्याळाकडे गेली व माझ्या ध्यानात आले की, बहुतेक मंडळी संध्याकाळच्या भोजनाकरिता आश्रमातील भोजनगृहात गेली असावीत. इतक्यात माझ्या डाव्या बाजूला कोणीतरी असावे असे मला वाटले. पाहतो तर ते पंचाहत्तर वर्षांचे सेवानिवृत्त स्टेशनमास्तर माझ्या शेजारी मांडी घालून बसलेले मला आढळून आले. ते माझ्याकडे कौतुकाने पाहत होते.

आध्यात्मिक भारताचा रहस्यमय शोध - ३७०

'दोन-एक तास तुम्हाला समाधी लागली होती,' ते मला सांगू लागले. त्यांच्या चेहऱ्यावर वार्धक्याने सुरकुत्या पडलेल्या होत्या. त्यांच्या सांगण्यावरून मला मोठा आनंद झाला. त्यांनाही झाला असावा. त्यांच्या चेहऱ्यावर आनंदाचे स्मित झळकत होते.

काहीतरी बोलायचा मी प्रयत्न करून पाहिला. पण जमले नाही. जवळजवळ पंधरा एक मिनिटे मला बोलताच आले नाही. तेवढ्यात ते सांगू लागले :

'इतका सर्व वेळ महर्षी तुमच्याकडे बारकाईने पाहत होते. मला वाटते त्यांच्या विचारांनी तुम्हाला मदत झाली.'

महर्षी परत दालनामध्ये आले. त्यांच्याबरोबर परतलेल्या माणसांनी आपापल्या जागांवर बसून घेतले. हा सत्संग थोडाच वेळ असे. त्यानंतर मंडळी झोपावयास जात. तेही उठून कोचावर मांडी घालून बसले. उजव्या माडीवर कोपर ठेवून उजव्या हाताने त्यांनी हनुवटीस स्पर्श केला; दोन बोटे गालावर होती. आम्हा दोघांची दृष्टादृष्ट झाली. त्यांनी माझ्याकडे टक लावून पाहण्याचे चालूच ठेविले.

नंतर काही वेळाने आश्रमातील रिवाजाप्रमाणे सेवेकऱ्यांनी दिव्यांच्या वाती खाली ओढून घेतल्या; त्या वेळी पुनः महर्षींच्या शांत व स्थिर डोळ्यांतील विलक्षण तेजाने मी चमकलो. त्या अंधुक उजेडात ते डोळे तारकायुग्माप्रमाणे चमकले. पुनः मला जाणीव झाली की, भारतातील प्राचीन ऋषिमुनींचा आजच्या काळातील वारस मला महर्षींमध्ये आढळला. त्यांच्यासारखे विलक्षण डोळे मी कधी कोणाचे पाहिले नव्हते. माणसाचे डोळे त्याच्या ठिकाणी असलेली दिव्य शक्ती प्रतिबिंबित करीत असतील तर महर्षींचे डोळे हे त्याची साक्ष होत.

त्या डोळ्यांतील बुब्बुळांची हालचाल अगदी होत नव्हती. सुगंधी उदबत्तीतून धूम्रवलये वरवर जात होती. जवळजवळ चाळीस मिनिटे आम्ही दोघे एकमेकांकडे पाहत राहिलो. ते माझ्याशी बोलले नाहीत, की मी त्यांच्याशी बोललो नाही. शब्दांची जरूरच काय होती? कारण शब्दांखेरीज आम्ही एकमेकांना समजून घेत होतो. कारण त्या गंभीर शांतमनस्कतेमध्ये आम्हा दोघांची मने जणू एकजीव झाली होती. काय सुंदर मिलाफ झाला होता! आणि त्या सामरस्यामध्ये त्यांचा संदेश मला ताबडतोब कळे. जीवनासंबंधी महर्षींच्या दृष्टिकोनाची बाजू माझ्या ध्यानात आली होती. ते ज्ञान मला कसे आश्चर्यकारक पद्धतीने झाले व झाले ते अगदी अविस्मरणीय. तेव्हा माझे आंतरिक जीवन त्यांच्या जीवनात मिसळून गेले.

***

माझा ताप दोन दिवस टिकला. मी तो काबूत ठेवला. तो वृद्ध गृहस्थ दुपारी झोपडीत मला भेटायला पुनः आला.

'बंधू, आता तुमचा सहवास संपायची वेळ आली,' त्याने खेदपूर्वक उद्गार काढले, 'पण तुम्ही परत येणार आमच्यांत!'

'अगदी नक्की!' मी त्याच्या इच्छेला विश्वासपूर्वक पडसाद दिला.

तो जेव्हा जायला निघाला तेव्हा मी दरवाजाशी उभा राहिलो व समोरच्या अरुणाचल पर्वताकडे पाहिले. तिथले लोक त्याला 'नीलपर्वत'ही म्हणतात. माझ्या साऱ्या जीवनाची रंगीत पार्श्वभूमी म्हणजे तो पर्वत. माझ्या मनात त्या पर्वताबद्दल किती आदर! कोणतेही काम करताना, जेवताना, चालताना, बोलताना, ध्यान करताना मी त्या पर्वताकडे मोठ्या आदराने पाही. खिडकीतून किंवा उघड्यावर मला त्या गिरिराजाचे दर्शन होई. त्या पर्वताचा माथा सपाट होता. हा सारा भूभाग त्या पर्वताच्या परिसरातला. पर्वताचे आकर्षण मोठे. माझ्यावर तर त्याने जणू मोहिनी घातली होती. त्याच्या गमतीदार सुळकेवजा शिखराने मला भारून टाकले की काय कोण जाणे! येथल्या लोकांची परंपरागत समजूत अशी की, हे शिखर पोकळ आहे व त्या पोकळीत कित्येक सिद्धयोगी राहत असतात; पण ते साधारण माणसाच्या दृष्टीस पडत नाहीत. मी त्या समजुतींना विशेष महत्त्व देत नाही. केवळ दंतकथाच त्या! अशी कितीतरी याहूनही जास्त आकर्षक व सुंदर पर्वतशिखरे मी पाहिलेली होती. पण या पर्वतशिखराने मला विस्मयाने मुग्ध करून टाकले होते. निसर्गाच्या ह्या सकृत्दर्शनी ओबडधोबड दिसणाऱ्या कलाकृतीमध्ये तांबड्या रंगाचे फरशीसारखे प्रचंड शिलाखंड इतस्ततः अस्ताव्यस्त पसरलेले होते. तांबड्या रंगामुळे ते प्रस्तर सूर्यप्रकाशात ज्योतिशिखांप्रमाणे चमकत व दावानलासारखे भेसूर दृश्य निर्माण करीत.

अंधार पडल्यावर महर्षींखेरीज सगळ्यांचा मी निरोप घेतला. आध्यात्मिक मार्गदर्शन मिळावे म्हणून माझी सारी खटपट होती. माझे श्रम सफल झाले. माझ्या मनाला समाधान वाटले; शांती वाटली; त्यात अंधविश्वास न ठेवता, माझ्या बुद्धिवादी वृत्तीस धक्का न लागता मला गुरुकृपेचा लाभ झाला. तरी पण काही वेळाने महर्षी आंगणात माझ्याबरोबर आले तेव्हा मी ते समाधान गमावतोय की काय, अशी भीती वाटली. ह्या माहात्म्याने मला जिंकले व त्यांना सोडून जायचे माझ्या अगदी जिवावर आले. त्यांनी जणू माझ्या आत्म्यास लोखंडी खिळ्यांपेक्षा कठीण अशा खिळ्यांनी स्वतःच्या आत्म्याशी जखडून टाकले. वास्तविक पाहता त्यांनी एका साधकास त्याचे निजस्वरूप दाखविले; त्याला मुक्त केले; पण त्याला गुलाम केले नाही. त्यांनी मला माझ्या स्वतःच्याच आत्मरूपाच्या कल्याणकारी कृपाछत्राखाली आणले

व माझ्यासारख्या मंदबुद्धी पाश्चिमात्याला दिव्य अनुभव, जिवंत व आनंदपूर्ण घडवून आणून दिला. त्या प्रत्यक्ष अनुभवाखेरीज माझा त्या अवस्थेवर विश्वासच बसला नसता.

तेथून मुक्काम हलवायला मी चालढकल करू लागलो. कृतज्ञतेच्या माझ्या भावना मी व्यक्त करू शकत नव्हतो. वरती नीलवर्ण आकाशात असंख्य तारे चमकत होते. चंद्रकोर क्षितिजावरून वरवर येत होती. आमच्या डाव्या बाजूस काजवे आश्रमातील आंगण प्रज्वलित करीत होते व त्यांच्यावर उंच तालवृक्ष आपल्या विपुल पर्णराजीची छाया आमच्यावर पांघरीत होते. त्या पर्णराजीच्या पलीकडे अफाट आकाश पसरलेले होते.

मी महर्षींचे शेवटचे दर्शन घेतले. त्या कंदिलाच्या मंद प्रकाशात सुद्धा त्या माहात्म्याच्या डोळ्यांचे तेज चकाकत होते. त्या डोळ्यांकडे शेवटचे पाहून घेतले व त्यांचा निरोप घेतला. त्यांनी आपला उजवा हात उचलून मला आशीर्वाद दिला. मी निघालो.

समोर बैलगाडी उभीच होती. तीत बसलो, गाडीवाल्याने बैलांना चाबूक मारला. गाडी चालू लागली. थोड्याच वेळात आश्रमाचे पटांगण सोडून गावाच्या रस्त्याला लागली व दौडत दौडत पुढे जाऊ लागली. चमेलीच्या सुवासाने वातावरण भरून गेले होते.

वॉव पब्लिशिंग्ज् प्रा.लि.द्वारा प्रकाशित श्रेष्ठ पुस्तकें

मृत्यू अंत नव्हे वाटचाल...

पृष्ठसंख्या ... 216 मूल्य ... 180/-

पृथ्वीवर माणसाचं वास्तव्य म्हणजे एखाद्या विद्यालयात प्रवेश घेऊन अध्ययन करण्यासारखंच नव्हे का? हे जग म्हणजे एक विद्यालय... प्रत्येक जीव पृथ्वीवर येतो ते काहीतरी उद्दिष्ट घेऊनच... कोणी धैर्य शिकण्यासाठी येथे येतो तर कोणी तेजप्रेमाची अनुभूती मिळावी म्हणून... काही लोक द्वेष-मत्सराचे परिणाम जाणून घेण्यासाठी तर काही निर्भय होण्यासाठी. प्रत्येकासाठी येथे स्वतंत्र अभ्यासक्रम असून जीवन जगता-जगता यातील धडे आत्मसात करायचे असतात... परंतु नेमकं हेच विसरल्यामुळे माणूस निरर्थक गोष्टींमध्ये आपला वेळ दवडतो.

भावी पिढींसाठी कोणता वारसा सोडायचा? किती लोकांना आपण मनापासून मदत करतो? आपल्या मृत्यूनंतर किती लोकांना दुःख होईल? यांवर मनन न केल्याने जीवनालाच धडा शिकवण्याची संधी मिळते... पण तोपर्यंत माणसाचं अर्धं आयुष्य संपलेलं असतं. सुप्त गुणांना वाव न देता विकसित होण्यापूर्वीच चिरडून टाकणं हीच खरी आपल्या जीवनाची शोकांतिका...

वास्तविक 'मृत्यू' हा माणसाच्या जीवनप्रवासाचा अंत नसून 'महाजीवनाकडे' नेणारं प्रवेशद्वार आहे. मृत्यूविषयीचं ज्ञान माणसाला सकारात्मक आणि सुंदर बनवतं. म्हणून मृत्यूचं भय न बाळगता या जीवनातच जागृत झालात तर एक प्रसन्न पहाट आपली प्रतीक्षा करत असल्याचं जाणवेल.

जीवनाचा मागोवा घेऊन अंतर्मुख करणारं, आपला विकास घडवण्यासाठी पाऊल उचलायला शिकवणारं, पृथ्वीलक्ष्याविषयीचं अमूल्य ज्ञान प्रदान करणारा हा ग्रंथ...

मृत्यू उपरांत जीवन

पृष्ठसंख्या ... 232 मूल्य ... 170/-

मृत्यू हा निसर्गाने प्रदान केलेला एक असा विधी आहे, ज्याद्वारे ईश्वराची, विश्वविधात्याची लीला साकारत आहे. या विधीद्वारे स्वतःचे तरंग वाढवून मनुष्य सूक्ष्म जगतात अभिव्यक्ती करू शकतो. वास्तविक स्थूल शरीराचा मृत्यू हा सूक्ष्म शरीर प्राप्त करण्याचा एक विधी आहे. परंतु हा विधीच लोकांच्या दुःखाचं कारण बनलाय. खरंतर पृथ्वीवर मृत्यू पाहून मनुष्याने दुःखी होता कामा नये. कारण पुढील यात्रा याच जीवनाचा विस्तार आहे, ज्याला 'महाजीवन' असं संबोधलं गेलंय.

महाजीवनाचा अर्थ शब्दबद्धच करायचा असेल, तर 'जिथे जीवनाचा जन्म आणि मृत्यूचा मृत्यू होतो' असं म्हणावं लागेल. मनुष्य भक्तीमध्ये व्यक्तिगत अहंकाराच्या मृत्यूसाठी तयार होतो, तेव्हाच खऱ्या अर्थाने महाजीवनाचा जन्म होतो. त्यानंतर मृत्यूचं भय पूर्णपणे विलीन होतं... ही अवस्था प्राप्त करण्यासाठीच आपल्याला मनुष्य जन्म मिळालाय. परंतु अज्ञान, आळस आणि अविश्वास यांमुळे मनुष्य महाजीवनाचा आनंद घेऊ शकत नाही. मात्र प्रस्तुत पुस्तकाद्वारे आपण महाजीवनाचा अर्थ समजून घेऊ शकाल.

वास्तवात जीवनापासून मरणोत्तर जीवन आणि मृत्यू नंतरच्या जीवनापासून महानिर्वाण निर्माणापर्यंतची यात्रा, हेच पूर्ण जीवन आहे, महाजीवन आहे. यासाठी मृत्यूविषयी योग्य समज प्राप्त करून महाजीवनाच्या यात्रेचा आपण शुभारंभ करू या...

पृथ्वी लक्ष्य

पृष्ठसंख्या ... 256 मूल्य ... 160/-

या पुस्तकाद्वारे आपण मृत्यूविषयीचं सत्य, त्याचबरोबर मृत्यू पूर्णविराम नसून अल्पविराम आहे हेही जाणणार आहात. हे ज्ञान आपल्या वर्तमानात बदल घडवून आणेल आणि जीवनाला सुंदर, सकारात्मक बनवेल. शिवाय प्रत्येक प्रकारच्या भयापासून मुक्त करेल आणि आयुष्यात आमूलाग्र बदल घडवून जीवनाचा कायापालट करेल.

जीवनात अनेक कठीण घटना, अठचणींना सामोरं गेल्यानंतरच लोकांना सम जतं, की त्या दुःखद घटनांमुळे ते पूर्वीपेक्षा अधिक मजबूत झाले आहेत, कणखर बनले आहेत. हे रहस्य 'पृथ्वीलक्ष्य' या पुस्तकाद्वारे ज्ञात होईल.

हे पुस्तक वाचल्यानंतर आपल्या जीवनातील कोणताही पैलू अज्ञात राहणार नाही. जन्म-मृत्यूच्या चक्रातून मुक्त तर व्हालच त्याचबरोबर मोक्ष, महाजीवनही प्राप्त कराल. 'पृथ्वीलक्ष्य' या पुस्तकाद्वारे आपलं जीवन सार्थकी लावा. त्याचप्रमाणे इतरांचं जीवनही अधिक सुखकर होण्यासाठी आपण निमित्त बना. जीवनाचं महान रहस्य जाणून सर्व इच्छा-आकांक्षांपासून एवढंच नव्हे तर मृत्यूपासूनही मुक्त व्हा.

महाआसमानी परमज्ञान शिबिर परिचय आणि लाभ

तेजज्ञान फाउंडेशन आत्मविकासातून आत्मसाक्षात्कार प्राप्त करण्याचा एक मार्ग आहे. यासाठी सरश्रींद्वारा एक अनोखी बोधप्रणाली (System for Wisdom) निर्माण झाली आहे. या प्रणालीला आंतरराष्ट्रीय प्रमाणपत्राद्वारे ISO 9001:2015च्या आवश्यकतेनुसार आणि निकष पडताळून सरळ, व्यावहारिक आणि प्रभावी बनवलं गेलं आहे.

या संस्थेच्या प्रबोधनपद्धतीच्या भिन्न पैलूंना (शिक्षण, निरीक्षण आणि गुणवत्ता) स्वतंत्र गुणवत्ता परीक्षकांद्वारे (Quality Auditors) क्रमबद्ध पद्धतीने पडताळलं गेलं. त्यानंतर या पैलूंना ISO 9001:2015 साठी पात्र समजून या बोधपद्धतीला हे प्रमाणपत्र प्रदान करण्यात आलं.

या फाउंडेशनचे लक्ष्य आहे नकारात्मक विचारांकडून सकारात्मक विचारांकडे वाटचाल. सकारात्मक विचारांकडून शुभ विचारांकडे म्हणजे हॅपी थॉट्सकडे प्रगती. शुभ विचारांकडून निर्विचार अवस्थेकडे मार्गक्रमण आणि निर्विचार अवस्थेच्या अंती आत्म साक्षात्कार प्राप्ती. 'मी सर्व विचारांपासून मुक्त व्हावे' हा विचार म्हणजे शुभ विचार (हॅपी थॉट्स). 'मी प्रत्येक इच्छेपासून मुक्त व्हावे', अशी इच्छा म्हणजे शुभ इच्छा.

तेजज्ञान म्हणजे ज्ञान व अज्ञान या दोहोंच्या पलीकडचे ज्ञान. पुष्कळ लोक सामान्य ज्ञानाच्या (General Knowledge) माहितीलाच ज्ञान मानतात. परंतु अस्सल ज्ञान आणि नुसती माहिती यांत फार मोठे अंतर आहे. आजमितीला लोक सामान्य ज्ञानाच्या उत्तरांनाच जास्त महत्त्व देतात. अशा ज्ञानाचे विषय म्हणजे कर्म आणि भाग्य, योग आणि प्राणायाम, स्वर्ग आणि नरक इत्यादी. आजच्या युगात सामान्यज्ञान प्राप्त करणारे लोक, शिक्षक

मोठ्या प्रमाणावर आहेत; परंतु हे ज्ञान ऐकून जीवनात परिवर्तन घडून येत नाही. असे ज्ञान म्हणजे केवळ बुद्धिविलास आहे किंवा अध्यात्माच्या नावावर चाललेला बुद्धीचा व्यायाम आहे.

सर्व समस्यांवरील उपाय आहे तेजज्ञान. क्रोध, चिंता आणि भय यांपासून मुक्त जीवन म्हणजे तेजज्ञान. शारीरिक, मानसिक, सामाजिक, आर्थिक आणि आध्यात्मिक प्रगतीचा, सर्वांगीण प्रगतीचा मार्ग आहे तेजज्ञान. तेजज्ञान आपल्या अंतरंगात आहे. येथे या आणि या गोष्टीचा अनुभव घ्या.

आपल्याला असे ज्ञान हवे आहे, की जे सामान्य ज्ञानापलीकडे आहे, जे प्रत्येक समस्येवरील उत्तर आहे, जे प्रत्येक समजुतीपासून, गृहीत धारणांपासून आपल्याला मुक्त करते, ईश्वरी साक्षात्कार घडविते, अंतिम सत्यात स्थापित करते. आता वेळ आली आहे शाब्दिक, सामान्यज्ञानातून बाहेर येऊन तेजज्ञानाचा अनुभव घेण्याची!

आजवर जप-तप, तंत्र-मंत्र, कर्म-भाग्य, ध्यान-ज्ञान, योग-भक्ती असे अनेक मार्ग अध्यात्मात सांगितले आहेत. या सर्व मार्गांनी प्राप्त होणारी अंतिम समज, अंतिम ज्ञान, बोध एकच आहे. अंतिम सत्याच्या शोधकाला, साधकाला शेवटी जी एकच 'समज' प्राप्त होते, ती 'समज' श्रवणानेसुद्धा प्राप्त होऊ शकते. अशा समजप्राप्तीसाठी श्रवण करणे यालाच तेजज्ञान प्राप्त करणे म्हटले गेले आहे. तेजज्ञानाच्या श्रवणाने सत्याचा साक्षात्कार घडतो, ईश्वरीय अनुभव मिळतो. हेच तेजज्ञान सरश्री महाआसमानी शिबिरात प्रदान करतात.

सरश्रींचा आध्यात्मिक शोध त्यांच्या बालपणापासूनच सुरू झाला होता. हा शोध सुरू असताना त्यांनी अनेक प्रकारच्या पुस्तकांचा अभ्यास केला. त्याचबरोबर आपल्या आध्यात्मिक शोधात मग्न राहून त्यांनी अनेक ध्यानपद्धतींचा अभ्यास केला. त्यांच्या या शोधाने त्यांना अनेक वैचारिक आणि शैक्षणिक संस्थांमध्ये जाण्यासाठी प्रेरित केले.

सत्यप्राप्तीच्या शोधासाठी जास्तीत-जास्त वेळ देता यावा, या तीव्र इच्छेने त्यांना, ते करत असलेले अध्यापनाचे कार्य त्याग करण्यास प्रवृत्त केले. जीवनाचे रहस्य समजण्यासाठी त्यांनी बराच काळ मनन करून आपले शोधकार्य सतत सुरू ठेवले. या शोधाच्या शेवटी त्यांना 'आत्मबोध' प्राप्त झाला. आत्मसाक्षात्कारानंतर त्यांना जाणवले, की सत्यापर्यंत पोहोचण्याच्या प्रत्येक मार्गांत एकच सुटलेली कडी (मिसिंग लिंक) आहे आणि ती म्हणजे 'समज' (Understanding).

सरश्री म्हणतात, 'सत्यप्राप्तीच्या सर्व मार्गांचा आरंभ वेगवेगळ्या प्रकारे होतो, परंतु सर्वांचा शेवट मात्र 'समजे'ने होतो. ही 'समज'च सर्व काही असून, ती स्वतःमध्ये परिपूर्ण आहे. आध्यात्मिक ज्ञान प्राप्तीकरिता या 'समजे'चे श्रवणसुद्धा पुरेसे आहे' ही समज प्रकाशमान करण्यासाठी आजपर्यंत त्यांनी आध्यात्मिक विषयांवर तीन हजारांहून अधिक

प्रवचनं दिली आहेत. याशिवाय आजवर त्यांनी विविध विषयांवर १०० हून अधिक पुस्तकं लिहिली आहेत. त्यांपैकी 'विचार नियम', 'स्वसंवाद एक जादू', 'शोध स्वतःचा', 'स्वीकाराची जादू', 'निःशब्द संवाद एक जादू', 'संपूर्ण ध्यान' इत्यादी पुस्तकं बेस्ट सेलर झाली आहेत. ही पुस्तकं दहापेक्षा अधिक भाषांमध्ये अनुवादित असून, पेंगुइन बुक्स, हे हाउस पब्लिशर्स, जैको बुक्स, मंजुळ पब्लिशिंग हाउस, प्रभात प्रकाशन, राजपाल अॅण्ड सन्स, पेंटागॉन प्रेस आणि सकाळ प्रकाशन इत्यादी प्रमुख इत्यादी प्रमुख प्रकाशन संस्थांद्वारे ती प्रकाशित झाली आहेत. सरश्रींच्या शिकवणीने लाखो लोकांच्या जीवनात परिवर्तन घडलं आहे. तसेच संपूर्ण विश्वाची चेतना वाढविण्यासाठी कित्येक सामाजिक कार्यांची सुरुवातही केली आहे.

तुम्हाला सर्वोच्च आनंद हवाय? असा आनंद, जो कोणत्याही बाह्य कारणावर अवलंबून नाही... जो प्रत्येक क्षणी वृद्धिंगत होतो. या जीवनात तुम्हाला प्रेम, विश्वास, शांती, समृद्धी आणि परमसंतुष्टी हवी आहे का? शारीरिक, मानसिक, सामाजिक, आर्थिक आणि आध्यात्मिक अशा आयुष्याच्या सर्व स्तरांवर यशस्वी होण्याची तुमची इच्छा आहे का? 'मी कोण आहे' हे तुम्हाला अनुभवाने जाणावंसं वाटतं का?

तुमच्या अंतर्यामी अशा सर्व प्रश्नांची उत्तरं जाणण्याची इच्छा आणि 'अंतिम सत्य' प्राप्त करण्याची तृष्णा असेल, तर तेजज्ञान फाउंडेशनतर्फे आयोजित 'महाआसमानी शिबिरा'त तुमचं स्वागत आहे. हे शिबिर सरश्रींच्या मार्गदर्शनावर आधारित आहे. सरश्री, आजच्या युगातील आध्यात्मिक गुरू असून, ते आजच्या लोकभाषेत अत्यंत सहजपणे आध्यात्मिक समज प्रदान करतात.

महाआसमानी परमज्ञान शिबिराचा उद्देश :

विश्वातील प्रत्येक मनुष्यानं 'मी कोण आहे', या प्रश्नाचं उत्तर जाणून तो सर्वोच्च आनंदाच्या अवस्थेत स्थापित व्हावा, हाच या शिबिराचा मुख्य उद्देश आहे. प्रत्येकाला असं ज्ञान प्राप्त व्हावं, जेणेकरून त्यानं प्रत्येक क्षणी वर्तमानात जगण्याची कला आत्मसात करावी. तो भूतकाळाचं ओझं आणि भविष्याची चिंता यांतून मुक्त व्हावा. प्रत्येकाच्या आयुष्यात कधीही न संपणारा आनंद आणि योग्य समज यावी. शिवाय, प्रत्येकानं समस्या विलीन करण्याची कला आत्मसात करावी. थोडक्यात, मनुष्यजन्माचा उद्देश सफल व्हावा, हाच या शिबिराचा उद्देश आहे.

'मी कोण आहे? मी येथे का आहे? मोक्ष म्हणजे काय? या जन्मातच मोक्षप्राप्ती शक्य आहे का?' असे प्रश्न जर तुमच्या मनात असतील, तर त्यांवरील उत्तर आहे- 'महाआसमानी शिबिर'.

महाआसमानी परमज्ञान शिबिराचे मुख्य लाभ :

वास्तविक या शिबिराचे लाभ तर असंख्य आहेत; पण त्यांपैकी मुख्य लाभ

पुढीलप्रमाणे-

* जीवनात शक्तिशाली ध्येय निश्चित होतं
* 'मी कोण आहे' हे अनुभवाने जाणता येतं (सेल्फ रियलायजेशन)
* मनाचे सर्व विकार विलीन होतात.
* भय, चिंता, क्रोध, बोरडम, मोह, तणाव या नकारात्मक बाबींतून मुक्ती
* प्रेम, आनंद, मौन, समृद्धी, संतुष्टी, विश्वास अशा दिव्य गुणांशी युक्ती
* साधं, सरळ पण शक्तिशाली जीवन जगता येतं
* प्रत्येक समस्येचं निराकरण करण्याची कला प्राप्त होते
* 'प्रत्येक क्षणी वर्तमानात जगणं' हा तुमचा स्वभाव बनतो
* आपल्यातील सर्व सकारात्मक शक्यता खुलतात
* याच जीवनात मोक्षप्राप्ती होते

महाआसमानी परमज्ञान शिबिरात सहभागी कसं व्हाल?

या शिबिरात सहभागी होण्यासाठी तुम्हाला खालील बाबींची पूर्तता करायची आहे-

१. तुमचं वय कमीत कमी अठरा किंवा त्यापेक्षा अधिक असायला हवं.

२. सर्वप्रथम तुम्हाला 'सत्य-स्थापना' (फाउंडेशन ट्रुथ रिट्रीट) शिबिरात सहभागी व्हावं लागेल. या शिबिरात, तुम्ही प्रामुख्यानं दोन बाबी शिकाल- प्रत्येक क्षणी वर्तमानात जगण्याची कला कशी आत्मसात करावी आणि निर्विचार अवस्था कशी प्राप्त करावी.

३. प्राथमिक स्तरावर तुम्हाला काही प्रवचनं ऐकायची असून, त्यांतून तुम्ही मूलभूत समज आत्मसात कराल आणि महाआसमानी शिबिरात प्रवेश करण्यासाठी तयार व्हाल.

महाआसमानी शिबिर वर्षभरात पाच-सहा वेळा आयोजित केलं जातं. यात हजारो सत्यशोधक सहभागी होतात. महाआसमानी शिबिराची पूर्वतयारी तुम्ही तेजज्ञान फाउंडेशनच्या नजीकच्या सेंटरवरही करू शकता. महाराष्ट्रात अहमदनगर, सातारा, औरंगाबाद, नाशिक, नागपूर, वर्धा, अमरावती, चंद्रपूर, यवतमाळ, कोल्हापूर, सांगली, रत्नागिरी, लातूर, बीड, नांदेड, परभणी, पनवेल, मुंबई, ठाणे, सोलापूर, पंढरपूर, जळगाव, अकोला, बुलढाणा, धुळे, भुसावळ आणि महाराष्ट्राबाहेर सुरत, अहमदाबाद, बडोदा, नवी दिल्ली, बेंगलुरू, बेळगाव, धारवाड, रायपूर, भुवनेश्वर, कोलकाता, रांची, लखनौ, कानपूर, चंदीगढ, जयपूर, चेन्नई, पणजी, म्हापसा, भोपाळ, इंदोर, इटारसी, हर्दा, विदिशा, बुऱ्हाणपूर या ठिकाणी महाआसमानी शिबिराची पूर्वतयारी करू शकता.

तेजज्ञान फाउंडेशनमध्ये उपलब्ध असणाऱ्या सरश्रीलिखित पुस्तकांचं वाचन करून किंवा सरश्रींच्या प्रवचनांच्या सीडीज ऐकूनही तुम्ही या शिबिराची पूर्वतयारी करू शकता. याशिवाय, तुम्ही टीव्ही, रेडिओ किंवा यू ट्युबवरील सरश्रींच्या प्रवचनांचा लाभही घेऊ शकता. पण लक्षात घ्या, पुस्तकांतील ज्ञान, सीडी, टीव्ही, रेडिओ आणि यू ट्युबवरील प्रवचनं म्हणजे 'तेजज्ञानाची तोंडओळख' आहे; 'संपूर्ण तेजज्ञान' मुळीच नाही. तुम्ही महाआसमानी शिबिरात सहभागी होऊनच तेजज्ञानाचा आनंद घेऊ शकता. तेव्हा आगामी महाआसमानी शिबिरात सहभागी होण्यासाठी आजच संपर्क करा- 09921008060/75, 9011013208

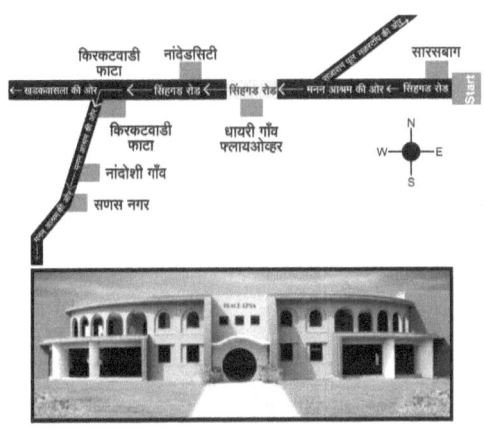

पुस्तकासंबंधी अधिक माहितीसाठी संपर्क साधा

आपणास हवी असलेली पुस्तकं घरपोच मिळण्यासाठी मनीऑर्डर पाठवा.
ही पुस्तकं आमच्या खर्चाने रजिस्टर्ड पोस्ट, कुरिअर आणि व्ही.पी.पी.द्वारे
पाठवली जातील. त्यासाठी खालील पत्त्या वर संपर्क साधावा.

WOW Publishings Pvt. Ltd.

* रजिस्टर्ड ऑफिस - E- 4, वैभव नगर, तपोवन मंदिराच्या जवळ
पिंपरी, पुणे - 411017

* पोस्ट बॉक्स नं. ३६, पिंपरी कॉलोनी पोस्ट ऑफिस, पिंपरी, पुणे - 411017

फोन नं.: 09011013210 / 9623457873

आपण पुस्तकांची ऑर्डर ऑनलाईनही देऊ शकता. लॉग इन करा -
www.gethappythoughts.org

500 रूपयांपेक्षा अधिक पुस्तकं मागविल्यास 10% विशेष सूट
आणि फ्री शिपिंग मिळेल.

तेजज्ञान फाउंडेशनच्या मुख्य शाखा

पुणे : (रजिस्टर्ड ऑफिस)
विक्रांत कॉम्प्लेक्स, तपोवन मंदिराजवळ, पिंपरी, पुणे : 411 017.
फोन : (020) 27412576, 27411240

मनन आश्रम :
सर्व्हे नं. 43, सणस नगर, नांदोशी गांव,
किरकटवाडी फाटा, तालुका : हवेली,
जि. पुणे : 411 024. फोन : 09921008060

❋ तेजज्ञान इंटरनेट रेडिओ ❋
तेजज्ञान इंटरनेट रेडिओद्वारे 24 तास 365 दिवस, सरश्रींच्या प्रवचन आणि भजनांचा लाभ घ्या. त्यासाठी पाहा लिंक -
http://www.tejgyan.org/internetradio.aspx

e-books
The Source ı Complete Meditation ı Ultimate Purpose of Success ı Enlightenment l Inner Magic ı Celebrating Relationships ı Essence of Devotion ı Master of Siddhartha ı Self Encounter and many more.
Also available in Hindi at gethappythoughts.org

Free apps
U R Meditation & Tejgyan Internet Radio on all platforms like Android, iPhone, iPad and Amazon

e-magazines
'Yogya Aarogya' & 'Drushtilakshya'
emagazines available on www.magzter.com

e-mail
mail@tejgyan.com

Website
www.tejgyan.org, www.gethappythoughts.org

❋ नम्र निवेदन ❋
विश्वशांतीसाठी लाखो लोक दररोज सकाळी आणि रात्री 09:09 मिनिटांनी प्रार्थना करत आहेत. कृपया, आपणही यामध्ये सहभागी व्हा.

आध्यात्मिक भारताचा रहस्यमय शोध - ३८२

www.ingramcontent.com/pod-product-compliance
Lightning Source LLC
LaVergne TN
LVHW091046100526
838202LV00077B/2880
* 9 7 8 8 1 8 4 1 5 6 5 6 0 *